TCS

ஒரு வெற்றிக் கதை

எஸ். ராமதுரை

நாக்பூரில் 1944-ல் பிறந்த சுப்ரமணியன் ராமதுரை எளிமையிலும் ஒழுக்கத்திலும் வேரூன்றியவர். 39 ஆண்டுகள் டாடா கன்சல்டன்ஸி சர்வீசஸ் நிறுவனத்தில் பணியாற்றியவர். 2009-ல் அதன் தலைமைச் செயல் அதிகாரி மற்றும் நிர்வாக இயக்குநர் பதவிகளில் இருந்து ஓய்வுபெற்றார். இப்போதும் அதன் துணை சேர்மனாகப் பணியாற்றிவருகிறார். பல்வேறு டாடா மற்றும் டாடா அல்லாத நிறுவனங்களின் சேர்மனாக அல்லது இயக்குநராகத் துடிப்புடன் செயல்பட்டுவருகிறார். தேசிய திறமைமேம்பாட்டு குழுச் செயல்பாட்டில் பிரதமருக்கு ஆலோசகராக கேபினெட் அமைச்சரின் அந்தஸ்துடன் நியமிக்கப் பட்டதைத் தொடர்ந்து அரசுப் பணி சார்ந்த பொறுப்பிலும் திறம்படச் செயலாற்றிவருகிறார். இந்தியாவின் உயரிய விருதுகளில் ஒன்றான பத்ம பூஷன் விருதை 2006-ல் பெற்றார். 2009-ல் பிரிட்டெனின் CBE விருது பெற்றார். புகைப்படக்கலை, இந்திய செவ்வியல் இசை போன்ற பலவற்றில் ராமதுரை மிகுந்த ஆர்வம் கொண்டவர். மனைவி மாலாவுடன் மும்பையில் வசித்துவருகிறார். மகன் தருண் மற்றும் மருமகள் பூர்ணிமா பிரிட்டனில் வசிக்கிறார்கள்.

கி. இராமன்

சென்னையில் ஓர் அரசாங்கத் தொழில்நுட்ப நிறுவனத்தில் மின்னணுவியல் துறை அதிகாரியாக 30 ஆண்டுகள் பணியாற்றியுள்ளார். மின்கல உந்துகளைப் பற்றிய இவருடைய ஆராய்ச்சிக் கட்டுரைகள் உள்நாட்டிலும் வெளிநாட்டிலும் நல்ல வரவேற்பைப் பெற்றுள்ளன. ஓய்வு பெற்ற பின்னர் பல ஆங்கில நூல்களை மிகச் சிறப்பாகத் தமிழாக்கம் செய்திருக்கிறார். திரு ராஜா ராவ் அவர்களின் புகழ்பெற்ற சிறுகதைகளின் தமிழாக்கம் மாதப் பத்திரிகைகளில் வெளியாகியுள்ளன.

TCS

ஒரு வெற்றிக் கதை

எஸ். ராமதுரை

தமிழில்: கி. இராமன்

கிழக்கு

TCS: ஒரு வெற்றிக் கதை

TCS: Oru Vetri Kathai

Authorised translation of the book *'The TCS Story and Beyond'*.

First published in English in Portfolio by Penguin Books India in 2011.

First Edition: January 2022
464 Pages (paperback)
Printed in India.

ISBN : 978-93-90958-40-5
Kizhakku - 1250

Kizhakku Pathippagam
177/103, First Floor, Ambal's Building, Lloyds Road,
Royapettah, Chennai - 600 014. Ph: +91-44-4200-9603
Email : support@nhm.in   Website : www.nhm.in

kizhakkupathippagam   kizhakku_nhm

Kizhakku Pathippagam is an imprint of New Horizon Media Private Limited

சமர்ப்பணம்

மனைவி மாலாவுக்கும் மகன் தருணுக்கும்

உள்ளே

	ஆசிரியர் குறிப்பு	/ 9
	முன்னுரை	/ 17
1.	துணிச்சலான தொலைநோக்கு: 2010க்குள் டாப் டென் நிறுவனங்களில் ஒன்றாகவேண்டும்	/ 43
2.	டி.சி.எஸ் நிறுவனத்தைக் கட்டமைத்தல் : 1968-96	/ 56
3.	பிந்தைய ஆண்டுகள் : 1996-2002	/ 157
4.	எதிர்காலத்துக்கான மாற்றங்கள்	/ 181
5.	பங்குச்சந்தைக்குச் செல்லுதல் - டி.சி.எஸ் பங்கு வெளியீடு	/ 293
6.	டாடா மரபு	/ 315
7.	வளர்ச்சிக்கு வழிகோலும் கருவியாக 'தொழில்நுட்பம்'	/ 328
8.	நாளைய பாரதத்தை நோக்கி	/ 362
	முடிவுரை	/ 428
	பின்னிணைப்பு 1: இவர்கள் பார்வையில்	/ 437
	பின் இணைப்பு 2: சாதனைகளின் வரலாறு	/ 458

ஆசிரியர் குறிப்பு

நான் ஒரு புத்தகத்தை எழுதுவதற்குப் பொருத்தமான ஆள் இல்லை. என் மனைவி மாலா, மகன் தருண், என் நெருங்கிய சக ஊழியர்கள் இவர்களுடைய உந்துதல் இல்லையென்றால் டாடா கன்சல்டன்ஸி சர்வீசஸ் நிறுவனத்தின் வரலாறைச் சொல்லும் இந்த முயற்சி நிறைவேறியிருக்காது.

இதுநாள் வரையிலும் டி.சி.எஸ்ஸின் வரலாறானது இங்கே ஒரு கட்டுரை, அங்கே ஒரு செய்தி என துண்டு துண்டாகமட்டுமே சொல்லப்பட்டிருக்கிறது. யாரேனும் ஒருவர் அனைத்தையும் தொகுத்து எழுத வேண்டிய அவசியம் இருந்தது. எனவே நான் அந்த முயற்சியில் இறங்கினேன். ஆழம் தெரியாத கடலுக்குள் மூச்சடக்கி மூழ்கி முத்தெடுப்பது போன்றதொரு சாகசம்தான். என்னுடைய இயல்பான பாணியில், மிகுந்த ஈடுபாட்டுடன், வாசகர்கள் ரசித்துப் படிக்கும் வகையில் டி.சி.எஸ்ஸின் வரலாறையும் அதில் என் பயணத்தையும் விவரிக்க முன்வந்தேன்.

இந்தப் புத்தகத்தின் உருவாக்கத்தில் பலர் பல முக்கியமான பங்களிப்புகளைச் செய்திருக்கிறார்கள்.

ஃபினான்ஷியல் டைம்ஸின் பவுல் டெய்லர் (Paul Taylor, Financial Times) அமெரிக்காவில் இருந்து பறந்துவந்து என்னுடன் நீண்ட நேரத்தைச் செலவிட்டு பல தகவல்களைச் சேகரித்துக் கொண்டார். டாடா குழுமத்தில் இருந்தும் டாடா அல்லாத பிற நிறுவனங்களில் இருந்தும் பலரிடம் பேட்டிகள் எடுத்தார். அவற்றை மிகுந்த சிரமமெடுத்து ஆர்வத்துடனும் உற்சாகத்துடனும் சீர்செய்து உதவினார்.

தகவல்களை மிக விரிவாக, நுட்பமாக முன்வைப்பதில் ஆர்வம் கொண்டவரும் என் குழுவில் இருப்பவருமான அனிதா ராஜன் மொழிநடையின் கட்டமைப்பு, சரளமான தன்மை ஆகியவற்றை மிகுந்த அக்கறையுடன் சரிசெய்தார். ஆக்கபூர்வமான விமர்சனங்கள், ஆலோசனைகள் வழங்கினார். தகவல்களின் துல்லியத்தன்மையை ஒன்றுக்கு இரண்டு தடவை பரிசோதித்தார். பதிப்பாளர்களுடன் தொடர்பில் இருந்து அனைத்தையும் கவனித்துக்கொண்டார். அவர் இல்லை என்றால் இந்தப் புத்தகம் வெளி உலக வெளிச்சத்துக்கு வந்திருக்காது.

துணிந்து எந்தவொரு பணியையும் நம்பிக் கொடுக்கலாம் என்ற உத்தரவாதத்தைத் தரக்கூடியவரான ஜெயந்த் பெந்தார்கர் (Jayant Pendharkar) இம்முறையும் சந்தேகத்துக்கு இடமின்றித் தன் திறமையை நிரூபித்துக்காட்டினார். டி.சி.எஸ். வரலாற்றில் அவர் சாட்சியாக இருந்து கவனித்த விஷயங்களை என்னிடம் நினைவு கூர்ந்தார். பல தரவுகள், நிகழ்வுகளை உறுதிப்படுத்திக் கொள்ளவும் உதவினார். சில நேரங்களில் என் பொறுமையைச் சோதிக்கவும் செய்தார்.

நண்பரும் சக பணியாளருமான எஸ்.மஹாலிங்கம் என் கருத்துகள், சிந்தனைகளைப் பொதுவெளியில் பகிர்ந்து கொள்ளும்முன் இவரிடம் கலந்துரையாடிச் சரிசெய்து கொள்வேன். இவருடைய கருத்துகளை நாம் மிகவும் மதித்துப் போற்றுகிறேன். அவருக்கு என் நன்றிகள்.

என் அலுவலக ஊழியரான ராதிகா சாஸ்த்ரி இந்தப் புத்தகத்துக்கான புகைப்படங்களை டி.சி.எஸ்ஸின் ஆவணக் களஞ்சியத்தில் இருந்து தேடித்துழாவி எடுத்துக் கொடுத்திருக்கிறார்.

என் விசுவாசமான செகரட்டரிகளான அனிதா புத்ரன், சப்னா ஹேமந்த் ஆகிய இருவரும் பேட்டிக்கான நேரங்களை முறையாக ஒழுங்குபடுத்தினார்கள். எங்கள் குழு இந்தப் புத்தகப் பணியில் நேர்த்தியாகச் செயல்படுதற்கான தேவையான அனைத்தையும் வகுத்துக்கொடுத்தனர்.

தனித்தனியே பெயர் குறிப்பிட்டுச் சொல்லமுடியாத அளவுக்கு இந்தப் புத்தகத்துக்கான தகவல்களைத் தந்து உதவிய டி.சி.எஸ்ஸினர் ஏராளம் உண்டு. அவர்கள் அனைவருக்கும் என் நன்றியைத் தெரிவித்துக்கொள்கிறேன்.

டி.சி.எஸ். சாராத பிற நிறுவனத்தினருக்கும் என் மனப்பூர்வமான நன்றியைத் தெரிவித்துக்கொள்கிறேன். அவர்களுடைய கருத்துகளை நான் பெரிதும் மதிப்பதுண்டு. பேரா. கிளேட்டன் க்றிஸ்டென்சென், பேரா பங்கஜ் கெமவாத், பேரா. நிதின் நோரியா, வொய்.பி. சாஹ்னி, ஃப்ராங்க் சுசினோ, மேக்ஸ் மெத், அட்மிரல் கட்லர் டாவ்ஸன், அமித் சந்த்ரா, டொமினிக் ப்ரைஸ், ஹேமாந்த் கோத்தாரி, திஜு ரஹா, பியர்ரி பேஜ், ஜேக் ஸ்கிமித், டாக்டர் அர்விந்த் சிங், ரஞ்சித் பர்தாகூர், திக்விஜய் சிங், வி.தியாகராஜன், ஆர்.சந்திரசேகர், எஃப்.சி.கோலி, ரத்தன் டாடா, டாக்டர் எம்.எஸ்.ஸ்வாமிநாதன், டாக்டர் வி.சுமந்தரன், சி.பி.பவே, ரோஜர் பெரேரா, எஸ்.எம். குப்தா, ஜோ அகெர்மென் மற்றும் இஷாத் ஹுசேன் ஆகியோருடைய கருத்துகளை நான் பெரிதும் மதித்துப் போற்றுகிறேன்.

பெங்குயின் போர்ட்ஃபோலியோ நிறுவனத்தின் உதயன் மித்ராவுக்கு விசேஷ நன்றிகளைத் தெரிவிக்கக் கடமைப் பட்டுள்ளேன். முதல் முறையாக ஒரு புத்தகம் எழுதும் என்னை, மிகவும் பொறுமையாக வழிநடத்தினார். வாசகர்களின் எதிர்பார்ப்புகளைப் பூர்த்திசெய்யும் வகையில் இந்தப் புத்தகத்தைச் சிறப்பாக எழுதி முடித்ததிலும் குறிப்பிட்ட காலக்கெடுவுக்குள் அனைத்தையும் செய்து முடித்ததிலும் அவருடைய நிபுணத்துவமான வழிகாட்டல்கள் பெரிதும் உதவிகரமாக இருந்தன.

இறுதியாக எனது கூட்டுக்குடும்பத்தினர், மனைவி வழி உறவினர்கள் எல்லாரும் தமது ஆலோசனைகளை வழங்கியும் உற்சாகமூட்டியும் வந்திருக்கிறார்கள். அவர்களுக்கு என் நன்றிகள் பல.

சொந்த வாழ்க்கையிலும் தொழில் வாழ்க்கையிலும் நான் பெற்றிருக்கும் அனைத்து வெற்றிகளும் திரைமறைவில் இருந்துகொண்டு ஆதரவும் அன்பும் காட்டிய பலரால்தான் சாத்தியமாகியிருக்கின்றன. ஓய்வொழிச்சல் இல்லாமல் நான் நீண்ட நாட்கள் வீட்டுக்கு வராமல் வேலையிலேயே மூழ்கிய போதிலும் பொறுமையாக அனைத்தையும் பொறுத்துக்கொண்ட என் மனைவி மாலாவுக்கு அன்பு நன்றிகள் பல. டி.சி.எஸ் நிறுவனத்தில் கடினமான காலங்களைக் கடக்க எனக்கு உறுதுணையாக நின்றவர். எனது அலுவலகத்தில் எனக்கு மிகவும் உதவிகரமாக இருக்கும் அற்புதமான நபர்கள் சிலரைத் தேர்வு

செய்துகொடுத்ததும் அவரே. அவருக்கு என் நன்றிகள். எனக்கு விருப்பமான செயல்களை ஆர்வத்துடன் செய்துவர எனக்கு முழு உற்சாகம் தந்து உதவிவரும் என் மகன் தருணுக்கு நன்றிகள். எதையும் விமர்சனபூர்வமாக அலசி ஆராய்ந்து என் மகன் சொல்லும் விஷயங்கள் எனக்குப் பெரிதும் உதவிகரமாக அமைந்திருக்கின்றன. அதற்கு தருணுக்கு நன்றிகள் பல.

அறிவுத்தேடல் கொண்டவர்கள், உயரிய தார்மிக மதிப்பீடுகளைக் கொண்டவர்கள், குழுவாகச் செயல்படுவதில் தேர்ந்தவர்கள், குறிப்பாக நகைச்சுவை உணர்வுடன் துடிப்புடன் செயல் படுபவர்கள் ஆகியோர் என்னைச் சூழ்ந்து இருந்தால் மிக மிகச் சிறப்பாக, உற்சாகமாகப் பணிபுரிவேன். வேலைப் பளு, பிற அழுத்தங்கள் ஆகியவற்றைச் சமாளித்து, வேலையைத் திறம்படச் செய்ய நகைச்சுவை உணர்வு மிகவும் அவசியம். அலுவலகத்தில் எனக்கு நெருக்கமாக இருக்கும் பணியாளர்கள் பெரிதும் இளமைத்துடிப்புடன் இப்படியான நகைச்சுவை உணர்வுடன் இருந்ததென்பது எனக்குக் கிடைத்த மிகப் பெரிய அதிர்ஷ்டம்தான்.

என் ஆரம்பகால செகரட்டரிகளில் ஒருவர் நீனா ஸ்க்ரூவாலா. கலகலப்பானவர்; உற்சாகமானவர். இரண்டு மகன்கள் பிறந்ததைத் தொடர்ந்து பணியில் இருந்து விலகியபோதிலும் டி.சி.எஸ் நிறுவனத்திலிருந்து அவரால் நீண்ட காலம் ஒதுங்கியிருக்கமுடியவில்லை. நீனா, டி.சி.எஸ்ஸுக்குத் திரும்பிவந்து டி.சி.எஸ் 'மைத்ரீ' அமைப்பின் உலகளாவிய தலைவராக முக்கிய பங்காற்றி வருகிறார்.

அதன் பின்னர் மெலனி திலெமா என்றொரு பிரகாசமான, இளம் செகரட்டரி வந்து சேர்ந்தார். இதமான, அமைதியான பெண்ணான அவர் அபாரமான செயல் திறம் கொண்டவர். அவர் உருவாக்கிக் கொண்டுவரும் டிராஃப்ட்கள் எல்லாம் கிட்டத்தட்ட எந்தத் திருத்தமும் இல்லாமல் அப்படியே ஏற்றுக்கொள்வது போல் முழுமையானதாகவே இருக்கும். அவருடைய குடும்பம் நியூஸிலாந்துக்கு 2001ல் இடம்பெயர்ந்தபோது மெலனி திலெமாவுக்கும் பணியை ராஜினாமா செய்யவேண்டிவந்தது.

நான் டி.சி.எஸ்ஸின் சி.இ.ஓ.வாக ஆனபோது சந்திரா என்னுடைய எக்ஸிக்யூட்டிவ் அசிஸ்டண்ட் ஆக நியமனம் பெற்றார். எனக்கு உறுதுணையாக இருந்ததோடு வர்த்தகச்

செயல்பாடுகளிலும் மிகுந்த ஆர்வமும் அக்கறையும் காட்டினார். மேலும் மேலும் வலிமை பெற்று நான் 2009ல் பதவியில் இருந்து விலகியபோது அவரே தலைமை நிர்வாக அதிகாரியாக நியமனம் பெற்றார்.

அடுத்ததாக, ஹரிஷ் மேனன் எக்ஸ்க்யூட்டிவ் அசிஸ்டெண்டாக நியமனம் பெற்றார். ஹரீஷ் எதிலும் முழுமையை விரும்பக் கூடியவர். மிகக் கடினமான சூழ்நிலைகளையும் நேர்த்தியாகக் கையாளக்கூடியவர். தொழில்நுட்பக் கலைச்சொற்கள் நிறைந்த நீளமான அறிக்கைகளைக்கூட நன்கு சரளமாகப் படிக்க முடியும்படிச் செய்துவிடக்கூடியவர். அதன் பின் கார்ப்பரேட் மார்க்கெட்டிங் குழுவில் சேர்ந்தார்.

அலுவலகத்தை ஆண்களின் கூடாரமாக நான் ஆக்கி வைத்திருப்பதாக மாலா அடிக்கடிக் குறைபட்டுக்கொள்வதுண்டு. 2002ல் எல்லாம் மாறியது. அனிதா ராஜன் எங்கள் குழுவின் முதல் பெண் எக்ஸிக்யூட்டிவ் அசிஸ்டெண்டாகச் சேர்ந்தார். ஒரே நேரத்தில் பல பணிகளைச் சர்வ சாதாரணமாகச் திறம்படச் செய்வதோடு ஆண்கள் நிறைந்த அமைப்பில் பல ‘மென்மையான’ மாறுதல்களை அவர் கொண்டுவந்தார். மிகச் சுருக்கமாகவும் பூடகமாகவும் நான் சொல்லும் விஷயங்களை அழகிய மொழிநடையில் எழுதிக் கொடுக்க சீக்கிரமே கற்றுக்கொண்டுவிட்டார். பணியாளர்களிடையேயான தகவல் தொடர்பில் கை தேர்ந்தவர். மிக நுட்பமான விவரங்களையும் கணக்கில் கொள்வதில் சிறந்தவர். ‘எந்தவொரு வேலையையும் நேர்த்தியாக முடித்தாகவேண்டுமென்றால், அனிதா ராஜனிடம் ஒப்படைக்கவேண்டும்’ என்று சொல்லும் அளவுக்குச் சிறந்து விளங்கினார். என் குழுவின் மூத்த உறுப்பினரான அவர் கடந்த ஒன்பது ஆண்டுகளில் நான் மிகவும் நம்பும் நபராகப் பரிணமித்திருக்கிறார்.

அனிதா பணியில் சேர்ந்த சிறிது காலம் கழித்து ஸ்வாதி ஷா சேர்ந்தார். விஷுவல் கம்ப்யூட்டிங் குழுவில் இருந்து வந்த அவர், புதிய, தனித்தன்மை வாய்ந்த சிறப்புகளைச் சேர்த்தார். அனிதாவுடன் இணைந்து பணிபுரிந்த அவர் தலைமை நிர்வாக அதிகாரியின் அலுவலக அறையை அனைவரும் எளிதில் அணுக முடிந்ததாகவும் இதமானதாகவும் ஆக்கினார். 2007ல் குடும்ப வாழ்க்கையை ஆரம்பித்தவர் விரைவிலேயே தன் கணவருடன் நியூ யார்க்குக்குச் சென்றார்.

அதன் பிறகு இளமையும் திறமையும் மிகுந்த ராதிகா சாஸ்த்ரி பணியில் சேர்ந்தார். அதற்கு முன் டி.சி.எஸ்ஸில் இண்டர்னல் பிராண்டிங் மற்றும் கம்யூனிகேஷன்ஸ் குழுவில் இருந்தார். அலுவலகத் தகவல் தொடர்புகளைக் கவனித்துக்கொள்வதோடு இன்று யாரைச் சந்திப்பது, நாளை எந்த நாட்டுக்குச் செல்வது என்ற எனது சிக்கலான பரபரப்பான பணி அட்டவணைகளை நேர்த்தியாகப் பராமரித்துவருகிறார். இதமான வார்த்தைகளுடன் அனைவருக்கும் பழகுவதற்கு இனியவராக இருக்கும் அவர் என்ன வேலை செய்தாகவேண்டும் எப்படிச் செய்யவைக்க வேண்டும் என்பதில் தேர்ந்தவர்.

ராதிகா பிரசவ விடுப்பில் சென்றபோது, பிநாசா கொத்வால் பணியில் சேர்ந்தார். வெளிப்படைத்தன்மையும் உற்சாகம் கொப்பளிக்கும் குணமும், நன்கு நிர்வகிக்கும் திறமையும் கொண்ட அவர் அலுவலகத்துக்குப் புதிய நிறத்தைக் கொண்டு வந்தார். விதவிதமான டெசர்ட் உணவுகள் தயாரித்து அசத்துவார். அவை எங்கள் பணிச் சுமைகளின் நெருக்கடியை ஒரு நொடியில் மறைந்துபோகச் செய்துவிடும். தான் மட்டும் தனியாக என்றும் அவர் சாப்பிட்டதில்லை. அவருடைய அந்த கனிவும் திறமையும் எங்கள் குழுவின் அனைவரையும் மிகுந்த மகிழ்ச்சிக்கு உள்ளாக்கியது.

அர்ப்பண உணர்வும் செயல் திறமையும் மிகுந்த செகரட்டரிகளான அனிதா புத்திரன், சப்னா ஹேமந்த் ஆகிய இருவரும் நிர்வாகப் பணிகளைச் சேர்ந்து பார்த்துக்கொண்டனர். அவர்கள் இருவரும் என்னுடன் சுமார் பத்து வருடங்களுக்கு மேலாகப் பண்புரிந்துவருகிறார்கள். எனது அன்றாட பணி நிரல்கள், அலுவலகக் கூட்டங்கள், சந்திப்புகள், தொலைபேசித் தொடர்புகள், மின் அஞ்சல் போக்குவரத்துகள், பிற தகவல் தொடர்புகள் என அனைத்தையும் மிக நேர்த்தியாக ஒழுங்கு படுத்திவந்திருக்கிறார்கள். மிக மிக விசுவாசமானவர்கள்; அர்ப்பண உணர்வு மிகுந்தவர்கள்; கடின உழைப்பாளிகள். மிகச் சிறிய விஷயங்களில் கூட முழு அக்கறை காட்டி என் அலுவலகப் பணிகளை மிக மிக எளிதானதாக ஆக்கித் தந்திருந்தனர்.

மாலாவின் மூலம் என் அலுவலகம் புதுமையான மாற்றத்துக்கு உள்ளாகி பெண் ஆதிக்கம் நிறைந்ததாகக் காணப்படுகிறது. திறமையாக செயல்படும் இந்தப் பெண்மணிகள் ஒரு பெரிய

சொத்து – அவர்களின் வெளிப்படையான வாதம் நான் நேர்த்தியாக செயல்பட உதவியாக இருக்கிறது. யார் கேட்டும் எதையும் அவர்கள் முடியாது என்று மறுத்ததில்லை – என்னைத் தவிர – நான் ஏற்கெனவே செய்வதைவிட மேலும் கடினமாக உழைக்க என்னை உத்வேகமூட்டுபவர்கள்.

என் அலுவலகக் குழுவின் மிக முக்கியமான இன்னொரு நபர் ஜெயந்த். நான் அவரை முழுமையாக நம்புகிறேன். அவருடைய நகைச்சுவை உணர்வு அனைவருக்கும் தெரிந்ததுதான். அந்த வேடிக்கை மனநிலைக்குப் பின்னால் கூர்மையான அவதானிப்பு எப்போதும் இருக்கும். இது மிகவும் அரிதான ஒரு நற்குணம். நாற்பது வருடங்களுக்கு மேலாக நண்பருக்கும் மேலான ஒரு நிலையில் என்னுடன் இருந்துவருபவர். எங்கள் இருவருடைய குடும்பத்தினரும் மிகவும் நெருக்கமான பாசப்பிணைப்பு கொண்டவர்கள்.

அடுத்ததாக நான் நன்றி தெரிவிக்க விரும்புவது கேப்டன் ஜார்ஜுக்கு. சோகமான மரணத்தைத் தழுவும்வரையில் டி.சி.எஸ்ஸின் நிர்வாகப் பிரிவுக்குத் தலைமை தாங்கினார். டி.சி.எஸ். நிறுவனம் மிகவும் சுமுகமாக சிறப்பாகச் செயல்பட்டுவர அவருடைய உதவி மகத்தானது. எனக்கு தனிப்பட்ட முறையிலும் அவர் பேருதவியாக இருந்திருக்கிறார்.

என் மற்றும் டி.சி.எஸ். நிறுவனத்தின் நிர்வாகத்துறையில் பல ஆண்டுகள் பணிபுரிந்தவர்களின் கணினி சார்ந்த தொழில் நுட்பப் பிரச்னைகளுக்கு உடனடித் தீர்வுகளை வழங்கிய வன்பொருள் பொறியாளர்களுக்கு மிகுந்த நன்றி தெரிவிக்க விரும்புகிறேன்.

20 ஆண்டுகள் என் காரோட்டியாக இருக்கும் சூர்வே மற்றும் சேவியர் உள்ளிட்ட என் அனைத்து சொந்தப் பணிகளைக் கவனித்துக்கொண்டவர்களுக்கும் பெருமளவுக்கு நன்றிக்கடன் பட்டிருக்கிறேன்.

இறுதியாக டி.சி.எஸ். இயக்குநர்கள் குழுவுக்கும் டி.சி.எஸ். அமைப்புகளில் என்னுடனும் பணியாற்றிய மூத்த உறுப்பினர் களுக்கும், பல்வேறு நிர்வாகக் குழுக்களில் இருக்கும் சக அதிகாரிகளுக்கும், நான் இணைந்து பணிபுரிய நேர்ந்த அரசு அதிகாரிகளுக்கும் டி.சி.எஸ். மீது நம்பிக்கை வைத்திருக்கும் வாடிக்கையாளர்களுக்கும் மனமார்ந்த நன்றிகள்.

இன்று டி.சி.எஸ். என்ன உயரிய இடத்தைப் பிடித்திருக்கிறதோ அதற்கு அரும்பாடுபட்ட டி.சி.எஸ். பணியாளர்கள் அனைவருக்கும் நன்றி தெரிவித்துக்கொள்கிறேன். அவர்கள்தான் உண்மையான வெற்றியாளர்கள். உண்மையான கதாநாயகர்கள்.

இந்தப் புத்தகத்தில் இடம்பெற்றிருக்கும் கருத்துகள், பார்வைகள் எல்லாம் என்னுடையவை. இதில் சொல்லியிருக்கும் சில சம்பவங்கள் என் நினைவில் இருந்தபடியும், என்னுடனும் பிற பலருடனும் என் குழுவினர் மேற்கொண்ட பேட்டிகளில் இருந்து கிடைத்தவற்றின் அடிப்படையிலும் இடம்பெற்றுள்ளன. சம்பவங்கள் நடந்த தேதி, இடம் போன்ற தகவல்கள் எல்லாம் முடிந்தவரை நன்கு பரிசோதித்து உறுதிப்படுத்தப்பட்டுள்ளன.

இந்தப் புத்தகத்தின் ராயல்ட்டியாகக் கிடைக்கவிருக்கும் தொகையானது உடல் குறைபாடு உள்ளவர்களுக்கான டி.சி.எஸ் 'மைத்ரீ' நிறுவனத்தின் செயல்பாடுகளுக்குப் பயன்படுத்தப்படும்.

முன்னுரை

2009 வாக்கில் நான் டி.சி.எஸ் நிறுவனத்தின் தலைமைச் செயல் அதிகாரி பொறுப்பில் இருந்து ஓய்வுபெற்றபோது என் நண்பர்கள், சக பணியாளர்கள் ஒரு விஷயம் கேட்டார்கள்: 'கிடைக்கப் போகும் ஓய்வு நேரத்தை எப்படிக் கழிக்கப் போகிறீர்கள்?'

நான் சிரித்தபடியே சொன்னேன், 'ஏதேனும் வழியில் என்னை நிச்சயம் பரபரப்பாக வைத்துக்கொள்வேன்'. இன்று என் குடும்பத்தினரும் நண்பர்களும், பணியில் இருந்த காலத்தை விடப் படு பரபரப்பாக நான் ஓடிக் கொண்டிருப்பதாகச் செல்லமாகக் கோபிக்கிறார்கள்.

மனதில் இருப்பதைச் செய்ய முழு வாய்ப்பை, பணி ஓய்வு தந்திருக்கிறது. நான் பயணம் செய்துவந்த நீண்ட நெடும் பாதையைத் திரும்பிப் பார்க்கும்போது, அது எனக்கு இதமான உணர்வையே தருகிறது. இந்தப் பயணத்தில் எனக்கு பல நண்பர்கள் கிடைத்திருக்கிறார்கள். நானும் டி.சி.எஸ்ஸில் என் கனவுகளைப் பகிர்ந்துகொண்டு பங்காற்றியவர்களும் சேர்ந்து சாதித்தவை பற்றி எனக்கு மிகுந்த மன நிறைவு இருக்கிறது.

தமிழ் பிராமணக்குடும்பத்தில் பிறந்த சாதாரணமான குழந்தை நான். சிறு வயதில் நான் மிகவும் சுட்டியாக இருந்திருக்கிறேன். திடீர் திடீர் என்று பெற்றோரின் பார்வையில் இருந்து ஓடி மறைந்துவிடுவேனாம். நகரத்தில் வாழ்ந்தபோதும் எங்கள் பூர்விக கிராமத்தின் எளிய மகிழ்ச்சிகளை அனுபவித்தபடியே வாழும் அதிர்ஷ்டம் எனக்குக் கிடைத்திருந்தது. திறந்த வெளிகளில் விளையாடுவது எனக்கு மிகவும் பிடித்த விஷயம். பட்டங்கள் பறக்கவிட்டபடி ஓடியாடி விளையாடியபடி முழு

நேரத்தையும் செலவிட்டேன். நீண்ட நூலில் கட்டப்பட்டு வீசும் தென்றல் காற்றில் அலைபாய்ந்து பறக்கும் வண்ணமிகு பட்டங்கள் இன்றும் என் மனதில் பறக்கின்றன. ஆனால், என் பால்ய பருவம் அப்படி முழுவதும் விளையாட்டுக்கே விடப்படவும் இல்லை. என் விருப்பத்துக்கு மாறாக, படிப்பு தொடர்பான பெரும் சுமைகள் என் மீது சுமத்தப்பட்டன. என் பாரம்பரியமான வாழ்க்கைச் சூழல் கல்விக்கு மிகுந்த முக்கியத்துவத்தைக் கொடுத்திருந்தது. அதுபோலவே தினமும் காலையில் எழுந்து சம்ஸ்கிருத ஸ்லோகங்கள் சொல்வதும் கட்டாயக் கடமையாக்கப்பட்டிருந்தது.

1945, அக்டோபர், ஆறாம் தேதி பிறந்தேன் (என் பெற்றோர் என் பிறந்த தேதியை ஒரு வருடம் முன்னதாக அதாவது 1944லேயே பிறந்ததாகப் பதிவுசெய்துவிட்டார்கள். வீட்டில் ரொம்பவே சுட்டித்தனம் செய்ததால் பள்ளிக்கு சீக்கிரமே அனுப்ப முடிவு செய்து பிறந்த வருடத்தை மாற்றிக்கொடுத்துவிட்டனர்). மஹாராஷ்டிரா, நாக்பூரில் என் பெற்றோர் வசித்தனர். ஐந்து குழந்தைகளில் நான்காவதாகப் பிறந்தேன். என் அம்மா குடும்பம் தென்னிந்தியாவிலிருந்து வந்து நாக்பூரில் குடியேறி இருந்தது. அந்நாளில் பல தென்னிந்தியக் குடும்பங்கள் பொதுவாக இப்படி இடம்பெயர்ந்தது உண்டு. என் அம்மாவின் அப்பா பம்பாயில் தபால் மற்றும் தந்தி துறையில் பணிபுரிந்து ஓய்வு பெற்று நாக்பூரில் குடியேறியிருந்தார். சேங்காலிபுரம் (சிவ காளிபுரம் என்று பக்தி இலக்கியங்களில் குறிப்பிடப்பட்ட ஊர்) என்ற புகழ் பெற்ற தமிழக கிராமத்தில் என் அப்பாவின் அப்பா கணக்குப் பிள்ளையாக இருந்தார். அங்கு அவருக்குக் கொஞ்சம் நிலமும் இருந்தது. 1970கள் வரையிலும் அதில் நெல் பயிரிட்டு வந்தார்.

என் அப்பாவின் அப்பா 52 அல்லது 53 வயதில் இறந்துவிட்டார். என் அப்பா அருகில் இருந்த கண்டூர் என்ற கிராமத்தில் அத்தையின் பராமரிப்பில் வளர்ந்தார். அத்தை மாமா மிகவும் கறாரானவர்கள். உயர் நிலைப் பள்ளி படிப்பு முடித்ததும் அப்பா திருச்சியில் செயிண்ட் ஜோசஃப் கல்லூரியில் சேர்ந்தார். அங்கு கணிதவியல் படித்து முடித்தவர், இந்திய கணக்காய்வுத் தலைவர் (அக்கவுண்டண்ட் ஜெனரல் ஆஃப் இந்தியா) அலுவலகத்தில் பணிக்குச் சேர்ந்தார். அவருக்கு அடிக்கடி பணி இடமாற்றம் நடந்ததால் நாங்கள் பல ஊர்களுக்கு இடம்பெயர வேண்டி இருந்தது. பணிக்காலத்தின் பெரும்பகுதியை தில்லியில்

கழித்தார். இறுதியாக சென்னை அலுவலகத்தில் கணக்காய்வுத் தலைவராக இருந்து பணி ஓய்வு பெற்றார்.

என் அப்பா மிகச் சிறந்த ஆசிரியர். எங்கள் படிப்பில் மிகுந்த அக்கறை எடுத்துக்கொண்டார். குறிப்பாக, கணக்கு கற்றுக் கொடுப்பதில் மிகவும் ஆர்வமாக இருந்தார். அவருடைய அற்புதமான கையெழுத்து எனக்கு இன்றும் நினைவில் இருக்கிறது. எங்களுடன் உட்கார்ந்து கணிதக் கேள்விகளைக் கேட்டு அவற்றுக்கு பதில்களை எழுதச் சொல்வார். ஏதேனும் தவறாக எழுதினால் காதைப் பிடித்துத் திருகுவார். பயங்கரமாக வலிக்கும். ஆனால் நாங்கள் எதிர்த்து எதுவும் சொல்ல மாட்டோம். பாரம்பரியமான தமிழ் குடும்பங்களில் இருப்பது போலவே அவருக்கும் இசையில் நல்ல ஆர்வம் உண்டு. அவர் ஒரு பாடகரோ இசைக் கலைஞரோ அல்ல; எனினும் பாட்டு, வயலின் போன்ற கலைகளைக் கற்றுக்கொள்ளும்படி எங்களை உற்சாகப்படுத்தினார்.

1947ல் சுதந்தரம் கிடைத்ததைத் தொடர்ந்து, என் அப்பா சிம்லா அதன் பின் தில்லி என பணி இட மாற்றம் பெற்றுச் சென்றார். சேங்காலிபுரத்தில் வசித்த என் அப்பா வழிப் பாட்டி மதுரத்தம்மாள் அவர்களின் வீட்டில் என்னை விட்டுவிட்டார்கள். என் அம்மாவின் உடல் நிலை கொஞ்சம் பலவீனமாகவே இருந்தது. என் அப்பா எந்த அத்தை மாமாவிடம் வளர்ந்தாரோ அவர்களுடைய வீட்டிலேயே என் அண்ணன் சுகுமாரன் வளர்ந்தார். அந்தத் தம்பதிக்குக் குழந்தைகள் இல்லை. அப்படியானவர்கள் தந்தை வழி உறவினர்களின் குழந்தைகளைத் தத்தெடுத்து வளர்ப்பதென்பது அந்நாளில் மிகவும் சகஜமான விஷயம்தான். என் அம்மாவுக்கு அதில் விருப்பம் இருந்திருக்க வில்லை. ஆனால், அப்பா குடும்பமே எல்லாவற்றையும் தீர்மானிக்கும் இடத்தில் இருந்தது. எனவே அம்மாவுக்கு அப்பா சொல்வதைக் கேட்டு நடக்கவேண்டியிருந்தது.

என் அண்ணன் அவனுடைய பத்தாம் வகுப்பு முடித்த பின்னர் எங்களுடன் தில்லியில் வசிக்க வந்தார். நான் ஆறு அல்லது ஏழாம் வகுப்பு படித்தபோது தில்லி வந்து சேர்ந்திருந்தேன். மதராஸி எஜுகேஷன் அசோஷியேஷன் மேல்நிலைப் பள்ளியில் படித்தேன். அது இப்போது தில்லி தமிழ் எஜுகேஷன் அசோஷியேஷன் பள்ளி என்று அழைக்கப்படுகிறது. பின்னர் நான் சர்தார் படேல் வித்யாலயத்தில் படித்தேன். எனது பள்ளி

வாழ்க்கை குறித்து பெரிதாக எதுவும் நினைவில் இல்லை. சில ஆசிரியர்கள் மூலமாக நேர்ந்த ஒரு சில நெருக்கடிகள் மட்டுமே நினைவில் உள்ளன.

பள்ளியில் அதிக நண்பர்களும் இருந்திருக்கவில்லை. புத்தகங்களே என் நண்பர்களாக இருந்தன. என் அப்பாவும் அம்மாவும் நிறைய புத்தகங்கள் வாசிப்பார்கள். எனவே புத்தக வாசிப்பில் எனக்கு இயல்பாகவே மிகுந்த ஈடுபாடு இருந்தது. எட்டாம் வகுப்பு வரை தமிழ் ஒரு தனிப் பாடமாக இருந்தது. அதன் பிறகு பள்ளியில் சம்ஸ்கிருதம் கற்றுத் தரப்பட்டது. கோவில்களில் நடக்கும் கதாகாலட்சேபங்கள் கேட்கச் செல்வது வழக்கம்.

என் தாத்தாவின் சேங்காலிபுர வீட்டுக்கு கோடை விடுமுறைகளில் சென்று வருவதென்பது எனக்கு மிகவும் பிடித்த விஷயமாக இருந்தது. அங்கு அவருக்குச் சொந்தமான நிலத்தில் நெல் பயிரிட்டிருந்தார். நிலத்தைப் பராமரிப்பதும் விவசாயப் பணிகளைக் கவனித்துக்கொள்வதும் சிரமமாகிவிட்டதால் 1970களில் அனைத்தையும் விற்றுவிட்டார்.

கோடை விடுமுறையில் ஒரு மாதம் அல்லது இரண்டு மாதங்கள் பூர்விக கிராமத்துக்குச் செல்வோம். சித்தப்பா, பெரியப்பா, அத்தை, மாமா என அனைத்து உறவினர்களும் அவர்களுடைய குழந்தைகளும் அங்கு வந்து சேருவார்கள். அந்தக் கூட்டுக் குடும்ப நினைவுகள் மிகவும் இனிமையானவை. அதுபோலவே நாற்று நடுதல், களை எடுத்தல், அறுவடை செய்தல் என விவசாயப் பணிகளை அருகில் இருந்து பார்த்ததும் மிகவும் மகிழ்ச்சியான நினைவுகளாக இருக்கின்றன. இயற்கையை மதித்துப் போற்றும் குணத்தை கிராமப்புற வாழ்க்கை என் மனதில் ஏற்படுத்தியது. நாமே அனைத்தையும் செய்து, பலனைக் கண் முன் பார்க்கும் வாய்ப்பை அது தந்தது.

சேங்காலிபுரம் முத்தண்ணா, அனந்தராம தீட்சிதர் போன்ற இசை மேதைகள், தமிழின் மிகச் சிறந்த எழுத்தாளர் ‘திரு’ போன்றோர் பிறந்த ஊர் அது. இந்த கிராமத்தில் வசிப்பவர்கள் மத்திய பாரதத்தில் இருந்து வந்த ஆரிய பிராமணர்களின் வம்சா வளியினர் என்று நம்பப்படுகிறது. அந்நாட்களில் சேங்காலிபுரம் ஆனது அங்கிருந்த தீட்சிதர்களின் மூலம் புகழ்பெற்று விளங்கியது. ராமாயண, மஹாபாரத இதிகாசங்கள் பற்றிய கதாகாலட்சேபங்களில் அவர்கள் சிறந்துவிளங்கினர். நாங்கள்

கோவில் பிரகாரங்களில் ஓடி விளையாடியபடியே இந்தக் கதைகளைக் கேட்டு வளர்ந்தோம். சில நேரங்களில் உபன்யாசர்கள் தில்லிக்கு வந்து எங்கள் வீடுகளில் தங்கி இருந்து தில்லி கோவில்களில் கதாகாலட்சேபம் செய்வார்கள். எனவே எங்கள் வீடு எப்போதுமே பக்தி, ஆன்மிகம் ஆகியவற்றால் நிறைந்து காணப்பட்டது.

சேங்காலிபுரத்தில் ஓடிய ஆற்றில் குளிக்கப் போவோம். நகரத்தில் வளர்ந்த எங்களுக்கு நீச்சல் தெரியாது என்பதால் கரையோரமாக, படிகளில் அமர்ந்தபடியே குளித்துவிட்டு வந்துவிடுவோம். படிகளில் அமர்ந்துகொண்டு நீரில் காலை நீட்டி, 'தப் தப்' என்று அடித்தபடியே இருக்கும் எங்களைப் பார்த்து கிராமத்தினர் ஆச்சரியத்தோடும் கிண்டலோடும் பார்ப்பார்கள். 'பட்டணத்துக் குழந்தைகள்' என்றும் 'பட்டணக்கூட்டம் வந்து சேர்ந்துருச்சு' என்றும் எங்களைப்பற்றிப் பேசிக்கொள்வார்கள்.

புளியங்கொட்டைகளை வைத்து பல்லாங்குழி ஆடுவோம். அந்த விளையாட்டில் கிராமத்துச் சிறுவர்களை எங்களால் தோற்கடிக்கவே முடியாது. அந்த விளையாட்டுக்குக் கைகளை லாகவகமாகப் பயன்படுத்தத் தெரியவேண்டும். கிராமத்துச் சிறுவர்கள் அதில் கை தேர்ந்தவர்கள். பட்டணத்துச் சிறுவர்களான எங்களை அதை வைத்தும் கேலி செய்வார்கள்.

தில்லியில் பள்ளி நேரம் முடிந்த பிறகு என் அண்ணகள், நண்பர்களுடன் கிரிக்கெட் அல்லது ஹாக்கி விளையாடுவேன். எப்போதும் நான்தான் கேப்டனாக இருக்கவேண்டும் என்று நான் சொல்வேன் என்று என் சகோதரர்கள் சொல்வதுண்டு.

அன்றைய காலகட்டத்தைச் சேர்ந்தவர்களைப் போலவே என் அப்பா அனைவரும் தன்னை மதிக்கவேண்டும் என்று கறாராக எதிர்பார்ப்பார். குடும்பத்தினரும் அவர் மீது அப்படியான மரியாதையுடன், பணிவுடன் நடந்தும் கொண்டனர். நான் மிகவும் சுட்டி என்பதால், பல நேரங்களில் அவருடைய கண்டிப்புக்கு ஆளாகியிருக்கிறேன். படிப்பதைத் தவிர நாங்கள் வேறு எதைச் செய்தாலும் அவருக்குப் பிடிக்காது. விளையாட்டுகள், கலைகள் இவற்றிலெல்லாம் எங்களுக்கு எவ்வளவு திறமையிருந்தாலும் அதுபற்றி அவருக்குக் கவலையே இல்லை. கணிதம் அல்லது அறிவியலில் நாங்கள் சிறந்து விளங்கவேண்டும். அது ஒன்றே அவருடைய எதிர்பார்ப்பு.

அப்பா அலுவலகத்தில் இருக்கும் நேரங்களில் நாங்கள் செய்யும் குறும்புத்தனங்கள் எல்லாமே அலுவலகத்தில் இருந்து திரும்பியதும் அவருக்கு வரிசையாகச் சொல்லிக்காட்டப்பட்டு விடும். சேட்டையின் அளவுக்கு ஏற்ப கையால் அல்லது கம்பால் அடி உடனே கிடைக்கும்.

உறவுக்காரச் சிறுவர்கள், கூட இருந்தால் என் சேட்டைகள் உச்சத்தை எட்டிவிடும். எங்களால் எவ்வளவு உயரத்துக்குக் கல் எறிய முடியும் என்று போட்டி வைத்துக்கொள்வோம். தெரு விளக்குதான் எங்களுக்கு அப்போது கிடைத்த எளிய, சவாலான இலக்காக இருந்தது. எங்களிடம் அப்போது கவண்களும் இருந்தன. சிறிய கல்லை அதில் வைத்து குறி பார்த்து அடிப்பதுதான் போட்டி. அது எங்களுக்குக் கைவந்த கலையாகி விட்டிருந்தது. சரமாரியாக தெரு விளக்குகளை உடைத்துக் தள்ளினோம். ஒருமுறை நான் எங்கள் உறவுக்காரப் பையனுடன் விளையாடிக் கொண்டிருந்தேன். தெருவில் யாரோ புதிய கார் வாங்கியிருந்தார்கள். அதன் பளபளப்பான உடல் பாகத்தில் கோடு கிழித்தால் அருமையாக இருக்குமே என்று யோசனை தோன்றியது. நல்ல காரியங்களைத் தள்ளிப்போடுவது சரியல்ல என்பதால் உடனேயே செய்து முடித்தோம். எங்கள் அப்பாவுக்கு அது உரிய நேரத்தில் தெரியவந்தது. கூர்மையான கை நகத்தால் என் கன்னத்தில் அழுத்திக் கீறினார். நான் வலியில் துடித்தேன். காருக்கும் (காருடைய உரிமையாளருக்கும்) இப்படித்தான் இருந்திருக்கும் என்று சொல்லிக்காட்டினார். எனக்கு அந்தப் பாடம் நன்கு புரிந்துவிட்டது. மிகவும் வலித்தது. ஆனால், செய்த தவறைப் புரிந்துகொள்ளவைத்துவிட்டது.

எங்கள் சகோதரிகளிடம் அப்பா இப்படிக் கறாராக இருக்க வில்லை. இது எங்களுக்கு சீக்கிரமே புரிந்துவிட்டது. சினிமாவுக்குப் போகவேண்டும் என்று விரும்பும்போது நானோ சகோதரர்களோ கேட்டால் அப்பா நிச்சயம் 'வேண்டாம்; போய்ப் படி' என்று மறுத்துவிடுவார். எனவே, சகோதரியை அனுப்பி கேட்கச் சொல்வோம். 'இதுதான் கடைசி தடவை. இனிமே சினிமாவுக்குப் போகக்கூடாது' என்று சொல்லி அனுமதி கொடுத்துவிடுவார்.

நான் ஏன் எப்போதும் சிக்கலில் மாட்டிக்கொள்கிறேன் என்பது எனக்குத் தெரிந்திருக்கவே இல்லை. அதிக சக்தி உடம்பில் இருந்ததுதான் காரணமாக இருந்திருக்கும். அந்த அதிக சக்தி

என்பது என் வாழ்நாள் முழுவதுமே என் உடம்பிலும் மனதிலும் இருந்து வந்திருக்கிறது. ஒரு இடத்தில், ஒரு நிமிடம் பேசாமல் உட்கார இப்போதும் என்னால் முடிவதில்லை. கிரிக்கெட் மேட்ச் பார்க்கும்போது அல்லது இசைக் கச்சேரி கேட்கும்போது மட்டுமே நான் ஒரு இடத்தில் பத்து நிமிடங்களுக்கு மேல் உட்கார்ந்திருப்பேன் என்று என் மாமியார் சொல்வதுண்டு.

என் சகோதர சகோதரிகளிலேயே அதீத சுறுசுறுப்புடன் இருந்தது நான்தான். அதனால் அப்பாவிடம் அதிகம் அடி வாங்கிக் கட்டிக் கொண்டதும் நான்தான். அதற்காக நான் கோபப்பட்டதும் இல்லை. அப்பா மீதான மரியாதை துளியும் குறைந்ததும் இல்லை. எவ்வளவு முடியுமோ அடித்துப் பாருங்கள் என்பதாக என் மனம் அதை எடுத்துக்கொண்டதோ என்னவோ. வளர வளரத்தான் நாம் நிதானமடைந்து, பொறுமையாக நடந்து கொள்ள ஆரம்பிப்போம் இல்லையா. என் மகனை நான் அடித்ததாக எனக்கு நினைவில்லை. என் அப்பாவிடமிருந்து முற்றிலும் மாறுபட்டவனாக நான் இருக்கிறேன். எத்தனையோ இளைய தலைமுறையினருடன் பணிபுரிந்து வந்திருக்கிறேன். அவர்களுடைய பக்குவமின்மை, குறைகள் இவற்றையெல்லாம் பொறுத்துக்கொண்டு ஆறுதலாக அனுசரித்து நடந்து கொள்கிறேன்.

எங்களில் யாராவது ஒருவர் டாக்டராக வேண்டும் என்று அப்பா விரும்பினார். என்ன காரணத்தினாலோ என்னை அவருடைய அந்தக் கனவை நிறைவேற்றவேண்டும் என்று எதிர்பார்த்தார். என்னை உயிரியல் படிப்பில் சேர்த்துவிட்டார். எனக்கு சோதனைச் சாலை என்பது எதனாலோ பிடித்திருக்கவில்லை. என் சோதனைச் சாலை சீருடை, ஷூ ஆகியவற்றில் வேதியல் வகுப்பின் அமிலக் கரைசல்களைக் கொட்டிக் கொண்டுவந்து நிற்பேன் என்று அம்மா நினைவுகூருவதுண்டு. தவளையை அறுத்துப் பரிசோதனை செய்யச் சொன்னதோடு என் அப்பாவின் டாக்டர் கனவுகள் ஒரேயடியாகச் சிதைந்துபோயின. அந்தக் கொடுமை, குளோரோஃபாமின் மணம் எல்லாம் என்னை நிலைகுலைய வைத்துவிட்டன. தைரியத்தை வரவழைத்துக்கொண்டு, ‘மருத்துவம் எனக்கான துறை அல்ல’ என்று அப்பாவிடம் சொல்லிவிட்டேன்.

பள்ளிப் பருவத்தில் வகுப்புகள் என்றுமே எனக்கு பிடித்தமானதாக இருந்திருக்கவில்லை. ஸ்டாம்பு சேகரிப்பது என்னுடைய

முக்கியமான பொழுதுபோக்காக இருந்தது. என்னிடம் மிக மிக அருமையான, அரிய ஸ்டாம்புகளின் சேமிப்பு இருந்தது. பல முறை வீடு மாறியதில் எங்கோ அது தவறிப்போய்விட்டது.

கொஞ்சம் வளர்ந்ததும் பிரிட்ஜ் விளையாட்டில் ஆர்வம் ஏற்பட்டது. அது மிகவும் சவாலாகவும் சுவாரசியமாகவும் எனக்குத் தெரிந்தது. புகைப்படக் கலையிலும் ஆர்வம் இருந்தது. நான் எடுத்த புகைப்படங்களே நானே கழுவி பிரிண்ட் போடுவேன். என்னுடன் ஒரு புகைப்படக் கருவி எப்போதும் இருக்கும். டிஜிட்டல் தொழில்நுட்ப வளர்ச்சியினால் இன்று இருட்டறையில் பிரிண்ட் போடவேண்டிய அவசியம் இல்லை.

உயர் நிலைப் பள்ளியை முடித்த பிறகு, 1961-62 வாக்கில் ப்ரீ யுனிவர்சிட்டி படிப்புக்காக தேஷ்பந்து கல்லூரிக்குச் சென்றேன். என்னுடைய இலக்கு என்ன என்பது தீர்மானமாகியிருக்க வில்லை. ஆனால் கல்லூரியில் படிப்பில் அதிக கவனம் செலுத்த ஆரம்பித்தேன். கணிதம், இயற்பியல், வேதியல் பாடங்கள் படித்தேன். வகுப்பில் இரண்டாவது அல்லது மூன்றாவது இடத்தை எப்போதும் பிடித்துவிடுவேன். இது என் வாழ்க்கையின், என் மனோபாவத்தின் முக்கியமான திருப்பு முனையாக காலகட்டம். அதன் பிறகு நான் எதிலும் பின்வாங்கவே இல்லை.

இளங்கலை கணிதம் மற்றும் இயல்பியல் பட்டப்படிப்புக்கு தில்லியில் இருந்த ஹன்ஸ் ராஜ் கல்லூரிக்குச் சென்றேன். அங்கு ஹாஸ்டலில் தங்கிப் படித்தேன். அது இன்றும் அப்படியே இருக்கிறது; நான் தங்கிப் படித்த கீழ்த்தள அறை கூட அப்படியே இருக்கிறது. 1965ல் பட்டம் பெற்றேன். அதன் பின்னர் பெங்களூரில் இருந்த இந்தியன் இன்ஸ்டிடியூட் ஆஃப் சயின்ஸ் மையத்தில் எலெக்ட்ரானிக்ஸ் மற்றும் தொலை தொடர்புத் துறையில் சேர்ந்து படித்தேன்.

எனது பள்ளித் தோழர்களைவிட ஹாஸ்டல் தோழர்களே எனக்கு மிகவும் நெருக்கமாக இருந்தனர். நான் மிகவும் கூச்ச சுபாவம் கொண்டவன். வகுப்பறைக்கு வெளியில் இருப்பவர்களுடன் எனக்கு இணக்கமாக இருக்க முடிந்தது. வகுப்பில் இருக்கும் போது ஆசிரியர் என்னைக் குறிபார்த்துக் கேள்வி கேட்டு பதில் தெரியாமல் முழிக்க நேருமே என்ற பயத்திலேயே இருப்பேன். சில நேரங்களில் பதில் தெரிந்திருந்தாலும் என்னை மட்டும் குறிவைத்துக் கேள்வி கேட்பது எனக்குப் பிடிக்காது.

அந்தக் கூச்ச சுபாவம் என் இயல்பாகவே ஆகிவிட்டது. ஆனால், காலப்போக்கில் அதை மறைத்துக்கொள்ளவும் கற்றுக்கொண்டு விட்டேன். டி.சி.எஸ்ஸில் இருந்த போது பலருடன் பல நேரங்களில் கலந்து பேசியாக வேண்டியிருந்தது. நான் அவர்களைத் தேடிச்செல்லும் நேரங்களைவிட அவர்கள் என்னைத் தேடிவரும் நேரங்கள் அதிகமாக இருக்கும். ஆரம்ப கால கூச்சங்களில் இருந்து நான் விலகி வந்துவிட்டேன். இன்று பலருடன் பேசிப் பழகுவது எளிதாகிவிட்டிருக்கிறது.

ஹன்ஸ் ராஜ் கல்லூரிப் படிப்பு, பெங்களூர் ஐ.ஐ.எஸ்சி படிப்புகள் (1968) முடிந்த பின்னர், நான் அஹமதாபாத்தில் இருந்த பிஸிகல் ரிசர்ச் லெபாரட்டரியில் பணிபுரிந்தேன். நவீன இந்திய வான் ஆராய்ச்சியின் தந்தையான விக்ரம் சாராபாய் அவர்களால் நிறுவப்பட்ட நிறுவனம் அது. அங்கு நம் தேசத்தின் மிக முக்கிய விஞ்ஞானிகள் சிலரை நேரில் சந்திக்கும் வாய்ப்பு பெற்றேன். விஞ்ஞான மனோபாவத்தை வளர்த்துக்கொள்ள அந்த அனுபவம் பெரிதும் கைகொடுத்தது. பணி தொடர்பான ஆர்வம், தார்மிக ஒழுங்குகள் இவற்றைக் கற்றுக்கொண்டேன்.

அதன் பின்னர் முனைவர் படிப்பு படிக்க விரும்பினேன். யுனிவர்சிட்டி ஆஃப் கலிஃபோர்னியா அட் லாஸ் ஏஞ்செல்ஸில் (யு.சி.எல்.ஏ) விண்ணப்பித்தேன். முழு ஸ்காலர்ஷிப்புடன் கணினியியல் பற்றி மாஸ்டர்ஸ் லெவலில் படிக்கத் தேர்வு செய்யப்பட்டேன்.

நான் மேல் படிப்புக்காக அமெரிக்கா போகப்போகிறேன் என்று சொன்னதும் அம்மா ரொம்பவும் கலங்கிவிட்டார். வழி ஏற்றிவிட விமான நிலையம் வரும் வரையிலும் என் பாஸ்போர்ட், பிற ஆவணங்கள் எல்லாம் தொலைந்துபோய்விடாதா என்று கூட நினைத்தாராம். அமெரிக்காவுக்குச் சென்ற பிற இந்திய பட்டதாரிகளைப் போலவே நானும் அங்கேயே தங்கி விடுவேனோ என்று ரொம்பவே பயந்தார்.

1969ல் அமெரிக்கப் பயணம் என்பது மிக நீண்ட நெடிய பயணம். பம்பாயில் இருந்து கல்கத்தா... அங்கிருந்து பாங்காக், மணிலா, சைகான், டோக்கியோ, ஹானலூலு இறுதியாக லாஸ் ஏஞ்செல்ஸ் என 44 மணி நேரப் பயணம். அந்த நீண்ட நெடிய பயணத்தை முடித்து கனவு பூமியென்று பலராலும் சொல்லப் படும் அந்த ஊரில் காலடி வைத்ததும் எனக்கு உடனடியாகத் தேவைப்பட்டதெல்லாம் ஒரு மிடறு தண்ணீர், ஒரு கவளம் சாதம்,

ஒரு நல்ல உறக்கம் மட்டுமே. அந்த அளவுக்குப் பயணம் என்னை அடித்துப் போட்டிருந்தது.

என்னைப் போன்ற பத்தாம்பசலியான ஒருவருக்கு அன்றைய அமெரிக்கா மிகப் பெரிய கலாசார அதிர்ச்சியைத் தந்தது. ஒவ்வொரு நாளும் ஏதாவது ஒரு புதிய அனுபவத்தைக் கற்றுக் கொள்ளும்விதமாக இருந்தது. ஆனால், புதிய சூழலுக்குள் செல்லும்போது ஏற்படும் கவலைகளை எல்லாம் எனது ஆர்வம் எளிதில் தாண்டிவிட்டது. என் குடும்பத்தில் இருந்து அமெரிக்காவுக்குச் சென்ற முதல் ஆள் நான்தான் என்றபோதிலும் எனக்கு எந்தவொரு பயமும் இருந்திருக்கவே இல்லை. ஒரு வகையில் என் அப்பாவின் எதிர்பார்ப்புக்கு ஏற்ப இல்லாமல் போய்விட்டோமே என்ற கவலையே எனக்கு இருந்தது.

அது மிகவும் துணிச்சலான ஒரு செயல். ஒரு சவால் தரும் மனக் கிளர்ச்சி என் மனதில் இருந்த சொற்ப தயக்கத்தையும் ஓரங்கட்டிவிட்டது. யூ.சி.எல்.ஏ. என் எல்லைகளை விரிவு படுத்தியது. என்னை மிகவும் சுய சார்பு உள்ளவனாக ஆக்கியது. லாஸ் ஏஞ்செல்ஸ் கல்லூரிப் படிப்பு எனக்கு மிகவும் பிடித்திருந்தது. ஏனென்றால் அங்கு பாடங்களை நமது விருப்பத்துக்கு ஏற்ப, நமக்கு முடிந்த வேகத்தில் படிக்க வாய்ப்பு இருந்தது.

பல்கலைக்கழக வளாகத்திலேயே வாரத்துக்கு 20 மணி நேரத்துக்கு சோதனைச்சாலை பணியாளராக எனக்கு வேலை வாய்ப்பும் இருந்தது. எனது கல்விக் கட்டணம் ஸ்காலர்ஷிப் மூலமே ஈடுசெய்யப்பட்டுவிட்டது. என்றாலும் அமெரிக்காவில் நான் தங்குவதற்கும் உணவு, பிற தேவைகளுக்கும் ஆகும் பணத்துக்கு என் பெற்றோரைச் சார்ந்திருக்க நான் விரும்பியிருக்கவில்லை. பெங்களூரில் இருந்து வந்திருந்த கே.எல்.பிரகாஷுடன் அபார்ட்மெண்ட்டில் தங்கியிருந்தேன். இந்திய இசைகளைக் கேட்பது, இந்திய சைவ உணவு சமைப்பது என எங்கள் விருப்பங்கள் எல்லாம் ஒன்றாக இருந்தன. எனவே மிக நெருங்கிய நண்பர்களாகிவிட்டோம். இன்றுவரையிலும் நாங்கள் மிக நெருங்கிய நண்பர்களாகவே தொடர்கிறோம். எங்கள் குடும்பங்களும் நெருங்கிய நட்பில் இருக்கின்றன. பக்கத்தில் இருந்த அபார்ட்மெண்டில் வேறு மூன்று இந்திய மாணவர்கள் தங்கியிருந்தனர். அவர்களில் படிப்பு முடித்தபின் இந்தியாவுக்குத் திரும்பிவந்த ஒரே நபர் நான் மட்டுமே.

யு.சி.எல்.ஏ.யில் இருந்து பட்டம் பெற்றதும் லாஸ் ஏஞ்செல்ஸின் புற நகர்ப்பகுதியான ஹாத்ரோனில் நேஷனல் கேஷ் ரெஜிஸ்தரில் வேலை கிடைத்தது. ஆண்டுக்கு 12,000 டாலர் சம்பளம். ஓர் இளம் கணினி பொறியாளருக்குக் கிடைக்கக்கூடிய மிக அதிக சம்பளம். ஆனால், வேறு சில விஷயங்கள் என்னை இந்தியாவுக்கு அழைத்துவந்தன. இதனிடையில் சென்னையில் வசித்து வந்த என் பெற்றோர் மிக அழகான, பொருத்தமான சென்னைப் பெண் ஒருவரை எனக்குத் திருமணம் செய்துவைக்க முடிவு செய்திருந்தனர். எனக்குப் பிடித்திருந்தால் மட்டுமே திருமணம் செய்துகொண்டால் போதும் என்று அம்மா சொல்லியிருந்தார்.

மஹா லட்சுமி (சுருக்கமாக மாலா) தென்னிந்தியாவில் பிறந்து வளர்ந்தவர். திருமணத்தின் போது எனக்கு வயது 26. மாலாவுக்கு 19. என் பெற்றோர் எனக்குப் பார்த்த பிற மணப்பெண்களைவிட சற்று வயது குறைந்தவர். எனினும் அவருடைய அப்பா மிகவும் பாரம்பரியமான குடும்பத்தைச் சேர்ந்தவர். திருமணத்துக்கு சம்மதம் தெரிவித்தார். அந்நாட்களில் பெண்களுக்கு இதைவிடக் குறைவான வயதில் கூடத் திருமணம் முடித்துவிடுவதுண்டு.

தென் இந்திய பிராமணக் குடும்பங்களில் வழக்கமாக நடப்பது போலவே எல்லாம் திட்டமிட்ட முறையில் நடந்தேறின. மாலாவின் அம்மா அம்புஜம்மாள் உண்மையில் மிகவும் பரந்த உள்ளம் கொண்டவர். திருமணத்துக்கு முன்பாக என்னைப் பற்றி பல இடங்களில் நன்கு விசாரித்துத் தெரிந்துகொண்டார். அமெரிக்காவில் என்னுடன் தங்கியிருந்த நண்பர்களிடம் நான் எப்படிப்பட்டவன் என்பதைக் கேட்டுத் தெரிந்துகொண்டார். ஒருவகையில் எஃப்.பி.ஐ. மேற்கொள்ளும் பரிசோதனை போன்றதுதான் அது. ஆனால், பாரம்பரிய வழக்கப்படி ஒரு பெண்ணுக்கு வாழ்வில் ஒரே ஒரு முறைதான் திருமணம் நடக்கும். எனவே கணவராக வரப்போகிறவர் மிகவும் நல்லவரா என்பதை நன்கு சோதித்துக்கொள்வது மிக மிக அவசியமே.

இருந்தும் மாலாவின் அம்மாவுக்கு எங்கள் திருமணத்துக்கு முன்பாக ஒரே ஒரு விஷயம் மட்டுமே தெரிந்துகொள்ள முடிந்திருக்கவில்லை. அதுதான் என்னுடைய உயரம். ஏனென்றால் மாலா சராசரி இந்தியப் பெண்களைவிட நல்ல உயரமானவர். எனவே என்னிடம் கேட்ட முதல் கேள்வி, நான் எவ்வளவு உயரம் என்பதே. நான் சொன்ன பதில் கேட்டுத் திருப்தியடைந்தார்.

அமெரிக்காவில் இருந்து என் பெற்றொரைச் சந்திக்க வந்தபோது பெண் பார்க்க ஏற்பாடு செய்யப்பட்டது. இரு குடும்பத்தினரும் புடைசூழ வந்திருந்தனர். நானும் மாலாவும் தனியாகப் பேசிக் கொள்ளவெல்லாம் அனுமதிக்கவில்லை. வெறுமனே வெட்கப்பட்டபடியே ஓரக்கண்ணால் பார்த்துக்கொண்டோம். அவ்வளவுதான்.

அப்பா மாலாவைச் சில கேள்விகள் கேட்டார். அந்தக் கேள்விகளுக்கு அவருக்கு ஏற்கெனவே பதில் தெரியும். என்றாலும் மாலா எப்படிப் பேசுகிறாள் என்பதைத் தெரிந்து கொள்ளவேண்டி அப்படிக் கேட்டார். பாட்டுப் பாடச் சொன்னார். மாலாவோ தன்னால் தனியாகப் பாட முடியாது என்று முதலில் மறுத்துவிட்டார். அவளுடைய அத்தை, நானும் பாடுகிறேன் என்று சொல்லவே மாலா அவருடன் சேர்ந்து பாடினாள்.

மாலா பிறந்து வளர்ந்த தென் இந்தியாவில் பெண் குழந்தைகளுக்கு சிறுவயதிலேயே பாட்டும், நடனமும் கற்றுத் தருவது வழக்கம். மூன்று ஆண்டுகள் நடனம் கற்றுக் கொண்டிருக்கிறாள். அவளுடைய நடன ஆசிரியை, 'அவள் கொஞ்சம் சோம்பேறிதான். ஆனால், அவளுக்கு எல்லா பாட்டும் நன்கு பரிச்சயமாகிவிட்டிருக்கிறது. எல்லாப் பாடல்களும் பாடுகிறாள். அவளுக்கு பாட்டுக் கற்றுக் கொடுங்களேன்' என்று மாலாவின் பெற்றோரிடம் சொல்லியிருக்கிறார். எனவே எட்டு வயதிலிருந்து வாரத்துக்கு இரண்டு மூன்று நாட்கள் கர்நாடக சங்கீதம் படிக்க ஆரம்பித்தாள் மாலா. கர்நாடக சங்கீகதத்தின் பெரும்பாலான பாடல்கள் பக்தி, பிரார்த்தனைப் பாடல்கள். அவள் கற்றுக்கொண்ட முதல் பாடலையே அதாவது 'ஓம் சரவண பவ' எனும் பாடலை அன்று பாடினாள். அது எனக்குப் பிடித்த பாடல்கள் வரிசையில் நிரந்தரமாக முதலிடத்தைப் பெற்று விட்டது. 'எங்கள் பாடல்' என்று அதைச் சொல்லலாம்.

பின்னாளில் எனக்கு வேறோரு விஷயம் தெரியவந்தது. மாலாவின் அம்மா மாலாவுக்குக் கணவராக வரப்போகிறவர் எப்படி இருப்பார் என்று ஒரு கனவு கண்டிருந்தாராம். அந்தக் கனவு மருமகனுக்கு இதமான நிறங்களில் உடை அணியப் பிடிக்குமாம். குறிப்பாக இளம் பச்சை நிற உடைகள். கனவில் மருமகன் ஒரு தீபாவளி திருநாளின் போது தோன்றியிருக்கிறார். இளம் பச்சை உடை அணிந்துகொண்டு முற்றத்தில் அந்த

மருமகன் அமர்ந்திருந்தாராம். அந்த மருமகனுக்கு நீளமான மூக்கு இருந்ததாகவும் கண்ணாடி அணிந்திருந்ததாகவும் சொன்னார். மாலாவுக்கு அவளைவிட நல்ல உயரமான கணவரையே தான் விரும்புவதாகவும் இந்த கனவு மருமகனோ அவ்வளவு உயரம் இல்லையே என்று சற்று வருந்தியபடியே சொல்லியிருக்கிறார். அப்படி அவர் வருணித்த கனவு மருமகனை மாலாவின் ஓவியத் தந்தை அழகாக ஓர் ஓவியமாக வரைந்துவிட்டிருந்தார்.

பெண் பார்த்தபோது நான் போட்டிருந்த சட்டையின் நிறத்தை எவ்வளவு கண்ணை மூடிக்கொண்டு பார்த்தாலும் பச்சைநிறக் குடும்பத்தைச் சேர்ந்தது என்று சொல்லவே முடியாது. ஆனால், திருமணம் ஆன பின் தலை தீபாவளிக்கு நான் வாங்கிய சட்டையின் நிறம் இளம் பச்சையே. மாலாவின் அப்பா வரைந்த ஓவியத்தில் இருந்த உருவம் கிட்டத்தட்ட என்னைப் போலவே இருந்தது. விசித்திரமான ஒத்திசைவுதான்.

என்னைப் பிடிக்கவில்லை என்று மாலா சொல்லியிருந்தால் நிச்சயம் அந்தத் திருமணம் நடந்திருக்காது. இத்தனைக்கும் பெண் பார்க்கும் படலத்துக்கு முன்பாக மாலா தன் அம்மாவிடம் அதைக் கேட்டும்விட்டிருக்கிறாள்: அம்மா... எனக்கு மாப்பிள்ளையைப் பிடிக்காமல் இருந்தா நீ என்ன செய்வாய்?

'ஏதாவது ஜாதக தோஷம் இருப்பதாகவோ அபசகுனமாக ஏதோ நடந்ததாகவோ சொல்லி தட்டிக் கழித்துவிடவேண்டியதுதான்' என்று அவளுடைய அம்மா சர்வ சாதாரணமாகச் சொல்லி இருக்கிறார்.

பெண் பார்த்து முடித்ததும் என் குடும்பத்தினர் அந்த சம்பந்தத்தைப் பேசி முடிவு செய்துவிடவேண்டும் என்பதில் உறுதியாக இருந்தனர். மாலா வீட்டில் இருந்து எந்த பதிலும் வராமல் இருந்திருக்கவே என் மாமா தாத்தா போய் என்ன விஷயமென்று கேட்டிருக்கிறார். 'நான் அமெரிக்காவில் இருந்து இந்தியாவுக்குத் திரும்பிவிடவேண்டும். இங்கு ஏதாவது வேலை பார்த்துக்கொள்ளவேண்டும். அப்போதுதான் திருமணத்துக்கு சம்மதிப்பேன்' என்று மாலா சொன்னது தெரியவந்தது.

எனக்கு அமெரிக்காவில் மனைவியோ காதலியோ இருக்கக்கூடும் என்று மாலா பயந்துவிட்டிருக்கிறாள். அந்நாட்களில் அமெரிக்காவில் திருமணம் செய்து கொண்டுவிட்ட இந்தியப் பையன்கள் பெற்றோரிடம் அதைச் சொல்ல பயந்து

மறைத்துவிட்ட பல சம்பவங்கள் நடந்தேறியிருந்தன. அமெரிக்காவில் நான் அப்படி யாரையும் திருமணம் செய்து கொண்டிருக்கவில்லை. ஆனால், எனக்கு வேறொரு 'திருமணம்' முன்பே நடந்துவிட்டிருந்தது. அதை அவள் கவனிக்கத் தவறிவிட்டாள். அதாவது நான் திருமணத்துக்கு முன்பே டி.சி.எஸ்ஸில் சேர்ந்துவிட்டிருந்தேன்! பின்னாளில் மாலா சொன்னாள், 'என் முதல் மனைவி டி.சி.எஸ்தான்' என்று.

அவளுடைய அம்மா அமெரிக்காவில் நான் எப்படி இருந்தேன் என்று விசாரித்துப் பார்த்து முடிவுக்கு வந்திருந்தார். இந்தியாவில் நான் எப்படி இருப்பேன் என்று பார்க்க அவர்களால் முடியாமல் போய்விட்டது!

இரு குடும்பத்தினரும் எல்லா விஷயங்களும் பேசிக் கொண்டிருந்தனர். எல்லாம் சுமுகமாக நடந்துகொண்டிருந்தது. ஆனால், மாலாவோ நான் பொருத்தமான கணவனாக இருப்பேனா என்று தீர்மானம் செய்ய முடியாமல் குழம்பி வந்திருக்கிறாள். மாலாவின் குடும்பம் சுதந்தரமான சிந்தனை கொண்டது. அம்மா வக்கீலாக இருந்தார். அப்பா ஓர் ஓவியர். சுய தொழில் முனைவர். நான் கொஞ்சம் அம்மாஞ்சியாக, பழமை எண்ணம் கொண்டவனாக இருப்பேனோ என்று சந்தேகப் பட்டாள்.

இதனிடையில் டி.சி.எஸ்ஸில் இருந்து வந்த வேலை வாய்ப்பை ஏற்றுக்கொள்ள முடிவு செய்திருந்தேன். இந்தியாவுக்கு ஏதேனும் வகையில் பங்களிக்கவேண்டும் என்று நினைத்த எனக்கு டாடா குழுமத்தில் சேர்ந்து பணிபுரிவது மிகவும் சரியாக இருக்கும் என்று தோன்றியது.

இந்தியா வந்ததும் மாலாவுக்கு ஒரு கடிதம் எழுதினேன். அது அவர்கள் வீட்டை அடைந்தபோது மாலா சென்னையில் இருந்த அவளுடைய அத்தை வீட்டில் சிறிது நாட்கள் தங்குவதற்குப் போயிருந்திருக்கிறாள். மாலாவின் அம்மா போன் செய்து சொல்லியிருக்கிறார்: இதோ பாரும்மா... ஒரு கடுதாசி வந்திருக்கு. அவர் கிட்ட இருந்துன்னு நினைக்கறேன்.

அந்நாட்களில் இப்படி வருங்கால மணப்பெண்ணுக்குக் கடிதம் எழுதுவதெல்லாம் யாரும் செய்யமாட்டார்கள். ஆனால், மாலாவுக்கு நான் கடிதம் எழுதியது பிடித்திருந்தது. அவளும் பதில் எழுதினாள். நாங்கள் அப்படியாக அதிகாரபூர்வ காதல் கடிதங்கள் சிலவற்றைப் பரிமாறிக் கொண்டோம். இறுதியாக

அவள் என்னைத் திருமணம் செய்துகொள்ள சம்மதித்தாள். ரொம்பவும் ஆசாரமான முறையில் நடந்த பாரம்பரியத் திருமணம். மிக மிக விமர்சையாக நடந்தது. தமிழகத்து ஆளுநர் அதில் கலந்துகொண்டார்.

ஒருவகையில் திருமணத்தின்போது நான் கொஞ்சம் அசௌகரிய மாகவே உணர்ந்தேன். ஏனென்றால் மாலாவின் அத்தைகள், சித்திகள் எல்லாரும் சத்தம் போட்டுப் பேசிக் கொண்டும் ஆர்ப்பாட்டம் செய்துகொண்டும் இருந்தார்கள். அவர்கள் ஒரு இடத்தில் இருந்தால் ஒரே அமளி துமளியாக இருக்கும். அப்படியான அதிகப்படியான கலகலப்பு என்பது எனக்கு முற்றிலும் அந்நியமான விஷயம்.

மாலாவின் வீடு மிக மிகப் பெரியது. ஏராளமான வேலைக் காரர்கள், கார்கள், கார் டிரைவர்கள் என இருந்தனர். என்னைத் திருமணம் செய்து கொண்டால் இப்படியான வசதி வாய்ப்புகள் எல்லாம் இழக்க நேரிடுமே என்பது அவள் மனதில் அப்போது இருந்ததா என்று எனக்குத் தெரியவில்லை. திருமணமாகி பம்பாய்க்குத் தனிக் குடித்தனம் வந்தபோது ஒரே ஒரு படுக்கை அறை கொண்ட வீட்டில் குடிபுகுந்திருந்தோம். அது போது மானதாக அழகாகத்தான் இருந்தது. ஆனால், மிகப் பெரிய வீட்டில் வசித்து வந்த மாலாவுக்கு அது மிக மிகச் சின்னதாகவே தோன்றியிருக்கும்.

என்னிடம் பெரிதாக மரச்சாமானகளோ படுக்கையோ சோஃபாவோ எதுவும் இருந்திருக்கவில்லை. எனவே, டி.சி.எஸ் நண்பர்கள் திருமணப் பரிசாக டைனிங் டேபிள், நாற்காலிகள் என கொடுத்தனர்.

திருமணமான புதிதில் எங்களுக்குப் பல விஷயங்களில் விட்டுக் கொடுக்கவேண்டியிருந்தது. மாலாவுக்கு சமைக்கத் தெரியாது. குடும்பத்தை எப்படி நிர்வகிப்பது என்பது தெரியாது. எங்களிடம் எந்தவொரு வாகனமும் இருந்திருக்கவில்லை. எனவே, முதல் முறையாக மாலா பஸ்ஸில் ஏறி தன் தாத்தா பாட்டியைச் சென்று சந்திக்க வேண்டியிருந்தது.

நான் என் வேலையே கதி என்று இருப்பது வழக்கம். இரவு வரை வேலை பார்த்து சில நாட்களில் அலுவலகத்திலேயே படுத்துக் கொண்டும் விடுவேன். எனவே மாலாவுக்கு நேரத்தைப் போக்க வழி கண்டுபிடித்துக்கொள்ள வேண்டியிருந்தது. திருமணமாகி

இரண்டு வருடங்கள் கழிந்த பிறகே நான் பணி விடுப்பு எடுத்துக் கொண்டேன். அப்போதுதான் மாலா கர்ப்பமாகியிருந்தாள். எனவே லீவு எடுத்துக்கொண்டே ஆகவேண்டும் என்று வற்புறுத்தினாள்.

நான் ஒருத்தி மட்டுமே குழந்தையைக் கவனித்துக்கொண்டுவிட முடியாது. நீங்களும் கூடவே இருக்கவேண்டும். குழந்தை பிறப்பதில் இருந்து குறைந்தது ஒரு மாதத்துக்காவது நீங்கள் என்னுடன் இருந்தாகவேண்டும் என்று மாலா சொன்னாள். என் வாழ்க்கையிலேயே ஒரு மாதத்துக்குத் தொடர்ச்சியாக விடுப்பு எடுத்துக்கொண்டது அப்போதுதான்.

குடும்பம் எனக்கு மிகவும் முக்கியம்தான். ஆனால், டி.சி.எஸ் வேலை மிக அதிக நேரத்தை எடுத்துக்கொண்டது. என் மனைவி அந்த விஷயத்தில் நிறையவே தியாகம் செய்திருக்கிறார். பொறுமையுடன் நடந்துகொண்டிருக்கிறார். குறிப்பாக திருமணமான புதிதிலும் முதல் மகன் தருண் பிறந்த கால கட்டத்திலும் என் மனைவி அனைத்தையும் தனியே சமாளித்தார்.

எங்களுக்குத் திருமணம் நடந்தபோது மாலாவின் இளைய சகோதரி பத்மாவுக்கு இரண்டே வயதுதான் ஆகியிருந்தது. அப்போது எங்கள் குடும்பத்தில் இருந்த இன்னொரு குழந்தை அவர் என்பதால் அந்தக் குழந்தைக்குப் பிடித்த எல்லாம் வாங்கிக் கொடுப்பேன் - செர்ரிகள், பிங்க் நிற கோட், இத்தாலியில் இருந்து வாங்கிய பெரிய பந்து என குழந்தை கேட்பதையெல்லாம் வாங்கித் தருவேன். பூஜ்ஜியங்களைக் கொண்டு உருவாக்கப்பட்ட மிகப் பெரிய குதிரைத் தலையின் ஓவியம் ஒன்றை அவளுக்குக் கொடுத்தது நன்கு நினைவிருக்கிறது. டாட் மேட்ரிக்ஸ் பிரிண்டரில் எடுத்த பிரிண்ட் அவுட் அது. அதைக் காட்டிச் சொன்னேன்: 'இது கம்ப்யூட்டரே வரைந்த ஓவியம்'.

பத்மா அதைப் பார்த்ததும் துள்ளிக் குதித்தாள். தருண் பிறந்தபோது பத்மாவுக்கு நான்கு வயது ஆகியிருந்தது. அவனுக்கு அவள் அக்கா போல் இருந்தாள். நியூயார்க்கில் நாங்கள் இருந்தபோது எங்களுடன் மூன்று மாதங்கள் வந்து தங்கினாள். நியூயார்க் நினைவுகளை அவள் இன்றும் மகிழ்ச்சியுடன் சொல்வதுண்டு. குறிப்பாக விண்ணை முட்டும் மன்ஹட்டன் கட்டங்கள் அவளுக்கு மிகவும் பிடிக்கும். இன்று பத்மா வளர்ந்து பெரிய எழுத்தாளராகிவிட்டார். அமெரிக்காவில் வசிக்கிறார்.

மாலாவுக்கும் எனக்கும் நியூ யார்க் வாழ்க்கை மிகவும் சவாலானதாகவே இருந்தது. பம்பாயில் பணி புரிவதில் இருந்து முற்றிலும் மாறுபட்டதாகவும் இருந்தது. நான் வெறும் ஆர்வத்துடன் மட்டுமே வேலையில் ஈடுபடுவதில்லை. மிகுந்த அர்ப்பண உணர்வுடன் வேலை செய்வேன் என்று மாலா சொல்லுவார்.

நான் பம்பாயில் இருந்தபோது அலுவலகத்திலேயே மிக அதிக நேரம் செலவிடுவேன். சில நாட்கள் மாலா குழந்தையைத் தூக்கிக்கொண்டு அலுவலகத்துக்கே வந்துவிடுவாள். ஏர் இந்தியா கட்டடத்தின் பத்தாவதுமாடியில்தான் டி.சி.எஸ் நிறுவனத்தின் தலைமையகம் அப்போது இருந்தது. ஒரு மூலையில் ஒரே ஒரு பெரிய கம்ப்யூட்டர் இருக்கும். அவ்வளவுதான். மற்றபடி விசாலமான, காலியான ஹாலாகத் தான் இருக்கும். தருண் ஓடி விளையாட நிறைய இடம் இருக்கும். இரவு ரொம்ப நேரமானால் மாலா இரண்டு நாற்காலிகளைச் சேர்த்துப் போட்டு, படுக்கை போலாக்கி தருணை அங்கேயே தூங்கவைத்துவிடுவாள்.

நான் இப்படி இரவு பகலெல்லாம் வேலை பார்த்துக்கொண்டே இருப்பது தருணுக்கு மனதில் வருத்தத்தைத் தந்திருந்தது போலிருக்கிறது. ஒருநாள் என் அப்போதைய பாஸ் கோலியிடம் வாய்விட்டுக் கேட்டுவிட்டான்: என் அப்பாவைப் போட்டு ஏன் இப்படி வாட்டுகிறீர்கள்?

நான் மிக அதிகமாக பயணம் செய்தவண்ணம் இருப்பேன். அமெரிக்காவில் மூன்று மாதங்கள் இருப்பேன். ஒரு மாதம் இந்தியாவில் இருப்பேன். திரும்பவும் அமெரிக்கா திரும்பி விடுவேன். 1979ல் நியூயார்க்குக்குச் சென்றோம். குயீன்ஸ் பகுதியில் ஒரு சிறிய வீட்டை வாடகைக்கு எடுத்திருந்தோம். அப்போது அந்தப் பகுதி அவ்வளவு பாதுகாப்பான பகுதியாக இருந்திருக்கவில்லை. ஒரு நாள் தருணுக்கு உடம்பு சரியில்லாமல் இருந்தது. மாலாவும் தருணும் மட்டும் வீட்டில் தனியாக இருந்திருக்கிறார்கள். அப்போது யாரோ திருடன் வீட்டை உடைத்து உள்ளே வர முயற்சி செய்திருக்கிறான். மாலாவும் தருணும் ரொம்பவே பயந்துவிட்டார்கள். இது போன்ற சம்பவங்கள், வீட்டிலேயே இருக்க நேர்ந்ததன் சலிப்பு இவைதான் டி.சி.எஸ் பணியாளர்களைக் கொண்டு மைத்ரீ குழு (Maitree) அமைக்கப் பின்னாளில் உதவிகரமாக அமைந்தது.

தருணை பப்ளிக் ஸ்கூலுக்கு அனுப்ப மாலா விரும்பியிருக்க வில்லை. எனவே கத்தோலிக் பள்ளிக்கு அனுப்பினாள். ஆனால் தருணோ ரொம்பவும் சேட்டைகள் செய்தான். அங்கிருந்த கன்யாஸ்த்ரீகள் கொஞ்சம் கறாரானவர்கள். தருண் எதையும் வெகு எளிதில் புரிந்துகொண்டுவிடுவான். எனவே வகுப்புகளில் ரொம்பவே துறு துறுவென்றே நடந்துகொள்வான். ஆசிரியர் கேட்கும் எல்லா கேள்விகளுக்கும் இவனே பதில் சொல்லத் துடிப்பான். நான் தினமும் அதிகாலையில் எழும் பழக்கம் கொண்டவன். எனவே இந்தியா திரும்பியதும் நான் தருணையும் வெகு சீக்கிரமே எழுப்பிவிடுவேன். நான் அலுவலகம் செல்வதற்கும் தருண் பள்ளிக்குப் போவதற்கும் முன்பாக இருவரும் ஜாலியாக விளையாடி நேரத்தைக் கழிப்போம்.

1980களின் பின் பகுதியில் தருணுக்கு கணிதத்தில் ஆர்வம் குறையத் தொடங்கியதைப் புரிந்துகொண்டோம். மும்பை டாடா இன்ஸ்டிட்யூட் ஆஃப் ஃபண்டமெண்டல் ரிசர்ஸ் மையத்தில் இருந்தவரும் மாலாவின் மாமாவுமான டாக்டர் நாரணனிடம் உதவி கேட்டோம். அவருடைய உற்சாகமும் உத்வேகமும் தருணிடமும் தொற்றிக் கொண்டது. அவன் விஞ்ஞானத்திலும் கணிதத்திலும் ஆர்வம் காட்டத் தொடங்கினான். பல வகைகளில் அவரே தருணுக்கு வழிகாட்டியாகவும் ஆசானாகவும் இருந்தார். உயர் நிலைப் பள்ளி மாணவர்களுக்குக் கற்றுக் கொடுத்த அனுபவம் அவருக்கு இருந்திருக்கவில்லை. என்றாலும் அல்ஜீப்ராவின் வழிமுறைகளை முறையாகப் படிப்படியாகப் பின்பற்றி கணிதக் கேள்விகளுக்குத் தீர்வுகளைக் கண்டடையக் கற்றுத் தந்தார். ஆனால், பெரும்பாலான நேரங்களில் விஞ்ஞானம், இயற்பியல், வானவியல், கணிதம் ஆகியவற்றில் இருக்கும் சுவாரசியமான விஷயங்கள், அற்புதமான கண்டு பிடிப்புகள் இவற்றைப் பற்றியே அதிகமும் பேசினார்.

பள்ளிப் படிப்பு முடித்தபின் பொறியாளராகவோ மருத்துவ ராகவோ ஆக தருண் விரும்பியிருக்கவில்லை. மாசாசூசெட்ஸ் வில்லியம்ஸ் கல்லூரியில் லிபரல் ஆர்ட்ஸ் பட்டப்படிப்பு படிக்க விண்ணப்பித்தான். தருணுக்கு அப்போது 17 வயதுதான் ஆகியிருந்தது. முதல் முறையாக வீட்டை விட்டு வெளியே சென்று தங்கிப் படிக்கப் போகிறான் என்பதால் மாலா ரொம்பவே கவலைப்பட்டாள். ஆனால், எனக்கோ அது சரியானது என்றும் அவனுடைய பாதையை அவனே கண்டுகொள்ள அது உதவும்

என்றும் தீர்மானித்தேன். ஆக்ஸ்ஃபோர்ட், ஹார்வர்ட் பல்கலைகளில் வணிகப் பொருளாதாரம் படித்தான். அதில் முனைவர் பட்டமும் பெற்றான். அவன் கற்பித்தல் துறையில் நிபுணராக முடிவெடுத்தது குறித்து எனக்கும் மாலாவுக்கும் மிகுந்த மகிழ்ச்சியே. அவனுடைய வெற்றிக்கு மாலாவும் டாக்டர் நாரணனுமே முழுக் காரணம்.

புதிய சவால்கள் முன்வைக்கப்படும்போது பலருடைய திறமையும் அதற்கு ஏற்ப உயரும் என்று நான் திடமாக நம்புகிறேன். என் ஆசானான கோலியிடமிருந்து கற்றுக்கொண்ட பாடம் இது. அவருடன் இருந்த காலம் முழுவதிலும் அவர் எனக்கு பல புதிய வாய்ப்புகளையும் சவால்களையும் தந்தவண்ணம் இருந்தார்.

1993ல் எம்.ஐ.டிக்கு (மாசாசூசெட்ஸ் இன்ஸ்டிடியூட் ஆஃப் டெக்னாலஜீஸ்) முது நிலை நிர்வாகப் படிப்பு படிக்கச் செல்லும் வாய்ப்பு கிடைத்தது. அந்தப் படிப்பு என் பார்வையை வெகுவாக மாற்றி அமைத்தது. நிஜ சம்பவங்கள் சார்ந்து எதையும் புரிந்து கொள்ளும் கோட்பாட்டை அது எனக்கு அறிமுகப்படுத்தியது. வகுப்புப் பாடங்கள், குழு முயற்சி, க்ளிண்டன் ஹெல்த் கேர் தொடர்பான விவாதத்தில் பங்கு பெற்றது என பல வழியிலான கல்வி முறை மிகவும் பரவசமூட்டுவதாக இருந்தது.

ஒரு பிரச்னைக்குத் தீர்வு காண பல்வேறு வழிகளில் முயற்சி செய்வது அவசியம் என்பது என் எண்ணம். அதன் முக்கியத் துவத்தை எம்.ஐ.டி. மேலும் வலுப்படுத்தியது. உதாரணமாக பகவத் கீதையின் இலக்கியக் கவி நயத்தை ரசிக்கத் தொடங்கினால் அது ஒரு நபரின் வாழ்க்கையின் வேறு அம்சங்களிலும் ஒளியைப் பாய்ச்சும். அதுபோலவே தகவல் தொழில்நுட்பத்துக்கும் உயிரியல் அல்லது இலக்கியத்துக்கும் இடையிலும் கூட பரிமாற்றங்கள், தொடர்புகள் உருவாக்கிக் கொள்ள முடியும். ஒரு மனிதருக்குப் பல்வேறு அறிவுத் துறைகளுடனான தொடர்பு இருப்பதென்பது அவருடைய பார்வையை விரிவுபடுத்தும். கண் பட்டை கட்டியதுபோன்ற குறுகிய பார்வையினால் வரும் குறைகளைப் போக்கும்.

எம்.சி.டி.யில் பல்வேறு துறைகளைச் சார்ந்த நண்பர்களைப் பெற்றேன். அமெரிக்காவின் வைஸ் அட்மிரல் கட்லர் டாவ்சன், முனிச் வங்கியாளர் கர்ட் உட்ஸெல் என பலருடைய நட்பு

கிடைத்தது. மிகப் பெரிய கப்பல்கள் மீதான என் ஆர்வத்தை டாவ்சன் தூண்டிவிட்டார்.

எம்.ஐ.டி. படிப்பு முடிந்த பிறகு டி.சி.எஸ் பணியை முற்றிலும் வேறு கோணத்தில் பார்க்க ஆரம்பித்தேன். டி.சி.எஸ் நிறுவனம் வெற்றி பெற வேண்டுமென்றால் அது உண்மையிலேயே சர்வதேச நிறுவனமாக ஆகவேண்டும்; பிரச்னைகளின் தீர்வு சார்ந்து பல் துறை அணுகுமுறை தேவை; அதிக லாபம் கிடைக்க வேண்டுமென்றால் அதிக சவால்களை எதிர்கொள்ள வேண்டும் என்று தீர்மானித்தேன். நமது வாழ்க்கையில் தகவல் தொழில் நுட்பம் மிகப் பெரிய தாக்கத்தைச் செலுத்தப்போகிறது; புதிய கண்டுபிடிப்புகளே மாற்றத்தைக் கொண்டுவர உதவும் என்ற என் எண்ணங்கள் எம்.ஐ.டி. படிப்பின் மூலம் உறுதியாகின.

என்னால் பெரிய நிகழ்ச்சிகளை ஒருங்கிணைக்க முடியும்; எதையும் தனிச் சிறப்புடன் செய்து முடிக்க முடியும் என்ற நம்பிக்கையை என்னுள் ஏற்படுத்தியது. 9 வார காலம் இருந்த எம்.ஐ.டி. படிப்பின் இறுதி நாளில் அனைவரும் அவரவர் நாட்டைப் பிரதிநிதித்துவப்படுத்தும் நிகழ்ச்சிகளை ஏற்பாடு செய்திருந்தனர். நான் பரத நாட்டியத்தை அரங்கேற்றினேன். நம் நாட்டின் மிகப் புகழ் பெற்ற நாட்டியத் தாரகை ஒருவரை எம்.ஐ.டி. விழாவில் நடனமாட ஏற்பாடு செய்தேன்.

எப்போதும் அணியும் க்ரீம் வெள்ளை சட்டைக்கு மாற்றாக வண்ணமயமான சுடிதார் பைஜாமா அணியத் தொடங்கினேன். அது ஆளுமையில் ஏற்பட்ட மாற்றத்தை குறியீட்டுரீதியாக வெளிப்படுத்துவதாக அமைந்தது. அதுவரையிலும் சந்தன நிறமே நான் அதிகமும் அணிந்த பளீர் நிறமாக இருந்தது.

இந்தியாவுக்குத் திரும்பிய பின்னர் வண்ண வண்ண ஆடைகளை அணியத் தொடங்கியதைப் பார்த்த பலரும் அது எனக்கு மிகவும் அழகாகப் பொருந்துவதாகச் சொன்னார்கள். என்னில் ஏற்பட்ட மாற்றத்தை அவர்களால் உணர முடிந்தது. ஒரு நாள் நான் ஆரஞ்சு நிற சட்டையை அணிந்ததைப் பார்த்து கோலியின் மனைவி சொன்னார்: என் கணவர் கூட உங்களைப் போல் அணியத் தொடங்கலாமே.

என் மிகச் சிறந்த நண்பராக, அந்தரங்கத் தோழியாக, ஆலோசகராக இருந்த மாலா பல வகைகளில் என் வாழ்க்கை வளம் பெற உதவினார். மிகச் சிறந்த வாசகியான அவர்

என்னையும் நிறைய புத்தகங்கள் படிக்க வைத்தார். அவரைவிட இன்று நான் அதிகம் படிப்பதாக வேடிக்கையாகச் சொல்வதுண்டு. ஒரே நேரத்தில் இரண்டு மூன்று புத்தகங்களைப் படிப்பது என் பழக்கம். வணிகம் சார்ந்த புத்தகங்கள், வாழ்க்கை வரலாறுகள், விஞ்ஞானம் தொடர்பான புத்தகங்களை விரும்பிப் படிப்பேன்.

இந்திய செவ்வியல் இசை மீதான என் ஆர்வத்தை மாலா மேலும் அதிகரித்தார். அலுவலக மீட்டிங்களுக்கு போகும் வழியிலும் வரும் வழியிலும் அந்தப் பாடல்களைத்தான் கேட்பது வழக்கம். இசையைவிட படிப்பில் கவனம் செலுத்துவதுதான் ஆண் குழந்தைகளுக்கு நல்லது என்று என் பெற்றோர் துரதிஷ்டவசமாக நினைத்துவிட்டிருந்தனர். என் சகோதரிகள் எல்லாரும் இசை, நடனத்தில் பயிற்சி பெற்றனர். எனக்கு அது கிடைக்காமல் போய்விட்டது. எனினும் நான் வளர்ந்த சூழலில் கர்நாடக இசை சகஜமாகப் புழங்கியது என்பதால் எனக்கு ராகங்களை அடையாளம் காணத் தெரியும். அமெரிக்காவுக்குப் படிக்கப் போனபோது ஊர் நினைவுகளைத் தரும் விஷயமாக செவ்வியல் இசையே இருந்தது. அங்கிருந்த நண்பர்களுக்கும் எனக்குமான பொதுவாக விருப்பத்துக்குரிய விஷயமாகவும் அதுவே இருந்தது.

ஏதாவது நெருக்கடி, பிரச்னைபற்றி யாருடனாவது ஆலோசனை பெறவேண்டும் என்று நினைத்தால் உடனே நினைவுக்கு மாலாதான் வருவார். எனது அறிவியல்-பொறியியல் பின்புலத்துக்கு மாலாவின் கலைப் பின்னணி கொண்ட பார்வை பெரிதும் வலுவூட்டுவதாகவே இருந்தது. வாழ்க்கை குறித்த என் பார்வையை மேம்படுத்துவதிலும் அவருடைய பங்கு கணிசமாக உண்டு. படிப்பில் எனக்கு இருந்த ஆர்வமும் விருப்பங்களும் மாலாவுக்குப் பெரிதும் உத்வேகம் ஊட்டியதாக மாலாவின் அம்மா சொல்வதுண்டு. இசையிலும் பிற விஷயங்களிலும் மாலா முதுகலைப் படிப்புகளை, திருமணத்துக்குப் பின்தான் முடித்தார். நான் தவற விடும் விஷயங்களை மாலா வெகு துல்லியமாகப் புரிந்துகொண்டுவிடுவார். கூர்மையான அவதானிப்பு கொண்டவர். அடுத்தவர் சொல்வதை மிகவும் பொறுமையாகக் காதுகொடுத்துக் கேட்பார். அவர் கொஞ்சம் உள்ளொடுங்கியவர் தான் என்றாலும் என் கூச்சத்தைக் கணிசமாகக் குறைத்தார். ஏதேனும் விழாவுக்குச் சென்றால் கொஞ்சம் ஓரமாக ஒதுங்கி

இருப்பதே எங்கள் இருவருடைய சுபாவம். ஆனால், என்னை உற்சாகப்படுத்தி அனைவருடன் போய் சகஜமாகப் பேச ஊக்கம் தருவார்.

எந்தவொரு விஷயத்தையும் அடுத்தவருடைய இடத்தில் இருந்து பார்க்கக் கற்றுக் கொடுத்தார். யாருக்கேனும் ஒரு கடிதம் எழுதுவதாக இருந்தால் அதைப் பெறுபவர் எப்படி அதைப் படித்துப் புரிந்துகொள்வார் என்பதை யோசித்துப் பார்த்த பின்னரே எழுதுவேன். யார் மீதாவது எனக்கு கோபம் வந்தால் மின் அஞ்சல் அனுப்பி கோபத்தைத் தெரிவிப்பதை, கடைசி வழியாக வைத்துக்கொள்ளவேண்டும் என்று மாலாதான் கற்றுத் தந்தார். ஏதேனும் ஒரு விஷயம் என்னை வெகுவாக நெருக்கடி தருகிறதென்றால் அதை அப்படியே ஆறப்போட்டு அதை மறந்துவிடவேண்டும். அதிகாலையில் 2 மணிக்கு எழுந்திருக்கும் போது பிரச்னைக்கான தீர்வு கிடைத்துவிட்டிருக்கும்.

உங்களிடமிருந்து என்ன உதவியை எதிர்பார்க்கிறார்கள் என்று சொல்லும் உரிமையை அடுத்தவர்களுக்குக் கொடுக்கவேண்டும். அப்போதுதான் சரியான உதவியைச் செய்ய முடியும். அதுவே அடுத்தவருக்கு உதவுவதற்கான சிறந்தவழி என்று மாலா எனக்குக் கற்றுக் கொடுத்தார்.

வேறு எவரையும்விட மாலா என்னை நன்கு புரிந்து கொண்டிருக்கிறார். எனக்குப் பொதுவாகக் கோபமே வராது. எப்போதுமே நிதானமாகவே நடந்துகொள்வேனென்பது அவளுக்குத் தெரியும். நான் குரல் உயர்த்திப் பேசி யாரும் பார்த்திருக்க மாட்டார்கள். யாருடனும் எதையும் மறுத்து விவாதித்தும் எனக்குப் பழக்கமில்லை. நான் யாருடனும் முரண்படுவதில்லை. அதே நேரம் நான் என் வழியிலேயே செல்லக்கூடியவன் என்று பலர் சொல்வார்கள். நான் சொல்ல வருவதை மற்றவர்கள் புரிந்துகொள்ள வழிசெய்வேன். விவாதிப் பதைவிட ஒரு விஷயத்தை எப்படிச் செய்ய விரும்புகிறேன், செய்யச் சொல்கிறேன் என்பதைப் புரியவைப்பேன்.

நான் ஒரு தேசியவாதி. நம் தேசத்தை அவதூறாக விமர்சித்தால் மிகவும் வருத்தமடைவேன். பல வழிகளில் நான் நமது தேசத்தின் கலாசாரத் தூதுவராக இருக்கிறேன். முதலில் அமெரிக்காவுக்கான நம் தேசத்து கலாசார தூதுரவாக நியமிக்கப்பட்டேன். நம்மைப் பற்றி அவ்வளவாக நல்ல அபிப்ராயம் இல்லாத மக்களுக்கு நம் தேசத்தின் பெருமைகளை அறிமுகப்படுத்தியிருக்கிறேன்.

அதுபோல் மதம் எனக்கு முக்கியம்தான். ஆனால் யார் மீதும் என் மதக் கருத்துகளை திணித்ததில்லை. என் மகன் மீது கூடத் திணித்ததில்லை.

என்னை நன்கு தெரிந்த ஒருவர் டி.சி.எஸ் பற்றித் தரக்குறைவாகப் பேசியபோது எனக்குக் கடுமையாகக் கோபம் வந்தது. நான் நிதானமிழந்த ஓரிரு தருணங்களில் அதுவும் ஒன்று. இப்படியான விமர்சனங்களை நான் என் மீதான விமர்சனமாகவே எடுத்துக் கொள்வதாக மாலா சொல்வாள். இருக்கலாம். ஏனென்றால் டி.சி.எஸ்தான் என் வாழ்க்கை. நான் ஆரம்பித்துவைத்த பல விஷயங்கள் இன்று அதன் திசையைத் தீர்மானிப்பவையாக ஆகிவிட்டிருக்கின்றன.

இன்னொருமுறை நான் மும்பை புனே நெடுஞ்சாலையில் காரில் தருண், மாலாவுடன் போய்க்கொண்டிருந்தேன். மிகப் பெரிய சுமையை ஏற்றி வந்த ஒரு டிரக் டிரைவர் எங்கள் காரின் பின்பக்கத்தில் வந்து மோதிவிட்டார். குடித்தும் இருந்தார். அவர் வந்து மோதியதில் ஒரு சில இரும்புக் கம்பிகள் எங்கள் காரின் பின்பக்கக் கண்ணாடியை உடைத்தபடி உள்ளே பாய்ந்தும் விட்டிருந்தன. அதிர்ஷ்டவசமாக எங்கள் யாருக்கும் எந்தக் காயமும் படவில்லை. எனக்கு பயங்கரமாகக் கோபம் வந்தது. காரில் இருந்து வேகமாக இறங்கிச் சென்று, வாட்ட சாட்டமாக இருந்த டிரைவரை, சட்டையைப் பிடித்து இழுத்து இரண்டு மூன்று அடி அடித்தேன்.

எனது கார் ஓட்டும் திறமை அல்லது திறமையின்மை பற்றி என் குடும்பத்தினர் ரொம்பவே கேலி செய்வார்கள். நியூயார்க்கில் நாங்கள் வசித்தபோது, எனது தாறுமாறான வண்டியோட்டும் திறமையைப் பார்த்து பயந்த மாலா, அமெரிக்க டிரைவிங் லைசென்ஸுக்கு விண்ணப்பித்து காரை தன் கட்டுப்பாடுக்குள் கொண்டுவந்துவிட்டார். இந்தியாவுக்கு வந்த பிறகும் இதே கதைதான். ஒரு சில விபத்துகளில் மயிரிழையில் நான் தப்பிய பின்னர் மாலாவும் நண்பர் ஜெயந்தும் கூட்டாகக் கலந்து பேசி ஒரு தீர்மானத்துக்கு வந்தனர். வார நாட்களில் ஜெயந்த் காரை ஓட்டிச் சென்று என்னை அலுவலகத்தில் விட்டுவிட்டு, வீட்டுக்கு அழைத்து வருவார். விடுமுறை நாட்களில் மாலா வண்டியை ஓட்டுவார். நான் காரின் ஸ்டியரிங் பக்கமே போகாமல் இருவரும் பார்த்துக்கொண்டார்கள். நல்லவேளையாக 1996ல் டி.சி.எஸ்ஸின் தலைமைச் செயல் அதிகாரியாக நான் ஆனபோது

நிறுவனமே ஒரு கார் டிரைவரை நியமித்தது. எங்கள் எல்லாருக்கும் நிம்மதி பிறந்தது.

ஜெயந்த் உண்மையில் நண்பருக்கும் மேலே. என்னைவிட வெளிப்படையாகப் பேசக்கூடியவர். அனைவருடனும் சகஜமாகப் பேசக்கூடியவர். வாடிக்கையாளர்கள் மற்றும் பிறருடன் இருக்கும்போது சிரமமான, நெருக்கடியான தருணங்களை வேடிக்கையாகப் பேசிச் சமாளிக்க ஜெயந்திடம் இருந்துதான் கற்றுக் கொண்டேன்.

நானி பல்கிவாலாவிடமிருந்து நேர மேலாண்மையைக் கற்றுக் கொண்டேன். நான் அமெரிக்காவில் ஜெனரல் மேனேஜராக இருந்தபோது அவர் ஆண்டுக்கு ஒரு வாரம் அமெரிக்கா வருவார். அந்தக் குறுகிய நேரத்துக்குள் ஏராளமான வாடிக்கையாளர்களை வெகு அழகாக, நேர்த்தியாக சந்தித்துவிட்டுச் சென்றுவிடுவார். தனக்கு வரும் எந்தவொரு மெமோவுக்கும் 24 மணிநேரத்துக்குள் பதில் சொல்லும் குணத்தை அவரிடமிருந்து கற்றுக்கொண்டேன். முதன்மை அதிகாரியாக இருந்தபோது அதிகாலையில் எழுந்து நான்கிலிருந்து ஐந்து மணி வரையிலும் எனக்கு வந்த மின் அஞ்சல்களுக்கு பதில் அனுப்புவேன். என் சக பணியாளர்களை, குறிப்பாக பூமிப் பந்தின் மறு பக்கத்தில் இருக்கும் நபர்களைப் பெரிதும் ஆச்சரியத்தில் ஆழ்த்தும் விஷயம் அது.

அப்படியாக எனது இந்த நீண்ட நெடிய பயணம் இதுவரையிலும் அபாரமானதாக இருந்துவந்திருக்கிறது. இனிவரும் பக்கங்களில் அந்த அனுபவங்களை நீங்கள் படிக்கவிருக்கிறீர்கள்.

எனக்கு உத்வேகமூட்டி, சவாலாகத் திகழ்ந்து, உற்சாகமூட்டி நான் இந்த உயரத்தை எட்ட உதவிய சில விசேஷமான மனிதர்கள் சிலருக்கு நன்றியைத் தெரிவித்துக் கொள்ள விரும்புகிறேன்.

பல சவால்களை என் முன்னால் வைத்து, நான் சாதிப்பேன் என்று நம்பி வழிகாட்டிய என் ஆசான் எஃப்.சி.கோலிக்கு நன்றிகள் பல. எனது முதல் அமெரிக்க வாடிக்கையாளர்களான மேக்ஸ் மெத் மற்றும் ஃப்ராங்க் சுசீனோ ஆகியோருக்கு என் மேல் அழுத்தமான நம்பிக்கை வைத்ததற்கு நன்றிகள். நேர மேலாண்மை, துல்லியம் ஆகியவற்றை நான் கற்றுக் கொள்ள உத்வேகமாக இருந்த நானி பல்கிவாலாவுக்கு நன்றிகள்.

அபார நகைச்சுவை உணர்வு கொண்டவரும் அமெரிக்காவில் இருந்தபோது எனக்கு வழிகாட்டியாகவும் விளங்கிய நேவல்

மோதிக்கு நன்றிகள். அரசாங்கம் செயல்படும் விதம் அதன் நெளிவு சுளிவுகள் பற்றித் தெரிந்துகொள்ள உதவிய டி.என்.மலுஸ்தேவுக்கு நன்றிகள். அதிக அபாயங்களைச் சந்திக்க வேண்டியிருந்தாலும் பெரிய கனவுகள், பெரிய பணிகள் ஆகியவற்றை எடுத்துச் செய்யவேண்டும் என்று உற்சாகமூட்டிய ரத்தன் டாடாவுக்கு மனமார்ந்த நன்றிகள்.

என் அன்பு நண்பர்களுக்கு நன்றி தெரித்துக்கொள்ள விரும்புகிறேன்: தேவைப்படும் போதெல்லம் உடனே உதவிக்கு வந்த ரஞ்சனா, ஜெயந்த் (ஆனால், என்னை டென்னிஸ் விளையாடவைக்க மட்டும் உதவாமல் போய்விட்டார்) ரமா, மஹா - இவர்களின் முழு குடும்பத்தையும் எனக்கு நன்கு தெரியும். மற்றும் அலுவலக நண்பர்கள் - இவர்கள் அனைவரும் எப்போதும் சளைக்காமல் ஆதரவாக இருந்துவந்தார்கள்.

எல்லாவற்றுக்கும் மேலாக என் மனைவி மற்றும் மகன் இருவரும் நான் டி.சி.எஸ் பணியில் முழுமையாக ஈடுபடுவதற்காகப் பல விஷயங்களை விட்டுக் கொடுத்திருக்கிறார்கள். என் பெற்றோர், என் மாமனார்-மாமியார், கூட்டுக் குடும்பத்தினர் என அனைவருக்கும் என் நன்றிகள். பூர்ணிமாவுடனான என் மகன் தருணின் திருமணம் வாழ்க்கையில் புதிய பரிணாமத்தைக் கொண்டுவந்திருக்கிறது. மாலாவுக்கும் எனக்கும் அவர்கள் இருவரும் பெரும் உற்சாக ஊற்றாகத் திகழ்கிறார்கள்.

இப்போது எனக்கு நன்கு வயதாகிவிட்டது. நல்ல அறிவு முதிர்ச்சியும் ஏற்பட்டுள்ளது. சிறு வயதில் நான் நூலில் கட்டி விட்டு விளையாடிய பட்டம் என் காதோரம் சொன்ன ரகசிய செய்தி எனக்குத் தெரியும்: ‘எதிரிகளை, எதிர்ப்புகளைக் கண்டு அஞ்சாதே. காற்றோடு இசைந்து அல்ல; அதை எதிர்த்தே பட்டங்கள் பறக்க முடியும்’.

டி.சி.எஸ். ஹவுஸ்

அத்தியாயம் 1

துணிச்சலான தொலைநோக்கு: 2010க்குள் டாப் டென் நிறுவனங்களில் ஒன்றாகவேண்டும்

சிறுவனாக இருந்தபோது பட்டம் விடுவது எனக்கு மிகவும் பிடிக்கும். எங்கள் கிராமத்தில் பல வண்ணப் பட்டங்களைப் பறக்கவிட்டு விளையாடுவேன். அவை காற்றில் உயர உயரப் பறந்து, வானில் சிறு புள்ளியாக ஆவதுவரை பார்த்து மகிழ்வேன். நூல்கண்டைக் கையில் பிடித்தபடி, ஒரு பக்கம் இழுத்து, மறு பக்கம் தளரவிட்டு பறக்கவைப்பேன். காற்று வேகமாக வீசும் நேரத்தையும் நிலையாக நிற்கும் தருணத்தையும் லாகவமாகப் புரிந்து செயல்பட்டால் உயர உயரப் பறக்கவைக்கமுடியும். வானை வசப்படுத்தும் இந்தப் போட்டியில் கவனமாக இல்லையென்றால் மற்றவர்களின் பட்டங்கள் மோதி நம் பட்டத்தின் நூல் அறுபட்டு, காற்று வீசும் திசையில் அது அடித்துச்செல்லப்பட்டுவிடும்.

பல பத்தாண்டுகள் கழித்து என் மனதில் இந்த எண்ணங்கள் மீண்டும் அலைமோதின. பெங்களூரு ஐ.ஐ.எஸ்சி மையத்தின் செம்மையாகப் பராமரிக்கப்பட்ட புல்வெளியினூடாக கருத்தரங்க வளாகத்துக்குச் சென்றுகொண்டிருந்தேன். சமீபத்தில் தான் டி.சி.எஸ் நிறுவனத்தின் தலைமைச் செயல் அதிகாரியாக நியமனம் பெற்றிருந்த நான் டி.சி.எஸ்ஸின் நாற்பது உயர் நிலை மேலாளர்களை அன்று சந்தித்துப் பேசவேண்டியிருந்தது.

பெங்களூரின் குளிர் நிரம்பிய பிப்ரவரி காலைநேர வானத்தைப் பார்த்தபோது சிறுவயதில் வானில் பட்டங்கள் பறக்கவிட்ட போது கைக்கொண்ட சாகசங்கள் நினைவுக்கு வந்தன.

தொழில் வாழ்க்கையும் பட்டம் பறக்கவிடுவது போன்றதுதான். என் கையில் இருக்கும் இந்தக் குழுதான் அதாவது நிறுவனம்தான் இப்போதைய எனது பட்டம். போட்டி நிறுவனங்களின் பட்டங்களில் சிக்கி அறுபடாமல் இங்கும் அங்கும் இழுத்து ஈடுகொடுத்து இந்தக் குழுவும் எனது நிறுவனமும் உச்சத்தைத் தொட நான் ஊக்குவிக்கவேண்டும். என் மீது மிகப் பெரிய பொறுப்பு இருப்பது புரிந்தது. இப்போது எல்லா இறுதித் தீர்மானங்களையும் எடுத்தாகவேண்டிய தலைமைப் பொறுப்பில் இருந்தேன். அந்த எண்ணம் சட்டென்று என்னை நிகழ் காலத்துக்குக் கொண்டுவந்தது.

பிப்ரவரி மாதக் குளிர்ந்த காற்று வீசிக்கொண்டிருந்தது. மூத்த மேலாளர்கள் பரஸ்பரம் தம்மை உற்சாகமூட்டியபடி இருந்தனர். அசைவுகளில் இருந்த கம்பீரம், ஆசுவாசமான சூழல், முதுகில் தட்டிக்கொள்ளும் தோழமை உணர்வு இவையெல்லாம் அவர்களிடம் இருந்த உத்வேகம் மற்றும் நேர்மறை மனநிலையை எடுத்துக்காட்டின. அவர்கள் அப்படி இருப்பதில் என்ன ஆச்சரியம்? அது ஆண்டு 1998. வர்த்தகச் சூழல் நல்ல நிலையில் இருக்கிறது. டி.சி.எஸ் வேகமாக முன்னேறிக்கொண்டிருந்தது. எதிர்காலம் பிரகாசமாக இருந்தது.

டி.சி.எஸ்ஸின் வெற்றிகளைக் கொண்டாட அவர்களை நான் அங்கு அழைத்திருக்கவில்லை என்பது பெரும்பாலானோருக்குச் சீக்கிரமே புரிந்துவிட்டது. கொண்டாடப்படவேண்டிய வெற்றியைச் சாதித்திருப்பதென்னவோ உண்மைதான். ஆனால், வணிக, சந்தைச் சூழல் எப்படி இருக்கிறது, நாம் அடுத்ததாக என்ன செய்யவேண்டும் என்பது தொடர்பான ஆலோசனைக் கூட்டமாகவே அது நடக்கப்போகிறது என்பது அவர்களுக்குப் புரிந்திருந்தது.

இந்தக் கூட்டத்தை நடத்த இந்தியத் தகவல் தொழில்நுட்பத் துறையின் வியக்கவைக்கும் வளர்ச்சியால் புகழ் பெற்றிருந்த தென்னிந்திய நகரமான பெங்களூருவைத் தேர்ந்தெடுத்ததென்பது தற்செயல் நிகழ்வல்ல. டாடா வணிகக் குடும்பத்தின் தொலை நோக்குப் பார்வையினால் உருவாகி வளர்ச்சிபெற்ற டாடா

கன்சல்டன்ஸி சர்வீசஸ் (Tata Consultancy Services - TCS) என்னும் எங்கள் நிறுவனத்தின் தலைமையகம் இந்தியாவின் வணிகத் தலைநகரமான மும்பையில்தான் இருந்தது. டாடா குழுமத்தின் பூர்விகமும் அந்த மும்பைதான். இருப்பினும், அங்கு சொந்தக் அலுவலகக் கட்டடம் வாங்குவது அல்லது வாடகைக்குக் அலுவலகக் கட்டடம் பிடிப்பது தொடர்பான ரியல் எஸ்டேட் செலவினங்கள் மிக அதிகம் என்பதால் டி.சி.எஸ் நிறுவனத்தின் ஆரம்பப் போட்டியாளர்கள் பெங்களூரை நோக்கி நகர்த்தப் பட்டிருந்தனர்.

அதோடு, பெங்களூரில்தான் ஜே.ஆர்.டி. டாடா பல்துறை களிலும் உயர்நிலை ஆராய்ச்சி நடத்த 'இந்தியன் இன்ஸ்டிடியூட் ஆஃப் சயின்ஸ்' (ஐ.ஐ.எஸ்சி) என்ற அமைப்பை நிறுவியிருந்தார்; அப்படியான ஆராய்ச்சிகளை டி.சி.எஸ்ஸும் விரும்பிச் செய்துவருகிறது.

1990களின் பிற்பகுதியில் 'Y2K' மென்பொருள் 'நெருக்கடி' இந்திய மென்பொருள் நிறுவனங்களை சர்வதேச வெளிச்சத்துக்குக் கொண்டுவந்தது. டி.சி.எஸ், எங்கள் தாய் நிறுவனமான டாடா சன்ஸுக்கு (Tata Sons) நல்ல லாபம் ஈட்டித் தந்துவந்தது; ஆனால் உலகளவில், ஐ.பி.எம் (International Business Machines - IBM), அக்சென்ச்சர் (Accenture), ஈ.டி.எஸ் (EDS இன்று Hewlett-Packard நிறுவனத்தின் ஓர் அங்கம்) ஆகிய பிரம்மாண்டமான போட்டியாளர்களுக்கு இடையில், டி.சி.எஸ் மிக மிகச் சிறியது என்பதை நாங்கள் பார்த்துக்கொண்டிருந்த பவர் பாயிண்ட் விளக்கச் சித்திரங்களிலிருந்து மிகத் தெளிவாகத் தெரிந்து கொண்டோம். மேலும், உள் நாட்டுக்குள்ளான வளர்ச்சியை நிர்வகிப்பதில் நாங்கள் கவனம் செலுத்திக்கொண்டிருந்தபோது, இளம் போட்டி நிறுவனங்கள் முளைக்கத் தொடங்கியிருந்தன. வளர்ந்து வரும் வணிகப்போட்டியைப் புறக்கணிக்க முடியாது என்ற நிலை 1999ம் ஆண்டுவாக்கில் ஏற்பட்டிருந்தது

சற்று நிதானமாக அமர்ந்து வணிகச் சூழ்நிலையையும் நிறுவனத்தின் இடத்தையும் அலச வேண்டிய நேரம் இதுதான் என்று எனக்குத் தோன்றியது. எங்கள் சாதனைகளை வலுப் படுத்தவும், சவால்களை எதிர்கொள்ளவும் தீர்மானிக்கப்பட்ட ஒரு சந்திப்புக்காக பெங்களூரையும் இந்தக் கல்வி நிறுவனத்தின் அரங்கையும் தேர்ந்தெடுத்ததென்பது மிகவும் இயல்பான விஷயமே.

நிறுவனத்தில் எனது முன்னோடியான ஃபக்கீர் சந்த் கோஹ்லி, இந்தியாவின் தகவல் தொழில்நுட்பத்துறையின் சிற்பியாகப் புகழப்படுபவர்; நான் இரண்டு ஆண்டுகளுக்கு முன்புதான் அவரையடுத்து டி.சி.எஸ் தலைமைச் செயல் அதிகாரி ஆகியிருந்தேன். பெங்களூர் உச்சி மாநாடு என்னுடைய மற்றும் கோஹ்லியினுடைய நிர்வாக அணுகுமுறைகளில் இருக்கும் தீவிர வித்தியாசங்களை வெளிச்சமிட்டுக் காட்டியது. 2000ம் ஆண்டில் அவர் துணைத் தலைவராக இருந்து ஓய்வு பெற்ற போது, அந்த வித்தியாசங்கள் இன்னும் வெளிப்படையாகவே தெரியவந்தன.

பணியாளர்கள் மத்தியில் ஒருவகையான சர்வாதிகாரிபோன்ற பிம்பத்தை உடையவர் கோஹ்லி. நான் அனைவரையும் அரவணைத்துச் செயல்படவேண்டும் என்று விரும்பினேன். கலந்துரையாடுதல், புதிய ஆலோசனைகளை வளர்த்தெடுத்தல் ஆகியவற்றுக்கு முக்கியத்துவம் தரவிரும்பினேன்.

டி.சி.எஸ் நிறுவனம் ஒரு தனி நபரால் வழிநடத்தப்படுவதற்குப் பதிலாக மையத்தில் ஒரு வலுவான குழு ஒன்றை உருவாக்க விரும்பினேன். நம்பிக்கைக்குரிய மூத்த நிர்வாகிகளைக் கொண்ட ஒரு குழு என்னைச் சுற்றி இருக்கவேண்டும். அந்தக் குழு டி.சி.எஸ்ஸின் எதிர்காலச் செயல்பாடுகள் தொடர்பான தீர்மானங்களை நான் உருவாக்க உதவ வேண்டும். அதன்பின் அதை அந்தக் குழு திறம்பட அமல்படுத்த வேண்டும் என்று விரும்பினேன்.

இந்தக் குழு தீவிரமான செயல்பாட்டுத் திறனுள்ள பணியாளர்களை ஒன்று சேர்த்து உருவாக்கப்பட்டது; மிகவும் தெளிவாகத் திட்டமிட்டே அப்படியாக உருவாக்கப்பட்டது. அவர்களில் பலர் டி.சி.எஸ் நிறுவனத்துடன் தொடக்க காலத்தில் இருந்தே இருந்ததால் இந்த அணுகுமுறையை நன்கு புரிந்துகொண்டனர்.

எல்லாருக்கும் எல்லாரையும் தெரிந்திருக்கும் வகையிலும் ஒரு நபரே பல வேலைகளைச் செய்பவராகவும் ஒரு தொடக்க நிலை நிறுவனம் போல் டி.சி.எஸ் இனியும் செயல்பட முடியாது என்பது எனக்கு நன்கு புரிந்தது. நூறு அல்லது ஆயிரக்கணக்கான பணியாளர்களைக் கொண்ட ஒரு நிறுவனம், வேறுபட்ட முறையில்தான் நிர்வகிக்கப்படவேண்டும்.

நாங்கள் வெற்றிகரமாகச் செயல்பட விரும்பிய மேல் நாட்டுச் சந்தைகளில் எங்கள் மீதான நம்பகத்தன்மையை வலுவாக நிறுவி இருந்தோம். மேற்குலகில் வாடிக்கையாளர்களைக் கண்டு பிடிப்பதோடு, இந்தியாவில் இந்தப் புதிய தொழில்துறை வேரூன்றுவதற்குத் தேவையான சுற்றுச்சூழல்களை உருவாக்கத் தொடங்கினோம்; இந்திய தொழில்நுட்ப அறிவியல் நிறுவனங் களிலும் (ஐ.ஐ.டி - IIT) மற்ற பொறியியல் கல்லூரிகளிலும், கணினி அறிவியல் பாடத்தைக் கற்பிப்பதற்கும், பாடத் திட்டத்தை மேம்படுத்துவதற்கும் உதவினோம். கணினித் தொழில்நுட்பத் திறன்களை வளர்க்கவும், தொழில் அனுபவத்தைப் பெற வெளிநாடுகளுக்குப் பணியாளர்களை அனுப்பவும், கணினிகளை இறக்குமதி செய்யவும் உதவி புரிந்தோம். இவ்வகையில் அடித்தளம் அமைக்கப்பட்டது. கடந்த ஆண்டுகளில் பல சிறந்த தனிநபர்களின் கூட்டு முயற்சி, ஆர்வம், உத்வேகம், சவாலான விஷயங்களைத் துணிந்து மேற்கொள்ளுதல் போன்ற குணங்களின் காரணமாக டி.சி.எஸ் தன் சொந்த கால்களில் உயர்ந்து நிற்பது சாத்தியமானது.

எங்களுடைய பிரமாண்ட இலக்கு நடைமுறையில் சாத்தியமா என்று யாருக்கேனும் சந்தேகம் இருந்திருந்தால், 20ம் நூற்றாண்டின் விளிம்பில் நின்றுகொண்டு எங்களைப் போலவே எதிர்காலத்தினூடாக சற்றே ஊடுருவிப் பார்த்திருந்தாலே போதும்; உருவாகவிருந்த அபரிமிதமான வாய்ப்புகளைப் புரிந்துகொண்டிருப்பார்கள். நம்பகத்தன்மையை உருவாக்குவது தான் முதலில் செய்யவேண்டியிருந்தது. அதைத் தொடர்ந்து புதிய நாடுகளில் விரிவாக்கம், உள்ளார்ந்த திறமைகளை அதிகரித்தல், திறமைசாலிகளை வளர்த்தெடுத்தல் போன்ற வற்றில் கவனம் செலுத்தவேண்டும். கட்டியெழுப்ப விரும்பிய எதிர்கால டி.சி.எஸ் பற்றி அறிவார்ந்த சிந்தனைப் பரிமாற்றங்கள் செய்துகொள்ளத்தான் ஐ.ஐ.எஸ்சி-யில் நாங்கள் கூடியிருந்தோம்.

வேகமாக வளர்ந்து வரும்போதே, எப்படிச் செம்மையாக விரிவாக்கம் செய்வது? எங்களின் முழுத் திறனை அடைய, உடனடியாக நிறுவனத்தை மறுசீரமைக்க வேண்டியிருந்தது; எங்களுடைய உள் மட்டச் செயல்பாடுகள் எல்லாம் எங்களுடைய வணிக மாடலுக்கு உதவவேண்டும்; வாடிக்கையாளர்களுக்கு திறம்பட சேவை செய்வதைத் தடுக்கும் வகையில் இருக்கக் கூடாது என்ற இலக்குகளுடன் அனைத்து விதிமுறைகள், செயல் திட்டங்கள் எல்லாம் சீரமைக்கப்படவேண்டும்.

எங்கள் உள் மட்டச் செயல்பாடுகள் எல்லாம் கணினிமயமாக்கப் படவேண்டும். நிறுவனத்தில் எங்கு என்ன நடக்கிறது என்பதெல்லாம் உடனுக்குடன் எனக்குத் தெரியும் வகையில் ஒரு கணினி அமைப்பு உருவாக்கப்படவேண்டும் என்று விரும்பினேன். நிறுவனத்தின் அடையாளத்தை மாற்றியமைக்க வேண்டிய அவசியமும் இருந்தது. ஆனால் அது கொஞ்ச காலம் கழித்துச் செய்யப்படவேண்டிய விஷயமாக இருந்தது.

பெங்களூரில் நடந்த கூட்டம் டி.சி.எஸ் நிறுவனத்தின் வியூக மாற்றத்தின் தொடக்கத்தைச் சுட்டிக்காட்டுவதாக அமைந்தது. 2003ல் அது ஓர் அதிரடிச் தீர்மானமாக வடிவம் பெற்றது. அதைத் தொடர்ந்து 2004ல் முதன் முதலாகச் சந்தையில் தன் பங்குகளை விற்க (IPO) முன்வந்தது. அந்த நேரத்தில் இந்தியாவிலேயே மிகப் பெரிய சாதனையாக அந்தப் பங்கு விற்பனை இருந்தது.

பெங்களூரு கூட்டத்தில் ஆறு ஏழு நபர்களைக் கொண்ட பிரதான சிந்தனைக் குழு ஒன்றை உருவாக்கினேன். வொர்லி கடலோரத்தில் அமைந்திருந்த என் வீட்டில் வாரத்துக்கு ஒருமுறை சனி அல்லது ஞாயிறுகளில் காலை அல்லது மாலையில் நாங்கள் கலந்தாலோசிப்பது உண்டு. சம்பிரதாயமான அலுவலக வழிமுறைகளைக் கைவிட்டு, மாறுபட்ட சூழலில் உரையாடினோம். நண்பர்களாக, கடலைப் பார்த்தபடி ஆசுவாசமாக அமர்ந்தபடி நிறுவனத்தின் மிகப் பெரிய முடிவுகளை எடுத்தோம்.

அலுவலகத்திலென்றால் அது தொடர்பான அதிகாரப் படி நிலைகள், அலுவலகம் சார்ந்த இறுக்கமான மனநிலைகள் இவை எல்லாம் இருக்கும். வெளிப்படையாகப் பேச முடியாது. இதமான சூழலைக் கொண்ட வீடு போன்ற இடம் என்றால் சகஜமாக, சுதந்தரமாகப் பேச முடியும். அப்போதுதான் அனைவரும் தமது இயல்பான திறமைகளுடன் பல ஆலோசனைகளை வெளிப் படையாக முன்வைக்க முடியும் என்று நினைத்தேன்.

தென்னிந்திய ஃபில்டர் காபியின் நறுமணம் அந்த அறையில் நிரம்பி வழியும். பழங்கள் அல்லது இனிப்புகள் என மாலா எதையாவது கொண்டுவந்து தருவார். சில நேரங்களில் ஏதேனும் படைப்பூக்கம் மிகுந்த யோசனைகளை முன்வைப்பார். டி.சி.எஸ் நிறுவனத்தில் எடுக்கப்பட்ட சில அற்புதமான முடிவுகள் எல்லாம் இப்படியான இதமான, சுதந்தரமான சூழலில் எந்தவிதத் தடையும் இன்றி அனைவரும் இயல்பாகப் பேசி எடுக்கப்

பட்டவையே. அலுவலக விஷயங்களையும் கல்லூரி மாணவர்கள் போன்று ஜாலியாகப் பேசி முடிவெடுக்கவேண்டும் என்று என்னுடைய விருப்பத்தை இந்தக் கலந்துரையாடல்கள் பூர்த்திசெய்தன. இந்த நிர்வாக வழிமுறை டி.சி.எஸ் நிறுவனத்தின் அடையாளச் சின்னமாகவும் ஆகிவிட்டது.

இப்படியான கலந்துரையாடல்களில் பங்குபெற்றவர்களில் எங்கள் நிறுவனம் சாராத ஒரே நபர் பேராசிரியர் பங்கஜ் கெமாவத். ஹார்வர்ட் பிசினஸ் ஸ்கூல் பேராசிரியர். அவரை எங்களுடைய வியூகத் திட்டமிடல்களுக்கு ஆலோசகராக நியமித்திருந்தேன். வெளியில் இருந்து ஒருவர் முற்றிலும் புதிய கோணத்தில் விஷயங்களை அணுகி, ஆலோசனை சொல்வது மிகவும் உபயோகமாக இருக்கும் என்று முடிவுசெய்து அவரைத் தேர்ந்தெடுத்திருந்தேன்.

இப்படியான ஆலோசனைக்கூட்டங்களில் நிறுவனத்தை முன்னேற்றப்பாதையில் கொண்டு செல்ல என்னவெல்லாம் செய்யவேண்டும் என்று ஒவ்வொருவரையும் யோசித்து திட்டங்களைச் சொல்லும்படி வற்புறுத்திக் கேட்டுக்கொள்வேன். மிக பிரமாண்டமானதாக, மிகவும் துணிச்சலானதாக ஏதாவது ஒன்றைச் செய்யவேண்டும் என்ற இலக்கை அனைவர் முன்பாகவும் வைத்தேன்.

புள்ளிவிவரங்கள், போட்டியாளர்கள், சந்தை நிலவரம், நமக்கான வாய்ப்புகள் என்னவெல்லாம் இருக்கின்றன என்று அனைத்தையும் பரிசீலித்து வந்தோம். நாங்கள் இருக்கும் துறையில் தொழில்நுட்பச் செலவுகள் நாளுக்கு நாள் அதிகரித்த வண்ணம் இருப்பது எங்களுக்குப் புரிந்திருந்தது. அதேநேரம் அந்தச் செலவினங்களின் முழுக் கட்டுப்பாடு எங்கள் கைகளில் இருந்திருக்கவில்லை.

தற்போது இருப்பதுபோலான ஒப்பீட்டளவில் சிறியதான ஐ.டி. சேவை நிறுவனம் என்ற நிலையில் இருந்து சர்வதேச அளவில் முன்னணி நிறுவனமாக ஆகவேண்டும் என்ற என்னுடைய கனவை முன்வைத்தேன். அதை நனவாக்கவேண்டுமென்றால், சந்தையில் பெரும் பங்கைக் கைப்பற்றினால் மட்டும் போதாது. தற்போது வழங்கிவரும் சேவைகளைத் தாண்டி விரிவான பல சேவைகளையும் வழங்கத் தொடங்கவேண்டும். அதற்கு எங்கள் சந்தையையும் விரிவுபடுத்தவேண்டும் என்று தீர்மானிக்கப் பட்டது.

2003ல் எமது வருவாயில் சுமார் 90 சதவீதம் தகவல் தொழில்நுட்ப சேவைகளில் இருந்து பெறப்பட்டது. ஆதலால், அதையே அடிப்படையாகக் கொண்டு, மேலும் உற்சாகமாக உழைக்க தீர்மானித்தோம். ஒரு பவர்பாயிண்ட் விளக்கச் சித்திரத்தில் ஒரு குமிழியை வரைந்து அதனுள் 'தகவல் தொழில்நுட்பத் தீர்வுகள் மற்றும் சேவைகள்' என்று புதிய சேவை ஒன்றை ஒருவர் எழுதினார். இது சார்ந்து எங்கள் சந்தையை எவ்வாறு விரிவு படுத்துவது என்ற ஒரு கேள்வியை நாங்களே எழுப்பிக் கொண்டோம். இன்று நாம் சில பிரிவுகளில் சிறிய அளவிலான வேலைகளை செய்து வந்தாலும், அவற்றில் நல்ல வாய்ப்புகள் உள்ள சந்தைகள் எவை என்ற கேள்வியையும் எழுப்பிக் கொண்டோம்.

சில மணி நேர புள்ளிவிவர ஆய்வுகள், உற்சாகமான விவாதங்கள் ஆகியவற்றுக்குப் பின்னர் தகவல் தொழில்நுட்ப சேவைகளோடு அவற்றுக்குத் தொடர்புடைய சில சேவைகளையும் கூடவே செய்ய ஆரம்பிக்கலாம் என்று முடிவு செய்தோம். பவர் பாயிண்ட் ஸ்லைடில் மேலும் ஐந்து குமிழ்கள் சேர்க்கப்பட்டன: உலகளாவிய ஆலோசனை (Global Consulting), பொறியியல் மற்றும் தொழில்துறை சேவைகள் (Engineering and Industrial Services), சொத்து அடிப்படையிலான நிதிநிலை உபாயங்கள் (Asset-based Offerings), உள்கட்டமைப்பு சேவைகள் (Infrastructure Services), மற்றும் தகவல் தொழில்நுட்பம் சார்ந்த சேவைகள், பி.பி.ஓ (IT-enabled Services, Business Process Outsourcing, BPO) ஆகியவையே அவை.

இப்படியாக, 'பவர்பாயிண்ட் ஸ்லைடில்' ஆறு அழகான குமிழ்கள் முளைத்தன. இவை ஒவ்வொன்றையும் 100 கோடி அமெரிக்க டாலருக்கும் அதிகமான வியாபாரமாக வளர்ப்போம் என்று தீர்மானித்தோம். பங்கஜ் பாஸ்டன் நகரில் வசித்துவந்தார். எனவே, அங்குள்ள சார்ல்ஸ் ஹோட்டலில் ஆரம்பகட்டக் கலந்துரையாடல் கூட்டங்களில் ஒன்றை நடத்தினோம். இந்தத் தொழில்துறையின் பொருளாதாரம் பற்றி நன்கு அலசிய பங்கஜுக்கு ஒரு புதிய கண்டுபிடிப்பு ஒன்று மனதில் தோன்றியது. அதை அவர் தன்னுடைய 'யுரேகா தருணம்' என்று சொல்வதுண்டு. எங்கள் மேற்கத்தியப் போட்டியாளர்களின் நிறுவனங்களில் சராசரியாக ஒரு பணியாளர் மூலம் கிடைக்கும் வருமானம் மிக மிக அதிகம். என்றாலும் டி.சி.எஸ்ஸில்

சராசரியாக ஒரு பணியாளர் மூலம் கிடைக்கும் லாபம் போட்டியாளர்களுக்கு இணையாக அல்லது மிக அதிகமாகவே இருப்பதைப்பற்றிக் கூறினார். டி.சி.எஸ் நிறுவனத்தின் பிரதான சேவை மிகவும் அருமையானது என்றும் பிற நிறுவனங்கள் எதிலும் பார்க்க முடியாதது என்றும் சொன்னார்.

இது ஒரு முக்கியமான கண்டுபிடிப்பு. ஏனென்றால் எமது செயல்முறை வியூகத்தை மறுசீரமைப்பதற்கான அவசரத்தில், எங்களுடைய தற்போதைய வணிகச் செயல்பாடுகளால் உருவாகிய நன்மதிப்பை அலட்சியம் செய்துவிடும் அபாயம் இருந்தது.

சர்வதேச க்ளோபல் ஃபார்ச்சூன் பட்டியலில் முதல் 2000 இடங்களில் இருக்கும் நிறுவனங்களில் எவையெல்லாம் எங்களுடைய வாடிக்கையாளர்களாக இருக்கின்றன என்று கூர்ந்து கவனித்தோம். இது தொடர்பான தெளிவான ஆய்வுக் கட்டமைப்பை எங்களால் உருவாக்கிக்கொள்ள முடிந்திருக்க வில்லை. ஏனென்றால் எங்கள் போட்டியாளர்கள் தமது வாடிக்கையாளர்கள் தொடர்பான தகவல்களைப் பொதுவாக வெளியிடுவதில்லை. இந்தத் துறை ஒருங்கிணைக்கப்படாத வகையில் செயல்படுகிறது என்பதுமட்டுமே எங்கள் ஆய்வுகள் மூலம் தெரியவந்தது.

2000ம் ஆண்டுக்குள் ரூ. 2,000 கோடி (சுமார் 430 மில்லியன் டாலர்) வருவாயை நாங்கள் அடைய வேண்டும் என்பதே எங்கள் முதல் தீர்மானமாக இருந்தது; அது எளிதில் சாதிக்கமுடிந்ததாகவும் எதுகை மோனை அழகு கொண்டதாகவும் இருந்து. ஆனால், அது மிகக் குறுகிய இலக்கு என்று விரைவிலேயே உணர்ந்து விட்டோம்.

இந்திய தகவல் தொழில்நுட்ப துறையின் மொத்த விற்பனை அளவு என்ன என்று அந்த ஆண்டு வெளியான மெக்கின்ஸி ஆய்வறிக்கையைப் பார்த்தோம். 1998ம் ஆண்டு எங்கள் வருமானம் அரை மில்லியன் டாலராக இருந்தது. அதாவது, இந்திய தகவல் தொழில்நுட்பத்துறையின் 12% சந்தை எங்கள் வசம் இருந்தது.

2008 வாக்கில் இந்திய தகவல் தொழில்நுட்பத்துறை ஐம்பது பில்லியன் டாலர் மதிப்பை எட்டும் என்று மெக்கின்ஸி குறிப்பிட்டிருந்தது. எங்களுடைய சந்தைப் பங்கை அடிப்படையாக வைத்து டி.சி.எஸ் நிறுவனம் 2008 வாக்கில் ஆறு பில்லியனில் இருந்து ஏழு பில்லியன் டாலர் வரை வருவாய்

ஈட்டும் என்று அல்லது பத்து பில்லியன் டாலர் அளவை 2010 வாக்கில் எட்டும் என்று சொல்லியிருந்தது.

மற்ற நிறுவனங்களுடன் ஒப்பிட்டு எங்களை மதிப்பீடு செய்தபோது, சுவாரசியமான ஒன்றைக் கண்டுபிடித்தோம். பொதுவாக ஒரு நிறுவனத்தின் வெற்றி என்பது அதற்குக் கிடைக்கும் வருமானம், லாபம் ஆகியவற்றின் அடிப்படையில் தீர்மானிக்கப்படுவதுதான் வழக்கம். நாங்கள் அதைக் கொஞ்சம் வித்தியாசமாகச் செய்யத் தீர்மானித்தோம். வருமானம், லாபம், சந்தை மூலதன மதிப்பு, பணியாளர்களின் எண்ணிக்கை, ஒரு வாடிக்கையாளர் மூலம் பெறும் வருமானம், ஒரு வாடிக்கையாளர் மூலம் கிடைக்கும் லாபம் போன்ற விஷயங்களின் அடிப்படையில் கணக்கிட்டுப் பார்த்தோம். சந்தை மூலதன மதிப்பு பற்றி அப்போது நாங்கள் பெரிதாக அக்கறை கொண்டிருக்கவில்லை. ஏனென்றால், எங்கள் நிறுவனம் அப்போது பங்குச் சந்தையில் பட்டிலிடப்பட்டிருக்கவில்லை. சில அளவுகோல்களின் அடிப்படையில் எங்கள் நிறுவனத்தை மதிப்பிடுவதைவிட சர்வதேச அளவில் எங்களுடைய இடம் என்ன என்பதைக் குறித்தே நாங்கள் அக்கறை கொள்ளவேண்டும் என்று தீர்மானித்தோம்.

டி.சி.எஸ் நிறுவனம் 2010க்குள் முதல் பத்து (டாப் டென்) நிறுவனங்களில் ஒன்றாகவேண்டும். இந்த இலக்கை யார் முதலில் சொன்னார்கள் என்பது சரியாக நினைவில்லை (பலர் தாங்கள்தான் சொன்னதாகச் சொல்கிறார்கள்). ஆனால் அது ஒட்டுமொத்த நிறுவனத்தின் ஒரே லட்சியமாக ஆனது.

இந்தத் துறையில் மிகச் சிறந்த நிறுவனமாக விளங்க வேண்டும் என்று தர ரீதியாக பொதுவான ஒரு லட்சியத்தை முன்வைத்திருந்தால், அனைவருக்கும் அதைச் சொல்லிப் புரியவைப்பது மிகவும் சிரமமாக இருந்திருக்கும். ஆனால், '2010 வாக்கில் முதல் பத்து இடங்களுக்குள்' என்ற இலக்கு மிகவும் எளிதானதாக, தெளிவானதாக, கேட்ட உடனேயே மனதைக் கவர்வதாக இருந்தது. அந்த வாக்கியத்தை நினைக்க நினைக்க அது எங்களை மேலும் மேலும் வசீகரிக்க ஆரம்பித்தது.

இந்த எளிமையான கோஷமே டி.சி.எஸ்ஸுக்கு உந்து சக்தியாகவும் அதன் ஒவ்வொரு பணியாளர்களையும் ஊக்குவிக்கும் சக்தியாகவும் இருக்கும். இந்தக் கருத்தை நாங்கள்

நிறுவனத்துக்குள் அங்கீகரித்துவிட்டிருந்தாலும் உடனே பகிரங்கமாக அறிவிக்கவில்லை. ஆனால் ஊடகங்கள் அதைக் கண்டுபிடித்துவிட்டன. பத்திரிகையாளர்கள் பரபரப்பான புதிய செய்திகளைத் தேடி எவ்வாறு அலைவார்கள் என்று புரிந்து கொள்ள ஒரு வாய்ப்பாக அது அமைந்தது. அவர்கள் '10 x 10' என்பதை '2010ம் ஆண்டுவாக்கில் 10 பில்லியன் டாலர்' எனப் புரிந்துகொண்டனர்; நாங்கள் உண்மை இலக்கு என்ன என்பதை உடனே எடுத்துச் சொல்லி சரிசெய்ய வேண்டிவந்தது.

எங்கள் நிறுவனத்துக்கு ஒரு புதிய இலக்கு தீர்மான பிறகு, பெங்களூரில் எனக்கு ஏற்பட்ட குழப்பம் விலகி, ஒரு தெளிவான பாதையை நோக்கி செல்ல முடிந்தது. அனைவருமே இந்த ஒரே இலக்கை நோக்கி இயங்கும் வகையில் இந்த எளிய முழக்கத்தை முன்னெடுத்துச் செல்லவும் பணியாளர்களைத் தொடர் பரிமாற்றங்கள் மூலம் ஓர் ஒழுங்குக்குள் கொண்டுவரவும் விரும்பினோம். பொதுவான இலக்கு, பொதுவான புரிதல், பொதுவான வழிகாட்டிக் குறிப்பு என அனைத்தும் இப்போது தெளிவாகத் தீர்மானிக்கப்பட்டுவிட்டது.

உண்மையில், இந்த இலக்கை அடையவதற்கான வழி இன்னும் சிந்திக்கப்படவில்லை. முதலில் ஓர் உயர்ந்த லட்சியத்தை அமைத்துக்கொள்வோம்; அதன் பின் அடையும் வழிகளைப் பற்றி யோசிக்கலாம் என்ற உணர்வே இருந்தது. நம் திறமைகளில் நமக்கு உள்ள பலமான கூட்டு நம்பிக்கையே லட்சியங்களை அடைவதற்கான வழிகளை உருவாக்கித் தரும்; ஆனாலும் எங்கள் இலக்கில் நாங்கள் தோற்றுப் போக அனைத்து வாய்ப்புகளும் இருந்தன. ஏனென்றால் '2010க்குள் முதல் பத்து இடங்களுக்குள்' என்று மிக மிகத் தெளிவான காலக்கெடுவைத் தீர்மானித்து வைத்திருந்தோம். அது இல்லையென்றால் இலக்கு என்பது வெறும் கனவு என்று ஆகிவிட்டிருக்கும்.

நாங்கள் பவர் பாயிண்ட் பிரசன்டேஷண்கள் தயாரித்தோம். ஏனென்றால் நாங்கள் அப்போது ஒப்பீட்டளவில் சிறிய நிறுவனம்தான். ஒவ்வொரு கிளைக்கும் சென்று இலக்கு தொடர்பான விளக்கக் கூட்டங்கள் நடத்தினோம். 'முதல் பத்து இடங்களுக்குள்' என்றால் என்ன என்பதை நிறுவனத்தில் ஒவ்வொரு பிரிவும் எப்படிப் புரிந்துகொள்கின்றன என்பதை அலசிப் பார்த்தோம். முதலில் அதைத் தெரிந்துகொள்வதுதான் மிகவும் அவசியமாக இருந்தது.

இந்த இலக்கு பற்றி வெளிப்படையான விவாதங்களை நாங்கள் மேற்கொண்டதென்பது அதை மிகவும் தெளிவாக வரையறை செய்துகொள்ள உதவியது. இந்த இலக்கில் அனைத்துப் பணியாளர்களும் தத்தமது பங்கைப் புரிந்துகொள்ளவேண்டும்; அதோடு இந்த முழக்கத்தைத் தமது சொந்த லட்சியமாக அவர்கள் எடுத்துக்கொள்ளவேண்டும் என்பதற்காக பணியாளர்கள் அதை எப்படிப் புரிந்துகொண்டிருக்கிறார்கள் என்று சொல்லும்படி அவர்களிடம் கேட்டோம். அந்தக் கூட்டங்களில் பணியாளர்கள் மீண்டும் மீண்டும் எழுப்பிய கேள்விகள் இவையே:

2010வாக்கில் முதல் பத்து இடங்களுக்குள் என்ற இந்த இலக்கு எனக்கு எந்த வகையில் பொருந்தும்?

ஒரு தனி நபராக இது எனக்கு என்னவிதமாகப் பொருந்தும்?

ஒரு தனி நபராகவா வணிகக் குழுவாகவா என்னுடைய பங்களிப்பு எதுவாக இருக்கவேண்டும்?

வருமானம், லாபம், வாடிக்கையாளர் எண்ணிக்கை, சந்தையில் நம் நிறுவனப் பங்குகளின் மதிப்பு ஆகிய நான்கு விஷயங்களின் அடிப்படையில் இந்த இடம் தீர்மானிக்கப்படும் என்று வரையறுக்க இந்தக் கூட்டங்கள் உதவியாக இருந்தன.

டி.சி.எஸ் நிறுவனத்தின் வரலாறிலேயே உயிர்த்துடிப்பு மிகுந்த காலகட்டம் இதுவே என்றுகூடச் சொல்லலாம். அப்படியான சாதனை நிகழ இந்த இலக்கே வழிவகுத்தது. 2003ல் நாங்கள் இந்தியாவின் ஒரு பில்லியன் டாலர் வருடாந்திர வருவாயுள்ள முதல் தகவல் தொழில்நுட்ப சேவை நிறுவனமாக முன்னேறி இருந்தோம்.

2010க்குள் முதல் பத்து இடங்களுக்குள் என்ற இலக்கு எங்கள் நிறுவனத்தின் அனைத்துப் பணியாளர்களையும் உத்வேக மூட்டியது. தொடர்ச்சியாகப் பல திருப்புமுனை மாற்றங்களை முன்னெடுத்தோம். சேவைத் தரம், குறிப்பிட்ட நேரத்தில் பணிகளை முடித்துக் கொடுத்தல், கூட்டுமுயற்சி என அனைத்திலும் செய்நேர்த்தியை அடையும் நோக்கில் பல புதிய முயற்சிகளை முன்னெடுத்தோம்.

அடுத்த ஆறே ஆண்டுகளுக்குள், அதாவது 2009ல், நாங்கள் ஆறு பில்லியன் டாலர் வருவாயை எட்டினோம்; உலகளவில் தகவல் தொழில்நுட்பத்துறையின் மென்பொருள் மற்றும் சேவைப் பிரிவுகளில் முதல் பத்து நிறுவனங்களில் ஒன்றாக வேண்டும்

என்ற இலக்கை வெற்றிகரமாக அடைந்தோம். இந்த சாதனையை சிறப்பாக, பிரமாதமான பாணியில் நாங்கள் எங்களுக்கு விதித்துக்கொண்ட காலக்கெடுவுக்கு ஒரு வருடம் முன்னதாகவே வெற்றிகரமாகச் செய்துகாட்டிவிட்டோம்.. டி.சி.எஸ் நிறுவனத்தின் தலைமை நிர்வாக அதிகாரிப் பதவியில் இருந்து நான் ஓய்வு பெறுவதற்கு முன்பாகவே நடந்தது எனக்கு தனிப்பட்டமுறையில் மகிழ்ச்சிக்குரியதும்கூட.

'நம்பகத்தன்மையை நிலைநிறுத்துதல்' என்ற முதல் நிலையைக் கடந்து வேகத்தை அதிகரித்து 'உயர்ந்த இலக்குகளை எட்டிக் காட்டுதல்' என்ற நிலையையும் தாண்டிவிட்டோம். 'தலைமையை நிலைநாட்டுதல்' என்ற அடுத்த கட்டத்தைச் சாதித்துக்காட்ட மிகுந்த தன்னம்பிக்கையுடன் நகரவும் தொடங்கி விட்டோம். இது உண்மையிலேயே பரபரப்பான அபாரமான சாதனைப் பயணமாகவே அமைந்துள்ளது.

இதுதான் இந்தியாவில் தகவல் தொழில்நுட்ப மென்பொருள் மற்றும் சேவைகளின் பிறப்பு பற்றிய வரலாறு; டி.சி.எஸ்ஸின் பிறப்பு, தட்டுத்தடுமாறிய தொடக்க காலம், போராட்டங்கள், அவை தந்த மகிழ்ச்சிகள் ஆகியவற்றின் வரலாறு. பல வழிகளில் இது என் வாழ்க்கைப் பயணத்தின் கதையும்கூட; நான் சந்தித்த மனிதர்கள், உருவாக்கிக்கொண்ட நண்பர்கள், மேலும் மிக முக்கியமாக நிறுவனத்தின் தலைமைப் பொறுப்பில் இருந்தபோது நான் பெற்ற அனுபவங்கள் ஆகியவற்றின் கதை.

டி.சி.எஸ்ஸை இன்று இருப்பதுபோல், ஓர் உலகளாவிய தகவல் தொழில்நுட்ப மென்பொருள் மற்றும் சேவை நிறுவனமாக மாற்றுவதற்காக நானும் என் குழுவினரும் ஆர்வத்துடன் அரும்பாடுபட்டதன் கதை. இந்திய மற்றும் சர்வதேச தகவல் தொழில்நுட்பத்துறையை மேலும் மேலும் உயரத்துக்கு உந்தித்தள்ளும் தன்னம்பிக்கை மிகுந்த நிறுவனத்தின் கதை.

அத்தியாயம் 2

டி.சி.எஸ் நிறுவனத்தைக் கட்டமைத்தல் : 1968-96

டி.சி.எஸ்ஸின் ஆரம்ப நாட்கள்

1960ம் தசாப்தம் இந்தியாவில் கொந்தளிப்பான நேரமாக இருந்தது: உணவுப் பற்றாக்குறை, வர்த்தகப் பற்றாக்குறை, பொருளாதாரத்தில் பொது உடைமைக் கோட்பாடுடைய அரசாங்கத்தின் பல கட்டுப்பாடுகள்; மேலும் 1962ல் சீனாவுடனும், 1965ல் பாகிஸ்தானுடனுமாக இரண்டு போர்கள். இவை எல்லாம் சேர்ந்து தேசிய வளங்களை வலு குன்றச் செய்தன.

இந்தியப் பொருளாதாரம் சராசரியாக 3.1 சதவீதமாகவும் (நிலையான விலைகள்), தனிநபர் வருமான அடிப்படையில் பார்த்தால் வருடாந்திர வீதம் 1.0 சதவீதமாகவும் வளர்ந்தது. ஆட்சி என்றால் 'லைசென்ஸ் ராஜ்யம்' அதாவது, மூச்சுத் திணறச் செய்யும் ஏராளமான உரிமங்கள், கடினமான கட்டுப்பாடுகள், மற்றும் 'சிவப்பு நாடா' என்றாகிவிட்டிருந்தது.

டாடா குழுமம், எஃகு மற்றும் வாகனங்கள் துறை தொடங்கி மின்சாரம் மற்றும் வேதியியல் துறைகள்வரை ஈடுபட்டிருந்தது; குழுமத் தலைவர் ஜே.ஆர்.டி. டாடா, இவ்வகையாகக் கட்டுப் படுத்தப்பட்ட சூழலில் ஒரு முக்கியமான, அதேநேரம் அபாய கரமான முடிவை எடுத்தார். நாட்டின் அடிப்படை உள்கட்டமைப்பைப் பலப்படுத்துவதில் முன்னோடிகளாகச் செயல்பட்ட தனது முன்னோர்களைப் போலவே, ஜே.ஆர்.டியும்

வணிக அறிவு மிகுந்தவராக இருந்தார். எனவே அவரது மைத்துனர், உதவியாளர் மற்றும் நம்பகமானவருமான கர்னல் சாஹ்னி, குழுமத்தின் அனைத்துத் தரவுகளையும் ஒருங்கிணைத்து ஒற்றை வணிக அலகாக ஆக்கி நிர்வகிக்க அறிவுறுத்தியதும் உடனே ஒப்புக்கொண்டார்.

இந்தியா அந்தக் காலத்தில் தொழில்நுட்ப வளர்ச்சியில், உலக நீரோட்டத்துடன் கலக்காமல் சலனமற்று, ஒதுங்கிய நிலையில் இருந்தது; கணினிகளின் வருகை பல பணியாளர்களின் வேலையைப் பறித்துவிடும் என்று மிகுந்த சந்தேகத்துடன் பார்க்கப்பட்டது. ஆனால், மேற்கத்திய நாடுகளில் உள்ள நிறுவனங்கள், பொருள் கொள்முதல், விநியோகம், ஊதியப் பட்டியலை நிர்வகித்தல் ஆகிய செயல்முறைகளைச் சீராகக் கையாள, 'மெயின் ஃபிரேம்' கணிப்பொறிகளைப் பயன்படுத்தத் தொடங்கியிருந்தன; ஆகவே ஜே.ஆர்.டி. டாடா அவர்களும் தன் குழுமத்துக்குள்ளேயே தரவுச் செயலாக்க அமைப்பு (டேட்டா ப்ராசஸிங் யூனிட்) ஒன்றை அமைக்க முன்வந்தார்.

டாடா இரும்பு மற்றும் எஃகு நிறுவனம், (டிஸ்கோ, இப்போது டாடா ஸ்டீல்), மற்றும் டாடா இன்ஜினியரிங் மற்றும் லோகோ மொடிவ்ஸ் வர்க்ஸ் (டெல்கோ, இப்போது டாடா மோட்டார்ஸ்) ஆகிய நிறுவனங்கள், மிக அதிக அளவிலான தரவுகளைக் கையாள வேண்டிய நிலையில் இருந்தன. புதிதாக உருவாக்கப் பட்ட அணியில், டாடா அட்மினிஸ்ட்ரேட்டிவ் சர்வீஸ் (TAS) நிறுவனத்தை சேர்ந்தவர்களே நிரம்பியிருந்தனர், அவர்களுக் கெல்லாம் புதுத் துறையில் பயிற்சி அளிக்க வேண்டியிருந்தது. தேசிய ஆலோசனைக் கழகத்தின் புள்ளிவிவரயியல் கணித நிபுணர் யஷ் சாஹ்னி என்பவர், 1962ல் புது அணியின் மேற்பார்வையாளராகக் கொண்டுவரப்பட்டார்.

சாஹ்னி அவர்களின் கூற்றுப்படி, 'அந்த நாட்களில் 'யூனிட் ரெக்கார்ட் மெஷின்கள்' (துளையிடப்பட்ட அட்டைகளைக் கொண்டு தரவுகளைக் கையாளும் ஆரம்ப நிலைக்கருவி) வாங்குவதற்கு ஐ.பி.எம் நிறுவனத்துடன் பேச்சுவார்த்தைகள் நடத்தப்பட்டன; அந்த நேரத்தில் ஐ.பி.எம் தங்கள் கணினிகளை விலைக்கு விற்காமல், குத்தகைக்கு மட்டும்தான் வழங்கினர். எனவே அந்த அடிப்படையிலேயே அவை வாங்கிக்கொள்ளப் பட்டன'.

சாஹ்னியும் அவருடைய குழுவும் முதலில் டாடா தலைமை யகமான ‘பம்பாய் ஹவுஸ்’ல் செயல்பட்டது. அதன் பின் இராணுவ கடற்படை கட்டடத்துக்கு இடம் மாறியது. இறுதியில் பல்லார்ட் எஸ்டேட், என்ற தெற்கு மும்பை மாநகரில் உள்ள ஒரு வணிக மாவட்டத்தில் அவர்களுக்காக உருவாக்கப்பட்ட அலுவலகத்துக்குச் சென்று சேர்ந்தது. அந்தக் குழுவுக்கு அதுவரையிலும் பெயரிடப்பட்டிருக்கவில்லை; டாடா சன்ஸ் நிறுவனத்தின் ஒரு பிரிவாகவே செயல்பட்டுவந்தது. அனைத்து டாடா குழும நிறுவனங்களுக்குமான தரவு மேலாண்மை அலகு ஒன்றை அமைக்கவேண்டும் என்ற பொறுப்பு அவர்களுக்குத் தரப்பட்டிருந்தது. இந்த முயற்சியில் அப்போது டாடா சன்ஸ் நிறுவனத்தின் மொத்த முதலீடு சுமார் ரூ.50 லட்சம் ஆகும்.

ஆனால் ஒரு சிக்கல் ஏற்பட்டது. பெரும்பாலான டாடா குழும நிறுவனங்கள் தங்கள் தரவு மேலாண்மைப் பணியை இந்தப் புதிய அலகிடம் ஒப்படைக்க விரும்பவில்லை, அதற்குப் பதிலாக அந்தப் பணியை தங்கள் நிறுவனத்தினரைக்கொண்டே செய்து கொள்ள விரும்பினர். அதிகபட்சமாக, அவர்கள் புதிய குழுவிடம் தங்கள் பங்குதாரர்-கணக்கியல் வேலைகளை மட்டுமே ஒப்படைக்கத் தயாராக இருந்தனர், ஏனென்றால் அது அவர்களுக்கு மிகவும் சிக்கலானதாகவும் சட்டபூர்வ அனுமதி களைப் பெறவேண்டிய சுமைகளைக் கொண்டதாகவும் இருந்தது.

இந்த நேரத்தில் டாடா எலெக்ட்ரிக் நிறுவனம் ஒரே விதி விலக்காக இருந்தது. அதில் பெருமளவில் பொறியியலாளர்கள் நிறைந்திருந்ததாலோ என்னவோ புதிதாக ஆரம்பிக்கப்பட்ட தரவு மேலாண்மை அலகுக்கு மிகவும் அதி நவீன வேலைகளை வழங்கியது. துரதிர்ஷ்டவசமாக, இந்தப் புதிய முயற்சிக்குக் காரணமான கர்னல் சாஹ்னி, விரைவில் இறந்துவிட்டார். எனவே டாடா சன்ஸ் குழுமத்தில் இருந்த எந்தவொரு நிறுவனத்திலும் இந்தப் புது குழுவுக்குப் பரிந்துபேசுபவதற்கு எவரும் இல்லை.

உயரும் செலவினங்களைத் தாங்குவதற்காக, அந்த அலகு டாடா குழுமத்துக்கு வெளியே கடுமையாக வேலை வாய்ப்புகளைத் தேடி அலைந்தது. ஆனால் வெற்றியடைய வேண்டுமென்றால், ஒரு ‘மெயின் ஃபிரேம்’ கணிப்பொறி (பெருங்கணினி) தேவையாக இருந்தது. ஒரு மதிப்புமிக்க பிரிட்டிஷ் கம்பெனி எந்தக் கணினியை வாங்கவேண்டும் என்று ஆலோசனை கொடுக்கவே 10,000 பவுண்டுகள் ஆலோசனைக் கட்டணம்

தரவேண்டும் என்று சொன்னார்கள். அந்தத் திட்டம் நிராகரிக்கப் பட்டதில் எந்த ஆச்சரியமும் இல்லை.

எப்படியிருந்தாலும், 1964ல் தேர்ந்தெடுக்கப் பல வாய்ப்புகள் எதுவும் இருந்திருக்கவும் இல்லை. ஐ.பி.எம் அல்லது இந்திய சந்தையில் அதற்க்கு இரண்டாவதாக இருந்த ஒரு முன்னணி பிரிட்டிஷ் கணினி நிறுவனமான இன்டர்நேஷனல் கம்ப்யூட்டர் லிமிடெட் (ஐ.சி.எல்) என்ற இரண்டு நிறுவனங்களில் ஏதோ ஒன்றில் இருந்துதான் கணினியை வாங்கியாகவேண்டியிருந்தது. ஐ.சி.எல்லின் தொழில்நுட்பம் பழையதாகக் கருதப்பட்டது.

டாடா மோட்டார்ஸ் மற்றும் டாடா ஸ்டீல் உள்ளிட்ட பல டாடா சன்ஸ் நிறுவனங்கள் ஏற்கனவே ஐ.பி.எம் இயந்திரங்களைக் கொண்டிருந்ததால், ஐ.பி.எம் நிறுவனத்தின் கணினிகளை வாங்குவதென்பது எளிய, இயல்பான தீர்மானமாக இருந்தது. இறுதியில், இந்தக் குழு ஒரு ஐ.பி.எம் தரவு மையத்திலிருந்த IBM-1401 கணினியைக் குத்தகைக்கு எடுத்துக்கொண்டது. அந்நாட்களில் கணினி வன்பொருள்களின் பற்றாக்குறை இருந்ததால் ஐ.பி.எம்-க்கு இது மிகவும் இலாபகரமான வணிகமாக இருந்தது.

அதே நேரத்தில், இந்த அணியில் இன்னும் அதிகத் தகுதி வாய்ந்த, அறிவார்ந்த நபர்கள் நியமிக்கப்பட்டனர். அஷோக் மல்ஹோத்ரா, நிதின் படேல் போன்றோர் எம்.ஐ.டியிலிருந்து வந்தனர். பின்னர், லலித் கானோடியா, பிரவீன் காந்தி மற்றும் கணித நிபுணரான யஷ் சாஹ்னி போன்ற இளைஞர்களால் இன்னும் பலப்படுத்தப்பட்டது; இவர்கள் இளமைத் துடிப்பும் புதிய முயற்சிகளில் நாட்டமும் கொண்டவர்களாக இருந்தனர். பொறியியல், கணினி விஞ்ஞானம் மற்றும் செயல்பாட்டு ஆராய்ச்சி போன்ற துறைகளில் நிபுணத்துவத்தைக் கொண்டு சேர்த்தனர்.

இவ்வகையான முன்னணி பல்கலைக்கழகங்களில் இருந்து வந்த திறமைசாலிகளின் குழு அந்தக் காலகட்டத்தில் வேறு எந்த நிறுவனத்திலும் இருந்திருக்கவில்லை. 'டாடா இன்ஸ்டிடியூட் ஆஃப் சோஷியல் சயின்ஸ்' (TISS) நிறுவனத்தினர் ஆரம்ப வாடிக்கையாளர்களில் ஒருவராக அமைந்தனர்; இவர்களுக்கு ஒரு பெரிய ஆராய்ச்சி திட்டத்துக்காக, மாதிரி அமைப்பு, கேள்வி முறை, தரவு சேகரிப்பு மற்றும் பகுப்பாய்வு (sampling, design of questionnaires, data collection and analysis) ஆகியவற்றில்

மேன்மையான தொழில் நுட்ப ஆலோசனை தேவையாக இருந்தது.

தனியார் துறையிலிருந்து இன்னும் வேலை வாய்ப்புகள் எதுவும் வந்திருக்கவில்லை. ஆனால், அந்த அலகு ஆரம்பத்தில் இருந்தே சொந்தச் செலவுக்குத் தேவையான வருமானத்தைச் சம்பாதிக்கத் தொடங்கியிருந்தது. இந்தக் குழு ஒரு சிதறலான அமைப்பைக் கொண்டிருந்தது, மேலும் பல ஊழியர்கள் பல்வேறு டாடா நிறுவனங்களில் இருந்தே ஊதியங்களைப் பெற்றுக்கொண்டு இருந்தனர். 1966ல், இந்த அலகு முழுவதாக, டாடா சர்விசஸின் கீழ் கொண்டு வரப்பட்டு நரிமன் பாயின்ட்டில் உள்ள நிர்மல் கட்டடத்துக்கு மாற்றப்பட்டது; இது தெற்கு பாம்பேயில் கடற்கரையை ஒட்டிய ஒரு பகுதியாகும்; அப்போதுதான் மெள்ள வளர்சியடையத் தொடங்கியிருந்த அந்தப் பகுதி பின்னர் உலகிலேயே மிகவும் விலை மதிப்பு மிகுந்த வணிக மாவட்டங்களில் ஒன்றானது.

முளைவிடும் பருவத்தில் இருந்த டி.சி.எஸ், இந்தியாவின் முதல் வானளாவிய கட்டடமாகத் திகழ்ந்த நிர்மல் கட்டடத்தின் முதல் வாடகைதாரராக ஆனது. இதனிடையில், இந்தக் குழு தரவு மேலாண்மை இயந்திரங்களில் கணக்கு மற்றும் பதிவேட்டு வேலைகளை மிக சிறப்பாக செய்ததால், வாடிக்கையாளர்கள் இடையே நற்பெயரைப் பெற்றுவிட்டிருந்தது; அதன் விளைவாக, இதே சேவையைச் செய்து வந்த ஐ.பி.எம் நிறுவனத்திடமிருந்து வாடிக்கையாளர்களைத் தன்பக்கம் இழுக்க ஆரம்பித்திருந்தது.

1968ம் ஆண்டில், டி.சி.எஸ் இரண்டு IBM-1401 கணினிகளைக் குத்தகைக்கும், ஒரு ICL-1903 கணினியை விலைக்கும் வாங்கியது. அவை அனைத்தும் நிர்மல் கட்டடத்தின் எட்டாவது தளத்தில் அமைக்கப்பட்டன, அவற்றுக்கு Able-Baker-Charlie எனப் புனைப்பெயரிடப்பட்டன. அந்த இடம் டாடா கம்ப்யூட்டர் சென்டர் எனப் பெயரிடப்பட்டது. அதே கட்டடத்தின் ஒன்பதாவது மாடியில் நிர்வாக மற்றும் தொழில்நுட்ப ஆலோசனை ஊழியர்கள் இருந்தனர். அந்தக் காலத்திய கட்டடங்களைவிட அதிநவீனமாகவும், மற்ற பல அலுவலகங் களைப் பொறாமைப்படவைக்கும் வகையிலும் அபாரமாக இருந்தது. அந்த நேரத்தில் நிறுவனத்தின் மூலதனம் குறைவாக இருந்ததால், அந்த இரு மாடிகளும் வாடகைக்கே எடுக்கப்

பட்டிருந்தன; பின்னர் அவற்றை விலைக்கு வாங்கியதும் டி.சி.எஸ் நிறுவனத்தின் முதல் சொந்த அலுவலகமாக, வீடாக மாறியது.

முளைவிடத் தொடங்கியிருந்த இந்த நிறுவனத்தின் மீது டாடா நிர்வாகத்துக்கு மிகுந்த நம்பிக்கை இருந்தது. அதன் சாட்சியாக, இரண்டு ஆண்டுகளுக்கு பின்னர், இந்தியாவிலேயே வணிக செல்வாக்குள்ள, மிகவும் விரும்பத்தக்கதாக இருந்த ஏர்-இந்தியா கட்டடத்தில் இரண்டு மாடிகள் இந்த நிறுவனத்துக்காகக் கையகப்படுத்தப்பட்டன. இந்த இரு மாடிகள் அலுவலகத்தின் விஸ்தீரணத்தை மேலும் 20,000 சதுர அடிகள் கூட்டியதால், அந்த நேரத்தில் டாடா தலைமையிடமான பாம்பே ஹவுஸில் உயர் அதிகாரத்தில் இருந்த நிதித்துறை துரைகளின் புருவங்களை உயர்த்தி பல சந்தேகங்களை எழுப்பியது.

மிகத் தீவிரமான விற்பனை முயற்சிகள் முன்னெடுக்கப்பட்ட காலகட்டத்தில் டாடா கம்ப்யூட்டர் சென்டர் உருவாக்கப் பட்டிருந்தது. இதனால் வணிக வாய்ப்புகள் பெருகத் தொடங்கின. 1968ம் ஆண்டு தொடங்கி இந்த அலகு நிறைய வங்கியியல் வேலைகளை மேற்கொண்டது; பெரும்பாலும் கிளை நிறுவனங்களுக்கு இடையிலான வங்கியியல் கணக்குகள், ஊதியக் கணக்கு மற்றும் தலைமை அலுவலக கணக்குகள் போன்றவற்றை மேற்கொண்டது. 1970 தசாப்தத்தின் நடுப் பகுதியில், தில்லியிலும் மற்ற இடங்களிலும் இருந்த டாடா கம்ப்யூட்டர் சென்டர்களில் 500 தொழில் நுட்ப நிபுணர்கள் இருந்தனர். அந்த அலுவலகங்களில் IBM/ICL இயந்திரங்கள் பயன்படுத்தப்பட்டன.

அந்த நேரம் வரை, டாடா குழும நிறுவனங்களில் டாடா சன்ஸ் மிகக் குறைந்த பங்கையே கொண்டிருந்தது. மேலும் அதன் வருவாயில் இந்த நிறுவனங்களால் செலுத்தப்பட்ட பங்கு லாபத் தொகைகளே முக்கியமாக இருந்தன. வருவாய்களை அதிகரிக்க, 1968ல் டாடா தலைமை, குழுமத்தின் சில பிரிவுகளை, தனியாக வரவு-செலவுகளைச் செயல்படுத்தும் பிரிவுகளாக மறுசீரமைக்க முடிவு செய்தது.

டாடா கன்சல்டிங் இன்ஜினியர்ஸ், டாடா எகனாமிக் கன்சல்டிங் சர்வீசஸ், டாடா ஃபினான்ஷியல் சர்விசஸ், மற்றும் டாடா கன்சல்டன்சி சர்விசஸ் என நான்கு தனிப்பிரிவுகள் ஒரே நேரத்தில் உருவாக்கப்பட்டன. டாடா கம்ப்யூட்டர் சென்டர் என்பது

டி.சி.எஸ்ஸின் அங்கமானது; டாடா எலெக்ட்ரிக் நிறுவனத்தின் நிர்வாக இயக்குனரான பி.எம்.அகர்வாலா, (PMA என்று அழைக்கப்பட்டவர்) டி.சி.எஸ் இயக்குனராகக் கூடுதல் பொறுப்பேற்றார். அவர் ரூர்க்கீ பல்கலைக்கழகத்தில் பயிற்சி பெற்ற (இப்பொழுது ஐ.ஐ.டி-ரூர்க்கீ) இந்தியாவின் முதல் டெலிகாம் / எலெக்ட்ரானிக்ஸ் பொறியாளர்களில் ஒருவராக இருந்தார்; டாடா எலெக்ட்ரிக் நிறுவனத்துக்கு முன்னதாக இந்தியாவின் தபால், தந்தி மற்றும் தொலை தொடர்பு வாரியத்தின் தொழில்நுட்ப உறுப்பினராக இருந்தார்.

டி.சி.எஸ்ஸின் இளமைத்துடிப்பும் மிகுந்த திறமையும் வாய்ந்த அணியினர், வைல்ட் வெஸ்ட் பகுதிகளில் இருந்தவர்களைப் போல் கட்டுப்பாடு அற்றவர்களாகவும் கொந்தளிப்பான மனநிலை கொண்டவர்களாகவும் இருந்தனர். ஒவ்வொரு புதிய வணிக வாய்ப்பும் பெரும் பரவசத்தை உருவாக்கியது. ஒவ்வொரு வெற்றிகரமான விற்பனையும் நிர்மல் கட்டடத்தின் மொட்டை மாடியில் பீர் பானத்துடன், அட்டகாசமாகக் கொண்டாடப்பட்டது. ஒரு புது ஒப்பந்தத்தை வென்றால் அருகிலுள்ள திரையரங்குகள் ஒன்றில் பிற்பகல் திரைப்படம் பார்த்துக் களித்தனர். உற்சாகம் அதிகமாக இருந்தபோதிலும் பணப்புழக்கம் அப்படிச் சொல்லும்படியாக இருந்திருக்க வில்லை. அகர்வாலா உடனடியாக அந்த நிலைமையைப் புரிந்து கொண்டார்; நிலமையை ஒழுங்குபடுத்துவதற்காக 'தலைமை ஆசிரியர்' போல், ஒரு திறமையுள்ள கண்டிப்பு மிகுந்த மேலாளர் தேவை என்று தீர்மானித்தார்.

டாடா எலெக்ட்ரிக் துணைப் பொது மேலாளராக இருந்த சிறந்த தொழில்நுட்ப நிபுணரான ஃபகீர் சந்த் கோஹ்லியை அந்தப் பதவிக்குத் தேர்ந்தெடுத்தார். மின் உற்பத்தி மற்றும் பகிர்வை நிர்வகிக்கும் தலைமை மின் நிர்வாகியாக இருந்த அவர், பம்பாய் நகரத்தின் முழு மின்சார விநியோகச் செயல்பாடுகளை நிர்வகித்துவந்தார். கோஹ்லி முழு நகரத்துக்குமான மின்சார அமைப்பைக் கட்டுப்பாட்டில் வைத்திருந்தால், நிர்மல் கட்டடத்தில் இருந்த கட்டுக்கடங்காத கும்பலையும் நிச்சயமாகக் கட்டுப்படுத்த முடியும் என்று அகர்வாலா ஒருவேளை நினைத்திருக்கலாம். மேலும், கணினிகள் பற்றியும் கோஹ்லி நன்கு அறிந்திருந்தார் என்பதும் ஒரு சாதகமான காரணமாக இருக்கலாம். ஆனால் ஒரே ஒரு பிரச்னை இருந்தது. அன்றைய காலகட்டத்தில் மிகுந்த மதிப்புடன் பார்க்கப்பட்ட டாடா

எலெக்ட்ரிக் நிறுவனத்தின் தலைமைப்பதவியை அடைவதே கோஹ்லியின் லட்சியமாக இருந்ததால், அங்கிருந்து டி.சி.எஸ்ஸுக்கு வருவதில் அவருக்கு விருப்பமில்லை.

ஆனால் அகர்வாலாவின் தீர்மானமே வெற்றிபெற்றது. கோஹ்லி மிகுந்த தயக்கங்களுடன் இருந்தபோதிலும் 1969ம் ஆண்டு டி.சி.எஸ் பொது மேலாளராக இணைவதற்கு சம்மதிக்கவைக்கப் பட்டார். இந்தப் பதவி அவருக்காகவே விசேஷமாக உருவாக்கப் பட்டது. புதிய சூழலுக்குப் பழக அவருக்கு ஆறு மாதங்கள் ஆயின. அவர் தொழில்நுட்பக் கையேடுகளை தன் வீட்டில் விழுந்து விழுந்து படித்து புதிய தொழில்நுட்பத்துடன் நல்ல பரிச்சயத்தை உருவாகிக்கொண்டார். அலுவலகத்தில் அவருக்குக் கீழ் பணி புரிந்தவர்களின் பெருமதிப்பையும் பெற்றார். இது எனக்கு ஒரு முக்கிய பாடமானது: ஒரு தலைவர், தான் நிர்வகிக்கும் தொழில்நுட்பச் சூழலை முற்றிலும் நன்கு அறிந்திருக்க வேண்டும்.

இறுதியாக, கோஹ்லி தனது புதிய அணியுடன் முழுமையாக ஒருங்கிணையத் தொடங்கினார்; புதிய விற்பனை வழிமுறைகள் உருவாக ஆரம்பித்தன. அரசும், தனியார் நிறுவனங்களும் தரவுச் செயலாக்கத்தில் ஆர்வம் காட்டவில்லை. எனவே, டி.சி.எஸ் குழு தங்களை ஒரு வணிக நிர்வாக ஆலோசனை நிறுவனமாக நிலைநிறுத்திக்கொள்ள ஆரம்பித்தது. இந்தப் புதிய யுக்தி, பல வணிக வாய்ப்புகளைப் பெற்றுத் தந்தது: வாடிக்கையாளருக்குப் புதிய தொழில்நுட்பத்தில் சிறிது ஆர்வம் ஏற்பட்டதும், திறமையான நிர்வாகத்தை முன்னெடுக்க தானியங்கி மற்றும் மின்னணு தரவு செயலாக்கப் பணியைத் தமது நிறுவனத்தில் அமலாக்கும்படி ஊக்குவிக்கப்பட்டார்கள். தரவுச் செயலாக்கப் பணிகளைப் பெறுவதற்கான இந்த அணுகுமுறை, தலையைச் சுற்றி மூக்கைத் தொடுவதுபோல் இருந்தது. ஆனால் அன்றைய காலகட்டத்தில் அது அவசியமாக இருந்தது; அனைத்துத் தரவுகளையும் கைப்படி எழுதி பதிவு செய்துகொள்ளும் வழிமுறையே இருந்ததால், கணினிகள் மூலமான தானியங்கி முறைகளின் முக்கியத்துவம் போதிய அளவுக்குப் புரிந்து கொள்ளப்படவில்லை. விசித்திரமாக, டி.சி.எஸ் நிறுவனம் தரவு செயலாக்கப் பணிகளில் தொடங்கி நிர்வாக மேலாண்மை ஆலோசகராக மாறத் தொடங்கியிருந்தது. அதே நேரத்தில், நேர்மாறாக, மேற்கத்திய மேலாண்மை ஆலோசனை

நிறுவனங்களோ தரவுச் செயலாக்கம் சார்ந்த தகவலியல் சேவைகளில் ஈடுபட ஆரம்பித்திருந்தன!

டி.சி.எஸ்ஸில் ஓரளவுக்குத் தன்னை நிலைப்படுத்திக் கொண்டதும் கோஹ்லி, கணினிப் பயன்பாடு இந்தியாவில் அதிகரிக்கவேண்டுமென்றால், இளமைத் துடிப்பும் நல்ல கல்விப் பின்புலமும் உள்ள இளைய தலைமுறை அந்தத் துறையில் வளர்த்தெடுக்கப்படவேண்டும் என்று முடிவு செய்தார். இந்தியாவில் படித்த இளைஞர்களின் எண்ணிக்கை மிக மிக அதிகமாகவே இருந்தது. கோஹ்லி ஐ.ஐ.டி மையங்களுக்குச் சென்று வகுப்புகள் எடுப்பது வழக்கம். எனவே அவற்றுடன் அவருக்கு நல்ல நட்புறவு இருந்தது. அதைப் பயன்படுத்தி அவர் மிகச் சிறந்த, பிரகாசமான இளம் பொறியியல் பட்டதாரிகளை தனது நிறுவனத்தில் நியமிக்கத் தொடங்கினார்.

டி.சி.எஸ் 1968ல் உருவாக்கப்பட்ட போது, இந்தியப் பல்கலைக் கழகங்களில் தகவல் தொழில்நுட்பத்துறை (ஐ.டி) பிரிவுகள் தனியாக இருந்திருக்கவில்லை; இந்தியாவில் இருந்த மின்சார மற்றும் மின்னணு பொறியியல் பட்டதாரிகள் இந்தப் புதிய கணினி அறிவியல் துறையில் ஆர்வம் கொண்டிருந்தால், வெளிநாடு சென்றுதான் பட்டப்படிப்பைப் பெறுவார்கள். ஐ.ஐ.டி- கான்பூரில் கணினி அறிவியலில் முதுகலைப் பட்டம் படித்து வந்த முதல் தொகுதி மாணவர்களில் பெரும் பான்மையினர் கோஹ்லியால் டி.சி.எஸ் நிறுவனத்தில் சேர்த்துக் கொள்ளப்பட்டனர்; பிற ஆரம்பகட்ட ஐ.ஐ.டி-கான்பூர் பட்டதாரிகள் இந்தியாவின் மற்ற ஐ.டி தொழில்நுட்பத் துறையில் ஸ்டார்ட்-அப் நிறுவனங்களை நிறுவினர்.

ஐ.ஐ.டி-கான்பூர் இந்தியாவின் முதன்மையான தொழில்நுட்ப நிறுவனங்களில் ஒன்றாகவும், கணினி அறிவியலுக்கான முனைவர் பட்டப் படிப்புகளை அறிமுகப்படுத்தியதில் முதலாகவும் உள்ளது (ஆனால் அந்த நேரத்தில் அது மின் பொறியியல் துறையின் கீழ்தான் இருந்தது).

அந்த ஆரம்ப நாட்களில் டி.சி.எஸ், அமெரிக்காவின் சிலிகான் வேலியின் ஸ்டார்ட்-அப் நிறுவனம் போல் இருந்தது. இந்தியாவின் மிகப் பிரகாசமான நபர்களைக் கொண்ட ஒரு குழுவாக, மற்றோரால் திணிக்கப்பட்ட திட்டங்கள் எதுவும் இல்லாமல் இருந்தது. டாடா சன்ஸின் ஒரு சிறு பிரிவாக

இருந்ததினால் தனியான வரவு செலவுக் கணக்கு அறிக்கைகள் உருவாக்கிகொள்ளும் அவசியம் இல்லாமல் இருந்தது.

டி.சி.எஸ்ஸுக்கு மேலாண்மை ஆலோசனைப் பணிகளில் ஈடுபடுவது பெரும் சுமையாக மாற ஆரம்பித்தது. இந்துஸ்தான் ஏரோநாட்டிக்ஸ் லிமிடெட் (HAL) போன்ற அரசாங்க நிறுவனங்களுடன் இணைந்து பணியாற்றவேண்டியிருந்தது. இலகுவான போர் விமானங்களுக்கான தயாரிப்புத் திட்டமிடல் மற்றும் கட்டுப்பாட்டு அமைப்புகள் சார்ந்த ஆலோசனைகளை வழங்க வேண்டியிருந்தது. இவை மிகவும் சிக்கலான பணிகளாகவும் அதேநேரம் டி.சி.எஸ்ஸின் வலுவான நிபுணத்துவத்தின் சான்றாகவும் விளங்கின.

அமெரிக்காவின் ஜார்ஜ் மேசன் பல்கலைக்கழகத்தின் துணையுடன், ஒரு பெரிய பொறியியல் அமைப்பு மற்றும் சைபர்நெட்டிக்ஸ் செயல்பாடு ஆகியவை அமைக்கப்பட்டன. இதற்கான பயிற்சிகள் எல்லாம் அமெரிக்காவில் போர்க்கள யுக்திகளை விளையாட்டுரீதியில் (war games) பயிற்றுவிக்கும் பொய்தோற்றப் பயிற்சி (simulation) பாணியில் இருந்தன; சமூகப் பிரச்னைகளைத் தீர்ப்பதற்காக இதே வழிமுறைகளைப் பலவேறு மாற்றங்களுக்கு உட்படுத்திக் கையாளுவதே டி.சி.எஸ்ஸின் இலக்கானது. பின்னர் ஹைதராபாத்தில் ஒரு மையம் இந்த சேவைகளுக்காக அமைக்கப்பட்டது.

டி.சி.எஸ் ஆரம்பத்தில் பணி செய்த நிறுவனங்களில் ஒன்று தில்லி மேம்பாட்டு ஆணையம்; சமுதாய நலனில் கவனம் செலுத்துவதற்காக அவர்களது அமைப்பை கார்ப்பரேட் நிறுவனமயமாக்குவதில் உதவியது. இதேபோன்ற வேலை இந்திய அணுசக்தி நிறுவனம் ஒரு பொதுத்துறை நிறுவனமாக உருவான போதும் டி.சி.எஸ்ஸால் செய்துதரப்பட்டது. டி.சி.எஸ் வடகிழக்கு மாநிலங்களில் பணிபுரிந்து, அரசாங்க உதவிகள் மக்களிடையே ஏன் முறையாகச் சென்றடையவில்லை என்பதைப் புரிந்துகொள்ளவும் உதவியது.

வணிக மேலாண்மை ஆலோசனைப் பணிகள் எங்களின் அறிவார்ந்த தலைமையை வலுவாக நிறுவியதோடு, டி.சி.எஸ் தன்னை ஒரு சிந்தனைத் தலைமை நிறுவனமாக நிலைநாட்ட உதவியது.

1974ம் ஆண்டு கோஹ்லி பொது மேலாளராகவே இருந்தபோது, அகர்வாலா நோயால் பாதிக்கப்பட்டு, தன் வீட்டிலிருந்தே

பணியாற்ற வேண்டியிருந்தது. துரதிருஷ்டவசமாக அவர் சில மாதங்களுக்குப் பின்னர் நோயிலிருந்து மீளாமல் இறந்து விட்டார். அதே ஆண்டில் டி.சி.எஸ்ஸின் தற்காலிக இயக்குனராக கோஹ்லி பதவி ஏற்றார். அவர் டி.சி.எஸ் 'கன்சல்டன்சி கமிட்டிக்கு' டி.சி.எஸ் தொடர்பான விவரங்கள், தீர்மானங்கள் ஆகியவற்றை சமர்ப்பித்தார். அந்த கமிட்டியின் உறுப்பினர்களாக டாடா சன்ஸ் இயக்குநர்களான ஏ.பி. பில்லிமோரியா, ஃப்ரெடி மேத்தா மற்றும் நானி பல்கிவாலா (கமிட்டியின் தலைவர்) ஆகியோர் இருந்தனர்.

முதன் முறையாக கோஹ்லி இப்போது டி.சி.எஸ்ஸின் வருங்காலத் திட்டங்களைத் முன்னெடுக்கும் நிலமையில் இருந்தார். பொது மேலாளராக இருந்து, விரைவாக இயக்குனராகப் பொறுப்பு ஏற்பது ஒரு பெரிய பாய்ச்சலாக இருந்தது. ஒருவேளை அகர்வாலா நோயால் பீடிக்கப்படாமல் இயல்பான வாழ்க்கையை முழுவதுமாக வாழ்ந்திருந்தால், கோஹ்லி டாடா எலெக்ட்ரிக் நிறுவனத்துக்கே திரும்பியும் இருக்கலாம்.

ஆரம்பத்தில் தயங்கினாலும், வளர்ந்து வரும் துறையில் ஒரு புதிய நிறுவனத்தை உருவாக்கி, செல்வாக்கு செலுத்தி, வடிவமைத்தது என்பது கோஹ்லிக்கு ஓர் ஆர்வமான சவாலாக அமைந்தது. தானியங்கல் மற்றும் கணினிமயமாக்கல் துறைக்கு அதிக வணிகவாய்ப்புகள் உருவாகத் தொடங்கியிருந்தது. அதோடு, தலைமை தாங்குவதற்கான வாய்ப்பும் கிடைத்ததால் டாடா எலெக்ட்ரிக் நிறுவனத்துக்குத் திரும்புவதற்கு பதிலாக டி.சி.எஸ் நிறுவனத்திலேயே தொடர்ந்து பணிபுரிய கோஹ்லி முடிவெடுத்திருக்கக்கூடும்.

மாசாசூசெட்ஸ் இன்ஸ்டிடியூட் ஆப் டெக்னாலஜி (எம்.ஐ.டி) மையத்திலிருந்து மின் பொறியியல் பட்டம் பெற்றவரான கோஹ்லி, சிறந்த தொலைநோக்குப் பார்வை கொண்டவராக ஏற்கெனவே புகழ் பெற்றிருந்தார். டாடா பவர் நிறுவனத்தில் அவரது ஆரம்ப சாதனைகளில் ஒன்றாக, கட்டுப்பாட்டு அமைப்பு முறைமைகளை திறம்பட உபயோகித்து, பம்பாய் மாநகரத்துக்கு சீராக மின்சாரத்தை விநியோகம் செய்ததை ஒரு எடுத்துக் காட்டாகச் சொல்லலாம். டாடா எலெக்ட்ரிக் நிறுவனத்தில் அவர் பொறியியல் மற்றும் மேலாண்மை துறைசார்ந்த உயர்நிலை நுட்பங்களை அறிமுகப்படுத்தினார்; மேலும் மின் ஆற்றல்

அமைப்பின் வடிவமைப்பு மற்றும் கட்டுப்பாட்டுக்கு டிஜிட்டல் கணினிகளைக் கணிசமான அளவுக்குப் பயன்படுத்தினார்.

1968ல், அமெரிக்காவிலுள்ள நான்கு மின்-விநியோக நிறுவனங் களைத் தவிர பிற எல்லாவற்றுக்கும் மேலாக, டாடா எலெக்ட்ரிக் நிறுவனம் அதன் மின் விநியோக செயல்பாடுகளைக் கட்டுப் படுத்த வெஸ்டிங்ஹவுஸ் கணினியை நிறுவியது; இதில் மஹாராஷ்டிர மாநில மின்சக்தி வாரியத்தின் தாராப்பூர் அணு மின் நிலையம், கொய்னா நீர் மின் நிலையம், வேறு மூன்று நீர் மின் நிலையங்கள், அனல் மின்நிலையங்கள் ஆகியவற்றிலிருந்து கிடைத்த மின்சாரம் தொகுக்கப்பட்டு மின் ஆற்றல் விநியோகம் நடந்தது.

மின்சார விநியோகத்தைத் திறம்பட வழங்குவதில், தொடர் கண்காணிப்பும் கட்டுப்படுத்தும் வழிமுறைகளும் அதி முக்கிய மானவை என்று கோஹ்லி புரிந்துகொண்டிருந்தார். தொழில் நுட்பத்தின் சக்தியை அவர் மிக தெளிவாகப் புரிந்துகொண்டார்.

மேற்கத்திய நாடுகளில் தொடங்கியிருந்த கணினிப் புரட்சியில் இந்தியாவும் பங்கேற்கவேண்டும் என்று கோஹ்லி விரும்பினார். அவர் மின் பொறியியல் பட்டம் பெற்றிருந்தார்; எம்.ஐ.டியில் பயிற்சி பெற்றிருந்தார். தொழில்நுட்பம் தொடர்பான புத்தகங்கள் மீது அவருக்கு ஆர்வம் இருந்தன. இவையெல்லாம் சேர்ந்து, இந்தியாவில் புதிய விஷயங்களை முயற்சி செய்வதற்கும் வணிக மதிப்பை உருவாக்குவதற்கும் அவருக்கு உத்வேகத்தைத் தந்தன.

ஒருவேளை கோஹ்லி, டாடா எலெக்ட்ரிக் நிறுவனத்திலேயே நீடித்திருந்தால் என்ன நடந்திருக்கும் என்று நான் அடிக்கடி யோசிப்பதுண்டு. புதிய தொழில்நுட்பங்களைப் பயன்படுத்துவ தற்கான ஆர்வமும் உற்சாகமும் இருந்ததால், அவரால் மின்சக்தி துறையில் மின் ஆற்றலை உற்பத்தி செய்து சீராக விநியோகம் செய்வதில் பெரிய மாற்றங்களை ஏற்படுத்தி இருக்கலாம்.

அவர் தகவல் தொழில்நுட்பத் துறைக்கு வழங்கிய அனைத்தையும் மின் உற்பத்தித் துறைக்கு அளித்திருப்பார். இந்திய அரசாங்கத்தின் 2012-க்குள் 'அனைவருக்கும் மின்சாரம்' என்ற குறிக்கோளைப் பூர்த்திசெய்திருக்கக்கூடிய திறமை சாலிகளின் பெரிய குழுவை அவர் உருவாக்கியிருப்பார். துரதிருஷ்டவசமாக இன்று, இதுபோன்ற துறைகளில், தீவிரமாகச் செயல்படும் நல்ல பணியாளர்கள் மற்றும் தலைவர்களின் பெரும் பற்றாக்குறை உள்ளது.

நான் டி.சி.எஸ்ஸில் சேர்ந்த கதை

1969ல் UCLAவில் கணினி அறிவியல் துறையில் முதுகலைப் பாடம் படிப்பதற்கு அமெரிக்காவுக்குப் போகமுடிந்த அதிர்ஷ்ட சாலியாக இருந்தேன். பட்டம் பெற்றவுடன், NCR நிறுவனத்தில் 'ஆய்ந்தறியும் கணிப்பொறி நிரலாளராக' (Diagnostic Programmer) சேர்ந்தேன்.

அந்த நிறுவனத்தில் பல விஷயங்களை நன்கு கற்றுக்கொள்ள வாய்ப்பு கிடைத்தது. அந்த அடிப்படையில் அந்தப் பணி எனக்கு மிகவும் பிடித்திருந்தது. என் அலுவலகம் ஹாதார்ண் பகுதியிலும், வீடு லாஸ் ஏஞ்சல்ஸிலும் இருந்ததால், மிக அதிகாலையில் எழுந்தேன்; எல்லோருக்கும் முன்பாக அலுவலகத்துக்குச் சென்றுவிடுவேன். ஏனென்றால் பிற பணியாளர்கள் வருவதற்கு முன்பாக கணினி மூலமான ஆய்ந்து கண்டறியும் நடை முறைகளை இயக்கவேண்டியிருந்தது.

ஆயினும், விரைவில், நான் அமெரிக்காவில் தொடர்ந்து வேலை பார்ப்பதா இந்தியாவுக்கு திரும்புவதா என்ற குழப்பம் உண்டானது. அமெரிக்காவில் வேலை கிடைத்த என் சமகாலத் தவர்களில் பலர் அங்கேயே தங்க முடிவு செய்திருந்தனர்; ஆனால், தொழில்சார்பாகவும், தனிப்பட்ட காரணங்களுக்காகவும், சில ஆண்டுகளுக்குப் பிறகு இந்தியாவுக்குத் திரும்ப முடிவு செய்தேன். நான்தான் என் குடும்பத்தில் முதலாக அமெரிக்காவுக்குச் சென்று கல்வி பெற்றவன். செல்வச் செழிப்பான தொழில் வாழ்க்கையை விட்டுவிட்டு இந்தியா திரும்பத் தீர்மானித்த முதல் ஆளும் நானே.

சொந்த வாழ்க்கை தொடர்பான விஷயம் என்று பார்த்தால் என் பெற்றோர் எனக்கு ஒரு அழகான, இளம் மணமகளைத் தேர்ந்தெடுத்திருந்தார்கள்; தொழில்சார்பாக, இந்தியாவிலேயே மிகவும் மதிப்புமிக்க தொழிற்துறை குழுமமான டாடா சன்ஸின் ஒரு பிரிவாகிய டி.சி.எஸ்ஸில் சேர வாய்ப்பு எனக்கு கிடைத்தது. இது ஒரு கடினமான தீர்மானமாக இருந்தது, ஆனால், அந்த நாட்களில் டாடா குழுமத்தில் ஒரு வேலை வாய்ப்பு என்பது அமெரிக்க வேலையைவிட சிறந்ததாகக் கருதப்பட்டது.

அந்த நாட்களில், தரமான கல்வி பெறவேண்டுமானால் அமெரிக்காதான் ஒரே இலக்காக இருந்தது. எனினும், அரசியல் ரீதியாக, சுதந்திரத்துக்குப் பிந்தைய ஆண்டுகளில் இந்தியா தன்

கூட்டாளியாகக் கருதிய சோவியத் யூனியன் பக்கம் அதிகமாகச் சாய்ந்துவிட்டிருந்தது. சோவியத் சோசலிச சமூக அமைப்பின் மீது ஜவஹர்லால் நேரு கொண்டிருந்த ஆர்வத்தினால் மேற்குலகில் அவர் மீது சந்தேகங்கள் இருந்தன. எனவே, அமெரிக்காவுடனான இந்திய அரசியல் உறவுகள் நிச்சயமற்றதாகவே இருந்தன. எனினும், பெருங்கணினி மற்றும் சிறு கணினித் துறையில் நடந்த புரட்சியை அமெரிக்கா முன்னெடுத்துச் சென்றதால் இரு நாடுகளின் வணிக சமூகங்களுக்கிடையிலான உறவு பலப்படத் தொடங்கியது.

அமெரிக்கா புதிய கண்டுபிடிப்புகளின் பூமியாக இருந்தது; அதன் மிகச் சிறந்த நிறுவனங்களில் ஒன்றில், மிக உயர்ந்த கல்வியை பெறும் பாக்கியம் எனக்குக் கிடைத்திருந்தது. நான் தாயகம் திரும்பி இந்தியாவில் என் எதிர்காலத்தை உருவாக்க இது மிகப் பெரிய சாதகமான அம்சமாக இருக்கும் என்று உணர்ந்தேன். இந்தியாவில் நான் முன்பு எவரும் செய்யாததைச் சாதிக்கமுடியும். யாரும் பயணித்திராத பாதையில் பயணம் மேற்கொள்வதும், மேற்கில் கற்றுக்கொண்டவற்றை இங்கு பயன்படுத்துவதும் என்னை மிகவும் உற்சாகப்படுத்தியது. டாடா நிறுவனத்தில் ஒரு வேலை கிடைத்தது என்பது, என் தீர்மானத்துக்கு மேலும் வலுச் சேர்த்தது.

நான் 1972ம் ஆண்டு மார்ச் மாதத்தில் டி.சி.எஸ்ஸில் உதவி கணிப்பொறி அமைப்பு நிரலர் மற்றும் ஆய்வாளராக (Assistant Systems Programmer and Analyst) சேர்ந்தேன். எனது தொழில் வாழ்க்கை சார்ந்தும் சொந்த வாழ்க்கை சார்ந்தும் இது ஒரு முக்கியமான தீர்மானமாக அமைந்தது. மாதத்துக்கு 1,000 ரூபாய் சம்பளம். 1972ல் அயல்நாட்டு நாணயப் பரிமாற்ற விகிதம் ஒரு டாலருக்கு சுமார் 7.60 ரூபாய் என்ற ரீதியில், வருடத்துக்கு 1,600 அமெரிக்க டாலர். நான் அமெரிக்காவில் NCR நிறுவனத்தில் பெற்ற வருடாந்திர சம்பளமான 12,000 அமெரிக்க டாலரோடு ஒப்பிட்டால் மலைக்கும் மடுவுக்குமான வித்தியாசம்.

மற்ற டி.சி.எஸ் பணியாளர்களைப் போலவே, டி.சி.எஸ் வேலையின் மூலமாக, நவீனத் தொழில்நுட்பங்களை நம் மக்களுக்குப் பயிற்றுவிக்கவும் எதிர்காலத்தில் ஒரு நாள் இந்திய வணிகச் சந்தைகள் தயாராகும்போது தேவைப்படும் புதிய தொழில்நுட்பங்களைக் கிடைக்கவைக்கவும் கிடைத்த ஒரு வாய்ப்பாகக் கருதினேன். எதிர்காலத்துக்குத் தேவைப்படும்

ஏதாவது ஒன்றை உருவாக்க வேண்டும் என்ற பெரிய சிந்தனையே அப்போது எங்களுக்கு இருந்தது. டாடா குழுமத்தின் ரத்தத்தில் ஊறியிருந்த விஷயம் அது.

டி.சி.எஸ்ஸின் வரலாற்றைத் திரும்பிப் பார்க்கும்போதும் டாடாவின் முன்னோடிகள் என்ன அடிப்படை இலக்கைக் கொண்டிருந்தார்கள் என்பதை யோசித்துப் பார்க்கும்போதும் ஒரு விஷயம் நன்கு புலனாகிறது. எதிர்கால நலனில் அக்கறை கொள்வது, நிபுணர் குழுவை வளர்த்தெடுப்பது ஆகியவையே டாடா குழுமத்தின் அடிப்படைக் குறிக்கோள்களாக இருந்து வந்திருக்கின்றன. டாடா குழுமத்தின் அந்த 138 ஆண்டு கால பாரம்பரிய இலக்கோடு டி.சி.எஸ்ஸின் இலக்கு மிகுந்த ஒத்திசைவுடன் இருந்தது புரிகிறது.

ஜம்ஷேட்ஜி நஸ்ஸர்வான்ஜி டாடா, மத்திய இந்திய நூற்பு, நெசவு மற்றும் உற்பத்தி நிறுவனத்தை 1874ல் அமைத்து, டாடா குழுமத்தின் நெசவுத் துறைப் பிரிவைத் தொடங்கினார். 1874 முதல் 1904 வரை அவர் எஃகு, மின்சாரம், மற்றும் ஹோட்டல்கள் ஆகிய துறைகளிலும் ஈடுப்பட்டார். ஒரு தேசியவாதியான அவர் இந்தியா உண்மையிலேயே சுதந்தர தேசமாக வேண்டுமென்றால், ஒரு வலுவான தொழிற்துறை அடிப்படைத்தளம் அத்தியாவசியம் என்று நம்பினார்.

அதே நேரத்தில் டாடா குழுமம், பல தொழில்துறை நடை முறைகளை முன்னோடியாக இருந்து நடைமுறைப்படுத்தி உள்ளது; எட்டு மணி நேர வேலை, இலவச மருத்துவ உதவி, தொழிலாளர்களின் குழந்தைகளுக்கான கல்வி வசதிகள், ஊதியத்துடன் விடுப்புகள், மற்றும் தொழிலாளர்களின் சேம நல நிதித் திட்டங்கள் போன்று டாடா குழுமம் முன்னெடுத்த பல விஷயங்கள் தொழில்துறையின் அடிப்படை அம்சங்களாக இன்று ஆகிவிட்டிருக்கின்றன.

டி.சி.எஸ் நிறுவனம் ஆதி காலத்திலிருந்தே மிகவும் திறமை வாய்ந்த வல்லுநர்கள் நிறைந்த நிறுவனமாக இருந்து வருகிறது. ஊழியர்களின் கற்றல் மற்றும் தொழில்முறை நல்வாழ்வை மேன்படுத்துதல் ஆகியவையெல்லாம் நிறுவனத்தின் முக்கிய வலிமையாகவும் ஆதாரக் கோட்பாடாகவும் திகழ்கின்றன. நவீன கணினி, தகவல் தொழில்நுட்பம் என்பது சாதனைகளுக்கான புதிய களம் என்பதையும் அதில் ஈடுபடுவது கடந்த காலத்தில் எஃகு மற்றும் மின்சக்தி துறைகளில் நுழைந்ததைவிட மிக

அதிகமான பலன்களைத் தரும் என்பதையும் புரிந்து கொண்டிருந்தோம்.

டி.சி.எஸ்ஸில் நான் சேர்ந்ததென்பது ஒருவகையில் சூதாட்டம் போன்றதுதான். ஏனென்றால் எனக்கு அமெரிக்காவில் மிக மிக அதிக சம்பளத்தில் வேலை கிடைத்திருந்தது. அதைவிட்டுவிட்டு இந்தியாவில் குறைவான சம்பளத்தில் ஒரு வேலையில் சேர்வதென்பது அபாயகரமான முடிவுதான். ஆனால், என் வாழ்க்கையில் இப்படியான சவாலான முடிவுகளை எடுக்க ஆரம்பித்திருந்தேன். எல்லாம் சரியாக நடக்கும்போதே, நேரம் சரியாக இருக்கும்போதே ஒரு இடத்தை விட்டு அகன்றுவிட வேண்டும்; நிலைமை மோசமாகும்வரை காத்திருக்கக்கூடாது என்பது என்னுடைய நம்பிக்கை. எதிலுமே நேரம், காலம் என்பது மிகவும் முக்கியம். வசதியான இடத்திலேயே முடங்கி இருப்பதைவிட புதிய சவாலான விஷயங்களைச் செய்து பார்ப்பது நல்லது என்று உறுதியாக நம்பினேன்.

வரலாற்று அடிப்படையில் பார்த்தால், டி.சி.எஸ் நிறுவனம் தகவல் தொழில்நுட்பத் துறையில் முன்னோடியாகச் செய்த புரட்சிகரமான சாதனைகள் அனைத்தின் அடிநாதமாக இந்தச் சிந்தனையே இருப்பதை ஒருவர் புரிந்துகொள்ளமுடியும். டி.சி.எஸ் முற்றிலும் புதிய தொழில்நுட்பங்களை இறக்குமதி செய்து புதிய பாதையை உருவாக்கிப் பயணம் செய்தது. பின்னர் இந்தியாவையும் இந்திய நிறுவனங்களின் திறமைகளையும் பற்றி மேற்கத்திய நாடுகள் சற்றும் அறியாத அல்லது மிகவும் குறைவாகவே தெரிந்துவைத்திருந்த காலகட்டத்தில் மேற்குலகில் டி.சி.எஸ் மகத்தான சாதனைகளை நிகழ்த்தியது.

கோஹ்லியுடன் வேலை செய்தல்

நான் டி.சி.எஸ்ஸில் சேர்வதற்கு முன்பாக என் வழிகாட்டி எஃப்.சி. கோஹ்லியைப்பற்றி எனக்கு எதுவும் தெரிந்திருக்க வில்லை. அந்த நேரத்தில் கோஹ்லி ஆட்சேர்ப்பு முயற்சிகளில் தீவிரமாக ஈடுபட்டிருந்ததால் ஒவ்வொரு புதிய பணியாளரையும் நேரில் சந்தித்துப் பேசுவார்.

பல புதிய இளம் பொறியியலாளர்கள் கோஹ்லியிடம் அணுகவோ பேசவோ பயப்படுவார்கள், ஏனென்றால் அவர் ஒரு கறாரான எஜமானர் என்று பெயர் பெற்றிருந்தார். ஆனால் கோஹ்லியைப் பற்றிக் கொஞ்சம் தெரிந்துகொள்ள ஆரம்பித்த

போதும், எங்கள் ஆரம்பத் தடுமாற்றம் மறைந்துவிட்டது. அவர் மிகவும் வெளிப்படையாக நடந்துகொள்ளக்கூடியவர்; விஷயங் களைச் சட்டென்று புரிந்துகொள்ளும் ஆற்றல் கொண்டவர் என்பதெல்லாம் எங்களுக்குச் சீக்கிரமே புரியவந்தது.

எது சரி, எது சரியல்ல என்பதையெல்லாம் அவர் பட்டென்று முகத்துக்கு நேராகவே கூறிவிடுவார். நீங்கள் சொல்வதுதான் சரி என்று உங்களுக்கு உறுதியாகத் தெரிந்திருந்தால் அவர் சொல்வதை நீங்கள் மறுத்தும் பேசமுடியும். அதை அவர் மதித்து ஏற்றுக்கொள்வார். மிகவும் கறாரான அவரை எப்படி நான் எளிதில் சமாளிக்கிறேன் என்று என் சக ஊழியர் ஒருவர் வியந்து கேட்டிருக்கிறார். ஒருவர் அவரை 'இரக்கமுள்ள சர்வாதி காரிதான். சில நேரங்களில் அவ்வளவு இரக்கத்துடன் இருக்கவும் மாட்டார்' என்று வருணித்தார். கோஹ்லி பொறுமையற்றவ ராகவும், கறாரானவராகவும் பெயர் பெற்றிருந்தாலும், பின்னர் நான் புரிந்துகொண்டபடி, அவர் ஒரு மென்மையான இதயத்தையும் கொண்டிருந்தார்.

வாடிக்கையாளர்களுக்குக் குறைவாக வாக்குறுதி கொடுத்து மிக அதிகமாகச் செய்து கொடுக்கவேண்டும் என்பது அவர் எனக்குக் கற்றுக் கொடுத்த முக்கியமான விஷயமாகும். மேலும், நீங்கள் கடுமையாக உழைக்கத் தயாராக இருந்தால் உங்கள் முயற்சிகளில் வெற்றிபெற அவர் எப்போதும் உதவத் தயாராக இருப்பதையும் தெரிந்துகொண்டேன். வாடிக்கையாளர் கொடுத்திருக்கும் காலக் கெடுவுக்குள் வேலையை முடித்தாகவேண்டுமென்று நான் பலமுறை அதிகாலை 4.30 மணி முதல் இரவில் 11.30 மணி வரை வேலை செய்த நாட்களும் உண்டு. இந்த மாதிரியான சந்தர்ப்பங்கள் எங்களுக்குள் பரஸ்பர மரியாதை அடிப்படையில் ஒரு சகஜமான நட்புறவு உருவாக வழிவகுத்தன.

கோஹ்லி பேசும்போது, நீங்கள் பொறுமையாகக் கேட்டாக வேண்டும். அது எனக்கு ஒருவர் சொல்வதைப் பொறுமையாகக் கேட்பதன் முக்கியத்துவத்தை உணர்த்தியது. ஆனால், அவர் பொதுவாக மிகவும் குறைவாகவே பேசுவார். அவர் கொடுக்கும் உத்தரவுகள் எல்லாம் மிக மிகச் சுருக்கமாகவே இருக்கும். அது எதைச் செய்தாகவேண்டும் என்பதை யூகிக்க எனக்குப் பெரிதும் உதவியது.

இப்போதெல்லாம், ஒரு ஊழியருக்கும் மேலதிகாரிக்கும் இடையே முழுமையான, வெளிப்படையான விவாதங்கள்

இயல்பாக நடக்கின்றன; ஆனால் அந்த நாட்களில், நிறுவனங்கள் அதிகாரப்படிநிலை ரீதியாக இறுக்கமான முறையில் இயங்கியதால், இளைய ஊழியர்கள் தன் மூத்தவர்களிடம் சந்தேகமோ கேள்வியோ இருந்தால் பயமில்லாமல் தொடர்பு கொள்ளுவது கடினமாக இருந்தது. மூத்தவர்களுடன் வெளிப் படையாகக் கலந்துரையாடுவது என்பது அந்தக் காலத்திய சமுதாய மதிப்பீடுகளுக்கு எதிரானதாகக் கருதப்பட்டது. என் வீட்டிலும் நிலைமை அப்படித்தான் இருந்தது.

ஆகவே நான் பெரும்பாலான நேரங்களில் கோஹ்லியுடன் அறிக்கைகள், கடிதங்கள் மூலமே தொடர்பு கொள்வேன்; அந்த முறையில், அவருடைய உத்தரவுகளை நான் சரியாகப் புரிந்து கொண்டேனா என்பதை உறுதிப்படுத்திக்கொள்ளமுடியும். தவறாகப் புரிந்துகொண்டிருந்தால் திருத்திகொள்ள வாய்ப்பும் கிடைத்தன. மிக முக்கியமாக, எனக்குள்ள வித்தியாசமான கருத்து களையும் இந்த முறையில் எந்தவித மோதல்போக்கும் இல்லாமல் தெரிவிக்க முடிந்தது. நீங்கள் செய்வது சரி என்ற உறுதி உங்களுக்கு இருந்தால் அதை வெளிப்படுத்த எளிய வழி நிச்சயம் இருக்கும். மேலதிகாரி மீது பயம் கலந்த மரியாதை இருக்கிறதென்பதற்காக நம் அபிப்ராயங்களை வெளிப் படுத்தாமல் இருந்துவிடக்கூடாது.

ஒருவர் முன், சவாலையும் எதிர்பார்ப்பையும் முன்வைப்ப தென்பது அவர்களுடைய முழுத்திறமையை வெளிக்கொண்டுவர வழிவகுக்கும் என்று கோஹ்லிக்குத் தெரியும். எனவே எங்கள் முன்னால் இடைவிடாமல் சவால்களை வீசியவண்ணம் இருந்தார். அதன் மூலம் எங்களைத் தொடர்ந்து முன்னேற்றிக் கொள்ள வழிவகுத்துக் கொடுத்தார். பல்வேறு பரிசோதனை முயற்சிகளை நாங்கள் எடுக்கத் தேவையான சுதந்தரத்தையும் கொடுத்தார். அவர் கொடுக்கும் வேலைகள் எல்லாம் மிக மிகக் கடுமையானதாகவே இருக்கும். சில நேரங்களில் அந்த கஷ்டங்களை நினைத்து நாங்கள் கோபப்பட்டதுகூட உண்டு. ஆனால், அதைச் செய்து முடித்ததும் கிடைக்கும் சந்தோஷம் பட்ட கஷ்டங்களையெல்லாம் ஒரு நொடியில் மறக்கடித்து விடும்.

நமக்குக் கீழே வேலை பார்ப்பவர்களுக்கு சவாலான பணிகளைக் கொடுக்கவேண்டும். அப்போதுதான் அவர்களுடைய முழுத் திறமை வெளிப்பட வாய்ப்பு கிடைக்கும். தமக்கு மிகவும்

சௌகரியமான விஷயங்களில் முடங்கிவிடாமல் தகுதிகளை வளர்த்துக்கொண்டு மேலெழ அதுவே பெரிதும் உதவியாக இருக்கும் என்ற முக்கியமான பாடத்தை அவரிடமிருந்தே நான் கற்றுக்கொண்டேன்.

மிக முக்கியமாக, கோஹ்லியின் 'எதையும் சாதித்துவிட முடியும்' என்ற மனப்பாங்கு எங்களுக்கும் கைமாற்றித் தரப்பட்டது. இந்த புதுத் துறையில் எங்களுக்கு இந்தியாவில் முன்மாதிரி என்று எதுவும் இருந்திருக்கவில்லை, வேறு எந்த அனுபவங்களிலிருந்து பாடம் கற்றுக்கொள்ளும் வாய்ப்பும் இல்லை. நாங்கள் செய்த ஒவ்வொரு சாதனையும் முதல் முறை செய்யப்பட்டதாகவே இருந்ததால், எங்கள் அணுகுமுறை துணிச்சலானதாகவும் கவலையற்றதாகவும் இருந்தது. நீச்சல் தெரியாமலே நீர்ச்சுழியில் தள்ளப்பட்டு, தானாகக் கற்றுக்கொண்டு நீச்சல் அடிப்பதுபோல் இருந்தது என்று நாங்கள் வேடிக்கையாகப் பேசுவோம்.

கோஹ்லி ஒரு மிகக் கறாரான ஆசானாக இருந்தாலும் எனக்குப் புதியவற்றைக் கற்றுக்கொள்ளும் தாகம் மிகுதியாக இருந்தது. அதனால், அனைத்தையும் விட்டுவிட்டுப் போய்விடலாம் என்று என் மனதின் மூலையில் ஒரு குரல் ஒலித்தபோதிலும், அதைச் செவிமடுக்காமல், ஒவ்வொரு சிக்கலையும் துணிந்து நேருக்கு நேராக எதிர்த்துப் போராடினேன். சிறு வயதில் எங்கள் குடும்பம் அடிக்கடி ஊர் மாற வேண்டியிருந்தது. சிறுவனாக இருந்தபோது புதிய சூழல்கள், புதிய அனுபவங்கள் ஆகியவற்றுக்கு என்னைத் தகவமைத்துக்கொண்டதுபோலவே பின்னாளில் ஏற்பட்ட மாற்றங்களையும் எந்தத் தயக்கமும் தடுமாற்றமும் இன்றி எதிர்கொண்டு சமாளித்தேன்.

என் தந்தை இந்திய தணிக்கை மற்றும் கணக்காய்வுத் துறை பணியில் இருந்தார். மெட்ராஸில் சௌகரியமாக இருந்தவந்த நாங்கள் சட்டென்று நாக்பூருக்கு இடம்பெயர்க்கப்பட்டோம். பிறகு சிறிது காலத்தில் அங்கிருந்து டில்லிக்கு இடம் பெயர வேண்டியிருந்தது. தில்லியில் எனக்கு ஹிந்தி நன்கு கற்றுக் கொள்ள முடிந்தது. பின்னாளில் நான் முதன்மைச் செயல் அதிகாரியாக ஆனபோது ஊடகங்களுக்கான பேட்டிகளை ஹிந்தியிலேயே தர முடிந்தது. எனக்கு இது குறித்து மிகுந்த பெருமிதமே உள்ளது.

ஆரம்பகாலத்தில் டி.சி.எஸ்ஸில் வேலை கடினமாக இருந்தாலும், பல நன்மைகளும் இருந்தன. அந்தக் காலத்தில் சேர்ந்த சக

ஊழியர்களில் பலர் என் நெருங்கிய நண்பர்கள் ஆனார்கள்; இவர்களில் சிலர் ஜெயந்த் பந்தார்க்கர், சாய்நாத் அய்யர், துஷ்யந்த் லால், எஸ். ராமகிருஷ்ணன், அனில் தீக்ஷித், மற்றும் எஸ்.மஹாலிங்கம் ஆகியோர் அடங்குவர். வன்பொருள், மென்பொருள், விற்பனை ஆகிய வேலைகளில், டி.சி.எஸ்ஸின் வணிக மேலாண்மை ஆலோசனை மற்றும் தரவு மைய குழு என்ற வெவ்வேறு பிரிவுகளில் பணி புரிந்தோம். இப்படி நாங்கள் ஒரே பிரிவில் இல்லையென்றாலும் ஒருங்கிணைந்து செயல்பட்டதால் நெருக்கமாகப் பின்னப்பட்ட குழுவாக இயங்கினோம்.

நாங்கள் மிக நட்புடன், கிட்டத்தட்ட குடும்பம் போன்ற சூழ்நிலையில் ஒன்றாக வேலை செய்து, வேலைக்கும் அப்பால் ஒருவருக்கொருவர் உதவிக் கொள்வோம். நாங்கள் பெரும் பாலும் ஒரே வயதினராகவும், குடும்ப உறவுகளைப் பேணுபவர் களாகவும் இருந்தோம். அது எங்களுடைய நட்புறவுக்கு வலுச் சேர்த்தது. மதிய உணவை அனைவரும் சேர்ந்து சாப்பிடுவதும், மாலையில் ஒவ்வொருவரின் குடும்பத்தினரும் மற்றவர்களின் குடும்பத்தினருடன் சந்தோஷமாகப் பொழுதைக் கழிப்பதும் சகஜம். அலுவலகம் என்பது வீட்டின் இன்னொரு அறை போல் இருந்தது. வீடு என்பது அலுவலகத்தின் இன்னொரு கிளை போல் இருந்தது. நான் இரவான பின்பும் அலுவலக வேலைகளிலேயே மூழ்கியிருந்தால், என் மனைவி மாலாவும் ஒரு வயதான குழந்தை மகன் தருணும் அடிக்கடி அலுவலகத்துக்கே வந்துவிடுவார்கள்.

1978ன் கோடைகாலத்தில், அலுவலகத்தில் உற்சாகமாக இருப்பதற்கு சில சுவாரஸ்யமான விஷயங்களை செய்து பார்த்தோம். IBM நிறுவனம், அதன் தொழிற்சாலையில் இருக்கும் அனைத்து தொழிலாளர்களும் பங்குபெறும் விதமாக வினாடி வினா நிகழ்ச்சி நடத்துவதுண்டு என்று என்று ஜெயந்த் சொன்னார். டி.சி.எஸ்ஸிலும் இதைநடைமுறைப்படுத்த முடிவு செய்தோம். வேறென்ன... நாட்டில் இருந்த புத்திசாலிகள் பலர் ஏற்கனவே டி.சி.எஸ்ஸில் சேர்ந்திருந்ததால், அவர்கள் ஆர்வத்துடன் பங்கேற்பார்கள் என்ற நம்பிக்கை எங்களுக்கு இருந்தது. ஆனால், நாரிமன் பாயிண்ட்டிலிருந்து தங்கள் இல்லங்களுக்கு நீண்ட தூரம் பயணம் செய்து செல்ல வேண்டும் என்ற காரணத்தால், அலுவலக நேரத்துக்குப் பிறகு போட்டிகள் நடத்துவது சரியாக இருக்குமா என்று சில சந்தேகங்கள் எழுந்தன. ஆனால் எங்கள் தீர்மானத்தைப் பின்வாங்காமல் ஒரு மணி

நேரமுள்ள குழுமுறையிலான வினாடிவினா போட்டி புதன் கிழமை மாலைகளில் நடத்தப்படும் என்று அறிவித்தோம்.

போட்டியிட மூன்று நபர்கள் கொண்ட குழுக்களை உருவாக்கிக் கொள்ளும்படிக் கேட்டுக்கொண்டிருந்தோம். பிரபலமான பி.பி.சி தொலைக்காட்சியின் பல்கலைக் கழக மாணவர்களுக்கான வினாடி வினா நிகழ்ச்சியான 'யுனிவர்சிட்டி சேலஞ்ச்' என்பதன் அடிப்படையில் எங்கள் வினாடி வினா நிகழ்ச்சி வடிவமைக்கப்பட்டிருந்தது.

மிக ஆச்சரியமாக, கிட்டத்தட்ட இருபது குழுக்கள் முதல் நாளிலேயே போட்டி போட்டன; மேலும் அதிசயமாக, பல பார்வையாளர்களும் இரவில் அலுவலகத்தில் இருந்து முழு நிகழ்ச்சியையும் பார்த்தனர். இவ்வாறு ஒவ்வொரு நிகழ்ச்சியும் நடந்தது. ஏர்-இந்தியா கட்டடத்தின் 11வது மாடியிலுள்ள எங்கள் தலைமை அலுவலகத்தில் மேஜைகளை நகர்த்திப்போட்டு, பார்வையாளர்களுக்கு இடம் உருவாக்கிக் கொண்டோம். ஒரு மாலை நேரம், இந்த நிகழ்ச்சியை ஆர்வத்துடன் காண கோஹ்லியும் வந்திருந்தார். அவரும் ஒரு வேலை-நாள் மாலை நேரத்தில் இந்தப் பெரிய கூட்டத்தைப் பார்த்து அசந்திருப்பார் என்று நம்புகிறேன். அவர் இறுதி நாள் அன்றும் பார்க்க வந்து, பரிசுகளையும் வழங்கி கௌரவித்தார். அலுவலகத்தில் ஒரு நல்ல குழு என்பது ஒன்றாக வேலை செய்வதன்மூலம் மட்டுமே உருவாகிவிடுவதில்லை. அதற்கும் அப்பாற்பட்டு இதுபோன்ற செயல்பாடுகளின் மூலமே குழு உணர்வு பலப்படும் என்பது எனக்குப் புரியவந்தது.

என் நெருங்கிய நண்பர்களில் ஒருவர் 1970ல் நிறுவனத்தில் சேர்ந்த மஹா (எஸ். மஹாலிங்கம், இப்பொழுது டி.சி.எஸ் நிதித்துறைத் தலைவர்); அப்போது டாடா குழுமத்தில், சுமார் 250 பேர் டி.சி.எஸ் கணினித் தரவுகளை 'கார்டு பஞ்சிங்' துறையில் இருந்தனர், மற்றும் சுமார் இருபத்தி ஐந்து பொறியாளர்கள், டாடா ஸ்டீல் நிறுவனத்தின் முன்னோடியான டிஸ்கோ உள்ளிட்ட இதர டாடா குழும நிறுவனங்களுக்கான ஆலோசனைத் திட்டங்களில் பணி புரிந்தார்கள்.

மஹா என்னைப் பற்றி 'ஆழ்ந்த, அறிவுத்திறன் வாய்ந்தவர், மிகவும் ஒருமுகப்பட்டுச் செயல்படுபவர்' என்றும், 'ஓர் அசல் பொறியியலாளர்' என்றும், எண்ணியதாகக் கூறினார். அது உண்மையென்றே நானும் நினைக்கிறேன். ஆனால் நான் ஒரு

வன்பொருள் பொறியாளராக பயிற்சி பெற்றிருந்த போதிலும், அந்த ஆரம்ப நாட்களில் சில நிரலாக்கங்களையும் செய்தேன்; உதாரணமாக, BEST (பாம்பே மின்சாரம் வழங்கல் மற்றும் போக்குவரத்து நிறுவனம்) போன்ற பொது பயன்பாட்டு சேவை நிறுவனங்களுக்கு கட்டணக் கணக்கீட்டுச் செயல்படுகளுக்கான நிரல்களை எழுதுதல், தேர்வுத்தாள் திருத்துதல் தொடர்பான நிரல்கள் எழுதுதல் ஆகியவற்றைச் செய்தேன் இவை, எங்கள் நிர்மல் கட்டடத்தின் எட்டாவது தளத்தில் இருந்த இரண்டு பெருமுகக் கணிப்பொறி கணினிகளில் (IBM-1401 & ICL-1903 mainframe) எழுதப்பட்டன.

நிரல்கள் எழுத அசெம்ப்ளி லேங்க்வேஜையே பயன் படுத்தினோம். எனவே, என் மென்பொருள் அனுபவம் என்பது உண்மையில், அடிமட்டத்திலிருந்தே எழும்பியதாக இருந்தது. எந்த விஷயத்தையும் கச்சை கட்டிக்கொண்டு களத்தில் இறங்கி, அடிமட்டத்தில் இருந்து தெரிந்துகொள்வதுதான் மிகவும் நல்லது. உயர் பதவி அடையும்போதுதான் அந்த முயற்சியின் மகிமை தெரியும் என்று இப்போதும் நம்புகிறேன். நாங்கள் ஒப்பீட்டளவில் இளைஞர்களாக இருந்தபோதிலும் முழு சுதந்தரம் தரப்பட்டிருந்தது. எங்களுக்குத் தேவையான அனைத்து ஆதரவும் கிடைக்கவும் செய்தது. இளம் பொறியியலாளர்களாக இருந்த எங்களிடம் எதையும் சாதிக்க முடியும் என்ற நம்பிக்கை இருந்தது; இது மிக முக்கியமான விஷயம். ஏனென்றால், 1970களின் முற்பகுதியில், தகவல் தொழில்நுட்ப வணிகச்சந்தை எந்தவகையில் வளர்ச்சியுறும் என்பது குறித்து எதுவும் தெளிவாகத் தெரிந்திருக்கவில்லை, மேலும் டி.சி.எஸ் நிறுவனம் அப்போது தனக்கான வாடிக்கையாளர்களைத் தேடிக் கொண்டுதான் இருந்தது.

எமது ஆரம்பகட்ட வியூகம் என்பது, டாடா குழுமத்தின் பரந்து விரிந்த வலைப்பின்னல், குறிப்பாக டாடா எலெக்ட்ரிக் நிறுவனத்தின் செல்வாக்கை உபயோகித்து புது வேலை வாய்ப்புகளைத் தேடிப்பிடிப்பதாகவே இருந்தது. அப்படியாக நாங்கள் செய்ய ஆரம்பித்த முதல் வெளி நிறுவன ஒப்பந்தப் பணி என்பது இரானில் இருக்கும் மின் உற்பத்தி நிறுவனத்துக்கான வேலைதான். இரானிய ஷா அப்போது ஆட்சி அதிகாரத்தில் இருந்தார். இந்தியா அப்போது இரானுக்கு நட்பு நாடாக இருந்தது. இரானில் உள்கட்டுமானத்தைப் பலப்படுத்தும்

நோக்கில் பல மின் உற்பத்தி மையங்கள் நிறுவப்பட்டுக் கொண்டிருந்தன. டி.சி.எஸ் இந்த மின் நிலையங்களுக்கு மின் உற்பத்தி மற்றும் விநியோக நிர்வாகம் தொடர்பான மென் பொருள் அமைப்புகளை உருவாக்கும் ஒப்பந்தத்தைப் பெற்றது.

ஆனால் அனைத்துப் பணிகளும் திட்டமிட்டபடி நடக்கவில்லை. நாங்கள் இங்கிலாந்தில் ஒரு பங்குதாரருடன் சேர்ந்துகொண்டு தரவு உள்ளீடுப் பணிகளைச் செய்ய முயன்றோம், ஆனால் அந்தப் பங்குதாரர் திவாலானார். அப்படியாக ஆரம்பத்தில் எங்கள் வளர்ச்சி மந்தமானதாகவும் கடினமானதாகவும் இருந்தாலும், 1973ல் வியத்தகு முறையில் எல்லாம் மாறத் தொடங்கின.

'லைசென்ஸ் ராஜ்யம்'

1973ல், நிதிப் பற்றாக்குறையை எதிர்கொண்ட இந்திரா காந்தி அரசாங்கம், அந்நிய செலாவணி ஒழுங்குமுறைச் சட்டத்தை (FERA) நிறைவேற்றியது. அயல் நாட்டுச் செலாவணிப் பரிமாற்றத்தில் கடுமையான விதிமுறைகளை விதித்தது. அந்நியச் செலாவணி களின் மீது மறைமுகமாக கடும் பாதிப்பு ஏற்படுத்தக்கூடிய பரிவர்த்தனைகள் மற்றும் நாடுகளுக்கிடையேயான கரன்ஸி ஏற்றுமதி, இறக்குமதி பரிவர்த்தனைகள் ஆகியவற்றின் மீதான கடுமையான விதிகளை FERA சுமத்தியது. வரி குறைப்பு, அரசாங்கச் செலவினங்களைக் குறைத்தல், அரசின் கடன் சுமையைக் குறைப்பது என்ற என்ற நோக்கில் இந்தச் சட்டம் உருவாக்கப்பட்டது. FERA பின்னர் ரத்து செய்யப்பட்டு, 2000ல் பாரதிய ஜனதா கட்சியின் பிரதமர் அட்டல் பிஹாரி வாஜ்பேயி தலைமையிலான அரசாங்கத்தால் அமைக்கப்பட்ட அந்நியச் செலாவணி முகாமைச் சட்டத்தின் (FEMA) கீழ் வெளிநாட்டு வர்த்தகத்தில் தாராளமய அணுகுமுறை கொண்டுவரப்பட்டன.

இந்திரா காந்தியின் ஆட்சி காலத்தில் மிக அதிக இறக்குமதி வரி (வன்பொருள் மீது 135 சதவீதம் மற்றும் மென்பொருள் மீது 100 சதவீதம்) விதிக்கப்பட்டது. மென்பொருள் துறை ஒரு தொழில்துறையாகவே கருதப்படவில்லை; எனவே தகவல் தொழில்நுட்பத் துறையில் இருந்த ஏற்றுமதியாளர்களுக்கு வங்கிக் கடனுதவிகள் கிடைக்காது என்ற நிலமை இருந்தது. ஒரு வெளிநாட்டு விற்பனை அலுவலகத்தைத் திறக்கக்கூட 1979 வரை அனுமதிக்கவில்லை. FERA சட்டத்தின் கீழ் ஒரு பன்னாட்டு அயல் நிறுவனம் இந்திய நிறுவனம் ஒன்றைக் கூட்டாளியாகச்

சேர்த்துக்கொண்டால் மட்டுமே நம் தேசத்தில் இயங்க முடியும். அதோடு, அயல் நாட்டு நிறுவனத்தின் பங்குகள் உரிமைகள் 40%க்கு மேல் இருக்கவும்கூடாது. இந்தச் சட்டத்தினால் பல பன்னாட்டு நிறுவனங்கள் இறுதியில் இந்தியாவில் இருந்து வெளியேறத் தீர்மானித்து இந்தியாவில் இருந்த தமது நிறுவனங்களை மூடின. கோக்கோ கோலா, ஐ.பி.எம் ஆகியவை 1978ல் இந்தியாவை விட்டு வெளியேறின. மூலதனப் பங்குக்குறைவு காரணமாக அறிவாற்றல் சார்ந்த காப்புரிமைக்கு ஊறு விளைவிக்கப்பட்டுவிடும் என்று அஞ்சியே அவை அந்த முடிவை எடுத்தன.

ஆனால், பெருங்கணினிகளை ஐ.பி.எம் மட்டுமே செய்து வந்திருக்கவில்லை. மின்னாற்றலியல் மற்றும் மின்னணுவியல் பொறியாளர்கள் நிறுவனத்தின் (IEEE) பத்தாவது பிராந்தியத்தின் தலைவராக கோஹ்லி இருந்தபோது, பர்ரோஸ் நிறுவனத்தில் இருந்த சில மூத்த நிர்வாகிகளுடன் நெருக்கமான உறவை வளர்த்துக் கொண்டிருந்தார். இந்த IEEE சந்திப்புகளின் போது, பர்ரோஸ் உடன் கூட்டாகச் செயல்படும் யோசனை முதலில் முளைத்தது.

பெரிய மூன்று பெருங்கணினி தயாரிப்பு நிறுவனங்களில் ஒன்றான பர்ரோஸ் நிறுவனம் இந்தியாவில் ஒரு கூட்டு நிறுவனம் அமைத்துச் செயல்படுவது தொடர்பாக 1973ல் டாடா சன்ஸ் நிறுவனத்தை அணுகியிருந்தனர். அந்தத் திட்டத்தின் கீழ், இந்தப் புது கூட்டு நிறுவனம், இந்தியாவில் பர்ரோஸ் கணினி அமைப்புகளை விற்று, கணினிகளில் இயங்குவதற்கான மென்பொருளையும் உருவாக்கியிருக்கும். மேலும், இந்திய வணிகச் சந்தைக்குத் தேவையான பர்ரோஸ் வன்பொருள்களைத் தயாரிக்கவும் திட்டமிடப்பட்டிருந்தது.

டி.சி.எஸ் இந்தக் கூட்டு முயற்சிக்கு அவசியமான அரசாங்க அனுமதிகளையும் உரிமங்களையும் பெற வேண்டியிருந்தது; ஆனால் இதற்கிடையில் பர்ரோஸ் உடன் ஒரு விநியோக ஒப்பந்தத்தில் கையெழுத்திட்டு, இந்தியாவில் பர்ரோஸ் அமைப்புகளை விற்க ஆரம்பித்து, பராமரிப்பு மற்றும் பழுது நீக்கும் சேவைகளையும் வழங்கத் தொடங்கினோம்.

இரு தரப்பினருக்கும் இந்தக் கூட்டு நிறுவனம் சாதகமாக இருந்தது; பல புதிய பெருங்கணினிகளை உற்பத்தி செய்யத்

தொடங்கியிருந்த பர்ரோஸ் நிறுவனத்துக்கு, FERA-சட்டத்தினால் விதிக்கப்பட்ட கட்டுப்பாடுகள் காரணமாக, இந்தியாவில் அந்தக் கணினிகளின் விற்பனையைப் பெருக்க உள் நாட்டுப் பங்குதாரர் ஒருவர் தேவைப்பட்டார். டி.சி.எஸ்க்கோ இதனால் மேம்பட்ட தொழில்நுட்பங்களைப் பெற வாய்ப்பு கிடைத்தது. இந்தியாவில் பர்ரோஸ் நிறுவனத்தின் விநியோகிப்பாளராக, டி.சி.எஸ் அதி நவீனமான இயந்திரங்களை இறக்குமதி செய்தது. அனைத்து அரசு கெடுபிடிகளையும் உயர் தொழில்நுட்ப உபகரணங்களின் இறக்குமதி சார்ந்து ஏற்பட்ட உள்ளார்ந்த பல்வேறு கஷ்டங் களையும் திறமையாகக் கையாண்டது.

அந்த நாட்கள் லைசென்ஸ் ராஜ்யமாக இருந்ததால் இந்தியாவுக்குள் எதையும் இறக்குமதி செய்வது மிகப் பெரிய சவாலாக இருந்தது. வணிக நிறுவனங்கள் பல, அரசாங்கத்தின் ‘சிவப்பு நாடாசூவில் மாட்டிக்கொண்டு தவிப்பதைவிட தானே தன் நிறுவனங்களின் வளர்ச்சியைக் குறைத்துக்கொண்டன. ஆனால் நாங்கள் தொடர்ந்து முயற்சி செய்து 1974ல் ஒரு பர்ரோஸ் B1728 கணினியை இறக்குமதி செய்தோம்; இந்தப் பெருங்கணினி, அதி நவீனமாகவும், அந்தக் காலகட்டத்தைப் பொறுத்தவரையில் மிகவும் மேம்பட்ட கட்டமைப்பு கொண்டதாகவும் இருந்தது. இந்த இயந்திரத்துக்கு சுமார் 300,000 டாலர் விலையும், அதே அளவு வரியும் செலுத்தவேண்டியிருந்தது. அந்த நேரத்தில் இது மிக பெரிய செலவினமாக இருந்தது. மேலும், டி.சி.எஸ் அடுத்த ஐந்து ஆண்டுகளில், இறக்குமதி செலவினத்தைவிட இருமடங்கு ஏற்றுமதி செய்தாகவேண்டிய கட்டாயமும் இருந்தது. பர்ரோஸ் நிறுவனத்துக்கு இந்த இயந்திரங்களைப் பயன்படுத்தி மென் பொருள் அபிவிருத்தி சேவைகளை வழங்குவதன் மூலம் இந்தச் செலவினங்களை மீட்கத் திட்டமிட்டிருந்தோம்; மேலும் அவர்களின் பழைய தலைமுறை மென்பொருள் அமைப்புகளை இந்த நவீன கணினித் திட்டங்களுக்கு மாற்றிடவும் உதவினோம்.

முக்கியமாக, அயல் நாட்டு வாடிக்கையாளர் அலுவலங்களில் இதே போன்ற மாற்றங்களைச் செயல்படுத்த எமது நிறுவனத்தில் இருந்து ஆட்களை வெளிநாடுகளுக்கு அனுப்புவதற்கான வாய்ப்பையும் இது வழங்கியது. கணினி மென்பொருளை நிறுவவும், தன் புதிய அமெரிக்க மற்றும் ஐரோப்பிய வாடிக்கையாளர்களுக்கு ஐ.பி.எம் மற்றும் பிற போட்டியாக இருக்கும் அமைப்புகளைத் தன் சொந்த வன்பொருள் மேடையில்

இயங்கச் செய்வதற்காக சில புதிய நிரலாளர்களை அனுப்பவும், பர்ரோஸ் நிறுவனம் டி.சி.எஸ்ஸைக் கேட்டுக்கொண்டது.

பின்நோக்கி பார்த்தால், பர்ரோஸ் நிறுவனத்தின் பணியின் ஒரு பகுதியை இந்தியாவில் செய்து பின்னர் வெளிநாட்டில் வாடிக்கையாளர் அலுவலகங்களில் மீதியைச் செயல்படுத்துவது என்ற வழிமுறை இன்று பரவலாகச் செய்யப்படும் அவுட் சோர்ஸ் (பிற நிறுவனங்களிடம் தனது வேலைகளைக் கொடுத்து செய்து வாங்கிக் கொள்ளுதல்) பாணி வேலையின் முன்னோடி என்று சொல்லலாம். அந்தவகையில் இதுவே இந்தியாவின் முதல் தகவல் தொழில்நுட்ப மென்பொருள் மற்றும் சேவைகளின் ‘அவுட்சோர்ஸிங்’ ஒப்பந்தம். நாங்கள் எதிர்பார்த்துக் காத்திருந்த அருமையான வணிக வாய்ப்பும் இதுவே.

அடுத்த சில ஆண்டுகளில் நாங்கள் சர்வதேச வாடிக்கையாளர் களுக்காக, இந்தியாவில் உள்ள எங்கள் கணினிகளில் பணியாற்றியும், வெளிநாட்டில் உள்ள வாடிக்கையாளர்களின் அலுவலங்களுக்கு எங்கள் பணியாளர்களை அனுப்பியும் செயல்பட ஆரம்பித்தோம். முக்கியமாக நினைவுகொள்ள வேண்டியது என்னவென்றால், இன்று மிகவும் சாதாரண மாகியுள்ள பிற நாட்டு நிறுவனங்களைக் கொண்டு வேலை வாங்கிக் கொள்ளுதல் (offshore projects) என்பது, 1974-76களில் டி.சி.எஸ்ஸில் முன்னெடுக்கப்பட்ட செயல் திட்டங்களில் இருந்தே ஆரம்பமானது.

இன்று கணினி மென்பொருள் குறியீடுகள், அதிவேக தகவல்தொடர்பு இணைப்புகள் வழியாக மிக எளிதாக அனுப்பப்படுகின்றன; ஆனால் அந்த நாட்களில் நாங்கள் மின் காந்த நாடா அல்லது வட்ட வடிவான நினைவகக் கருவிகளில் குறியீடுகளைப் பதிவுசெய்து அமெரிக்காவிலுள்ள எங்கள் நிரலாளர்களுக்கும் பொறியாளர்களுக்கும் அனுப்புவோம். அது சென்று சேர பல நாட்கள் எடுக்கும். இன்றுபோல் இணையத் தொடர்புகளோ, செல்லிடத் தொலைபேசிகளோ கிடையாது, மற்றும் தரைவழி தொலைபேசி சேவைகள் கூட ஒழுங்கற்றதாக இருக்கும்.

பர்ரோஸ் உடனான எங்கள் கூட்டு முயற்சி நான்கு ஆண்டுகள் நீடித்தது; இது எங்களுக்கு மிகவும் முக்கியமான காலகட்டமாக இருந்தது. ஏனென்றால் பர்ரோஸ் நிறுவனம் அந்த நேரத்திலேயே, இயக்க முறைமைகளின் (operating systems)

மென்பொருள் பொறியியல், நுண் நிரலாக்கம் மற்றும் மென்பொருள் கட்டமைப்பின் அடிப்படைக் கருத்தாக்கங்கள் ஆகிய துறைகளில் உலகின் முதல் மூன்று நிறுவனங்களில் ஒன்றாக இருந்தது. இந்த நவீன தொழில்நுட்பங்களில் பொறியாளர்களின் பல தலைமுறைகளைப் பயிற்றுவித்ததன் மூலம் எங்கள் நிபுணத்துவம் பெருகியிருந்தது. அதன் மூலம் எங்கள் குழும நிறுவனங்களுக்குள் மதிப்பு வாய்ந்த செயல் திறமையும் அதிகரித்திருந்தது. ஊதியப் பட்டியல் நிர்வாகம், டாடா குழும கிளை நிறுவனங்களுக்கு இடையிலான நிதி நிர்வாகம் ஆகிய பயன்பாடுகளுக்காக நாங்கள் வாங்கியிருந்த பர்ரோஸ் அமைப்புக்களைப் பயன்படுத்தினோம்.

பூனே பல்கலைக்கழகம், மேல்நிலைப் பள்ளித் தேர்வு முடிவுகள், பாம்பே தொலைபேசி கட்டணப் பட்டியல் தயாரித்தல் மற்றும் தொலைபேசி அகராதி தயாரித்தல், நகராட்சி கூட்டுறவு நீர் கட்டணம், பாரத் ஹெவி எலெக்ட்ரிக்ஸ் லிமிடெட் (பி.ஹெச்.ஈ.எல்) நிறுவனத்தின் மின்சார கட்டணம் மற்றும் சரக்குக் கணக்கு ஆகியவற்றைப் போன்ற உள்நாட்டு வாடிக்கை யாளர்களின் தரவுச் செயலாக்கப் பணிகளைச் செய்து கொடுத்தோம். அந்தவகையில் அப்போதே, இந்தியாவில் தரவுச் செயலாக்கப் பணிகளுக்கான அமைப்புகள், நிறுவனங்கள் ஆகியவற்றை உருவாக்கவேண்டிய அவசியம் இருப்பதை நாங்கள் நிரூபித்துள்ளோம்.

இந்தியாவில் உள்ள பர்ரோஸ் கணினிகளின் விநியோகஸ்தராக இருந்ததோடு அவற்றின் பராமரிப்பு மற்றும் துணை நிலை சேவைகளையும் வழங்கிவந்தோம். டி.சி.எஸ் அணியை மேலும் விரிவாக்கவேண்டும் என்பதை விரைவிலேயே புரிந்து கொண்டோம். பர்ரோஸ் நிறுவனத்துடனான கூட்டு முயற்சி களுக்குப் பொறுப்பாளராக இருந்த டாக்டர் சந்திரசேகர் ஐயரின் வழிகாட்டலின் கீழ், பி.கோபால், ஃப்ரெட்ரிக் மோனி மற்றும் சுந்தர் குமார் ஆகிய புதிய மின்னணு பொறியாளர்களை டி.சி.எஸ்ஸில் பணியமர்த்தினோம். ஹரிதாஸ், எஸ்.தனபால் மற்றும் ஆர்.சி.கோயெல் கொண்ட ஒரு குழு கணினி அமைப்புகளின் மென்பொருள் மீது கவனம் செலுத்தியது; எம்.கே. செல்லப்பன் மற்றும் எம்.வி. மந்த்ரி (டாடா எலெக்ட்ரிக்கிலிருந்து) அவர்களுடன் நான் கனடாவில் உள்ள பல நிறுவனங்களுக்கு சென்று, சிறிய, நடுத்தர மற்றும் பெரிய

கணினிகளிலும், வரி அச்சுப்பொறிகள் (line printers), கார்ட் ரீடர்கள் மற்றும் பல்வேறு வகையான நாடா வடிவான தரவு நினைவகம் (tape drives) போன்ற அனைத்து கணினி புறச்சாதனங்களிலும் (computer peripherals) பயிற்சி பெற்றேன்.

பதினான்கு வார காலப் பயிற்சி முடிந்தபின், நான் கணினி அமைப்புப் பொறியியல் மேலாளராக (Systems Engineering Manager) நியமிக்கப்பட்டேன்; இந்தியாவில் உள்ள பர்ரோஸ் கணினிகளின் வன்பொருள் பராமரிப்புப் பணிகளை மேற்கொண்ட டி.சி.எஸ்ஸின் வன்பொருள் அலகுக்குப் பொறுப்பேற்றேன்.

தொழில்நுட்ப ரீதியாக மிகவும் சவாலான பணி என்பது மட்டுமல்ல; ஒரு களப் பொறியாளர் என்ற வகையில் திருப்புளிகள், இடுக்கிகள் ஆகியவற்றைப் பயன்படுத்தி வன் பொருள் எந்திரங்களை இயக்கவேண்டியிருந்தது. சில நேரங்களில் பசை நாடாவை ஒட்டியும் கணினியை இயங்க வைத்தோம். நாங்கள் புதிய எந்திரங்களை வாங்கியிருக்கலாம்தான். ஆனால், எதையும் நாமே செய்து பார்க்கவேண்டும் என்ற உத்வேகத்தினால் அந்நியச் செலாவணியைக் கணிசமாகச் சேமித்தோம். கணினி மென்பொருள் மற்றும் வன்பொருள் பராமரிப்புப் பற்றி எங்களுக்கு நேரடியான அனுபவமும் கிடைத்தது.

சுய சார்பு மற்றும் செலவைக் குறைத்தல், திறமையை வளர்த்துக்கொள்ளுதல் என்பது போன்ற விஷயங்கள் எல்லாம் இந்திய தகவல் தொழில்நுட்பத்துறையின் அடிப்படைக் கொள்கைகளாக இன்றும் இருந்துவருகின்றன. ஒரு விஷயத்தை உடனே கற்றுக் கொள்ளவும், தவறானதை மறக்கவும், மீண்டும் புதியதைக் கற்றுக்கொள்ளவும் செய்தோம். ஒரு நிறுவனத்தை உருவாக்கும்போது, தன்னிறைவு முக்கியம் என்று நம்புகிறேன். பிறரின் ஆதரவையே அதிகம் நம்பியிருந்தால், கால் வாரி விடப்படும் அபாயமும் அதில் நிறைந்திருக்கும்.

அந்த ஆரம்ப நாட்கள் மிக சுவாரஸ்யமாக இருந்தன. ஜெயந்த் பெந்தார்க்கர், ஆதி கூப்பர், அனில் தீக்ஷித் மற்றும் சாய்நாத் ஐயர் (துரதிருஷ்டவசமாக சாய்நாத் மற்றும் அனில் அகாலமாக இறந்துவிட்டார்கள்) ஆகியவர்களை உள்ளடக்கிய விற்பனை மற்றும் வணிக சந்தைப்படுத்தல் குழுவுடன் நாங்கள் நெருக்கமாகப் பணியாற்றினோம். ஜெயந்தும் நானும் நெருங்கிய

நண்பர்களானோம். நாங்கள் குணநலனில் மிகவும் வித்தியாச மானவர்கள். அவர் மிகவும் வெளிப்படையாக, கலகலப்பாக இருப்பவர், நான் சற்று சங்கோஜி. ஆனால் நாங்கள் இருவரும் அந்த அடிப்படை வேறுபாட்டை ஒதுக்கித்தள்ளி மிக நெருங்கிய நட்பை உருவாக்கிக் கொண்டோம். அது இன்று வரையிலும் நீடித்துவருகிறது. நாங்கள் இருவரும் அந்த பந்தத்துக்கு அவரவர் பங்குக்கு வலு சேர்த்தோம். மற்றவரிடமிருந்து கற்றுகொள்ள நாங்கள் இருவருமே என்றுமே தயங்கியதில்லை. வேறென்ன... குழு என்றாலே அதன் அங்கத்தினரின் திறமைகளின் அடிப்படையில் உருவாகும் பிணைப்புதானே. அதை நாங்கள் திறம்படச் செய்தோம்.

பர்ரோஸ் நிறுவனம் பெருங்கணினித் துறையில் ஐ.பி.எம் நிறுவனத்துக்கு முக்கிய போட்டியாளராக இருந்தது; ஐ.பி.எம்மைப் போலவே பர்ரோஸூம் தன் வாடிக்கையாளர் களுக்கு முழுமையான அளவில் பல கருவிகள், சாதனங்கள் மற்றும் இதர பொருட்களையும் அளித்தது. பர்ரோஸ் இயந்திரங்கள் நன்கு செயல்பட்டன. ஆனால், சுற்றுச் சூழலில் இருந்த தவிர்க்க முடியாத சிக்கல்களுக்கு ஏற்ப தன்னை மாற்றிக்கொள்ளும் திறன் இருந்திருக்கவில்லை. உதாரணமாக நம் நாட்டில் மின் அழுத்தம் வெகுவாக ஏறி இறங்கும். இதனால் கணினிகளின் வன்தட்டு நினைவகங்களில் (disk cartridge drives) தரவுகளைப் பதிவு செய்தல், பதிவு செய்தவற்றை எடுத்துப் பயன்படுத்துதல் தொடர்பாக பல பிரச்னைகள் உருவாகின.

டிஸ்க் டிரைவ்கள், டேப் டிரைவ்கள், வரி அச்சுப்பொறிகள் மற்றும் கார்டு ரீடர்கள் போன்ற மின்மயமான பாகங்கள் அடிக்கடி பழுதாகின. இது என் மற்றும் என்னைப் போன்ற ஹார்ட்வேர் இன்ஜினியர்களின் செயல் திறமை, படைப்பூக்கம் ஆகியவற்றை வெகுவாக நெருக்கடிக்கு உள்ளாக்கின. அகால நேரத்தில் பழுதாகும் இந்தக் கருவிகள், குடும்பத்துடன் நான் இருந்த கொஞ்ச நஞ்ச நேரத்தை மேலும் குறைத்தன. நரிமன் பாயிண்ட்டில் இருந்து வெகுதூரத்தில், செம்பூரில் ஒரு வாடகை வீட்டில் வாழ்ந்துவந்தோம். பெரும்பாலும், நான் வீட்டுக்கு வந்தவுடன், ஏதாவது ஒரு சிக்கலை மீண்டும் உடனடியாக சமாளிக்க, அலுவலகத்துக்கு அழைக்கப்பட்டேன். மின்சாரம் தொடர்பான அந்தப் பகுதிகள் இரவில் அல்லது வார இறுதிகளிலும் திடீரென்று பழுதானால், நரிமன் பாயின்ட்டுக்கு

மீண்டும் ரயிலில் உடனே செல்ல வேண்டியிருக்கும். நான் மிகக் குறைவாகவே வீட்டில் இருந்ததால், என் மனைவி மாலா தனியாகவே எங்கள் குழந்தை தருணை வளர்க்கும் பொறுப்பை ஏற்றுக்கொண்டார். நான் டி.சி.எஸ்ஸைத்தான் திருமணம் செய்துகொண்டிருக்கிறேன் என்று என் மனைவி அடிக்கடி கிண்டலடிப்பதுண்டு.

அந்த நாட்களில், வாடிக்கையாளருக்குத் தெரிவிக்கப்படும் திட்டச்செலவில் சுமார் 90 சதவீதம் வன்பொருள் செலவுகளாகவே இருந்தது; மென்பொருள் மற்றும் பணியாளர்களுக்கான செலவு வெறும் 5 சதவீதம்தான். இன்று நிலமை முற்றிலும் எதிராக உள்ளது. வன்பொருள் செலவுகள் 5 சதவீதம்தான், மென்பொருள் செலவுகள் 45 சதவீதமும், எல்லாவற்றையும்விட அதிகமாக பணியாளர்களுகான செலவு 50 சதவீதமாகவும் இருக்கின்றன. இது நாம் உருவாக்கிய மகத்தான தொழில்நுட்ப முன்னேற்றத் துக்கும், அறிவுசார் மூலதனத்தின் முக்கியத்துவத்துக்கும் சிறந்த அடையாளமாகத் திகழ்கிறது.

அந்தக் காலத்தில் வன்பொருள்களின் விலைகள் மிக அதிகமாக இருந்ததால் அதிகச் செலவின்றி அவற்றைத் திறம்பட நிர்வகிக்க நாங்கள் கற்றுக்கொள்ள வேண்டியதாயிற்று; நான் வன்பொருள் பொறுப்பாளராக இருந்ததால், இந்த விஷயத்தில் நிபுணரானேன். பழுதான பாகங்களுக்கு மாற்று உதிரி பாகங்கள் பெறுவது எப்போதும் ஒரு பெரிய சவாலாக இருந்தது; ஆதலால் இந்தத் தொழில்நுட்ப பிரச்னைகளைத் தீர்ப்பது பெரும் சவாலாகவே இருந்தது. செலவுகளைக் குறைக்கும் வழிகளைத் தேடும் அதேநேரம் என் குழுவையும் ஊக்குவிக்க வேண்டியிருந்தது. அதிர்ஷ்டவசமாக இந்திய சமுதாயத்தில் இயல்பாகவே மக்கள் சிக்கன உணர்வு கொண்டவர்கள். குறைவான வளங்களைக் கொண்டு அதிகமான விளைவுகளைத் தருதல் என்பது அனைவராலும் ஏற்றுக்கொள்ளப்பட்ட, பின்பற்றப்பட்ட விஷயமாகவே இருந்தது. ‘சிக்கனமான புதிய கண்டுபிடிப்புகள்’ (Frugal Innovation) என்ற குறிக்கோள் இப்பொழுது நவீன தாரகமந்திரமாகக் கருதப்பட்டாலும், ஆதியிலிருந்தே நாங்கள் டி.சி.எஸ்ஸில் அதையே கடைப்பிடித்துள்ளோம்.

ஏதேனும் ஒரு கருவி பழுதாகிவிட்டால் முடிந்தவரை குறைவான செலவில் பதிலீடு செய்யவே முயற்சி செய்தோம். பர்ரோஸுக்கு அசலான பகுதிகளை விநியோகிக்கும் உற்பத்தியாளர்களிடம்

இருந்து வாங்குவது மட்டுமல்லாமல், எங்களிடம் சொந்த மாகவே பழுது நீக்கும் வசதியும் இருந்தது; உதிரி பாகங்களின் ஆயுட்காலத்தை நீட்டிக்கப் பல யுக்திகளைக் கையாளுவோம்; அரால்டைட் பசையைக்கூடப் பயன்படுத்தி உடைந்த பாகங்களை ஒட்டிவைத்து மீண்டும் இயந்திரங்களைச் செயல்பட வைப்போம்.

அந்தக் காலத்தில் ஒரு பர்ரோஸ் அச்சுப்பொறியின் விலை 20,000 அமெரிக்க டாலராக இருந்தது. இன்று நாங்கள் அவ்வளவு விலைகொடுத்து ஒன்றை வாங்குவது பற்றி எந்தத் தயக்கமும் கொள்ளமாட்டோம். ஆனால் அன்று அது ஒரு பெரிய செலவு; அதனால் நாங்கள் அனைத்து தொழில்நுட்ப பத்திரிகைகளையும் தீவிரமாக அலசிப்பார்த்து, இந்த அச்சுப்பொறிகளை பர்ரோஸ்ஸுக்கு விற்பனை செய்த கலிஃபோர்னியாவிலுள்ள நிறுவனத்தைக் கண்டுபிடித்தோம்.

இந்த முயற்சியில், அச்சுப்பொறிகளை மலிவு விலையில் (சுமார் 12,000 அமெரிக்க டாலர் என்று நினைக்கிறேன்) விற்கும் டேட்டா ப்ராடக்ட்ஸ் என்ற ஒரு நிறுவனத்தை நாங்கள் கண்டுபிடித்தோம்; அவர்களுடைய அச்சுப்பொறி சிறந்த செயல் திறனும் குறைந்த செலவுகளும் கொண்டதாக இருந்தது. ஆனால் பர்ரோஸ் இயந்திரங்களுடன் இணைந்து வேலை செய்வதற்கு அதை மாற்றியமைக்க வேண்டியிருந்தது. அதிர்ஷ்டவசமாக நாங்கள் 1943ல் இந்தியாவில் பணியாற்றிய இரண்டாம் உலகப் போர் வீரரான சார்ல்ஸ் வாலஸ்ஸை சந்தித்தோம்; அவர் பல கணினி கருவிகளைத் தயாரிக்க சொந்த நிறுவனத்தைத் தொடங்கி இருந்தார். அச்சுப்பொறி சார்ந்த கருவிகளையும் அவருடைய நிறுவனம் தயாரித்தது. சார்ல்ஸின் நிறுவனத்தின் பெயர் 'காம்பர், அதாவது 'பர்ரோஸ் உடன் இணைந்து செயல்பட ஏற்றது; அது டேட்டா ப்ரடக்ட்ஸ் நிறுவனத்தின் அச்சுப்பொறியை பர்ரோஸ் இயந்திரத்துடன் இணைக்க ஒரு இடைமுகத்தை விற்றது; ஒரு புதிய அசல் பர்ரோஸ் அச்சுப்பொறி வாங்குவதற்கான செலவில் 50 சதவிகிதம் இதனால் சேமிக்கப்பட்டது.

வன்பொருள்களுக்கு மாற்று உதிரிபாகங்கள் பலவற்றைக் கண்டுபிடித்து சமாளிப்பதில் எங்களுடைய படைப்பாற்றல் திறமைக்கு நம் 'வளரும் நாட்டு அணுகுமுறை' என்று சொல்லக் கூடிய சிக்கன மனப்பான்மையே ஒருவேளை காரணமாக இருக்கலாம். இன்றைய தலைமுறையின் 'ஒரே தடவை பயன்

படுத்தி வீசிவிடலாம்' என்ற அணுகுமுறையிலிருந்து மிகவும் மாறுபட்டு, நாங்கள் மிகக் கடினமாக செலவழித்து வாங்கிய ஒவ்வொரு பொருளையும் எவ்வளவு அதிகபட்சமாக இறுதி வரை உபயோகிக்க முடியுமோ, அவ்வளவையும் பிழிந்து எடுப்போம். இன்று இந்தியாவில் பழைய சலவை இயந்திரங்களில் லஸ்ஸி செய்வது, மாருதி கார் என்ஜின்களை டிராக்டர்களுக்குப் பொருத்துவது என்றெல்லாம் கேட்கும்போது, அது பழைய நாட்களையே எனக்கு நினைவூட்டுகிறது. இந்திய மனதின் புத்தி கூர்மையும், 'எதையும் சாதிக்க முடியும்' என்ற மனப்பாங்கும், பரிசோதனை முயற்சிகள் மீதான தாகமும் போற்றப்பட வேண்டியவை.

முதல் வெளிநாட்டு வேலை

பர்ரோஸ் நிறுவனத்துக்காக நாங்கள் செய்த முதல் உண்மையான 'அவுட்சோர்ஸிங்' ஒப்பந்தம் மிகவும் சிறியதாக இருந்தது. சுமார் 24,000 அமெரிக்க டாலர்கள் மதிப்புள்ள இந்தத் திட்டத்தில் Hospital Information System என்ற பெயரிட்ட 'மருத்துவமனை கணக்கு தொகுப்பு' மென்பொருள் அமைப்பை, பர்ரோஸ் நடுத்தர கணினி அமைப்புகளின் COBOL நிரல் மொழியிலிருந்து, பர்ரோஸ் சிறிய அமைப்புகளுக்கான COBOLக்கு மாற்றி எழுத வேண்டியிருந்தது.

அமெரிக்காவில் டெட்ராய்ட் நகரிலிலுள்ள டி.சி.எஸ் பொறியாளர்கள், இரண்டு அமைப்புகளுக்கான மென்பொருள் கையேடுகள் மற்றும் மூலக் குறியீடுகளைப் பெற்று, அவற்றை பம்பாய் டி.சி.எஸ் குழுவுக்கு அனுப்பினர். ஆனால் ஒரு நேரத்தில் ஒரே ஒரு திட்டத்தைச் செய்வதற்குப் பதிலாக, நாங்கள் செயல்முறையின் நேர்த்தியைச் சிக்கனமாக அதிகப் படுத்தினோம்; ஒரு ICL-1903 இயந்திரத்தில் ஓடும் அடிப்படை நிரலாக்க மொழியான 'மாற்றி' அல்லது 'வடிகட்டல் நிரல்' (convertor or filter program) ஒன்றை எழுதினோம். இப்படியாக, இந்த 'வடிகட்டல் நிரல்' ஒரு பக்கத்திலிருந்து பர்ரோஸ் நடுத்தர அமைப்புகள் இயந்திரத்தின் மூலக் குறியீட்டை ஏற்றுக்கொண்டு, மாற்றம் செய்தபின், பர்ரோஸ் சிறிய கணினிகளுக்கான மூலக் குறியீட்டை மறுப்பக்கம் வெளியேற்றியது.

அந்த நாட்களில் கணினி நிரலாக்கங்கள் சாதாரண காகிதத்தில் கையால் எழுதப்பட்டு, பின்னர் 'பஞ்ச் கார்டு' என்னும் தரவுப்

பதிவு அட்டைகளில் மாற்றப்பட்டன. முதல் வரைவுகள் எப்போதும் பிழைகள் உள்ளதாகவே இருக்கும். மேலும் கணினிகளின் செயல் நேரம் மிக அதிக விலையுள்ளவை; ஆதலால், முதல் முயற்சிகளின் செலவை சிக்கனப்படுத்தவே நிரல் மொழியின் வாக்கிய அமைப்பு பிழைகள் போன்ற எளிய விஷயங்களை சரிசெய்ய இவ்வகையான வடிகட்டல் நிரல்கள் (filter) எழுதப்பட்டன.

சுவாரஸ்யமாக, கல்கத்தாவில் உள்ள இந்தியாவின் ஆயுள் காப்பீட்டு நிறுவனத்தில் (எல்.ஐ.சி) பயன்படுத்தப்படாமலிருந்த ICL இயந்திரத்தை டி.சி.எஸ் வாங்கியது; சில ஆண்டுகளுக்கு முன்னர், கம்யூனிச தொழிற்சங்கங்கள் ஊழியர்களின் வேலை வாய்ப்பைப் பாதுகாக்க அதன் பயன்பாட்டைத் தடுத்திருந்தனர்.

மனித முயற்சிக்கு பதிலாக தானியங்கி இயந்திரங்களும் கணினிகளும் அதிகமாக வேலை இழப்பை ஏற்படுத்தும் என்ற அச்சத்தினால் இப்படியான எதிரான மனப்போக்கு எழுந்தது. அந்த இயந்திரம் இறக்குமதியாகி பொதியப்பட்டு வந்த பெட்டியிலேயே வெகு காலம் தூங்கிக்கொண்டிருந்ததால், எல்.ஐ.சியிடமிருந்து பழைய பேப்பருக்கான விலையில் டி.சி.எஸ் அள்ளிக்கொள்ள முடிந்தது.

டி.சி.எஸ்ஸின் அடுத்த பெரிய பாய்ச்சலுக்கான உத்வேகமும், எதிர்காலத்தில் பெரிய பன்னாட்டு நிறுவனமாக வளர்வதற்கு முதல்படியாக இருந்த காரணமும் ஒரு வெளிப்புற நிகழ்வில் இருந்து வந்தது.

1977ல் நாங்கள் இந்தியாவிலேயே பர்ரோஸ் உபகரணங்களை உருவாக்க விண்ணப்பித்திருந்த உரிமம் ஒருவழியாகக் கிடைத்தது. ஆனால் அதைப் பெறுவதற்குப் பட்ட பெரும் கஷ்டங்களுக்குப் பிறகும், டாடா சன்ஸ் நிறுவனம், கணினி உற்பத்தியில் இறங்குவதில் அபாயம் மிக அதிகம் என தீர்மானித்தது. அதற்கு பதிலாக, 1978ல் டாடா சன்ஸ் பர்ரோஸ் நிறுவனத்துடன் இணைந்து டாடா-பர்ரோஸ் என்ற ஒரு கூட்டு நிறுவனத்தை உருவாக்கியது; அது இந்தியாவில் பர்ரோஸ் உபகரணங்களை விற்பனை செய்து பராமரித்து வந்தது. டாடா பர்ரோஸ் கூட்டு நிறுவனம், இந்தியாவில் 'டாட் மேட்ரிக்ஸ்' அச்சுப்பொறி களையும் உருவாக்கியது, ஆனால் சில வருடங்களுக்குப் பிறகு அவை நிறுத்தப்பட்டன.

இது டாடாவுக்கும் இந்தியாவுக்கும் கை நழுவிய வாய்ப்பா என எனக்கு சில நேரங்களில் தோன்றும். அந்த உரிமத்தை அப்போதே பெற்றிருந்தால், நாங்கள் இந்திய சந்தையில் பெரிய அளவிலான ஐ.டி உபகரணங்களைத் தயாரித்து, ஏற்றுமதியும் செய்திருக்கலாம். உலகில் நடந்த ஐ.டி. வன்பொருள் புரட்சியில் ஓரங்கட்டப்படாமல், இந்தியாவின் வன்பொருள் நிபுணத்துவம் மற்றும் உற்பத்தி திறன் ஆகியவற்றின் அடிப்படையில் நாம் உலகளவில் முக்கிய இடத்தை அடைந்திருக்கலாம்.

இந்தக் கூட்டமைப்பு ஒப்பந்தத்தில் உண்மையான தோல்வி டி.சி.எஸ்ஸுக்கே ஏற்பட்டது. இந்தியாவில் பர்ரோஸ் நிறுவனத்துக்கு இந்தியாவில் கால் பதிக்கும் வாய்ப்பு கிடைத்தது. டாடா சன்ஸ் நிறுவனத்துக்குப் புதிய கூட்டு நிறுவனத்தில் இருந்து வருடாந்திர லாபப் பங்குக் காசோலை கிடைக்கவிருந்தது. ஆனால் டி.சி.எஸ் மிகவும் சங்கடமான நிலையில் இருந்தது. அதன் முன்னால் இரண்டே வழிகள் இருந்தன. ஒன்று டாடா பர்ரோஸ் நிறுவனத்தால் கபளீகரம் செய்யப்பட்டு மறைந்து போகலாம் (ஒரு சில டாடா நிர்வாகிகள் அதையே விரும்பினர்). அல்லது பர்ரோஸ் நிறுவனத்துக்குப் போட்டியாக இருக்காமல் தனி நிறுவனமாகத் தொடர்ந்து செயல்படலாம்.

நாங்கள் ஒரு தனியான நிறுவனமாக செயல்பட்டால், எங்களுக்கும் டாடா பர்ரோஸ்ஸுக்கும் இடையே நேரடி வர்த்தகப் போட்டி எப்படியும் உருவாகும் என்ற நிலைமையே இருந்தது; அது சற்றும் விரும்பத்தகாததுதான். டி.சி.எஸ் நிறுவனம் எந்த நோக்கத்துடன் ஆரம்பிக்கப்பட்டதோ அதைச் சாதிக்காமலேயே மறைந்துவிடக்கூடிய ஆபத்தான நிலமையில் நாங்கள் இருப்பதைக் கண்டு மிகுந்த கவலையடைந்தோம்.

எஃப்.சி. கோஹ்லி, டாடா சன்ஸ் நிறுவனத்தின் தலைமை நிர்வாகி மினூ மோடி ஆகியோரிடையே வெகு இறுக்கமான பதற்றம் நிறைந்த பேச்சுவார்த்தைகள் நடந்தன. இறுதியில், டி.சி.எஸ் ஒரு தனி நிறுவனமாகச் செயல்படலாம் என்று முடிவு செய்யப்பட்டது; ஆனால் டி.சி.எஸ் நிறுவனம் டாடா-பர்ரோஸ்ஸுக்கு இருபத்தைந்து நபர்களை அனுப்பி வைக்க வேண்டும் என்று தீர்மானிக்கப்பட்டது. ஜெயந்த் பந்தார்க்கரையும் என்னையும் டாடா பர்ரோஸ்ஸில் சேரச்சொல்லி முதலில் அழைத்தார்கள். ஆனால் டி.சி.எஸ்ஸிலேயே நீடிக்கவேண்டும் என்று கோஹ்லி தெளிவாகச் சொன்னார்.

எங்கள் மனதில் பெரிய கேள்வி ஒன்று எழுந்தது: டி.சி.எஸ் போன்ற ஒரு சிறிய தொடக்க கட்ட நிறுவனத்திலா டாடா பர்ரோஸ் போன்ற ஒரு நற்பெயருள்ள நிலைபெற்ற பன்னாட்டு அமைப்பிலா எதில் பணியாற்றுவது? டி.சி.எஸ் நிறுவனத்தில் என்றால், அதிக சுதந்திரம், நெகிழ்வு மற்றும் ஒரு வெளிநாட்டு பங்குதாரரின் விசித்திரமான சிந்தனைகளைச் சார்ந்திருக்காமல் வளர சாத்தியம் ஆகியவை இருந்தன. எனவே கோஹ்லிக்கு நாங்கள் உடன்பட்டோம்.

ஆனால் டி.சி.எஸ் நிறுவனத்தில் நீடிப்பதும் அபாயகரமான விஷயமே. திடீரென்று நாங்கள், அறியப்படாத நிறுவனம் ஒன்றில், சொந்தமான வணிக வாய்ப்புமில்லாமல், டாடா குழுமத்தின் தலைமையில் எங்களுக்கு 'ஞானப்பிதா' ("godfather') என்று சொல்லக்கூடிய ஆதரவாளர் யாரும் இல்லாத நிலைமையில் மாட்டிக்கொண்டோம். நாங்கள் பர்ரோஸ் நிறுவனம் மேலாதிக்கம் செலுத்தி வந்த கணினித் துறையில் பர்ரோஸ் சாராத வர்த்தகத்தைத் தேட அனுமதிக்கப்பட்ட ஒரு சிறிய சுதந்தர மென்பொருள் நிறுவனமாக இருந்தோம்! நேரடியாகவோ பர்ரோஸ் வாடிக்கையாளர்களிடமிருந்தோ கொண்டு வரப்பட்ட அனைத்து வணிக வாய்ப்புகளும் இப்போது டாடா பர்ரோஸ்ஸுக்குத் திரும்பி அனுப்ப வேண்டிய நிலை வந்தது. டி.சி.எஸ்ஸுக்கு பர்ரோஸ் மூலமான வணிக விற்பனை ஓடை முழுதும் அடைக்கப்பட்டது.

இதற்கு மாறாக, டாடா பர்ரோஸ் ஒரு பன்னாட்டு நிறுவனமாக இருந்ததால், அதன் வணிக வாய்ப்புகள் வலுவாக, தயாராக இருந்தன. டாடா குழுமத்துக்கு கணிசமான வருவாயை அது உடனேயே அதிகப்படுத்தித் தரவிருந்தது. டாடா குழுமத்தில் யாரும் எங்களை போஷிக்கப் போவதில்லை என்பதை விரைவிலேயே உணர்ந்தோம். அந்தவகையில் டி.சி.எஸ் ஒரு சாதரணமான, தனிப்பட்ட தொடக்கநிலை நிறுவனமாகவே இயங்கத் தொடங்கியது. உண்மையில், நாங்கள் பர்ரோஸ் நிறுவனத்துடன் போட்டியிட முடியாது என்பதால் ஏற்கெனவே நாங்கள் முடமாக்கப்பட்ட நிலையில் இருந்தோம். நாங்கள் வளரவேண்டுமென்றால், சுய முயற்சினால் தீவிரமாக உழைத்தே புதிய வணிகவாய்ப்புகளையும் வருவாய்களையும் உருவாகிக் கொள்ளவேண்டும் என்ற நிலையே இருந்தது.

இதுவரை டி.சி.எஸ், பர்ரோஸ்ஸின் வாலைப் பிடித்துக்கொண்டு இருப்பது போலே பெரும்பாலும் இயங்கிக் கொண்டிருந்தது.

ஒரு தனி நிறுவனம் என நாங்கள் அறியப்படவில்லை என்பதால் விற்பனை மற்றும் சந்தைப்படுத்தல் எங்களுக்கு மிகவும் அவசியமாக இருந்தது. துரதிர்ஷ்டவசமாக எங்கள் அணியில் விற்பனை அனுபவம் எவருக்கும் இல்லவே இல்லை. எங்களுக்கு உண்மையான வணிக சந்தை வாய்ப்புகள் வெளிநாடுகளில் உள்ளன என்று அறிந்தோம், ஏனெனில் அங்குதான் தீவிரமான புதுமையான விஷயங்கள் நடக்கத் தொடங்கியிருந்தன.

இப்போது யோசித்துப் பார்க்கும்போது, நாங்கள் பர்ரோஸை விட்டு தொப்புள் கொடியை வெட்டியதுபோல் விலகியது எங்களுக்கு நடந்த மிகச் சிறந்த விஷயமே; இந்தக் காரணத்தால்தான் டி.சி.எஸ் ஒரு பெரிய தொழில் முனைவு நிறுவனமாக வளர முடிந்தது என்று நம்புகிறேன்.

அந்த நேரத்தில், இந்திய உள்நாட்டு தகவல் தொழில்நுட்ப வணிக சந்தை இன்னும் உருவாகியிருக்கவில்லை; எனவே டி.சி.எஸ் நியூயார்க்கில் ஒரு வெளிநாட்டு அலகு அமைக்க அனுமதி பெற்ற முதல் இந்திய மென்பொருள் மற்றும் தகவல் தொழில்நுட்ப சேவை அளிக்கும் நிறுவனம் ஆனது. 1979ல், நியூயார்க்கில் பணிபுரியும் முதல் டி.சி.எஸ் மேலாளராக, புதிய வருமான வாய்ப்புகளை உருவாக்க, கோஹ்லி என்னை அனுப்பினார்.

கோஹ்லி என்னை ஏன் தேர்ந்தெடுத்தார் என்று நான் அவரை வெகு நாள் கழித்துக் கேட்டபோது அவர் கூறினார்: ‘உங்களைத் தவிர நம்பகமானவர் வேறு யாரும் இல்லை’.

இந்த மகத்தான சவாலை எடுத்துக்கொள்ள விரும்பிய ஒருவரை அவர் தேடினார். நான் அந்த வேலைக்கு மிகப் பொருத்தமாக இருந்தேன் எனக் கருதினார். எங்கள் இருவருக்கும் இது ஒரு பெரிய அபாயகரமான சூதாட்ட முயற்சி போல் இருந்தது. எனக்கு விற்பனை அனுபவம் இல்லாவிட்டாலும், இந்தியாவில் நாங்கள் கையாண்ட வன்பொருள் பற்றி எனக்கு நன்றாகத் தெரியும். எந்தப் பிரச்னையையும் தீர்க்கும் திறமை எங்களுக்கு இருந்ததாக நம்பினோம்.

இளமைப் பருவத்துக்கே உரிய தன்னம்பிக்கை அது. பர்ரோஸ் மற்றும் அதன் வாடிக்கையாளர்களுக்காக நாங்கள் செய்து வந்த திட்டங்களின் சிறிய பட்டியலை ஆயுதமாகக் கொண்டு, கரடு முரடான மேற்கத்திய வணிக சந்தைகளில் வெற்றி காணக் கிளம்பினேன்.

பாம்பேயில் இருந்த வீட்டைக் காலி செய்து மனைவி மாலா, மகன் தருண் ஆகியோருடன் மாநகர் நியூயார்க்கை நோக்கிய பயணத்தைத் தொடங்கினேன்; அங்கு லாங் ஐலண்ட் சிட்டியில் குயின்ஸ் பகுதியில், ஒரு சாதரணமான, மலிவான அடுக்குமாடி வளாகத்தில் குடி புகுந்தோம்.

அமெரிக்க அனுபவம்

நியூயார்க் சென்று சேர்ந்ததென்பது ஓர் அச்சுறுத்தும் அனுபவமாக இருந்தது. டாடா சன்ஸ் நிறுவனத்தின் அமெரிக்க துணை நிறுவனமான டாடா இன்க்., நிறுவனத்தின் தலைவரான நவல் மோதிக்கு (அமெரிக்காவில் டாடா குழுமத்தின் பிரதிநிதியாக இருந்தவரும் கூட) என் பணியின் இலக்கைப் பற்றி நிறைய சந்தேகம் இருந்தது. நவல் ஒரு கணக்காளருக்கான மன நிலையையே கொண்டிருந்தார். என் வருகையை ஒரு தேவையற்ற செலவாகவே பார்த்தார். தவிர, அவருக்கு வர்த்தகம் நன்கு தெரிந்திருந்த போதிலும், தகவல் தொழில் நுட்ப விற்பனை பற்றி அவருக்கு அவ்வளவாக எதுவும் தெரிந்திருக்கவில்லை. எனவே அவர் என்னையும் என் பணியையும் துளியும் மதிக்கவில்லை.

அவர் என்னை ஓர் அச்சுறுத்தலாகக்கூடக் கருதியிருக்கலாம். டி.சி.எஸ் போன்ற ஒரு இந்திய நிறுவனத்துக்காக நான் அமெரிக்காவில் ஒரு வணிகப் பிரிவை அமைக்க முடியாது என்று அவர் தீர்மானமாக முடிவு செய்து, நான் அடுத்த விமானத்தைப் பிடித்து தாயகம் திரும்ப வேண்டும் என்று நேரடியாகவே கூறிவிட்டார். முதன் முதலாக ஒரு புதிய நிறுவனத்தை புதிய நாட்டில் ஆரம்பிக்கப் போன என்னைப்போன்ற ஒருவருக்கு இந்த எதிர்ப்பு மிகக் கசப்பாகவே இருந்தது. இரண்டு முதலாளிகள் இடையே நான் மாட்டிக்கொண்டு முழிக்க வேண்டியிருந்தது: என் மீது முழு நம்பிக்கை கொண்ட கோஹ்லி ஒரு பக்கம், என்னை (என் பணியை) பயனற்றது என்று கருதும் நவல் மோதி வேறொரு பக்கம்.

ஆனால், மோதியின் வார்த்தைகள் அவர் எதிப்பார்த்தற்கு நேர் எதிரான விளைவுகளை என் மனதில் தூண்டியது. இதுவரை செய்த ஒவ்வொன்றும் எங்களுக்கு ஒரு சவாலாகவே இருந்தது. புத்தகங்களில் எதைப் படித்திருந்தாலும், நாங்கள் இருந்த சூழலில் எந்த உண்மையான பயனும் எங்களுக்கு இல்லை.

நாங்கள் தற்காலத்துக்குரிய யுக்திகளைச் சற்றும் தயங்காமல் அலசி ஆராய்ந்து சுதந்தரமாகச் செயல்படுத்தி எல்லாச் சிக்கல்களையும் சமாளித்தோம். உறுதிப்பாடும் எதைப் பற்றியும் தெரிந்துகொள்ளும் மனப்பான்மையும் அனைத்து சிக்கல் களையும் வெல்ல உதவும் என்பதில் எனக்கு முழு நம்பிக்கை இருந்தது. ஒவ்வொரு சிக்கலான சந்தர்ப்பத்தையும் ஒரு புதிய வாய்ப்பாகப் பார்க்கக் கற்றுக் கொண்டிருந்ததால், வெற்றி பெற மேலும் உறுதியாகவே இருந்தேன். அதிர்ஷ்டவசமாக மோதியின் மனதை மாற்ற அதிக காலம் ஆகவில்லை.

1966க்குப் பிறகு முதல் முறையாக 1980ல்தான் நியூயார்க்கில் சுரங்கப்பாதை ரயில்சேவையில் வேலைநிறுத்தம் நடந்தது. போக்குவரத்து தொழிற்சங்கத்தில் இருந்த முப்பத்து நான்காயிரம் உறுப்பினர்கள் 1980 ஏப்ரல் 1 அன்று ஒப்பந்தரீதியில் பணியாற்றும் தொழிலாளர்களின் ஊதியத்தை அதிகரிப்பதற்காக வேலை நிறுத்தம் செய்தனர். நாளொன்றுக்கு சுமார் 2 மில்லியன் டாலர்கள் வரிகளிலும், மற்றொரு 1 மில்லியன் டாலர் நகரின் ஊழியர் களுக்கான மேலதிகச் செலவுகளிலும் மாநகராட்சிக்கு பெரு நஷ்டம் ஆனது.

பலர் இந்த வேலைநிறுத்தத்தை வீட்டிலேயே தங்குவதற்குக் கிடைத்த ஒரு வாய்ப்பாகப் பயன்படுத்தினர். இருப்பினும், எனக்கு ஏப்ரல் 1 ம் தேதியன்று சில வாடிக்கையாளர்களைச் சந்தித்துப் பேச வேண்டியிருந்தது. நிச்சயப்பட்டிருந்த நேரத்தில் அவர்களை எப்படியாவது சந்தித்துவிடவேண்டும் தீர்மானித் திருந்தேன். லாங் ஐலேண்ட் நகரத்திலிருந்து நான் மன்ஹாட்டன் நகரத்து வானுயர் கட்டடங்களைப் பார்க்க முடிந்தது. அதனால் அதிக தூரம் இருக்காது என்று நினைத்தேன். என் குயின்ஸ் அபார்ட்மெண்டில் இருந்து கிழக்கு ஆற்று சாலையின் மீது மன்ஹாட்டனுக்கு நடந்தே போக முடிவு செய்தேன். நிச்சயமாக நான் நினைத்ததைவிட தூரம் அதிகமாக இருந்ததால் அந்தப் பாதயாத்திரை ஒன்றரை மணி நேரம் எடுத்துக்கொண்டது. இறுதியில் என் கால்கள் களைத்து வெலவெலத்துபோனாலும், குறைந்தபட்சம் நான் அந்த வாடிக்கையாளர் சந்திப்புக்கு உரிய நேரத்தில் சென்று சேர்ந்திருந்தேன் (என்னை போலல்லாமல் மற்ற நியூயார்க்கர்கள் சக்கரப் பலகைகள் மற்றும் மிதிவண்டி போன்ற இன்னும் எளிய, ஆக்கப்பூர்வமான வழிமுறைகளைப் பயன்படுத்தினர்.)

அறியாமலே நான் மேற்கொண்ட நீண்ட பாதயாத்திரை ஒன்றுக்கும் மேற்பட்ட வழிகளில் குறிப்பிடத்தக்கதாக இருந்தது. அந்த நாளுக்குப் பிறகு வேறு ஒருவிதமாக மோதி என்னைப் பார்த்தார் என்று நம்ப விரும்புகிறேன். நான் அவரது மதிப்பீட்டில் ஒரு சில படிகள் உயர்ந்துவிட்டதனால் எங்கள் உறவில் அது ஒரு திருப்பு முனையாக அமைந்தது. பின்னர், நாங்கள் ஒருவருக் கொருவர் பரஸ்பர மரியாதை கொண்ட நல்ல நண்பர்களாகி விட்டோம். ஓர் இரவு உணவுக்கு அவரது வீட்டுக்கு அழைக்கப் பட்டபோது ஜே.ஆர்.டி. டாடா அவர்களையும் நேரடியாகச் சந்தித்தது நன்றாக நினைவிருக்கிறது. முதல் முறையாக ஒரு சகஜமான சூழலில் அவரைச் சந்திக்க முடிந்திருந்தது.

நியூயார்க்கில் எனது ஆரம்ப அனுபவம், ஒரே ஒரு நபரைக் கொண்ட ஸ்டார்ட் அப் நிறுவனம் போலவே இருந்தது. நானே கடிதங்களைத் தட்டச்சு செய்து, நானே தொலைநகல் அனுப்பி, நானே பிற நிறுவனங்களுக்குப் பொருட்களைக் கொண்டு கொடுக்கும் கடைநிலைப் பணியாளராகவும் இருந்தேன். தாயகத்தில் அந்நியச் செலாவணிக் கட்டுப்பாடுகள் காரணமாக நிதி நிலமை மிக இறுக்கமாக இருந்தது. ஆகவே ஆண்டு முழுவதுமே எங்களுக்குப் பணத்தட்டுப்பாடு இருந்துகொண்டே இருக்கும். கோஹ்லியால் விதிக்கப்பட்டு மோதியால் வலுப்படுத்தப்பட்ட அடிப்படை விதி, நாங்கள் எதுவும் செலவழிப்பதற்கு முன்னர் சம்பாதிக்க வேண்டும் என்பதாக இருந்தது.

அந்த நாட்களில், ஒரு இந்தியர் அமெரிக்கர்களுக்கு மென் பொருள் சேவைகளைச் செய்து தர முன்வருகிறார் என்பது நகைப்புக்குரிய விஷயமாக இருந்தது. என்னைப்போல் இந்தியாவிலிருந்து வரும் ஒரு பட்டிக்காட்டான், மன்ஹாட்டன் நகரின் தெருக்களிலும் சுரங்கப்பாதைகளிலும் (ஒரு கார்கூட இல்லாமல்) தட்டுத்தடுமாறி மென் பொருள் துறையில் வாடிக்கையாளர் பிடிக்க முயற்சி செய்வதைக் கற்பனை செய்து பாருங்கள். எளிய விற்பனைக் காகிதக் கட்டுகளைத் தூக்கிக் கொண்டு அமெரிக்க நிறுவனங்களுக்குள் வெகுளியாக ஏறி இறங்கினேன். என் முகத்துக்கு நேரே கதவைச் சாத்தி மூடும் மனநிலையில்தான் அவர்கள் இருந்தனர். மோதியுடன் நடைபெறும் போர்களின் மத்தியில், இந்த விற்பனைப் பிரதிநிதி வேலையின் தாக்குதலையும் தாங்கிக்கொள்ள, திறமைக்கும் மேலாக ஏதோ ஒன்று எனக்குத் தேவைப்பட்டது.

மென் பொருள், தகவல் தொழில் நுட்பத்துறைகளில் சாதனைகள் எதுவும் புரிந்திராத இந்தியா மற்றும் டி.சி.எஸ்ஸின் வலிமையை அமெரிக்கர்களுக்குப் புரியவைக்கும் பணியை மட்டுமே நான் செய்யவில்லை. அதைவிடவும் கடினமான பணியாக மோதியையும் சமாளிக்கவேண்டியிருந்தது (டி.சி.எஸ்ஸின் ஆலோசகரான மலுஸ்தே, மற்றும் கோஹ்லி, ஆகியோரின் சொற்ப உதவியுடன்). நான் இந்தியாவில் என் முதலாளி களுடனான தகவல் பரிமாற்றங்கள், அலுவலகத்தின் நிர்வாகம், செயல் திட்ட உருவாக்கம், அமெரிக்கா முழுவதும் முன்பின் தெரியாத அலுவலகங்களுக்கு தொலைபேசி அழைப்புகள் விடுப்பது, மேலும் என் சக ஊழியர்களுக்கு வழிக்காட்டியாக இருப்பது என அனைத்துப் பணிகளையும் தனி ஒருவனாகச் செய்தேன். மிச்சமுள்ள சிறிது நேரமே மாலாவுடனும் தருணுடனும் செலவிட்டு மகிழ்ந்தேன். நான் நியூயார்க்கில் கழித்த இரண்டு ஆண்டுகளில், என் குடும்பத்தினருடன் ஒரே ஒரு முறைதான் டிஸ்னி லேண்ட், நியூ ஆர்லியன்ஸ் ஆகிய இடங்களுக்கு சென்றுவர முடிந்திருந்தது.

நான் அதிர்ஷ்டவசமாக ஏதாவது ஒரு பணி ஒப்பந்தம் கிடைக்கும் என்ற நம்பிக்கையில், வாடிக்கையாளர்களைத் தேடி அலுவலகம் அலுவலகமாக ஏறி இறங்கினேன். மிகப் பெரிய நாட்டில் தனி மனிதனாகச் சுற்றுவது அத்தனை சுலபமல்ல. பர்ரோஸ் உடன் பிணைத்திருந்த எங்களுடைய 'தொப்புள் கொடி' வெட்டுப் பட்டதுடன், ஐ.பி.எம், டேன்டெம், ஹ்யூலட் பேக்கார்டு மற்றும் பிற வன்பொருள் விற்பனையாளர்களுடன் புதிய உறவுகளை உருவாக்கினேன். எல்லோருடனும் நல்ல நட்பு வைத்துக் கொள்ள வேண்டியது அவசியம், ஏனென்றால் அவர்கள் மூலம் புதிய அறிமுகமோ வேறு வணிக வாய்ப்புகளோ கிடைக்கக் கூடும். உலக அளவில் அன்று டாடா சன்ஸ் மிகப் பெரிய நிறுவனமாக இல்லை; இன்று போலன்றி, பெரும்பாலும் எங்கள் நிறுவனத்துடன் வணிகத் தொடர்புடைய அலுவலகங்களுக்கு மட்டுமே டாடா குழுமம் பற்றித் தெரிந்திருந்தது. எனவே, வாடிக்கையாளர்களை வென்று, டி.சி.எஸ்ஸை ஒரு நம்பிக்கைக் குரிய தரமான நிறுவனமாக அமெரிக்கர்கள் மனதில் பதியவைக்க நாங்கள் கடினமாக முயற்சிகள் செய்ய வேண்டியிருந்தது.

IBM கணினிகளுடன் நிறையப் பணிகளைச் செய்து, குறிப்பாக, வாடிக்கையாளர்களின் அலுவலகங்களியே பல பணிகளைச்

செய்து கொடுப்பதில் நிபுணத்துவம் அடைந்திருந்ததால், எங்கள் திறன்கள் சிலரால் அங்கீகரிக்கப்பட்டன. இருந்தாலும், ஒரே ஒரு வாடிக்கையாளரை வென்றெடுப்பதே பெரிய விஷயமாக இருந்தது. இது உண்மையிலேயே மிகவும் சிரமானதாக இருந்தது, ஆனால் ஆழமாக நான் ஒரு நிறுவனத்தின் சாதாரண வியாபாரப் பணிகளை மட்டுமே செய்யவில்லை. இந்தியாவுக்கான ஒரு புதிய, மகத்தான தொழிற்துறையையே உருவாக்கிக்கொண்டிருக்கிறேன் என்று அழுத்தமாக நம்பினேன்; அந்த லட்சியத்தை நிறைவேற்ற எவ்வளவு வேண்டுமானாலும் கஷ்டங்களைத் தாங்கிக் கொள்ளலாம் என்று மனதுக்குள் சொல்லிக்கொண்டேன். அந்தக் கடினமான முயற்சிகளின்போது மாலா எனக்குக் கொடுத்த ஆதரவு விலைமதிக்க முடியாததாக இருந்தது.

முதல் பெரிய வாய்ப்பு

அதிர்ஷ்டவசமாக 1978ல் டி.சி.எஸ் ஏற்கனவே 'இன்ஸ்டிடியூஷனல் க்ரூப் இன்ஃபர்மேஷன் கார்ப்பரேஷனுக்கு (ஐ.ஜி.ஐ.சி) நவல் மோதியின் தொடர்புகளின் மூலம் சில வேலைகளைச் செய்துதரத் தொடங்கியிருந்தது. 1960களின் நடுப்பகுதியில் நியூயார்க் சார்ந்த 'யூனியன் டைம் சேமிப்பு வங்கி', 'யூனியன் டைம் சர்வீஸ் கார்ப்பரேஷன்' என்ற தகவல் தொடர்புப் பிரிவை அமைத்தது. ஆனால் அந்த நாட்களில் கணினிகள் மிகவும் விலை உயர்ந்திருந்ததால், யூனியன் டைம் இவ்வகையான செலவினங்களைப் பகிர்ந்து கொள்வதற்கான வழிகளைக் கண்டுபிடித்து, ஒரு தனி நிறுவனமாக, ஐ.ஜி.ஐ.சியை உருவாக்கியிருந்தது.

1970களில் ஒரு புதிய மேம்பட்ட தொழில்நுட்பமாக இருந்த இணையமயமான 'ஆன்லைன் வங்கி' சேவைகளை வழங்குவதில் ஐ.ஜி.ஐ.சி விரைவிலேயே ஒரு முன்னோடியாக மாறியது. அந்த நிறுவனம் உச்சத்தில் இருந்த நேரத்தில், பதினான்கு சேமிப்பு வங்கிகளுக்கு 'நிகழ்நேர ஆன்லைன் வங்கி சேவை'கள் வழங்கியதோடு 2 மில்லியன் வாடிக்கையாளர்களின் கணக்குகளையும் கையாண்டது. ஐ.ஜி.ஐ.சியின் தொழில்நுட்ப சேவைகள் பிரிவின் துணைத் தலைவர் ஃப்ராங்க் சுசினோ மற்றும் அவரது தலைவரான மேக்ஸ் மேத் இருவருமே இந்த சாதனையின் முக்கிய காரணகர்த்தாக்கள். 1970களின் முற்பகுதியில் ஐ.ஜி.ஐ.சி, ஆன்லைன் வங்கி சேவைகளின் விரிவாக்க சேவைக்கு ஆதரவு

கொடுப்பதற்காக ஒரு பர்ரோஸ் 6700 பெருங்கணினி ஒன்றை வாங்கியது. இந்த B6700 கணினி, வங்கிக் கிளைகளை, DC140 கணினி மூலம் தலைமையகத்துடன் இணைத்தது. கணினிகளின் கடினமான அடிப்படையான பொறி மொழியில் (Assembly language) மட்டுமே DC140ன் நிரலாக்கமானது நடந்தது. எனவே இது மிகவும் சவாலான பணியாக இருந்தது. மேலும், நிரலாக்கத்தைத் துல்லியமாகச் சரிபார்த்து குறியீடு சோதனை செய்ய, டெல்லர் முனையத்தில் இருந்து பயனர் உள்ளீடுகளைப் பெற்று, பெருங்கணினி B6700ல் செயல்படுத்தியும் பார்க்கவேண்டி இருந்தது. DC140ன் பராமரிப்பு மிகவும் சிக்கலாகவே இருந்தது, ஆனால் நாங்கள் அதை நேர்த்தியாகச் சமாளித்து ஐ.ஜி.ஐ.சி அணியின் மரியாதையைப் பெற்றோம்.

ஐ.ஜி.ஐ.சி, மற்ற பர்ரோஸ் வாடிக்கையாளர்களைப் போலவே, தொழில்நுட்ப வல்லுநர்கள் மற்றும் நிரலாக்கப் பணியாளர்களின் பற்றாக்குறையால் பாதிக்கப்பட்டது, ஏனெனில், எல்லாரும் குறிப்பாக அமெரிக்காவில் இருந்தவர்கள், ஐ.பி.எம் உபகரணங்களில் பயிற்சியளிக்கப்பட வேண்டும் என்று விரும்பினார்கள். அமெரிக்காவில் உள்ள பர்ரோஸ் கணினி தொடர்பான அனுபவங்களைப் பெற்ற நிரலாக்கர்கள் பணி புரியக் கிடைத்தாலும், அதிக சம்பளம் எதிர்பார்த்தனர். அதோடு போதுமான அளவுக்குத் திறமை இல்லாதவர்களாகவும் இருந்தனர். ஆனால் இந்தியாவில் மிகவும் தகுதிவாய்ந்த தொழில் நுட்ப வல்லுநர்களும் நிரலாளர்களும் டாடா குழுமத்தில் உண்டு என்று நவல் மோதி மூலமாக ஐ.ஜி.ஜி.சி அறிந்தனர். ஆரம்பத்தில் எங்கள் உறவு மிகவும் சாதாரண முறையில் இருந்தது, ஆனால் நான் நியூயார்க்குக்கு 1979ல் வந்தபோது ஃபிராங்க் சுசினோவுடன் முறைப்படி பேச்சுவார்த்தை நடத்தி மூன்று ஆண்டு ஒப்பந்தத்தை உறுதிப்படுத்தினேன்.

அந்த நாட்களில், டி.சி.எஸ், ஐ.ஜி.ஐ.சி, இரண்டிலும் சட்ட ஆலோசகர்கள் என்று தனியாக யாரும் இருந்திருக்கவில்லை, ஆதலால், இன்றைய சிக்கலான வழிகளுடன் ஒப்பிடும்போது பொதுவாக வணிகத்தில் ஈடுபடுவதும் ஒப்பந்தங்களை வடிமைப்பதும் மிகவும் எளிதாகவே இருந்தது. ‘இந்தக் கட்டணத்தில் உங்களுக்குத் தேவையான முறையில் நிரலாளர்களை வழங்குவோம்’ என்று நாங்கள் ஓர் எளிமையான ஒப்பந்தத்தில் கையெழுத்திட்டோம்.

அந்த நேரத்தில், நாங்கள் ஒருவருக்கொருவர் மிக நம்பிக்கை கொண்டிருந்ததால், இரு தரப்பும் 'ஆகச் சிறந்த முறையில் செயல்படுதல்' என்ற நிபந்தனையின் அடிப்படையில் பணி புரிந்தோம். இந்த விதிமுறையின் அர்த்தம் என்னவென்றால், ஒரு பிரச்னை ஏற்பட்டால் டி.சி.எஸ் தனது வசம் உள்ள எல்லா ஆதாரங்களையும் பயன்படுத்தி அதைச் சரிசெய்ய முயற்சி செய்யும். ஐ.ஜி.ஐ.சியும் அதுபோலவே செயல்படும்.

நான் ஃப்ராங்க் சுசினோவுடன் செய்துகொண்ட ஒப்பந்தத்தைக் கொண்டுவந்து, நவல் மோதிக்குக் காட்டியபோது, அவர் மிகுந்த கவலையுடன் இருபது சிகரெட்டுகளுக்கும் அதிகமாகவே புகைத்தபடியே ஆழ்ந்து ஆராய்ந்தார்.

ஆரம்பத்தில், ஆறு மாத காலத்துக்கு இரண்டு நிரலாளர்களை ஐ.ஜி.ஐ.சிக்கு அனுப்பினோம்; பிறகு அந்த எண்ணிக்கை மூன்றாக அதிகரித்தது. மூன்று ஆண்டு ஒப்பந்தம் முடிந்தபின், ஐ.ஜி.ஐ.சிக்குத் தேவைப்பட்ட பல நிரலாளர்களை வழங்குவது என்றும் தீர்மானிக்கப்பட்டது. செயல்பாடுகள் உச்சத்தில் இருந்த காலகட்டத்தில் எங்கள் நிறுவனத்தைச் சேர்ந்த முப்பத்தி ஆறு நிரலாளர்கள் இரவும் பகலும் வேலை செய்தார்கள். பர்ரோஸ் நிறுவனம் IBM நிறுவனத்திடம் சந்தைப் பங்கை இழக்கத் தொடங்கியபோது, மென்பொருள் தளம் மாற்றும் வேலைகளில் தனித்திறனை நாங்கள் உருவாக்கிக் கொண்டோம்; பர்ரோஸ் வன்பொருளில் வேலைசெய்யும் வாடிக்கையாளர்களின் தற்போதுள்ள மென்பொருள் நிரலாக்கங்களை IBM வன்பொருள் தளத்துக்கு மாற்றியமைத்தோம். 1982ல், ஐ.ஜி.ஐ.சி. நிறுவனம் IBM அமைப்புக்கு மாற்றியதுடன், எங்கள் உறவு சிறகடித்துப் பறக்க ஆரம்பித்தது.

டி.சி.எஸ் இரண்டு வருட காலமாக நடத்தப்பட்ட மென்பொருள் மாற்றப் பணிகளில் மூன்றில் ஒரு பங்கு ஊழியர்களை வழங்கியது. ஒரு கட்டத்தில், ஐ.ஜி.ஐ.சி நிறுவனத்துக்கான மென் பொருள் மாற்றத்துக்கு ஐம்பது தொழில்நுட்ப வல்லுனர்களை அளித்து உதவினோம்; 'மென் பொருள் மாற்ற வடிகட்டி நிரல்கள்' (conversion filters) எழுதுதல் மற்றும் சில புதிய கணினி குறியீட்டு திறன்கள் இந்தப் பணிகளுக்குத் தேவையாக இருந்தது. இவற்றை வேறு இடங்களில் பின்னாளில் பயன்படுத்த முடிந்தது.

இந்தக் காலகட்டத்தில்தான் நாங்கள் மென்பொருள் உருவாக்கும் முறைகளில் அக்கரை / இக்கரை செயல்பாடுகள் (offshore/

onshore) என்ற வழிமுறையை அறிமுகப்படுத்தினோம். பம்பாய் மற்றும் நியூயார்க்குக்கு இடையேயான நேர வேறுபாடை எங்களுக்கு சாதகமாக்கிக் கொள்ளலாம் என்பதை உணர்ந்தேன்; அமெரிக்கா தூங்கும்போது இந்தியாவில் டி.சி.எஸ் பொறியியலாளர்கள் மென்பொருள் குறியீடு வேலைகளைச் செய்துமுடித்து நியூயார்க்குக்கு அனுப்பிவிட்டால் காலையில் அவர்கள் அதிலிருந்து பணியைத் தொடரலாம் என்று நான் ஐ.ஜி.ஐ.சிக்குப் பரிந்துரைத்தேன்.

இந்தத் திட்டம் நன்றாக வேலை செய்தது. எத்தனை லட்சக் கணக்கான நிரல் குறியீடு வரிகளை நாங்கள் இயக்கினோம் என்பது எனக்குத் தெரியாது. அந்தக் காலத்தில் தகவல்தொடர்பு இணைப்புகள் மிக மெதுவாகச் செயல்பட்டாலும், இந்தியாவுக்கும் அமெரிக்காவுக்கும் இடையேயான நேர வித்தியாசத்தினால் நாங்கள் மிகவும் பயனடைந்தோம். இதனால் ஐ.ஜி.ஐ.சி இருபத்தி நான்கு மணி நேரமும் தொடர்ந்து பணியாற்ற முடிந்தது. அந்த நேரத்தில் வேறு யாரும் இதைச் செய்யவில்லை என்றே நினைக்கிறேன்.

அமெரிக்காவில் பணியாளர்களின் பற்றாக்குறை இருந்த நேரத்தில் ஐ.ஜி.ஐ.சி நிறுவனம் இந்த வேலைகள் அனைத்தையும் இந்தியாவுக்கு ஏற்றுமதி செய்கிறது சிலர் கோபத்தை வெளிப்படுத்தியதாக மேக்ஸ் மேத் தெரிவித்தார். டி.சி.எஸ் உடனான இந்த ஏற்பாட்டின் மூலம் அவர்கள் ஐ.ஜி.சி.சியால் ஏமாற்றப்படுகிறார்கள் என்றே பலர் நினைத்தனர். 'இயக்குநர்கள் குழுமத்தின் ஆதரவைப் பெறுவதுதான் மிகப் பெரிய பிரச்னையாக இருந்தது. இந்த வழிமுறையில் ஏதோ ஒரு விஷயம் சரியில்லை என்று அவர்கள் நினைத்தார்கள்' என்று மேக்ஸ் என்னிடம் பின்னர் கூறினார்.

ஆனால் அவர் அந்த விவகாரத்தை நேரடியாக எதிர்கொண்டார். 'இந்த ஏற்பாட்டை நீங்கள் ஏற்றுக்கொள்ளலாம், அல்லது இந்தத் திட்டம் எப்போது முடியும் என்று எந்த உத்தரவாதமும் என்னால் தர இயலாத நிலையிலேயே பணிகளைச் செய்துவரலாம்' என்று அவர் குழுமத்தில் பேசினார். இறுதியில் மேக்ஸ் மேத் மற்றும் ஃபிராங்க் சுஸினோ ஆகியோருக்கு அந்தக் குழுமத்தினர் ஆதரவு அளித்தனர்.

இந்த ஒப்பந்தம் வெற்றிகரமாக முடிய என்னவெல்லாம் செய்ய வேண்டுமோ அதையெல்லாம் செய்வேன். நாங்கள் செய்து தரும்

சேவைகள் குறையுடையதாக அவர்களுக்குத் தோன்றினாலோ நாங்கள் அனுப்பும் பணியாளர்கள் மீது அவர்களுக்குத் திருப்தி இல்லையென்றாலோ அந்தப் பணியாளர்களை இந்தியாவுக்குத் திருப்பி அனுப்பத் தயார் என்று சொல்லியிருந்தேன். ஆனால் அவர்களுக்கு அதிருப்தி ஏற்படாமல் இருக்க எல்லா ஏற்பாடுகளையும் சிறப்பாகச் செய்து முடித்தேன். 'ஐ.ஜி.ஐ.சி பணியாளர்களைவிட டி.சி.எஸ் பணியாளர்கள் மிகவும் விசுவாசமாக, அர்ப்பண உணர்வுடன், கடினமாக உழைத்தனர்' என்று ஃப்ராங்க் சொன்னார்.

டி.சி.எஸ் ஊழியர்கள் நேரத்தைப் பற்றி கவலையில்லாமலே கடமையைச் செய்தார்கள். முதல் ஆளாக அலுவலகத்துக்கு வந்தனர். கடைசி நபராக வீட்டுக்குச் சென்றனர். எடுத்துக் கொண்ட வேலையை முடிப்பதற்கு எவ்வளவு நேரம் ஆனாலும் அதை முடித்துக் கொடுத்தபின்னரே வீடு திரும்பினர். டி.சி.எஸ்ஸுக்கும் செய்யும் வேலைக்கும் நம்பமுடியாத அளவுக்கு மிக விசுவாசமாக இருந்தார்கள். நாம் எல்லாருமே அப்படியாக இருந்தவர்கள்தானே

இதன் விளைவாக, இந்த உறவு மிகச் சிறப்பாக வளர்ந்தது; பத்து வருட காலத்தில் 300 முதல் 400 டி.சி.எஸ் பணியாளர்கள் ஐ.ஜி.ஐ.சி உடன் பணிபுரிந்தனர். அவர்களில் பலர் அமெரிக்காவிலும் பிற நாடுகளிலும் டி.சி.எஸ் நிறுவனம் சார்பான அடுத்தடுத்த முக்கிய திட்டங்களில் பணிபுரியச் சென்றனர்.

ஐ.ஜி.ஐ.சி உறவு எனக்கும் தனிப்பட்டவகையில் முக்கியத்துவம் வாய்ந்தது. நான் ஃபிராங்க் மற்றும் மேக்ஸ் ஆகிய இருவருடனும் நெருங்கிய நண்பன் ஆனேன். எங்களது குடும்பத்தினருடன் அடிக்கடி ஒன்று சேர்ந்து விருந்துகளுக்குச் செல்வோம். நியூயார்க்கில் 44வது தெருவில் உள்ள இந்திய உணவகம் (The Jewel of India restaurant) எங்கள் விருப்பத்துக்குரியதானது. சில சமயம் மோதியும் கலந்து கொள்வார், மேலும் கோஹ்லியும் அங்கு வந்திருந்தால் நிச்சயம் வருவார். நல்ல நகைச்சுவை உணர்வு கொண்டிருந்த மோதி, எங்களின் 'ஆகச் சிறந்ததைச் செய்வோம்' என்ற கொள்கையை வைத்துக் குறும்புகள் செய்வார்; நாங்கள் செய்து கொடுத்த மென்பொருள் சேவைக்கான ஒரு பில்லுக்கு இன்னும் பணம் வந்து சேரவில்லை என்று ஐ.ஜி.ஐ.சி நிர்வாகிகளுக்குக் குறும்புடன் நினைவூட்டவும்

செய்வார். சில நேரங்களில் அவர் ஃபிராங்க் மற்றும் மாக்ஸ் இருவரையும் இப்படி தர்ம சங்கடத்துக்கு உள்ளாக்கியதைப் பார்த்து அவர்கள் வெட்கப்பட்டு அங்கேயே காசோலையை எழுதித் தந்துவிடுவார்கள்.

ஒரு சமயம் கோஹ்லி வந்திருந்தபோது, மேடிசன் ஸ்கொயர் கார்டனுக்கு எதிர்ப்பக்கத்தில் இருக்கும் பென்சில்வேனியா ஹோட்டலில் தங்கியிருந்தார். விருந்தினர்கள் தங்கியிருந்த ஒரு இரவில், தீ அபாய அறிவிப்பு ஒலித்தது. பதறிப்போன கோஹ்லி இரவு ஆடையில் நடுத்தெருவுக்கு ஓடிவந்து, 'அப்பாடா, உயிரோடு வெளியே வந்துவிட்டோம்' என்று சமாதானம் அடைந்தார். அமெரிக்காவில் வணிகத்தை உருவாக்கி பணம் சம்பாதிக்க வேண்டுமென்றால் நாங்கள் உயிரையே பணயம் வைக்கவேண்டியிருக்கும் என்று எங்களுக்குள் ஒரு வேடிக்கையாகப் பேசிக் கொள்வதுண்டு.

நான் ஐ.ஜி.ஐ.சி உடன் வளர்த்த நட்புறவின் வெற்றி, மற்றும் அதன்பின் அமெரிக்கன் எக்ஸ்ப்ரெஸ் உள்ளிட்ட மற்ற ஆரம்ப வாடிக்கையாளர்களுடன் நாங்கள் உருவாக்கிக்கொண்ட நல்லுறவு ஆகியவை, என்மீது கோஹ்லிக்கு மேலும் நம்பிக்கை அதிகரிக்க உதவின. ஒரு வணிகத்தை வளர்த்தெடுக்கும் முயற்சியில், சக மனிதர்களுடனும் வாடிக்கையாளர்களுடனும் வலுவான நட்புறவை உருவாக்கிக் கொள்ளவேண்டியதன் அவசியத்தை நானும் புரிந்துகொள்ள உதவியது. ஐ.ஜி.ஐ.சி நிறுவனத்துக்கு எங்கள் தரப்பிலிருந்து மென்பொருள் நிபுணர்களை நியமனம் செய்துகொடுத்த விஷயம் வழக்கத்துக்கு முற்றிலும் மாறானதாகும். அது ஒரு நிறுவனத்தில் வெற்றியில் நெகிழ்வுத்தன்மையின் அவசியத்தை எனக்குக் கற்றுக் கொடுத்தது; மற்றும் வாடிக்கையாளர்களின் உடனடித் தேவைகளைப் பூர்த்தி செய்வதற்கான புதிய திறன்களைத் தொடர்ந்து வளர்த்துக்கொள்வது அவசியம் என்பதையும் புரியவைத்தது. ஐ.ஜி.ஐ.சி மற்றும் அமெரிக்கன் எக்ஸ்பிரஸில், பர்ரோஸ் சாராத சூழ்நிலையில் திறனாற்றலை எப்படி வளர்ப்பது என்பதே நாங்கள் சந்தித்த சவாலாகும்: நாங்கள் ஆதியிலிருந்தே சதா கற்றுக்கொண்டிருக்க வேண்டியிருந்தது.

நான் ஒரு குழுவை நிர்வகிப்பது தொடர்பாகவும் அனுபவரீதியில் பல பாடங்களைக் கற்றுக்கொண்டேன். நான் என் இளைய சகாக்களுக்குப் பயிற்சியாளராகவும் வழிகாட்டியாகவும்

இருந்தேன். சில நேரங்களில் என்னைவிட மூத்தவர்களுக்கும் நிர்வாகியாக இருந்தேன். தொழில்முறை ஆலோசனைகளைத் தவிர அவர்களுக்கு மற்ற விஷயங்களிலும் உதவி தேவை என்று தெளிவாகத் தெரிந்தது. சிக்கனத்தை நாடும் இந்திய மனப் பான்மையும், அரியதான டாலர்களைக் காப்பாற்றவேண்டிய அவசியமும் சேர்ந்து, மிகவும் வேடிக்கையான தருணங்களுக்கு வழிவகுத்தன.

முதல் ஒப்பந்தத்தை நாங்கள் பெற்றபோது, அமெரிக்காவில் பணிபுரிந்த முழு டி.சி.எஸ் குழுவினரையும் வாடிக்கையாளர் களுக்கு அறிமுகப்படுத்த முடிவு செய்தோம், அதனால் வாடிக்கையாளர்களுக்காக வேலை செய்யும் அனைவரையும் சந்திக்கும் வாய்ப்பு அவர்களுக்குக் கிடைத்தது. மிகுந்த உற்சாகமும் பெருமையுடனும் அந்த சந்தர்ப்பத்தில் மிகச் சிறந்த ஆடைகளை உடுத்தியிருந்த குழுவை அறிமுகப்படுத்தினேன். எல்லாம் சரியாகவே நடந்தது. ஆனால் என் குழுவில் ஒருவரின் உடைகள் 'எதிர்காலத்துக்காக' வடிவமைக்கப்பட்டதாகத் தோன்றியது. வழக்கமான இந்திய பாணியில், அவர் அணிந்த உடை பின்னாளில் உடம்பு பெருத்தாலும் பொருத்தமாக இருக்கவேண்டும் என்ற எண்ணத்தில் நீள அகலத்தில் பல சுற்று பெரியதாகவே இருந்தது; எனவே, அவர் கைக்குலுக்குவதற்காக கையை உயர்த்தியபோது, அவருடைய கைக்குப் பதிலாக சட்டையின் கைதான் வந்தது. கை குலுக்கியபோது அங்கு 'கை' இருந்திருக்கவே இல்லை!

ஒரு வேளை, கடைகளில் தள்ளுபடி விற்பனையில் பெரிய அளவு உடைகள் நிறையக் கிடைத்தனவோ என்னவோ, நான் கண்ட சிலர் தன் சட்டைக் கைகளை மடித்தே அணிந்திருந்தார்கள்; இன்னும் ஒருவர், தன் பேண்ட் மிக நீளமாக இருந்ததால், ஒட்டும் நாடாவினால் அதை தூக்கி மடித்து வைத்திருந்தார். துரதிருஷ்ட வசமாக, பனியில் நடந்தபோது, விரைவில் ஒட்டுநாடாவின் பசை இளகி, பேண்ட் தரையைப் பெருக்க ஆரம்பித்துவிட்டது. இந்த மிகவும் தர்மசங்கடமான தருணங்களினால், வாடிக்கை யாளர்களின் மதிப்பை எங்கள் குழுவினர் இழந்துவிடக்கூடாதே என்று மிகவும் கவலைப்பட்டேன்; ஏனென்றால் நாகரீகமான முறையில் மினுமினுப்பாக உடை உடுக்கத் தெரியாவிட்டாலும், எங்கள் பணியாளர்கள் தம் தொழிலில் சிறந்த நிபுணர்களே. 'வெளிப்படையாகத் தெரிவதற்கு அப்பால்' (*Beyond the Obvious*)

என்னும் அந்த காலத்திய டி.சி.எஸ்ஸின் விளம்பர வாக்கியம், எங்கள் குழுவினரையும் மிகச் சரியாகவே வர்ணித்தது!

அத்தகைய சம்பவங்கள் இப்போது நினைத்தால் வேடிக்கையாக இருக்கின்றன, ஆனால் ஒரு சர்வதேச சந்தைக்குள் நுழைந்திருக்கும் நிலையில், டி.சி.எஸ்ஸுக்குள் நடந்த கலாச்சார மாற்றத்தின் அடிப்படையில் அதைப் பார்க்கவேண்டும். அதிர்ஷ்டவசமாக இன்று இளம் டி.சி.எஸ் குழுவினர் நாங்கள் அந்த நாட்களில் இருந்ததைவிட, விலையும் தரமும் உயர்ந்த, உடம்புக்குப் பொருத்தமான உடைகளில் அதிகப் பணம் செலவிட முடிந்தவர்களாக இருக்கிறார்கள். மேலும், இன்றைய டி.சி.எஸ் பணியாளர்களுக்கு பிற நாட்டு கலாசாரங்கள் தொடர்பான பயிற்சிகள் தரப்படுகின்றன. அந்நாளில் எங்களுக்கு அப்படி எதுவும் தரப்பட்டிருக்கவில்லை.

ஐ.ஜி.ஐ.சியைத் தவிர, எங்களின் அமெரிக்கன் எக்ஸ்பிரஸ் ஒப்பந்தம் மற்றொரு ‘மைல்கல்’ ஆக இருந்தது. மைக் ஆப்ராம்ஸ் மற்றும் கார்ல் பிரவுன் இருவரும் அமெரிக்க எக்ஸ்பிரஸில் எங்கள் ஆரம்பகட்ட ஆதரவாளர்களாக இருந்தனர். பல வாடிக்கையாளர்களுடன் கொண்ட நல்லுறவுகளைப் போலவே, எங்கள் திறன்களைச் சோதிக்க ஒரு சிறிய ‘சோதனை’ திட்டமாக தொடங்கி, இறுதியில் மிக முக்கியமான கூட்டுப் முயற்சியாக வளர்ந்தது. அரிசோனா, புளோரிடா, அர்ஜென்டீனா, இங்கிலாந்து, ஆஸ்திரேலியா மற்றும் யுகோஸ்லாவியா ஆகிய இடங்களில் அமெரிக்கன் எக்ஸ்பிரஸின் தொழில்நுட்ப மேம்பாட்டு மையங்களில் நாங்கள் அவர்களுக்கு கணினி சேவைகள் செய்து கொடுத்தோம். வாடிக்கையாளர் நல்லுறவு மேலாளர் (Customer Relationship Manager - CRM) என்ற கோட்பாட்டை நாங்கள் முன்னோடியாக அப்போது உருவாக்கினோம்; ஜெயராமகிருஷ்ணன் என்பவரை விசேஷமாக இந்தப் பணிக்கென்றே நியமித்து அரிசோனாவிலுள்ள பீனிக்ஸ் நகரின் அமெரிக்கன் எக்ஸ்பிரஸ் அலுவலகத்துக்கு அனுப்பினோம்.

அமெரிக்காவில் தங்கி வேலை செய்வதை நாங்கள் ஒருவழியாகச் சமாளித்துக் கொண்டிருக்கையில், அமெரிக்கர்களும் சில சவால்களை எதிர்கொள்ளவேண்டிவந்தது. முதலாக, எங்கள் பெயர்களை உச்சரிக்கவும், நினைவு வைத்துக்கொள்ளவும் மிகவும் சிரமப்பட்டார்கள். ஜெயராமகிருஷ்ணனை முதல்

முறையாக சந்தித்த கிளிஃப் என்பவர் இந்தப் புது பெயரைக் கேட்டபோது, ‘உங்கள் பெயரை (அமெரிக்கர்கள்) யாரும் சரியாக சொல்லவே முடியாது, எனவே அதை ‘JRK’ என்று எளிதாக்குகிறேன்’ என்று சொன்னார்.

இதற்கு முன்னர் ஐ.ஜி.ஐ.சி போலவே அமெரிக்க எக்ஸ்பிரஸ் உடனான பணிகளும் எங்களுக்கு நற்பெயரைத் தேடிக் கொடுத்தன. அந்த நிறுவனத்துடனான எங்கள் ஒப்பந்தம் எங்களுக்கு மற்ற வாடிக்கையாளர்களுடன் ஒப்பந்தங்களை வெல்வதற்கு உதவியது; நாங்கள் முன்னோடியாக இருந்து சாதித்த அக்கரை / இக்கரை வேலைப் பகிர்வு முறைமை நல்ல பலன் தரும் என்பதையும் அவர்களிடம் நிரூபிக்க உதவியது; மேலும், அடிப்படை பராமரிப்பு, மென்பொருள் மாற்றப் பணிகள் ஆகியவற்றைத் தாண்டி உள்ளார்ந்த பல திறமைகளும், உயர்தரமான ஆற்றல்களும் எங்களிடம் இருந்தன என்பதையும் வாடிக்கையாளர்களுக்குப் புரியவைக்க முடிந்தது.

எவ்வாறாயினும், 1981ல் நான் அமெரிக்காவைவிட்டு வெளியேறி மஹாவிடம் பொறுப்பை ஒப்படைத்தபோது, எங்கள் அமெரிக்க வருவாய் வருடத்துக்கு 700,000 டாலர் வரை வளர்ந்திருந்தது. மஹா தொடர்ச்சியாக எமது அமெரிக்க நிறுவனப் பணிகளைப் பெருக்கி, டேண்டம், யங் அண்ட் ரூபிகேம் (விளம்பர நிறுவனம்), ஸ்மித் அண்டு வெஸ்ஸன் (ரிவால்வர் நிறுவனம்) மற்றும் கலிஃபோர்னியாவின் ஃப்ரெஸ்நோவில் இருந்த பருத்தி நிறுவனம் ஆகியவற்றையும் எங்கள் வாடிக்கையாளர்களாக ஆக்கினார். மஹாவின் பதவி முடிவடைந்தபோது 1983ல் எங்கள் அமெரிக்க வருவாய் 2.5 மில்லியன் டாலர்களாக உயர்ந்து விட்டது. நான் இந்தியாவுக்குத் திரும்பிய பின்னும், நான் வழக்கமாக ஒரு வருடத்தில் எட்டு முறை அமெரிக்காவுக்குச் சென்று வந்தேன். அடிக்கடி கோஹ்லியும் என்னுடன் வருவார்.

மஹா அமெரிக்காவில் இருந்த காலத்தில், குறிப்பாக டேண்டம் நிறுவனம் உலக அளவில் இந்தியாவில் கால்பதிக்க ஆர்வமாக இருந்தது. ஏ.டி.எம்கள், வங்கிகள், பங்குச் சந்தைகள் ஆகியவற்றுக்குப் பயன்படக்கூடிய ‘ஃபால்ட் டாலரண்ட் கம்ப்யூட்டர் சிஸ்டம்கள்’ (எந்த உதிரி பாகம் பழுதுபட்டாலும், வேறு என்ன பிரச்னை ஏற்பட்டாலும் முழுமையாக முடங்கி விடாமல் முடிந்தவரை செயல்படும் கணினி அமைப்புகள்)

உற்பத்தியில் அந்த நிறுவனம் புகழ் பெற்றிருந்தது. ‘நான் ஸ்டாப்’ (தடையற்று ஓடும்) என்று அவை விளம்பரப்படுத்தப்பட்டன.

டேண்டம் இந்தியாவில் தங்கள் கருவிகளை விற்க விரும்பினர். அது எங்களுக்கும் வியாபார வாய்ப்பு மற்றும் பல கணினி தளங்களில் நிபுணத்துவத்தை வளர்ப்பதற்கான வாய்ப்பாக இருந்தது. ஒரு முறை மஹா, கலிஃபோர்னியாவின் கூபர்டினோவில் டேண்டம் தலைவரான பாப் மார்ஷல் உடன் ஒரு சந்திப்புக்கு ஏற்பாடு செய்திருந்தார்; கோஹ்லியும் நானும் இந்தியாவிலிருந்து பறந்து சென்றோம். தற்செயலாக அந்த நாளின் ‘வால் ஸ்ட்ரீட் ஜர்னல்’ செய்தித்தாளின் முதல் பக்கத்தில் திரு ஜே.ஆர்.டி.டாடாவைப் பற்றி ஓர் அறிமுகக் கட்டுரை வெளியாகியிருந்தது. அது எங்களுக்குப் பெரிய உதவியாக இருந்தது, ஏனெனில் அந்த நேரத்தில் டி.சி.எஸ் அல்லது இந்தியாவைப் பற்றி வெளிநாடுகளில் யாருக்கும் அதிகம் தெரியாது.

உண்மையில் நாங்கள் பாப் மார்ஷலுடன் திட்டமிட்டபடி சந்திக்கமுடியாமல் போய்விடும் நிலை இருந்தது. ஏனென்றால், அதற்கு முந்தின நாள் லாஸ் ஏஞ்சல்ஸில் மற்றொரு சந்திப்புக்காகச் சென்றிருந்தோம். ஆரஞ்சு கவுன்டி என்னும் மாவட்டத்தில் இருந்த நண்பர்கள் மற்றும் புதிய அறிமுகங்களுடன் இரவைக் கழிக்கவேண்டியிருந்தது; மறுநாள் சந்திப்புக்கு விமானத்தைப் பிடித்து எப்படி வந்து சேர என்று தவித்தோம். மறுநாள் காலையில் நான் மஹாவுடன் சேர்ந்து, ஒரு காரை வாடகைக்கு எடுத்து, கோஹ்லியை ஏற்றிக்கொண்டு, சான் பிரான்சிஸ்கோவுக்கு விமானத்தைப் பிடிக்க விமான நிலையத்துக்கு ஓட்டிச் சென்றேன். எங்கள் மூவரில் நான்தான் சிறந்த கார் டிரைவர் என்று நாங்கள் தீர்மானித்துவிட்டிருந்தோம். வழி தெரியாமல் நான் ஒரு தவறான திருப்பதில் நுழைந்து எங்கோ போய்விட்டேன். பின்னர் ஒருவழியாக நாங்கள் விமான நிலையத்துக்கு வந்தபோது விமானம் பறக்கத் தயாராகிக் கொண்டிருந்தது. என்னுடைய கார் ஓட்டும் திறமையை வைத்துக்கொண்டு இவ்வளவு தூரம் வந்ததே பெரிய சாதனைதான்.

நானும் கோலியும் திட்டமிட்டபடி அந்த சந்திப்புக்குச் சென்றுவிடவேண்டும் என்றும், தான் காரைத் திருப்பிக் கொடுத்துவிட்டு எங்கள் சூட்கேஸ்களை எடுத்துக்கொண்டு

வந்துவிடுவேன் என்றும் மஹா சொன்னார். அதன்படியே நாங்கள் அந்த விமானத்தில் ஓடிச் சென்று ஏறிவிட்டோம். மஹா அடுத்த விமானத்தில் வந்து சேர்ந்தார். அவருக்கு வேறொரு பிரச்னையும் ஏற்பட்டிருந்தது. என்னுடைய சூட்கேஸ் எங்கோ காணாமல் போய்விட்டது. அதைத் தேடிக் கண்டுபிடித்து ஒரு வழியாக மதிய நேரத்தில் வந்து சேர்ந்தார். அந்த சந்திப்பு நல்லவிதமாக நடந்து முடிந்தது. அதனால் மஹா தாமதமாக வந்ததோ நாங்கள் பட்ட கஷ்டங்களோ பெரிய பாதிப்பை ஏற்படுத்தியிருக்கவில்லை.

டி.சி.எஸ் 1960களில் சற்றே தயக்கத்துடன் தொடங்கிய பயணத்தில், வெகு தூரம் வெற்றியுடன் வந்திருப்பது 1980களின் முற்பகுதியில் தெளிவாகிவிட்டிருந்தது. டி.சி.ஸ், சந்தர்ப்ப சூழ்நிலைகளின் பலனால் ஒரு உலகளாவிய பயணத்தில் இருந்தது. தரவு செயலாக்க சேவைகளைச் செய்ய வணிக நிர்வாக ஆலோசனை என்ற போர்வையில் சுற்றி வளைத்துச் செயல் படவேண்டியிருந்த ஆரம்பகால போராட்டம் முடிவுக்கு வந்திருந்தது. கணினித் துறையில் உயர்நிலைப் பணிக்கான தேவை உருவாகிவிட்டிருந்தது. மேலும், மிகவும் திறமையான, தகுதி வாய்ந்த இந்தியர்கள் பணிசெய்ய முதலில் தேர்ந்தெடுக்கும் நிறுவனமாக டி.சி.எஸ் இருந்தது.

அடுத்த தசாப்தத்தில் இந்தியாவில் அயலக அவுட் சோர்ஸ் திட்டங்களைச் செயலாற்றும் தளத்தை வலுப்படுத்தும் உறுதியான குறிக்கோளுடன் இந்தியா திரும்பினேன்.

•

நிதித்துறை சேவைகளில் பெரிய வெற்றி

எந்தவொரு தொடக்கநிலை நிறுவனமும் ஓரிரண்டு நல்ல வாய்ப்புகளை விரைவிலேயே பெற வேண்டும். அப்போதுதான் தொடர்ந்து வெற்றிகரமாகச் செயல்படமுடியும். பெரும் பாலானோர் டி.சி.எஸ்ஸை ஒரு புதிய தொடக்க நிலை நிறுவனமாக நினைக்காவிட்டாலும், பல வழிகளில் அது அப்படியானதாகவே இருந்தது. உலகமே எங்கள் வணிக சந்தையாக இருந்தது. ஆனால், எங்களுக்கு டாடா பெயரின் ஆதரவைத் தவிர, வேறு எந்தப் பின்பலமும் இல்லை. ஒரு குறிப்பிடத்தக்க நிலைக்கு எம்மை உயர்த்திய திட்டங்கள் எங்களுக்குக் கிடைத்ததற்கு எங்களுடைய கடினமான உழைப்பு,

வெற்றியடைவதற்கான உறுதிப்பாடு, சிலநேரங்களில் சற்றே வேடிக்கையான அதீத சுய நம்பிக்கை இவையே காரணமாக இருந்தன. எவ்வாறிருப்பினும், ஒவ்வொரு திட்டமும் டி.சி.எஸ்ஸின் நற்பெயரைக் கட்டியெழுப்ப உதவியதோடு, எங்கள் முன்னேற்றப் பயணத்தில் ஒரு மைல்கல்லாகவே அமைந்தது.

1970கள் போலவே 1980கள், 1990கள் முழுவதும், தகவல் தொழில்நுட்ப வணிகச் சந்தை இந்தியாவுக்கு வெளியிலேயே இருந்தது. இந்த வெளிநாட்டு சந்தைகள் டி.சி.எஸ்ஸுக்கு மிகுந்த லாபம் தரக்கூடியவையாக இருந்தன என்பது உண்மைதான். ஆனால் உண்மையில் அவற்றைவிட்டால் எங்களுக்கு அப்போது வேறு வழி எதுவும் இருந்திருக்கவும் இல்லை. ஏனென்றால் உள்நாட்டு சந்தையில் கணினி, தகவல் தொழில்நுட்பத் துறை சார்ந்து எந்த வணிக வாய்ப்பும் இருந்திருக்கவில்லை. என் வாழ்நாள் முழுவதிலும் இருந்த என் பெரிய ஆசைகளில் ஒன்று என்னவென்றால், டி.சி.எஸ் நிறுவனம் இந்தியாவுக்கு தனித்தன்மையோடு கூடிய மகத்தான சேவையை ஆற்றவேண்டும் என்பதுதான். டி.சி.எஸ் உலகளாவிய சந்தையில் பங்கு பெற்றது; அதை மேலும் வளர்த்தெடுத்தது. வெளிநாட்டுச் செயல்பாடுகளிலிருந்து கற்றுக்கொண்டவற்றை இந்தியாவுக்குக் கொண்டுவந்துசேர்த்தது.

இந்தக் காலப்பகுதியில், இந்தியாவும் அதன் அரசியல் தலைமையும் வெள்ளங்கள், உணவுப் பற்றாக்குறை போன்ற பல பெரிய பிரச்னைகளைச் சமாளிப்பதில் கூடுதல் கவனம் செலுத்தவேண்டியிருந்தது. தகவல் தொழில்நுட்பம் பின்னுக்குத் தள்ளப்பட்டது. ஆனால் 1990களில் இந்தியப் பொருளாதாரம் திறந்துவிடப்பட்டது; பிற நாடுகளில் தகவல் தொழில்நுட்பத் துறை ஏற்படுத்திவரும் முன்னேற்றங்களைப் பற்றி இந்தியாவிலும் அரசியல் விழிப்புணர்வு உருவாகத் தொடங்கியது. இவற்றால் இந்தியச் சந்தையிலும் மாற்றங்கள் உருவாகத் தொடங்கின.

இந்திய தகவல் தொழில்நுட்பத்துறையின் 'இருண்ட காலத்தின்' போதும் டி.சி.எஸ்ஸின் அடிப்படை அணுகுமுறை எப்போதும் நமது வெளிநாட்டு நடவடிக்கைகளைப்போல், உள்நாட்டுச் சந்தைக்கும் சற்று அதிகமான கவனம் செலுத்தவேண்டும் என்பதாகவே இருந்தது. ஏற்கனவே மற்ற நாடுகளில்

இருந்ததைப் போலவே இந்தியாவின் வளர்ச்சிக்கும் தகவல் தொழில்நுட்பத்துறை மிகவும் முக்கியமானதாக இருக்கும் எனத் தீவிரமாக நம்பினோம். அந்த நேரம் வரும்போது டி.சி.எஸ் நிறுவனம் தயாராக இருக்க வேண்டியது அவசியம் என்றும் நினைத்தோம்.

உலகளாவியரீதியில், நிதிச் சேவைகள் துறை தகவல் தொழில்நுட்பத்தை முன்னோடியாக நின்று வளர்த்தன. இதனால், இந்தப் புதுத் துறையில் டி.சி.எஸ் ஆழ்ந்த அறிவுத் திறமையும் அனுபவத்தையும் பெறுவதற்காக சில வணிக ஒப்பந்தங்களை பெறுவது மிக முக்கியமானதாக இருந்தது. ஆனால் இதை பூஜ்ஜியத்தில் இருந்து புதிதாக உருவாக்க வேண்டியிருந்தது.

முக்கிய உலகளாவிய நிதிச் சந்தைகள் சுவிட்சர்லாந்தில் இருந்தன (மிக முன்னேறியது). அதையடுத்து அமெரிக்கா, இங்கிலாந்து, இந்தியாவுக்கு அருகில், சிங்கப்பூர், ஹாங்காங் ஆகியவை இருந்தன. நிதி மற்றும் வங்கி வணிகத்துக்கு, தரவுகளின் மிக அதிகப் பாதுகாப்பு, முற்றிலும் பிழையற்றதன்மை, குறித்த காலக்கெடுவுக்குள் செய்தாகவேண்டிய கட்டாயம் ஆகியவை மிகவும் அவசியம். எங்களுக்கு இவை தொடர்பாக எந்த முன் அனுபவமும் பின்பலமும் இருந்திருக்கவில்லை. மேலும் பல எதிர்மறையான கருத்துகளையும் எதிர்த்துப் போராட வேண்டியிருந்தது. என்ன இருந்தாலும் அதிநவீன உலகச் சந்தையில் நுழைய முயற்சிக்கும் ஊர் பேர் தெரியாத ஒரு இந்திய நிறுவனம்தானே நாங்கள்.

டி.சி.எஸ் அடிப்படையில் தரவு சேகரிப்பு, செயலாக்கம் ஆகியவற்றைச் செய்யும் நிறுவனமாகத்தான் தொடங்கியது, ஆனால் வங்கி மற்றும் நிதித் துறைகளிலும் நாங்கள் நல்ல அனுபவ அறிவை விரைவிலேயே பெற்றுக்கொண்டோம். உதாரணமாக, 1968ல் இருந்தே நாங்கள் டாடா மற்றும் வேறு நிறுவனங்களுக்காக பதிவாளர்களாகவும் பரிமாற்ற முகவர் களாகவும் செயல்பட்டோம். 1977ல் நாங்கள் 65 நிறுவனங்களின் பங்குதாரர்களின் லாபப் பங்குத் தொகை மற்றும் பத்திரம் பரிமாற்ற செயல்களைக் கையாண்டிருந்தோம்; 1988ல் நாங்கள் ஸ்டாக் ஹொல்டிங் கார்ப்பரேஷன் ஆஃப் இந்தியா (SHCIL) நிறுவனத்துக்குப் பத்திரப் பாதுகாப்பு மற்றும் நிர்வகிப்பு அமைப்புகளை உருவாக்கித் தந்திருந்தோம்.

‘வெஸ்டர்ன் டிரஸ்ட் அண்ட் சேவிங்ஸ் லிமிடெட்’ (WTSL) என்ற நிறுவனம் ப்ளைமவுத்தில் இருந்தது. ஐம்பது ஆண்டுகால அனுபவம் கொண்ட அந்த பிரிட்டிஷ் ரீடெய்ல் வங்கிக்கு 1981 வாக்கில் இருபத்தி எட்டு தொடர்கிளைகள் இருந்தன. அந்த வங்கிக்கு தேவையான தகவல் தொழில்நுட்ப சேவையைச் செய்து கொடுத்ததன் மூலம் வங்கிச் செயல்பாடுகள் தொடர்பான நல்ல அனுபவம் எங்களுக்குக் கிடைத்திருந்தது. WTSL பிறகு கனடாவின் ராயல் பேங்கின் துணை நிறுவனமாக மாறியது.

டி.சி.எஸ், WTSLக்கு ரீடெய்ல் விற்பனை வங்கி அமைப்பை அடித்தளத்திலிருந்து புதுமையாக உருவாக்கியது; அதற்குக் கிட்டத்தட்ட 135 நபர்கள் ஒரு வருடம் தொடர்ச்சியாக உழைத்தால் எவ்வளவு உழைப்பு தேவைப்படுமோ அவ்வளவு செலவிடப்பட்டது. 1986ன் இறுதியில் இந்தத் திட்டம் முழுமையாக நடைமுறைப்படுத்தப்பட்டது. மின்னணு வங்கித் தொழில்நுட்பங்கள் உட்பட அனைத்து தகவல் தொழில்நுட்பத் தேவைகளையும் பூர்த்தி செய்தது.

தனிப்பட்ட நிதிச் சேவைகளில் வாடிக்கையாளருடனான உறவுகளின் மேலாண்மைக்கு உதவுவதற்காக வடிவமைக்கப் பட்ட ஒருங்கிணைந்த அமைப்பு இது. வியூகத் திட்டமிடல், வணிக விளம்பர பிரசாரங்கள், கணக்கு திறப்பு, வாடிக்கையாளர் நல்லுறவு மேலாண்மை மற்றும் வராக் கடன் கண்காணிப்பு ஆகியவற்றுக்கு உதவும்வகையில் அது வடிவமைக்கப் பட்டிருந்தது. மேலும், சேமிப்புக் கணக்குகள், வைப்புக் கணக்குகள், கடன்கள் மற்றும் கணக்கீட்டு சோதனைகள் போன்ற தினசரி செயல்பாட்டு முறைகளையும் இந்த அமைப்பு நிர்வகிக்க உதவியது.

எங்கள் அமைப்பு நவீன ரீடெய்ல் நிதி சேவை நிறுவனங்களின் செயல்பாட்டுத் தேவைகளை வெற்றிகரமாகச் செயலாற்றிக் காட்டியதைத் தொடர்ந்து, ‘சாஃப்ட்வேர் சயின்சஸ்’ என்ற பிரிட்டிஷ் நிறுவனத்தால் ‘TAMAR Retail Financial Services System’ என்ற பெயரில் சந்தைப்படுத்தப்பட்டது. பின்னர் 1988 மற்றும் 1993க்கு இடையில் பிரிட்டனில் இருந்த ஆறு அல்லது ஏழு ரீடெய்ல் வங்கிகள் மற்றும் கட்டடநிதி சங்கங்களில் வெற்றிகரமாக செயல்படுத்தப்பட்டது.

WTSL ஒப்பந்த வேலை ஒரு சிக்கலான செயல் திட்டமாக இருந்தது; பல தொழில்நுட்பங்களை ஒன்றிணைத்து அதி நவீன

சேவைகளை வழங்கும்வகையில் முற்றிலும் புதிதாக உருவாக்கிச் செயல்படுத்தப்பட்டது இந்தத் திட்டத்தினால், டி.சி.எஸ் நிறுவனம் ரீடெய்ல் வங்கியியல் துறையில் ஆழ்ந்த அறிவாற்றலை வளர்த்துக்கொண்டு, அந்தக் காலத்திய அதி நவீன தொழில்நுட்ப வளர்ச்சிகளில் சிறந்த நிபுணத்துவம் பெற்றது; தானியங்கி 'காசாளர்' இயந்திரங்கள் (ATM), விற்பனை முனையத்தின் மின்னணு இயந்திரங்கள் (Point of Sale Terminals) ஆகியவற்றை நிர்வகிப்பதற்கான அனுபவமும் பெற்றது. பெரிய திட்டங்களைச் செயல்படுத்தும் அனுபவ அறிவும் இவற்றில் இருந்து கிடைத்தது.

இந்தியாவில் வங்கிகளுக்கு 'ஒருங்கிணைந்த தரப்படுத்தப்பட்ட வங்கியியல் மென்பொருள்' (Integrated Standard Banking Software, ISBS) என்றழைக்கப்படும் மென்பொருள் செயலியை உருவாக்கியது. டி.சி.எஸ்ஸுக்கு இந்த அனுபவம் மிகவும் பயனுள்ளதாக இருந்தது. இதையடுத்து 'மைய வங்கி அமைப்பு' (Core Banking Software) மென்பொருள் முன்னணிக்கு வந்தது. இந்தியாவில் தொலைத் தொடர்பு உள்கட்டுமானம் நம்பகத் தன்மையுடன் மேம்பட்டதுடன், வங்கிகளும் 'மைய வங்கி அமைப்பை' தேர்ந்தெடுத்தன; அதனால், தனித்த வங்கிச்சேவை மென்பொருள் என்பது பயனற்றதாயிற்று.

1986ம் ஆண்டு பம்பாய் சாண்டாக்ரூஸில் உள்ள மின்னணு ஏற்றுமதி செயலாக்க மண்டலத்திலுள்ள டி.சி.எஸ் அலுவலகத்தில் இந்தத் திட்டத்துக்கென்று இருபத்தி ஒன்பது நேரடி ஊழியர்கள் வேலை செய்துவந்தனர். நிறுவனத்தின் வருவாயில் 9 சதவிகிதத்தை இந்தத் திட்டம் மட்டுமே சம்பாதித்துக் கொடுத்தது. இன்று எந்தத் திட்டமும் அந்த அளவு வருவாயை ஈட்டித் தருவதில்லை. மற்றும் அந்தத் திட்டத்தைப் போல் ஆறு ஆண்டுகளுக்கு மேலாக ஒரு திட்டம் இயங்கும் என்று கற்பனை செய்யவும் முடியாது.

ஆனால் அந்த நேரத்தில், WTSL திட்டம் மிக சிக்கலானதாகவும் பிரமாண்டமானதாகவும் இருந்ததால், டி.சி.எஸ் முக்கியமான நவீன தொழில்நுட்ப அறிவாற்றலை வளர்த்துக்கொள்ள முடிந்தது; மேலும், எங்கள் ஆரம்பநிலை ஊழியர்களுக்கும் மதிப்புமிக்க பெருங்கணினி அனுபவம் கிடைக்க வழிவகுத்தது. இதன் விளைவாக அவர்கள் வங்கியியல் வல்லுநர்களாகவும், பெருங்கணினியியல் நிபுணர்களாகவும் ஆனார்கள். திட்டங்களை

நேர்த்தியாக நிர்வகிக்கவும் உரிய காலக்கெடுவுக்குள் முடிக்கவும் கற்றுக்கொண்டனர். துரதிருஷ்டவசமாக டி.சி.எஸ் இந்தத் திட்டத்துக்கான அறிவுசார் சொத்து உரிமைகளை (IPR) காப்பாற்றிக் கொள்ளவில்லை; IPR என்னும் உரிமையைப் பாதுகாக்கும் முக்கியத்துவத்தை நாங்கள் இன்னும் கற்றுக் கொள்ளவில்லை.

சுவிஸ் தேசிய வங்கி

டி.சி.எஸ்ஸின் ஆரம்பகால வங்கியியல் அனுபவங்களில் ஒன்றாக உலகின் மிக முன்னேறிய நிதி சந்தைகளில் ஒன்றாக இருந்த சுவிட்சர்லாந்தில் செய்த பணி அமைந்தது. சுவிஸ் தொழிலதிபர் பியர் பேஜ் நிறுவிய டெக்னோசாஃப்ட் (TKS) நிறுவனத்துடன் 1984-85ல் இணைந்து செயல்பட்டதன் மூலம் டி.சி.எஸ் நிறுவனம் ஏற்கனவே சுவிட்சர்லாந்தில் கால் பதித்திருந்தது. சுவிட்சர்லாந்தில், சுவிஸ் தேசிய வங்கி (SNB) தொடர்பான மிகப் பெரிய திட்டம் உட்பட சில வெற்றிகரமான திட்டங்களைச் செயல்படுத்தியிருந்தோம். 1983ல், டி.சி.எஸ் தில்லியில் முதல் தடவையாக இந்தத் திட்டம், ஆஃப்-ஷோர் திட்டம் என்ற ரீதியில் நடத்தப்பட்டது; அதுவரை, இவ்வகையான திட்டங்கள் பம்பாயில் மட்டுமே நடந்தன.

அந்த நேரத்தில் SNBல் 326 பணியாளர்கள் இருந்தனர்; பதிமூன்று உறுப்பினர் கொண்ட மிகவும் திறமையான தகவல் தொழில்நுட்ப அணியில், பலர் கடா பட்டமும் பெற்றிருந்தனர். இந்தத் திட்டம் தொடர்பாகச் பேசி முடிவு செய்ய டி.சி.எஸ் சார்பில் ஜகதீஷ் பண்டாரியை அனுப்பியிருந்தோம். அந்த வங்கியின் தகவல் தொழில்நுட்பப் பிரிவைச் சேர்ந்த 13 பேரும் ஆறு மணிநேரம் டி.சி.எஸ்ஸின் அணுகுமுறை, செயல்பாடு பற்றி சரமாரியாகக் கேள்விகள் கேட்டு அவரைத் திணறடித்தனர். ஜகதீஷ் பண்டாரி அவர்களுடைய கேள்விகள் அனைத்தும் உரிய பதில் சொல்லி அசத்தினார். இறுதியில் அந்தத் தகவல் தொழில்நுட்பக் குழு, ஜகதீஷ் பண்டாரி சொன்ன பதில்களைக் கேட்டு மகிழ்வு அடைந்து அந்த ப்ராஜெக்டை எங்களுக்குத் தந்தது.

ஆனால் எங்கள் மகிழ்ச்சி குறுகிய காலமே நீடித்தது. ஏனெனில், வங்கியின் தலைவரிடமிருந்து விரைவில் ஒரு அழைப்பாணை எங்களுக்கு வந்தது. பயந்தபடியே அவரைச் சென்று சந்தித்து நாற்பத்தி ஐந்து நிமிட நேரம் பேசினோம். ஏனெனில் ஒரு இந்திய

நிறுவனம் SNB திட்டத்தில் வேலை செய்யப்போவதை அவரால் நம்பவே முடியவில்லை. இது ஒரு சரியான தீர்மானம்தான் என்று தானே நேராகச் சோதித்து முடிவு செய்துகொள்ள விரும்பி இருந்தார்; குறிப்பாக, அந்தத் திட்டத்தின் ஒரு பகுதி இந்தியாவிலேயே நடத்தப்படும் என்பது அதுவரை அவர் கேள்விப்படாத விஷயமாக இருந்தது.

சுவிஸ் வங்கியில் பணிபுரிந்ததால் எங்களுக்கு முதல் முறையாக அதி துல்லியமாகவும் மிக கறாராகவும் இருக்கும் ஒரு வாடிக்கையாளருடன் பணிபுரியும் அனுபவம் கிடைத்தது. எந்தெந்தக் காலகட்டத்துக்குள் எந்தெந்தப் பணிகளையெல்லாம் முடித்திருக்கவேண்டும் என்று இரண்டு நிறுவனங்களும் சில 'மைல் கல்களை' நிர்ணயித்துக்கொண்டோம். ஆனால் இந்தத் தேதிக்குள் முடிக்கவேண்டும் என்று டி.சி.எஸ் மீது எந்த நிர்பந்தமும் அவர்கள் விதித்திருக்கவில்லை. அதற்கு மாறாக, கால அட்டவணையை வரையறுத்துக்கொள்ளும் பொறுப்பை எங்களிடமே விட்டனர். ஆனால், அதன் பிறகு அந்தக் காலக்கெடுவுக்கு ஏற்ப வேலைகளை முடிக்கிறோமா என்று எங்களைக் கண்காணித்தனர். டி.சி.எஸ் கொடுத்த அட்ட வணையை அடிப்படையாகக் கொண்டு, அந்த வங்கி, பர்ரோஸ் உள்ளிட்ட இதர ஒப்பந்த சேவை வழங்குனர்களுடன் இருந்த அனைத்து ஒப்பந்தங்களையும் மாற்றியத்தது. அதிலிருந்து அவர்கள் எந்த அளவுக்கு எங்கள் மீது நம்பிக்கை வைத்திருந்தனர் என்பது புரிந்தது.

பயனர் இடைமுகத்தில் எந்த மாற்றமும் செய்யப்படமாட்டாது என்றும், வாடிக்கையாளர்களை எவ்விதமும் தொந்தரவு செய்யக் கூடாது என்றும் மீண்டும் மீண்டும் எங்களிடம் சொன்னார்கள். பணியின் சிக்கலான இயல்பின் காரணமாக, இடைமுகத்தில் சில சிறிய மாற்றங்கள் தவிர்க்கமுடியாததாக இருந்தன. ஆனால் பயனர்கள் சங்கடப்படாமல் முன்னெச்சரிக்கையுடன் இருக்க, நாங்கள் அவர்களுக்கு முன்கூட்டியே தெரிவிக்க வேண்டும் என்று வங்கி எங்களைக் கேட்டுக்கொண்டது.

டி.சி.எஸ்ஸுக்கு இந்த அனுபவங்கள், பெருநிறுவன பணிக் கலாச்சாரத்தை நன்றாக உள்வாங்கிக்கொள்ளவும், செயலாற்றல் தர அடிப்படைகளை வடிவமைக்கவும் உதவின. இந்த ஒப்பந்தத்திலிருந்து நாங்கள் பல முக்கியமான பாடங்களைக் கற்றுக்கொண்டோம். இறுதிக்கட்ட பயனரின் உணர்வுகளுக்கு

ஏற்ப நடந்துகொள்ளுதல், வாடிக்கையாளர் மேல் கவனம், தரத்துக்கு முக்கியத்துவம், கால அட்டவணையைத் திட்டமிடுதல் மற்றும் காலக்கெடுவுக்கு உட்பட்டுப் பணிகளை முடித்தல் என பல விஷயங்களின் முக்கியத்துவத்தைப் புரிந்துகொண்டோம். திட்டச் செலவினம் தொடர்பாக குத்துமதிப்பான தொகையை ஒருபோதும் சொல்லவே கூடாது என்பதையும் கற்றுக் கொண்டோம். உண்மையில் எங்கள் மதிப்பீடுகள் 95 சதவிகிதம் துல்லியமானவையாக இருந்தன; இவ்வகையான பாடங்கள் பல ஆண்டுகளுக்குப் பிறகும் எங்களுக்குப் பயனளித்திருக்கின்றன.

SEGA திட்டம்

சுவிஸ் தேசிய வங்கியுடன் இணைந்து செயல்பட்டதென்பது எங்கள் திறமையை மற்றவர்களுக்கு எடுத்துக்காட்டும் விஷயமாகத் திகழ்ந்தது. 1989ம் ஆண்டில் டி.சி.எஸ், மிகப் பெரிய நிறுவனங்களில் ஒன்றானSEGAவின் முக்கிய ஒப்பந்தத்தைப் பெற அது உதவியது. SEGA (Sega InterSettle, SIS) என்றழைக்கப்படும் நிகழ் நேர நிதி ஓலை பத்திரத் தீர்வு அமைப்பு (Real-time Securities Settlement System), அல்லது பத்திரப்பதிப்பு தீர்வு தகவல் அமைப்பு (Settlement Communication System, Secom) ஒன்றை உருவாக்க விரும்பியது. SEGA ஏற்கனவே கடந்த இருபது ஆண்டுகளாகப் பயன்பாட்டில் இருந்த பத்திரப் பதிப்பு களஞ்சியம் ஒன்றை வைத்திருந்தது. ஆனால் இப்போது புதிதாக இரண்டாவது தலைமுறை அமைப்பு தேவைப்பட்டது. எனவே, நிலையான விலை ரீதியில் இடப்பெயர்வு வேலையும் புதிய மென்பொருள் மேம்பாடும் செய்துதரும்படிக் கேட்டுக்கொண்டிருந்தார்கள். எங்களது சுவிஸ் பங்குதாரரான TKS உடன் இணைந்து SEGA திட்டத்துக்கான டெண்டர் ஏலப் போட்டியில் டி.சி.எஸ் வென்றது; எங்களுக்கு பலமான போட்டியாக 'ஆண்டர்சன் கன்சல்டிங்' (பின்னர் 'அக்சென்ச்சூர்' - Accenture என மறுபெயரிடப்பட்டது) என்ற மிகப் பெரிய நிறுவனம் இருந்தது.

ஆண்டர்சன் கன்சல்டிங் பல பத்திரப் பதிப்பு களஞ்சியத் திட்டங்களை செய்து, இந்தத் துறையில் நல்ல அனுபவம் பெற்று முன்னணியில் இருந்தது. டி.சி.எஸ்ஸுக்கு அந்தப் பணியில் அனுபவமே இருந்ததில்லை. அப்படியானால், எங்களுக்கு அந்த ஒப்பந்தம் எப்படிக் கிடைத்தது? முதலாவதாக, இளம்,

ஆர்வமுள்ள, மிகப் புத்திசாலியான டி.சி.எஸ் குழுவினர், SEGAவின் வணிகத் தேவைகளை மூன்று மாதங்கள் ஆழ்ந்து ஆராய அனுப்பப்பட்டனர். இந்தியாவிலேயே முழுதாக மென்பொருள் வளர்ச்சியைச் செயலாக்குவோம் என்று நாங்கள் சொன்னோம்; ஆண்டர்சன் கன்சல்டிங் நிறுவனத்தினர் அதே வேலையை பிலிப்பைன்ஸ் நாட்டின் மனிலா நகரில் செய்யப் போவதாகச் சொன்னார்கள். SEGA நிறுவனம் ஓர் இந்திய நிறுவனத்தை நம்பி வேலையை அளிக்கமாட்டார்கள், தங்களுக்குத்தான் இந்த ஒப்பந்தம் கிடைக்கும் என ஆண்டர்ஸன் கன்சல்ட்டிங் நிறுவனத்தினர் மிகக் கர்வமாக நடந்து கொண்டார்கள்.

உண்மையில் நாங்கள் இந்தப் போட்டியில் பின்தங்கிய நிலையில்தான் இருந்தோம். இந்த வாய்ப்பு எங்களுக்கு ஒரு முக்கியமான திருப்புமுனையாக இருக்கும் என்றே நம்பினோம். ஏதோ பித்துப் பிடித்தது போல், மிக மும்முரமாக, வெகு உற்சாகத்துடன், கடமைக்கும் அப்பால் கடினமாக உழைத்தோம். ஏலம்வழியான போட்டியில் இரு நிறுவனங்களும் சொன்ன விலை கிட்டத்தட்ட ஒரே அளவினதாகவே இருந்தாலும், பெரிய வேறுபாடு எங்கள் அணுகுமுறையிலும் எங்கள் உறுதிப் பாட்டிலும் இருந்தது. நாங்கள் மிகவும் யதார்த்தமான கால அட்டவணையை வழங்கினோம், மற்றும் எங்கள் தொழில்நுட்ப முன்மொழிவு மிக விவரமுள்ளதாகவும் விரிவானதாகவும் இருந்தது.

நாங்கள் அந்த ஒப்பந்தத்தை வென்றதற்கு இரு காரணங்கள் இருந்ததாக நினைக்கிறேன். முதலாவதாக, பத்திரப் பதிப்பு தீர்வு தகவல்தொடர்பு அமைப்பு ஐ.பி.எம் பெருங்கணினிகளில் பயன்படுத்தப்படவிருந்தது. 1987ல் ஐ.பி.எம் பெருங்கணினி ஒன்றை வாங்கி, WTSL திட்டத்தை வெற்றிகரமாக மேற்கொண்டதைத் தொடர்ந்து, ஐ.பி.எம் கணினி தொடர்பான நிபுணத்துவத்தை நாங்கள் பெற்றிருந்தோம். இரண்டாவதாக, இந்தியாவின் மிகப் பெரிய பத்திரப்பதிவு களஞ்சியத்தின் பொறுப்பாளரும், பங்குதாரருமான SHCILக்காக முன்னர் நாங்கள் மேற்கொண்ட ஒரு திட்டத்திலிருந்து ஆழ்ந்த கள அறிவாற்றலைப் பெற்றிருந்தோம்.

மூன்று வருட கால அளவில் 300 நபர் ஒரு வருடம் முழுவதும் செயல்பட்டால் முடியும் அளவுக்கான வேலையைக்

கொண்டதாக அந்த SEGA ஒப்பந்தம் இருந்தது. இது சுவிஸ் வணிக சந்தையில் மிகப் பெரிய திட்டமாக இருந்ததுடன் அந்த நாட்டின் உள்கட்டமைப்பில் ஒரு முக்கிய அங்கமாகவும் இருந்தது. இந்தியாவில் இந்தத் திட்டத்தின் பிரதான கூறுகளைச் செய்துமுடிக்கவேண்டியிருந்தது. இன்றைய காலகட்டம்போல் கெடுபிடியான விதிமுறைகள் அந்த ஒப்பந்தத்தில் அன்று இருந்திருக்கவில்லை. ஏதாவது தாமதமானாலோ செலவு அதிகமானாலோ டி.சி.எஸ்ஸால் அதைச் சமாளித்திருக்கவே முடியாது. நாங்கள் மிகப் பெரிய சவாலை எடுத்துக் கொண்டிருந்தோம். ஸ்விஸ் சந்தையில் எங்கள் பெயரும் வேலை வாய்ப்பும் பெருக வேண்டுமென்றால் இந்த ப்ராஜெக்டை முறையாக முடித்துக்கொடுத்தாகவேண்டும். ஸ்விட்சர்லாந்து சந்தையில் எங்கள் எதிர்காலத்தைப் பணயம் வைத்தே அந்தப் ப்ரஜெக்டை எடுத்துச் செய்தோம்.

இரண்டாம் தலைமுறை SEGA அமைப்பை உருவாக்குதல் மகத்தான வளர்ச்சிப்பணியாகவும், அதில் சில பகுதிகளை முழுதும் புதிதாக உருவாக்க வேண்டியதாகவும் இருந்தது. மிகப் பெரிய அளவிலான இந்தத் திட்டத்தின் ஆழ்ந்த சிக்கல்களின் காரணமாக, முதல் முறையாக, டி.சி.எஸ், சென்னையில் ஒரு பிரத்யேகமான மென்பொருள் புறத்திறனீட்ட அபிவிருத்தி மையத்தை அமைத்தது.

இந்தத் திட்டத்துக்கான உலகளாவிய மற்றும் உள்ளூர் தேவைகளை ஒன்றாகச் சேகரிக்கும் பணி, பல மாதங்கள் எடுத்ததுடன் பல்வேறு நிதித்துறை அமைப்புகளின் தேவை களையும் பூர்த்திசெய்ய வேண்டியிருந்தது. சுவிஸ் சந்தையில் நிதிப்பத்திரம் பதிப்பு மற்றும் தீர்வு அமைப்புகளே, நாட்டில் உள்ள அனைத்துவகை நிதிப்பத்திரங்களின் (கடன் பத்திரங்கள் அல்லது சமபங்கு பத்திரங்கள்) தொகையை சரிபார்த்துக் கொடுக்கவேண்டியிருக்கிறது. எனவே ஸ்விட்சர்லாந்தின் பங்குச் சந்தை, தேசிய வங்கி, மற்றும் பிற நிறுவனங்கள் அனைத்தையும் ஒற்றை மைய இடைமுகத்துடன் இணைக்கப்படவேண்டிய தேவை இருந்தது. ஒன்றுக்கொன்று பிணைக்கப்பட்ட இவற்றில் எந்த ஒன்று பழுதுபட்டாலும் முதலீட்டுச் சந்தை வீழ்ந்துவிடும். இது மிகவும் சவாலான வேலை. எனினும் மற்றவர்கள் எல்லாம் மனதுக்குள் செய்ய ஏங்கும் ஒரு சாதனையை நாங்கள் நிஜத்தில் செய்ய ஆரம்பித்துவிட்டிருந்தோம்.

இந்தச் செயல்திட்டத்துக்கான ஆதாரமையமாக தரப்பதிவு பெருங்களஞ்சியம் (சேமிப்பகம்) இருந்தது. நாங்கள் ஏற்கனவே ஆரம்ப நாட்களில் இருந்து பர்ரோஸ் கணினியைச் சார்ந்த களஞ்சியமான ADDICT, IBM இயந்திரத்தில் இயங்கும் மற்றொரு களஞ்சியமாக 'CasePac' ஆகியவற்றில் நிபுணத்துவம் பெற்றிருந்தோம். இவற்றைப் பயன்படுத்தியே நாங்கள் SEGA களஞ்சியத்தை உருவாக்கினோம்; இவை இல்லாமல் SEGA திட்டத்தைச் செய்ய முடிந்திருக்க முடியாது. இந்த கருவிகள் மற்றும் வழிமுறைகளின் மூலம், நாங்கள் சரியான தொழில் நுட்பங்களில் குறிப்பிடத்தக்க முதலீடுகளைச் செய்துள்ளோம் என்றும் எங்களால் திட்டத்தை வெற்றிகரமாக சாதிக்கமுடியும் என்றும் வாடிக்கையாளர்களுக்கு நம்பிக்கை வழங்க முடிந்தது.

இந்த பத்திரப்பதிப்பு தீர்வு தகவல் அமைப்பு அக்டோபர் 1993ல் திட்டமிட்டபடி செயல்பட ஆரம்பித்தது. அதன் முதல் ஆண்டின் செயல்பாட்டில் 4.6 மில்லியன் பரிவர்த்தனைகளைத் திறம்படக் கையாண்டது. இது ஒரு அதிவேக, எடுத்துக்காட்டான அமைப் பாகவும், தொலைநோக்குகொண்ட திட்டமாகவும் இருந்தது. இன்று, கிட்டத்தட்ட இருபது வருடங்கள் கழித்தும் தொழில் நுட்பம், செயல்பாட்டுத் திறன், கட்டமைப்பு, ஆகியவற்றில் உலகில் மிகவும் உயர்ந்த அமைப்புகளில் ஒன்றாக அது திகழ்கிறது; மேலும், எதிர்காலத்துக்குச் சிறந்த முன்னோடி யாகவும் அமைந்தது.

டி.சி.எஸ்-க்கும் SEGAவுக்கும் இது மிகவும் பெருமைக்குரிய ஒரு செயல்திட்டமாகும். உண்மையில் உலகின் பல நாடுகள் இன்றும் அதை ஒரு முன்மாதிரி செயல் முறையாகவே மதித்துப் போற்று கின்றன. ஆனால், அதைவிட மிக முக்கியமாக, ஒரு இந்திய நிறுவனம் உலகில் மிக வளர்ந்த சந்தைகளிலும் நன்றாக வேலை செய்ய முடியும் என்றும், மிகவும் சிக்கலான திட்டத்தைச் சரியான நேரத்திலும், மிக சிக்கனமாக, எவருக்கும் நஷ்டமில்லாமல் வெற்றியுடன் சாதிக்க முடியும் என்றும் நிரூபித்தது.

இந்தத் திட்டத்தின் விளைவாக, நிதித்துறை சேவைகளில் உலகத்தரம் வாய்ந்த கணினிச் செயல்பாட்டு ஒருங்கிணைப் பாளராக டி.சி.எஸ் பெயர்பெற்றது. இந்தத் திட்டத்தில் கிடைத்த அனுபவம் விலைமதிக்க முடியாததாக இருந்தது. இதில் பணியாற்றிய எங்கள் ப்ராஜெக்ட் லீடர்கள், மேனேஜர்கள், தொழில்நுட்பப் பிரிவினர் என அனைவரும் இந்தியாவில் தேசிய

பங்குச் சந்தை, தேசிய பத்திர பாதுகாப்பு நிறுவனம் போன்ற முக்கியமான ப்ராஜெக்ட்களைத் திறம்படச் செய்து முடிக்க இந்த ஸ்விஸ் அனுபவமே கைகொடுத்தது.

தேசிய பங்குச் சந்தை (என்.எஸ்.இ)

இந்தியாவில், 1990 களில் நடந்தேறிய நிதித்துறை மற்றும் பொருளாதாரத்துறைகளின் தாராளமயமாக்கல் நடவடிக்கைகளினால் பல நன்மைகள் விளைய ஆரம்பித்தன. அந்தக் கால கட்டத்தில் நடந்த ஹர்ஷத் மேத்தா ஊழல், பங்கு வர்த்தக அமைப்பின் பெரிய குறைபாடுகளை வெளிப்படுத்தியது. அதோடு, இந்தியப் பங்கு சந்தை வர்த்தக அமைப்பை சர்வதேசத் தரங்களை நோக்கி உயர்த்த வேண்டிய அவசியத்தையும் உறுதியாக வலியுறுத்தியது.

உயர் சக்திவாய்ந்த ஃபேர்வாணி குழுவின் பரிந்துரையின் அடிப்படையில், தேசிய பங்குச் சந்தை 1992ல் நிறுவப்பட்டது; இந்திய தொழில்துறை வளர்ச்சி வங்கி (ஐ.டி.பி.ஐ), இந்திய தொழில்துறை கடன் மற்றும் முதலீட்டு கூட்டு ஸ்தாபனம் (ICICI), இந்திய தொழில்துறை நிதி கூட்டுஸ்தாபனம் (IFCI), மற்றும் சில சிறந்த காப்பீட்டு நிறுவனங்கள், வர்த்தக வங்கிகள் ஆகிய நிறுவனங்கள் ஒன்று சேர்ந்து இதை உருவாக்கின.

இருப்பினும், இந்தியாவில் பங்குச் சந்தைகள் வெகுகாலமாகவே செயல்பட்டுவந்துள்ளன. நம் தேசத்தின் முதல் பங்குச் சந்தை 1875ல் பம்பாயில் அமைக்கப்பட்டது. உள்ளூர் பங்கு மற்றும் பங்கு தரகர்கள் சங்கம் என்றும் பம்பாய் பங்குச் சந்தை (பி.எஸ்.இ) என்றும் பெயரிட்ட நிறுவனம், 1850களிலிருந்து பம்பாயில் வணிகங்களின் விரைவான வளர்ச்சியை அடுத்து உருவாக்கப்பட்டது. அஹமதாபாத் மற்றும் கல்கத்தாவிலும் பங்கு பரிமாற்ற சந்தைகள் தொடர்ந்து உருவாக்கப்பட்டன. அப்படியாக 1990களின் தொடக்கத்தில் இந்தியா முழுவதும் இருபது பங்குச் சந்தைகள் இருந்தன.

டி.சி.எஸ்ஸின் பங்குச் சந்தை அனுபவம் அப்போது குறைவாகவே இருந்தது. ஹாங்காங் மற்றும் தைவான் நாட்டுப் பங்குச் சந்தைகள், சிங்கப்பூரின் கணினித் திரை (மூலமான) பங்கு வர்த்தகம் ஆகியவற்றில் நாங்கள் சொற்ப அனுபவம் பெற்றிருந்தோம். அந்த நாடுகளுக்கு வர்த்தக நோக்கில்

டி.சி.எஸ் பணியாளர்கள் சென்றபோது பங்குச் சந்தை தொடர்பான ஒரு சில துண்டுப் பிரசுரங்கள் சேகரிக்கப்பட்டன. அதன்பின் ஹாங்காங்கிலிருந்த பங்கு ஆலோசனை நிறுவனத்துடன் ஒரு தொடர்பு ஏற்படுத்தப்பட்டது.

ஆனால் தேசிய பங்குச் சந்தையை (என்.எஸ்.இ) அமைக்க வேண்டும் என ஐ.டி.பி.ஐ அறிவித்தபோது, டி.சி.எஸ் இந்த வாய்ப்பைப் சட்டென்று பிடித்துக்கொண்டு, திட்டத்தில் பங்குபெறுவதற்கான ஆர்வத்தைத் தீவிரமாக வெளிப்படுத்தியது. டாக்டர் ஆர்.ஹெச் பாட்டீல் மற்றும் ரவி நாராயண் தலைமையிலான ஐ.டி.பி.ஐ குழுவினருடன், அவர்களின் திட்டங்களைப் புரிந்து கொள்வதற்காக நாங்கள் சந்தித்தோம். சமீபத்தில் SEGA திட்டத்தை வெற்றிகரமாக முடித்ததிலிருந்து மிகுந்த தன்னம்பிக்கையுடனும் உற்சாகத்துடனும் இருந்த நாங்கள் சுவிஸ் சந்தை பற்றி குறிப்பாக SEGAவைப்பற்றி எங்கள் அனுபவத்தைப் பகிர்ந்து கொண்டோம்.

துவக்கத்திலிருந்தே, ஐ.டி.பி.ஐ / என்.எஸ்.இ-ன் குழு, திட்ட ஆலோசக நிறுவனம் மற்றும் ஒப்பந்த சேவை வழங்கும் நிறுவனம் இரண்டையும் தனித்தனியாக வைத்திருக்க வேண்டும் என்று தீர்மானித்தனர். எனவே அவர்கள் ஹாங்காங்கிலுள்ள 'சர்வதேச நிதிப் பத்திரப் பாதுகாப்பு ஆலோசகர்கள்' என்ற ஒரு நிறுவனத்தை, புது பங்குச் சந்தைக்கான மொத்த வியாபாரத் திட்டத்தையும், செயல்முறை மாதிரிகளையும் தயாரிக்கத் தேர்ந்தெடுத்தனர்.

இந்தியாவின் மிகவும் மரியாதைக்குரிய தலைவர்கள் சிலர் தயாரித்த இந்த சர்வதேச ஒப்பந்த விண்ணப்பக் கோரிக்கை ஒரு பிழையுமில்லாமல், நாங்கள் இதுவரை பார்த்திலேயே மிகச் சிறந்தது என்றே சொல்லலாம். முழு விவரங்களையும் கொண்டதாகவும், மிக விரிவானதாகவும் இருந்தது: மென்பொருள் தளம், வன்பொருள், தொடர்புமுறை நுட்பங்கள் என அனைத்துத் தேவைகள் பற்றித் தெளிவாகக் குறிப்பிடப்பட்டிருந்தது. குளிர் சாதன-காற்றுச்சீரமைப்பு பற்றிய விவரங்களைக்கூட அதில் குறிப்பிட்டிருந்தார்கள். மொத்தமாக, இது ஒரு பூர்ணமான, விரிவான வேலை தொகுப்பின் கையேடாக இருந்தது.

டி.சி.எஸ்ஸில், நாங்கள் பார்த்ததில் இதுவே கணினி அமைப்புகளின் முதல் ஒருங்கிணைப்புத் திட்டமாகும்; மேலும், முதல் முறையாக நாங்கள் ஒரு பங்குவர்த்தகத் தளத்தைக்

கையாளவிருந்தோம். எனவே அந்த ஒப்பந்த விண்ணப்பக் கோரிக்கைக்கு பதிலளிப்பதே எங்களுக்கு மிகவும் சவாலாக இருந்தது. SEGA திட்டத்தில் பணிபுரிந்த சிலரை உள்ளடக்கிய ஆகச் சிறந்த குழு ஒன்றை உருவாக்கினோம்.

அதுவரை, எங்கள் மனப்போக்குப்படி, மென்பொருள் திட்டங்களை நாங்களே ஆரம்பத்திலிருந்தே உருவாக்க முயன்றோம்; இதன் பயனாக, எங்களுக்கு அறிவாற்றலும், உள்ளார்ந்த நிபுணத்துவமும் பெருக வாய்ப்பு இருந்தது. ஆனால், வேறொரு நிறுவனம் உருவாக்கிய செயல் திட்டங்களைப் பயன்படுத்துவது எங்களுக்கு அந்நியமாகவே இருந்தது. ஆயினும்கூட, என்.எஸ்.இ அணியுடனான எங்கள் ஆரம்ப கூட்டங்களுக்குப் பிறகு, ஒரு ஆயத்தமான மென்பொருள் தொகுப்பு அவசியம் என்பதை உணர்ந்தோம். எனவே, TCam ('டீ கேம்') என்றழைக்கப்படும் ஓர் அமெரிக்க நிறுவனத்துடன் ஒரு கூட்டு ஒப்பந்தத்தில் கையெழுத்திட்டோம். TCam ஒரு பங்குவர்த்தக அமைப்பை உருவாக்கி, வான்கூவர், இஸ்தான்புல் உள்ளிட்ட சிறிய பங்குச் சந்தைகளில் வெற்றிகரமாகச் செயல்படுத்தியிருந்தது.

வன்பொருள், மென்பொருள் மற்றும் வலைப்பின்னல் தொடர்பு ஆகியவற்றுக்கான பொறுப்பு ஒரே குழுவினால் ஏற்றுக் கொள்ளப்படவேண்டும் என்று என்.எஸ்.இ-ன் நிபந்தனைக் கையேடு மிகத் தெளிவாக நிர்ணயித்தது; 'நாங்களே திட்டத்தில் முன்னணி ஒருங்கிணைப்பாளராக இருக்க வேண்டும்' என்று TCam வலியுறுத்தியது. இவ்வகையில் கணினி அமைப்புகள் ஒருங்கிணைப்பு (எஸ்.ஐ - Systems Integration) திட்டத்தில் அந்நியமான மூன்றாம் தரப்பினருடன் வேலை செய்யும் இந்த ஏற்பாடு டி.சி.எஸ்ஸுக்கு முற்றிலும் புதிய அனுபவமாக அமைந்தது.

பொதுவாகவே எஸ்.ஐ ப்ராஜெக்ட்கள் பல நிறுவனங்கள் சேர்ந்து செய்யும் விதமாகவே இருக்கும். ஒருவரை ஒருவர் சார்ந்து இருக்கவேண்டிய கட்டாயம் அதில் இருக்கும். எனினும் பல நிறுவனம் என்ற இடைவெளி, வித்தியாசம் எதுவும் அதில் தெரியாமல் எல்லாம் சுமுகமாக நடக்கவும் வேண்டியிருக்கும். இதற்கு முன் நாங்கள் ஒருபோதும் இந்த முறையில் வேலை செய்ததில்லை; ஒத்த மனதுடைய, நெருங்கிய, சிறிய குழுவாகப் பணிபுரிவதே வழக்கமாக இருந்தது. இதில் டி.சி.எஸ் எதிர்

கொள்ளவேண்டியிருந்த தொழில்நுட்ப இடர்களைப் பற்றி விரைவாக அறிந்து கொள்ள வேண்டியிருந்தது. இந்தியாவில் தகவல் தொடர்புத்துறை தொடர்பான நெருக்கடிகள் மிகவும் அதிகம். அந்தத் திட்டத்துக்காக எங்களுக்குத் தேவையாக இருந்த மின்விசை மாற்றுக்குமிழ்களை வழங்கும் எரிக்ஸ்ஸன் என்ற தொலை தொடர்பு நிறுவனம், அந்த நேரத்தில் இந்தியாவில் இருக்கவும் இல்லை.

ஆனால் இந்த வகையான பங்கு வர்த்தகத் திட்டத்தை நாங்கள் இதற்கு முன் ஒருபோதும் செயலாக்கவில்லை என்பதே எமக்கு உண்மையான சவாலாக இருந்தது. எங்களுக்கு இந்தத் துறையில் ஆழ்ந்த நிபுணத்துவம் இல்லை, எனவே இரண்டு நாட்களுக்கு ஒரு அரங்கை வாடகைக்கு எடுத்து, முப்பது இளம் டி.சி.எஸ் குழுவினருக்காக மின்னணு நிதித்துறைவர்த்தகம் பற்றி அறிந்திருந்த இந்தியன் ரிசர்வ் வங்கியின் ஒரு நிபுணரை வரவழைத்து வகுப்பெடுக்க ஏற்பாடு செய்தேன். புத்திசாலியான எங்கள் நிறுவனத்தினர் பங்குவர்த்தகம் தொடர்பான நுணுக்கங்களை மிக விரைவாகக் கற்றுக்கொண்டனர்.

இந்தத் திட்டத்துக்கு விண்ணப்பபடிவம் பூர்த்தி செய்ய இரண்டு அல்லது மூன்று மாதங்களாக எங்கள் குழுவினர் கடின வேலை செய்தார்கள்; நானும் இரண்டு வாரங்களுக்கு முழுநேரமாகவே திட்டத்தின் நிதி-சம்பந்தப்பட்ட விஷயங்களைத் தீவிரமாக அலசி ஆராய்ந்தேன். இந்த முக்கியமான பணியிலிருந்து மனம் திசை திரும்புவதை விரும்பாமல், எனக்கு வரும் எந்தவொரு தொலைபேசி அழைப்பைகூட அனுப்ப வேண்டாம் என்று என் செயலாளரிடம் கூறிவிட்டேன்.

இவ்வகையான திட்டங்களில் ஏற்படக்கூடிய ஆபத்துகளை நாங்கள் புரிந்து கொள்ள வேண்டியிருந்தது. ஏனென்றால் இது பெருமளவுக்கு அந்நிய, மூன்றாம் தரப்பின் மென்பொருள் கூறுகளை உள்ளடக்கியிருந்தது. எங்கள் நிறுவனத்திலும் சிக்கல்கள் இருந்தன. செல்வவளங்கள் குறைவாக இருந்ததால், எங்களிடம் உண்மையில் ஒரே ஒரு பி.சி. கணினிதான் இருந்தது. இந்த முன்மொழிவை எழுதித் தயாரிக்கத் தேவையான WordPerfect பயன்படுத்த பயிற்சிபெற்ற நபர் ஒரே ஒருவர்தான் இருந்தார்; அவர் பெயர் தார்மியா. அவருக்கு திடீரென்று உடம்பு சரியில்லாமல் போய்விடக்கூடாதே என்று நாங்கள் அனைவரும் ஆர்வமுடன் தினமும் பிரார்த்தனை செய்தோம்.

எங்கள் விண்ணப்ப ஆவணம் இறுதியாகத் தயாரானபோது, அது ஆறு தொகுதிகளைக் கொண்டதாக இருந்தது; ஒவ்வொரு தொகுதியும் 6.5 கிலோ எடையுள்ளதாக இருந்தது. ஹாங்காங், இங்கிலாந்து மற்றும் பாம்பே ஆகிய மூன்று இடங்களில் ஒரே நேரத்தில் இரண்டு பிரதிகள் சமர்ப்பிக்க வேண்டியிருந்தது. எனவே, நேரடியாகவும் உரிய நேரத்திலும் சமர்ப்பிப்பதற்காக எங்கள் பணியாளர்களே மூன்று இடங்களுக்கும் பறந்து சென்றோம். IBM, Digital Equipment, மற்றும் ISM என்ற பாரிஸ் நிறுவனத்துடன் இணைந்திருந்த Wipro, உள்ளிட்ட பல மிகப் பெரிய, மிகவும் மரியாதைக்குரிய உலகளாவிய நிறுவனங்களுக்குப் போட்டியாக நாங்கள் மீண்டும் ஏலப்போட்டியில் ஈடுபட்டோம்.

என்.எஸ்.இ ஒரு கடினமான வாடிக்கையாளராக இருப்பதை உணர்ந்தோம், ஆனால் எங்களுக்கு சுவிட்சர்லாந்து அனுபவம் இருந்தது; நாங்கள் உலகத்திலேயே மிகச் சிறந்த முறையில் வேலை செய்யவேண்டும் என்பதையும் அறிந்தோம். இந்தியாவின் முதல் பெரிய கணினி அமைப்பு ஒருங்கிணைப்பு திட்டமாக அது இருந்தது. மேலும் நாங்கள் மேற்கொண்ட முதல் மின்னணு நிதிப்பத்திர வர்த்தக முறை செயல் திட்டமும் அதுவே. இருந்தாலும், எங்களுக்கு உண்மையாகவே ஓர் உந்துதலும் சுயநம்பிக்கையும் மிகுதியாகவே இருந்தது.

நாட்டின் மூலதனச் சந்தைகளுக்கு இந்தத் திட்டம் எந்த அளவுக்கு அவசியம் என்பது எங்களுக்குப் புரிந்திருந்தது. ஆதலால், ஒரு சிறந்த வாடிக்கையாளர் அனுபவத்தை உருவாக்க விரும்பினோம். டி.சி.எஸ்ஸுக்கு எஸ்.ஐ தொடர்பான முன் அனுபவம் இல்லாததால் உண்மையிலேயே நாங்கள் இன்னும் மிகவும் கடினமாக உழைத்தோம் என்று நான் உறுதியாக நம்புகிறேன். திட்டத்தின் முதல் ஆண்டில், யாரும் இரவில் 10 மணிக்கு முன்னர் வீட்டுக்குச் செல்லவில்லை. குழுவினருக்குச் சொல்லப்படாத விதி, நேரம் காலம் பார்க்காமல் கொடுத்த வாக்குறுதிகளை நிறைவேற்ற வேண்டும் என்பதாகவே இருந்தது.

இந்தியாவின் தொடர்புத்துறையும் தகவல் தொழில்நுட்ப அமைப்புகளின் வலைப்பின்னல் உள்கட்டமைப்பும் மிகவும் அடிமட்ட நிலையில் இருந்தன; இந்தியா முழுவதும் எங்கிருந்து வேண்டுமானாலும் தொடர்பு கொள்ள முடியவேண்டும் என்பது திட்டத்தின் கோரிக்கையானதால், எங்களுக்கு இது மிகவும்

பெரிய சவாலாகவே இருந்தது. 500 நகரங்களை இணைக்க வேண்டியிருந்ததால், தரைவழித் தொலைபேசித் தொடர்பு உட்பட பல்வேறு தொழில்நுட்பங்களை நாங்கள் ஆராய்ந்து பார்த்தோம், ஆனால் அவற்றின் நம்பகத்தன்மை போதுமானதாக இருக்கவில்லை.

முழு திட்டத்துக்கும் ஒரே ஒரு வெண்டார் நிறுவனத்தைச் சார்ந்திருப்பது சரியாக இருக்காது என்று என்.எஸ்.இ முடிவு செய்தது; எனவே 'பெரும் பரப்பு வலையமைப்பு' (WAN) தொடர்பான பணிகளை ஒரு இஸ்ரேலிய நிறுவனத்துக்கு வழங்கியது. ஹெச்.சி.எல் நிறுவனத்துக்கு அந்த ஒப்பந்தம் வழங்கப்பட்டது; இப்போது யோசித்துப் பார்க்கும்போது இது என்.எஸ்.இ மேற்கொண்ட ஒரு நல்ல இடர்தவிர்ப்பு மேலாண்மை முறையாகவே தெரிகிறது.

மென்பொருள் பிரிவை எடுத்துக்கொண்டால், இறுதிச் சுற்றுக்கு டி.சி.எஸ்ஸூம் விப்ரோவும் வந்திருந்தன. பங்கு வர்த்தகம் எந்தவொரு பிரச்னை என்றாலும் முடங்கிவிடாமல் செயல்பட வேண்டிய ஸ்ட்ராடஸ் வன்பொருளில் இயங்கவேண்டி இருந்தது. இப்படியான கருவியில் பணிபுரிந்த அனுபவம் எங்களுக்கு இல்லை. ஆனால், எங்களுடைய பிற அனுபவங்கள் சார்ந்து அந்த வன்பொருளுக்கான நிபுணத்துவத்தை உருவாக்கிக் கொண்டோம்.

இந்த தேர்ந்தெடுப்புகள் மிகவும் தொழில்முறை நிபுணத்துவ முடனும், மிக வெளிப்படையானதாகவும் நடத்தப்பட்டது; இறுதியில் டி.சி.எஸ்ஸூக்கு திட்டத்தை வழங்குவேன் என்று என்.எஸ்.இ தலைவர் டாக்டர் ஆர்.ஹெச் பாடீல் அறிவித்தார். அப்படியாக, நம் தேசத்தில் மகத்தான மாற்றத்தைக் கொண்டு வந்த பிரமாண்ட ப்ராஜெக்ட் ஒன்றில் பணிபுரியும் வாய்ப்பு எங்களுக்குக் கிடைத்தது.

இந்தத் திட்டத்தில் எங்கள் தரப்பிலிருந்து அறுபது பேர் பணிபுரிந்தனர். ஆரம்பத்தில் எங்கள் இலக்குகளில் ஒன்று, வெகு குறுகிய காலத்திலேயே TCam அமைப்பை நடைமுறைப் படுத்திவிடவேண்டும் என்பதாகவே இருந்தது; ஏனென்றால் இந்தியாவில் TCam ஆலோசகர்களைத் தங்கவைப்பதற்கு எங்களுக்கு அதிகம் செலவழிக்கவேண்டியிருந்தது. மேலும் நாங்கள் TCam நிறுவனத்தை அதிகம் சார்ந்திருக்க விரும்பவும் இல்லை. ஆரம்பத்தில் 500 நாட்களுக்கு TCam குழுவினரிடம்

இருந்து ஆலோசனை பெறத் திட்டமிட்டிருந்தோம், ஆனால் இறுதியில் 100 நாட்களுக்குள் மிக சிக்கனமாக முடித்து விட்டோம். இதனால் எங்கள் செலவு கணிசமாகக் குறைந்தது. அதை செயல்படுத்திப் பார்த்தபோது வெற்றிகரமாக இயங்கியது.

இதில் ஒரு சுவாரசியமான விஷயம் என்னவென்றால், இந்த வேலைத்திட்டத்தில் நாங்கள் பணிபுரிய ஆரம்பித்தபோது, என்.எஸ்.இ அலுவலகம் கட்டி முடிக்கப்பட்டிருக்கவே இல்லை. நாங்கள் பணி செய்துகொண்டிருக்கும்போதே எங்களை சுற்றியே சுவர் எழுப்பிக் கட்டப்பட்டது; எந்தவித குளிர்சாதன அமைப்பு கூட இல்லை. எவ்வாறாயினும், எங்களுடைய ஒருமுகப்பட்ட செயல்பாடுகளை எதுவுமே கட்டிப்போட்டிருக்கவில்லை.

அறுபது டி.சி.எஸ் பணியாளர்கள், என்.எஸ்.இல் வேலை பார்க்கும் ஆறு பணியாளர்ளுடன் நெருக்கமாக பணிபுரிந்தனர் - அவர்கள் ஒரே அணியின் உறுப்பினர்கள் போல் செயல் பட்டார்கள். என்.எஸ்.இ நியமித்த விளம்பர நிறுவனம் என்.எஸ்.இ பணியாளர்கள் சிலரை ஒரு விளம்பரக் கையேட்டுக்காகப் புகைப்படமெடுக்க விரும்பியது. யாரெல்லாம் என்.எஸ்.இ பணியாளர்கள் என்று கேட்டது. அப்போது என்.எஸ்.இ நிர்வாகிகள் தெளிவாகச் சொன்னார்கள் - ‘இங்கு இருக்கும் அனைவருமே என்.எஸ்.இ பணியாளர்கள்தான். டி.சி.எஸ், என்.எஸ்.இ என்று வேறுபாடு எல்லாம் நாங்கள் பார்ப்பதில்லை’.

இன்று யோசித்துப் பார்க்கும்போது வணிகம் என்பது தொழில் நுட்பத் திறமைகளைப் போலவே சக மனித நட்புறவை வளர்ப்பதையும் சார்ந்தே இருக்கிறது. டி.சி.எஸ் நிறுவனம் அனைவரிடமும் நன் மதிப்பு, நம்பிக்கை, இதமான உணர்வு ஆகியவற்றை உருவாக்கியிருந்தது. இப்படியான முக்கியமான திட்டத்தில் டி.சி.எஸ் நிச்சயம் மெத்தனமாக இருக்காது. மிகச் சிறந்த வகையில் பணிபுரிவார்கள் என்று என்.எஸ்.இ நம்பியது. வேறென்ன டாடா என்றாலே நம்பகத்தன்மைதானே.

என்.எஸ்.இ முன்வைத்த விதிமுறைகளின்படி குறிப்பிட்ட தேதியில் பணிகளை முடிந்தாகவேண்டும். எந்தவொரு கால நீட்டிப்பும் தரப்படாது என்று மிக மிகத் தெளிவாகவே ஒப்பந்தத்தில் குறிப்பிட்டிருந்தார்கள். குறிப்பிட்ட தேதியில் நிதி அமைச்சர் அந்தத் திட்டத்தை ஆரம்பித்துவைப்பார் என்று தீர்மானிக்கப்பட்டிருந்தது. நாங்கள் என்னவேண்டுமானாலும்

செய்துகொள்ளலாம். ஆனால், குறிப்பிட்ட தேதிக்குள் அனைத்தையும் முடித்துக் கொடுத்திருக்கவேண்டும் என்று சொல்லியிருந்தார்கள். நாங்கள் திட்டமிட்டபடியே முடித்தும் கொடுத்தோம். அப்போதைய நிதி அமைச்சர் டாக்டர் மன்மோகன் சிங் ஜூன் 1994ல் நேரு ப்ளானடோரியம் ஹாலில் நிச்சயித்த நாளில் தேசியப் பங்குச் சந்தையைத் தொடங்கி வைத்தார்.

என்.எஸ்.இ திட்டத்திலிருந்து செயல்திறன் பொறியியல் பற்றி நிறைய கற்றுக்கொண்டோம். உதாரணமாக, எவ்வாறு நேரடிப் பயன்பாடுகளின் செயல்திறனை அளவிடுவது, என்ன கண்காணிப்பு அமைப்புகள் தேவை, ஒரு கணினி அமைப்பு விரைவாக விரிவாக்கப்படும்போது செயல்திறனைப் பராமரிப்ப தற்கான சிறந்த நுட்பங்கள் எவ்வாறு செயல்பட வேண்டும் என்பவை தொடர்பாகப் பல புதிய விஷயங்களைக் கற்றுக் கொண்டோம். அதோடு தடையற்று இயங்கும் அமைப்புகள் பற்றியும் வேறு பல சிக்கலான முக்கியமான விஷயங்கள் பற்றியும் தெரிந்துகொண்டோம். ஏனென்றால் ஒரு ஐந்து நிமிடம் பணிகள் முடங்கினாலும் ஒட்டு மொத்த சந்தையிலும் அது மிகப் பெரிய இழப்பை ஏற்படுத்திவிடும்.

மேலும் முக்கியமாக, பிற நிறுவனம் தயாரித்துக் கொடுத்த ஒன்றின் மேலே அடுத்தகட்ட பணிகளை நாங்கள் இதில் முன்னெடுத்தோம். இது எங்களுக்கு மிக மிகப் புதிய அனுபவம். எப்போதுமே அனைத்தையும் புதிதாக நாங்களே ஆதிமுதல் அந்தம் வரை உருவாக்கி வந்திருந்தோம். இதில் இன்னொரு முக்கியமான விஷயம் என்னவென்றால், TCam நிறுவனமே இந்த ப்ராஜெக்டின் சோர்ஸ் கோட் உரிமையை வைத்திருந்தது. அறிவுசார் காப்புரிமை அவர்கள் வசமே இருந்தது. ஆனால், டி.சி.எஸ் விரும்பினால் சோர்ஸ் கோட்களில் எந்த மாற்றத்தையும் செய்துகொள்ளலாம் என்ற அனுமதியும் இதில் தரப்பட்டிருந்தது. இதற்கு பதிலுதவியாக TCam நிறுவனத்துக்கு நாங்கள் லைசென்ஸ் கட்டணம் கொடுத்தோம். இதன் மூலம் அறிவுப் பரிமாற்றம் சாத்தியமானது. அப்படியாக என்.எஸ்.இ திட்டத்தின் முழுக் கட்டுப்பாடும் டி.சி.எஸ் வசமே இருந்தது. அன்றிலிருந்து இன்றுவரை அதை நிர்வகித்தும் மேம்படுத்தியும் வருகிறோம். கடந்த சுமார் 17 ஆண்டுகளுக்கும் மேலாக எந்தவித சிறு பிரச்னையும் இல்லாமல் அது இயங்கிவருகிறது.

பெரும்பாலான உலகப் பங்குச் சந்தைகளைப் போலல்லாமல், என்.எஸ்.இ செயற்கைக்கோள் தகவல் தொடர்பு முறையைப் பயன்படுத்துகிறது; 345 இந்திய நகரங்களில் இருக்கும் பங்குச் சந்தை வணிகர்களை இணைத்து, இந்த நவீன மேம்பட்ட தொழில்நுட்பங்களின் மூலம், தினசரி 6 மில்லியன் வணிக நடவடிக்கைகளைத் திறம்படக் கையாளுகிறது.

இந்தியாவின் மூலதனச் சந்தைகளில் என்.எஸ்.இ உருவாக்கம் ஒரு மகத்தான நிகழ்வாக இருந்தது என்பதில் சந்தேகமே இல்லை. என்.எஸ்.இ ஒரு பரிசோதனையாகவும் முக்கியமான அனுபவமாகவும் பெரிய வெற்றி கொண்டது; தொடங்கிய ஒரு வருடத்துக்குள்ளேயே, நாட்டிலுள்ள மற்ற இருபத்தி மூன்று பங்குச் சந்தைகளையும் மீறி (அவற்றில் சில நூறு ஆண்டுகளுக்கும் அதிகமாக பழமையானவை) முதலிடத்தைப் பெற்றது.

சிறந்த நடைமுறைகளைக் கொண்டுவந்ததன் மூலம் இந்தியாவில் மூலதன சந்தைகள் பணியாற்றும் விதத்தை என்.எஸ்.இ மேம்படுத்தியது. 2004ல், டி.சி.எஸ் பொது நிறுவனமாக பங்கு சந்தையில் முதல் முறையாக நுழைந்தபோது, என்.எஸ்.இ தனது வெற்றிக்கு உறுதுணையாகத் திகழும் தகவல் தொழில் நுட்பத்துறைப் பங்குதாரரான டி.சி.எஸ்ஸின் முக்கியத்துவத்தை வெளிப்படையாகவே ஒப்புக்கொண்டது.

இப்பொழுது என்.எஸ்.இ உலகின் மூன்றாவது மிகப் பெரிய பங்குச் சந்தையாகத் திகழ்கிறது. மற்றும் அனைத்து வகையான நிதிப்பத்திரங்களின் வர்த்தகங்களையும் ஒரே தளத்தில் செயல் படுத்தும் சொற்ப நிறுவனங்களில் ஒன்றாகவும் இருக்கிறது. அதன் நடவடிக்கைகள் மூன்று பிரிவுகளாகப் பிரிக்கப் பட்டுள்ளன: 'மொத்த கடன் சந்தை' (WDM), 'மூலதனச் சந்தை' (CM) மற்றும் 'எதிர்கால ஒப்பந்தங்களும் விருப்பப்பத்திரங்களும்' சந்தை (F&O).

ஒவ்வொரு பிரிவும் தொடங்கிய சில ஆண்டுகளுக்குள் குறிப்பிடத்தக்க வளர்ச்சியைப் பெற்றன. தேசிய பங்குச் சந்தையின் வெற்றியினால், வெளிநாட்டு நிறுவன முதலீட்டாளர்கள் பலரும் இந்திய சந்தைகளில் நுழைந்து முதலீடு செய்யத் தொடங்கினர். பங்கு பத்திரங்களின் செட்டில்மெண்ட் தீர்வுகள் நேர்த்தியாக இருப்பதையும் அபாயங்கள் குறைவாக இருப்பதையும் இவை எடுத்துக்காட்டுகின்றன.

தேசிய நிதிப்பத்திரங்கள் மற்றும் களஞ்சியங்கள் நிறுவனம்

தேசிய பங்குச் சந்தையின் தொடக்க வெற்றியினால் அதிக பயன் அப்போது கிடைக்கவில்லை; ஏனென்றால், அந்த நேரத்தில், இந்தியாவில் இன்னும் நிதிப்பத்திரங்கள் காகித வடிவிலேயே இருந்தன; இதனால் சில நேரங்களில் பத்திரங்களைப் பெயர் மாற்றுவதில் கால தாமதம் ஆனது. சில நேரங்களில் உரிய நபருக்குப் பத்திரங்கள் கிடைக்காமல் போனது. கணினி, வலைப்பின்னல் அமைப்புகள் எல்லாம் சரியாகச் செயல்பட்ட நிலையிலும் காகிதங்களை அடிப்படையாகக் கொண்ட அணுகு முறையால் பங்கு முதலீட்டாளர்களுக்கு உரிய சான்றிதழ்கள் கிடைக்க இரண்டு மூன்று மாத காலம் ஆனது.

இந்தியா முழுவதும் மின்வர்த்தகத் தளம் வடிவமைக்கப் பட்டிருந்தாலும், அக்டோபர் 1994ல் அது செயல்படத் தொடங்கிய போது, மும்பையில் மட்டுமே காகித வடிவிலான பங்கு பத்திரங்களை ஒப்படைக்க முடிந்தது; நாடு முழுவதும் மின்னணுரீதியாக பத்திரத்தீர்வு மற்றும் ஒப்புதல் சேவைகளை வழங்கக்கூடிய ஆயத்தமான மென்பொருள் தொகுப்புகள் இருக்கவில்லை.

இவ்வகையான நிதித்துறை பத்திரத்தீர்வு மற்றும் ஒப்புதல் சேவைகள் ஒவ்வொரு நாட்டிலும் குறிப்பிட்ட சட்டங்களின்படி கட்டுப்படுத்தப்படுவதால், இந்தியாவிலும் உள்ளூர் தேவைகள் சூழலுக்கு ஏற்ற விதிமுறைகள் தேவைப்பட்டன. எனவே, தேசிய அளவில் அமலாகக்கூடிய தீர்வு முறையை உருவாக்க வேண்டியிருந்தது, மும்பையில் மட்டுமல்லாமல், சென்னை, கல்கத்தா மற்றும் தில்லி ஆகிய இடங்களிலும் பத்திரங்கள் விநியோகிக்கப்பட வழிசெய்யவேண்டியிருந்தது.

ஆகஸ்ட் 1996ல் நிதிப்பத்திர களஞ்சியங்கள் சட்டம் (Depositories Act) கொண்டுவரப்பட்ட பின்னர், இந்தியாவில் முதல் முறையாக 'இந்திய பரஸ்பர முதலீட்டு அறக்கட்டளை' (Unit Trust of India, UTI), மற்றும் ஐ.டி.பி.ஐ ஆகியவற்றின் துணையால் 'தேசிய நிதிப்பத்திரங்கள் மற்றும் களஞ்சியங்கள் நிறுவனம்' (National Securities and Depositories Limited, என்.எஸ்.டி.எல்) நிறுவப் பட்டது. இந்திய மூலதனச் சந்தையில் காகிதம் அல்லாத மென்பொருள் வடிவத்தில் இருக்கும் பெரும்பாலான நிதிப்பாதுகாப்புப் பத்திரங்களை என்.எஸ்.டி.எல் நிர்வகிக்கிறது.

என்.எஸ்.டி.எல் திட்டத்துக்கான ஒப்பந்தக் கோரிக்கை விண்ணப்பத்தில் 'யூனிக்ஸ்' என்னும் கணினி இயக்கு தளத்தை' (Unix Open Source Operating System) அடிப்படையாகக் கொள்ளவேண்டும் என்று குறிப்பிட்டது. ஆனால் அந்த நேரத்தில் தேர்ந்தெடுக்க மூன்று கணினி அமைப்புகளே இருந்தன: பெல்ஜியத்தில் ஐ.பி.எம் உருவாக்கிய 'டிஜிடல்' அமைப்பு, ஆஸ்திரேலியாவிலிருந்து TCam நிறுவனத்தின் ஒரு யூனிக்ஸ் தயாரிப்பு, மற்றும் நாங்கள் உருவாக்கி ஐ.பி.எம் பெருங் கணினியில் இயக்கிய SEGA அமைப்பு.

நாங்கள் முன்னர் பணிபுரிந்த TCam உடன் ஒப்பந்தம் செய்து, யூனிக்ஸ் அடிப்படையிலான அமைப்பைத் தெர்ந்தெடுப்பது எங்கள் இயல்பான விருப்பமாக இருந்திருக்கும். இருப்பினும், கோஹ்லிக்கு ஒரு வித்தியாசமான எண்ணம் இருந்தது. டி.சி.எஸ் தனது சொந்த நிபுணத்துவத்தை வளர்த்துக்கொண்டு உயர வேண்டும் என்ற எண்ணத்தால், எங்களது தனித்தன்மை வாய்ந்த சாதனையாக இருந்த SEGA அனுபவத்தைப் பயன்படுத்த வேண்டும் என்று கூறினார். எனினும், SEGA ஒரு ஐ.பி.எம் பெருங்கணினியை சார்ந்த வழிமுறையாக இருந்ததால், ஒப்பந்த விதிமுறைக்கு இசைவாக இல்லை. கோஹ்லியின் கருத்து பின்னர் மிகவும் சிறந்த அணுகுமுறையே என்று நிரூபணமானது. ஏனென்றால் இது ஒரு புதிய, கடினமான பாதையை தேர்ந்தெடுத்து எதிர்காலத்திலும் வெற்றிகாண வழிவுகுத்தது; நாங்கள் சௌகரியம் கருதி எளிய பாதையில் சென்றிருந்தால் இந்த வெற்றி கிடைத்திருக்காது. உறுதியாகவே, நாங்கள் கோஹ்லியின் பாதையில் சென்று, எங்கள் SEGA பெருங்கணினி அமைப்பை யூனிக்ஸ் கணினி இயக்கு தளத்துக்கு இடம் பெயர்க்கும் புதிய வழிமுறை ஒன்றை உருவாக்கினோம்.

இந்தியாவுக்குத் தேவையானது கணக்கியல் அமைப்புதான். வெறும் ஒரு ஒப்பந்த தீர்வு அமைப்பு மட்டுமே இல்லை என்று மனப்பூர்வமாக நம்பினோம்; இந்தியாவில் இந்த வகையான கணினி செயலிகள் முக்கியமாக பெருங்கணினிகளில்தான் இயங்க வேண்டும் என்று நாங்கள் உறுதியாக நம்பினோம். எனவே, எங்கள் மென்பொருள் ஒரு யுனிக்ஸ் அமைப்புக்கு பதிலாக ஒரு 'மெயின் ஃபிரேம்' பெருங்கணினியில் இயங்க வேண்டும் என்று குறிப்பாக என்.எஸ்.டி.எல்லையும் மற்றவர்களையும் ஏற்கச் செய்ய வேண்டியிருந்தது. ஜகதீஷ்

பண்டாரி மற்றும் பி.கோபால் ஆகியோரின் தலைமையிலான டி.சி.எஸ் குழுவினர் துணிச்சலாக இதை விளக்கிச் சொல்லப் புறப்பட்டார்கள். ஏனென்றால் அது ஒப்பந்த விதிமுறைக்கு மாறானது என்பது எங்களுக்குத் தெரியும். ஆனால் இதில் இருக்கும் தொழில்நுட்ப விஷயங்கள் மற்றவர்களைவிட எங்களுக்கு அதிகம் தெரியும், இதை வெற்றிகரமாகச் சாதித்து விடலாம் என்ற தன்னம்பிக்கையுடன் ஈடுபட்டோம்.

ஒரு சனிக்கிழமை அன்று அந்த ஒப்பந்தப் பணிக்கு டி.சி.எஸ் தேர்ந்தெடுக்கப்பட்டது என்று என்.எஸ்.டி.எல் இறுதியாக அறிவித்தது. திட்டச் செலவினம் அதிகமாக இருக்குமென்றால் மாற்றி மதிப்பிட்டுத் தரலாம் என்று பெருந்தன்மையுடன் சொல்லவும் செய்தார்கள். மிகுந்த மகிழ்ச்சியுடன் ஜக்தீஷ், கோபால் இருவரும் கோஹ்லியைச் சந்திக்க இனிப்புகள் வாங்கிக் கொண்டு சென்றார்கள். ஒப்பந்தம் கிடைத்த விஷயத்தைக் கேள்விப்பட்டதும் கோஹ்லி வெளிப்படையாகவே உணர்ச்சி வசப்பட்டார்; இருவரையும் அமரச் சொல்லிவிட்டு, ரத்தன் டாடாவுக்கு அந்த நல்ல செய்தியை உடனே அனுப்பினார்.

1996ம் ஆண்டு ஜூன் மாதம் டி.சி.எஸ் இந்தத் திட்டத்தைப் பெற்றது. அதே வருடம் நவம்பர் 8ம் தேதியன்று அனைத்து வேலைகளும் முடிக்கப்பட்டு என்.எஸ்.டி.எல் திறப்பு விழா கொண்டாடியது; உலகிலேயே எந்த ஒரு நிதிப்பத்திர களஞ்சியமும் இவ்வளவு வேகமாகச் செயல்படுத்தப்பட வில்லை. பங்குச்சந்தைகளில் பங்குச் சான்றிதழ் பத்திரங்களை மின்னணு வடிவாக்குவதைப் படிப்படியாகவே இந்திய அரசாங்கம் அறிமுகப்படுத்தியது. 2000ம் ஆண்டின் ஜூன் மாதத்தில் தொடங்கி மூன்றரை ஆண்டுகளுக்கு பிறகே இந்திய பங்குச் சந்தைகளில் பங்கு வர்த்தகப் பரிமாற்றங்கள் 98 சதவிகிதம் 'டீமேட்' என்ற காகிதமற்ற, மின்னணு வடிவத்தில் செய்யப் பட்டன; மற்றும் என்.எஸ்.டி.எல் அமைப்பில் 2.5 மில்லியன் 'டீமேட்' கணக்குகள் திறக்கப்பட்டன.

என்.எஸ்.டி.எல் நிர்வாக இயக்குனர் சி.பீ.பவே ஒரு சிறந்த, ஆனால் கறாரான வாடிக்கையாளராக இருந்தார். காலக்கெடு மிகவும் இறுக்கமாக இருந்தது. இதனால் முதல் முயற்சியிலேயே அனைத்தையும் பிழையில்லாமல் செய்துமுடிக்க வேண்டி இருந்தது. திட்டத்துக்கான விவரங்களை முன்கூட்டியே வரையறுக்க எந்த நேரமும் இல்லை, எனவே நாங்கள்

திட்டத்தின் தேவைகளைச் சேகரித்துக்கொண்டிருந்த அதே நேரத்தில் கணினி அமைப்பையும் வளர்த்துக்கொண்டிருந்தோம். இருப்பினும் இத்தகைய திட்டம் செயல்பட ஆரம்பித்து இரண்டே ஆண்டுகளில் அனைத்துப் பணிகளையும் முடித்துக்காட்டிய சாதனையை உலகிலேயே முதலாக நாங்கள்தான் சாதித்தோம். நாங்கள் பின்னர் இந்த சிறந்த அனுபவத்தை வெளிநாடுகளில் பயன்படுத்தி, தென் ஆப்பிரிக்காவிலுள்ள ஜொஹானஸ்பெர்க்கில் பத்திரக் களஞ்சிய அமைப்பு முறையை மாற்றி, மேம்படுத்தினோம்.

என்.எஸ்.டி.எல்லுக்கு டி.சி.எஸ் கூடுதலாக, 'வரி தகவல் தொடர்பமைப்பு' (Tax Information Network,TIN) திட்டத்தை நடைமுறைப்படுத்தியது; இது பெருநிறுவன மற்றும் வணிக நிறுவனங்கள் தங்கள் வருமான வரி விலக்குகளின் விவரங்களைச் சமர்ப்பிக்க உதவியது.

ஏப்ரல் 2004ல், ஓய்வூதியங்கள் வழங்கும் கொள்கையை முடிவுக்கு கொண்டுவர இந்திய அரசாங்கம் முடிவெடுத்தது; பதிலாக, புதிதாக சேர்ந்த மாநில, மற்றும் மத்திய அரசாங்க ஊழியர்களுக்கு உத்தரவாதமான ஆதாயங்களை வழங்கும் திட்டம் தொடங்கப் பட்டது. புதிதாக அமைக்கப்பட்ட 'ஓய்வூதிய ஒழுங்குமுறை ஆணையம்' (Pensions Regulatory Authority) பழைய ஓய்வூதிய முறைக்குப் பதிலாக, ஒரு புதிய திட்டத்தைப் பரிந்துரைத்தது; அதில், ஊழியர்களும் அரசாங்கங்களும் இருசார்பிலிருந்தும் ஓய்வூதிய நிதிக்குப் பங்களிக்க வேண்டும் - அதன் முதலீட்டு விருப்பங்கள் பணியாளர்களால் தேர்ந்தெடுக்கப்பட முடியும். இதற்கான மையப்பதிவு அமைப்பைச் செயல்படுத்தும் பொறுப்பை என்.எஸ்.டி.எல் பெற்றது.

டி.சி.எஸ் இந்தத் திட்டத்தைச் செயல்படுத்தியபோது, எங்கள் அலுவலகத்துக்குள் இது 'ஓய்வூதியத் திட்டம்' என்று அழைக்கப் பட்டது. ஓய்வூதியத் திட்டம் செயல்படத் தொடங்கியபோது, சி.பீ. பவே இந்தியாவின் 'நிதிப்பத்திரங்கள் மற்றும் பரிவர்த்தனை வாரியம்' (Securities and Exchange Board of India, SEBI) என்ற ஆணயத்தின் தலைவராகத் தேர்ந்தெடுக்கப்பட்டார், மேலும் ஆர்.எச் பாட்டில் என்.எஸ்.டி.எல் தலைவர் பதவியில் இருந்தார். டாக்டர் பாட்டிலின் ஆரம்ப உரையில் அதுவரை டி.சி.எஸ்ஸுக்கு யாரும் செய்திராத அளவுக்கு புகழ்மாலை சூட்டினார். 'இந்த பங்குச் சந்தை, அதன் வெற்றி, மற்றும்

இந்தியாவில் இந்த நிறுவனங்களை நிர்மாணித்தது ஆகிய மூன்று சாதனைகளிலும் இடம்பெற்றிருப்பது டி.சி.எஸ் மட்டுமே. எனவே இதற்கான முழு புகழும் டி.சி.எஸ் நிறுவனத்துக்கே செல்லவேண்டும்' என்று வெளிப்படையாக மனமாரப் பாராட்டினார்.

பொதுவாக, தனியார் நிறுவனங்களின் சேவைகளைப் பகிரங்கமாக ஒப்புக்கொள்வது வழக்கமில்லை என்றாலும் கூட, நிதித்துறை அமைச்சர் ப.சிதம்பரம், டி.சி.எஸ்ஸின் செய்நேர்த்தியைத் தனது தொடக்க உரையில் சுட்டிக்காட்டினார்.

இவை எங்களுக்கு மிகுந்த பெருமிதத்தை வழங்கின; டி.சி.எஸ் பற்றிய நன்மதிப்பைப் பெருக்குவது, நாட்டுக்கான முக்கிய உள்கட்டமைப்பை உருவாக்குவது இவைதான் எப்போதுமே எங்கள் லட்சியமாக இருந்தன. திட்டத்தின் வருவாய் மதிப்பு மற்றும் கிடைக்கும் லாபம் இவையெல்லாம் பெரும்பாலும் இரண்டாம்பட்சமாகவே இருந்தன.

ஸ்டாண்டர்ட் சார்ட்டர்ட் வங்கி

இந்தியாவிலும் வெளிநாடுகளிலும் நிதிச் சந்தைகளுக்கு சிக்கலான கணினி அமைப்புகளை உருவாக்கிக்கொடுத்து டி.சி.எஸ் நல்ல நிபுணத்துவம் அடைந்து கொண்டிருந்தது, ஆனால், உலகளாவிய சந்தையான சிங்கப்பூரில் எங்களுக்கு வாய்ப்பு கிடைப்பது கடினமாகவே இருந்தது. 1994ல், தேசிய பங்குச் சந்தை திட்டத்தின் வெற்றியைத் தொடர்ந்து, டி.சி.எஸ் தலைவரான யஷ்பால் சாஹ்னி, சிங்கப்பூரில் ஸ்டாண்டர்ட் சார்ட்டர்டு பேங்குக்கு ஒரு ஆயத்த தரவுப் பாதுகாப்பு அமைப்பு தேவை என்று அறிந்தார்.

இந்தத் துறையில் எங்களுக்கு எந்தவொரு மென்பொருள் தயாரிப்பு முன் அனுபவமும் நிபுணத்துவமும் இல்லா விட்டாலும், டி.சி.எஸ் விண்ணப்பம் செய்ய வேண்டுமென்று மிகவும் ஆர்வமாக இருந்தார். ஒப்பந்தத்தை வென்றெடுக்க முடியாவிட்டாலும் டி.சி.எஸ் நிறுவனத்தை மாபெரும் வங்கியான ஸ்டாண்டர்ட் சார்ட்டர்டின் மனதில் பதிய வைக்க வேண்டும் என்பதே அவருடைய முக்கிய நோக்கமாக இருந்தது. மேலும் குறிப்பிடத்தக்கதாக, அந்த ஆண்டில், ஒன்று அல்லது இரண்டு திட்டங்களே 5 மில்லியன் டாலர்களுக்கும்

அதிகமானவையாக இருந்தன, இது அவற்றில் ஒன்று; பெரிய அரங்கில் நுழைவதற்கு இது சிறந்த வாய்ப்பு என்று நாங்கள் நினைத்தோம். எனவே டி.சி.எஸ் அணி அந்த ஒப்பந்தத்தைப் பெற விண்ணப்பிக்கவேண்டும் என்று முடிவுசெய்தோம்.

*1993*ல் டி.சி.எஸ் சுவிட்சர்லாந்தில் உள்ள TKS நிறுவனத்துடன் சேர்ந்து 'திட்டம் பி' (Project B) என்ற ஒன்றை ஆரம்பித்திருந்தது; சுவிட்சர்லாந்தில் ஆரம்பித்து, ஐரோப்பாவிலுள்ள சிறிய மற்றும் நடுத்தர வங்கிக்கான நவீன வங்கியியல் தளம் ஒன்றை உருவாக்கும் திட்டம் அது. சுவிட்சர்லாந்தில் உள்ள NCR கார்ப்பரேஷனில் இருந்து அத்தகைய ஒரு மென்பொருள் தயாரிப்புக்கான அடிப்படை கருத்தை வாங்கியது. பின்னர் திட்டம் B 'Quartz Banking Product'ஐ உருவாக்கியது.

*1995*ல், டி.சி.எஸ் தனது புது மென்பொருள் தயாரிப்புப் பிரிவை விரிவாக்கியது; 'திட்டம் B'ன் அறிவுத் தளத்தை அடிப்படையாகக் கொண்டு, ஒரு பிராந்தியப் பத்திர பாதுகாப்பு செயலாக்கத் தளத்தை உருவாக்கியது. NCS திட்டம் என்று அழைக்கப்படும் இந்த முயற்சியில் ஸ்டாண்டர்ட் சார்ட்டர்ட் வங்கி ஒரு பங்குதாரர் வங்கியாகவும், முதல் வாடிக்கையாளராகவும் அமைந்தது. 'அறிவுசார் காப்புரிமைகள்' (Intellectual Property Rights) என்பதன் மதிப்பையும், அது எங்களுக்கு வழங்கிய அதிகாரத்தையும் இப்போது புரிந்துகொண்டிருந்ததால், சிங்கப்பூரில் ஸ்டாண்டர்ட் சார்ட்டர்ட் திட்டத்தில் உருவாகும் அத்தனை அறிவார்ந்த சொத்துக்கும் டி.சி.எஸ் ஒன்றே உரிமையாளராக இருக்க வேண்டும் என்று நாங்கள் தெளிவாகக் குறிப்பிட்டோம்.

ஸ்டாண்டர்ட் சார்ட்டர்ட் திட்டத்துக்காக ஒவ்வொரு போட்டியாளரும் தங்கள் செயல்விளக்கங்களைக் காட்ட இரண்டு நாட்கள் ஒதுக்கப்பட்டிருந்தது. ஆனால், நாங்கள் இரண்டு மணிநேரத்துக்குள் வாடிக்கையாளர்களை ஈர்க்கவில்லை என்றால், நிராகரிக்கப்படுவோம் என்றும் எச்சரித்தார்கள். இரண்டு நாட்களுக்குப் பிறகு நாங்கள் முதல் தேர்வில் வெற்றி பெற்று, அடுத்தகட்ட பரிசோதனைகளுக்கு உட்படுத்தப்பட்டோம். ஸ்டாண்டர்ட் சார்ட்டர்டில் இருந்து பதினைந்து நபர்கள் எங்கள் நிறுவனத்தினருடன் கலந்தாலோசிக்க தில்லிக்கு வந்தார்கள். *80* சதவிகித மென்பொருள் உற்பத்தியை முடித்துவிட்டோம் என்று குறிப்பிட்டோம், ஆனால் டி.சி.எஸ் தயாராக இல்லை என்று ஸ்டாண்டர்டு சார்ட்டர்ட் நிறுவனத்தின் தகவல் தொழில்

நுட்பத்துறைத் தலைவரான டேவிட் ஆவ்க்காக் நினைத்தார். ஆனால் அவர் எங்கள் மென்பொருள் அமைப்பு எதிர்காலத் தேவைகளையும் கணக்கில் கொண்டது என்பதை உணர்ந்து, சில அபாயங்கள் இருந்தாலும், எங்களுக்கு ஒரு வாய்ப்பு அளிக்கத் தயாராக இருந்தார். இந்த ஒப்பந்தம் கண்டிப்பாக கவர்ச்சி கரமானதாக இருந்தது. நாங்கள் குறிப்பிட்ட விலையும் போட்டிக்குத் தக்கதாக இருந்தது. மற்றும் வங்கியும் அறிவுசார் காப்புரிமையை டி.சி.எஸ்ஸுக்குத் தரத் தயாராகவே இருந்தது.

இறுதியில் ஸ்டாண்டர்ட் சார்ட்டர்ட் போட்டியில் நாங்கள் வெற்றி பெற்று, சிங்கப்பூரில் கால் பதிக்க முடிந்தது; அந்த வங்கியும் எங்கள் மூலம் முப்பது நாடுகளில் வாடிக்கை யாளர்களுக்கு பத்திரப் பாதுகாப்பு சேவைகளை வழங்க முடிந்தது. இந்தத் திட்டம் பெரிய அளவில், ஒரு பெரிய சந்தையில் எங்கள் முதல் சாதனைத் திட்டமாக அமைந்தது. இது உண்மையிலேயே எங்களுக்கு ஒரு பெரிய கற்றல் அனுபவமாக இருந்தது.

இந்த ஒப்பந்தத்தைப் பெறும் வாய்ப்புகள் மிகவும் குறைவு என்று தெரிந்தும் விண்ணப்பித்து, இறுதியில் நாங்கள் வெற்றி அடைந்தோம். இந்த வாடிக்கையாளர்கள் எங்கள் பேரார்வம், கடமைக்கு அப்பாற்பட்டு உழைக்கும் உறுதி ஆகியவற்றைக் கண்டறிந்து அதை ஊக்குவிக்கத் தயாராக இருந்தார்கள் என்றே நம்புகிறேன். வணிக பரிமாற்றங்களில் பல மறைமுகமான காரணிகள் செயல்பட்டாலும், பல நேரங்களில் உள்ளுணர்வும் துணிச்சலும் முக்கியத்துவம் பெறுகின்றன.

இந்திய நிதித்துறை எங்களுக்குப் பல சவால்களையும் வாய்ப்புகளையும் வழங்கியது. பல முற்றிலும் புதிய திட்டங்களை (க்ரீன் ஃபீல்ட் திட்டங்கள்) அது ஆரம்பித்ததன் மூலம் நாங்கள் எங்கள் செயல் திறமையை மேம்படுத்திக்கொள்ள முடிந்தது. இவற்றில் பல திட்டங்கள் தொழில் நுட்ப ரீதியிலும் செயல்படுத்தல்களிலும் எங்களுக்கும் புதிய அனுபவமாகவே இருந்தன. பயிற்சிகளின் மூலம் புதிய புதிய துறைசார்ந்த நிபுணத்துவத்தை நாங்கள் விரைவில் பெற்றுவந்தோம். இது முற்றிலும் புதிய திட்டங்களை எடுத்துச் செய்யும் தைரியத்தையும் தன்னம்பிக்கையையும் எங்களுக்கு வழங்கின.

நாளொன்றுக்கு இந்திய தேசிய பங்குச் சந்தை லட்சக்கணக்கான பரிமாற்றங்களை செய்கிறது. அதனுடைய கணினி திரை

அடிப்படையிலான பங்கு வர்த்தக பரிவர்த்தனைகள் நாடு முழுவதிலும் இருக்கும் முதலீட்டாளர்கள் அனைவருக்கும் பயன்படுகின்றன. என்எஸ்டிஎல் அமைப்பில் அனைத்து காகித பத்திரங்களும் டிஜிட்டலுக்கு மாற்றப்பட்டு பணப்பட்டுவாடா செய்யப்படுகின்றன. நாட்டின் மிக முக்கியமான பங்குச் சந்தையை உருவாக்கியதாக இருக்கட்டும் அல்லது ரயில்வே துறை, துறைமுகத் துறை, பம்பாய் ஸ்டாக் எக்சேஞ்ச், சி.டி.எஸ்.எல் என பல நிறுவனங்களின் கம்ப்யூட்டர் பராமரிப்பு நிறுவனமாக இருக்கட்டும், இவை எல்லாமே மிக விரிவான ஆராய்ச்சி மூலமே சாத்தியம். இந்தியாவில் அது தொடர்பான சவால்கள் அனைத்தையும் தீர்க்கும் அக்கறையும் அதற்கு மிகவும் அவசியம்.

கூட்டாக இந்த அமைப்புகள் இந்திய நிதிச்சந்தைகளை புரட்சிகரமாக மாற்றியதோடு காலவோட்டத்தின் தாக்கங் களையும் சமாளித்து நிலைபெற்றுள்ளன. இன்று இந்தியச் சந்தை மிகவும் அதிநவீன உலகளாவிய பத்திரங்கள் மற்றும் மூலதன சந்தைகளில் ஒன்றாகும். இந்திய மேலாண்திறமையும் உலகத் தரத்துக்கு இணையாக உள்ளது என்பதை டி.சி.எஸ் நிரூபித்தது. நாங்கள் இந்தியாவில் உருவாக்கிய அதி நவீன மென்பொருள் அமைப்புகளை எங்கள் சர்வதேச வாடிக்கையாளர்களுக்கும் எடுத்துச் சென்றிருக்கிறோம். உலகத் தொழில்நுட்பங்களை இந்தியாவுக்குக் கொண்டுவந்தும் சேர்த்திருக்கிறோம். அப்படியாக அது ஓர் இருவழிப்பாதையாகவே இருந்திருக்கிறது.

இன்றும் ஒரு சில விஷயங்களில் இந்தியா பின்தங்கி இருந்தாலும், நம் நிதித்துறை மற்றும் வங்கி அமைப்புகள் உலகத் தரமானவை என்று பெருமையுடன் கூறலாம். இதற்குக் காரணம் வெகு முன்பாகவே இந்தத் துறைகளில் நாம் தகவல் தொழில் நுட்பங்களைப் பயன்படுத்தத் தொடங்கிவிட்டோம். உடல் நலம், கல்வி, வேலைவாய்ப்பு போன்ற மற்ற துறைகளிலும் சமமான ஆர்வத்துடன் தொழில்நுட்பத் தீர்வுகளை நாம் பயன்படுத்தி இருந்தால் இந்தியாவின் முன்னேற்றம் எவ்வளவு சிறப்பாக இருந்திருக்கும் என்ற கேள்வி அடிக்கடி என் மனதில் எழும். இதேபோன்ற முன்னேற்றங்களை இந்தத் துறைகளிலும் நாம் சாதித்திருப்போம் அல்லவா?

•

இறக்குமதிக் கெடுபிடிகளைச் சமாளித்த கதை

அமெரிக்காவின் 'சிலிகான் வேலி' வெற்றிக்குப் பல காரணிகளைக் கூற முடியும், ஆனால் படைப்பாற்றல், கண்டுபிடிப்பு, மற்றும் தொழில்முனைவோரை ஊக்குவிக்கும் ஆதரவான சுற்றுச்சூழல் மிக முக்கியம் என்பதை யாரும் மறுக்க முடியாதது.

மாறாக, 1970 களில் இந்தியாவில் டி.சி.எஸ் தொடங்கியபோது, சாதகமான சுற்றுச்சூழல் இருந்திருக்கவில்லை. உண்மையில் இந்தியாவில் நிலவிய ஒழுங்குமுறை ஆணைய சூழல் எந்தவொரு வணிகத்துக்குமே சாதகமாக இருந்திருக்கவில்லை.

டி.சி.எஸ் 2004ல் பொது நிறுவனமாக பங்குச் சந்தையில் விற்பனையை ஆரம்பித்தபோது, நாங்கள் முப்பத்தி ஆறாவது வருடத்தில் இருந்தோம். டி.சி.எஸ் இவ்வளவு காலம் எங்கிருந்தது என்று வெளிநாட்டினர் அடிக்கடி என்னிடம் கேட்பார்கள்; நான் அளித்த பதில்: முதல் இருபது ஆண்டுகளாக IT தொழில்நுட்பத்தின் அஸ்திவாரங்களைக் கட்டியெழுப்பினோம்; அரசாங்கத்தின் தடைகளை நீக்கி, ஒழுங்குமுறைக் கட்டமைப்பை மாற்றியமைத்து, கணினிகளை இறக்குமதி செய்யவும் மென் பொருளை ஏற்றுமதி செய்யவும் போராடினோம். நாட்டில் திறமைசாலிகளின் எண்ணிக்கையைப் பெருக்கும் நோக்கத்துடன் கல்விமையங்களுடன் இணைந்து பணம், நேரம், உழைப்பு மற்றும் நிபுணத்துவத்தை உணர்வுபூர்வமாக முதலீடு செய்துள்ளோம்'. இதை ஆர்வத்தோடும் அமைதியாகவும், ஆரவாரமில்லாமலும் செய்தோம். ஒருவேளை நாங்கள் மிக அடக்கமுள்ள முன்னோடியாக இருந்திருக்காவிடில், இன்னும் அதிகமான லாபம் பெற்றிருக்கலாம். டி.சி.எஸ்ஸின் ஆரம்ப முதலீடு பின்னாளில் வந்த நிறுவனங்கள் சர்வதேச அளவில் வெற்றி நடை போட பாதை அமைத்துக்கொடுத்திருக்கிறது என்பதை நாம் மறந்துவிடக் கூடாது.

நான்கு தசாப்தங்களுக்கு முன்னர், இந்திய அரசாங்கத்தைக் கையாள்வதில் தனியார் நிறுவனங்களுக்கு பல பெரிய சவால்கள் இருந்தன. நேருவின் சோசலிச பொருளாதாரக் கொள்கை களையே இந்திரா காந்தியும் பிரதமராக இருந்தபோது செயல் படுத்தத் தீர்மானித்திருந்தார். இங்கிலாந்தின் கேம்பிரிட்ஜ் பல்கலைக்கழகத்தின் ட்ரினிடி கல்லூரியில் கல்வி பெற்ற

ஜவஹர்லால் நேரு, ஃபேபியன் சோசலிச இயக்கத்தால் மிகுந்த தாக்கம் பெற்றிருந்தார். இந்தியா போன்ற மிக ஏழையான, மக்கள்தொகை நிறைந்த நாட்டில், தொழில் துறையை அரசாங்கமே முழுவதுமாக ஆக்கிரமித்து ஆளவேண்டும் என்று நம்பினார்.

இந்திரா காந்தி அதே கொள்கையைத்தான் தீவிரமாகப் பின்பற்றினார்; சோவியத் நாட்டு மாதிரியை அடிப்படையாகக் கொண்டு, மத்திய அரசால் முழுமையாகக் கட்டுப்படுத்தப்பட்ட பொருளாதாரத்தை உருவாக்கினார். அவரது ஆட்சியின் கீழ், வங்கித்துறை மற்றும் காப்பீட்டுத் துறைகளை தேசியமய மாக்கினார். இந்தியா ஐந்து வருட தேசிய திட்டங்களின் கொள்கையை ஏற்றுக்கொண்டது. தனியார் துறையினர் என்ன செய்ய வேண்டுமென்றாலும், உரிமத்தின் வடிவத்தில் அரசாங்கத்திடமிருந்து அனுமதி பெற்றாக வேண்டியிருந்தது. தனியார் துறை நிறுவனங்கள் வாங்க வேண்டியிருந்த உரிமங்களின் பட்டியல் கிட்டத்தட்ட முடிவில்லாதது: தொழில் துறை உரிமங்கள், மூலதனப் பொருட்கள் உரிமங்கள், மற்றும் இறக்குமதி உரிமங்கள் ஆகியவை சில உதாரணங்களே ஆகும்; இறுதியில் இந்தக் காலம் 'லைசென்ஸ் ராஜ்யம்' என்றே அறியப்பட்டது.

இந்திய அரசாங்க கஜானாவில் அந்நியச் செலாவணி போதுமான அளவுக்கு இருந்திருக்கவில்லை. அரசின் கொள்கை முடிவு களுக்கு இதுவும் ஒருவகையில் காரணமாக இருந்தது. விலை உயர்ந்த அந்நியச் செலாவணிகளை உணவுப் பற்றாக்குறைச் சமாளித்தல், எண்ணெய் இறக்குமதிகள், மற்றும் ராணுவ, பாதுகாப்பு உபகரணங்களுக்கான பணம் செலுத்துதல் ஆகியவற்றுக்காகவே பயன்படுத்த வேண்டியிருந்தது. அந்நியச் செலாவணிகள் பிற நோக்கங்களுக்காக மிகக் குறைவாகவே பயன்படுத்தப்பட்டது.

டி.சி.எஸ் மீது இது நேரடித் தாக்கத்தை ஏற்படுத்தியது, ஏனென்றால் அந்நிய நாடுகளிலிருந்து முக்கிய பெருங்கணினி களையும் அதி நவீனமான தொழில்நுட்பங்களையும் நம் நாட்டுக்குக் கொண்டுவந்தாகவேண்டியிருந்தது. அமெரிக்காவில் நாங்கள் பயிற்சி பெற்றது போல், நம் மக்களுக்கும் பயிற்சியளிப்பதற்கு அவற்றைப் பயன்படுத்தவும் மிகுதியான அந்நியச் செலாவணி தேவையாக இருந்தது.

எங்களுக்கு எதிராக இருந்த இரண்டாவது காரணி, கணினிகள் மனிதர்களின் வேலை வாய்ப்பைப் பறித்துவிடும் என்ற ஒரு கருத்து இருந்தது. இதன் விளைவாக கணினிமயமாக்கத்துக்கு உள்ளார்ந்த எதிர்ப்பு வலுவாக இருந்தது; குறிப்பாக பெரிய பொதுத்துறை நிறுவனங்கள் மற்றும் அரசுத்துறை அமைப்பு களில் தொழிற்சங்கங்கள் வலுவாக வேரூன்றியிருந்தன; அவை கணினி மூலமான தானியங்கல் முறைகளால் மக்களின் வேலைகள் பறிபோய்விடும் என்று பயந்தன.

ஒரு நிறுவனம் லாபம் ஈட்டுவதை நம் அரசாங்கம் மிக சந்தேகத்தினுடனே பார்த்தது என்ற கருத்தும் பரவலாக இருந்தது. அப்படியாக எங்கள் பாதை இந்திய அரசாங்கத்தின் பாதைக்கு முற்றிலும் நேர் எதிராகவே இருந்தது.

இந்திய வணிக சந்தையில் இருந்த இந்திய தனியார் துறையும் வெளிநாட்டு நிறுவனங்களும் மிகப் பெரிய நெருக்கடியை உணர்ந்தன. அந்த நேரத்தில், உரிமங்களின் கடினமான கட்டுப் பாட்டின் மூலம், யார், எங்கு, எந்தப் பொருளை உருவாக்காலாம், அல்லது எவ்வளவு வளரலாம் என்பதையெல்லாம் தீர்மானிக்க அரசாங்கத்துக்கு மட்டும்தான் அதிகாரம் இருந்தது. 'ஏகபோகங்கள் மற்றும் கட்டுப்படுத்தும் வர்த்தக முறைகள் சட்டத்தின்' கீழ், (Monopolies and Restrictive Trade Practices Act - MRTP) அரசாங்க அனுமதி இல்லாமல் எந்த நிறுவனமும் ரூ. 20 கோடிக்கு அதிகமாக வருடாந்திர வருவாய் ஈட்டக்கூடாது.

உண்மையில் பல பெரிய தொழில்துறைக் குழுக்கள், அரசாங்கத்தின் கடினமான கட்டுப்பாட்டுக் கொள்கைகளின் காரணமாக, நாட்டுக்கு சேவை செய்யவும், அதன் பொருளா தாரத்தை முழுமையாகத் தங்களால் முடிந்தவரைக்கும் முன்னேற்ற தங்கள் திறமையையும் விருப்பத்தையும் பயன் படுத்தவும் முடியாமல் தடுக்கப்படுகிறோம் என்று உணர்ந்தன. பி.என். ஹக்சார் மற்றும் ஜே.ஆர்.டி. டாடா இடையே நடந்த உரையாடல்களில் அந்த நேரத்தில் தொழிலதிபர்களால் அனுபவிக்கப்பட்ட ஏமாற்றத்தை நன்கு அறியலாம்.

புகழ் பெற்ற வழக்கறிஞரான பி.என். ஹக்சார், இருபது ஆண்டுகாலம் இராஜதந்திர சேவையைச் சிறப்பாகச் செய்த பின்னர் செயலாளராகச் பணியாற்றினார். பிரதம மந்திரி இந்திரா காந்தியின் பிரதம செயலாளராக நியமிக்கப்பட்டார். இந்திய

உள்நாட்டு மற்றும் வெளிநாட்டுக் கொள்கைகளை வடிவமைப்பதில் பெரும் தாக்கத்தை ஏற்படுத்தினார்.

ஜே.ஆர்.டியின் எண்பதாவது பிறந்த நாளன்று, ஹக்சார் அவருக்கு ஒரு வாழ்த்துக் கடிதத்தை எழுதி, மேலும் அவர் நாட்டின் நிலைமையைப் பற்றி ஆக்கபூர்வமாகவும் படைப் பூக்கத்துடனும் சிந்திக்கும்படி அவரை வலியுறுத்தினார். ஏற்கெனவே அரசின் கெடுபிடிகளால் மனதளவில் காயம் பட்டிருந்த ஜே.ஆர்.டி. இந்த ஆலோசனையை தன் காயத்தின் மேல் உப்பைத் தடவியதுபோல் உணர்ந்தார்; உடனே அவர் அசைக்க முடியாத வெளிப்படையான தன்மையுடன் பதிலளித்தார்.

அவர் எழுதிய கடிதம்:

சுதந்திரத்துக்கு 100 ஆண்டுகளுக்கு முன்னர், தொழில்துறை புரட்சியின் மூலம் உலக அளவில் உருவாக்கப்பட்ட வாய்ப்புகள் இந்திய வர்த்தகர்கள், நிதியாளர்கள், மற்றும் செல்வச்செழிப்பில் இருந்த முதலாளிகளுக்கு மறுக்கப் பட்டது. சுதந்திரம் கிடைத்ததைத் தொடர்ந்து ஒரு வியத்தகு மாற்றத்தை ஏற்படுத்த வாய்ப்பு கிடைத்தது. பெரிய திட்டங்கள், துணிகரங்கள் மற்றும் சாகசங்களுக்குத் தேவையான அடிப்படைச் சூழ்நிலைகளை மற்ற நாடுகளில் இருப்பதுபோல் இந்தியாவிலும் வெகு எளிதில் உருவாக்கி இருக்கலாம்.

எவ்வாறாயினும், தேர்ந்தெடுக்கும் உரிமை, முதலீடு, செயல்பாடு ஆகியவை சார்ந்து சுதந்தரம் மிகவும் அவசியம்; ஆனால், ஆட்சிக் கட்டிலில் ஏறிய நமது அரசியல்வாதிகளும், நமது வளர்ந்துவரும் அதிகாரவர்க்கமும் விரைவிலேயே அரசாங்கத்தின் அனைத்து பொருளாதார சக்திகளையும் மைய அரசாங்கத்திடம் குவித்து, தொழில் துறையினர் அனைவரையும் தடுத்து, திக்குமுக்காடச் செய்துவிட்டனர்.

புதுமைப் படைக்கும் ஆற்றலைத் தூண்டுவதற்கு பதிலாக, எங்கள் மீது பல பாரங்கள் சுமத்தப்பட்டிருக்கின்றன; தனியார் துறை மீது சுமத்தப்பட்டுள்ள உரிம விதிமுறைகள், அனைத்து பரவலான கட்டுப்பாடுகள், பறிமுதலாகவே செயல்படும் தனி வரி விதிப்பு ஆகியவை நேர்மையுள்ள தொழில் முனை வோர்களை வெகுவாக முடக்குவதோடு நில்லாமல் ஒருவகையில் தண்டிக்கவும் செய்கின்றன. நேர் மாறாக,

லஞ்சத்தில் ஈடுபடுபவர்கள், வரி ஏய்ப்பவர்கள், கறுப்புச் சந்தை வணிகர்கள் போன்ற ஒரு புதிய இனத்தை உருவாக்கி ஊக்கமளித்து அவர்களைச் செய்வந்தர்களாக ஆக்கி வருகின்றன.

ஒரு தலைமுறைக்குள் நம் நாட்டிலிருந்து வெளிநாடுகளுக்கு பெருமளவில் கொண்டு செல்லப்பட்ட பெரும்செல்வங்கள், வசதி வாய்ப்புகள் எல்லாம் தனிநபரின் வருடாந்திர வருமானம் ஒரு லட்சத்துக்கு 98 சதவிகிதம் வரி விதிக்கப்பட்டபோது உருவாக்கப்பட்டிருந்தன. காப்பீட்டு நிறுவனங்கள் மற்றும் வங்கிகள் ஆகியவையெல்லாம் சொத்துப்பறிப்பு முறையில் தேசியமயமாக்கப்பட்டன; இதனால் முதலீட்டு மற்றும் கடனளிப்பு நிதிகளில் ஏகபோகத்தை உருவாக்கின; நிறுவனச் சட்டம், தொழில் துறை வளர்ச்சி மற்றும் விதிமுறை சட்டம், மற்றும் ஏகபோகங்கள் மற்றும் கட்டுப்படுத்தும் வர்த்தக நடை முறைகள் சட்டம் ஆகிய ஏராளமான பிற ஒப்பந்தங்கள், கட்டுப்பாடுகள் மற்றும் நிர்வாக முடிவுகள் ஆகியவை சக்தி வாய்ந்த மற்றும் அதிகாரத்தில் இருந்த அரசியல்வாதிகளின் கைகளில் அனைத்து உண்மையான பொருளாதார சக்திகளையும் மிக மோசமாகக் குவியவைத்தன. இத்தகைய சூழ்நிலையில், எவ்வளவு அவசியமாக இருந்தாலும், பெரிய திட்டங்களை ஊக்குவிப்பதும், பெரிய திட்டங்களை கொண்டு வருவதும் கொடுங்கனவாக நேரத்தைக் கெடுத்துக் கொள்வதாக, அல்லது முழுமையான நிராகரிப்பிலேயே சென்று முடியும்.

ஜே.ஆர்.டி யின் வார்த்தைகள் மிகக் கடுமையாக டி.சி.எஸ்ஸின் அனுபவங்களைப் பிரதிபலித்தன. நாங்களும் மிகவும் நெருக்கமாக கட்டுப்படுத்தப்பட்டதாக உணர்ந்தோம். பெருங் கணினிகள் மற்றும் தகவல் தொழில்நுட்பம் ஆகியவற்றை பயன்படுத்தி மேற்கத்திய நாடுகள் எவ்வாறு முன்னேற்றம் அடைகிறார்கள் என்பதை நாங்கள் பார்த்தோம்; அதுபோலவே பாதுகாப்பு மற்றும் வங்கியியல் போன்ற துறைகளில் மொத்தமாக தரவு செயலாக்கத்தின் மூலம் நாமும் நம் செயல்திறனை மேம்படுத்தவேண்டும் என்று விரும்பினோம். இந்தியா, தகவல் தொழில்துறையில் உலக அளவில் நடந்த புரட்சியில் பின்னோக்கிப் போவதை வேதனையுடன் பார்த்தோம்.

ஆனால் நாங்கள் தொடர்ந்து முயற்சி செய்துகொண்டே இருந்தோம். டாடா குழுமம் எஃகு, ஆற்றல் மற்றும் இயந்திரங்களில் முன்னோடிகளாக இருந்த அதே வழியில், டி.சி.எஸ்ஸும் தகவல் துறையில் ஒரு முன்னோடியாக இருக்க முடியும் என்று நாங்கள் நம்பினோம். இந்தப் புதிய தொழில் நுட்பங்களை இந்தியாவுக்குக் கொண்டு வர முடியுமானால், அவை நாட்டின் போக்கை மாற்றியமைத்து, விரைவில் வளர்ச்சிக்கு மிக முக்கியமான உந்துசக்தியாக இருக்க முடியும் என்று நாங்கள் நம்பினோம்.

ஒரு வெளிநாட்டு சந்தைக்கு வணிக சேவை செய்வதற்கு, நவீனமான, சமீபத்திய தொழில்நுட்பங்களின் அறிவு தேவை. அதற்கு சமீபத்திய தலைமுறை கணினிகள் இறக்குமதி செய்யப்பட வேண்டும், மற்றும் மிக முன்னணி நிறுவனங்கள் உடனான கூட்டு முயற்சிகள் முன்னெடுக்கப்படவேண்டும். எனவே, முதல் பணியாக வெளிநாட்டு உபகரணங்களை நம் நாட்டுக்கு இறக்குமதி செய்ய ஒரு வழியைக் காண வேண்டியிருந்தது. இதற்காக அரசாங்கத்துடனும் வலிமைமிக்க லைசென்ஸ் ராஜ்யத்துடனும் தீவிரமாகப் போராட வேண்டியிருந்தது.

அந்த நேரத்தில் ஒவ்வொரு தொழிற்துறைக்கும் மத்திய அரசாங்கத்தில் ஒரு நிர்வாக அமைச்சகம் இருந்தது. பேராசிரியர் M.G.K.மேனன் தலைமையில் இருந்த மின்னணுவியல் இலாகாவின் கீழ் (DoE) எங்கள் நிறுவனம் வந்தது. மின்னணுவியல் ஆணைக்குழுவின் தலைவராகவும் மின்னணுவியல் துறையின் செயலாளராகவும் பாதுகாப்புத் துறைக்கான விஞ்ஞானப் பிரிவு ஆலோசகராகவும் அவர் இருந்தார்.

ஒரு விஞ்ஞானத் துறையானதால், மின்னணுவியல் இலாகா நேரடியாக பிரதமரின் நேரடிப் பொறுப்பிலும் இருந்தது. ஆனால், துரதிர்ஷ்டவசமாக இந்தத் துறை எங்கள் லட்சியங்களின் மேல் மிகுந்த சந்தேகம் கொண்டிருந்தது. மேலும் டி.சி.எஸ் ஒரு டாடா சன்ஸ் நிறுவனமாக இருந்ததால், டாடா குழுமம் அதன் அளவு மற்றும் சந்தை பங்குகளின் காரணமாக MRTP சட்டத்தின் கீழ் ஒரு மேலாதிக்க நிறுவனமாகப் பட்டியலிடப்பட்டிருந்தது; இதனால், ஏதேனும் 25%க்கு மேலான விரிவாக்கமென்றால், ஏகபோகத் தடுப்பு மற்றும் கட்டுப்பாட்டு வர்த்தக முறைகள் கமிஷனிலிருந்து (MRTPC) அனுமதி பெறவேண்டும். நடை

முறையில் இதன் அர்த்தம் என்னவென்றால் இன்னொரு அதிகார வர்க்க சுழல் பாதைக்குள் சிக்கி மீண்டுவரவேண்டும்.

ஒரு கணினியை இறக்குமதி செய்வதற்கான செயல்முறை மலைக்கவைக்கும் அளவுக்குப் பெரும் சிக்கலானதாக இருந்தது; மேலும் ஒவ்வொரு கட்டத்திலும் புதுப்புது சிக்கல்கள் முளைத்தன. பெரும்பாலும் இது இந்தியாவில் முதன்முறையாகச் செய்யப்பட்டதால் இவ்வளவு குழப்பங்கள் எழுந்தன. கணினிகளைப் பற்றி ஒன்றுமே அறிந்திருக்காத அரசாங்க அதிகாரிகளின் விருப்பத்துக்கு ஏற்ப நடப்பில் இருந்த சட்டங்கள் எல்லாம் அவர்களால் எப்படி வேண்டுமானாலும் புரிந்து கொள்ளப்படலாம் என்றவகையில் இருந்தன.

அந்த இறக்குமதிச் செயல்பாடுகள் கீழ்க்கண்டதுபோல் நடந்தன:

1. எலெக்ட்ரானிக்ஸ் துறைக்கு முதலில் இறக்குமதி லைசென்ஸ் கேட்டு நாங்கள் விண்ணப்பிக்க வேண்டும். இதில் முதலீட்டுப் பொருட்கள் இறக்குமதிக்கான விண்ணப்பமும் அடங்கும். இந்த கம்ப்யூட்டரை வைத்து நாங்கள் என்ன செய்யப்போகிறோம் என்பதை அரசுக்குத் தெரிவிக்க வேண்டும். இதற்கு பர்ரோஸ் நிறுவனம் டி.சி.எஸ் நிறுவனத்திடமிருந்து மென்பொருள் சேவையைக் கேட்டுப் பெறுவது தொடர்பாக ஒரு கடிதம் கொடுக்க வேண்டும். அதோடு வாங்க விரும்பும் கணினிகளின் மாடல் நம்பர்களோடு இன்வாய்ஸூம் இணைக்க வேண்டும். சில நேரங்களில் தொழில்நுட்பக் கையேடுகளும் உடன் இணைக்கப்பட வேண்டும்.
2. நிதி, வர்த்தகம், தொழில்துறை என பல்வேறு அமைச்சகங் களுக்கு பதினோரு நகல்கள் எடுத்து அனுப்ப வேண்டும். அதன் பிறகு மின்னணுவியல் இலாகா முதலீட்டு பொருட்களை வாங்குவதற்கான அனுமதியைத் தரும்.
3. அதன் பிறகு MRTPC இடமிருந்து அனுமதி பெறவேண்டும். நாங்கள் 'பெரிய' நிறுவனம் என்பதால் எங்களுக்குக் கூடுதலான சுமை இது.
4. மிகச் சிக்கலான இறக்குமதிக் கட்டணங்களை அடிப்படையாக வைத்து வரியைத் தீர்மானித்துக்கொள்ள வேண்டும். அது, பெரும்பாலும் வாங்கும் கருவியின் விலையைவிட அதிகமாக இருக்கும்.

5. இறக்குமதிப் பொருளுக்கு அமெரிக்க டாலர்கள் கொடுக்க வேண்டும். அதற்கு அரசிடமிருந்து அந்நியச்செலாவணி பரிமாற்றத்துக்கான அனுமதியைப் பெறவேண்டும்.

6. இறக்குமதி செய்த ஐந்து ஆண்டுகளுக்குள் அந்தத் தொகையைப்போல் இருமடங்கு ஏற்றுமதி செய்தாக வேண்டும். செய்யத் தவறினால் அந்தக் கருவிகளை அரசு எடுத்துக்கொள்வதோடு கடுமையான அபராதமும் விதிக்கும்.

7. இவை மட்டுமல்லாமல் அமெரிக்க வர்த்தக துறையிடம் இருந்து ஏற்றுமதி சான்றிதழ் பெற்றுக் கொடுத்தாக வேண்டும். மேலும் இறுதிப் பயனாளர் சான்றிதழும் கொடுத்தாக வேண்டும். ஒரு பாதுகாப்புத்துறை சோதனைச் சாலைக்கான ப்ராஜெக்ட்டைப் பெற்றபோது இது பிரச்னையைக் கிளப்பியது. ஏற்றுமதி செய்யும் அயல் நாட்டுக்கு அந்தக் கருவியை எப்படிப் பயன்படுத்துகிறார்கள் என்பதைப் பரிசோதிக்கும் அதிகாரம் உண்டு. நாங்கள் ஏதேனும் தவறாகப் பயன்படுத்தினால் கருவியை அபகரித்துச் செல்லவும் எங்களுக்கு எதிராக வழக்குத் தொடரவும் அவர்களுக்கு அதிகாரம் உண்டு.

8. மேலே குறிப்பிட்டுள்ள உரிமங்கள், அனுமதி ஆகியவற்றைப் பெற்ற பின்னர் அந்தக் கருவிகளை கப்பலில் கொண்டுவர ஏற்பாடு செய்ய வேண்டும். அந்த கருவிகள் பல டன் எடை கொண்டவையாக இருந்தன. மிகவும் பெரிய கருவிகளுக்கு போயிங்-707 விமானத்தை வாடகைக்கு எடுத்தாக வேண்டியிருக்கும்.

9. இந்தியாவுக்கு அந்தக் கருவி வந்து சேர்ந்ததும் மிகவும் கடுமையான சுங்கத்துறை நடைமுறைகளுக்கு உட்பட்டு அதைப் பெற்றுக்கொள்ள வேண்டும்.

10. இறுதியாக, துறைமுகத்திலிருந்து அந்த பிரம்மாண்டமான கருவியை எங்களுடைய தரவுச் செயலாக்க மையங்களுக்குப் பெரிய வாகனங்களில் கொண்டு சென்றாக வேண்டும். நம் நாட்டுச் சாலைகள் குண்டும் குழியுமாக இருக்கும். மிகப் பெரிய டிரக்குகள் அதில் பயணம் செய்வது சிரமம். அந்நாட்களில் கட்டடங்களின் மின் ஏற்றிகளும் சிறியதாகவே இருக்கும். தரை ஓடுகள் பெரும் சுமையைத் தாங்க முடியாதவையாக இருக்கும். இதுபோல் ஏராளமான பிரச்னைகள் இருந்தன.

பெருங் கணினி ஒன்றை இறக்குமதி செய்யத் தீர்மானித்ததும் அரசாங்கத்தின் மாய வலைக்குள் சிக்கிக்கொண்டதை உணர்ந்தோம். முன்னெப்போதும் சந்தித்திராத மிக மோசமான சூழலில் டி.சி.எஸ் மாட்டிக்கொண்டது என்று சொன்னால் மிகையில்லை.

1970களின் ஆரம்பத்தில், பர்ரோஸ் (ஐ.பி.எம்க்குப் பிறகு இரண்டாவது பெரிய கணினி உற்பத்தியாளர்) இந்தியாவை நல்ல சந்தையாக மதித்துத் தன் தொழில்நுட்பத்தைப் பகிர்ந்து கொள்ளத் தயாராக இருந்தனர். 1973ல் டி.சி.எஸ் பர்ரோஸ்ஸுடன் ஓர் ஒப்பந்தத்தில் கையெழுத்திட்டு இந்தியாவில் பர்ரோஸ் கணினிகளை விநியோகிக்கவும் விற்கவும் முன்வந்தது. அவர்கள் எங்களுக்கு ஒரு புதிய பர்ரோஸ் B1728 'சிறிய கணினி' அமைப்பை விற்க ஒப்புக்கொண்டனர்.

அந்தக் காலத்தில் மேம்பட்டதாக இருந்திருந்தாலும், B1728 இன்று ஒரு 'மெயின் ஃபிரேம்' பெருங்கணினி என வகைப்படுத்த முடியாது, ஏனெனில் அது 128 KB நினைவகம் மற்றும் 8 MB வட்டு அளவு மட்டுமே கொண்டது. இன்று நம் சட்டைப்பைகளில் உள்ள நினைவகக் கருவிகள் அதைவிட மிகப் பெரிய சேமிப்பு திறன் கொண்டவை.

இந்தக் கணினிகளை அயல்நாடுகளில் இருந்து இறக்குமதி செய்ய வேண்டும். கணினி நிரல்கள் மற்றும் மென்பொருள் செயல் முறைகள் எழுதப் பயிற்சி பெற வேண்டும். அதன் பிறகு இந்த சேவைகளை அயல்நாடுகளுக்கு விற்று அதிக அந்நியச் செலாவணிகளை ஈட்ட வேண்டும். இதுதான் எங்கள் திட்டமாக இருந்தது. ஆனால், ஒரே ஒரு புதிய பெரும் கணினியை இறக்குமதி செய்ய எவ்வளவு கஷ்டப்பட வேண்டியிருக்கும் என்பது எங்களுக்கு முன்பே தெரிந்திருக்கவில்லை.

அந்த நேரத்தில், தனியார் துறையில் யாரும் ஒரு புதிய பெருங்கணினியை இறக்குமதி செய்திருக்கவில்லை. பல்கலைக் கழக ஆராய்ச்சி துறைகள், அரசாங்க முகவர் அல்லது பாதுகாப்பு அமைச்சகம் ஆகியவற்றால் இறக்குமதி செய்யப்பட்ட 300க்கும் மேற்பட்ட 'மெயின் ஃபிரேம் கம்ப்யூட்டர்கள்' இருந்தன, ஆனால் அவர்களில் யாரும் இறக்குமதி, சுங்க வரிகள் செலுத்தவில்லை. இதேபோல், புதுப்பிக்கப்பட்ட பழைய கணினிகள் அல்லது உதிரி பாகங்களின் இறக்குமதிக்கு வரி செலுத்த வேண்டியதில்லை. ஆனால் ஒரு புதிய 'மெயின்

ஃபிரேம்' கணினியை இறக்குமதி செய்வது முற்றிலும் வேறு விஷயம்.

இந்திய அரசாங்கம் ஒரு புதிய 'மெயின் ஃபிரேம்' பெருங் கணினியை இறக்குமதி செய்வதற்கு எங்களுக்கு அனுமதி அளிப்பதாக கூறியது. ஆனால் ஐந்து வருட காலத்துக்குள் அதன் மதிப்பில் இரு மடங்கு நாங்கள் ஏற்றுமதி செய்தே ஆகவேண்டும். அந்தக் கட்டத்தில் டி.சி.எஸ் இந்த உத்தரவாதத்தைத் தர முன்வந்ததென்பது பெரும் துணிச்சலான செயலாக இருந்தது. ஏனெனில் ஏற்றுமதிக்கான எந்தவொரு உத்தரவாதமும் எங்களுக்கு இருந்திருக்கவே இல்லை.

இந்திய மென்பொருள் தொழிற்துறை எந்த விதமான பிரத்தியேக திட்டமிடலும் இல்லாமல், வரலாற்று விபத்தால் பிறந்தது. ஏனெனில் இந்தியாவில் அந்நியச் செலாவணிப் பற்றாக்குறை இருந்தது. ஒரு புதிய பர்ரோஸ் பெருங்கணினியை இறக்குமதி செய்வதற்குத் தேவையான அந்நியச் செலாவணியை நாங்கள் மென்பொருள் ஏற்றுமதி செய்தே சம்பாதிக்க வேண்டியிருந்தது.

அரசாங்கத்தின் கையில் இருந்த அந்நியச் செலாவணி பாதுகாப்பு மற்றும் ஏனைய அரசாங்கத் திட்டங்களுக்காக மட்டுமே ஒதுக்கப்பட்டிருந்தது. அந்நியச் செலாவணி தேவைப் பட்டவர்கள் எல்லாம் ஐ.டி.பி.ஐ மற்றும் ஐ.சி.ஐ.சி.ஐ ஆகிய வங்கிகளை அணுக வேண்டியிருந்தது. இந்த இரு நிறுவன வங்கிகளும் உலக வங்கியிடமிருந்து அந்நியச் செலாவணியைப் பெற்று, இந்திய நிறுவனங்களுக்குக் கடனாக வழங்க முடியும். ஆனால் எங்கள் உரிமையாளர்களான டாடா குழுமத்தினர் இந்த வழியைக் கையாள விரும்பவில்லை. ஏனெனில் அப்படி அந்நியச் செலாவணியைக் கடனாகப் பெற்றவர்கள் கடனைச் செலுத்தத் தவறிவிட்டால், தங்களுக்குக் கிடைக்கவேண்டிய பணத்துக்கு ஈடாக அந்த நிறுவனங்களின் பங்குகளை பெற்றுக்கொள்ளும் உரிமை நிறுவன வங்கிகளுக்கு உண்டு. டாடா சன்ஸ் ஒரு அறக்கட்டளைக்கு சொந்தமான தனிப்பட்ட முறையில் கட்டுப்படுத்தப்பட்ட ஒரு தனியார் நிறுவனமாக இருந்தது; அதனால் அவர்கள் எந்தவொரு வெளியோருக்கும் நிறுவனத்தின் பங்குகளை எந்தக் காரணத்துக்காகவும் கொடுக்க விரும்பவில்லை.

எனவே, 1973ல் பர்ரோஸ் 'மெயின் ஃபிரேம்' கணினிகளை வாங்குவதற்கு நாங்கள் நிறுவன வங்கிகளைத் அணுகுவதற்குப்

பதிலாக, சிட்டி பேங்கை அணுகினோம். இந்த அமெரிக்க வங்கி, 'லண்டன் வங்கிகளின் வட்டி விகித சராசரித் தொகையை' (Libor) விட 1% அதிகம் என்ற அளவில் நியூயார்க்கில் எங்களுக்குக் கடன் வழங்க ஒப்புக்கொண்டது; எனவே வட்டி விகிதம் இந்தியாவில் 8 அல்லது 9 சதவிகிதத்தை ஒப்பிடும்போது எங்களுக்கு 3 அல்லது 4 சதவிகிதம் என்று கிடைத்தது.

நாங்கள் நியூயோர்க்கில் உள்ள டாடா இன்க்., மூலம் இந்தக் கடனை அடைக்கவும் திட்டமிட்டோம். டாடா இன்க் நிறுவனம் அமெரிக்கவில் ஏர்-இந்தியாவின் உதிரி பாகங்களை வாங்குவதற்கு முதலில் அமைக்கப்பட்டது. ஆனால் பின்னர் அது டாடா ஸ்டீல் நிறுவனத்தின் ஒரு பிரிவானது. எந்த டாடா குழும நிறுவனமும் அமெரிக்காவிலிருந்து பொருட்களை வாங்கும் போது, டாடா இன்க் மூலமே அது கையாளப்படும்; இதற்கான காகித வேலைகளைக் கையாளுவதற்கு சேவைக் கட்டணமும் பெற்றுக்கொள்ளும்.

நாங்கள் யோசித்த இந்த நல்ல திட்டம் இந்திய அரசாங்கத்தால் மறுக்கப்பட்டது, ஏனென்றால் அதிகார வர்க்கத்தில் இருந்தவர்கள், 'இந்திய நிறுவனங்களை வெளி நாடுகளில் கடன் வாங்க அனுமதிக்கமாட்டோம்' என்று கூறிவிட்டார்கள். பொருளாதார விவகாரங்களுக்கான செயலாளர் ஒருவரின் ஆதரவை நாடினோம். அவர் ரிசர்வ் வங்கியில் இருந்தபோது ஒரு டி.சி.எஸ் ஊழியரின் தந்தையின் சக ஊழியராக இருந்தவர். செயலாளர் இது ஒரு நல்ல யோசனை என்று ஒப்புக்கொண்டார், ஆனால் சம்பந்தப்பட்ட துறை இயக்குனரோ பெருமளவுக்குத் தயங்கினார்.

பொதுவாக அதிகாரிகள் எந்தவொரு புதிய யோசனையையுமே சந்தேகப்பட்டதாகவே நான் நினைக்கிறேன். சரியா தவறா, நல்லதா கெட்டதா என்றெல்லாம் அவர்கள் யோசித்துப் பார்க்க விரும்பியிருக்கவில்லை. ஏதேனும் பிரச்னை ஏற்பட்டால் நாம்தானே பொறுப்பு என்று நினைத்து எந்தவொரு புதிய யோசனையையும் 'முடியாது' என்று மறுப்பதே அவர்களுக்கு எளிதாக இருந்தது. அதிகாரவர்க்கத்தின் வசம் எதையும் தடுக்கும் அதிகாரம் இருந்தது. எனவே அவர்கள் அதையே செய்யத் தீர்மானித்தனர்.

இதன் விளைவாக, நாங்கள் இந்திய ரூபாயில் மிகப் பெரிய அளவுக்குக் கடன் வாங்க வேண்டியிருந்தது. பிறகு அந்தக் கடன்

பத்திரத்தை அந்நியச் செலாவணியாக மாற்றினோம். நாங்கள் பம்பாயில் சிட்டி பேங்கில் இருந்து கடன் வாங்கியிருந்தோம், நியூயார்க்கில் டாடா இன்க் நிறுவனத்துக்குக் கடன் பத்திரம் எழுதிக் கொடுத்தோம்; அவர்கள் அந்த இயந்திரத்தை வாங்கிய பின்னர் அதை எங்களுக்கு ஏற்றுமதி செய்தனர். ஆனால் ஒவ்வொரு நிலையிலும் எங்களுக்குக் கூடுதல் செலவானது. வங்கியிடம் பெற்ற கடனின் ஐந்து வருட காலப்பகுதியில், டாலருக்கு சமமாக ரூபாயின் மதிப்பு குறைபடுவதற்கு எதிராக எங்களைக் காப்பாற்றுவதற்கு வேறொரு ஒப்பந்தத்தில் கையெழுத்திடவும் வேண்டியிருந்தது. இது மிகவும் திறமையற்ற செயலே. ஆனால் அரசாங்க இறக்குமதி உரிமம் தேவை என்றால் இப்படித்தான் செய்தாகவேண்டும் என்று வலியுறுத்தியது.

இந்த விண்ணப்பங்கள் அனைத்தையும் தயார் செய்யும் பொறுப்பு ஜெயந்திடம் ஒப்படைக்கப்பட்டது. யாருக்கும் தெரியாத விஷயங்களை அவர் கற்றுக் கொள்ள வேண்டியிருந்தது. அவர் எதிர்கொண்ட மிக சிக்கலான பிரச்னை என்னவென்றால், ஒரு புதிய கணினிக்கான இறக்குமதி வரி என்ன என்பது யாருக்கும் தெரிந்திருக்கவில்லை. இந்தியாவின் இறக்குமதி சுங்கவரி பட்டியலில் 'கணினிகள்' என்ற பெயரே குறிப்பிடப்படவில்லை. கணினிகள் முறையாக 'மின்னணு தரவு செயலாக்க இயந்திரம்' (EDP) என்ற பெயரில் அழைக்கப்பட்ட போதிலும், அவை 'இயந்திரங்கள்' கீழும் வரவில்லை.

அதற்கு பதிலாக கணினிகள் 'மின்னணு உபகரணங்கள் மற்றும் வேறு இடத்தில் குறிப்பிடப்படாத இயந்திரம்' என்ற பிரிவு-76ன் கீழ் வந்தது. ஆகவே, ஒரு பெரிய அறையும் காற்றுச் சீரமைத்தலும் தேவையுள்ள மிகப் பெரிய 'மெயின் ஃபிரேம் கம்ப்யூட்டர்' என்பது, மற்ற இதர மின்சார கருவிகள் (மிக்ஸர் கிரைண்டர்கள், டோஸ்டர்கள், மற்றும் மின்சார ரேஸர்கள்) ஆகியவற்றுடன் ஒன்றாக இணைக்கப்பட்டது. இது ஒரு ஆடம்பரக் கருவியாக வகைப்படுத்தப்பட்டதால், 60 சதவீதம் இறக்குமதி வரி விதிக்கப்பட்டன; தொழிற்சாலைகளில் பயன் படுத்தப்படும் இயந்திரம் என்ற வகையில் பட்டியலிடப்பட்டு இருந்தால் 40 சதவிகிதம் வரிதான் விதிக்கப்பட்டிருக்கும்.

எக்சைஸ் கலால் வரியிலும் வித்யாசமான வழிமுறையே இருந்தது. இந்தியாவில் உற்பத்தி செய்யப்பட்ட ஒரு பொருளுக்கு விற்பனை வரிக்கு முன்பாக இருக்கும் விலையின்

அடிப்படையில் மத்திய அரசு இந்த வரியை வசூலித்தது. வெளிநாட்டிலிருந்து இறக்குமதியாகும் பொருளினால் உள்நாட்டுத் தொழில்துறை பாதிக்கப்படக்கூடாது என்னும் நோக்கில் கலால் வரிக்கு இணையான தொகையைச் சேர்த்து இன்னொரு வரியாக விதித்தது. அது இறக்குமதி வரிக்கான எதிர்விளைவான வரி (CVD) என்று அழைக்கப்பட்டது.

சரியான CVD விகிதத்தைக் கண்டுபிடிப்பதற்காக ஆராய்ந்து பார்த்தபோது பிரஸ்ஸல்ஸ் பெயரிடல் விதியில், கணினிகளை இயந்திரங்கள் என்று பெயரிட்டிருந்தனர். எனவே ஒரு கணினி, CVD வரிக்காக ஒரு இயந்திரமாகவும் இறக்குமதி வரிக்காக ஒரு ஆடம்பரக் கருவியாகவும் கருதப்பட்டது! எல்லாவற்றுக்கும் மேலாக, மேலும் பல அடுக்கு வரிகளும் இருந்தது; இறக்குமதி வரி 40 சதவிகிதத்துக்கும் குறைவாக இருந்தால், இறக்கு மதியாளர் 2% துணை வரிப்பங்கினைச் செலுத்தவேண்டும்; 40 சதவீதத்துக்கும் மேலாக இருந்தால், துணை வரி 5% செலுத்த வேண்டும். மேலும், 15% CVD சேர்க்க வேண்டும். பெரும்பாலும் மொத்த வரி பொருளின் விலையில் 75 சதவீதமாக இருக்கும்.

ஆனால், நாங்கள் கணக்கீடுகளைச் சரிபார்க்க விமான நிலையத்தில் சுங்க வரி மற்றும் கலால் வரித் துறைக்கு சென்ற போது, இறக்குமதி வரி மற்றும் துணை வரி கணக்கிடப்பட்டு, அந்த மதிப்பீட்டின் மதிப்புக்கு ஏற்ற விகிதத்தில் CVD வரி விதிக்கப்பட்டுள்ளது தெரியவந்தது. இதனால் இறக்குமதி செய்யப்பட்ட பெருங்கணினியின் மொத்த வரி அளவு 101.25 சதவீதமாக இருந்தது - இது எங்கும் எழுதப்பட்டிருக்கவில்லை.

இந்த புதிய, அதிர்ச்சியான தகவலை உடனே கோஹ்லிக்குத் தெரிவிக்க வேண்டியிருந்தது. ஜெயந்த் விமான நிலையத்துக்கு வெளியே ஓடிவந்து ஒரு பொது தொலைபேசியிலிருந்து அவரை அழைத்தார். கோஹ்லியின் உதவியாளரிடம் முதலில் செய்தியைச் சொன்னார். ஆனால் அந்த உதவியாளரோ, 'நீங்களே அவரிடம் சொல்லிவிடுங்கள்' என்று சொல்லிவிட்டார். கெட்ட செய்தியைத் தெரிவிக்க யாரும் விரும்புவதில்லையே.

வடக்கு முனையில் இருந்த சாந்தா குரூஸ் பகுதியிலிருந்து தென் பம்பாயில் இருந்த ஏர் இந்தியா பில்டிங்குக்கு இந்த செய்தியைச் சொல்வதற்காகச் சென்றதென்பது ஜெயந்த் மேற்கொண்ட வற்றிலேயே மிக நீண்ட பயணமாக இருந்திருக்கும். குளிர்சாதன

வசதி இல்லாத கார் ஒன்றில் பயணிப்பது அதைவிடச் சூட்டைக் கிளப்பிவிடுவதாக இருந்திருக்கும். இருந்தும் அதை அப்படித்தான் செய்தாக வேண்டியிருந்தது. ஜெயந்த் இதுபோன்ற சூழ்நிலைகளை ஜெயந்த் அளவுக்கு சாமர்த்தியமாக யாராலும் கையாள முடியாது. வரி தொடர்பான கணிப்புகள் ஏன் இப்படிப் பிழையாக இருந்திருக்கின்றன என்ற கோஹ்லியின் கடும் கோபத்தை மெள்ளக் குறைத்து அரசாங்கக் கணக்கீடுகளை எடுத்துச் சொல்லிப் புரியவைத்தார்.

கணினியின் விலை 3,40,000 டாலராக இருந்தது. அதற்கு இரு மடங்குக்கும் அதிகமான தொகை கொடுத்து அதை வாங்க வேண்டி இருந்தது. ரூபாய் டாலர் பரிமாற்றத்தில் ஏற்பட்ட இழப்பு தனி.

அமெரிக்காவிலிருந்து ஏற்றுமதி செய்ய பர்ரோஸ் நிறுவனத்துக்கும் லைசென்ஸ் தேவைப்பட்டது. ஏனென்றால் கணினி என்பது ராணுவப் பயன்பாடு சார்ந்தது. எனவே அமெரிக்கப் பாதுகாப்புத் துறையின் அனுமதி பெறவேண்டி இருந்தது. அதற்கு அந்தக் கணினியைப் பயன்படுத்தி நாங்கள் என்ன செய்யவிருக்கிறோம் என்பதை அவர்களுக்கு எழுத்தில் கொடுக்க வேண்டியிருந்தது.

இந்த ஒட்டுமொத்த வேலைகளும் நடந்து முடிய ஒன்பதிலிருந்து 12 மாதங்கள் ஆகின. 1973ல் இந்த வேலைகளை ஆரம்பித்து 1974ல் கணினியை இறக்குமதி செய்தோம். பின்னாளில் இதற்கு இரண்டு வருடங்கள் கூட ஆனது. ஏனென்றால் எங்கள் நிறுவனம் ஏகபோக வணிக கட்டுப்பாட்டு சட்டத்தின் கீழ் வந்த ஒன்று என்பதால் மேலும் பல சான்றிதழ்கள், அனுமதிகள் பெறும்படிச் சொல்லி இழுத்தடித்தார்கள்.

நியாயமான காரணங்கள் எதுவும் இல்லாமல் சிக்கலாக்கப்படும் இந்த விதிமுறைகளை சுற்றிவளைத்துச் செல்லும் வழி முறைகளை நாங்கள் கண்டுபிடிக்க ஆரம்பித்தோம். இறக்குமதி செய்யும் கருவியை சிறப்பு கஸ்டம்ஸ் பாண்டு மூலம் செய்தால் அதிலொரு நன்மை இருந்தது. அப்படிச் செய்தால் விமான நிலையத்திலிருந்து அந்தக் கருவியை நேராக எங்கள் அலுவலகத்துக்குக் கொண்டுவந்துவிட முடியும். விமான நிலையத்திலேயே சுங்க அதிகாரிகள் பிரித்து பரிசோதனை போட்டால் அதில் உதிரி பாகங்கள் ஏதேனும் பழுதுபட வாய்ப்பு உண்டு.

விமான நிலையத்தில் இருக்கும் சுங்க அதிகாரிகள் அந்தக் கருவியைச் சுற்றி நன்கு கம்பியால் கட்டி ஈயம் கொண்டு சீல் போட்டுக் கொள்ளும்படிச் சொன்னோம். அதன் பிறகு அந்த கருவிகள் ஓரிரு டிரக்களில் ஏற்றி பம்பாயில் இருந்த எங்களுடைய ஏர் இந்தியா பில்டிங் இருக்கும் இடத்துக்கு சுங்கக் காவலர்களின் துணையோடு கொண்டுவரப்பட்டது.

எங்கள் அலுவலகத்தில் அந்தக் கருவிகளை இறக்கினோம். அதிகாரிகள் மிகவும் களைத்துப் போயிருப்பதாகச் சொன்னார்கள். எனவே அவர்களை தாஜ் ஹோட்டலுக்கு அழைத்துச் சென்று பீர் விருந்து கொடுத்தோம். வீட்டுக்குச் செல்வதற்கு டாக்ஸியும் ஏற்பாடு செய்து கொடுத்தோம். மறுநாள் காலையில் வந்து கருவிகளைப் பரிசோதித்துப் பார்த்த பின்னரே பயன்படுத்த அனுமதி கொடுப்போம் என்று சொல்லிவிட்டு சென்றார்கள்.

மறுநாள் காலையில் அலுவலகம் வந்து பார்த்த எங்களுக்கு பெரும் அதிர்ச்சி காத்திருந்தது. பெட்டிகளைத் திறந்து கருவிகளை எடுக்க வசதியாக இருக்கட்டும் என்று எங்கள் அலுவலக மின் பணியாளர் சுங்க அதிகாரிகள் போட்டிருந்த சீல்களையெல்லாம் நல்ல பிள்ளையாக மிகுந்த அக்கறையுடன் உடைத்து வைத்திருந்தார்!

நானும் ஜெயந்தும் ஓரிரு ஃபீல்ட் இன்ஜினியர்களும் மட்டும் அங்கு இருந்தோம். என்ன செய்ய என்று யோசித்தோம்.

குப்பைத்தொட்டியில் போடப்பட்டிருந்த கம்பிகளையும் சீல்களையும் எடுத்து மீண்டும் கட்டிவைத்து கம்பிகளை முறுக்கி உடைத்தது எதுவும் தெரியாத வண்ணம் வைத்துவிட்டோம். சீலை உடைத்தது தெரிய வந்திருந்தாலும் என்ன நடந்திருக்கும் என்பது தெரியாதுதான். எனினும் இத்தனை ரூபாய் போட்டு வாங்கிய கருவி சுங்க அதிகாரிகளால் கைப்பற்றப்பட்டுவிடும் என்று அஞ்சினோம். எங்களைச் சிறையிலடைத்து விடக்கூடும் என்றும் பயந்தோம்.

சுங்க அதிகாரிகள் வந்து சேர்ந்தனர். அவர்களுக்கு முன்னால், இதோ அந்த சீல்கள் என்று சொல்லியபடியே நாங்களே உடைத்தோம். அவர்கள் அருகில்வந்து பார்த்துவிட்டால் கண்டு பிடித்து விடக்கூடும் என்பதால் அவர்கள் சற்று தொலைவில் இருக்கும்போதே உடைத்துவிட்டோம். நல்லவேளையாக அந்தத் தந்திரம் எதிர்பார்த்த பலனைத் தந்தது.

ஆனால் பிரச்னைகள் அதோடு முடிந்துவிடவில்லை. இறக்குமதி உரிமத்தில் அனுமதிக்கப்பட்டிருந்த பொருட்கள்தான் வந்து சேர்ந்திருக்கின்றனவா என்று இரண்டு பட்டியல்களையும் ஒப்பிட்டுச் சரிபார்க்கும் பணி இருந்தது. இதில் இருந்த சிக்கல் என்னவென்றால், எங்கள் 'மார்க்கெட்டிங்கு, பொறியியல், மற்றும் நிதித் துறை ஊழியர்கள் குறிப்பிட்டிருந்த அடையாள எண்கள் எல்லாம் ஒவ்வொன்றும் ஒவ்வொரு விதமாக இருந்தன.

உதாரணமாக, எங்கள் பெருங்கணினிக்கு இறக்குமதி உரிமம் B1728 என்ற பெயரில் இருந்தது. ஆனால் விலைப்பட்டியலில் 'B தொடர்' என்றும், வேறு எங்கோ CPU 1728, மற்றும் '1700 வரம்பு' என்றும் குறிக்கப்பட்டிருந்தது. சுங்க அதிகாரிகளோ, 'B1728 என்று எங்கே போடப்பட்டிருக்கிறது' என்று எங்களைக் கேட்டார்கள். எங்கள் பணியாளர் ஒருவர், பெட்டியின் கீழே ஒரு அட்டவணை ஒட்டியிருந்ததைப் பார்த்தார்; உடனடியாக B1728 என்று அங்கு அவசரமாக எழுதிவிட்டார். பின்னர் நாங்கள் அதிகாரிகளை அழைத்துவந்து அதைக் காட்டினோம். அவர்களும் 'சரி' என்று சொன்னார்கள்; ஏனென்றால், அவர்களைப் பொறுத்தவரையில், B1728 என்று எழுதப்பட்ட ஏதாவது ஒன்றைப் பார்த்து டிக் அடித்து அனுமதிவழங்கவேண்டும் என்பது அவர்களுக்குத் தரப்பட்டிருந்த விதிமுறை.

அடுத்த முறை, 1976ல், மிகப் பெரிய பர்ரோஸ்-6748 இயந்திரத்தை 1 மில்லியன் டாலருக்கும் அதிகமான விலையில் இறக்குமதி செய்தபோது, கணினியிலும், அதைச் சார்ந்த எல்லா காகித ஆவணங்களிலும், ஒரே மாதிரியாக எண்களைக் குறிப்பிடும் படியாக பர்ரோஸ் நண்பர்களிடம் கேட்டுக்கொண்டோம்.

அந்த இயந்திரத்தின் ஒவ்வொரு கேபினெட் பகுதியும் ஒரு டன்னுக்கும் மேலாக இருந்தது; அகல உயரங்களும் ஏர்-இந்தியா கட்டடத்தின் மின் தூக்கியைவிட பெரியதாக இருந்தன. எனவே, உண்மையில் மின் தூக்கியின் அடியில் இருந்த கொக்கியினால் இந்த கேபினெட்களைத் தூக்கவும் முயற்சி செய்தோம்; இறுதியில், மின்தூக்கியின் பக்கவாட்டு சக்கரங்களைக் கழற்றிவிட்டு ஒருவழியாக கேபினெட்டைப் பாதுகாப்பாக மேல்மாடிக்குக் கொண்டு சேர்த்தோம்.

ஏர்-இந்தியா கட்டடத்தில், எங்கள் அலுவலகங்களில் ஒரு தரவு மையம் அமைக்கவேண்டியிருந்தது; அதற்கான இயந்திரங்களின்

மின்சாரக் கம்பி இணைப்புகளுக்கு ஒரு உயரமான தளத்தை உருவாக்கவேண்டியிருந்தது. அந்தத் தளத்தின் அடியில் உள்ள வெற்றிடம் ஊடாக கேபிள்களைக் கொண்டு செல்லப்படும். பொதுவாக உலோக கம்பிகள் கொண்டு கிரிட் அமைத்து பின்னர் கற்களால் மூடப்பட்டு இப்படியான உயர்தப்பட்ட தளம் உருவாக்கப்படும்.

B6700 கணினியைப் பொறுத்தவரையில் அதற்கு கீழே குளிரூட்டப்பட்ட சேம்பர் தேவை. கம்ப்யூட்டர் காபினட்களுக்குக் கீழே இருக்கும் மின்விசிறிகள் குளிர்ந்த காற்றை வீசி அடித்து அதைக் குளிர்விக்கும்.

கோலி ஒரு புதுமையான முயற்சி செய்து பார்க்க விரும்பினார். 9x9x9 என்ற அளவிலான நிலக்கரி சாம்பலிலிருந்து தயாரித்த செங்கலை இடை நிரப்பிகளாகப் பயன்படுத்தலாம் என்று சொன்னார். டாடா எலெக்ட்ரிக் நிறுவனத்தின் மின் உற்பத்தியில் இறுதிப் பொருளாக அந்தச் செங்கல் உருவாக்கப்பட்டது.

இவற்றை வரிசையாக அடுக்கி வைத்து கிரிட்களாக உருவாக்கி தரை ஓடுகளை அதன்மேல் வைக்க வேண்டும். இந்த அமைப்புக்கு பெரிய ஓடுகள் தேவைப்பட்டன. அவற்றை விசேஷமாக ஆர்டர் கொடுத்து செய்யவேண்டியிருந்தது. கேபினட்களை அந்த அறைக்குள் நகர்த்திக்கொண்டு போன போது பெரிய ஓடுகள் அழுத்தம் தாங்காமல் உடைந்தன. எனவே அந்தப் புதிய யோசனை கைவிடப்பட்டது. ஆனால் வீணாகப் போகும் பொருளை மறு சுழற்சிக்கு உட்படுத்திப் புதிதாக நாங்கள் செய்து பார்த்த அந்த முயற்சியை இன்றைய பசுமைக் காவலர்கள் வரவேற்பார்கள் என்று நினைக்கிறேன்.

எங்கள் பிரச்னைகள் அதோடு தீரவில்லை. ஏர்-இந்தியா கட்டடத்தில் புதிய பெருங்கணினியை நிறுவியதற்கு அடுத்த நாளே, அரசாங்கத்தின் வருடாந்திர நிதி வரவுசெலவுத் திட்டம் அறிவிக்கப்பட்டது; அதில், கணினிகள் மீதான இறக்குமதி வரி நாங்கள் செலவழித்த 101.25 சதவீதத்திலிருந்து மொத்தமாக 60 சதவீதத்துக்குக் குறைக்கப்பட்டிருந்தது!

அந்த நாட்களில் அரசாங்கத்தின் கொள்கை மாற்றங்கள், வரவிருக்கும் வரவு-செலவு திட்டங்களில் எப்படி பிரதிபலிக்கும் என்று கணிப்பது மிகவும் கடினமாக இருந்தது; கோஹ்லி, இந்திய ரூபாயின் மதிப்புக் குறைவு பற்றிய நடைமுறைக் கவலைகள்

காரணமாக, இறக்குமதியை அப்போது விரைவுபடுத்தினார். அதனால் அதிக வரி கொடுத்து அதை வாங்க நேரிட்டிருந்தது. ஆனால் இந்த வரிக்குறைப்பினால் பின்னர் வாங்கிய கணினிகளுக்கான செலவு கணிசமாகக் குறைந்தது.

கணினிகள் தொடர்பான வரி விதிப்பை சீரமைப்பதற்காக நாங்கள் அரசாங்கத்துடன் போராடினோம்; வரி நிர்வாகிகளிடம் எங்கள் கணிணிகள் முறையாக வகைப்படுத்தப்படவில்லை என்ற அடிப்படையில் முறையீடு செய்தோம். ஆனால் ஒவ்வொரு கட்டத்திலும் நாங்கள் தோல்வி அடைந்தோம்; நிர்வாகிகளின் அபிப்ராயப்படி, சிக்கலான அமைப்புள்ள மின் சுற்றுப் பலகைகள் கொண்ட உபகரணம், ஒரு இயந்திரமாக வரையறுக்கப்படவே முடியாது, ஏனெனில் அதனுள் நகரும் பகுதிகள் என்று எதுவும் இல்லவே இல்லை என்று சொன்னார்கள். எனவே, இந்த பிரச்னையை சிவில் நீதிமன்றங்களுக்கு எடுத்துச் செல்ல முடிவு செய்தோம்.

இறுதியாக, நான்கு ஆண்டுகளுக்குப் பிறகு 1980ல், நாங்கள் முதல் முறையீட்டைத் தாக்கல் செய்தோம். எங்கள் வழக்கு விசாரணைக்கு வந்தபோது, ஜெயந்த் உடன் பாம்பே உயர் நீதிமன்றத்துக்குச் சென்றேன். இரண்டு பக்கங்களிலிருந்தும் வாதங்களைக் கேட்ட பின்னர், நீதிபதி அரசாங்கத்துக்கு எதிராகத் தீர்ப்பு வழங்கினார்; நாங்கள் இறக்குமதி செய்த கணினிகள் 'பயன்பாட்டுக்கான மற்றும் ஆடம்பர சாதனம்' என்று தவறாக வகைப்படுத்தப்பட்டுள்ளன; கணினிகள் 'மின்னணு தரவு செயலாக்க இயந்திரங்கள்' என்றே அழைக்கப்படவேண்டும் என்றார். மேலும், அவர் கலால் வரித் தொகைகளை எங்களுக்கு முழுமையாகத் திருப்பித் தந்துவிடுமாறு அரசாங்கத்துக்கு உத்தரவிட்டார். 1980ல் 65 லட்ச ரூபாய் திரும்பக் கிடைத்தது. ஜெயந்தும் நானும் அன்றைய மதிய உணவை ஓட்டலில் சென்று சாப்பிட்டு அந்த வெற்றியைக் கொண்டாடினோம்.

இந்த நிகழ்வில் எங்களுக்குப் பணம் திரும்பக் கிடைத்ததோடு கணினிகளைச் சரியாக வகைப்படுத்த அரசாங்கத்தையும் வழிநடத்தியது. அப்படியாக நாங்கள் கணினிகளை இறக்குமதி செய்வதற்கு சரியான ஒரு கொள்கையை உருவாக்க உதவியது மட்டுமல்லாமல், மென்பொருள் ஏற்றுமதித் தொழிலை உருவாக்கவும் கணினிகளுக்கான சுங்க வரிகளைச் சீரமைக்கவும் உதவினோம்.

1980களின் முற்பகுதியில் நாங்கள் பிரிட்டனின் WTSL உடன் இணைந்து ஒரு ஐ.பி.எம் 'மெயின்ஃபிரேமில்' குறியீட்டை உருவாக்கும் திட்டத்தில் பணிபுரிந்தோம். WTSL எங்களுக்கு பழைய பெருங்கணினி ஒன்றை விற்க முன்வந்தது. இந்திய அரசாங்கம் அமெரிக்காவிலிருந்து எங்களுக்கு இவ்வகையான ஐ.பி.எம் மெயின்ஃப்ரேம் கணினியை இறக்குமதி செய்ய உரிமம் கொடுக்க ஒப்புக்கொண்டது.

நாங்கள் சுமார் 110,000 அமெரிக்க டாலர்களுக்கு அதை வாங்கி பம்பாயில் SEEPZ கட்டுப்பாடற்ற வர்த்தக மண்டலத்தில் நிறுவியிருந்தோம்; அங்குதான் WTSLக்கான முழுப் பணிகளையும் வேறு நாட்டில் (அதாவது நம் நாட்டில்) செய்யும் அயலகப் புறதிறனீட்டு திட்டத்தை நாங்கள் மேற்கொண்டோம். ஆனால் 1978ல் இந்தியாவை விட்டு வெளியேறிய ஐ.பி.எம் நிறுவனத்திலிருந்து மென்பொருள் உரிமத்தைப் பெற்றுக் கொள்வதில் எங்களுக்குப் பெரும் சிக்கல் இருந்தது. அந்த நேரத்தில் ஐ.பி.எம் வன்பொருள் விற்பனை செய்தது ஆனால் அதன் மென்பொருள்களை குத்தகைக்கு மட்டுமே கொடுத்தது. இதற்கு 'லைசென்ஸ்' கட்டணங்கள் செலுத்த வேண்டியிருந்தது; அதனால் வரிச்சுமையும் அதிகரித்தது. எங்களுக்கு உரிமம் கொடுக்கும் முன்னர் ஐ.பி.எம் அனைத்து வகையான கெடுபிடிகள் மற்றும் நிபந்தனைகளை விதித்தது.

அவர்களின் எண்ணம் என்னவென்றால், நாங்கள் அவர்களின் இயங்கு முறையைப் பயன்படுத்துவதால், நாங்கள் மென்பொருள் உரிமத்துக்குப் பணம் செலுத்த வேண்டும்; வன்பொருள் வாங்கியதால் மட்டுமே தானாகவே மென்பொருளைப் பயன்படுத்துவதற்கான உரிமை எங்களுக்குக் கிடைத்துவிடாது என்று சொன்னார்கள். ஐ.பி.எம்மில் உள்ள ஒரு மூத்த அதிகாரி, டேன் குப்தா எங்களுக்குத் தேவையான உரிமங்கள் கிடைக்க உதவினார்; ஒரு வெளிநாட்டு வேலைக்காக ஒரு மென்பொருள் அமைப்பைப் பெற்ற முதல் நிகழ்வு இதுதான்.

ஐந்து ஆண்டுகளுக்கு பின்னர், 1987ல், நாங்கள் எங்கள் முதல் புதிய ஐ.பி.எம் 'மெயின் ஃபிரேம்' பெருங்கணி (IBM 3090-150E) ஒன்றை இறக்குமதி செய்வதற்கான முயற்சியைத் தொடங்கினோம். 1988ல் ஒரு வருடத்துக்குப் பிறகு வந்து சேர்ந்த அதை சென்னைக் கிளையில் நிறுவினோம். 1974ம் ஆண்டில் B1728 வாங்க ஆன நேரத்தைவிட இது மிகவும் அதிகமாகியிருந்தது. நாங்கள் பின்னர்

3090-250Jக்கு அப் கிரேட் செய்துகொண்டோம். இதுவே பல ஆண்டுகளாக நம் நாட்டின் மிகப் பெரிய மெயின் ஃப்ரேம் கணினி மையமாக இருந்தது. அந்த நேரத்தில் ஒரு முக்கிய தொழில்நுட்ப அம்சமாக இருந்த நீரால் குளிர்விக்கப்பட்ட இயந்திரங்களில் ஒன்றாக இது இருந்தது. நீரால் குளிரூட்டப்பட்ட இயந்திரங்கள் அதற்கு முந்தைய தலைமுறையைச் சேர்ந்த காற்றால் குளிரூட்டப்பட்ட இயந்திரங்களைக் காட்டிலும் பெரியதாகவும், அதிக சக்தி வாய்ந்தவையாகவும் இருந்தன. ஆச்சரியப்படும் வகையில் 1990களின் நடுக்காலத்தில் காற்றால் குளிரூட்டப்பட்ட புதிய இயந்திரங்களின் செயல்பாடு முன்னேற்றம் காணத் தொடங்கின. பின்னர் நாங்கள் வாங்கிய அனைத்து (பெரிய) இயந்திரங்களும் காற்றால் குளிரூட்டப்பட்டவையே. 3090-250J என்பதே டி.சி.எஸ்ஸின் கடைசியான நீரால் குளிர்விக்கப்பட்ட இயந்திரமாக இருந்தது.

அந்த நேரத்தில் 3090 கம்ப்யூட்டரின் மொத்த மதிப்பளவு டி.சி.எஸ்ஸில் இருந்த மொத்த கருவிகளின் கூட்டுத் தொகையை விட அதிகமாக இருந்தது, எனவே, இந்த முதலீட்டு முடிவு கிட்டத்தட்ட நிறுவனத்தின் எதிர்காலத்தையே பணயம் செய்வது போன்று இருந்தது. அந்த நேரத்தில் ஒரு 'பெரிய' முதலீட்டைப் போலத் தோற்றமளித்த இந்தத் தொகையை மீட்டெடுக்க எங்கள் வருமானத்தைக் கணிசமாக அதிகரிக்க வேண்டியிருந்தது.

மீண்டும் சொல்கிறேன், இயந்திரத்தை வாங்குவதில் உள்ள சிக்கலும் சவாலும் தொழில்நுட்பத்தில் இருந்திருக்கவில்லை. அதிகாரவர்க்கத்தைச் சமாளிப்பதிலும் சுங்கவரி கட்டணத்தைக் கண்டறிவதிலும்தான் இருந்தன. இந்த முறை, வரிகள் 170 சதவிகிதம் இருந்தன. அதனால் 4 மில்லியன் டாலர்கள் விலை கொண்ட கணினிக்கு 10 மில்லியன் டாலர்கள் செலுத்தவேண்டி வந்தது.

உண்மையில், நிதியியல், வர்த்தகம் மற்றும் பாதுகாப்பு ஆகியவ மூன்று தனித்தனியான அமைச்சகங்களின் அனுமதிகளை அரும்பாடுபட்டுப் பெற்று நீண்ட காலத்துக்குப் பின்னரே இறக்குமதி உரிமம் கிடைத்தது; அதற்குள், கணினி முன்னேற்றமடைந்து, மாதிரி எண் மாறி, புதிய இயந்திரம் தயாராக இருந்தது. டி.சி.எஸ் எப்போதும் நவீனமான சமீபத்திய இயந்திரங்களை வாங்குவதையே விரும்பியது. ஏனென்றால் பலர், இந்தியாவை 'இரண்டாம் கை' பழசாகிப்போன

தொழில்நுட்பத்தை கொண்டுவந்து குவிக்கும் நிலமாகக் காண்பார்கள்; ஆனால் நாங்கள் புதியதையே வாங்குவதால், அது எங்கள் தனிப்பட்ட சிறப்பாக இருந்தது. எனவே, ஒரு புதிய விண்ணப்பத்தை சமர்ப்பித்து மீண்டும் அரசாங்கப் புதிர் பாதையினூடே இன்னொரு பயணத்தை ஆரம்பித்தோம்.

17 டன் எடையைக் கொண்ட முழு கணினி அமைப்பு ஒரு தனி விமானத்தில் ஏற்றப்பட்டது; இன்றைய சாதாரண கணினியின் சக்தி அந்த ஒரு பெரிய இயந்திரத்துக்குச் சமமாக இருக்கும். மொத்தம் எழுபத்தி ஐந்து பெட்டிகள் இருந்தன. சென்னை விமான நிலையத்தில் முழு சரக்கும் தரையிறங்கிய போது, அவர்கள் எல்லா பெட்டிகளையும் கொண்டு வந்திருக்கிறார்களா என்பதை உறுதி செய்ய நாங்களும் அங்கு இருந்தோம்.

நாங்கள் விமான நிலையத்தில் சுங்க அனுமதி பெற்று முடித்தோம். இதற்கென்றே விசேஷமாக ஆஸ்திரேலியாவில் இருந்து வரவழைக்கப்பட்டிருந்த ஐ.பி.எம் ஊழியர் ஒருவரின் உதவியுடன் எங்கள் அலுவலகத்தில் இரண்டு-மூன்று நாட்களில் இயந்திரத்தை நிறுவினோம்.

அதற்கு அடுத்த ஐந்து ஆண்டுகளுக்கு, நாங்கள் ஏற்றுமதிக் கடமைகளை நிறைவேற்றுவதில் மிக மும்முரமாக இருந்தோம். அந்த நேரத்தில் 10 மில்லியன் டாலர்கள் கொள்முதல் விலை பெரிய பணமாக இருந்தது; நன்கு பயிற்சிபெற்ற பணியாளர்கள் எங்கள் நிறுவனத்தில் இருந்ததால், ஐ.பி.எம் ஆய்வகங்கள் எங்களுக்குத் தொடர்ந்து வேலை கொடுக்கத் தொடங்கின; இது மென்பொருள் அபிவிருத்திக்கான ஒரு செயல்முறையை அறிமுகப்படுத்த எங்களைத் தூண்டியது; இதனால், அடுத்த ஆண்டுகளில் எங்களுக்கு ஒரு முக்கிய நன்மை அமைந்தது.

ஐ.பி.எம் மெயின் ஃபிரேம் கணினியை நாங்கள் இறக்குமதி செய்வதற்கு முன்பாக, பல கணினிகளை இறக்குமதி செய்த அனுபவத்தை நாங்கள் பெற்றிருந்தோம். ஒவ்வொரு முறையும் புதிது புதிதாக கற்றுக்கொண்டுவந்தோம். அரசாங்கத்தையும் அதிகாரவர்க்கத்தையும் கையாள்வதில் மலைபோன்ற பொறுமை உணர்வு எங்களுக்கு வந்துவிட்டிருந்தது; அவர்களுக்கு அரசாங்க 'விதிப் புத்தகம்', எதிர்க்கமுடியாத புனித நூல்போலவே இருந்தது. எங்கள் நோக்கங்களைப் பற்றி அரசாங்க அதிகாரிகள் குற்ற விசாரணை நடத்துவதுபோல் கேட்ட கேள்விகளை எல்லாம் மிகப் பொறுமையாகச் சகித்துக்கொண்டு, வெற்றியே

நம் இலக்கு என்றே வேலை செய்தோம். சிக்கலான சூழல்களில் ஒரு ‘கடுமையான’ அரசாங்கத்துடன் வேலை செய்ததின் பயனால், எங்களுக்கு வாடிக்கையாளர்களை மையமாகக் கொண்டு, வெறுப்பே அடையாமல் எப்படி வெற்றி பெற வேண்டும் என்பது ஒரு இலவசப் பாடமாகக் கிடைத்தது.

இந்த மெயின் ஃபிரேம்களில் ஒவ்வொன்றையும் நிறுவுவது பயணத்தின் ஆரம்பமாக மட்டுமே இருந்தது. நிறுவனத்தில் இருந்த சிலர் வன்பொருளிலும், மற்றவர்கள் மென்பொருளிலும் என நாங்கள் அனைவருமே பயிற்சி பெற வேண்டியிருந்தது. வன்பொருள் பயிற்சிக்காக கனடாவில் டொராண்டோ, மான்ட்ரியோல் ஆகிய இடங்களில் பர்ரோஸ் ஆய்வகங் களுக்கும், கலிஃபோர்னியாவில் கலீட்ட, இர்வைன் ஆகிய இடங்களில் பர்ரோஸ் தொழிற்சாலைகள் மற்றும் பயிற்சி மையங்களுக்கும் சென்றேன்.

இந்த அனுபவங்களால் டி.சி.எஸ்ஸூம் நாங்கள் அனைவரும் பலவிதங்களில் சாதகமான முறையில் பலனடைந்திருக்கிறோம் என்றே இப்போது நினைத்துப் பார்க்கும்போது தெரியவருகிறது. ‘குறைவான வளங்களைக் கொண்டு அதிகம் சாதிப்பது’ என்னும் மந்திரம் எங்கள் நிறுவனத்தின் மரபணுக்களில் ஆழமாகப் பதிந்து, எங்கள் உயிர்மூச்சாக வளங்கியது. கணினிகளின் நினைவகம் மற்றும் வட்டு திறன் ஆகிய இரண்டும் அந்தக் காலத்தில் மிகவும் பற்றாக்குறையாக இருந்ததால், எங்கள் தொழில்நுட்பத் திறமையைச் சோதிக்கும் வகையில், மிகச் சிறந்த மென்பொருள் செயலிகளை உருவாக்க வேண்டியிருந்தது.

அதே நேரத்தில் எங்கள் ஏற்றுமதிப் பொறுப்புகளின் காரணத்தால், ஒரு போதும் தரத்தை குறைக்கவும் முடியாது. ஆகையால், கட்டாயமாக கூட்டு முயற்சியில் ஈடுபட்டு, படைப்பாற்றல் மற்றும் திறமைகளைப் பகிர்ந்து வளரவேண்டிய நிலை இருந்தது; இதனால் எங்கள் குழுவினரை மிகுந்த பிணைப்புடன் செயலாற்ற வைத்து, ‘எதையும் சாதிக்க முடியும்’ என்ற மனோபாவத்தை நேர்மறையாக உறுதிப்படுத்தியது. கடினமான சூழ்நிலை களில்தான் மிகப் பெரிய விஷயங்களைக் கற்றுக்கொள்ள முடிகிறது.

உலக அளவிலான தொழில்முறை தரநிலைகளைச் செயலாக்க வேண்டிய தேவையைப் பற்றி இன்று நிறைய பேச்சு நடக்கிறது, ஆனால் தகவல் தொழில்நுட்பத்துறையில், ஆரம்பித்திலேயே

எங்கள் அடிப்படைத் தரநிலைகள் உலகளாவிய வாடிக்கையாளர்களால் வடிவமைக்கப்பட்டன. அவர்கள் தங்கள் தேவைகளை மிகத் தெளிவாகக் கூறுவார்கள்; அந்த தரத்தில் இல்லாத பணிகளைக் கறாராக நிராகரித்துவிடுவார்கள். எங்கள் பணியாளர்கள், செயல்முறைகள், தொழில்நுட்பங்கள் மற்றும் நாங்கள் உருவாக்கிய தீர்வுகள் எல்லாம் உலகளாவிய தரத்தை அடிப்படையாகக் கொள்வதைத் தவிர வேறு வழியே இருந்திருக்கவில்லை. அது மட்டும் போதாது. சதா அதிகரித்து வரும் போட்டிமயமான சூழ்நிலையில், மற்றவர்களை விட, நாம் வாடிக்கையாளருக்கு தரும் வணிக மதிப்பு மிக அதிகமாகவே இருப்பதை சந்தேகமின்றி நிரூபிக்க வேண்டியிருந்தது; இதன் பயனாக, உன்னதமான செய்நேர்த்தி என்பதே இயல்பான வழிமுறையாக இருந்தது. மேலும் அந்த 'உன்னதமான செய்நேர்த்தி' என்பது எப்போதும் முன்னோக்கி நகர்ந்து கொண்டே இருக்கக்கூடிய இலக்காகவும் இருந்தது.

அத்தியாயம் 3

பிந்தைய ஆண்டுகள் : 1996-2002

தலைமை மாற்றம்

1990களின் நடுப்பகுதியில், டி.சி.எஸ் தன் வளர்ச்சியில் ஒரு புதிய கட்டத்தை அடைந்து, அதன் எல்லைகளை விரிவுபடுத்த ஆரம்பித்தது. நிறுவனத்தின் தலைமைக் குழுவில் மாற்றம் தவிர்க்க முடியாததாக இருந்தது. தலைமைப் பணிக்கு ஒன்றுக்கு மேற்பட்ட போட்டியாளர்கள் இருந்தனர். என்னுடன் சேர்த்து, டாக்டர் நிர்மல் ஜெயின் மற்றும் ஒய்.பி.சாஹ்னி போன்றவர்களைக் கொண்ட ஒரு மூத்த நிர்வாகக் குழுவை கோஹ்லி உருவாக்கியிருந்தார். எனவே பொதுவெளியில் பிறர் நம்பியதற்கு மாறாக நிஜத்தில் தலைமைப் பதவிக்கு பலர் தயார் நிலையில் இருந்தனர்.

நான் டி.சி.எஸ்ஸில் சேர்ந்ததிலிருந்தே, எனக்கு பல வகையான பொறுப்புகள் தரப்பட்டிருந்தன. ஒரு வேலையில் இருந்து இன்னொரு வேலை, ஒரு சவாலை அடுத்து இன்னொரு சவால் என நான் நகர்வது வாடிக்கையாகவே இருந்தது. நான் வன்பொருள் பிரிவிலிருந்து மென்பொருள் பிரிவுக்கும், விற்பனைப் பணிகளில் இருந்து சந்தைப்படுத்தலுக்கும் சென்றேன்; என் விநியோக நிர்வாகத் திறன்களைச் சீர்செய்தபின், மனிதவள ஒதுக்கீட்டு பணிக்குழுவில் சேர்ந்தேன்.

பணியாளர்கள் முன்னால் கோஹ்லி புதிய புதிய சவால்களை முன்வைத்த வண்ணம் இருப்பார். எவ்வளவுக்கெவ்வளவு சிரமமான பணிகளைச் செய்து முடிக்கிறீர்களோ அவ்வளவுக்கவ்வளவு மேலும் மேலும் புதிய சவால்களை முன்வைப்பார். இந்த பாணியிலான வார்த்தெடுத்தல், பணியாளர்கள் மனதில் தன்னம்பிக்கையை வளர்த்தது. தாமாகவே புதிய சவால்களை எதிர்கொள்ளும் ஊக்கத்தைக் கொடுத்தது. அதனடிப்படையில் நான் எந்த ஒரு சவாலையும் பெரும் பொறுப்பையும் ஏற்கும் நிலைக்குத் தயாராகி விட்டிருந்தேன்.

உங்களை வளர்த்தெடுப்பதற்கான உள்ளார்ந்த இந்த வலிமையை அனுபவத்தின் மூலமே ஒருவர் பெற முடியும் என்று நம்புகிறேன். நிறுவனத்தில் உங்களிடம் கொடுக்கப்பட்ட பணியைத் தாண்டிப் பெரும் பொறுப்புகளைத் தானாக முன்னெடுத்துச் செய்பவர்களை எங்கள் நிறுவனம் பெரிதும் வாழ்த்தி வரவேற்கும். ஆர்வத்தையும் புதியதைக் கண்டுபிடிக்கும் திறமையையும் நீங்கள் வெளிப் படுத்தினால் நிறுவனம் அனைத்து வசதி வாய்ப்புகளைச் செய்து கொடுக்கும். உங்களுடைய கனவுகளை அடையவும் முழு செயல்திறனை வெளிப்படுத்தவும் வழிவகுக்கும். டி.சி.எஸ் நிறுவனத்தின் ஆதார குணமாக இன்றளவும் இதுவே நீடித்து வருகிறது.

கோஹ்லி எங்களை உலகளாவிய தொழில்நுட்ப நிபுணர்களாக வளர்ப்பதில் தீவிர ஆர்வம் கொண்டிருந்தார். அவர் தனது சொந்த, தனித்துவமான பாணியிலேயே பணியாளர்களுக்கு வழிகாட்டுவார், இது பாராட்டைவிட மிகவும் நேரடி விமரிசன பாணியிலேயே இருக்கும்; இது பொதுவாக, இருதரப்பு உரையாடல் என்பதாக அல்லாமல் ஒருபக்க அறிவுரையாகவே இருக்கும். இன்றைய காலகட்டத்தைப் போன்ற சகஜமான, பரஸ்பர கூட்டு முயற்சி போல எல்லாம் இருக்காது.

அவர் பணியாளர்களைக் கூர்ந்து கவனிப்பார். அவர்கள் முக்கியமான இலக்குகளிலிருந்து விலகியதாக நினைத்தால் அவர்களைத் திருத்தி, திருப்பிவிடத் தயங்கமாட்டார். கிரிக்கெட் மீது மிகுந்த ஆர்வம் கொண்ட முன்னாள் டி.சி.எஸ் பணியாளர் ஒருவர் சொன்ன ஒரு விஷயம் நினைவுக்கு வருகிறது. அந்தப் பணியாளர் கோஹ்லியின் எதிர்பார்ப்புக்கு ஏற்பச் செயல்படாமல் இருந்திருக்கிறார். அவருடைய கிரிக்கெட் மீதான ஆர்வத்தையும்

தெரிந்து வைத்திருந்த கோஹ்லி, அவரிடம் சென்று சொல்லி இருக்கிறார்: 'நீங்கள் ஒன்று டி.சி.எஸ்ஸில் பணிபுரியுங்கள். அல்லது டி.எஸ்.சி.யில் சேர்ந்துவிடுங்கள்'.

அந்தப் பணியாளருக்கு கோஹ்லி சொன்னது முதலில் புரியவில்லை. பின்னர்தான் புரிந்தது. அதாவது டி.எஸ்.சி என்றால் டாடா ஸ்போர்ட்ஸ் கிளப்.

கோஹ்லியின் அணுகுமுறை அதுதான். ஒருவருக்கு, பணிபுரியும் நிறுவனமே அனைத்துக்கும் மேலானது. அதன்மீதான கவனத்தை அவர் ஒருபோதும் இழக்கக்கூடாது என்பதை கோஹ்லி அப்படித்தான் வெளிப்படையாகச் சொல்லிப் புரியவைப்பார்.

டி.சி.எஸ், கோஹ்லியிடமிருந்து செயல்திறன் மிகுந்த மேலாண்மை முறையைப் பெற்றிருந்தது. அவர் டாடா எலெக்ட்ரிக் நிறுவனத்தில் அந்த முறையின் வெற்றியை அனுபவ பூர்வமாக உணர்ந்திருந்ததால், அதையே அடிப்படையாகக் கொண்டு டி.சி.எஸ் அமைப்பையும் உருவாக்கியிருந்தார். இதன் அர்த்தம் என்னவென்றால் எனக்குக் கீழே பணிபுரிபவர்களின் திறமை மற்றும் வெற்றிக்கு நானே பொறுப்பு. இதன் அடிப்படையில் ஒவ்வொரு பணியாளரின் தரம் மற்றும் அளவு சார்ந்த மதிப்பீடுகளை பரஸ்பரம் பகிர்ந்து கொள்ள வேண்டும் என்றொரு வழிமுறையை அமல்படுத்தினார். உங்களைப் பற்றி ஒருவர் சொல்லும் மதிப்பீடு உங்களுக்குத் தவறு என்று தோன்றினால் நீங்கள் மேலதிகாரியிடம் தொடர்புகொண்டு அதைச் சொல்லலாம். இது 'சிலந்தி வலைமதிப்பீடு' என்று அழைக்கப்பட்டது. ஒவ்வொருவருக்கும் இந்த வாய்ப்பு தரப்பட்டது. அந்த விஷயத்தில் கோஹ்லி மிகமிக நியாயமாகவே நடந்துகொண்டார்.

கோஹ்லியைக் கண்டு நான் பயந்தேனா என்று என்னை சிலர் கேட்டதுண்டு. என் குடும்பத்தினரும் அவர் மிகவும் கடுமையானவர் என்றே நினைத்தார்கள். ஆனால் அவருடன் நான் அதிக நேரம் செலவழித்ததால், அவர் ஒரு முழுமையான தொழில் நிபுணர் என்பதை அறிந்துகொள்ள முடிந்தது. கோஹ்லியிடம் எதையும் பேசி யாராலும் வெல்ல முடியாது. எனவே, என் கருத்துகளை அவரிடம் தெரியப்படுத்த புதிய வழிமுறையைக் கண்டுபிடித்தேன். எழுத்து மூலமாகவே என் கருத்துகளை அவருக்கு தெரியப்படுத்த ஆரம்பித்தேன். 'கடினமான முதலாளிகளைச் சமாளிக்க சாமர்த்தியமான வழிகளைக்

கண்டுபிடிக்கவேண்டும். இல்லையென்றால், தவறு உங்கள் மீதுதான்' என்று நான் இளைஞர்களுக்கு ஆலோசனை கூறுவதுண்டு. என் சொந்த அனுபவத்தின் அடிப்படையிலேயே இதை நான் சொல்கிறேன்.

அந்தக் காலத்திய டி.சி.எஸ்ஸுக்கும் கோஹ்லிக்கும் அவருடைய அணுகுமுறைகள் நல்ல பலனையே தந்தன. டி.சி.எஸ்ஸின் தொடக்க காலத்தில், புதிய தொழில் நுட்பத் துறையில் பூஜ்ஜியத்தில் இருந்து ஆரம்பிக்கவேண்டிய நிர்பந்தத்தில் இருந்தோம். அதற்கு நிச்சயமாக ஒரு வலுவான, தைரியமான மற்றும் தொலைநோக்குள்ள தலைவர் தேவைப்பட்டிருந்தார். கோஹ்லியின் தீர்மானங்கள் ஆரம்பத்தில் கேள்விக்குரியதாகத் தோன்றினாலும், அவர் ஒரு தொலைநோக்குப் பார்வை கொண்டவர் என்பதால், காலப்போக்கில் எங்கள் நிறுவனம் அதனால் மிகவும் பயன் பெற்றது.

பின்நோக்கிப் பார்க்கையில், கோஹ்லி தனக்கு அடுத்த தலைமை நிர்வாக அதிகாரியாக என்னைத் தேர்ந்தெடுத்தற்கு முக்கியமான காரணங்கள் என் மீது அவருக்கு இருந்த நம்பிக்கையும் என் நம்பகத்தன்மையும்தான் என்றே தோன்றுகின்றன; அவற்றோடு, வாடிக்கையாளர்களுடன் சீரான வணிக உறவுகளை வளர்ப்பதற்கான எனது திறமையும் முக்கியமான காரணம் என்று சொல்லலாம். டாடா பர்ரோஸ்ஸில் சேர்வதற்குப் பதிலாக, டி.சி.எஸ் நிறுவனத்திலேயே தொடர்ந்து பணிபுரியத் தீர்மானித்திருந்தேன். அதன்மூலம் எனக்குக் கிடைத்த வாய்ப்பின் மீதும், கோஹ்லி மீதும் எனக்கு இருந்த நம்பிக்கையையும், சவால்களை எதிர்கொள்வதில் எனக்கு இருந்த ஆர்வத்தையும் அவருக்குப் புரியவைத்தேன். ஒருவேளை இவையே கோஹ்லி என் மீது நம்பிக்கை கொள்ளக் காரணமாக இருந்திருக்கலாம்.

கோஹ்லி முதன்மை நிர்வாக அதிகாரிப் பதவியிலிருந்து ஓய்வு பெற்றபோது நான் அமெரிக்காவிலும், டாக்டர் ஜெயின் ஐரோப்பாவிலும் எங்கள் நிறுவனத்தின் செயல்பாடுகளை நிர்வகித்து வந்தோம். ஆதலால், நிறுவனத்தில் பெரும் பாலானோர் எங்கள் இருவரில் ஒருவரே அடுத்த தலைமைப் பொறுப்பை ஏற்போம் என்று நினைத்தார்கள். நாங்கள் இருவரும் வித்தியாசமான குணங்களைக் கொண்டிருந்தோம். அடுத்த தலைவரைத் தேர்ந்தெடுக்கும் முறை, முடிந்தவரை மிகவும் நியாயமாகவும், வெளிப்படையானதாகவும் இருக்க வேண்டும்

என்று கோஹ்லி மிகுந்த கவனம் எடுத்துக்கொண்டார்; ஆகவே அவர் தனது முடிவை எடுப்பதற்கு முன்னால், எங்கள் இருவரின் பலங்கள் மற்றும் பலவீனங்களைப் பட்டியலிட்டு மதிப்பிட்டார். இருவரையும் தனியாக அலுவலகத்தில் அழைத்து, ஒவ்வொருவருடன் அவர் அந்தப் பட்டியலைக் காட்டிக் கலந்து ஆலோசித்தார்; பிறகே நான் அடுத்த தலைமை அதிகாரி என்று என்னிடம் தெரிவித்தார். ஒட்டுமொத்தமாக, நாங்கள் இருவரும் வெவ்வேறு பலங்களை பெற்றிருந்தாலும், நிச்சயமாக பணியாளர்களிடமும், வாடிக்கையாளர்களுடனும் பழகும் திறமையில் நான் முன்னணியில் இருந்தேன். இறுதியாக, அவர் என்னிடம் கண்ட குணங்கள், குறிப்பாக வாடிக்கையாளர்களுக்கு நான் முக்கியத்துவம் காட்டியது இவையெல்லாம் டி.சி.எஸ்ஸின் அடுத்தகட்ட வளர்ச்சியில் ஏற்படவிருந்த சவால்களுக்கு மிகவும் அவசியமாக இருக்கும் என்று கோஹ்லி உணர்ந்திருந்தார்.

இப்படியாக, செப்டம்பர் 1996ல், என் வாழ்க்கையின் மகத்தான நாட்களில் ஒன்றை எதிர்கொண்டேன். 1972ல் பயிற்சியாளராகச் சேர்ந்து, இருபத்து நான்கு ஆண்டுகளுக்குப் பின்னர் அந்த நிறுவனத்தின் தலைமை பொறுப்பை அடைந்தேன். வெறும் ஒரு ஊழியர் என்ற நிலையில் இருந்து, நான் இப்போது தலைமை அதிகாரி என்ற பதவியை அடைந்திருந்தேன்.

யார் என்ன சொன்னாலும், தலைமைப் பதவிக்கு யாரும் முற்றிலும் தயாராக இருப்பதில்லை. நமக்கு மேலாக குறைந்த பட்சம் ஒரே ஒரு நிர்வாக அடுக்காவது இருக்கிறவரை, ஒரு பாதுகாப்பு இருக்கவே செய்யும். மேல்மட்ட நிர்வாகமே இறுதி முடிவுகளை எடுத்து, அந்த முடிவுகளுக்கான இறுதிப் பொறுப்பையும் ஏற்றுக்கொள்ளும். ஆனால், தலைமைப் பொறுப்பை அடைந்தவுடன், அந்தப் பாதுகாப்பான தொப்புள் கொடி வெட்டப்பட்டு உலகை நேரடியாக எதிர்கொள்ள வேண்டி வந்துவிடுகிறது. இப்போது அனைத்துக்கும் நீங்களே பொறுப்பு.

நான் விரும்பிய அளவுக்கு நிறுவனத்தின் வியாபாரத்தைப் பற்றி விவரமாக அறிந்துகொள்ள முடியவில்லை என்பது எனக்குத் தெரிந்தது. எங்கள் வருவாயில் 75 சதவிகிதம் வரக்கூடிய அமெரிக்க மற்றும் இங்கிலாந்து சந்தைகளைப் பற்றி எனக்கு நன்கு தெரிந்திருந்தது. ஆனால் டி.சி.எஸ்ஸின் மற்ற முக்கிய சந்தைகளான ஐரோப்பா, சிங்கப்பூர், ஜப்பான் அல்லது ஆஸ்திரேலியா போன்ற நாடுகளில் நடப்பவை பற்றி எனக்கு

அதிகம் தெரிந்திருக்கவில்லை. எனவே, நான் ஏற்றுக்கொண்ட தலைமைப் பதவி பல பொறுப்புகள் கூட்டுச் சேர்ந்தாற்போல் ஒரு மகத்தான சவாலாகவே தோன்றியது.

கோஹ்லியும் நானும் டி.சி.எஸ்ஸுக்கான பொதுவான தொலைநோக்கையே கொண்டிருந்தோம் என்றாலும், எங்களுடைய நிர்வாக அணுகுமுறைகள் மிகவும் வித்தியாசமாக இருந்தன என்பது டி.சி.எஸ் ஊழியர்களுக்கு உடனடியாகத் தெரிந்தது. கோஹ்லி நேரடியான நிர்வாகப் பாணியைப் பின்பற்றினார். மிகுந்த கட்டுப்பாட்டை நிலைநாட்டியுமிருந்தார். அறிவுஜீவி, அதிகாரம் மிகுந்தவர். சிலர் அவரை சர்வாதிகாரி என்று கூடச் சொல்வார்கள். அனைவரிடமிருந்தும் விலகிய நிலையில் இருப்பார். பல இளம் பணியாளர்கள் அவரைப் பார்த்தாலே நடுங்குவார்கள். அவருடைய மேதமையைக் கண்டு வியந்தும் கோபத்தைக் கண்டு பயந்தும் நடுங்குவார்கள்.

'தோல்வி தொடர்பான மோசமான செய்தியை அவரிடம் சொல்ல எல்லாரும் பயப்படுவார்கள். ஏனென்றால் அது அவர்களுடைய தொழில் வளர்ச்சிக்கு முட்டுக்கட்டை போட்டுவிடும்' என்று பயப்படுவார்கள் என்று ஜெயந்த் ஒருமுறை சொன்னார். முக்கியமான தீர்மானங்கள் எடுக்கும்போது கோஹ்லி டி.சி.எஸ் பணியாளர்களிடம் இருந்து சற்று இடைவெளியை உருவாக்கிக் கொள்வார். சக அதிகாரியிடமிருந்து அனைத்து தரவுகளையும் பெற்றுக்கொள்வார். ஆனால் தீர்மானத்தை மிகவும் மர்மமான முறையிலேயே வந்தடைவார்.

இதற்கு முற்றிலும் மாறாக நான் திட்டமிட்டு அனைவருடைய கருத்துகளையும் கேட்டுப் பெறுவேன். விவாதங்கள், கலந்துரையாடல்கள் ஆகியவற்றை ஊக்குவிப்பேன். மதிக்கத் தகுந்த கருத்தை முன்வைக்கும் அனைவருக்கும் தமது கருத்தை வெளிப்படையாகச் சொல்ல முழு வாய்ப்பு தருவேன். ஏதாவது பிரச்னை ஏற்பட்டால் நான் அதை மிகத் தீவிரமாக அலசி ஆராய்ந்து பார்ப்பேன். எதனால் இந்த தவறு நடந்தது; அதை எப்படித் தீர்ப்பது; இனிமேல் அது நடக்காமல் தடுப்பது எப்படி என்று அனைத்து விஷயங்களையும் யோசித்துப் பார்ப்பேன்.

ஒவ்வொரு பணியாளரின் தனிப்பட்ட திறமைகள், அவரால் என்னவெல்லாம் செய்யமுடியும் என்பதைப் புரிந்துகொள்ள முயற்சி செய்வேன்; பின்னர் பிரச்னைகளை ஆராய்ந்து ஒரு முடிவை எடுப்பதற்குமுன், குறிப்பிட்ட செயல்களின் நன்மை

தீமைகளைக் கருத்தில் கொள்ள அவர்களை ஊக்குவிப்பேன். அலுவலகக் கூட்டங்களில் பேசப்படுபவற்றை விரிவாகக் குறிப்பெடுத்துக் கொள்வேன். சம்பந்தப்பட்டவர்கள் அனைவருக்கும் உடனே பதில் அனுப்புவேன். அந்தப் பழக்கம் இன்றுவரை என்னிடம் தொடர்ந்து வருகிறது.

எப்போதெல்லாம் முடியுமோ அப்போதெல்லாம் அதிக நபர்களைச் சந்தித்து அவர்கள் சொல்வதைப் பொறுமையாக கேட்பேன். அதன்பின் அவர்கள் சொல்ல வேண்டியதை ரத்தினச் சுருக்கமாக சொல்லும்படிக் கேட்டுக்கொள்வேன். 'நீங்கள் சொன்னது இதுதான். டி.சி.எஸ்ஸுக்கு இந்த வகையில் இது பயன்படும்' என்று சொல்லும்படி வழிகாட்டுவேன். வாடிக்கையாளர்களுடன் நாம் வெளிப்படையாகப் பேச வேண்டும் என்று பொத்தாம் பொதுவாக எதுவும் சொல்லமாட்டேன். அந்த மதிப்பீட்டை உதாரணத்துடன் ஒரு கதையாக அவர்களுக்குச் சொல்லுவேன். நான் இன்னாரிடம் இந்த விதமாகப் பேசினேன். அதன் விளைவாக இப்படி நடந்தது. என்று சொல்லிவிட்டு எனவே நாம் எப்போதும் விஷயங்களைத் தெளிவாக, வெளிப்படையாகச் சொல்லவேண்டும் என்று சொல்லி முடிப்பேன்.

இப்படிக் கதைபோல் எல்லாவற்றையும் சொல்லுவது நிர்வாகத் திறமைகளை வளர்த்தெடுக்க உதவும். ஒரு விஷயத்தைச் சரிவரச் செய்து முடிக்க உதவும். அலுவலகக் கூட்டங்களின் மிக முக்கியமான விஷயம் என்னவென்றால் பங்கு பெறுபவர்களை தைரியமாக தங்கள் கருத்துகளைச் சொல்ல வைக்க வேண்டும். மற்றவர்கள் உங்கள் கருத்துகளை ஏற்கவேண்டும். அல்லது மாற்றுக் கருத்தை முன்வைக்கவேண்டும். அனைவரும் கலந்துரையாடி ஏகமனதாக ஒரு முடிவை எட்டவேண்டும். அப்படி ஒரு முடிவு எட்டப்படவில்லையென்றால் கூட்டத்தை அத்துடன் முடித்துவிட்டு நானாகவே ஒரு தீர்மானத்துக்கு வந்து சேருவேன். ஏதாவது ஓர் உத்தரவிடும் போதும், நீங்கள் இதை முயற்சி செய்து பார்க்கலாமே என்று அதை ஒரு ஆலோசனை போல்தான் சொல்வேன்.

அனைவரையும் அரவணைத்துச் செல்லும் இந்தக் கொள்கையின் விளைவாக, டி.சி.எஸ் ஊழியர்கள் மற்ற நிறுவனங்களில் உள்ள பணியாளர்களைவிட நீண்ட காலம் டி.சி.எஸ் நிறுவனத்தில் தொடர்ந்து பணிபுரிந்தனர். அதுபோல் எங்கள் அலுவலகத்தில்

சேர்ந்த ஒருவரை இரண்டு மூன்று ஆண்டுகளுக்கு ஒருமுறை வெவ்வேறு பொறுப்புகளுக்கு மாற்றி அவர்களுடைய அனுபவ எல்லையை விரிவடையச் செய்வேன். அவர்களுக்குப் புதிய வாய்ப்புகள் கிடைக்கச் செய்வேன். புதிய சவால்களை எதிர்கொள்ள வைப்பேன்.

வெவ்வேறு நபர்களும் பல்வேறு சூழ்நிலைகளுக்கும் உட்பட்டதால் பரந்த அனுபவம் பெற்று, டி.சி.எஸ் ஊழியர்கள் நிறுவனத்தின் கலாச்சாரத்தை விரைவாக உள்வாங்கிக் கொண்டனர்; நேர்மை, நாணயம் ஆகியவற்றின் முக்கியத்துவம், மற்றும் எதுவாயினும் வாடிக்கையாளருக்கே முதலிடம் கொடுப்பது என்ற மதிப்பீடுகளை உள்வாங்கிக் கொண்டனர். வெளிப்படையான இண்டெர்னல் மெசேஜிங் விஷயத்தில் டி.சி.எஸ் மிகவும் அதிக கவனம் செலுத்துகிறது. அப்படியிருந்தும் நம்மை சுற்றியுள்ள பணிச்சூழலிலிருந்து நாம் இன்னும் நிறைய கற்றுக்கொள்ள முடியும்; இது முறைசாரா பள்ளிப்படிப்பு போன்றது.

ஐந்து ஆண்டுகளுக்குப் பிறகு, டி.சி.எஸ்-க்குள் புதிதாகப் பயிற்றுவிக்கப்பட்ட ஒருவருக்கும், நீண்ட நாள் ஊழியருக்கும் உள்ள வித்தியாசத்தைச் சொல்வது மிகவும் கடினம் என்ற நிலை உருவாகிவிடும். அவர்கள் ஒன்றாக ஒரே மேஜையில் அமர்ந்து பணிபுரிபவர்களாக இருந்தால் இவர் இடத்தை அவரும் அவர் இடத்தை இவரும் எடுத்துக்கொள்ளும்வகையில் அவர்கள் ஒரே மதிப்பீடுகளைப் பின்பற்றுபவர்களாகவும் ஒரே மாதிரியான தலைமைப் பண்பைக் கொண்டவர்களாகவும் இருப்பார்கள்.

ஒரு மேலாளர் என்ற வகையில், பணியாளர்கள் நம்மிடம் என்ன சொல்கிறார்கள் என்பதைக் கேட்பது மட்டுமல்லாமல், அவர்கள் எப்படிச் சொல்கிறார்கள் என்பதையும் புரிந்துகொள்வது மிகவும் முக்கியமானது என்று நம்புகிறேன். நிச்சயமாக ஒரு வேலைக்கு சரியான நபர்களைத் தேர்ந்தெடுப்பது முக்கியம். ஆனால் அவர்கள் செய்யும் செயல்களுக்கு அவர்களை முற்றிலும் பொறுப்பேற்றுக்கொள்ளும்படிச் செய்வதும் முக்கியம், மேலும் அவர்கள் தவறு செய்தால் அவர்களிடம் வெளிப்படையாகவும் நேராகவும் தெரிவிக்க வேண்டும்.

ஒரு சந்தர்ப்பத்தில் நான் சற்று இளநிலையிலான ஊழியரைச் சந்தித்து, அவரிடம் தொடர்ச்சியாகப் பல கேள்விகளைக் கேட்டபோது, அவர் பதைபதைத்துப் போனார். அவரது

மேலாளரும் அங்கு இருந்ததால், பதில்களைச் சொல்லிக் கொடுத்து அவருக்கு உதவ முயன்றார்.

நான் மேலாளரிடம் சொன்னேன், 'நீங்களே என் கேள்விகளுக்கு பதிலளித்தால், அவர் எவ்வாறு பொறுப்பேற்கக் கற்றுக் கொள்வார், அவர் உங்களிடம் வேலையைக் கை மாற்றித் தந்து கொண்டிருப்பார், ஒருபோதும் சுயமாக கற்றுக்கொள்ள மாட்டார்.'

தேவைப்படும் நேரங்களில் நான் மேலாளர்களுடன் மிக நேரடியாக வெளிப்படையாக நடந்துகொள்வேன்; அவர்களின் பலவீனங்களையும் அவர்கள் தீர்க்க வேண்டிய பிரச்னைகளையும் சுட்டிக்காட்டத் தயங்கமாட்டேன். ஆனால், எனது முக்கிய பலவீனம் என்ன என்று அவர்களிடம் கேட்டால், சில நேரங்களில் நான் பங்கேற்பு பாணிக்கு அதிக முக்கியத்துவம் தந்தேன்; ஒரு முடிவை எட்டுவதற்கு முன்பாகப் பணியாளர்களைச் சற்று அதிகமாகவே பேச அனுமதித்தேன் என்றே அவர்கள் சொல்வார்கள் என்று நினைக்கிறேன்.

ஆயினும்கூட, ஒட்டுமொத்தமாக பங்கேற்புச் செயல்முறை நன்றாகவே வேலை செய்தது என்றே நினைக்கிறேன். எடுத்துக்காட்டாக, பங்கேற்பு உரையாடலின் மூலம்தான் '2010க்குள் டாப் 10' என்ற இலக்கைக் கொண்டுவந்தோம். முன்பெல்லாம், கோஹ்லியின் தலைமையில் நாங்கள் பல பரிந்துரைகளைச் சமர்ப்பிப்போம், சிறிது நேரம் என்ன நடக்கிறது என்று தெரியாத நிலை நீடிக்கும். பின்னர் திடீரென்று சரியான தீர்மானம் எங்கள் முன்னால் வந்து குதிக்கும்.

நான் ஒரு சிந்தனைக் குழுவை உருவாக்கினேன். ஹார்வர்ட் பிசினஸ் ஸ்கூலில் இருந்தவரும் இப்போது பார்சிலோனாவின் IESE பிசினஸ் ஸ்கூலில் இருப்பவருமான மதிப்புக்குரிய பேராசிரியரான பங்கஜ் கெமாவத்தை அழைத்து வந்தேன். இந்த சந்திப்புகள் திறந்த கலந்துரையாடல்களுடன் டி.சி.எஸ் கட்டமைப்பைக் கூடுதல் பங்கேற்பு பாணியை நோக்கி நகர்த்த உதவியது - இது கடந்த காலத்திலிருந்த பாணிக்கு நேர் மாறாகவும், அந்த நேரத்தில் நாங்கள் நிச்சயமாக செய்ய வேண்டியதாகவும் ஆனது. எங்களிடையே இருந்த சில சிறந்த நபர்களின் யோசனைகளை மேம்படுத்தாவிட்டால், அது என் தோல்வியாகவே இருக்கும் என்று நான் கருதினேன்.

அனைவரும் புரிந்துகொள்ளக்கூடிய, விதிவிலக்குகள் இல்லாத, வெளிப்படையான உள்கட்டமைப்புக் கொள்கைகளை

உருவாக்குவதையும் ஊக்குவித்தேன். எந்த ஒரு விதிவிலக்கும் இல்லாமல், எல்லாமுமே கொள்கையால் மட்டுமே தீர்மானிக்கப்படவேண்டும். அதுவே நல்லது என்று நினைத்தேன். கொள்கை பிடிக்கவில்லை என்றால், அதை உருவாக்கிய நபரிடம் ஒருவர் சென்று, ஆலோசிக்கலாம். வாதிடலாம். இது பணியிடக் கலாச்சாரத்தை நல்ல வகையில் மாற்றியது, ஏனெனில் எந்தத் தனி நபரும் விதிவிலக்குகளைக் எதிர்பார்ப்பது சாத்தியமில்லை என்று ஆனது. அனைவருக்கும் ஒரே கொள்கை என்பதால், நல்ல கொள்கைகளை அமைத்துப் பின்பற்றுவது சிறந்த வழியாக நிலைநிறுவப்பட்டது.

நான் தலைமை நிர்வாக அதிகாரியாகப் பொறுப்பேற்ற நேரத்தில் இருந்தது போலல்லாமல், இப்பொழுது அடுத்த தலைமுறை தலைமைக் குழுக்களை நியமிக்கும் திட்டங்கள் பெருநிறுவன நிர்வாகத்தின் முக்கிய அம்சமாக மாறியுள்ளது. இது தலைமைக்குழுவில் விவாதிக்கப்பட்டு, நியமனக் குழுவால் மிக விரிவாக அலசிப் பார்த்துத் தீர்மானிக்கப்படுகிறது. நிறுவன வலிமையைப் பெருக்கக் கூடிய, நிறுவனத்தின் வியூக நோக்கங்களைப் பூர்த்தி செய்யக்கூடிய, நிறுவன மதிப்பீடுகளுக்கு முன்மாதிரியாகத் திகழக்கூடியவரை அலசி ஆராய்ந்து தேர்ந்தெடுக்கிறார்கள். இந்தக் குணங்கள் கொண்டவர் அந்த நிறுவனத்தைச் சேர்ந்தவராகவே இருக்கவேண்டும் என்ற கட்டாயம் இல்லை.

இப்படித் தெளிவாகத் திட்டமிட்டுச் செயல்பட்ட பின்னரும் தவறுகள் நடக்கத்தான் செய்கின்றன.தலைமைச் செயல் அதிகாரிகள் நிதி மோசடியில் ஈடுபட்டிருக்கிறார்கள். சில அபாயங்களை அவர்கள் தவிர்த்திருக்கக்கூடும். லாபத்தைக் கொண்டுவந்து இருக்கவும் கூடும். ஆனால், நிர்வாகம் சார்ந்த வழிகாட்டி குறிப்புகள் மிகத் தெளிவாக வரையறுக்கப் பட்டிருக்கும் நிலையிலும் அவற்றை நடைமுறைப்படுத்துவதில் தவறுகள் நிகழக்கூடும் என்பது ஒரு நகை முரண்தான்.

நான் கோஹ்லியிடமிருந்து தலைமைப் பதவியைப் பெற்றபோது, அடுத்த தலைமுறை தலைமையை தயார்படுத்தி வைக்கும் திட்டங்கள் என்பது கேள்விப்படாத ஒரு கருத்தாகவே இருந்தது. வேலைகளிலிருந்து கற்றுக்கொள்ளுதல், உங்களை நீங்களே முன்னிலைக்குக் கொண்டு செல்லுதல் என்பதாகவே அது இருந்தது. எனவே நான் பொறுப்பேற்றபோது

டி.சி.எஸ்ஸில் பல மாற்றங்கள் நடந்தன, அவற்றில் சில எனது தனிப்பட்ட பாணியினாலும், மற்றும் சில நான் தொடங்கியவை யாகவும் இருந்தன. வணிகத்தைப் பொறுத்தவரையில், 2000ம் ஆண்டின் (Y2K) பிரச்னையின் காலடி அதிர்வுகளை நாங்கள் ஏற்கனவே கேட்க முடிந்தது, அது விரைவில் எங்களுக்கு ஒரு மகத்தான வாய்ப்பாக அமையவும் செய்தது.

•

Y2k நிகழ்வு

இருபதாம் நூற்றாண்டின் முடியும் தறுவாயில், 1960 களில் இருந்து பெருங்கணினிகளுக்காக உருவாக்கப்பட்ட அனைத்து கணினி குறியீடுகளையும் பாதித்த '2000ம் ஆண்டு ஒய்-2-கே பிரச்னை' (Y2K problem) பூதாகரமாக உருவெடுத்தது. முன்னணி பொருளா தாரங்களில் மிகப் பெரிய குழப்பத்தை ஏற்படுத்துவதாகவும், முக்கியமாக பாதுகாப்பு, சுகாதாரம் மற்றும் போக்குவரத்து அமைப்புகளை ஸ்தம்பிக்கச் செய்துவிடுவதாகவும் அது இருந்தது.

முக்கியமான சிக்கல் என்னவென்றால், ஆரம்ப காலக் கணினிகளில் நினைவக அளவு மிகவும் கவனத்துடன், சிக்கனமாகப் பயன்படுத்த வேண்டியதாக இருந்தது. பல ஆரம்ப மென்பொருள் நிரல்கள், தேதி புலத்தில் ஆண்டைக் குறிக்க நான்குக்குப் பதிலாக இரண்டே இலக்கங்களைப் பயன்படுத்தின. உதாரணமாக 5/3/1990 என்பதற்கு பதிலாக 5/3/90 என்று குறிப்பிடப்படும். இதனால் டிசம்பர் 31, 1999 நள்ளிரவில், தேதி (1/1/2000 என்று மாறாமல்), '1/1/00' ஆக மாறும் அபாயம் இருந்தது. அதனால் தேதியை அடிப்படையாகக் கொண்ட அனைத்துக் கணக்கீடுகளும் தவறாகிவிடும் என்ற பெரிய பிரச்னை எழுந்தது.

தனியார் துறை மற்றும் அரசாங்க நிறுவனங்களில், அவற்றின் கணினி அமைப்புகளின் முடக்கம் குறித்து பெரும் அச்சமும் கவலையும் இருந்தது என்பது புரிந்துகொள்ளமுடிந்த விஷயம்தான். ஏனென்றால் 1990களின் இறுதி வாக்கில் எல்லா இடங்களிலும் கணினிகள் பிரதானமாகவும், வணிகங்களின் முக்கியமான பகுதியாகவும் மாறிவிட்டிருந்தன. எனவே, உலகெங்கிலும் இருந்த ஆயிரக்கணக்கான கணினிகளின்

நாட்காட்டிகள் புது நூற்றாண்டின் தொடக்கத்துக்கு முன்பாகச் சரிசெய்யப்பட்டாக வேண்டும். yy/mm/dd என்றிலிருந்து yyyy/mm/dd வடிவத்துக்கு மாற்றியாக வேண்டும். இதன் பொருள் என்னவென்றால், ஒரு கோப்பில் தேதி புலம் எங்கிருந்தாலும் அதன் அளவு இரண்டு இலக்கங்கள் அல்லது எழுத்துக்களால் அதிகரிக்கும், இது எளிய விஷயம் அல்ல. அமெரிக்கா போன்ற நாடுகளில் இருந்த பெருநிறுவன தகவல் தொழில்நுட்பத் துறைகள் மற்றும் ஆலோசகர்களுக்கு இந்த பிரமாண்டச் சிக்கலைச் சமாளிக்கத் தேவையான மனித சக்தி இல்லை, எனவே அவர்கள் வேறு வழியின்றி இந்தியாவையே அணுகினர்; முழுமையாகப் பயன்படுத்தப்படாத மனித வளம் இந்தியாவில் மிகுதியாக இருந்தது. திறமை மிகுந்த அது மிகவும் மலிவு விலையில் கிடைக்கும்வகையிலும் இருந்தது.

ஒட்டுமொத்த இந்திய தகவல் தொழில்நுட்பத் துறையைப் பொறுத்தவரை, Y2K சிக்கல் அதன் வாடிக்கையாளர் தளத்தை விரிவுபடுத்துவதற்கான மகத்தான வாய்ப்பை உருவாக்கியது. ஏற்கனவே தகவல் தொழில்நுட்பத் துறையில் இருந்தவர்களுக்கு தங்கள் நிறுவனத்தின் பெயரை, புகழை அதிகரித்துக்கொள்ள ஒரு வாய்ப்பாக அமைந்தது. புதிதாகப் பலரும் மென்பொருள் துறைக்குள் காலடி எடுத்து வைக்கவும் வழிவகுத்தது.

டி.சி.எஸ் முன்னோடியாக இருந்ததால் தனிப்பட்ட ஆதாயம் நிச்சயம் இருந்தது, எனவே எங்கள் செயல்பாடுகளைப் பெருக்கிக் கொள்ள எங்களுக்கு ஒரு பெரிய வாய்ப்பை வழங்கியது. உண்மையில் Y2K எங்களுக்கு இரண்டு வழிகளில் சாதகமாக இருந்தது. முதலாவதாக, டி.சி.எஸ்ஸின் ஆரம்ப காலத்திய வணிகம், கணினி அமைப்புகளை ஒரு அமைப்பிலிருந்து மற்றொரு அமைப்புக்கு அல்லது ஒரு நிரல் மொழியிலிருந்து இன்னொரு மொழிக்கு இடம் நகர்த்தியே நல்ல திறனும் பலமும் பெற்றிருந்தது - இந்த செயல்முறையைத் தானியங்கி மயமாக்குவதற்கான மென்பொருள் கருவிகளை நாங்கள் வடிவமைத்திருந்தோம். எங்கள் 'மென்பொருள் இடப்பெயர்வு வணிகம்' (Software Migration Business) அனைத்தும் நாங்கள் எங்கள் நிறுவனத்திலேயே உருவாக்கிய மென்பொருள் கருவிகளை அடிப்படையாகக் கொண்டவை.

டி.சி.எஸ்ஸில் இருந்த ஒவ்வொரு குழுவும் தங்களது சொந்த மென்பொருள் கருவிகளை உருவாக்கிக்கொண்டிருந்தனர்; அது

ஒருவகையில் சவாலாக இருந்தது, ஏனென்றால், சில நேரங்களில் எங்களிடம் ஒரே விஷயத்துக்குப் பத்து மென்பொருள் கருவிகள் இருந்தன - ஆனால் அது ஒரு நல்ல ஆக்கபூர்வமான பிரச்னை யாகவே இருந்தது. Y2K என்பது, உண்மையில் இதுபோல் ஒரு இடப்பெயர்வு பிரச்னைதான் என்பதையும் நாங்கள் புரிந்து கொண்டிருந்தோம்; டி.சி.எஸ் அமைப்புகளுக்குள் ஏராளமான நிரல்களையும் குறியீடுகளின் வரிகளையும் இடம் நகர்த்துவது, தேதி குறிப்புகள் எங்கிருந்தன என்பதை அடையாளம் காண்பது, தேதியைச் சரிசெய்தல், அதை சோதனை செய்தல், பின்னர் திருத்தப்பட்ட குறியீட்டை மீண்டும் வாடிக்கையாளருக்கு அனுப்புதல் என்பதாகவே இந்த Y2K இருந்தது. எனவே பல ஆண்டுகளுக்கு முன்பு நாங்கள் உருவாக்கிய இடப்பெயர்வு கருவிகளைப் பயன்படுத்தி இந்தப் புதுப் பிரச்னையான Y2K என்பதையும் வெற்றிகரமாகத் தீர்த்துவிடமுடியும் என்ற நம்பிக்கை இருந்தது.

இரண்டாவதாக, 'Y2K சிக்கலைத்' தீர்ப்பதற்கு தூய நிரலாக்க திறமை மட்டுமே தேவைப்பட்டிருக்கவில்லை. அதற்காக, ஒரு அசெம்ப்ளி லைன் போன்ற அணுகுமுறையை நாங்கள் பின்பற்ற முடிந்தது. இதற்காக நாங்கள் முதல் மென்பொருள் தொழிற்சாலையை சென்னையில் நிறுவினோம், ஏனெனில் Y2K பெரும்பாலும் ஒரு பெருங்கணினி (மெயின் ஃபிரேம்) சார்ந்த பிரச்னையாகவே இருந்தது, மேலும் எங்களுடைய பெருங்கணினிச் செயல்பாடுகள் சென்னையில்தான் இருந்தன. நாங்கள் பல சிறிய நிறுவனங்களுடன் கூட்டுசேர்ந்தோம், மேலும் அவர்களின் கணிப்பொறி நிரலர்களை பயன்படுத்திக் கொண்டோம். பயன்பாட்டுத் தொகுப்பு, எங்கள் செயல்முறை ஒழுக்கம், மற்றும் எங்கள் கருவித் தொகுப்புகள் குறித்து அவர்களுக்கு சிறந்த பயிற்சி அளித்தோம். ஒரு கணினி நிரலில் உள்ள கடிகாரம் dd/mm/99 என்பதிலிருந்து dd/mm/00 என்று மாறும்போது எழும் தருக்கப்பிழைகளால் பாதிக்கப்படக்கூடிய கூறுகளை அடையாளம் காண இந்தக் கருவி தொகுப்புகள் உதவின.

எடுத்துக்காட்டாக, 'COBOL மெயின் ஃபிரேம்' பெருங்கணினி மொழியில் எழுதப்பட்ட நிரல்களுக்காக வடிவமைக்கப்பட்ட ஒரு குறிப்பிட்ட கருவி தொகுப்பு, மாற்றப்பட வேண்டிய புலங்களை, வெறும் கண்ணால் பார்த்துப் பணிபுரியும் ஒரு தனி

மனிதரைவிட அதி விரைவாக அடையாளம் காண முடியும். நாங்கள் சென்னையில் பதினேழு-படிநிலைகளைக் கொண்ட 'அசெம்பிளி லைன்' செயல்முறையை உருவாக்கினோம்; எங்கள் கருவிகளை கார்னகி மெல்லன் பல்கலைக்கழகத்தின் உற்பத்தி தரமுள்ள நிரல்மொழி தொகுப்பான் அமைப்பு ஆராய்ச்சி திட்டத்தின் யோசனைகளைக்கொண்டு வடிவமைத்தோம். இதனால், Y2K சிக்கல்கள் இருந்த பல லட்சக் கணக்கான நிரல் வரிகளைப் படிக்கவும், பாதி அளவுக்குத் தானியங்கி முறையில் தீர்வுகளைப் பயன்படுத்தவும் முடிந்தது. இதன் விளைவாக, பெரிய பன்னாட்டு நிறுவனங்களுடன் மென்பொருள் இடம் பெயர்த்தல், மற்றும் மேம்படுத்தல் ஆகிய புதிய ஒப்பந்தங்களைப் பெருமளவில் வென்றெடுக்க முடிந்தது.

சொந்தமான மென்பொருள் இடப்பெயர்வு கருவிகளைப் பயன்படுத்தும் திறன், சென்னையில் மென்பொருள் தொழிற் சாலையை நிறுவியது ஆகியவையெல்லாம் Y2K பிரச்னைக்கான தீர்வு காண்பதில் எங்களைப் போட்டியாளர்களிடமிருந்து வேறுபடுத்தின; இவை எங்கள் வாடிக்கையாளர்களுக்கு மிகவும் திறமையான, நம்பகமான மற்றும் வேகமான சேவையை வழங்கப் பெரிதும் உதவின.

இந்த நவீன அணுகுமுறை, 60 கோடியிலிருந்து 70 கோடிக்கும் அதிகமான நிரல் குறியீடு கோடுகளைக் கையாள எங்களுக்கு உதவியது - இது பிற எந்த நிறுவனத்தையும் விட மிக அதிகமாகும். மற்ற இந்திய நிறுவனங்களும் Y2K வேலையின் ஒரு பகுதியைப் பெற விரைந்தன என்றாலும், தானியங்கி மென்பொருள் கருவிகள், தொழில்நுட்பங்கள் மற்றும் செயல்முறைகளில் எங்களுக்கு இருந்த தொழில்நுட்ப வலிமையின் காரணமாக இந்தப் புதிய வணிகத்தின் பெரும்பகுதியை டி.சி.எஸ் பெற முடிந்தது. கோஹ்லி பதவி விலகுவதற்கு ஒரு வருடம் முன்பான 1995 முதல், 1999 வரை, எங்கள் வருவாய் 125 மில்லியன் டாலரிலிருந்து 419 மில்லியன் டாலர்களாக உயர்ந்தது; மேலும் நாங்கள் இன்னும் 32 சதவீத இயக்க லாப அளவைத் தொடர்ந்து தக்கவைக்கவும் முடிந்தது.

ஐ.பி.எம் ஆய்வகங்கள் மற்றும் ஜெனரல் எலெக்ட்ரிக் ஆகியவற்றுக்காக நாங்கள் உருவாக்கிய செயல்முறைகளுடன், 'Y2K சிக்கலை' தீர்க்க நாங்கள் உருவாக்கிய அசெம்ப்ளி லைன் அணுகுமுறையின் காரணமாக, டி.சி.எஸ்ஸுக்குள்

குறிப்பிடத்தக்க மாற்றங்களும் ஏற்பட்டன. முதலில், நாங்கள் நிறைய பேரை வேலைக்குத் தேர்தெடுக்க ஆரம்பித்திருந்தோம். ஆனால் அவர்கள் அனைவரும் பொறியியலாளர்களாக இருக்க வேண்டிய அவசியமில்லை; எனவே நாங்கள் ஒரு வணிக துணைக்கூட்டாளர் என்ற கருத்தை உருவாக்கினோம். இரண்டாவதாக, பணியாளர்களின் எண்ணிக்கை அதிகரித்ததால், பணியமர்த்தல், பயிற்சி அளித்தல் மற்றும் பணி ஒப்படைப்புச் செயல்முறைகள் உள்ளிட்ட பலவற்றை நாங்கள் பலப்படுத்தி விரிவுபடுத்த வேண்டியிருந்தது.

இதன் விளைவாக, FORTRAN, PLI, COBOL ஆகிய மென்பொருள் பயன்பாடுகள், மற்றும் ஐ.பி.எம், ஐ.சி.எல், டேண்டம் ஆகியவற்றுக்கு மேல், பிற வன்பொருள் நிறுவனங்களுக்கான மென்பொருள் இடப்பெயர்வு திட்டங்கள் குறித்து சிறந்த பயிற்சி பெற்ற ஆயிரக்கணக்கான புதிய நிரலாளர்கள் டி.சி.எஸ்ஸில் நிறைந்திருந்தனர். Y2K சிக்கல் வெற்றிகரமாகத் தீர்க்கப் பட்டவுடன், எங்கள் வாடிக்கையாளர்களில் பலர், இந்த நிரலாளர்களே தங்கள் மென்பொருள் பயன்பாடுகளைத் தொடர்ந்து பராமரிக்க அனுமதித்தனர்.

நாங்கள் புதிய வணிகப் பிரிவுகளில், குறிப்பாக சட்ட விதி முறைகளுக்கு உட்பட்ட செயல்பாடுகள் மிக முக்கியமானதால் நிதித்துறையில் வளர்ந்து விரிவாக்க முண்டிந்தது. ஆனால் 'Y2K சிக்கல்' இன்னும் பல்வேறு தொழில் துறைகளையும் பாதித்தது; ஆதலால், ஒரு துறையில் பெற்ற அனுபவத்தை இன்னொரு துறையினரிடம் சொல்லி விழிப்புணர்வை ஏற்படுத்த எங்களால் முடிந்தது. எங்களுடைய பல வாடிக்கையாளர்கள் நாங்கள் சொன்னதைப் புரிந்துகொண்டு ஏற்றுக்கொண்டார்கள்.

ஒரு குறிப்பிட்ட துறையின் சிறந்த நடைமுறைகளை புரிந்து கொள்வதற்கும், அதற்கான பயன்பாடுகளை இன்னொன்றில் அடையாளம் கண்டறிவதற்கும் காரணம், எங்கள் வாடிக்கை யாளர்கள் பல்வேறு துறைகளிலிருந்து வந்திருந்தார்கள். ஆகவே வாடிக்கையாளர்கள் முன்பைவிடச் சிறப்பான செயல் முறைகளைப் பற்றி எங்களிடமே கேட்கத் தொடங்கினர். 'Y2K'க்குப் பின்னரும், வாடிக்கையாளர்களுடனான எங்கள் நல்லுறவு நீடித்தது. எங்கள் வாடிக்கையாளர்களின் கோரிக்கையின் காரணமாக அவர்களின் சொந்த அறிவுசார் சொத்துக்கள் மற்றும் தனிப்பட்ட திறமைகளை உருவாக்க

நாங்கள் உதவினோம். பல துறைகளுடன் எங்களுக்குத் தொடர்பு இருந்ததால் எங்கள் சேவையின் மதிப்பைக் கூட்டிக் கொள்வதற்கு அந்த துறைகளில் மேலும் விஷயஞானம், நிபுணத்துவம் ஆகியவற்றை நாங்களும் பெற்றாக வேண்டும் என்பதைப் புரிந்துகொண்டோம்.

தகவல் தொழில்நுட்பத் துறையை முதலில் பயன்படுத்திக் கொண்ட துறைகளில்தான் எங்களுடைய அனுபவ அறிவும் அதிகரித்தது. உலக அளவில் நிதித்துறைதான் தகவல் தொழில் நுட்பத்தை முதலில் வெகுவாக பயன்படுத்திக்கொண்டது. இந்தியாவிலும் அதை முதன்முதலில் பயன்படுத்திக்கொண்டது நிதித்துறைதான்.

பல வெளிநாட்டு வங்கிகள் மற்றும் நிதிப்பத்திர நிறுவனங்கள் இந்தியாவில் ஆரம்பத்திலேயே இருந்தன. இதனால் எங்கள் நிறுவனத்தின் தொடக்ககட்டத்திலேயே உயர்தர நிதி சேவை நிபுணத்துவத்தை உள்நாட்டிலேயே பெற்றுவிட எங்களுக்கு அவை உதவின. இதேபோல், நாங்கள் காப்பீட்டில் சிறந்த நிபுணத்துவத்தை வளர்த்துக் கொண்டோம், ஏனெனில் நாங்கள் மேற்கொண்ட பல மென்பொருள் இடப்பெயர்வுத் திட்டங்கள் வெளிநாட்டுக் காப்பீட்டு நிறுவனங்களுக்கானவை.

கனடாவின் நார்டெல் நெட்வொர்க்ஸ் மற்றும் பிரிட்டிஷ் டெலிகாம் உடனான ஒப்பந்தங்களில் நாங்கள் ஐ.பி.எம்மின் துணை ஒப்பந்தக்காரராக இருந்ததால் எங்களுக்கு தொலைத் தொடர்பு துறையில் ஆழ்ந்த நிபுணத்துவம் வளர்ந்தது. தொலைத் தொடர்புத் துறையும் வளர்ச்சியடையத் தொடங்கியிருந்தது. 1990களில் இந்தியப் பொருளாதார தாராளமயமாக்கலின் ஒரு பகுதியாக புதிய தேசிய தொலைத்தொடர்புக் கொள்கை தயாரிக்கப் பட்டது. இவற்றின் காரணமாக நார்டெல் இந்தியாவில் தன் செயல்பாடுகளை வெகுவாக அதிகரிக்கத் தீர்மானித்தது.

புதிய கொள்கையின் காரணமாக வெளிநாட்டு நிறுவனங்களுக்கு முதல் முறையாக இந்திய தொலைத்தொடர்பு வணிகச் சந்தையில் நேரடி முதலீடு செய்ய அனுமதி கிடைத்தது. இதனால் வெளிநாட்டு நிறுவன முதலீட்டாளர்கள் இந்த துறையில் முதலீடு செய்ய ஆர்வத்துடன் முன்வந்தனர். இந்த மாற்றங்களின் விளைவாகப் பல தனியார்துறை சார்ந்த உள்நாட்டு மற்றும் வெளிநாட்டு தொலைத்தொடர்பு நிறுவனங்கள் இந்திய வணிகச் சந்தையில் நுழைந்தன.

அதே நேரத்தில், விதேஷ் சஞ்சார் நிகம் லிமிடெட் (VSNL) மற்றும் மகாநகர் டெலிபோன் நிகாம் லிமிடெட் (MTNL) ஆகிய அரசு நிறுவனங்களும் களத்தில் இறங்கின. இவை முறையே சர்வதேச மற்றும் உள்நாட்டு தொலைத் தொடர்பு சேவைகளை முன்னெடுத்தன. அரசாங்கத்துக்குச் சொந்தமான இரண்டு நிறுவனங்களும், அவற்றின் தொலைத்தொடர்பு வலைப் பின்னலை நவீனமயமாக்கத் தொடங்கி, புதிய உபகரணங்களைக் கொள்முதல் செய்யத் தொடங்கின. அதுவரை இந்தியாவுக்கு உள்ளேயும், இந்தியாவுக்கும் உலகின் பிற பகுதிகளுக்கு இடையிலேயுமான தொலை தொடர்பு இணைப்புகள் செயல் திறன் குறைந்தவையாகவும் மிக மெதுவாக இயங்கக்கூடியவை யாகவும் அதிகச் செலவு வைப்பவையாகவும் இருந்தன.

டி.சி.எஸ் இந்தத் துறையில் இருக்கும் வணிக வாய்ப்பைப் புரிந்துகொண்டது. ஆனால் தொலைத்தொடர்பின் தூரமும் சர்வதேச அலைவரிசையின் பற்றாக்குறையும் கூட்டு நிறுவன முயற்சிகளுக்குத் தடையாக இருந்தன. எனவே, கனடா மற்றும் அமெரிக்காவில் தொலைத் தொடர்பு வணிக வாய்ப்புகளை ஆய்வு செய்யத் தொடங்கினோம். எங்களுடன் கூட்டு முயற்சிக்கு முன்வராததற்கு மோசமான அலைவரிசைக் கட்டமைப்பையே அயல் நாட்டினர் காரணமாகச் சொன்னார்கள். ஆனால் புதிய இந்திய தொலைத்தொடர்பு கொள்கை அமலானதைத் தொடர்ந்து, அந்த நேரத்தில் இந்தியாவில் நார்டெலின் விரிவாக்கத்தை மேற்பார்வையிட்ட டிஜு ரஹா, 1990களின் தொழில்நுட்ப வளர்ச்சியைத் தூண்டும் பின்கட்டு சேவைகளை (back-end services) வழங்குவதில் இந்தியாவுக்கு இருந்த திறனைச் சரியாகப் புரிந்துகொண்டார்.

பல மேற்கத்திய தொழில்நுட்ப நிறுவனங்கள் இந்தியாவில் கால்பதிக்கத் தயங்கிய நேரத்தில் டிஜு ரஹா இந்தியா மீது தைரியமாக நம்பிக்கைக்கொண்டார். ஓர் உள்ளூர் இந்திய மென்பொருள் நிறுவனத்துடன் கூட்டு சேருவது நார்டெலுக்கு சாதகமான நிலையைப் பின்னாளில் உருவாக்கும்; அதோடு அந்த கனேடிய நிறுவனத்துக்கு இந்தியாவில் தொழில் செய்வத்தில் இருக்கும் ஆர்வத்தையும் வெளிப்படுத்தும் என்று அவர் நம்பினார். இந்தியாவில் முன்னோடியாக முதலீடு செய்தால், இந்திய தொலைத் தொடர்பு நிறுவனங்கள் வளர்ந்து வரும்போது அவை அளிக்கும் வாய்ப்புகளைச் சிறப்பாகப் பயன்படுத்திக் கொள்ள முடியும் என்று அவர் தீர்மானித்தார்.

அப்போது தொடங்கிய நார்டெல் மற்றும் டி.சி.எஸ் இடையேயான உறவு பல வழிகளில் தனித்துவமானது. அதில் சம்பந்தப்பட்ட பலரின் தொலைநோக்குப் பார்வையையும் அது நிரூபிக்கிறது. 1990களில் நார்டெல், தொலைத்தொடர்பு சாதனங்களின் முன்னணி விற்பனையாளராக இருந்தது. பெல் கனடா மற்றும் நார்தர்ன் டெலிகாம் இடையேயான ஒரு கூட்டு நிறுவனமான பெல்-நார்தர்ன் ரிசர்ச்சை (Bell-Northern Research, BNR) வாங்கியதின் மூலம் ஆராய்ச்சி மற்றும் மேம்பாட்டில் மகத்தான முன்னணி நிறுவனமாகவும் இருந்தது.

தொலைபேசியின் PBX அல்லது மத்திய தொலைபேசி இணைப்பகம் என்பது, உண்மையில் ஒரு வகையான நிகழ்நேர கணினியின் சிறப்பு வடிவம்தான் என்ற கருத்தை BNRன் ஆராய்ச்சி யாளர்கள் முன்னோடியாக முன்வைத்தனர். பாரம்பரியமாக ஒரு 'சுவிட்ச் என்ற நிலைமாற்றி கருவி, வெறும் அடிப்படை தொலைபேசி அழைப்புகளை மட்டுமே கையாளக்கூடிய சாதாரணமான திறன் குறைவான வன்பொருளாகவே கருதப் பட்டது. ஆனால், தொலைபேசி அழைப்புகளில் குரலஞ்சல், அழைப்பு பகிர்தல், கூட்டழைப்புகள் போன்ற சில கூறுகளுக்கு அதிக நெகிழ்வுத்தன்மை தேவைபட்டது. இந்தத் தேவை நவீன கணினி மூலம் கட்டுப்படுத்தப்படும் 'டிஜிட்டல் சுவிட்ச்'ன் வளர்ச்சிக்கு வழிவகுத்தது.

மென்பொருள் மேம்பாடு மற்றும் பொறியியலில் இந்தியாவின் வளர்ந்து வரும் நிபுணத்துவத்தால் நார்டெல் பலன் பெற முடியும் என்பதை டிஜூ ரஹா புரிந்துகொண்டிருந்தார்; அதன் புதிய 'டிஜிட்டல் சுவிட்சுகள்' மற்ற போட்டியார்களை மீறி வெற்றி அடையவும், அதே நேரத்தில் இந்தியாவின் வளர்ச்சியில் தன் கனேடிய நிறுவனத்தை நிலைநிறுத்தவும் முடியும் என்று உணர்ந்தார். உண்மையில் இந்தியாவில் என்ன நடக்கிறது என்பதை ஆராய அவர் ஒரு நார்டெல் தூதுக்குழுவைக் கொண்டுவந்தார்; அவர்கள் கனடாவுக்குத் திரும்பியபோது BNRன் தலைவர் அவரிடம், 'நீங்கள் உள்கட்டமைப்பை எவ்வாறேனும் மேம்படுத்திவிட்டால், வணிகம் முன்னேற முடியும்' என்று கூறினார்.

இவ்வாறு தூதுக் குழுவின் ஒப்புதல் டிஜூ ரஹாவின் வேலையை எளிதாக்கியது, ஆனால் அவர் மிக முக்கியமான உள்கட்டமைப்பு சிக்கலைச் சமாளிக்க வேண்டியிருந்தது: கனடாவுக்கும் இந்தியா

வுக்கும் இடையே அதிவேக தகவல் தொடர்பு இணைப்புகள் இருந்திருக்கவில்லை. மும்பையை ஒட்டாவாவுக்கும், அங்கிருந்து BNRன் மேம்பாட்டு ஆய்வகங்களுக்கும் இணைக்கும் ஒரு பிரத்யேக அதிவேக தரவு இணைப்பை நிறுவ VNSLக்கு முன்பணத்தைச் செலுத்துவதே ஒரே வழி என்று அவர் முடிவு செய்தார். புதிய தரவுத்தொடுப்பு (64 KBps) ஒளித்தோற்ற இணைப்பையும் (video conferencing) ஆதரித்தது; இதை கனேடிய தரப்பில் BNR நிறுவனமும் இந்தியாவில் VNSLலும் பராமரித்தன.

திட்டப்பணிகள் இந்தியாவுக்கு மாற்றப்பட வேண்டும் என்பதை BNR மேம்பாட்டுக் குழுவினரிடம் சொல்லிப் புரியவைப்பது அடுத்த சவாலாக அமைந்தது. டிஜு ரஹா ஒரு ஊக்கத் திட்டத்தை வகுத்தார் - ஒவ்வொரு ஒரு டாலர் திட்டப்பணி இந்தியாவுக்கு இடம் பெயரும்போது, கனடாவில் உள்ள ஆராய்ச்சிக் குழு (R&D team) ஒரு டாலர் நிதியுதவியைப் பெறும் என்று உறுதியளித்தார். இந்தியாவில் செலவுகள் கனடாவில் இருப்பதைவிட மூன்றில் ஒரு பங்கு குறைவாக இருந்ததால், இந்தச் சலுகைகளுக்குப் பின்னும்கூட, இவ்வகையான முதலீடு நல்ல லாபம் தருவதாக இருந்ததை அவர் அறிந்திருந்தார்.

இந்த புதிய திட்டத்தின் ஒரு பகுதியாக டி.சி.எஸ் மற்றும் BNR மும்பை புறநகரில் உள்ள போரிவலி ஏற்றுமதி மண்டலத்தில் ஒரு கூட்டு ஆராய்ச்சி ஆய்வகத்தை அமைத்தது. கனடாவிலிருந்து நார்டெல் அனுப்பிய பல ஸ்விட்சுகளை நிறுவின. டி.சி.எஸ் சிறப்புப் பொருளாதார மண்டலத்தில் ஒரு கூட்டு முயற்சி அலுவலகத்தை அயல் நாட்டு நிறுவனத்தின் கிளைபோல் அமைத்தது இதுவே முதல் முறையாகும்; இது நார்டெலுக்கு அதன் அறிவுசார் சொத்து, பாதுகாப்பான முறையில் கையாளப் படும் என்ற நம்பிக்கையை அளித்தது.

உள்கட்டமைப்பு தயாரானவுடன், அடுத்த கட்டமாக தொழில் நுட்ப அறிவை டி.சி.எஸ்ஸுக்குப் பகிரவேண்டிய பணி ஆரம்ப மானது. புதிய திட்டத்துக்கான இந்திய அணியைப் பயிற்று வித்தல், மாற்றத்துக்கு உதவுதல், பின்னர் சோதனை மற்றும் பராமரிப்பு ஆகியவற்றுக்கான நபர்களின் குழுவை நார்டெல் தேர்ந்தெடுத்தனர்.

கனடாவுக்கும் இந்தியாவுக்கும் இடையில் முன்னும் பின்னுமாகத் தரப்பதிவு நாடாக்களில் சேமிக்கப்பட்ட

மென்பொருள் குறியீட்டை அனுப்புவதற்கு பதிலாக, ஒட்டாவாவில் உள்ள நார்டெல் மென்பொருள் வளர்ச்சியாளர்கள் TCS-BNR போரிவலி ஆய்வகத்தில் சுவிட்சுகளில் இயங்கும் புதிய மென்பொருளை தொலைவிலிருந்து சுலபமாகவே அனுப்ப முடிந்தது; மற்றும் புதிய அம்சங்களைச் சோதித்த பின்னர், புதுப்பிக்கப்பட்ட குறியீட்டை ஐரோப்பிய மற்றும் வட அமெரிக்க சந்தைகளில் வாடிக்கையாளர்களுக்கு வெற்றிகரமாக வெளியிட முடிந்தது.

இந்தத் திட்டத்தின் உச்சக்கட்டத்தில், சுமார் நூறு டி.சி.எஸ் ஊழியர்கள் பணி செய்தார்கள்; மிக விந்தையான முறையில் வன்பொருள் மற்றும் மென்பொருள் ஒருங்கிணைப்பு, வெவ்வேறு தொலைதூர இடங்களில் உள்ள அணிகளுக்கு இடையில் மிகப் பெரிய ஒருங்கிணைப்பு முயற்சி ஆகியவை சிறப்பாக நடந்தன. 1990களில் நார்டெல் இந்தியாவின் மேல் பெரிய நம்பிக்கை கொண்டது ஒரு தைரியமான நடவடிக்கையே; ஆனால் இது டி.சி.எஸ்ஸுக்கு ஒரு முக்கியமான சாதனை யாகவும் இருந்தது, ஏனெனில் வேலைக்குத் தேவையான உள்கட்டமைப்பு மற்றும் தொலைதொடர்பு அலைவரிசை இருந்தால், சரியான நேரத்திலும், சிக்கனமாகவும் சிறந்த முறையில் செயலாற்ற முடியும் என்பதை நாங்கள் நிரூபித்தோம்.

நார்டெல்லின் திட்டம் டி.சி.எஸ் அதன் தொலைதொடர்புத் துறையில் ஆழ்ந்த டொமைன் (கள) நிபுணத்துவத்தை உருவாக்க உதவியது; மற்ற பல வாடிக்கையாளர்களுக்கும் பிரத்தியேகமான மேம்பாட்டு மையங்களை அமைப்பதற்கான நம்பிக்கையை எங்களுக்கு வழங்கியது. அயலகச் செயல்பாடுரீதியில் மென்பொருள் மேம்பாட்டு முறையின் நம்பகத்தன்மையை நிரூபித்தது. நார்டெல்-டி.சி.எஸ் கூட்டாண்மையின் வெற்றியைத் தொடர்ந்து, எரிக்சன், ஏ.டி அண்ட் டி, பின்னர் பிரிட்டிஷ் டெலிகம்யூனிகேஷன் அனைவரும் இந்தியாவில் மென்பொருள் வளர்ச்சி மையங்களை நிறுவின. டாடா மற்றும் பெல் கனடா இடையே ஒரு கூட்டு முயற்சியாக 1997ல் நிறுவப்பட்ட டாடா தொலைத்தொடர்பு சேவைகளுக்கான தகவல் தொடர்பு சேவைகளை வழங்குவதற்கான ஒப்பந்தத்தை டி.சி.எஸ் வென்றெடுக்க நார்டெல் அனுபவம் வழி வகுத்தது.

இது தொலைத்தொடர்பு துறையில் எங்கள் நிபுணத்துவத்தை ஆழப்படுத்த உதவியது மட்டுமல்லாமல், தொலைத்தொடர்பு

துறையில் மற்ற வாடிக்கையாளர்களை வென்றெடுக்க டாடா தொலைத்தொடர்பு சேவைகளுக்காக நாங்கள் கட்டமைத்த அமைப்புகள் மற்றும் தீர்வுகளையும் டி.சி.எஸ் பயன்படுத்த முடிந்தது. இதன் விளைவாக, தொலைத்தொடர்பு எங்கள் டொமைன் நிபுணத்துவத்தின் மிகப் பெரிய துறைகளில் ஒன்றாக மாறியது. இன்று டி.சி.எஸ் வருவாயில் சுமார் 15 சதவீதம் அதிலிருந்தே கிடைக்கிறது.

ஒவ்வொரு துறை சார்ந்த ஆழ்ந்த டொமைன் நிபுணத்துவத்துக்கு காலப்போக்கில் முக்கியத்துவம் அதிகரித்தது. இது டி.சி.எஸ்ஸுக்குள் ஒரு குறிப்பிடத்தக்க மறுசீரமைப்புக்கு வழிவகுத்தது. 2000க்கு முன்னர், எங்கள் டொமைன் நிபுணத்துவத்தால் உந்தப்பட்ட வணிகம் சிறியதாகவே இருந்தது மற்றும் முக்கியமாக நிதி சேவைகள், தொலைத்தொடர்பு ஆகியவற்றில் மட்டுமே கவனம் செலுத்தியது; ஆனால் புதிய நூற்றாண்டின் தொடக்கத்துக்குப் பிறகு, தொழில் நடைமுறை குழுக்கள், சேவை நடைமுறை குழுக்கள் மற்றும் நாடுகள் சார்ந்த அடிப்படையில் விற்பனை குழுக்கள் ஆகிய ரீதிகளில் நிறுவனத்தை மறுசீரமைத்தேன். துறை சார்ந்த திறனை வளர்ப்பதில் தொழில்நுட்ப குழுக்கள் பொறுப்பேற்றுக் கொண்டனர், மேலும் மென்பொருள் பயன்பாட்டு உருவாக்கத்துக்குத் தேவையாக எங்களிடம் இருந்த தொழில்நுட்ப திறன்களை உறுதி செய்வதற்கும், எங்களுக்குத் தேவையான மென்பொருள் கருவிகளை உருவாக்குவதற்கும் அல்லது வாங்குவதற்கும் சேவை நடைமுறைக் குழுக்கள் பொறுப்பேற்றுக்கொண்டன.

இந்த மறுசீரமைப்பு டி.சி.எஸ்ஸின் மற்றொரு வளர்ச்சியைத் தூண்டியது, ஏனெனில் பல வாடிக்கையாளர்களுடன் கலந்து பன்மடங்காக வணிகத்தை வளர்க்கும் வகையில் விற்பனை செய்யவும் வாய்ப்பு கிடைத்தது. ஒவ்வொரு பிராந்தியக் குழுவும் பல தொழில் நடைமுறைகள் மற்றும் பல சேவை நடை முறைகளைக் கையாண்டது, எனவே அவர்கள் ஒரு குறிப்பிட்ட வாடிக்கையாளருக்கு, அவர்கள் ஒப்படைத்த பணி நீங்கலாகக் கூடுதலாக டி.சி.எஸ் என்னவெல்லாம் செய்ய முடியும் என்பதைக் கண்டுபிடித்தார்கள்.

எடுத்துக்காட்டாக, ஒரு வாடிக்கையாளர் அமெரிக்காவில் ஒரு பன்னாட்டு நிறுவனமாக இருந்தால், ஐரோப்பாவில் நாங்கள்

உங்களுக்காக இன்னும் என்ன செய்ய வேண்டும், அல்லது ஆசியாவில் நாங்கள் உங்களுக்காக ஏதாவது செய்யலாமா? என்று கேட்டோம். இதேபோல், வாடிக்கையாளர் ஒரு பொதுப் பயன்பாட்டு நிறுவனமாக இருந்தால், நாங்கள் அவர்களுக்கு பொறியியல் சேவைகளை வழங்கவா, அவர்களுக்காக ஒரு நீரியல் விநியோக முறையை வடிவமைத்துத் தரவா அல்லது அவர்களுக்காக ஒரு சொத்து மேலாண்மை முறையை வடிவமைத்துத் தரவா என்று கேட்டோம்.

இதன் விளைவாக பொறியியல் சேவைகள் போன்ற புதிய சேவை நடைமுறைகளில் வணிக வாய்ப்புகள் தோன்றின. இதேபோல் வெளியாளிடம் வேலைகளை ஒப்படைத்தல் (BPO) என்பதும் தனி பிரிவாக வலுப்பட்டது. ஏனெனில் மதிப்புக் கூட்டும் வணிகத்தின் பகுதிகளை வாடிக்கையாளர்களிடமிருந்து கண்டுபிடிக்கும் பணியை எங்கள் விற்பனை குழுவினர் கொண்டிருந்தனர். இது உலக நாடுகள் பலவற்றில் கால்பதிக்க எங்களுக்கு உதவியது. ஏனென்றால் ஒரு வாடிக்கையாளருக்கு நீங்கள் பல சேவைகள் செய்து தருகிறீர்கள் என்றால் அவர்கள் சீனாவிலோ அமெரிக்காவிலோ உருகுவேயிலோ வேறு எங்கு இருந்தாலும் அந்த நாட்டில் அவர்களுக்கு அருகிலேயே உங்களுடைய கிளை நிறுவனம் இருப்பதுதானே அவசியமான, சரியான விஷயமாக இருக்கும்.

அதிர்ஷ்டவசமாக Y2Kக்குப்பின் வந்த ஆண்டுகளில், உலகளாவிய மற்றும் இந்திய தொலைத்தொடர்பு திறன்களில் விரைவான முன்னேற்றம் ஏற்பட்டதால், நாங்கள் வழங்கக்கூடிய மென்பொருள் மேம்பாட்டு சேவைகளின் வரம்பை அது விரிவுபடுத்தியது. குறிப்பாக, வளர்ந்த நாடுகளில் அமைந்துள்ள தரவுத்தளங்களை இப்போது தொலைவிலிருந்து சுலபமாக அணுகலாம் என்பதால், நிகழ்நேர தரவுத்தள மேலாண்மை (real-time database management), தர உறுதி மற்றும் இணையவலை சேவைகள் (quality assurance, web services) போன்ற புதிய சேவைகளை வழங்க முடிந்தது.

இந்திய தொலைத்தொடர்பு அமைப்பின் சீர்திருத்தம் இறுதியில் இணைய நெறிமுறை (Internet Protocol, IP) தொலைபேசியை அறிமுகப்படுத்த வழிவகுத்தது மற்றும் சர்வதேச தொலைத் தொடர்பு வசதிகளில் அரசாங்க நிறுவனங்களின் ஏகபோகத்தை முடிவுக்குக் கொண்டுவந்தது. இது தகவல் தொழில்நுட்பத்தால்

இயக்கப்பட்ட சேவைகள் (ITES), BPO மற்றும் 'கால் சென்டர்' மையங்களின் வளர்ச்சிக்கான ஊக்கியாக அமைந்தது. நேரடி விளம்பர முறை சேவைகள் (டெலிமார்க்கெட்டிங்) மற்றும் தரவு செயலாக்க மையங்கள் இந்தியாவில் அதிவிரைவாக வளர்ந்தன.

இந்த சீர்திருத்தங்கள் தனியார் நிறுவனங்களுக்கு தொலைத் தொடர்பு வழங்கும் வாய்ப்பையும் அளித்தன, மேலும் தகவல் தொழில்நுட்ப சேவைகளின் வளர்ச்சிக்கு அவை முக்கிய மானவை. குறிப்பாக அயல் நாட்டினர் தமது பணிகளை இந்தியாவுக்கு அயலகப் பணி ஒப்படைப்பு பாணியில் அனுப்புவது வெற்றிகரமாக சாத்தியமாயிற்று.

வெளிநாட்டு வாடிக்கையாளர்களுக்கு மென்பொருள் சேவைகளை வழங்குவதில் முன்னோடியாக இருந்து வெற்றிகளைக் குவித்திருந்தோம். அது, இந்தியாவுக்கு வணிக நடவடிக்கை களைக் கொண்டு செல்ல வெளிநாட்டினருக்கு நம்பிக்கையை அளித்தது. எங்கள் கடந்தகால ஈடுபாடுகளின் காரணமாக, பாதுகாப்பு மற்றும் தொடர்ச்சியான செயல்பாடு குறித்த அவர்களின் கவலைகள் வெகுவாகக் குறைந்தன.

2001 முதல் டி.சி.எஸ் ஒரு சிறிய 'கால் சென்டர்' செயல்பாட்டை மற்றொரு இந்திய நிறுவனத்துடன் கூட்டு முயற்சியாக நடத்தி வந்தது; 2003-ன் முற்பகுதியில் பி.பி.ஓ சேவைகளை விமானத் துறைக்கு வழங்கும் ஒரு சிறிய நிறுவனத்தை வாங்கியது. இவை இரண்டும் மிதமான வெற்றிகரமான வணிகங்களாக இருந்தன.

Y2K பரபரப்பை அடுத்து, நிறுவனங்கள் தங்கள் கவனத்தையும் வளங்களையும் இணையதளப் புரட்சிக்குத் திருப்பின. எங்கள் வாடிக்கையாளர்களின் வணிகச் செயல்முறைகளை இணையத்தில் இயக்குவதற்கு எங்கள் உதவியை தேடினர். 2001ல் 'இன்டர்நெட் பபுள்' (இணையதளப் பெருக்கம்) உடைந்ததைத் தொடர்ந்து அனைத்து நிறுவன்ங்களும் அது தொடர்பான செலவுகளை வெகுவாகக் குறைத்தனர். இதனால் அயல்நாட்டு பணிகள், தகவல் தொழில்நுட்பம் சார்ந்தவை, அலுவலகப் பின்கட்டுப் பணிகள், ராணுவம் சாரா பணிகள் இவையெல்லாம் மீண்டும் எங்களுக்கு கிடைக்கத் தொடங்கின. பி.பி.ஓ சந்தை சூடு பிடித்தது.

21ம் நூற்றாண்டின் தொடக்கத்தில் டி.சி.எஸ்ஸிலும் பல புதிய மாறுதல்கள் ஏற்பட்டன. Y2K நெருக்கடி, பல்வேறு துறை சார்ந்த

சேவைகளின் முக்கியத்துவம் அதிகரித்த விஷயம், தொழில் துறை மற்றும் சேவை நடைமுறைகள் சார்ந்த விதிமுறைகள் உருவாக்கப்பட்டது இவையெல்லாம் எங்கள் நிறுவனத்தில் நிபுணத்துவம் வாய்ந்த, எப்போதும் இருந்திராத அளவுக்கு ஏராளமான பணியாளர்களை நியமிக்க வழிவகுத்தன.

1997-2002 காலகட்டத்தில் டி.சி.எஸ் பணியாளர்களின் எண்ணிக்கை இரு மடங்குக்கும் அதிகமாகப் பெருகி 20,000 என்ற எண்ணிக்கையை எட்டியது. தேவையான கல்வித்தகுதி கொண்ட சரியான பணியாளர்களைத் எடுத்தால் மட்டும் போதாது. போதுமான அளவிலும் அவர்களைத் தேர்ந்தெடுக்கவேண்டும். அப்போதுதான் எங்கள் நிறுவனம் மேலும் வளர்ச்சி அடைய முடியும் என்ற உண்மை எங்களுக்குப் புரிந்தது.

அத்தியாயம் 4

எதிர்காலத்துக்கான மாற்றங்கள்

திறமைகளை வளர்த்தெடுத்தல்

2004ல் டி.சி.எஸ் முதன் முறையாக தன் பங்குகளைப் பொதுவெளியில் விற்றபோது (Initial Public Offering, IPO), நிச்சயித்த இலக்கைவிட மிக அதிக எண்ணிக்கையிலான பங்குகளை வாங்கிக்கொள்ள விண்ணப்பங்கள் வந்தன.

ஆனால் முதலீட்டாளர்கள் உண்மையில் எதை வாங்கினார்கள்? நிச்சயமாக எங்கள் வளாகங்கள், எங்கள் மென்பொருள் அல்லது எங்கள் பெருங்கணினிகளை அல்ல. அவர்கள் எங்கள் கூட்டு அறிவு, திறன்கள், யோசனைகள் மற்றும் திறமைகளை 'வாங்கினார்கள்'.

எங்கள் நிறுவனத்தின் இந்த மதிப்புள்ள செல்வம் அனைத்தும் எங்கள் ஊழியர்களைச் சார்ந்ததாகவே இருந்தது. எனவே யாரேனும் நிறுவனத்தை விட்டு வெளியேறினால், அந்த அறிவுச் செல்வமும் அவர்களுடனே வெளியேறிவிடும். டி.சி.எஸ்ஸின் மிகப் பெரிய சொத்து அதன் பணியாளர்களே என்பதில் சந்தேகமே இல்லை. இதன் பொருள் என்னவென்றால், இந்திய தகவல் தொழில்நுட்பத் துறை முதிர்ச்சியடைந்து போட்டி அதிகரிக்கும் நேரத்தில், சரியான நபர்களைத் தேர்ந்தெடுத்து

அவர்களைத் தொடர்ந்து தக்கவைத்துக் கொள்வது டி.சி.எஸ் நிர்வாகத்துக்கு மிக முக்கியமான பணியாக மாறியது.

இந்தியாவில் திறமைக்குக் குறையில்லை, சரியான திசையில் பயன்படுத்தப்பட்டால், இந்தத் திறமையை நன்கு மேம்படுத்த முடியும் என்ற அடிப்படையில் டி.சி.எஸ்ஸின் 'பிசினஸ் மாடல்' அதன் தொடக்கத்திலிருந்தே அமைந்திருந்தது. கோலி போன்றவர்கள், பணியாளர்களை மையமாகக் கொண்ட நிறுவனத்தை வளர்த்தெடுப்பதில் நேரத்தையும் பணத்தையும் அதிகம் செலவிட்டனர். முன்னணி கல்வி நிலையங்களுடனும் குறிப்பாக ஐ.ஐ.டி-களுடனும் தேசத்தின் முன்னணி பொறியியல் நிலையங்களுடனும் நெருக்கமான நட்புறவை உருவாக்கிக் கொண்டிருந்தனர். அந்த நிலையங்களில் இருந்துதான் எங்கள் நிறுவனங்களுக்கான தொடக்க்காலப் பெரும்பான்மை பணியாளர்கள் கிடைத்தனர்.

அந்த வழிமுறையை நான் மேலும் வளர்த்தெடுத்தேன். முன்னணி கல்வி நிலையங்களின் தலைவர்களை ஒரு குடையின் கீழ் கொண்டு வர ஓர் இடைநிலை அமைப்பை உருவாக்கினேன். சந்தை மற்றும் தொழில்துறையில் நடந்து வரும் மாற்றங்கள், கல்லூரி பாடத்திட்டங்களில் செய்யவேண்டிய மாறுதல்கள், கூட்டு முயற்சிகள் இவை தொடர்பாக ஆண்டுதோறும் அவர்களுடன் கலந்தாலோசித்தேன். அந்தச் செயல் திட்டத்தில் இன்று 535 இந்திய கல்வி நிறுவனங்களும் 116 சர்வதேச கல்வி நிறுவனங்களும் இணைந்துள்ளன.

1990ன் நடுப்பகுதியில், பெரும்பாலான இந்திய பொறியியாளர்கள் தகவல் தொழில்நுட்பம், மென்பொருள் மற்றும் சேவைத் துறை நிறுவனங்களில் சேர்வதிலேயே மிகுந்த ஆர்வம் காட்டினர். வேலையின் உற்சாகமான தன்மை, வெளிநாடுகளுக்குச் சென்று வேலை செய்வதற்கான வாய்ப்புகள் மற்றும் ஒப்பீட்டளவில் நல்ல சம்பளம் அனைத்தும் அதில் இருந்தன.

இன்று ஒவ்வொரு ஆண்டும் சுமார் 10 லட்சம் மாணவர்கள் 'ஐ.ஐ.டி - ஜே.இ.இ' நுழைவுத் தேர்வுகளுக்கு வருகிறார்கள்; இவர்களில் 50 சதவிகிதம் அல்லது அதற்கு மேற்பட்டவர்கள் 'ஐ.டி' துறையில் சேர்கிறார்கள். டி.சி.எஸ் போன்ற நிறுவனங்கள் அவர்களுக்குப் பயிற்சிகொடுத்து அவர்களை வேலைகளுக்குத் தயார்படுத்துகின்றன. டி.சி.எஸ் உருவான 1968 முதல், சுமார் 5 லட்சம் பணியாளர்கள் டி.சி.எஸ் நிறுவனத்தின் பயிற்சி மற்றும்

பணி அனுபவத்திலிருந்து பயனடைந்துள்ளனர். ஏற்றுமதி வருவாயில் பில்லியன் கணக்கான டாலர்களை ஈட்டுவதோடு, திறமைசாலிகளை வளர்ப்பதும் இந்திய தகவல் தொழில்நுட்ப மென்பொருள் மற்றும் சேவைத் துறைகள், இந்திய பொருளாதாரத்துக்கு அளித்துவரும் மிகப் பெரிய கொடையாகும்.

ஆரம்பத்தில் இருந்தே, தகவலியல் தொழில்துறை மிகச் சிறந்த திறமைசாலிகளை ஈர்த்தது. ஐ.ஐ.டி அல்லது அமெரிக்க பல்கலைக்கழகங்களான எம்.ஐ.டி, யு.சி.எல்.ஏ மற்றும் ஹார்வர்டில் இருந்து கல்வி பெற்று இந்தியா திரும்பியவர்கள் ஆகியோரைக் கொண்டு ஆரம்ப டி.சி.எஸ் குழு உருவாக்கப்பட்டிருந்தது. அவர்கள் அனைவருமே வெறும் வாய்மொழி மூலம் உருவான நல்ல அபிப்ராயத்தினாலேயே எங்கள் நிறுவனத்துக்கு வந்து சேர்ந்திருந்தனர். டி.சி.எஸ் தனியாக எந்த விளம்பரமும் மார்க்கெட்டிங்கும் செய்திருக்கவில்லை. டி.சி.எஸ் நிறுவனத்தின் தொழில் முனைவு உத்வேகம், தொலைநோக்குப் பார்வை, தொழில் முன்னேற்ற வாய்ப்புகள் ஆகியவற்றைக் கண்டு தாமாக விரும்பி வந்து சேர்ந்திருந்தனர்.

காலப்போக்கில், நிறுவனத்தின் வளர்ச்சியால், முறையாக வடிவமைக்கப்பட்ட ஆட்சேர்ப்பு முறை அவசியமானது; திறனாய்வுச் சோதனை, பகுப்பாய்வு மற்றும் தர்க்கரீதியான சிந்தனைத் திறன் ஆகியவற்றின் அடிப்படையில் ஆட்கள் தேர்வு செய்யப்படவேண்டியிருந்தது.

நான் டி.சி.எஸ்ஸில் சேர்ந்தபோது கிட்டத்தட்ட எல்லோரும் ஒரே வயதினராக இருந்தோம் (இருபத்தி ஆறு முதல் முப்பத்தைந்து வயது வரை); கோலி, யஷ் சாஹ்னி மற்றும் ஆதி கூப்பர் ஆகியோர் மட்டுமே சற்று வயதானவர்கள். எனினும், நாங்கள் மிகவும் நெருக்கமான குழுவாக இருந்தோம். நிறுவனத்தில் இருந்த அனைவரையும் நாங்கள் நன்கு அறிந்திருந்தோம். இது ஒரு நெருக்கமான 'குடும்பம்' போன்ற அலுவலகச் சூழ்நிலையை உருவாக்கியது.

இப்படியான நட்பார்ந்த உணர்வு இருந்தபோதிலும் அலுவலகத்தில் இருந்த ஒருவருமே தத்தமது நேரத்துக்கும் வேலைக்கும் பொறுப்பாக நடந்துகொள்ளவேண்டியிருந்தது. அயல்நாட்டு வேலைகள் பொதுவாக பணியாளர்களின் மணி நேரத்துக்கு ஏற்றவகையில் வாடிக்கையாளர்களுக்கான கட்டணங்களை நிர்ணயிப்பதாக இருக்கும். எனவே

டி.சி.எஸ்ஸின் ஆரம்ப கட்ட நாட்களில் கால அட்டவணைகளுக்கு மிகுந்த முக்கியத்துவம் தரப்பட்டது. பணி அடுக்கில், இடை நிலை அடுக்கில் மேற்பார்வை இடுதல் போன்ற பணிகளைச் செய்பவர்கள் கூட நாளொன்றுக்கு எவ்வளவு மணி நேரம் வேலை செய்தார்கள் என்பதையும் என்ன வேலையைச் செய்தார்கள் என்பதையும் மிகத் தெளிவாகப் பட்டியலிட வேண்டியிருந்தது.

எடுத்துக்காட்டாக, இந்தக் கால அட்டவணைகள் நாங்கள் நூலகப் படிப்பில் எவ்வளவு நேரம் செலவிட்டோம், ஒரு திட்டத்தில் எவ்வளவு நேரம் செலவிட்டோம், அது என்ன மாதிரியான திட்டம் மற்றும் அது வருவாய் ஈட்டித் தரக்கூடியதா இல்லையா என்பதையெல்லாம் பதிவு செய்யும். அனைவரின் கால அட்டவணைகள் கோலியின் செயலாளரால் சேகரிக்கப்பட்டன. வாரத்தின் இறுதியில் பணியாளர்கள் தங்கள் நேரத்தை எவ்வாறு செலவிட்டார்கள் என்பதை கோலி பார்ப்பார். யாராவது வேண்டிய அளவுக்கும் குறைவாகச் செயல்பட்டிருந்தால், அவர்களை நேரடியாக அழைத்து பிரச்னையைப் பற்றி விவாதிப்பார். அல்லது திட்ட மேலாளரிடம், அந்த உறுப்பினர் ஏன் தன் முழு திறமை வெளிப்படும் அளவுக்குப் பயன் படுத்தப்படவில்லை என்று கேட்பார்.

பணியாளர்கள் நூலகத்தைப் பயன்படுத்தப் பெருமளவுக்கு ஊக்குவிக்கப்பட்டனர். ஒவ்வொரு டி.சி.எஸ் அலுவலகமும் பல புத்தகங்களைக் கொண்ட அருமையான நூலகத்தைக் கொண்டிருந்தது. ஏனென்றால் டி.சி.எஸ், அறிவுத்திறன் அதிகம் தேவைப்படக்கூடிய துறையில் இயங்குகிறது. பணியாளர்கள் யாரேனும் நூலகத்தில் கழித்த மணிநேரங்களை அதிகப்படுத்திச் சொல்லலாம் அல்லது ஓய்வெடுக்க அங்கு செல்லலாம் என்று நினைத்திருந்தால் அது தவறாகவே இருந்திருக்கும். யாரேனும் நூலகத்தில் ஐந்து அல்லது பத்து மணிநேரம் கழித்தாக டைம்ஷீட்டில் காட்டியிருந்தால், கோலி அவரை அழைத்து, என்ன புத்தகங்களைப் படித்தார் என்று கேட்பார். சில நேரங்களில் அவர் நூலகத்திலிருந்து ஊழியர்களுக்கு வழங்கப்பட்ட புத்தகங்களின் பட்டியலையும் பரிசோதிப்பார். இதனால் பணியாளர்கள் எந்தெந்தப் புத்தகங்களைப் படிக்கிறார்கள் என்பதும் அவருக்குத் தெரியும்.

என்னைப் பொறுத்தவரை, அதிர்ஷ்டவசமாக, அவரைப் போலவே நானும் புத்தகம் வாசிப்பதை மிகவும் விரும்பினேன்;

நான் படித்ததைப் பற்றிய எனது எண்ணங்களை மகிழ்ச்சியுடன் அவரிடம் பகிர்ந்து கொள்வேன். பிற்காலங்களில் கோலியும் நானும் ஒன்றாகப் பயணித்த நேரங்களில், சகஜமாகப் பேசுவதற்கு நான் வாசித்த புத்தங்களே தேவையான விஷயங்களைக் கொடுத்தன.

செயல்முறைகளைச் சீராக்க, எங்களால் மேற்கொள்ளப்பட்ட ஒவ்வொரு திட்டத்துக்கும் அல்லது பணிக்கும் ஒரு பதிவு எண் இருந்தது. சரியான திட்டப்பதிவு எண்ணை டைம்ஷீட்களில் குறிப்பிட வேண்டியிருந்தது. ஒரு குறிப்பிட்ட திட்டத்தில் பணிபுரிந்தவர்களின் எண்ணிக்கை போன்று அந்தத் திட்டத்துடன் தொடர்புடைய எல்லா தரவுகளும் ஆவணப்படுத்தப்பட்டன. பில் செய்ய முடிந்த நேரங்களை மதிப்பிடவும் இது பயன்படுத்தப் பட்டது. இந்தியாவில் இந்த அமைப்பைக் கொண்ட முதல் வணிக ஆலோசனை நிறுவனம் எங்களுடையதுதான் என்று உறுதியாக நம்புகிறேன்.

ஆரம்பத்தில் இருந்தே செயல்திறன் நிர்வாகத்துக்கும் ஒரு பெரிய முக்கியத்துவம் இருந்தது. எங்களிடம் ஒரு விரிவான சுய மதிப்பீட்டு முறை இருந்தது. வருடத்துக்கு ஒருமுறை ஊழியர்கள் தொடர்ச்சியாக அளவு மற்றும் பண்பு சார்ந்த அளவுகோல்களின் அடிப்படையில் சுய மதிப்பீடு செய்யுமாறு கேட்டுக்கொள்ளப் பட்டனர். இந்த மதிப்பீடுகள் தடிமனான கையேட்டில் பதிவு செய்யப்பட்டன, பின்னர் அவை மேற்பார்வையாளர்களுடன் விவாதிக்கப்பட்டன. ஒரு பணியாளருக்கு மேலதிகாரி சொல்வது தொடர்பாக ஏதேனும் மாற்றுக்கருத்து இருந்தால் அடுத்தகட்ட அதிகாரிகளுடன் பேசுவதற்கு அவருக்கு உரிமை இருந்தது.

திட்டத் தலைவர்களும் மேற்பார்வையாளர்களும் வழிகாட்டி யாகவும் பயிற்சியாளராகவும் செயல்பட ஊக்குவிக்கப்பட்டனர், மேலும் பொதுவாக சுய மதிப்பீட்டுப் படிவத்தை ஊழியர்களுடன் ஆராய்ந்து, முன்னேற்றத்துக்கான வாய்ப்புகளையும் பரிந்துரைப் பார்கள். இந்தப் படிவங்களை நிர்வகிப்பதே எங்கள் மனிதவள இலாகாவின் வேலையாக இருந்தது.

ஒரு திட்டம் முடிந்ததும் அனைவரும் திட்டத்தின் முழுமையான வரலாற்றை உள்ளடக்கிய ஒரு திட்ட அறிக்கையைத் தயாரிக்கும்படி கேட்டுக்கொள்ளப்பட்டார்கள். பின்னர் அதை சக ஊழியர்களுடன் பகிர்ந்து கொள்ளவேண்டும். 'நிறுவன அறிவுச் செல்வத்தை' நாங்கள் சுயமாக வளர்த்த வழிகளில் இதுவும்

ஒன்று; இது ஒரு தனிநபருக்கு, தங்கள் சொந்த செயல்திறனைப் பற்றி திட்டத் தலைவருடன் விவாதிக்க மற்றொரு வாய்ப்பையும் வழங்கியது.

இன்றைய நிலையில் இது மிகவும் அசாதாரணமானதாகத் தோன்றலாம், ஆனால் நிதி சார்ந்த வெகுமதிகளுக்கும் செயல்திறன் மதிப்பீடுகளுக்கும் இடையே ஒரு தெளிவான வித்தியாசம் இருக்கவேண்டும் என்று கோலி நம்பினார். உங்களுக்குக் கிடைக்கும் சம்பளத்துக்கும் ஒரு குறிப்பிட்ட வேலையை செய்வது அல்லது குறிப்பிட்ட பொறுப்பை நிர்வகிப்பது தொடர்பான உங்களுடைய திறமைக்கும் இடையில் வேறுபாடு இருக்கவேண்டும் என்று கருதினார்.

உண்மையில் மேற்பார்வையாளர்கள் ஓர் ஊழியரின் சம்பளத்தை நிர்ணயிப்பதில் அல்லது ஊதிய உயர்வைத் தீர்மானிப்பதில் எந்தப் பங்கையும் எடுக்கவில்லை. அது ஒரு சில உயர்மட்ட நபர்களால் தான் செய்யப்பட்டது. இந்த அமைப்பின் நன்மை என்ன வென்றால், ஒரு திட்டத்தில் ஒருவர் எவ்வளவு சிறப்பாகச் செயல்பட்டார் என்பதையும், குழுவினருடன் ஒத்திசைவுடன் செயல்பட்டாரா அல்லது பிழைகள் இல்லாமல் ஒரு நிரல் குறியீட்டை வெற்றிகரமாக எழுதியிருக்கிறாரா என்பதை எல்லாம் மதிப்பீடு செய்வதைப் பற்றி அவருடைய மேற்பார்வை யாளருடன் கருத்துவேறுபாடு இருந்தாலும், ஊதியம் பற்றி எந்தவொரு மன வருத்தமும் மேற்பார்வையாளருடன் எழாது.

டி.சி.எஸ் நிறுவனம் பணியாளர்களின் திறமையை மதிக்கக்கூடியது என்பதால் ஒருவர் பரிசோதனை மதிப்பீட்டில் நல்ல மதிப்பெண் பெற்றிருந்தால் அவருக்குத் தானாகவே கூடுதல் சம்பளம் கிடைக்கத் தொடங்கும் என்று அனைவரும் எதிர்பார்த்தார்கள். சிலர் தமக்குக் கொடுத்த பணியை மிகச் சிறப்பாகச் செய்யும் குணம் பெற்றிருப்பார்கள். வேறு சிலர் கூடுதல் பொறுப்புகளை எடுத்துக்கொண்டு செயல்படுவார்கள். அல்லது தலைமைப் பொறுப்புக்கான சவால்களைத் துணிந்து எதிர்கொள்வார்கள். ஒரு பணியாளருடைய திறமையை அவர் எந்த அளவுக்குத் தன் பங்கைச் சிறப்பாக ஆற்றுகிறார் என்ற அடிப்படையில் மதிப்பிடவேண்டும். அதேநேரம் சம்பளம், ஊக்கத்தொகை போன்றவை நிறுவனத்தின் ஒட்டுமொத்த லாபம் மற்றும் வெற்றியின் அடிப்படையில் தீர்மானமாக வேண்டும் என்பதே கோலியின் கோட்பாடு.

நிச்சயமாக நாங்கள் எப்போதுமே எங்களுடைய தகுதிக்குக் குறைவாகவே சம்பளம் பெற்றோம் என்று மனதின் அடி ஆழத்தில் உணர்ந்தாலும், இந்த பிரச்னையை விவாதிக்க நாங்கள் ஒருபோதும் முனைந்ததில்லை. ஏனெனில் அந்தக் குறைவு என்பது விவாதிக்கத் தகுதியற்றதாக, சிறிதாகவே இருந்தது.

இன்று, ஒவ்வொரு டி.சி.எஸ் பணியாளரின் செயல்திறனும் ஒரு வருடத்தில் இரு முறை மதிப்பீடு செய்யப்படுகின்றன. முன்னேற்றத்துக்கான ஆலோசனைக் கருத்துகளைப் பெறுகின்றனர். நிறுவனம், அலகு, மற்றும் தனிப்பட்ட நபரின் செயல்திறன் ஆகியவற்றுடன் இணைக்கப்பட்டதும் மாற்றங்களுக்கு உள்ளாகக்கூடியதுமான ஊதியத் திட்டத்தை நாங்கள் பின்பற்றுகிறோம். மிகச் சிறப்பாகச் செயல்படுபவர்களுக்கு மிக அதிக சம்பளம் தரப்படுகிறது. அது திறமைசாலிகளைத் தக்கவைக்கவும் ஊக்குவிக்கவும் பயன்படுகிறது.

டி.சி.எஸ் ஒரு சில கட்டடங்களிலிருந்து இயங்கும் ஒரு சிறிய நிறுவனமாக இருந்தபோது, பணியாளர் நிர்வாகம் தொடர்பான காகித ஆவணங்கள் அடிப்படையிலான அமைப்பு நன்றாக வேலை செய்தது. ஆனால் 1996ல் நான் பொறுப்பேற்ற நேரத்தில், நாங்கள் கணிசமான அளவுக்குப் பெரிய நிறுவனமாகி விட்டிருந்தோம்; ஆதலால், ஆட்சேர்ப்பு, பயிற்சி, மனிதவள ஒதுக்கீடு மற்றும் மனிதவள செயல்பாடு போன்றவற்றுக்கு எங்களுக்கு ஒரு புதியதான, முறையான, அணுகுமுறை தேவைப்பட்டது.

நாங்கள் ஆரம்பத்தில் ஆண்டுக்கு நூறு பேர் என்ற கணக்கில் ஆட்களைப் பணி நியமனம் செய்தபோது ஐ.ஐ.டி மற்றும் ஐ.ஐ.எம்-களில் இருந்து சிறந்த பட்டதாரிகளைத் தேர்வு செய்ய முடிந்தது. மேலும் பெரும்பாலான பயிற்சியை முறைசாரா வகையில், 'வேலை மூலமாகவே' அளிக்க முடிந்தது. ஆனால் 2003க்குப் பிறகு, வணிகச் சந்தைகள் நன்கு வளரத் தொடங்கின. அதனால் நானும் மிகப் பெரிய வளர்ச்சிக்கான சாத்தியங்களை நன்கு புரிந்துகொண்டுவிட்டிருந்தேன்.

தகவலியல், மென்பொருள் மற்றும் சேவை வணிகத்தில் வளர்ச்சி என்பது அதிக நபர்களைப் பணி நியமனம் செய்வதிலேயே இருக்கிறது. அந்த நேரத்தில் நாங்கள் 500 முதல் 1,000 பேர் என பணியமர்த்திக் கொண்டிருந்தோம், ஆனால் எதிர்காலத்தில் பல்லாயிரக்கணக்கானவர்களை நாங்கள் நியமிக்க

வேண்டிவரும்; இதற்கு வெவ்வேறுவிதமான அளவுகளில் திறமை கொண்ட நபர்களைத் தேர்ந்தெடுக்க வேண்டிவரும் என்பதை நான் உணர்ந்தேன். கூடுதலாக, எங்கள் நிறுவனத்தில் ஆரம்ப நிலைப் பணியாளர்களைத் தேர்ந்தெடுப்பதில் ஒரு முறைப்படுத்தப்பட்ட செயல்முறை இருந்தது. ஆனால், தகவல் தொழில்நுட்பத்துக்கு வெளியே உள்ள துறைகளில் இருந்து எங்களுக்குத் தேவையான உயர் நிலை நிபுணர்களைப் பணியமர்த்துவதில் எங்களுக்கு அதிக அனுபவம் இல்லை; இவர்கள் பல துறை சார்ந்த நிபுணத்துவம் மற்றும் ஆலோசனைத் திறன்களை எங்கள் நிறுவனத்துக்குக் கொண்டுவருவார்கள், இதனால் எங்கள் பணியாளர் தளத்துக்கு பன்முகத்தன்மையும் வந்துசேரும்.

தரத்துக்கும் நிபுணத்துவத்துக்கும் புகழ்பெற்றிருந்த டி.சி.எஸ் நிறுவனம் அந்தப் பெருமையைத் தக்கவைத்துக் கொள்ள வேண்டுமென்றால், ஆட்களைத் தேர்ந்தெடுத்தல் மற்றும் பயிற்சி கொடுத்தல் ஆகிய இரண்டிலுமே புதிய வழிமுறையைப் புகுத்தியாக வேண்டும் என்பது எங்களுக்குப் புரிந்தது. உண்மையில் அந்த நேரத்தில் எனது முதன்மையான முன்னுரிமைகளில் ஒன்று, எதிர்காலத்தில் டி.சி.எஸ்ஸுக்கு சேவை செய்யும் ஒரு மனித வள மேலாண்மை முறையை நிறுவுவதாகவே இருந்தது.

அப்போது, டி.சி.எஸ்ஸில் ஒரு மனிதவள செயல்பாட்டு இலாகா இருந்த போதிலும், அது ஒரு பின்-அலுவலக நிர்வாக அமைப்பாக மட்டுமே இயங்கியது என்பது தெரிந்தது. ஆரம்ப நாட்களில் அதன் முக்கிய பணி என்பது பணியாளர்களின் சுய மதிப்பீட்டு படிவங்களை நிர்வகிப்பது, விதிமுறைகளுக்கு உட்பட்டு நடக்கிறார்களா என்று கவனிப்பது என்பதாக மட்டுமே இருந்தது. புதிய திறமை வளத்தைத் தேடுவதில் இந்த இலாகா எந்தப் பங்காற்றவும் இல்லை. இந்த முக்கியமான பணி முதன்மையாக திட்ட மேலாளர்களாலேயே செய்யப்பட்டது.

மனிதவளத் துறையும் தொழில் செயல்பாட்டுத் துறைகளும் மிகவும் வேறுபட்டவை. பெரும்பாலான மனிதவள மேலாளர்களுக்கு செயல்பாட்டு அனுபவம் சிறிது கூட இருப்பதில்லை. இது ஒரு வணிக கண்ணோட்டத்தில் முற்றிலும் தவறானது. ஏனெனில் ஒரு தகவல் தொழில்நுட்ப வணிகத்தின் முக்கிய செயல்பாடுகளில் ஒன்று திட்டங்களுக்குச் சரியான,

போதிய பணியாளர்களை ஒதுக்குவதுதான். சரியான திறமை உள்ள நபரை சரியான நேரத்தில் சரியான ஒரு திட்டத்துக்கு நியமிப்பது, இரு திட்டப்பணிகளுக்கு இடையில் எவரும் வேலையில்லாமல் அமரும் ‘பெஞ்ச் நேரத்தை’ குறைப்பது இவையெல்லாம் பெரிய சவாலான பணிகள்.

இது ஒரு முக்கியமான பணியாகும். இதில் எவ்வளவு சிறப்பாகச் செயல்படுகிறோம் என்பது நேரடியாக லாபத்தைப் பாதிக்கக் கூடியதும்கூட. ஆழ்ந்த செயல்பாட்டு அனுபவமுள்ள ஒருவர் இந்தப் பொறுப்பில் இருப்பது பெரும் நன்மையாக இருக்கும் என்று நினைத்தேன். மற்றொரு விஷயமும் என் மனதில் இருந்தது: ஐரோப்பா, சீனா மற்றும் லத்தீன் அமெரிக்கா என உலக அளவில் எங்கள் வணிக மையங்களை அமைப்பதற்கான திட்டங்கள் தயாராக இருந்தன; இதற்கு நாங்கள் அதிக நபர்களைத் தேர்ந்தெடுத்து பல நாடுகளுக்கு அனுப்பவேண்டியிருக்கும். உலகின் சிறந்த நிறுவனங்களைக் கையகப்படுத்துவதன் மூலம் எங்கள் நிறுவனத்தைப் பெரிதாக வளர்க்கவும் திட்டமிட்டிருந்தேன்.

எங்களுக்கு ஒரு நிறுவனமயமாக்கப்பட்ட செயல்முறை தேவை என்று எனக்குப் புரிந்தது; எங்கள் மனிதவளத் துறையில் சுமார் பத்து பணியாளர்களே அப்போது இருந்தனர். 5,000 பேர் கொண்ட ஒரு நிறுவனத்துக்கு சேவை செய்ய அது போதுமானதாக இருந்தது. ஆனால், எதிர்காலத்தில் ஏற்படவிருக்கும் வளர்ச்சியை இந்தச் சிறிய துறையைக் கொண்டு எங்களால் நிர்வகிக்க முடியாது. இவ்வகையான மாற்றங்கள் அனைத்துக்கும் ஒரு பெரிய மறுசீரமைப்பு தேவைப்பட்டது.

மனித வள இலாகாவை (ஹெச்.ஆர்) முற்றிலும் மாற்றி அமைக்கும் வேலைக்காக, மிகவும் ஆலோசனை செய்து, எஸ்.பத்மநாபனை (Paddy என்று செல்லமாக அழைக்கப்படுபவர்) தேர்வு செய்தேன். அவர் நிதானமானவர்; மென்மையாகப் பேசும் குணம் கொண்டவர்; இருபது ஆண்டுகளாக டி.சி.எஸ்ஸில் பணிபுரிந்திருந்தார், மேலும் அவர் ஆரம்பத்திலிருந்து புதிதாக ஒரு செயலாக்கத்தை உருவாக்குவதில் அனுபவம் பெற்றவர். நான் அவரையும் அவருடைய மனைவியையும் எங்கள் வீட்டுக்கு ஒரு நாள் காலை உணவுக்காக அழைத்தேன்.

வீட்டில் மிகவும் சகஜமாக, தனிப்பட்ட முறையில் பேசலாம் என்பதால் நான் வீட்டுக்கு அழைத்திருந்தேன். அவர் நான்

வழங்கிய வாய்ப்பைக் கேட்டு ஆச்சரியப்படுவார் என்று எதிர்பார்த்தேன். நான் நினைத்தது சரிதான். ஆனால் அவர் சொன்ன பதிலைக் கேட்டு நான் அதிர்ச்சி அடைந்தேன். நான் தவறான நபரைத் தேர்ந்தெடுத்து விட்டேன் என்று என்னிடம் கூறினார்! சிந்திக்கச் சிறிது நேரம் தேவை என்று கூறினார், ஆனால் அவரது தயக்கத்திலிருந்து, இந்தப் பொறுப்பு அவருக்கு உற்சாகம் அளிப்பதாக இல்லை என்று எனக்குத் தெளிவாக புரிந்தது.

'நான் அந்தப் பணிக்கு அவரை ஏன் தேர்ந்தெடுத்தேன்' என்று அவர் வீட்டுக்குப் போனதும் என்னை மீண்டும் தொலைபேசியில் அழைத்துக் கேட்டார்.

'நான் பலருடன் கலந்தாலோசித்தேன், அவர்கள் அனைவரும் நீங்கள்தான் இந்த வேலைக்குச் சிறந்த நபர் என்று கூறினார்கள்' என்று அவரிடம் சொன்னேன்.

ஆனால் அவரது தயக்கத்தை என்னால் புரிந்துகொள்ள முடிந்தது. டி.சி.எஸ் நிறுவனம் ஹெச்.ஆர் துறை சார்ந்து நல்ல பெயர் பெற்றிருக்கவில்லை. குறைந்த காலத்துக்கு மட்டுமே ஆட்களைத் தேர்ந்தெடுப்பது, குறைந்த விலைக்கு சேவைகளை வாங்குவதில் ஆர்வம் கொண்ட நிறுவனம், ஹெச்.ஆர் துறை சார்ந்து எந்த பெரிய நிபுணத்துவமும் இல்லாத நிறுவனம் என்றே பெயர் பெற்றிருந்தது. எங்கள் நிறுவனத்தில் சேர்பவர்கள் வேலைகளை நன்கு கற்றுக்கொண்டுவிட்டு விலகிச் சென்று விடுவார்கள். பத்மநாபன், இந்தப் பதவிக்கு நான் அவரைத் தேர்ந்தெடுத்ததை அவரை ஓரங்கட்டச் செய்யும் முயற்சியாகப் பார்த்தார். ஆனால் அந்த சவாலை ஏற்றுக்கொண்டு அனைத்தையும் அவர் மாற்றி அமைக்க வேண்டும் என்று விரும்பினேன். அந்த வேலைக்கு அவர் மிகவும் பொருத்தமானவர் என்று திடமாக நம்பினேன்.

அதே நேரத்தில் நான் மஹாலிங்கத்தை (மஹா) நிதிச் செயல்பாடுகளுக்குத் தலைமை தாங்க அழைத்தேன் - முந்தைய 'சி.எஃப்.ஓ' (CFO - Chief Financial Officer) வெளியேறிய பின்னர் காலியாகவே இருந்த பதவி இது. இது டி.சி.எஸ்ஸுக்கு ஒரு திருப்புமுனையாக அமைந்தது, ஏனெனில் இந்த இரண்டு முக்கியமான செயல்பாடுகளான மனிதவளம், நிதித்துறை ஆகிய இரண்டும் நிறுவனத்தின் மற்ற செயல்பாடுகளுடன் ஒருங்கிணைக்கப்பட்டு, உண்மையான செயல்பாட்டு அனுபவமுள்ளவர்களால் முதன் முறையாக இயக்கப்படப் போகின்றன.

பத்மநாபன் ஹெச்.ஆர் துறையை முழுமையாக மாற்றி அமைத்தார். இந்தியாவின் மிகச் சிறந்த நிறுவனங்களிலிருந்து ஹெச்.ஆர். நிபுணர்களை எங்கள் நிறுவனத்துக்கு இழுத்து வந்தார். ஹெச்.ஆர் பணிகளுக்கு புதிய 'ஐ.டி' தொழில்நுட்பங்கள் பயன்படுத்தப்பட்டன. ஒவ்வொருவருடைய பொறுப்புகளும் மிகத் தெளிவாக வரையறுக்கப்பட்டன. செயல் திறமையை வளர்த்தெடுக்கும் அணுகுமுறைக்கு ஊக்கம் தரப்பட்டது. புதிதாக நியமனம் பெற்றவர்களுக்கு உரிய நியாயமும் மரியாதையும் செய்யப்பட்டன.

ஒரே நேரத்தில் பல சீரமைப்புகள் நடந்ததால் மனிதவள இலாகாவுக்கு அதிகமாகவே அழுத்தம் இருந்தது. நாங்கள் தன்னியல்புடன் சுயமாக விரிவடைந்து, புதிய திறன்களை நிறுவனத்துக்குள் சேர்த்தோடு நில்லாமல், 2002ல் சி.எம்.சி மற்றும் டாடா இன்ஃபோடெக் ஆகிய நிறுவனங்களை டி.சி.எஸ் வாங்கயது. அப்படியாக, ஒருங்கிணைப்புப் பணிகளுக்கும் முன்னுரிமை தரத்தொடங்கினோம். இவற்றின் காரணமாக பத்மநாபன் பல தூக்கமில்லாத இரவுகளைக் கழித்திருப்பார் என்று நினைக்கிறேன், ஆனால் இறுதியில் மனிதவள இலாகா நல்ல முறையில் இயங்க ஆரம்பித்தவுடன், பணியாளர்களின் மன உறுதியும் மெதுவாக, நிச்சயமாக உயரத் தொடங்கியது.

ஒரு குறிப்பிட்ட பணி ஒப்பந்தம் எங்களுக்கு ஏன் கிடைக்காமல் போனது என்பது தொடர்பாக ஒரு அமெரிக்க நிறுவனத்தைத் தொடர்புகொண்டு பத்மநாபன் பேச வேண்டி வந்தது. நாங்கள் எங்கள் பணியாளர் குழுவினராகச் சொல்லி இருந்ததில் அனைவருமே ஆண்கள். அமெரிக்க நிறுவனத்திலோ ஆண்களும் பெண்களும் கலந்து இருந்தனர். எனவே முழுவதும் ஆண்கள் மட்டுமே இருந்த எங்கள் குழுவைப் பார்த்து அவர்கள் சற்றே அதிர்ச்சி அடைந்துவிட்டதாக அமெரிக்கப் பிரதிநிதி சொல்லி இருக்கிறார். இது எங்களுக்கு ஒரு பாடமாக அமைந்தது. எனவே எங்கள் நிறுவனத்தில் எல்லா மாநிலங்களையும் சேர்ந்த பெண்களைச் சேர்க்கத் தொடங்கினோம்.

இந்த மறு சீரமைப்பின் மிகப் பெரிய வெற்றி, தொழில்நுட்ப லைன் மேலாளர்களின் நம்பிக்கையை வென்றெடுப்பதில்தான் இருந்தது. மனிதவள மேலாளர்கள் தங்களை ஆதரிப்பதாகவும், அவர்களின் வளர்ச்சிக்கு மனிதவளம் இன்றியமையாதது என்றும் லைன் மேலாளர்களை நம்பவைக்கவேண்டியிருந்தது. என்னைப்

பொறுத்தவரை, மனிதவள இலாகாவை எங்கள் வணிகத்துடன் முழுமையாக ஒருங்கிணைப்பதற்குத் தேவையான கடினமான அமிலப் பரிசோதனையாக அது இருந்தது. அப்போதிருந்து, மனிதவளச் செயல்பாடு முழுவதுமாக ஐந்து முக்கிய துறைகளில் கவனம் செலுத்துவதற்காக நவீனமயமாக்கப்பட்டுள்ளது: 1.உற்பத்தித்திறன் மேம்பாடு, 2.திறமைகளைத் தக்கவைத்தல், 3.திறமைகளைப் பெறுதல், 4.அடுத்தடுத்த திட்டமிடல் மற்றும் தலைமை மேம்பாடு, 5.இறுதியாக எதிர்கால வளர்ச்சிக்கான முயற்சிகள்.

ஆட்சேர்ப்பு

சமீபத்திய ஆண்டுகளில், 2008-10 நிதித்துறைச் சரிவைத் தவிர்த்து, டி.சி.எஸ் ஒவ்வொரு ஆண்டும் சுமார் 30,000 பேரை நியமித்து வருகிறது. இவ்வளவு பெரிய எண்ணிக்கையிலான புதிய ஆட்களின் பணி நியமனமும் பயிற்சியும் எவ்வாறு நடத்தப் படுகிறது என்று என்னிடம் அடிக்கடிப் பலர் கேட்பதுண்டு. இது டி.சி.எஸ் தேர்ச்சி பெற்ற ஒரு மகத்தான திறமைகளில் ஒன்று. பிசகில்லாமல் இயங்கும் அமைப்பை உருவாக்கி, இளைஞர் களை உலகளாவிய வாழ்க்கைக்குத் தயாரான நம்பிக்கையுடனும் திறமையான நிபுணர்களாகவும் இது மாற்றுகிறது.

1970 மற்றும் 1980களின் முற்பகுதியில் தகவல் தொழில்நுட்பத் துறையின் பெரும் வளர்ச்சி திடீரென்று மென்பொருள் பொறியியல் திறன்களுக்கான மிகப் பெரிய தேவையை உருவாக்கியது. தன் முன்னோடி மனப்பான்மைக்கு இணங்க, புதிய வாய்ப்புகளைப் பயன்படுத்தத் தேவையான திறன் வளத்தை உறுதி செய்வதற்காக டி.சி.எஸ் தனது சொந்தமான பயிற்சித் திட்டத்தை உருவாக்கியது.

வெவ்வேறு டி.சி.எஸ் கிளைகளிடம் தங்களுக்குத் தேவையான பணியாளர் வளத்தை உறுதி செய்யும் பொறுப்பு விடப் பட்டிருந்தது. ஆனால் தரப்படுத்தல் மற்றும் ஒருங்கிணைப்பை உறுதி செய்வதற்காக, டி.சி.எஸ் ஒரு மையப்படுத்தப்பட்ட திட்டத்தையும் நிறுவியது. 1993ல் திருவனந்தபுரத்தில் உள்ள ‘டெக்னோபார்க்’ன் பசுமையான, அமைதியான சூழலில் ஒரு பெருநிறுவன பயிற்சி வசதியை நிறுவ முடிவு செய்தோம்.

புதுமுகப் பயிற்சி திட்டத்தின் (இண்டக்ஷன் ட்ரெய்னிங் ப்ரோக்ராம்) முதல் வகுப்பு 1997ல் டெக்னோபார்க்கில்

தொடங்கியது. அடுத்த ஆண்டு டி.சி.எஸ் 700 நபர்களுக்கான பெருநிறுவன கற்றல் மையத்தை (இன்று 'போதி பார்க்' என அழைக்கப்படுகிறது) அமைத்தது. இந்த முயற்சிகளில் இருந்துதான் முறையான மற்றும் ஒருங்கிணைந்த பயிற்சித் திட்டம் உருவானது. காலப்போக்கில், மென்பொருள் மேம்பாட்டுப் பயிற்சியோடு, வெளிநாட்டு மொழிகளுக்கான வகுப்புகள், பன்னாட்டு கலாச்சார ஒருங்கிணைப்புப் பட்டறைகள் போன்ற திறன்களையும் பாடத்திட்டத்தில் சேர்த்துள்ளோம். 2003ல், அதிக நபர்களை நியமித்தோம். கற்றல் பாணிகளில் பன்முகத்தன்மையைக் கொண்டுவந்தோம். இவற்றின் காரணமாக, எங்கள் கவனம் பயிற்சியிலிருந்து கற்றலுக்கு மாறியது; புதுமுகப் பயிற்சி திட்டம் என்பது ஆரம்பக் கற்றல் திட்டம் என்று மறுபெயரிடப்பட்டது. பாடத்திட்டம் மீண்டும் பெரிதுபடுத்தப்பட்டது. வணிகத் தேவைகளோடு தொழில்துறை தலைவர்களிடமிருந்து பெற்ற யோசனைகள், கல்வித்துறை வல்லுநர்களிடமிருந்து பெற்ற புதிய பாடங்கள் ஆகியவற்றையும் உள்ளடக்கியதாக மாற்றியமைக்கப்பட்டது.

இதனிடையில் எம்.பி.ஏ மற்றும் சி.ஏ படித்தவர்களுக்கு ஏற்ப சில குறிப்பிட்ட தேவைகள் சார்ந்த பயிற்சித் திட்டங்களையும் வடிவமைத்தோம். பெருகிவரும் தேவைகளைச் சமாளிக்க திருவனந்தபுரம் (பிபல் பார்க் 2007), அகமதாபாத், கௌஹாத்தி (2008), சென்னை (2010) ஆகிய இடங்களில் புதிய பயிற்சி மையங்களை அமைத்தோம்.

இங்கு டாடா பாரம்பரியம் மற்றும் டி.சி.எஸ் வழிமுறை ஆகியவற்றில் பயிற்சி பெற்று பணி நியமனம் பெறுகிறார்கள். இரண்டரை மாத காலப் பயிற்சி வகுப்பில், மாறிக்கொண்டே இருக்கும் வர்த்தகச் சூழலுக்கு ஏற்ப புதுப்பிக்கப்படும் பாடங்களைக் கற்றுக்கொள்கிறார்கள்.

இந்த வர்த்தகத்துறையில் ஒருவர் தன் தொழில் வாழ்க்கை முழுவதும் கற்றுக்கொண்டே இருக்கவேண்டும் என்பதில் மிகுந்த நம்பிக்கை கொண்டிருக்கிறேன். அதனால்தான் எங்கள் நிறுவனத்தில் அனுபவம் வாய்ந்த நிபுணர்களுக்குக்கூடத் தொடர்ந்து வகுப்புகள் நடத்தப்படுகின்றன. வியாபார வியூகங்கள், திட்டங்கள், புதிய தொழில்நுட்பங்கள், வர்த்தக வழிகாட்டுதல்கள் ஆகியவையெல்லாம் இதில் அடங்கும்.

தனிப்பட்ட தேவைகள், எதிர்பார்ப்புகள் இவற்றைப் பூர்த்தி செய்வதோடு நிறுவனத்தின் நீண்டகால, குறுகியகால மற்றும் இடைக்காலத் தேவைகளுக்கு ஏற்பவும் அது வடிவமைக்கப் படுவதுண்டு.

பணியாளர்கள் தொழில் சார்ந்து நிபுணத்துவம் பெறும் அதேநேரம் எங்களுடைய தலைமைப் பண்பை வளர்த்தெடுக்கும் திட்டத்தின் மூலமாக அவர்களை எதிர்காலத் தலைவர்களாகவும் ஆக்குகிறோம். ஒருவருடைய தலைமை தாங்கும் பண்பைக் கூர்ந்து கவனித்து அதில் சிறந்து விளங்குபவர்களைக் கடுமையான பயிற்சியின் மூலமாக மேம்படுத்துகிறோம். அதன் ஓர் அங்கமாக முன்னணி வர்த்தக கல்லூரி வகுப்பில் பங்கு பெறுவதும் அடங்கும்.

இப்படியான பயிற்சி அளிப்பதில் முன்னோடி நிறுவனமாகப் புகழ்பெற்ற டி.சி.எஸ்ஸின் சாதனை குறித்து மிகவும் பெருமைப்படுகிறேன். எங்களிடம் பயிற்சி பெற்றவர்களுக்குப் பிற நிறுவனங்களில் தனியான நேர்முகத் தேர்வோ வேறு தேர்வுகளோ வைக்கப்படுவதில்லை என்று பொதுவாகப் பலர் சொல்லிக் கேள்விப்பட்டிருக்கிறேன்

தனிப்பட்ட முறையில், அறிவைத் தேடும் நபர்களை மிகவும் மதிக்கிறேன். என்னைப் பொறுத்தவரை, ஒரு திரைப்பட விமர்சகருடன் ஒரு விமான பயணத்தில் பேசுவது, ஒரு வணிக சக ஊழியருடன் ஒரு புதிய தொழில்நுட்பத்தைப் பற்றி விவாதிப்பது போலவே ஆர்வத்தை ஊட்டக்கூடிய விஷயமே. ஒருங்கிணைப்பு என்பது பல்வேறு துறைகளை நெருக்கமாகக் கொண்டுவருகிறது, சமூக-கலாசாரவியல் மற்றும் அறிவியல் போன்ற மாறுபட்ட துறைகளைக்கூட அது அருகருகே கொண்டுவந்துவிடுகிறது.

ஒரு நல்ல யோசனை எங்கிருந்து வரும் என்று நமக்குத் தெரியாது. நூலகங்கள் போன்ற வசதிகளைப் பயன்படுத்தவும், நல்ல பொழுதுபோக்குகளை வளர்க்கவும், வெளிப்புற நடவடிக்கை களில் பங்கேற்கவும் நான் எப்போதும் இளைய டி.சி.எஸ் ஊழியர்களை ஊக்குவித்தேன்; ஏனென்றால் அவர்கள் தொழில் நுட்ப நிபுணத்துவத்துக்கு அப்பால் வளர வேண்டும் என்று விரும்பினேன். இளம் மாணவர்களுடன் நான் பேசுகையில், பன்முகத் திறன்களுக்கான இந்த தேவையை எப்போதும் வலியுறுத்துவதுண்டு.

மைத்ரீ

டி.சி.எஸ் ஊழியர்கள் நல்ல முழுநிறைவான கல்விப் பின்புலத்தையும் தொழில்முறை வளர்ச்சிக்கான வாய்ப்பு களையும் கொண்டிருக்கவேண்டும் என்று உறுதியாக நம்பினேன். என் மனைவி மாலா பரிந்துரைத்த ஒரு யோசனை இதற்கு மிகவும் ஒத்திசைவுடன் இருந்தது; உடனடியாக என் மனதைக் கவர்ந்தது.

டி.சி.எஸ் நிறுவனத்தின் வளர்ச்சியை மாலா அருகில் இருந்து கவனித்து வந்திருந்தார். எங்களிடம் வேலை செய்யும் இளைஞர்கள், வேலையைத் தவிர வேறொன்றும் செய்வ தில்லையே என்று சற்று கவலைப்பட்டார்; கூடவே, எங்கள் பணியாளர்களின் மனைவிகள் தங்கள் நேரத்தை ஆக்கபூர்வமாகப் பயன்படுத்துவதற்கு எந்தவிதமான வாய்ப்பும் இல்லாமல் இருக்கிறார்களே என்றும் வருந்தினார். வேகமாக அதிகரித்து வரும் எங்கள் பணியாளர்களையும் அவர்களது குடும்பங் களையும் நெருங்கிவர வைக்கும் செயல்களை நாம் முன்னெடுக்க வேண்டும் என்று மாலா பரிந்துரைத்தார். அந்த நேரத்தில் எங்களிடம் 17,000 ஊழியர்கள் இருந்தனர். தோழமை அல்லது நட்பு என்று பொருள்படும் 'மைத்ரீ' (Maitree) என்ற அமைப்பு 2002ல் அப்படித்தான் பிறந்தது.

தன்னார்வக் குழுக்கள், கலாச்சார விழாக்கள் மற்றும் விளையாட்டு மூலம் மக்களை ஒன்றிணைக்க வேண்டும் என்ற எண்ணம் இருந்தது. அதேநேரம் இளம் மனைவிகள் தமக்குப் பிடித்த ஒரு செயலைச் செய்வதற்கு மைத்ரீ அமைப்பு ஆதரவாக இருக்க வேண்டும் என்பதும் மாலாவின் விருப்பமாக இருந்தது. அயல்நாட்டில் குடியேறும்போது கணவர் வேலையிலேயே மூழ்கும்போது மனைவிக்கு ஆக்கப்பூர்வமாக செய்ய ஏதாவது ஒரு வடிகால் தேவைப்படும். மாலாவும் அப்படியான வடிகாலின் தேவையை அனுபவபூர்வமாகவே உணர்ந்தவர்தானே. எனவே அவர் சொன்னது மிகவும் அருமையான யோசனையாகவே எனக்கும் தோன்றியது. எனது முழு ஆதரவையும் உடனே தந்தேன்.

அயல்நாடுகளில் வசிக்க வேண்டியிருக்கும் தம்பதிகளுக்கு அந்தப் புதிய நகரங்கள் பற்றிய தகவல்கள், அங்கிருக்கும் பள்ளிக் கல்வி முறைகள், இந்திய உணவுப் பொருட்கள், மசாலாக்கள் கிடைக்கும் இடங்கள் இதுபோன்ற தகவல்களை எல்லாம்

டி.சி.எஸ் போன்ற ஒரு நிறுவனம் தனது நிபுணத்துவத்தைப் பயன்படுத்திக் கிடைக்கச் செய்ய வேண்டும் என்று விரும்பினோம். இது தொடர்பாக ஒரு வலைத்தளத்தை ஆரம்பித்தோம். முக்கியமான தகவல்களைக் கொண்ட களஞ்சிய மாகவும் பணியாளர்கள் நமக்கிடையே அலுவல் சாரா உரையாடல்களை மேற்கொள்ள உதவுவதாகவும் அந்த வலைதளம் வழி அமைத்துக் கொடுத்தது.

எங்கள் இளம் பணிக்குழுக்களின் உறுப்பினர்கள் பெரும்பாலும் தங்கள் குடும்பங்களிலிருந்து வெகு தொலைவில் இருந்தனர். புதிய நகரங்களில் நண்பர்கள் இல்லாமல் இருந்தனர், எனவே உளவியல் ஆலோசனை சேவைக்கும் அவசரமான தேவை இருப்பதாக மாலா உணர்ந்தார். ஆரம்பத்தில் யாரும் சேவையைப் பயன்படுத்த முன்வந்திருக்கவில்லை. உளவியல் ஆலோசனை களைக் கோருவதில் உள்ள தயக்கத்தைச் சமாளிக்க வேண்டியிருந்தது. 'ஆன்லைனில்' அந்த சேவையை எளிதில் கிடைக்கச் செய்யலாம் என்ற எண்ணம் மைத்ரீ குழுவினரால் நிராகரிக்கப்பட்டது - ஒவ்வொரு கணினியிலும் ஒரு தனித்துவமான எண் இருந்ததால் யார் அந்த ஆலோசனையைப் பெறுகிறார் என்ற அடையாளம் வெளியே தெரிந்துவிடக்கூடும் என்ற பயம் இருந்தது! ஆனால் காலப்போக்கில் எல்லா பகுதிகளிலும் உளவியல் ஆலோசகர்கள் மிகுதியாகி வந்தனர். அவர்களுக்கும் முழு நேர வேலைகள் வரத்தொடங்கின.

இன்று மைத்ரீ, எங்கள் நிறுவனத்தின் மனிதவள மேம்பாட்டுப் பிரிவின் ஒரு பகுதியாக இருக்கிறது. மும்பையில் ஒரு கார்ப்பரேட் குழு இருக்கிறது. ஒவ்வொரு கிளையிலும் ஒருங்கிணைப் பாளர்கள் இருக்கிறார்கள். என்றாலும் இன்றும் டி.சி.எஸ் பணியாளர்களாலேயே எல்லாமும் நிர்வகிக்கப்படுகின்றன. நிகழ்ச்சி ஒருங்கிணைப்பாளர்கள் (டோஸ்ட்மாஸ்டர்ஸ் க்ளப்), சல்சா நடன வகுப்பு, நீண்ட நடைபயணம் என பலதரப்பட்ட விஷயங்கள் எல்லாம் மைத்ரீ குழுவின் 40,000 பணியாளர்களால் முன்னெடுக்கப்படுகின்றன. பெரிதும் இவை பாதி அளவுக்கு உறுப்பினர்களின் கைக் காசு மூலமே நடக்கின்றன. நடனம், நாடகம் இவையெல்லாம் வெறும் பொழுதுபோக்குக்கான வேடிக்கை நிகழ்ச்சிகள் மட்டுமே அல்ல. ஒரு நபரின் தன்னம்பிக்கையைத் தூண்டுவதாகவும் உடல் மொழியை மேம்படுத்துவதாகவும் இருக்கின்றன. இவற்றையெல்லாம் வேறுவகைகளில் கற்றுக்கொடுப்பது மிகவும் சிரமம்.

‘டோஸ்ட்மாஸ்டர்ஸ் கிளப்’ எனும் அமைப்பு உலகளவில் இயங்குகிறது. எங்கள் நிறுவனப் பணியாளர் ஒருவர் அமெரிக்கா அல்லது ஜப்பானுக்கு பணி மாற்றம் செய்யப்பட்டாலும் அங்கும் தொடர்ந்து அதில் ஈடுபட முடியும். தொடர்ச்சி அறுபடாது. பணியாளர்களில் பிறருடன் சகஜமாகப் பழகவும் கருத்துகளைப் பரிமாறவும் பயிற்சி தேவைப்படும் நபர்களுக்குக் கல்வித் தகுதி உடைய பெண்மணிகள் பெரிதும் ஊக்கம் அளிக்க முடியும் என்பதை மாலா கண்டு சொல்லியிருந்தார். இது நிறுவனத்துக்கும் அந்த வாழ்க்கைத்துணைக்கும் இரு தரப்புக்குமே நன்மை தரக்கூடிய விஷயம். பெங்களூரில் இருந்த டி.சி.எஸ் பணியாளரின் மனைவிக்கு மிகப் பெரிய வெற்றிகரமான வடிகாலாக அமைந்ததே தவிர அந்த விஷயத்தைப் பெரிதாக யாரும் பொருட்படுத்தியிருக்கவில்லை.

குழந்தைகள் காப்பகம் ஒன்றை அமைக்கலாம் என்ற யோசனையும் அப்படித்தான் வரவேற்பு இல்லாமல் போனது. அதாவது டி.சி.எஸ் நிறுவனம் காப்பகத்துக்கான இடத்தைக் கொடுக்கும். எந்தவொரு பணியாளரின் மனைவியும் அதை எடுத்து நடத்தலாம். காப்பகத்தின் 75% இடம் டி.சி.எஸ் பணியாளர்களின் குழந்தைகளுக்காக ஒதுக்கப்படும். இதுதான் திட்டம். இந்தத் திட்டத்துக்கும் எந்த ஆதரவும் முதலில் கிடைக்கவில்லை. குழந்தைகள் காப்பகம் அமைக்க வேறு பல வழிகளையும் முயன்று பார்த்தோம். ஏனென்றால் எங்கள் அலுவலகத்தில் பெண் பணியாளர்களின் எண்ணிக்கை அதிகரித்து வந்தது. எனினும் காப்பகம் நடத்த யாரும் முன்வரவில்லை. எந்நிலையிலும் மனம் தளராதே... விடாமல் முயற்சிசெய் என்ற மேற்கோளுக்கு இணங்கச் செயல்பட ஆரம்பித்தேன்.

உலக வெப்பமடைதல் போன்ற பிரச்னைகளில் நிறுவன ஊழியர்களுடன் ஈடுபடுவதில் மைத்ரீ ஒரு முக்கியமான மற்றும் ஆதரவான பங்காற்றிவருகிறது. இந்தியாவின் டி.சி.எஸ் கிளை அமைந்திருக்கும் ஒவ்வொரு இடத்திலும் ஒரு சர்வதேச அமைப்புடன் கூட்டு சேர்ந்து கருத்தரங்கங்கள் நடத்தப்பட்டன. நிர்வாகப் பிரதிநிதிகள் அனைவரும் கழிவு மேலாண்மை பற்றி அறிந்து கொள்ள, நீர் மற்றும் மின் பயன்பாட்டைக் குறைப்பதற்கான ‘பசுமைக் கண்காணிப்பு’ தொடங்கப்பட்டது. இந்தியாவின் முதன்மையான வனவிலங்கு மற்றும் சூழலியல் இதழான *Sanctuary Asia* - ‘சரணாலயம் ஆசியா’வுடனான

ஒத்துழைப்பு, ஊழியர்களுக்கு வனவிலங்கு பூங்காக்களைப் பார்வையிட வாய்ப்பளித்தது; சுற்றுச்சூழலைக் காப்பாற்றுவதற்கான பிரசாரத்தில் சேர ஊக்கமளித்தது. 'இந்தியா நேச்சுரலி' என்ற தலைப்பில் ஏராளமான வண்ணச் சித்திரங்கள் கொண்ட ஒரு 'காஃபி டேபிள்' புத்தகத்தையும் வெளியிட வழிவகுத்தது.

இதேபோல், இந்தியாவில் தகவல் உரிமைச் சட்டம் அறிவிக்கப்பட்டபோது, டி.சி.எஸ் கிளைகளில் வல்லுநர்களைக்கொண்டு கருத்தரங்குகள் நடத்த மைத்ரீ ஏற்பாடு செய்தது. தனிநபர்களும், பெருநிறுவனமும் அலுவலகப் பணிகளைத் தாண்டி பொது சமுதாயத்தைப் பற்றியும் அக்கறை கொண்டவர்களாக இருக்க வேண்டும் என்ற நோக்கில் விழிப்புணர்வை வளர்ப்பதற்கான முயற்சிகளாக இவை இருந்தன.

எச்.ஐ.வி/எய்ட்ஸ் நோய்களைப் பற்றிய கல்வித் திட்டங்களிலும், ஊனமுற்றோர்களுக்கு வேலை வாய்ப்புகளை வழங்குவது போன்ற பல்வேறு வகையான சமூக நலத் திட்டங்களிலும் மைத்ரீஅமைப்பின் தன்னார்வலர்கள் ஈடுபட்டுள்ளனர். டி.சி.எஸ்ஸில் முன்னெடுக்கப்படும் சிறந்த சேவைகளாக இவை ஆகிவருகின்றன. மைத்ரீ தன்னார்வலர்களால் தூண்டப்பட்டு, டி.சி.எஸ் பார்வையற்றோருக்கான ஒரு மேம்பட்ட கணினி பயிற்சி மையத்தை (இந்தியாவில் இதுவே முதன்மையானது) ஆரம்பித்துள்ளது; அதோடு முப்பதுக்கும் மேற்பட்ட பார்வையற்றவர்களுக்கு டி.சி.எஸ்ஸில் வேலையும் வழங்கி உள்ளது; இன்னும் பலருக்குப் பிற நிறுவனங்கள் மற்றும் வங்கிகளில் வேலை கிடைத்துள்ளன.

மாலா சொன்னதுபோல், சமூகப் பணிகளை மேற்கொள்ள விரும்பும் ஏராளமான டி.சி.எஸ் கூட்டாளிகள் இருப்பதையும் தெரிந்துகொண்டோம். எனவே சிறந்த கவனிப்பு மற்றும் கற்பித்தல் தேவைப்படும் குழந்தைகளுக்காக இந்தியாவின் கிராமப்புறங்களில் வேலை செய்யத் தொடங்கினோம். இது தொடர்பான சமுதாயத் திட்டம் ஐந்து ஆண்டுகளுக்கு முன்பு மும்பையின் புறநகரில் தொடங்கியது; ஆரம்பத்தில் பன்வெல்லிலுள்ள வசாபூர் கிராமத்தில் உள்ள ஒரு தொடக்கப் பள்ளியின் குழந்தைகளுக்கு ஆங்கில உரையாடல் கற்பிப்பதில் ஈடுபட்டது. டி.சி.எஸ் தன்னார்வலர்களின் ஆழ்ந்த ஈடுபாட்டால் தூண்டப்பட்ட இந்தத் திட்டம், கல்வியின் பரந்த இலக்குகளைத் தழுவி, உள்ளூர் குடிநீர் வசதியை மேம்படுத்துதல்,

கல்வியறிவின்மையை எதிர்த்துப் போராடுதல், கிராமப் பெண்கள் சொந்தக் காலில் நிற்க வழிசெய்தல் ஆகியவற்றுக்கு உதவி வருகிறது.

மைத்ரீ குழுவினர் சூரிய சக்தியைப் பயன்படுத்தி ஒரு பள்ளிக்கான கணினி மற்றும் அறிவியல் ஆய்வகத்தை அமைத்தனர்; அதே நேரத்தில் பெண்களைச் சொந்தக் காலில் நிற்கவைக்கும் திட்டம் அவர்களுக்கு வருமானத்தை ஈட்டும் நடவடிக்கைகளில் பயிற்சி அளிப்பதில் கவனம் செலுத்தியது. நீர் விநியோகத்தை மேம்படுத்துவதற்கும், கிராம மக்களுக்கு சுத்தமான குடிநீரை வழங்குவதற்கும், மைத்ரீ குழு அணைகளைச் சீரமைத்து, கிணறுகளை ஆழப்படுத்தி, மழைநீர் சேகரிப்புத் திட்டத்தை அமல்படுத்தியது. இன்று இந்தத் திட்டம் 600 குழந்தைகள் மற்றும் 2,000 பெரியவர்களின் வாழ்க்கையை மேம்படுத்தியிருக்கிறது. டி.சி.எஸ் ஊழியர்கள் உண்மையிலேயே இவர்களின் வாழ்க்கையில் ஒரு மாற்றத்தை ஏற்படுத்தியுள்ளனர். இந்தச் செயல்முறை பல டி.சி.எஸ் மையங்களில் ஏற்றுக்கொள்ளப் பட்டுள்ளதால், அவர்கள் உண்மையிலேயே பல மக்களின் வாழ்க்கையில் ஒரு பெரும் மாற்றத்தை ஏற்படுத்தியுள்ளனர்.

மைத்ரீ செயல்முறை அதன் தனித்துவத்தின் காரணமாக அதிக ஆர்வத்தை ஈர்த்துள்ளது: உலகில் வேறெங்குமே இப்படியான தன்னார்வ அடிப்படையிலான நிறுவனப் பணியாளர் ஈடுபாட்டுத் திட்டம் இல்லை என்றே நினைக்கிறேன். மைத்ரீ இந்தியாவில் மட்டுமல்ல, வெளிநாடுகளிலும் விருதுகளையும் பாராட்டு களையும் வென்றுள்ளது; வெளிநாடுகளில் இந்திய நிறுவனத்தின் சமூக நலத் திட்டங்கள் இன்னும் மேலான கவனத்தை ஈர்க்கின்றன. மைத்ரீ மேற்கொண்ட அனைத்து முயற்சிகளும் வெற்றிபெறவில்லை என்றாலும், மைத்ரீ கலாசாரம் டி.சி.எஸ்ஸில் ஆழமாகப் பதிந்துள்ளது; மேலும், மைத்ரீ உறுப்பினர்கள், இந்த அமைப்பு மற்றும் அவர்கள் உருவாக்கிய நட்பைப் பற்றி மிகுந்த ஆர்வத்துடன் உள்ளனர். உண்மையில், இப்படியான சேவைப்பணிகளில் ஈடுபட்டு, திருமணம் செய்து கொண்ட பல மைத்ரீ-தம்பதிகள் இருந்ததால், நாங்கள் ஒரு திருமண சேவை மையத்தை அமைக்கவேண்டும் என்றுகூட யாரோ பரிந்துரைத்தார்கள்!

மைத்ரீயின் உருவாக்கம் மற்றும் மனிதவள இலாகாவுடன் அதன் முழு ஒருங்கிணைப்புக்கு தடங்கல் ஏற்படாமல் இல்லை; எந்தப்

புதிய யோசனைக்கும் ஏற்படுவதுபோல இதற்கும் எதிர்ப்பு இருந்தது. ஆனால் மைத்ரீயின் அனுபவத்தால், சில நேரங்களில் ஒரு பெரிய நிறுவனத்தில், நாம் ஒரு நல்ல யோசனையை நாற்று போல் நட்டு வளர்த்து, அது உயர்ந்து சீராக நின்று விளைச்சல் தரும் வரை அதைப் பாதுகாக்கவேண்டும் என்ற எனது நம்பிக்கையை வலுப்படுத்தியது. உண்மையில் சில புதிய யோசனைகள் உறுதிபெற அமைப்புக்கு வெளியேயும் அவை வளர்க்கப்பட வேண்டும்.

இந்த யுக்தி வெற்றிபெற, உயர் நிர்வாகத்தின் ஆதரவும் வழிகாட்டுதலும் அவசியம், மேலும், நான் அறிந்தபடி, எந்தவொரு திட்டமும் அதன் மீது மிக ஆர்வமுள்ள மக்களால் வழிநடத்தப்படவேண்டும். அபாயங்களையும் இடர்களையும் தைரியமாக, தயங்காமல் எதிர்கொள்வதும் முக்கியம் என்றும் நம்புகிறேன். எடுத்துக்காட்டாக, டி.சி.எஸ்ஸில் ஒரு குறிப்பிட்ட பதவி நிலை உடனடியாக இல்லை என்றாலும், மிகச் சிறந்த நபரைக் கண்டவுடன், உடனே நியமிப்பதற்கு நாங்கள் தயங்கவில்லை. அந்த நேரத்தில் ஒரு பொருத்தமான பதவி இல்லை என்றாலும், நாங்கள் அவர்களை டி.சி.எஸ்ஸுக்குள் கொண்டுவந்து, அவர்களைச் சுற்றி ஒரு செயல்பாட்டை உருவாக்க முயற்சி செய்தோம். டி.சி.எஸ்ஸில் ஒருவருடைய தனிப்பட்ட திறனை மேம்படுத்துவதோடு, சவாலான செயலைச் செய்யும்படி ஊக்குவிக்கமுடிந்தால், அது சில கட்டங்களில் மற்ற முக்கிய செயல்பாடுகளுடன் வெற்றிகரமாக இணைக்கப் படலாம்.

நாம் இந்த முறையை ஆராய்ச்சி அல்லது புதுமையின் ஒரு வடிவமாக நினைக்கலாம், மேலும் புதுமைகளைத் தேடும் ஒரு நிறுவனத்தில் இந்த வகை பரிசோதனை மிகவும் அவசியம் என்று நம்புகிறேன். காலப்போக்கில் நான் இந்த யுக்தியை அடிக்கடிப் பயன்படுத்தினேன்; குறிப்பாக, மிக முக்கியமானதாக நான் கருதிய ஒரு சிறப்பான பயிற்சி திட்டத்தில் இதைப் பயன்படுத்தினேன்.

‘இக்னைட்’ பயிற்சித் திட்டம்

2005ல் டி.சி.எஸ்ஸில் இருந்த சிலர் இந்திய தகவல் தொழில்நுட்ப மென்பொருள் மற்றும் சேவைத் துறையில் திறமை நிர்வாகத்தின் எதிர்காலம் குறித்து விவாதிக்க ஒன்று கூடினோம். இந்தச்

சந்திப்பின் விசேஷ அம்சம் என்னவென்றால், சில சிறந்த மென்பொருள் நிபுணர்களை நாம் அறியாமலே இழக்க நேரிடும் என்ற அடிப்படையில் இது தொடங்கியது, ஏனெனில் அதுவரையில் 'ஐ.டி' துறையில் ஒருவர் சேரவேண்டுமென்றால் பொறியியல் பட்டம் பெற்றிருக்கவேண்டும் என்பது ஒரு முன்நிபந்தனையாகவே இருந்தது.

ஆனால் உலகளாவிய சூழலைப் பார்க்கும்போது, தகவல் தொழில்நுட்பத் துறை, பொறியியலாளர்களுக்கு மட்டுமேயான சொத்து இல்லை என்பதைக் காணலாம். விஞ்ஞானம், சமூக அறிவியல் மற்றும் கலை பட்டதாரிகள் கூட பல்வேறு கண்டங்களில் தொழில்நுட்ப சேவைகளின் எதிர்காலத்தை வடிவமைக்க உதவுகிறார்கள்; இந்தக் கதம்பமான மாலைக்கு தங்கள் சொந்த விசேஷத் திறமைகளைக் கொண்டு வந்தனர். எனவே நாங்கள் கேட்டோம்: 'பொறியியல் பட்டம் வேண்டும் என்பது ஒரே அளவுகோலாக இருக்கவேண்டுமா, ஆண்டுதோறும் 40 சதவீதமாக வளர்ந்து வரும் ஒரு தொழிலுக்கு இந்தியாவின் கல்வி உயரடுக்கின் ஒரு பகுதியாக இருக்கும் பொறியியல் மட்டுமே ஒரே வழியாக இருக்க வேண்டுமா? தர்க்கம், அறிவாற்றல் மற்றும் பொது அறிவு ஆகிய அடிப்படை திறன்களையும், அதிக ஆர்வமும் கற்றுக்கொள்ளும் இயல்பையும் கொண்டவர்களுக்கு ஏன் தேர்வுக்கான அளவுகோல்களை விரிவுபடுத்தக்கூடாது?'

இந்தக் கேள்விகளில் இருந்து, தகவல் தொழில்நுட்ப வளர்ச்சிக் கதையை அறிவியல் மற்றும் கணித பட்டதாரிகளின் கவனத்துக்குக் கொண்டு வருவதற்கான யோசனை பிறந்தது. நாங்கள் முன்னோடியாக இப்படியாக ஒரு பரிசோதனை செய்ய முடிவு செய்தோம். இதனால் ஒரு புதிய தேசிய தொழில் வாழ்க்கைபோக்கு பிறந்தது மட்டுமல்லாமல், தகவல் தொழில்நுட்பத் துறையைத் தேசிய அளவில், இன்னும் அதிகமாக, நம் நாட்டின் சிறு நகரங்களுக்கும் மூலை முடுக்கு களுக்கும் பரந்து வளர வழி பிறந்தது.

தகவல் தொழில்நுட்பத் துறையில் பொறியியலாளர்களுக்கான தேவை தொடர்ந்து அதிகரிக்கும் என்பதும் எனக்குத் தெளிவாகத் தெரிந்தது. அனைத்து சிறந்த பொறியியல் பட்டதாரிகளையும் 'ஐ.டி' துறையே ஈர்க்கிறது என்ற கவலை இந்தியாவில் தகவல் தொழில்நுட்பத் துறைக்கு வெளியே ஏற்கனவே வளர்ந்து

வந்திருந்தது. இந்தியத் தகவல் தொழில்நுட்ப மென்பொருள் மற்றும் சேவைத் துறையின் குறிப்பிடத்தக்க வளர்ச்சி பொறியியல் பட்டதாரிகளுக்கு வேலைவாய்ப்புகளையும் கணிசமான செல்வத்தையும் உருவாக்கியிருந்தாலும், பொறியியல் அல்லாத பட்டப்படிப்புகளைப் படித்த கணிசமான பகுதியினர் முற்றிலுமாக ஒதுக்கி வைக்கப்பட்டுள்ளனர் - குறிப்பாக பெண்கள் மற்றும் சிறிய கிராமப்புற சமூகங்களை சேர்ந்தவர்கள்.

திறமைசாலியான இந்த மிகப் பெரிய பட்டதாரிகள் படையில் இருந்து திறமைசாலிகளைத் தேர்ந்தெடுக்கவேண்டும் என்ற இந்த எண்ணம் உருவானதற்கு அடுத்த ஆண்டில், 2006ல் 'இக்னைட்' என்ற அமைப்பை டி.சி.எஸ்ஸுக்குள் ஆரம்பித்தேன். டாக்டர் ராமன் சீனிவாசன் தலைமையில் ஆறு பேர் அடங்கிய குழுவிடம் 'இக்னைட்' பயிற்சித் திட்டத்தை வடிவமைக்கும்படிக் கேட்டுக் கொண்டேன். மிகக் குறைவான பட்ஜெட்டில் ஒன்பதே மாதங்களில் அதை வடிவமைத்து முடித்தனர்.

'ஹைடெக்', 'ஹை டச்' அணுகுமுறையைப் பின்பற்றினர். சென்னையில் இருந்த மையத்தில் இருந்து அதை வடிவமைத்தனர். தனியாக, குழுவாக, நேருக்கு நேராக, தொலைதொடர்பு கல்வி மூலமாக என பலவகைகளில் பயிற்சி வகுப்பை வடிவமைத்தனர். திறமைசாலிகளை மிகக் குறைந்த செலவில் கண்டுபிடிக்கும் புதிய வழிமுறையை உருவாக்குவது தான் மிகப் பெரிய சவாலாக இருந்தது. பொதுவான அடிப்படைத் திறமைகளான தர்க்கபூர்வமாக சிந்திக்கும் திறமை, அனாலிடிகல் திறமை, இவை நீங்கலாகப் பேச்சு திறமைகள், குழுவாக இணைந்து செயல்படும் திறமை ஆகியவற்றில் எல்லாம் சோதித்துத் தேர்ந்தெடுக்கப் புதிய டிஜிட்டல்மயமான தேர்வு முறை வடிவமைக்கப்பட்டது.

கேரளம், அஸ்ஸாம் மற்றும் மேற்கு வங்கம் உள்ளிட்ட சில மாநிலங்கள் இதுவரை பெரிய அளவில் தகவல் தொழில்நுட்ப வல்லுநர்களை உருவாக்கவில்லை. அவை போன்ற ஒன்பது மாநிலங்களில் இருபத்தைந்து நகரங்களில் உள்ள 234க்கும் மேற்பட்ட கல்லூரிகளுக்கு எங்கள் குழு பயணம் செய்து தேர்வுகள் நடத்தியது; தேர்வில் பங்கெடுத்தவர்களில் 3-13% நபர்களுக்கு டி.சி.எஸ்ஸில் பணி நியமனம் கிடைத்தது. டிசம்பர் 2006ல் சென்னையில் ஆரம்பிக்கப்பட்ட பயிற்சி மையத்தில் 500 பேருக்கு முதல் 'இக்னைட்' பயிற்சி தரப்பட்டது.

பயிற்சியாளர்களின் முதல் குழுவினர் பல்வேறு சமூக-பொருளாதார, கலாசார மற்றும் கல்வி பின்னணியில் இருந்தும் வந்திருந்தனர். கணிதம், புள்ளிவிவரம், இயற்பியல், வேதியியல், கணினி அறிவியல் மற்றும் தகவல் தொழில்நுட்பம் உள்ளிட்ட பல்வேறு துறைகளிலிருந்தும் வந்திருந்தனர். அவர்களில் 60 சதவீதத்துக்கும் அதிகமானோர் முதல் தலைமுறை பட்டதாரிகள், 65 சதவீதம் பெண்கள், 60 சதவீதத்துக்கும் அதிகமானோர் மூன்றாம் நிலை (சிறுநகரங்கள் மற்றும் கிராமப்புறங்கள்) நகரங்களைச் சேர்ந்தவர்கள். 'இக்னைட்' அமைப்பின் ஆசிரியர்களும் மாணவர்களின் வாழ்க்கையை மாற்றியமைப்பதில் மிக ஆர்வமாக இருந்தனர், அதேபோல் மாணவர்களும் தங்களுக்குத் திறக்கப்படும் புதிய வாய்ப்புகளைப் பற்றி ஆவலாக இருந்தனர்.

'இக்னைட்' பயிற்சித் திட்டம் வழக்கமான, ஆசிரியரை மையமாகக் கொண்டதாக இல்லாமல் மாணவர்களின் ஆழமான பங்கேற்பு, கூட்டு முயற்சியாகக் கற்பது ஆகியவற்றுக்கு முக்கியத்துவம் தந்தது. இந்தப் பயிற்சி முறையில் நிகழ் நேர நேரடி இணையவழிக் கல்வி, தனிப்பட்ட வளர்ச்சியை மதிப்பிடுதல், மென்பொருள் மூலமான வகுப்புகள், படைப் பூக்கம் மிகுந்த பயிற்சி வகுப்புகள் போன்ற நவீன தொழில் நுட்பங்களையும் பயன்படுத்தினோம்.

கணினி நிரலாக்கத்தைக் கற்றுக் கொள்வதோடு மாணவர்கள், கலைகளில் ஆர்வம் கொள்ளவும் வழி அமைத்துக் கொடுத்தோம். 'இக்னைட்' பயிற்சி மையங்களில் உலகத்தரம் வாய்ந்த இந்திய இசை கலைஞர்கள் பலர் தமது நிகழ்ச்சிகளை நடத்த ஏற்பாடு செய்திருந்தோம். இந்தப் பயிற்சி மையங்களில் நாங்கள் அறிமுகப்படுத்திய கல்வி முறைகள், பயிற்சி முறைகள் எல்லாம் மிகவும் புதுமையானவையாக, தனித்தன்மை வாய்ந்தவையாக இருந்தன. எனவே இவற்றுக்கு நாங்கள் காப்புரிமை கோரிக்கூட விண்ணப்பித்தோம்.

'இக்னைட்'ன் ஆரம்பகட்ட முடிவுகள் மிகவும் ஊக்கமளித்தன. முதல் குழு 2007 டிசம்பரில் தங்கள் பயிற்சியை முடித்தது. அதன் பின்னர் மேலும் 2,500 பயிற்சியாளர்கள் இந்தத் திட்டத்தில் பட்டம் பெற்ற பின், பெருநிறுவனத்தின் பல பெரிய திட்டங்களில் வெற்றிகரமாக ஒருங்கிணைக்கப்பட்டனர். மேலாளர்களிடம் இருந்து பாராட்டு பெற்று, அவர்களில் பெரும்பாலோர் சாஸ்த்ரா

பல்கலைக்கழகத்தில் 'எம்.சி.ஏ' உயர் பட்டப் படிப்பில் சேர்ந்துள்ளனர்.

மேலும் பொதுவாக, செயல்பாட்டுச் சிறப்பும் புதுமையும் கை கோர்த்துச் செல்லமுடியும் என்று 'இக்னைட்' நிரூபித்துள்ளது. கார்ப்பரேட் பயிற்சி பிரிவில் மிகக் குறைந்த செலவில் சர்வதேசத் தரத்திலான அற்புதமான பலன்களைச் சாதித்துக் காட்டியுள்ளது. முறையான கல்வித்திட்டங்கள் இருந்தால் அறிவியல் பட்டதாரி களையும் தகவல் தொழில்நுட்பத் துறைக்குத் தேவையான வகையில் வளர்த்தெடுக்க முடியும். அதன் மூலம் இந்திய தகவல் தொழில்நுட்பத்துறையின் வளர்ச்சியைத் தக்கவைக்க முடியும் என்று காட்டியிருக்கிறது.

'இக்னைட்' பயிற்சி மையத்தின் வெற்றி எனக்கு வேறு பல வாய்ப்புகளையும் அடையாளம் காட்டியது. நவீன தொழில் நுட்பத்தை அடிப்படையாகக் கொண்ட 'இக்னைட்'ன் கல்வி முறை பிற துறைகளில் பயிற்சி தருவதற்கும் மிகவும் பயனுள்ளதாக இருக்கும். சுருக்கமாகச் சொல்வதானால் தீவிர பயிற்சியை அடிப்படையாகக்கொண்ட எந்த ஒரு துறைக்கும் குறைந்த செலவில் நவீனத் தொழில் நுட்பத்தை அடிப்படை யாகக் கொண்ட இந்த வழிமுறை மிகப் பெரிய வரப்பிரசாத மாகவே இருக்கும்.

திறமையை வளர்த்தெடுத்தல் என்பதுதான் இந்தியாவுக்கு இன்று மிக மிக அவசியம். 'இக்னைட்' பயிற்சி வழிமுறை இது சார்ந்து உருவாகக்கூடிய அனைத்து சவால்களையும் நேரடியாக எதிர்கொண்டு வென்று காட்டியுள்ளது. பிராட்பேண்ட் இணைப்பு (அதிவேக இணைய இணைப்பு) பெற்று இந்திய கிராமங்கள் அனைத்தும் ஒருங்கிணைப்பு பெற்றுவிட்டால் பயிற்சி கொடுப்பவர், பாடத்திட்டம், பயிற்சி பெறுபவர் என அனைத்தையுமே ஒருவர் இந்தியாவின் எந்த மூலையில் இருந்தாலும் தனக்குத் தேவையானதைப் பெற்றுக்கொண்டு விடமுடியும்.

வழிகாட்டுதல், தொழில் வளர்ச்சி மற்றும் தலைமை

'இக்னைட்' மற்றும் 'மைத்ரீ' ஆகிய இரண்டு அமைப்புகளும் வெற்றிகரமானவையே. டி.சி.எஸ் நிறுவனத்துக்குள் அவை அருமையாக ஒருங்கிணைக்கப்பட்டுவிட்டன. ஆனால்

ஆரம்பகட்டத்தில் இந்த இரண்டு திட்டங்களை தனிப்பட்ட முறையில் நான் அருகிலிருந்து வழிகாட்ட வேண்டியிருந்தது. முன்பு பணியாளர்களை வழிநடத்திய அனுபவத்தை வைத்து இதைச் செய்தேன்.

டி.சி.எஸ்ஸில் இருக்கும் எங்கள் அனைவருக்குமே ஒரு முக்கியமான விஷயம் ஆழமாகப் பதிந்திருந்தது. அதாவது, ஒரு திட்டத் தலைவரின் செயல் என்பது திறமைசாலியான பணியாளர்களை அடையாளம் காண்பதும் வளர்த்துவிடுவதும் தான். எங்கள் நிறுவனத்தில் பணியாளர்களின் எண்ணிக்கை அதிகமாக அதிகமாக, திறமையுள்ள தனிநபர்களை அடையாளம் காண்பதும் வளர்த்தெடுப்பதும் மட்டும் போதுமா என்ற கேள்வி எனக்குள் எழுந்தது.

வழிகாட்டலை முறைப்படுத்த நாங்கள் உண்மையில் முயற்சி செய்தோம். முன்னணியில் இருந்த 100 மேலாளர்களை வழிகாட்டிகளாக்குவது போன்ற பல எளிய விஷயங்களை முயற்சி செய்தோம், ஆனால் இது பலன் தரவில்லை என்பதை விரைவாகக் கண்டுபிடித்தோம். எல்லோரும் வழிகாட்டியாக இருக்க முடியாது என்பது சந்தேகத்துக்கு அப்பாற்பட்ட உண்மையே. வழிகாட்டியாக இருக்க விரும்பும் ஒருவருக்கு ஐந்து அல்லது பத்து பேரை ஒதுக்க முயற்சி செய்தோம். ஆனால் அதுவும் பெரிய வெற்றியைத் தரவில்லை, ஏனெனில் இது ஒரு மிகவும் கட்டுப்படுத்தப்பட்ட செயல்முறை. அதுபோன்ற ஓர் அமைப்பு வேலை செய்ய வேண்டுமென்றால், ஒரு குறிப்பிட்ட நாளில் ஒருவர் தன் வழிகாட்டியை ஒரு குறிப்பிட்ட நேரத்துக்குப் பார்க்கமுடியவேண்டும். அதற்கு ஏற்பாடு செய்வது மிகவும் கடினம். எனவே முறையான, மிக கட்டுப்பாட்டான செயல் முறைகள் எல்லாவற்றுக்கும் பொருந்தாது என்பதைக் கண்டு பிடித்தேன்.

அடிப்படையில் அடுத்தவருக்கு வழிகாட்டுவது என்பது கற்றுக்கொண்டு வரக்கூடிய விஷயமல்ல. உங்களுக்குள் அந்த ஆர்வம் இயல்பாகவே இருக்கவேண்டும். உங்களைச் சுற்றி நடப்பவற்றைக் கூர்ந்து கவனித்து, பலவற்றை முயன்று பார்த்து அதில் நிபுணத்துவம் அடையவேண்டும். வழிகாட்டிகளைப் பணியாளர்கள் தாமாகவே தேர்ந்தெடுப்பார்கள். நீங்கள் அவர்களைத் தேர்ந்தெடுப்பதில்லை. வழிகாட்டிகளின் பங்கு என்பது கீழே பணிபுரியும் நபர்களுக்கு ஒருவிதமான சாதகமான

சூழலை உருவாக்கித் தருவதும் அதிகாரப் படிநிலை தொடர்பான தயக்கங்கள் எதுவுமில்லாமல் உங்களிடம் சகஜமாகப் பழக வழி செய்வதும்தான்.

வழிகாட்டப்படுபவர்கள் உங்களிடம் ஏதாவது ஒரு தகவலைப் பரிமாறிக் கொள்ளும்போது அவர்களுக்கு அதனால் எந்தவித இடையூறும் வராது என்ற நம்பிக்கை இருக்கவேண்டும். அவர்கள் சொல்வது கேலி செய்யப்படாது என்ற நம்பிக்கை அவர்களுக்கு வரவேண்டும். அந்த செய்தி ரகசியமாக வைக்கப்படும் என்ற உத்தரவாதம் அவர்களுக்குக் கிடைக்க வேண்டும். ஒரு வழிகாட்டியாக இந்த நம்பிக்கையை நீங்கள் அவர்களுக்கு உருவாக்கித் தர வேண்டும். மருத்துவராக, சரியாகச் சொல்வ தானால் உளவியல் மருத்துவராக நீங்கள் செயல்பட வேண்டியிருக்கும். இந்த வழிகாட்டுதல் என்பது அலுவலகத்தில் வைத்து மட்டுமே நடக்க வேண்டும் என்று கட்டாயமில்லை.

உதாரணமாக, நான் ஏதேனும் ஒரு வாடிக்கையாளரைச் சந்திக்க காரில் செல்வதாக இருந்தால் பணியாளர் ஒருவரை என்னுடன் அழைத்துச் செல்வேன். என்னுடன் விஷயங்களைப் பகிர்ந்து கொள்ள அதுபோல் அவர்களுக்கு வாய்ப்புகளை உருவாக்கிக் கொடுப்பேன். நீங்கள் இதை இப்படி செய்திருக்கலாம்; அதை அப்படி செய்திருக்கலாம் என்று பின்னர் ஆலோசனைகள் வழங்குவேன். யாராவது நன்கு உரை நிகழ்த்தினாலோ வேறுவிதமான செயல் எதையாவது சிறப்பாகச் செய்தாலோ அவர்களை நேரில் சந்தித்துப் பாராட்டுவேன். அல்லது நன்றாகச் செய்தீர்கள் என்று மின்னஞ்சலில் வாழ்த்துத் தெரிவிப்பேன். நீங்கள் இப்படிச் செய்திருந்தால் இன்னும் நன்றாக இருக்கும் என்று வழிகாட்டுவேன்.

சாதிக்க வேண்டும் என்ற பொறியுடன் இருப்பவரைத் தேடிக் கண்டுபிடிப்பதென்பது நல்ல பலனைத் தந்துவந்தது. 1990களின் ஆரம்ப கட்டத்தில் வாஷிங்டன் டி.சி.யில் பணிபுரிந்து வந்த என்.சந்திரசேகரனை (சந்திரா) அப்படித்தான் அடையாளம் கண்டுபிடித்தேன். இப்போது அவர் டி.சி.எஸ்ஸின் சீஃப் எக்ஸிக்யூட்டிவாக இருக்கிறார். ஒரு வாடிக்கையாளர் அவரைப் பற்றி நல்லவிதமாக என்னிடம் சொன்னார். உடனே என்னை வந்து சந்திக்கும்படி சந்திராவுக்கு அழைப்புவிடுத்தேன். அங்கிருந்து எங்கள் நட்பு வளர்ந்தது. அதுபோலவே மஹாவையும் பத்மநாபனையும் அவர்களுக்கு வசதியானவற்றை

மட்டுமே செய்வதை நிறுத்திவிட்டு சவால்களை எடுத்துக் கொள்ளும்படிக் கேட்டுக்கொண்டேன்.

தலைமைக்குணம் என்ற கோணத்தில் பார்த்தால், ஒரு நிறுவனத்தின் பல துறைகளில் அனுபவம் பெற்றிருப்பது மிகவும் அவசியம். ஒரு நபர் மனிதவளம், நிதி அல்லது தொழில்நுட்ப செயல்பாடுகள், அல்லது ஒரு குறிப்பிட்ட பிராந்தியத்தில், அல்லது ஒன்றுக்கு மேற்பட்ட இடங்கள் ஆகியவற்றில் பணிபுரிந்து நல்ல அனுபவம் பெற்றிருக்கவில்லையென்றால் அதிக விஷயங்களைத் தெரிந்துகொள்ளமுடியாது. ஒரு பொது மேலாளர் அனைத்து செயல்பாடுகளையும் பற்றி அறிந்து கொள்ள வேண்டும். எல்லாத் துறையிலும் ஆழமான புரிதல்வேண்டும் என்ற அவசியம் இல்லை. ஒரு சில மாதங்கள் ஒரு துறையில் பணி புரிந்தாலே போதுமானது. அந்தத் துறையின் ஆதார அம்சங்கள், செயல்பாடுகளை ஆராய்ந்து புரிந்துகொள்ள முடிந்தால் போதும். நிர்வாக ரீதியாகவும் இந்த அனுபவம் ஒருவருக்கு மிகவும் அவசியமே.

ஒரு நபர் மீது நம்பிக்கை வைத்தவுடன், அவர்களிடன் பொறுப்பை ஒப்படைத்துவிட்டு, சுய அதிகாரம் அளிக்க வேண்டும் என்பதையும் உறுதியாக நம்புகிறேன். நாம் எல்லா வற்றையும் நம் பிடியிலேயே வைத்துக்கொண்டு எதையும் பகிர்ந்து கொள்ளாவிட்டால், அது நல்ல பலனைத் தராது. ஒரு மேலாளர் அனைத்து விஷயங்களையும் மிக ரகசியமாகவே வைத்திருப்பதால் திட்டங்கள் தோல்வியடைந்ததற்கு பல எடுத்துக்காட்டுகளை நாங்கள் கண்டிருக்கிறோம். அதிகாரத்தை இழக்க நேரிடும் என்று அஞ்சுவதால் நிறைய பேர் மற்றவர்களை நம்பி பொறுப்பை ஒப்படைக்கப் பயப்படுகிறார்கள்; ஆனால் அதைச் செய்யாவிட்டால், மேலாளரிடம் அதிகாரம் மட்டுமே இருக்கும், வேறு நன்மை எதுவும் இருக்காது. இறுதியில், நாம் என்ன செய்தோம் என்பதன் மூலம் மட்டுமல்ல, நாம் எதை உருவாக்கிவிட்டுச் செல்கிறோம் என்பதன் மூலமும் அளவிடப்படப் போகிறோம்.

நீங்கள் இல்லாமலேயே சிறப்பாகச் செயல்படும்படியான அமைப்பை நீங்கள் உருவாக்கியிருக்கவேண்டும். உங்களைச் சுற்றிலும் பல தரப்பட்ட திறமைசாலிகளைக் கொண்ட குழுவை நீங்கள் உருவாக்கியிருக்கவேண்டும். அதுவே நீங்கள் விட்டுச் செல்லும் மிகப் பெரிய சொத்தாக இருக்கும். அந்த அடிப்படை

எண்ணமே என்னைச் சுற்றிலும் பல திறமைசாலிகளை ஒரு குழுவாக உருவாக்கி வைத்திருக்க வைத்தது. அவர்கள் முழுத் திறமையுடன் வளரவும் மேல் நிலைக்கு உயரவும் அப்படியாக வழி வகுத்துக் கொடுத்தேன்.

அப்படிச் செயல்பட்டதால்தான் 6, அக்டோபர், 2009 அன்று விடைபெற்றுச் செல்லும்போது சீஃப் எக்ஸிக்யூட்டிவ் பொறுப்பை சந்திராவிடம் அழகாகக் கைமாற்றிக் கொடுத்து விட்டுச் செல்ல முடிந்தது. கடவுளே... பல விஷயங்களை நானே என் வசம் வைத்துக்கொண்டு இருந்துவிட்டிருக்கிறேனே. அடுத்து என் பதவிக்கு வருபவர் என்ன நடக்கிறது... என்ன செய்யவேண்டும் என்று தெரியாமல் முழிப்பாரே... அல்லது அனைத்தையும் அவரிடம் பகிர்ந்துகொள்ளவில்லையென்று என்னைப் பழிப்பாரே என்ற எண்ணம் என் மனதில் இருந்திருக்கவே இல்லை.

இது என் அனுபவத்தில் இருந்து நான் கற்றுக்கொண்ட விஷயம்தான். 1996ல் நான் கோலியிடமிருந்து தலைமைப் பொறுப்பை ஏற்றுக்கொண்டேன். என்னிடம் சில குறைகள் இருந்தன. ஐரோப்பா, ஜப்பான் அல்லது தென் கிழக்கு ஆசிய சந்தைபற்றி எனக்கு அப்போது எதுவுமே தெரிந்திருக்கவில்லை. அங்கெல்லாம் என்ன வருகிறது என்ன போகிறது என்பது மேலோட்டமாகத் தெரியுமே தவிர எப்படி நடக்கின்றன என்று எதுவுமே தெரியாது. இந்தியக் கிளைகளிலும் சில விஷயங்கள் எனக்குத் தெரியாதவையாகவே இருந்தன.

நான் என் காதுகளை அகலத் திறந்து வைத்திருந்தேன். எனினும் எங்களுடைய சில செயல்பாடுகள் குறித்து எனக்கு போதிய தகவல்கள் இல்லை என்று நினைத்தேன். எனக்கு அடுத்ததாக வருபவர் அப்படியான நெருக்கடியில் இருக்கக்கூடாதென்று அப்போதே தீர்மானித்தேன். இதனால் நான் எனது பொறுப்புகளைக் கணிசமான அளவு பிறருடன் பகிர்ந்து கொண்டேன். நிகழ்நேர தகவல் நெடுஞ்சாலையாக ரியல் டைம் இன்ஃபர்மேஷன் ஹைவே போல் ஆகிவிட்டேன். என்னிடமிருந்து என் குழுவினருக்கு எந்த நேரத்திலும் போன் அழைப்பு வரும். சில நொடிகளுக்கு முன்பாக நடந்துமுடிந்த வாடிக்கையாளர் சந்திப்பு தொடர்பாகச் சுடச்சுட கிடைத்த தகவலாக இருக்கலாம். அதிகாலை மூன்று மணிக்கான மின் அஞ்சலாக இருக்கலாம். தகவல்கள், பொறுப்புகள்

ஆகியவற்றைப் பரிமாறிக் கொள்வதே என் முழு மூச்சான பணியாக இருந்தது.

எலெக்ட்ரானிக் பொருட்கள் மீது பெரும் மோகம் கொண்டவன் நான். எனது பயணங்களில் டிஜிட்டல் தகவல் தொடர்பைப் பெரிதும் நம்பி இருப்பேன். என் குழுவினருக்கு என்னை எப்போது வேண்டுமானாலும் ஒரு போன் கால் அல்லது மின்னஞ்சல் மூலம் தொடர்பு கொண்டுவிட முடியும் என்ற நம்பிக்கை முழுவதுமாக எப்போதும் இருந்தது.

டாடா குழும பணியாளர் ஒருவர் சொன்னது நினைவுக்கு வருகிறது: என்னுடன் பேசிவிட்டு அப்போதுதான் விமானத்தில் ஏறிப் புறப்பட்டிருந்தாராம். எனது குழுவைச் சேர்ந்த ஒருவரை விமானத்தில் சந்தித்திருக்கிறார். எங்களுடைய சந்திப்பு பற்றி சாதாரணமாக அவரிடம் பேசியிருக்கிறார். ஆனால் எனது குழுவைச் சேர்ந்தவருக்கு அதற்கு முன்பாகவே அந்த சந்திப்பு பற்றிய தகவல் என் மூலம் தரப்பட்டிருந்தது. அதைப் பார்த்து அந்த டாடா குழும பணியாளர் ஆச்சரியத்தில் ஆழ்ந்துவிட்டார். அவர்கள் இருவரும் ஒரே விமானத்தில் செல்கிறார்கள் என்பது எனக்குத் தெரிந்திருக்கவே இல்லை. நான் இயல்பாகவே எப்போதும் செய்வதுபோல் என் குழு உறுப்பினருக்கு போன் செய்து தகவலைப் பகிர்ந்துகொண்டிருந்திருந்தேன்.

சக பணியாளர்களுடனான என் நட்புறவை இப்படியான விஷயங்கள் பலப்படுத்தின. எனக்கு வரும் மின்னஞ்சல்களுக்கு 24 மணி நேரத்துக்குள் பதில் அனுப்பிவிடுவேன். அதிகாலையில் நான்கு மணிக்கு எழுந்து பதில் சொல்வதாக இருந்தாலும் அதை முடித்துவிடுவேன். உங்களுக்கு ஒருவர் அக்கறை எடுத்து ஒரு விஷயத்தை எழுதியிருக்கிறாரென்றால், அவர்கள் எழுதியதை நீங்கள் படித்துவிட்டீர்கள் என்பதை அவர்களுக்கு நிச்சயம் நீங்கள் தெரிவித்துவிடவேண்டும். மின் அஞ்சல் அனுப்பியவர் அப்போதுதான் பணியில் சேர்ந்திருந்த இளம் டி.சி.எஸ் காரராக இருக்கலாம். அவர் தனது சீ.இ.ஓவிடம் ஒரு விஷயத்தைச் சொல்ல விரும்பியிருக்கலாம். அல்லது ஹார்வர்ட் பேராசிரியராக இருக்கலாம். இருவருக்குமே உரிய மரியாதை கொடுக்க வேண்டியது மிகவும் அவசியம்.

பணியாளர்கள் எல்லாரும் முதலில் மனிதர்கள். அதன் பிறகே அலுவலகப் பணியாளர்கள் என்ற புரிதல் நமக்கு இருப்பது அவசியம். மனிதர்களைச் சிறப்பாக நிர்வகிக்க அதுவே உதவும்.

1,60,000 பணியாளர்களை நிர்வகிக்க நேரும்போது அமைப்புகள், செயல்பாடுகள் அனைத்தும் முடிந்த அளவுக்கு மனித நேயத்தோடு வைத்திருப்பது மிகவும் அவசியம். அது மிகவும் சிரமானது என்றாலும் ஓர் உயர்வான நோக்கமாகும்

•

புதுமைப்படைப்பின் பயணம்

திரு ஜம்ஷேட்ஜி டாடாவின் தொலைநோக்குப் பார்வை மற்றும் சேவை மனப்பான்மையினால் 1909 ஆண்டு 'இந்தியன் இன்ஸ்டிடியூட் ஆஃப் சயின்ஸ்' (IISc) உருவானது. எழுபது ஆண்டுகளுக்குப் பின்னர் அதே உத்வேகம் திரு ஜே.ஆர்.டி. டாடவை இந்தியாவின் முதல் மென்பொருள் ஆராய்ச்சி மையமான 'டாடா ரிசர்ச் டெவலப்மெண்ட் அண்டு டிசைன் செண்டர்' (TRDDC) என்ற அமைப்பை புனேயில் தொடங்க வைத்தது.

இந்தியாவில் தகவல் தொழில்நுட்ப ஆராய்ச்சி மையம் ஆரம்பிக்க வேண்டும் என்ற எண்ணம் முதலில் கோலியால் முன்வைக்கப் பட்டது. அந்தத் துறையில் ஆராய்ச்சியைத் துரிதப்படுத்தும் மையம் ஒன்று தேவை என்று திடமாக நம்பினார். அதோடு அதை டாடாவால்தான் செய்ய முடியும் என்றும் நம்பினார். அந்நாளில் இந்தியாவுக்குத் தெரிந்திருந்த தொழில்நுட்ப அறிவு என்பது செமி கண்டக்டர்கள் பற்றியதாகத்தான் இருந்தது. அது இயற்பியல் பிரிவு. கணினித்துறை அல்ல. இந்தியாவில் உயர் நிலை ஆராய்ச்சிகள் செய்யத் தேவையான அடிப்படைக் கட்டுமானங்கள் எதுவும் இல்லை. ஆனால், வட அமெரிக்க பல்கலைக்கழகங்களின் துணையுடன் இந்தியாவில் அதை நிச்சயம் உருவாக்க முடியும் என்று நம்பினார்.

கனடாவின் வாட்டர்லூ, மற்றும் எம்.ஐ.டி ஆகிய பல்கலைக் கழகங்களைச் சேர்ந்த ஒரு சிறிய குழு, இரண்டு இந்திய ஆராய்ச்சியாளர்களுடன் சேர்ந்து, இது பற்றி ஆய்வு செய்யவும், அத்தகைய நிறுவனத்தின் தேவை குறித்து ஒரு அறிக்கையைத் தயாரிக்கவும் நியமிக்கப்பட்டது. அவர்களின் பரிந்துரை, டாடா குழுமம் ஒரு தொழில்நுட்ப ஆராய்ச்சி நிறுவனத்தை நிறுவுவதற்கு ஆதரவாக இருந்தது.

ஜே.ஆர்.டி. டாடா ஒரு தொழில்நுட்பவியலாளர் அல்ல என்றாலும், அவர் தொழில்நுட்பத்தைப் பற்றி நன்கு அறிந்திருந்தார்; அத்தகைய நிறுவனத்தை அமைப்பதன் நன்மைகளையும் முன்யூகித்திருந்தார். டாடா குழுமம் ஏற்கனவே மூன்று பெரிய நிறுவனங்களை அமைத்திருந்தது: பெங்களூரில் 'இந்தியன் இன்ஸ்டிடியூட் ஆஃப் சயின்ஸ்' (IISc); மும்பையில் 'டாடா இன்ஸ்டிடியூட் ஆஃப் சோஷியல் சயின்ஸ்' (TISS); மும்பையில் 'டாடா இன்ஸ்டிடியூட் ஆஃப் ஃபண்டமெண்டல் ரிசர்ச்' (TIFR).

இந்தியாவில் மனித வளம்தான் மிக முக்கியமான மூலப்பொருள் என்று ஜே.ஆர்.டி உறுதியாக நம்பினார். தனது நாட்டுக்காக இன்னும் ஒரு காரியத்தைச் செய்ய விரும்புவதாகக்கூறினார் - இந்தியத் தொழில்துறை மற்றும் இந்திய மக்களின் நலனுக்காக அறிவியல் மற்றும் தொழில்நுட்பத்தைப் பயன்படுத்தும் ஒரு நிறுவனத்தை உருவாக்க விரும்புவதாகச் சொன்னார். இந்த நோக்கத்தில்தான் TRDDC *1981*ல் நிறுவப்பட்டது.

புனேயில் TRDDCக்கான இடம் தேர்வு செய்யப்பட்டது. ஏனென்றால் அது பம்பாயில் இருந்த டி.சி.எஸ் தலைமை யகத்துக்கு அருகில் இருந்தது. அதோடு தனி நகரமாகவும் இருந்தது. தொழில்துறையின் அனைத்துத் துறைகளுக்கும் கணினிகள் அத்தியாவசியமான சாதனமாக மாறும் என்று கோலி உறுதியாக நம்பியதால், ஆராய்ச்சியின் நோக்கம் திட்டமிட்டே பரந்த அளவில் அமைக்கப்பட்டது. 'ஆர்-அண்ட்-டி' (R&D) செயல்பாட்டில் ஆராய்ச்சிக்கு அடுத்ததாக, ஆனால் வளர்ச்சிக்கு முன்னதாக வடிவமைப்பு ஒரு பெரிய பங்கைக் கொண்டுள்ளது என்று அவர் சரியாகப் புரிந்துகொண்டிருந்தார். எனவே TRDDCயின் கவனம் 'ஆர்-அண்ட்-டி' மீதுமட்டுமில்லாமல், மூன்றும் சேர்ந்த 'ஆர்-டி-டி' ஆராய்ச்சி, வடிவமைப்பு, மற்றும் மேம்பாடு ஆகியவற்றின் மீது குவிந்தது.

புகழ்பெற்ற பொருளியல் விஞ்ஞானியும், ஐ.ஐ.டி-கான்பூரில் இருந்து பட்டம் பெற்றவருமான ஈ.சி.சுப்பாராவ், TRDDCயின் முதல் இயக்குநராக நியமிக்கப்பட்டார். புனேவுக்கு வந்து அங்கு டாடா மேலாண்மை மையத்தின் மூலையில் ஒரு பங்களாவில் தங்கினார். அவர் விடைபெற்ற பிறகு TRDDCயின் ஒரு பகுதியாக அந்த பங்களா தொடர்ந்து பயன்படுத்தப்பட்டது.

டி.சி.எஸ்ஸின் ஒரு பகுதியாக TRDDC இருந்தபோதிலும், பொதுத்துறை உள்ளிட்ட பிற டாடா மற்றும் டாடா அல்லாத நிறுவனங்களுடனும் இணைந்து பணியாற்ற வேண்டியிருந்தது. ஆரம்பத்திலிருந்தே ஒரு விஷயம் தெளிவாக இருந்தது: தொழில்துறையில் பயனுள்ள நேரடி தாக்கத்தை ஏற்படுத்தும் பயன்பாட்டு ஆராய்ச்சியில் கவனம் செலுத்த வேண்டும். இது தொழில்துறையுடன் நெருக்கமாக பணியாற்ற வேண்டும் என்பதில் அதிக கவனத்தைச் செலுத்தியது.

அதேபோல், TRDDC வெளிநாட்டில் பணிபுரியும் இந்திய விஞ்ஞானிகள் திரும்பி வந்து இந்தியாவில் வாழ்க்கை அமைக்க ஒரு தளத்தை வழங்கியது. இது 1970களில் அறிவியல் மற்றும் தொழில்துறை ஆராய்ச்சி மன்றம் (Council of Scientific and Industrial Research, CSIR) அமைப்பதன் மூலம் அரசாங்கம் இதைச் செய்ய முயன்றது. ஆனால் அதற்குக் குறைந்த அளவிலான வெற்றியே கிடைத்தது.

இயற்கையாகவே, டாக்டர் சுப்பாராவ் ஒரு பொருளியல் விஞ்ஞானி என்பதால், 1981-82ல் TRDDCயில் அமைக்கப்பட்ட முதல் ஆராய்ச்சி குழு பொருள்-அறிவியலில் கவனம் செலுத்தியது. டாடா குழுமத்தின் நல்ல பெயர் TRDDCக்கு திறமையுள்ளவர்களை ஈர்த்தது. மற்றும் அதன் நற்பெயர் பெரும்பாலும் வாய் வார்த்தையால் பரவியது.

இங்கு ஓர் உண்மையான ஆராய்ச்சிச் சூழ்நிலை நிலவியது. 'குழுவினர் உண்மையாகவே ஒருவருக்கொருவர் தோளோடு தோள் உரசிக்கொண்டு அமர்ந்து பணியாற்றினர். இவ்வகையில் அறிவார்ந்த பரிமாற்றம் இயற்கையாகவே நடைபெற்றது. ஒரு துறையிலிருந்து யோசனைகள் இன்னொன்றைத் தூண்டின' என்று டாக்டர் சுப்பாராவ் வேடிக்கையாக நினைவுகூர்ந்தார். TRDDC விரைவாக பரந்த அளவிலான கல்வித் துறைகளுக்கான மையமாகவும், மென்பொருள் அல்லாத துறைகளான செயல்முறை பொறியியல், உலோகம் மற்றும் பொறியியல் சேவைகள் போன்றவற்றின் யோசனைகளை மென்பொருள் பொறியியலுடன் கலந்து மேம்படுத்தும் இடமாகவும் மாறியது.

ஆரம்பகால ஆராய்ச்சிப் பணிகளில் பெரும்பாலானவை டி.சி.எஸ்ஸின் எல்லைக்கு வெளியே பொதுத் தொழில்துறையில் பயன்பட்டன. எடுத்துக்காட்டாக, டாடா ஸ்டீல், டாடா

கெமிக்கல்ஸ், இந்துஸ்தான் துத்தநாகம் மற்றும் இந்துஸ்தான் காப்பர் ஆகியவற்றுக்கான திட்டங்களில் TRDDC பணியாற்றியது. அசோசியேட்டட் சிமெண்ட் நிறுவனங்களுடன் (ஏ.சி.சி) சில முக்கியமான பணிகளைச் செய்தது. இதில் டாடா குழுமத்துக்கு ஒரு பெரிய பங்கு இருந்தது. ஆனால் பின்னர் விற்பனை யுக்திகளின் ஒரு பகுதியாக அதன் பங்குகளை விற்றது. ஆன்லைன் செயல்முறை கட்டுப்பாடுகளை உருவாக்குவதற்கும் செயல்திறனை மேம்படுத்துவதற்கும் TRDDC ஆராய்ச்சியாளர்கள் ஏ.சி.சியுடன் நெருக்கமாகப் பணியாற்றினர். 1999வாக்கில் இந்தத் திட்டம் ஏ.சி.சி மட்டுமல்ல, பிற சிமெண்ட் நிறுவனங்களாலும் ஏற்றுக்கொள்ளப்பட்ட ஒரு தயாரிப்பாக முதிர்ச்சியடைந்தது. இறுதியில் இது TRDDCயில் உற்பத்தி அமைப்புகள் குழு என அறியப்பட்டதற்கான அடித்தளமாகவும் அமைந்தது. பின்னர் அதே குழு வாகனத் தொழில் மற்றும் தொழில்துறை செயல்முறைகளை எவ்வாறு மேம்படுத்துவது என்பதைப் பற்றி ஆய்வு செய்தது. இன்று அந்தக் குழு மிகப் பெரியதாகவும் டி.சி.எஸ்ஸுக்குள் உள்ள பொறியியல் சேவைகள் பிரிவின் மிக முக்கியமான பகுதியாகவும் இருக்கிறது.

TRDDC மென்பொருள் குழு செயல்முறை மேம்பாட்டில் அக்கறை செலுத்தி வந்தது. ஆனால் பெரும்பாலும் டி.சி.எஸ்ஸுக்குள் உள்ள வணிகக் குழுக்களை அவற்றின் தீர்வுகளைப் பின்பற்றுமாறு வற்புறுத்துவது கடினமாகவே இருந்தது.

TRDDC ஆராய்ச்சியின் வெளியீடுகளைப் பயன்படுத்தப்படுவது முக்கியம் என்று நான் பொறுப்பேற்றபோது உணர்ந்தேன். எனவே டி.சி.எஸ்ஸின் பிரிவுகளுடன் அவர்களைத் தொடர்பு கொள்ள வைத்தேன். இதனால் அவர்களின் ஆராய்ச்சிகள் மேலும் பயனுள்ளதாக இருக்கும் என்று உணர்ந்தேன்.

வங்கி அமைப்புகளில் பணிபுரியும் தில்லியில் உள்ள டி.சி.எஸ் பிரிவுடன் தொடர்பு கொண்டு, TRDDC தொழில்நுட்பத்தைப் பயன்படுத்துவதற்கான யோசனையைத் நிராகரித்தவர்களிடம், ‘நீங்கள் அதைப் பயன்படுத்த ஏன் விரும்பவில்லை. காரணம் சொல்லுங்கள்’ என்று கேட்டேன். இது நிச்சயமாக மிகவும் கடினமான கேள்வி. இறுதியில் ‘மாஸ்டர் கிராஃப்ட்’ என்ற பெயரில், வங்கிகளில் இதர சேவைகளை விற்பனை செய்ய உதவும் மென்பொருள் இந்த ஒத்துழைப்பிலிருந்து

உருவாக்கப்பட்டு 2000 முதல் வாடிக்கையாளர்களுக்கு விற்கப்பட்டது.

முன்னதாக பதினேழு ஆண்டுகள் டி.ஐ.எஃப்.ஆரில் பணிபுரிந்தவரும் வார்விக் பல்கலைக்கழகத்தில் கணினி அறிவியல் பேராசிரியருமான ஜோசப் மத்தாய் 1997ல் TRDDCயில் துணை இயக்குநராகச் சேர்ந்தார்; பதினெட்டு மாதங்களுக்குப் பிறகு 1999ல் டாக்டர் சுப்பாராவ் ஓய்வு பெற்றபோது இவர் இயக்குநரானார். இவர் பொறுப்பேற்றபோது, TRDDC தன்னிறைவு பெற முடியுமா, அதாவது, அது தன்னைத்தானே ஆதரிக்க முடியுமா இல்லையா என்பதைப் பார்த்தார். ஆனால் அவர் புள்ளிவிவரங்களைப் பார்த்தபோது, TRDDC அதன் மொத்தச் செலவினங்களில் ஒரு சிறிய பகுதியை மட்டுமே வருமானமாக ஈட்டிவருகிறது என்பது தெளிவாகத் தெரிந்தது.

முக்கிய சிக்கல் என்னவென்றால், ஆராய்ச்சியாளர்கள் பிரகாசமான நபர்களாக இருந்தாலும், அவர்கள் 'மார்க்கெட்டிங்' செய்வதில் திறனற்றவர்களாக இருந்தார்கள்; மதிப்புமிக்க ஆராய்ச்சியை மேற்கொள்வதைவிட, வருவாயைக் கொண்டு வரும் சிறிய வெளிப்புற திட்டங்களைத் தேடிப்பிடிக்கவே அவர்கள் அதிக நேரம் செலவிட்டனர். இந்த நிலை மாற்றியமைக்கப்பட்டது. ஒரு ஆராய்ச்சியாளரினால் வெளி நிறுவனங்களில் இருந்து எவ்வளவு வருமானம் வந்தது என்ற விஷயம் பின்னுக்குத் தள்ளப்பட்டு அவர்கள் ஆராய்ச்சியில் பங்களிக்கும் விதத்துக்கு அதிக முக்கியத்துவம் தரப்பட்டது.

திட்டப்பணிகளின் மூலம் TRDDC நிறுவனம், டி.சி.எஸ்ஸுக்குள் என்ன மாற்றத்தை ஏற்படுத்துகிறது என்பதைக் காட்ட 'சீரான ஸ்கோர்கார்ட்' எனும் மதிப்பு அட்டவணையை நாங்கள் உருவாக்கினோம். TRDDC பங்களிப்பு செய்த குறிப்பிட்ட மதிப்புக் கூட்டலை அளவிட நாங்கள் முயற்சிக்கவில்லை, ஏனென்றால் அதைச் செய்வது மிகவும் கடினம். அதற்கு பதிலாக TRDDC நிறுவனம் டி.சி.எஸ்ஸுடன் வைத்திருந்த மொத்த திட்டப்பணிகளின் எண்ணிக்கையை நாங்கள் கண்காணித்து, அந்தத் திட்டங்களின் மதிப்பு என்ன என்பதை மதிப்பிட்டோம். அது வெற்றிக்கான ஒரு அளவுகோல். TRDDC உருவாக்கிய ஒன்றைப் பயன்படுத்தி டி.சி.எஸ் ஆதரவு அலகுகள் ஒரு சிக்கலை அல்லது சவாலை எத்தனை முறை தீர்த்தன என்பதையும் நாங்கள் மதிப்பிட்டோம்.

மேலும், உடனடி சிக்கல்களைத் தீர்க்கப் பணியாற்றுவதற்குப் பதிலாக, நீண்ட காலத் திட்டங்கள் குறித்த ஆராய்ச்சிக்கு நாங்கள் முக்கியத்துவம் தந்தோம்; நாங்கள் சில சவால்களை எதிர் கொள்வது அவசியம் என்றும், தவிர்க்கமுடியாத சில தவறுகளைச் செய்யலாம் என்றும் அங்கீகரித்தோம். ஏனென்றால் இதுதான் ஆராய்ச்சி. எனவே நாங்கள் மென்பொருள் துறையில் வாடிக்கையாளர்களின் தனிப்பட்ட தேவைகளுக்கு ஏற்ப புதிய வழிமுறைகளை, கருவிகளை ஒரு மாத காலத்துக்குள் உருவாக்கித் தரும்படியான அமைப்பை ஏற்படுத்தினோம். அப்படியான செயல்பாட்டில் பல வழிமுறைகள், கருவிகள் உருவாக்கப்பட்டன. அவற்றில் பெரும்பாலானவை டி.சி.எஸ்ஸுக்குப் பயன்படுத்தப்பட்டன. உதாரணமாக, ஜாவா கோட் செக்கர் என்ற ஒரு கருவியை உருவாக்கியதும் அதை அடிப்படையாகக் கொண்டு செயல்களை முன்னெடுக்குமாறு பிராஜக்ட் டீம்களைக் கேட்டுக்கொண்டோம். அதன் பிறகு அந்த வழிமுறை மிகவும் அவசியமான, அடிப்படையாகிவிட்டது.

டி.சி.எஸ் வணிகப் பிரிவுகளுக்கு என்ன தேவை என்பதைக் கண்டறிய, பேராசிரியர் மத்தாயை வெவ்வேறு கிளைகளைச் சென்று பார்வையிட ஊக்குவித்தேன். சில நேரங்களில் பிரச்னைகளுள்ள ஒரு குறிப்பிட்ட திட்டத்தைக் கூர்ந்து கவனித்து, TRDDCயின் தீர்வுகளில் ஏதேனும் பயனுள்ளதாக இருக்குமா என்று பார்க்கும்படி அவரிடம் பரிந்துரைப்பேன். மற்ற சந்தர்ப்பங்களில், ஒரு திட்டக் குழுவில் பிரச்னைகள் இருப்பதாக எனக்குத் தெரிந்தால், அவர்கள் டி.ஆர்.டி.டி.சியுடன் நேரடியாகப் பேசவேண்டும் என்று அறிவுறுத்துவேன்.

பொதுவாக திட்ட மேலாளர்கள் TRDDCயில் இருந்து சிலரைத் தங்களுடைய ப்ராஜெக்டில் இணைந்து பணிபுரியச் சொல்லி அழைப்பார்கள். ஆனால் அப்படிச் செய்வது சரியில்லை என்று அவர்களுக்குப் புரியவைப்போம். மாறாக TRDDCயில் இருந்து சிலர் சென்று என்ன பிரச்னை என்பதை அலசிப் பார்த்து அதைத் தீர்ப்பதற்கான மென்பொருள் சொல்யூஷன் அல்லது கருவியை உருவாக்கித் தருவார்கள்.

பொதுவாகவே, திட்ட மேலாளர்கள் மிகுந்த நெருக்கடியில் இருப்பார்கள். குறிப்பிட்ட காலக்கெடுவுக்குள் அனைத்தையும் முடித்து வாடிக்கையாளருக்குக் கொடுத்தாக வேண்டியிருக்கும். திட்டங்கள் ஏதேனும் நெருக்கடியில் சிக்கினால், அவர்கள்

மனதில் ஒரு எண்ணம் ஓடும்: எப்படியாவது வாடிக்கையாளரிடம் இருந்து முதல்கட்ட ஒப்புதலைப் பெற்றுவிட்டால் பிற பிரச்னைகளைப் பின்னர் சமாளித்துக் கொள்ளலாம் என்று நினைப்பார்கள்.

TRDDCக்கு இந்த மனநிலையை மாற்றியாக வேண்டிய அவசியம் இருந்தது. இதைச் சரி செய்ய கடுமையாக முயற்சி செய்ய வேண்டியிருந்தது. திட்ட மேலாளர்கள், பணியாளர்கள் எனப் பலருடன் நீண்ட நேரம் செலவிட வேண்டி வந்தது. திட்டங்களில் ஏதேனும் பிரச்னை வந்தால் TRDDCயிடம் கொடுத்துவிட வேண்டும் என்ற எண்ணம் இப்போது அழுத்தமாக உருவாகி விட்டது. பிற பல விஷயங்களைப் போலவே தட்டிக்கொடுத்து உற்சாகப்படுத்தி பல விஷயங்களைச் செய்து முடிக்கவேண்டி இருக்கிறது. தனிநபர்களுடனான நேரடிப் பேச்சுவார்த்தைகள் மூலம் பல விஷயங்களைச் சாதிக்க முடியும்.

படிப்படியாக TRDDC பற்றி டி.சி.எஸ் பணியாளர்கள் கொண்டிருந்த கருத்து மாறியது. திட்ட மேலாளர்கள் TRDDC மற்றும் பிற ஆராய்ச்சி நிறுவனங்களுடன் இணைந்து பணியாற்ற வேண்டியது அவசியம் என்பதை உணரத் தொடங்கினர். இது ஒரு பெரிய மாற்றமாக இருந்தது, ஏனெனில் இதனால் எங்கள் வணிகச் செயல்பாடுகள் ஓரளவுக்கு சீரடைந்து லாப நஷ்டம் சம நிலையை அடைந்திருப்பதால் இப்படியான மாற்றம் ஏற்பட்டிருப்பதாக நினைக்கிறேன்.

TRDDC அன்றாடச் செயல்முறைகளில் அதிகம் மாட்டிக் கொள்ளக்கூடாது என்பதைப் பற்றியும் நாங்கள் கவனமாக இருந்தோம். ஏனென்றால் 'ஆர்-அண்ட்-டி'க்கு தகுந்த நேரம் தேவை. 'ஆர்-அண்ட்-டி'யின் இயல்பான வேகத்தை தாண்டி மிக அதிகமாக ஓடும்படிச் செய்ய நம்மால் முடியாது. செய்யவும் கூடாது. தவறுகள் நடக்கும். அவற்றை ஓரளவுக்கு நாம் பொறுத்துக்கொள்ள வேண்டும்; அதுவே விஞ்ஞானிகளின் மேலுள்ள அழுத்தத்தைக் குறைத்து நன்மை அளிக்கும்.

நீண்ட கால ஆராய்ச்சியில் உயர் பல்கலைக்கழகங்களுடன் கூட்டாண்மைகளை நிறுவுவது முக்கியம் என்றும் உணர்ந்தேன்; இவை TRDDCயின் பணிக்கு பயனுள்ளதாகவும், நீண்டகால ஆராய்ச்சிக்கு நிதியளிப்பதற்கு எளிதாகவும் இருக்கும். மூன்று முதல் ஐந்து வருடங்கள் வரை நீடிக்கும் ஆராய்ச்சித் திட்டங்களுக்கு நாங்கள் நிதியளிக்க முடியும். ஆனால் அதற்கு

மேல் முடியாது, ஏனெனில் நீண்ட காலத்துக்கு வணிக சூழ்நிலை ஒரே மாதிரியாக இருக்கும் என்று கூற முடியாது. எனவே பல்கலைக்கழகங்களுடனான உறவை வளர்த்துக் கொள்ளவும், பரஸ்பர ஆர்வமுள்ள பகுதிகளில் ஆராய்ச்சி கூட்டாண்மைகளை ஏற்படுத்தவும் பேராசிரியர் மத்தாயை ஊக்குவித்தேன். இதன் விளைவாக டி.சி.எஸ், ஸ்டான்போர்ட், ஜார்ஜியா டெக், மற்றும் யார்க் பல்கலைக்கழகம் மற்றும் லண்டனின் கிங்ஸ் கல்லூரி உள்ளிட்ட பல இங்கிலாந்து பல்கலைக்கழகங்களுடன் ஆராய்ச்சிக் கூட்டாண்மைகள் நிறுவப்பட்டன.

இங்கிருந்து அங்கும் அங்கிருந்து இங்குமாக பலர் வந்து கலந்துரையாடுவார்கள். அதன் பின்னர் டிஆர்டிடிசியிலிருந்து ஒருவர் அங்கு சென்று குறிப்பிட்ட காலம் அந்தப் பணியைச் செய்து முடிப்பார். வெளிநாடுகளுக்கு உயர் படிப்பு படிக்கச் செல்பவர்களுக்கு அது ஒரு நல்ல வாய்ப்பாக அமைந்தது. அது அவர்களுக்குப் பலவகைகளில் பெரிதும் பயன் அளித்தது.

இன்று இந்திய மற்றும் சர்வதேச நிறுவனங்கள் இந்தியாவில் ஆராய்ச்சி மையங்களை அமைத்துள்ளன. நாங்கள் முன்னோடியாக இருந்து ஆரம்பித்து வைத்த ஒரு செயல் முறைக்குக் கிடைத்த அங்கீகாரம் என்று இதைச் சொல்லலாம். 1980களில் டி.சி.எஸ் நிறுவனம் TRDDC நிறுவனத்தை அமைத்தபோது அது மிகவும் புதுமையான முயற்சியாகவே இருந்தது.

வணிக வியூகமும் புதுமைப்படைப்பும்

டி.சி.எஸ்ஸில் நான் தலைமைச் செயல் அதிகாரிப் பொறுப்பை ஏற்றுக்கொண்டதும் ஒரு மிக முக்கியமான மாற்றத்தை அனைவராலும் உணர முடிந்தது. அது தலைவரின் அணுகு முறையில் இருந்த மாற்றம். நான் டி.சி.எஸ்ஸில் பொறுப்பு, அதிகாரம் இவற்றை அனைவரும் பகிரும் வகையில் கூட்டு முயற்சிக்கு முக்கியத்துவம் கொடுத்தேன். முக்கியமான பதவியில் இருந்தவர்களை ஒருங்கிணைத்து, அவர்களைத் தலைமை குணம் கொண்ட குழுவாக மாற்ற விரும்பினேன். அதாவது அந்தக் குழுவை நம்பி எந்தப் பொறுப்பையும் ஒப்படைக்க முடியும். அந்தக் குழுவின் ஆலோசனைகளை மதித்து நான் செயல்பட முடியும்.

முதலில் நான் 1996ல் சந்திராவை எனது நிர்வாக உதவியாளராக அழைத்து வந்தேன்; டி.சி.எஸ்ஸில் இருந்தே தகவலியல் தொழில்நுட்ப நிபுணத்துவம் கொண்டவர்களை, நிதி மற்றும் மனித வளம் போன்ற முக்கிய பெருநிறுவன பொறுப்புகளில் அமர்த்தியதன் மூலம் ஒரு அடிப்படை மாற்றத்தைச் செய்தேன்; கணக்குப்பதிவியல் நிபுணரான மஹா நிதித்துறையிலும், பத்மநாபன் மனித வளத் துறையிலும் பொறுப்பேற்றனர். நான் ஒரு தலைமை தொழில்நுட்ப அதிகாரியின் பதவியையும் உருவாக்க விரும்பினேன். சில தற்காலிக நியமனங்களுக்குப் பிறகு, அனந்தகிருஷ்ணனை நியமித்தேன். பின்னர் நான் தலைமை தகவல் அதிகாரி மற்றும் நிறுவன சீரமைப்பின் துணைத் தலைவர் ஆகிய பதவிகளையும் உருவாக்கினேன்.

எனது முக்கிய தலைமைக் குழுவில் மஹா, சந்திரா, பத்மநாபன், அனந்த் மற்றும் சென்னையில் டி.சி.எஸ் நடவடிக்கைகளின் தலைவர் ரவி விஸ்வநாதன் ஆகியோர் இருந்தனர். பெரும் பாலும் நாங்கள் ஒரு சனிக்கிழமை அல்லது ஞாயிற்றுக்கிழமை காலை வொர்லியில் உள்ள எனது வீட்டில் அல்லது அதே கட்டடத்தில் உள்ள டி.சி.எஸ் விருந்தினர் குடியிருப்பில் முறைசாரா வகையில் ஒன்றுகூடினோம். அந்த நேரத்தில் நிறுவனத்துக்கு எது முக்கியமானதாக இருக்கிறதோ அது பற்றிப் பேசுவோம். டி.சி.எஸ் நிறுவனத்தை டிஜிட்டல்மயமாக்குவது தொடர்பான விவாதங்கள், டாடா பிசினஸ் எக்ஸலன்ஸ் மாடல் தொடர்பான விவாதங்கள் ஆகியவை எனக்கு நன்கு நினைவில் இருக்கின்றன.

எங்கள் சந்திப்புக்களை எளிதாக்குவதற்காக, விரைவில் அந்தக் கட்டடத்திலேயே சந்திராவை குடியேறுமாறு கேட்டுக் கொண்டேன். காலையில் உலாவும்போது நாங்கள் அடிக்கடி விவாதித்தோம், குறுகிய நேரத்தில் முடியும் சந்திப்புகளை நடத்தினோம் அல்லது ஒரு நீண்ட வணிக பயணத்திலிருந்து திரும்பியபின் உடனடிச் செயல்களின் பட்டியலைத் தொகுத்தோம். மும்பையில் நாங்கள் ஒன்றாக இருந்தது நிச்சயமாக நிர்வாகச் செயல்திறனைக் கூட்டியது; அனந்த் மற்றும் ரவி தவிர, அணியினர் அனைவரும் இறுதியில் மும்பைக்கு வந்தனர்.

வணிக வியூகங்கள் குறித்த ஒரு பயிற்சியாளரைத் தேடிக் கொண்டிருந்தேன், ஏற்கனவே ஹார்வர்ட் பிசினஸ் ஸ்கூல் பேராசிரியர் பங்கஜ் கெமாவத்தை மனதில் வைத்திருந்தேன்.

அவரை முதலில் அறிந்திருந்த கோலியிடமிருந்து, கேள்விப் பட்டிருந்தேன். என் மகன் தருண், ஹார்வர்டில் சேர்ந்ததைத் தொடர்ந்து, நான் அங்கு சென்றபோது, பங்கஜைச் சந்தித்து, அவர் எங்களுடன் இணைந்து பணியாற்றத் தயாரா என்று கேட்டேன். ஒப்பந்தத்தின் அடிப்படை விவரங்களைப் பேசி முடித்ததும், அவர் எங்களுடன் சேர ஒப்புக் கொண்டார்; விரைவில் அவர் பிரதான ஆலோசனைக் குழுவில் ஒருவரானார்.

முற்றிலும் புதிதான, வெளியிலிருந்து பார்த்துச் சொல்லக்கூடிய ஒருவருடைய ஆலோசனை எங்களுக்கு மிகவும் பயனுள்ளதாக இருக்கும் என்று நம்பினேன். எங்கள் பிரதான குழுவின் உறுப்பினர்கள் அனைவருமே டி.சி.எஸ்ஸின் அன்றாடப் பணிகளில் வேரூன்றி நிற்பவர்கள். அது ஒருவகையில் முழுச் சித்திரத்தைப் பார்க்கமுடியாமல் செய்துவிடும். வெளியாளான பங்கஜ் போன்றவர்கள் அந்த வகையில் எங்களுக்கு உதவ முடியும் என்று நம்பினேன்.

நான் எம்.ஐ.டியில் இருந்தபோது கேஸ் ஸ்டடி சார்ந்த அணுகுமுறை (நிகழ்வுகள் சார்ந்த ஆய்வுகள்) அறிமுகமாகி இருந்தது. அந்த வழிமுறை மிகவும் பயனுள்ளது என்பது எனக்குத் தெரிந்திருந்தது. டி.சி.எஸ்ஸில் நாங்கள் செய்யும் பணிகளை இந்தக் கோணத்தில் பங்கஜ் அலசி ஆராய்ந்து வழிகாட்டுவார் என்று நம்பினேன். புதிதாக ஒரு வழிமுறையை அறிமுகப்படுத்துவதாக இருந்தால் ஹார்வர்ட் பேராசிரியர் ஒருவரின் கருத்துகள் அதற்கு ஆதரவாக இருந்தால் அனைவரையும் அதை ஏற்கச் செய்வது எளிதாக இருக்கும் என்று நம்பினேன்.

பங்கஜ் மையக் குழுவில் சேர்ந்த பிறகு, கூட்டங்களின் பெயர் மாறியது; நாங்கள் முக்கிய குழுவை 'திங்க் டேங்க்' (சிந்தனை களஞ்சியம்) என்றே அழைக்க ஆரம்பித்தோம். வேடிக்கையாக, பங்கஜுடனான எங்கள் சந்திப்புகள் பின்னர் பங்கஜ் கெமாவத் அமர்வுகள் என்றும் பின்னர் பி.ஜி அமர்வுகள் என்றும் அறியப் பட்டன. சில நேரங்களில் நாங்கள் அவரை ஒரு குழுவாகச் சேர்ந்து சென்று சந்திப்போம், சில நேரங்களில் நான் தனியாக சந்திப்பேன். பெரும்பாலும் சந்திரா அடுத்தடுத்த நகர்வுகள் தொடர்பாக, அவருடன் தொடர்ந்து தொடர்பில் இருப்பார்.

ஒரு சந்தர்ப்பத்தில், நாங்கள் எங்களுடைய அலுவலகச் சூழல்களிலிருந்து விலகி, பாஸ்டனில் சந்திக்க முடிவு

செய்தோம். 'சார்லஸ் நதி அமர்வு' என்று பின்னர் அறியப்பட்ட அந்த சந்திப்பு, ஒரு முக்கியமான மைல் கல் சாதனையானது. நாங்கள் ஒருவருக்கொருவரை நன்றாகத் தெரிந்துகொண்டோம். ஒருவருக்கொருவர் சகஜமான உணர்வை வளர்த்துக் கொண்டோம். அந்தக் கூட்டத்தில்தான் 'நாம் எல்லோரும் ஒரே அணி' என்ற உணர்வு உருவானது என்று நம்புகிறேன்.

சந்திரா, அனந்த், மற்றும் ரவி போன்ற சில இளைய அணி உறுப்பினர்களின் ஆரம்பகட்டத் தயக்கங்களைச் சமாளிக்க இவ்வகையான சந்திப்புகள் உதவின என்று நம்புகிறேன். காலப்போக்கில் நாங்கள் சிறப்பான தகவல் தொடர்பு உணர்வை வளர்த்துக் கொண்டோம்; ஒவ்வொருவரின் உடல் மொழியில் இருந்தோ குரலின் தொனியிலிருந்தோ என்ன நினைக்கிறோம் என்பது எங்கள் அனைவருக்கும் தெரிந்துவிடும். குறிப்பாக, வாடிக்கையாளர்களுடனான சந்திப்புகளில் இது மிகவும் பயனுள்ளதாக இருந்தது.

பங்கஜ் கெமாவத் உடனான ஒவ்வொரு சந்திப்பிலும் அடுத்ததாகச் செய்யவேண்டிய பல விஷயங்கள் முன்வைக்கப்படும். ஆனால் அடுத்த சந்திப்பு நடக்கும் வரையில் எந்தப் பணியும் ஆரம்பிக்கப் பட்டிருக்காது. இது எனக்கு ஒருவித மனச்சோர்வைத் தந்தது. அந்தச் சந்திப்பில் எதைப் பற்றியெல்லாம் விவாதிக்கிறோம்; என்ன செய்வதாக ஒப்புக்கொள்கிறோம் என்பதைப் பதிவு செய்து வைக்கும்படி அனந்துவிடம் கேட்டுக் கொண்டேன்.

அடுத்த சந்திப்பின்போது ஒவ்வொருவரும் அதில் எதை எல்லாம் எந்த அளவுக்குச் செய்து முடித்திருக்கிறோம் என்பதைச் சொல்லவேண்டும் என்று சொன்னேன். அப்படியாகப் பேசிக் கற்றுக்கொள்ளும் விஷயங்கள் செயல்களாக மாறத் தொடங்கின. 'கற்றுக்கொள்வது-செயலாற்றல்-பயன்படுத்தல்', மீண்டும் 'கற்றுக் கொள்வது-செயலாற்றல்-பயன்படுத்தல்' என்பதே எங்கள் மந்திரமாக மாறியது.

ஆனால் ஒரே நேரத்தில் பல விஷயங்கள் நடந்ததால் முக்கியமான சில நடவடிக்கைகளுக்கு முன்னுரிமை அளிக்க நாங்கள் கற்றுக் கொள்ள வேண்டியிருந்தது. நாங்கள் அனைத்தையும் செய்ய முடியாது என்பதையும் உணர்ந்தேன். எனவே ஒவ்வொரு ஆண்டும் செயல்களின் பட்டியலில் உள்ள மிக முக்கியமான வேலைகளை மட்டுமே எடுத்துக்கொள்ள முடிவுசெய்தோம்.

நாங்கள் கவனம் செலுத்தவேண்டிய முதல் விஷயங்களில் ஒன்று தகவலின் முக்கியத்துவம்: பில்லிங், நேரப் பட்டியல்கள், விநியோக அளவீடுகள் மற்றும் பல. ஜெனரல் எலெக்ட்ரிக் (GE) நிறுவனம் போன்ற வாடிக்கையாளர்களுடனான திட்டங்கள் மூலம் உலகளாவிய சிறந்த நடைமுறைகளைப் பற்றி எங்களுக்குத் தெரியும். எனவே 'சிக்ஸ் சிக்மா' எனும் தர உயர்வு முறை மற்றும் தர மேலாண்மை அமைப்பு (QMS) ஆகிய சிறந்த நடைமுறைகளை நாங்கள் பின்பற்றி, அவற்றை எங்கள் தேவைகளுக்கு ஏற்ப மாற்றிக்கொண்டோம்.

ஆராய்ச்சி மேம்பாடு மற்றும் புதுமைப்படுத்தல்

டி.சி.எஸ்ஸின் ஆராய்ச்சி முயற்சிகள் புனேவில் மட்டுமே குவிந்திருந்தன. அதனால் எங்கள் முயற்சிகள் மிகவும் குறுகியதாக இருப்பதாக நம்பினேன். எனவே எங்கள் ஆராய்ச்சிச் செயல்பாடுகளை நாட்டின் பல மையங்களில் முன்னெடுக்கத் தீர்மானித்தேன். ஆராய்ச்சியாளர்கள் எங்கே இருக்கிறார்களோ அங்கே ஒரு மையத்தை ஆரம்பிக்கவேண்டும். அவர்கள் அனைவரையும் புனேக்கு அழைப்பது சரியல்ல என்று தீர்மானித்தேன்.

எங்களுடைய எதிர்காலச் செயல்பாடுகளை நேர்த்தியாக வடிவமைப்பதில் ஆராய்ச்சிகளுக்கு முக்கிய பங்கு இருக்கும்; அதோடு போட்டியாளர்களிடமிருந்து எங்களை வித்தியாசப் படுத்திக் காட்டவும் அது பெரிதும் உதவும் என்று உறுதியாக நம்பினேன். மிகவும் ஒழுங்குபடுத்தப்பட்ட, முறையான அணுகுமுறை தேவைப்படும். எங்களுடைய புதிய பொருள்கள், சேவைகள் ஆகியவற்றின் எல்லைகளை விரிவுபடுத்தவேண்டும். ஆராய்ச்சிச் செயல்பாடுகளை இந்த இலக்குடன் வடிவமைக்க அனந்த கிருஷ்ணனைத் தேர்ந்தெடுத்தேன். அவர் இளைஞர், கற்றுக் கொள்வதில் மிகுந்த ஆர்வம் உடையவர், தொழில்நுட்பம் மற்றும் அதன் பயன்பாடுகளில் மிகுந்த தேடல் கொண்டவர்.

ஹைதராபாத், சென்னை, மும்பை மற்றும் தில்லி, மற்றும் இங்கிலாந்து, அமெரிக்கா, ஆகிய இடங்களில் எங்கள் ஆராய்ச்சி மையங்களை விரிவுபடுத்தினோம். இன்று டி.சி.எஸ் இந்த மூன்று நாடுகளில் பத்தொன்பது புதுமைப் படைப்பு ஆய்வகங்களைக் கொண்டுள்ளது. நிறுவனத்தில் புதிய கண்டுபிடிப்புகள் தொடர்பான விஷயங்களை நிர்வகிக்க 2006

வாக்கில் கார்ப்பரேட் டெக்னாலஜி போர்டு ஒன்றை ஆரம்பித்தோம். இது ஆராய்ச்சி மையங்களுக்கு என்னவிதமான செயல்திட்டங்கள், வியூகங்கள் தேவை என்பதை வடிவமைத்துக் கொடுக்கும். டி.சி.எஸ் நிறுவனங்களின் தேவைகளுக்கு ஏற்ப என்னென்ன செய்ய வேண்டும் என்பதைத் தெரிவிக்கும்.

டி.சி.எஸ் நிறுவனத்தின் எதிர்காலத் தேவைகளைப் பூர்த்தி செய்ய எங்கள் தொழில்நுட்ப சேவைகளை, சந்தைகளை விரிவுபடுத்திக் கொண்டாகவேண்டும் என்பது எங்களுக்கு நன்கு புரிந்தது. கல்விப்புலங்கள், தொழில் துறைத் தலைவர்கள், பிற ஆராய்ச்சி மையங்கள், பல ஸ்டார்ட் அப் தொழில்கள், துணிகர முதலீடுகள் ஆகியவற்றுடன் கூட்டு முயற்சிகளை மேற்கொண்டு எங்கள் ஆராய்ச்சி மையங்கள் பல ஆய்வுகளை முன்னெடுத்து வருகின்றன.

புதிய விஷயங்களைக் கூட்டாகக் கண்டுபிடிக்கும் திறந்த மனதுடனான ஆய்வு முயற்சிகளை மேற்கொள்ள இந்த அணுகு முறை சாத்தியப்பட்டிருக்கிறது. ‘ கூட்டு கண்டுபிடிப்பு முயற்சி வலைப்பின்னல்’ (கோ இன்னோவேஷன் நெட்வொர்க் - COIN) என்ற ஒன்றை 2007 ஜனவரியில் டி.சி.எஸ் ஆரம்பித்தது. பலதரப்பட்ட கல்வி நிறுவனங்கள், துணிகர முதலீட்டாளர்கள், ஸ்டார்ட்அப் நிறுவனங்கள் இவையெல்லாம் ஒன்று சேர்ந்து உருவான வலைப்பின்னல் இது. தலைமை தொழில்நுட்ப அதிகாரி தலைமை தாங்கும் குழு இந்த புதுமை முயற்சியின் நிதி சார்ந்த பிரிவை (இன்னோவேஷன் இன்வெஸ்ட்மெண்ட் போர்ட்ஃபோலியோ) நிர்வகித்து வருகிறது. அதோடு ஆராய்ச்சிகள் மற்றும் செயல்பாடுகளை அதுவே ஒழுங்கு படுத்துகிறது.

COIN கூட்டாளர்களுடன் சேர்ந்து, எதிர்காலத்துக்கான முன்னேற்றங் களுக்கு வழிவகுக்கும் புதிய தொழில்நுட்பங்களில் தீவிரமாக டி.சி.எஸ் முதலீடு செய்கிறது. COIN தொடங்கப்பட்டபோது, ஒரு மதிப்புமிக்க தகவல் தொழில்நுட்பத் துறை ஆய்வாளர், ‘டி.சி.எஸ் கூட்டு-கண்டுபிடிப்பு வலைப்பின்னல் உலகளாவிய தகவல் தொழில்நுட்ப வழங்குநர்களுக்கான தர அடிப்படையை வெகுவாக உயர்த்தியுள்ளது’ என்று பாராட்டினார்.

புதிய கண்டுபிடிப்புகள் எங்கள் நிறுவனங்களுக்கு இரு வகையில் உதவின. முதலாவதாக சமகால வர்த்தகத்தில் நாங்கள் முன்னணியில் இருக்கவும் மற்ற நிறுவனங்களைவிட மாறுபட்டுச்

செயல்படவும் எங்களுடைய எதிர்கால வளர்ச்சிக்கான பல வாய்ப்புகளை உருவாக்கித் தருவதாகவும் இருந்தன. இரண்டாவதாக, எங்கள் வாடிக்கையாளர்களுக்குப் படைப் பூக்கத்தையும் முன்னேறிய ஆராய்ச்சி வசதிகளையும் பயன் படுத்திப் புதிய தீர்வுகளைக் கண்டுபிடித்துத் தரவும் உதவியது.

இது நடந்துகொண்டிருக்கும்போது, 'புதுமைப்படுத்தல் கலாச்சாரத்தின்' தேவையைப் பற்றி எங்கள் நிறுவனமும் அதிக புரிதலை அடைந்தது என்பதையும் பார்க்கமுடிந்தது. கண்டு பிடிப்பு தொடர்பான ஆர்வத்தைத் தூண்டும் நோக்கில் வேறு சில விஷயங்களும் செய்தோம். டி.சி.எஸ் இன்னோவேஷன் அவார்ட்ஸ் என்பதை உருவாக்கினோம் அதன்மூலம் புதியதைக் கண்டுபிடிக்கும் ஆர்வமுடையவர்களுக்குத் தனியான ஒரு தொழில் வாய்ப்பை உருவாக்கினோம். பலர் ஒன்றுகூடி புதியவற்றைக் கண்டுபிடிக்கும் முயற்சிகளுக்கு ஊக்கம் கொடுத்தோம்.

சில வருடங்களாகவே பல புதிய முயற்சிகளை முன்னெடுத்து அவற்றை நடைமுறைப்படுத்தவும் ஆரம்பித்தோம். புதிய கண்டுபிடிப்புகள் சார்ந்து அதிக நபர்களை நியமிக்க ஆரம்பித்தோம். அதுதொடர்பான பயிற்சி மையங்களையும் அதிகரித்தோம். விரிவான இலக்குகளைக் கொண்ட பரந்துபட்ட ஆராய்ச்சிகள், பரந்துபட்ட டெலிவரி மாடல் ஆகியவற்றை உருவாக்கினோம். எங்கள் ஆராய்ச்சி முயற்சிகளின் பலனாக 2003ல் எங்களுடைய வருமானம் முதன்முறையாக பில்லியன் டாலரை எட்டியது.

ஆண்டு வருமானம் ஒரு பில்லியன் டாலரைக் கடந்ததும் ஒருவித உளவியல் வெற்றியைப் பெற்றோம். பொதுவாக டி.சி.எஸ் நிறுவனம் தன்னையும் தன் சாதனைகளையும் விளம்பரப்படுத்திக் கொள்வதில் அதிக ஆர்வம் காட்டியதில்லை. ஆனால் ஒரு பில்லியன் டாலர் இலக்கை அடைந்ததும் வழக்கத்துக்கு மாறாக இந்த வெற்றியைப் பெரிய அளவில் கொண்டாடத் தீர்மானித்தோம். மும்பையில் இருந்த தாஜ்மஹால் ஹோட்டலுக்கு ஊடகத்துறையினரை அழைத்தோம். டி.சி.எஸ்ஸின் தலைமைக் குழுவினர் புதிதாக வடிவமைக்கப் பட்ட டி-ஷர்ட்கள், தொப்பிகள் அணிந்துகொண்டோம். பின்னணியில் 'சேரியட்ஸ் ஆஃப் பயர்' என்ற ஆங்கிலப் பாடல் இசைக்கப்பட, மேடையில் வரிசையாக ஏறிய தலைமைக்

குழுவினர் தங்களது தொப்பியை வானில் வீசி எறிந்து வெற்றியைக் கொண்டாடினோம்.

ஒரு பில்லியன் டாலர் ஆண்டு வருமானம் என்ற சாதனையைப் புரிந்த முதல் இந்திய நிறுவனம் நாங்கள்தான் என்ற செய்தியை உலகுக்குத் தெரியப்படுத்தி கேக் வெட்டிக் கொண்டாடினோம். நாங்கள் செய்தது எங்களுக்கு மிகுந்த பெருமிதத்தை தந்தது. எங்களுடைய குழுவின் மீதும் உண்மையான ஹீரோக்களான ஒவ்வொரு டி.சி.எஸ் பணியாளர் மீதும் எங்களுக்கு மிகுந்த மதிப்பு உருவானது. மலையேறிய மகிழ்ச்சி கிடைத்தது. ஆனால் அந்த மலைத்தொடரில் நாங்கள் ஏறியாகவேண்டிய சிகரங்கள் இன்னும் பல இருக்கின்றன என்பது எங்களுக்கு நன்கு புரிந்திருந்தது. உற்சாகமும் உத்வேகமும் மிகுந்த பயணம் ஆரம்பிக்க மட்டுமே செய்திருக்கிறது. கடக்க வேண்டிய வெற்றி வளைவுகள் ஏராளம் இருக்கின்றன என்பதும் புரிந்தது.

டாடா பிசினஸ் எக்சலன்ஸ் மாடல்

டி.சி.எஸ்ஸின் வரலாற்றில் 2000-2004 காலகட்டம் அதிரடியான மாற்றங்கள் நடந்த காலகட்டம். அதோடு அபாரமான வளர்ச்சியும் அடைந்த காலகட்டங்களிலும் ஒன்று. பங்கஜ் கெமாவத்துடனான கலந்துரையாடல்களின் மூலம் உருவான பல புதிய செயல்திட்டங்கள், யோசனைகள் ஆகியவற்றால் டி.சி.எஸ் நிறுவனம் உத்வேகம் பெற்று எழத்தொடங்கி இருந்தது. 'அல்ட்டிமேடிக்ஸ்', டி.சி.எஸ்ஸின் 'டிஜிட்டல் இண்ட்ராநெட்', வாடிக்கையாளர்கள், கூட்டாளிகள் ஆகியவர்களுடன் நிறுவனத்தை இணைத்த 'நோமேக்ஸ்' போன்றவை ஒன்றன் பின் ஒன்றாக உருவாக்கப்பட்டன.

அந்தக் காலகட்டத்தில் நாங்கள் அறிமுகப்படுத்திய இன்னொரு விஷயம் iQMS என்ற முன்னேறிய திட்ட மேலாண்மை அமைப்பு. 25 பரிசோதனை அம்சங்கள் கொண்ட டெலிவரி டேஷ்போர்ட் எனும் விநியோக செயல்பாட்டுப் பட்டியல்; மற்றும் 'ரெவின்யூ ஸ்ட்ராம்'ன் செயல்முறையைப் பயன்படுத்தி உருவாக்கப்பட்ட விற்பனைப் பயிற்சித் திட்டம். ரெவின்யூ ஸ்ட்ராம் என்பது ஒரு விற்பனை ஆலோசனை மையம். தேவைகளை உருவாக்கி விற்பனையைப் பெருக்கும் வழிமுறையை அடிப்படையாகக் கொண்டது. சந்தையின் போக்கு என்ன... என்னென்ன விற்பனை வாய்ப்புகள் உள்ளன... என்பதையெல்லாம் அலசி ஆராய்ந்து

வாடிக்கையாளர்களுக்கு விற்பனை அதிகரிக்க ஆலோசனைகள் வழங்கும் நிறுவனம். சந்தையை முழுமையாக ஆய்வு செய்து, நிறுவனங்களின் 'விற்பனை எந்திரத்தை' மாற்றியமைக்கும் பணியையும் அந்த நிறுவனம் செய்தது.

இந்தச் செயல் திட்டம் அமல்படுத்தப்பட பல காலம் எடுத்துக்கொண்டது. ரெவின்யூ ஸ்ட்ராம் நிறுவனத்தின் உதவியுடன் இதை சர்வதேச அளவில் நடைமுறைக்குக் கொண்டுவந்தோம்.

இந்த மாற்றங்கள் எல்லாம் டி.சி.எஸ் பணியாளர்களை வெகுவாக உற்சாகப்படுத்தின. புதிய விஷயங்களைக் கற்றுக் கொண்டு அதை அமல்படுத்துவதில் மிகுந்த ஆர்வம் காட்டினர். எங்கள் நிறுவனம் துடிப்புடன், ஒருங்கிணைந்து, கூட்டு முயற்சிகளில் ஈடுபட்டு பல வெற்றிகளை ஈட்டிய காலகட்டம் இது. எங்கள் முன்னெடுப்பு களின் சாதகமான விளைவுகளைக் கண்டு மிகவும் மகிழ்ச்சி அடைந்த நாங்கள், டாடா பிசினஸ் எக்சலன்ஸ் அவார்டுக்கு (JRD-QV) விண்ணப்பிக்க 2004ல் முடிவுசெய்தோம்.

டாடா பிசினஸ் எக்சலன்ஸ் மாடலானது (TBEM) மால்கம் பால்ரிட்ஜ் வரைமுறைகளை அடிப்படையாகக் கொண்டது. அது செயல்பாடுகளின் தரம், தர அடிப்படைகள் ஆகியவற்றை மேம்படுத்தும் நோக்கில் வடிவமைக்கப்பட்டது. 1998-99ல் டாடா பிராண்ட் ஈக்விட்டி மற்றும் பிசினஸ் ப்ரமோஷன் ஒப்பந்தத்தில் கையெழுத்திட்டதைத் தொடர்ந்து டி.சி.எஸ் நிறுவனம் டாடா நிறுவனமாக அங்கீகாரம் பெற்றது. டாடாவின் லோகோவைப் பயன்படுத்தும் அனுமதியும் பெற்றது. டாடா நிறுவனங்களின் மதிப்பீட்டுகளுக்கு உட்பட்டு நடப்பதாக உறுதியும் எடுத்துக்கொண்டது. டாடாவின் பாரம்பரிய வழியில் செய்நேர்த்தியின் வெற்றிப் பாதையில் நடக்க ஆரம்பித்தது.

TBEM ஒரு வணிக நிறுவனத்தின் ஏழு அம்சங்களை அளவிடுகிறது: தலைமை; வியூகத் திட்டமிடல்; வாடிக்கையாளர் மற்றும் சந்தைமீது கவனம்; அளவீடுதல்; பகுப்பாய்வு மற்றும் அறிவுவள மேலாண்மை; மனித வள கவனம்; செயல்முறை மேலாண்மை; மற்றும் வணிக முடிவுகள். தலைமை நிர்வாக அதிகாரியான பிறகு நான் ஆரம்பித்த மாற்றங்களில் ஒன்று, நிறுவனத்துக்குள் செயல்முறைகளை மேம்படுத்துவதற்கு, குறிப்பாக TBEMன் ஏழு பகுதிகளிலும் செயல்படும் ஒரு பல்துறை செயல்பாட்டுக் குழு ஒன்றை அமைத்தேன். அந்தக் குழு எனக்கு நேரடியாக அறிக்கை

அளிக்க வேண்டும் என்றும் கேட்டுக்கொண்டேன். இதை வலுப்படுத்த, ஊழியர்களுடன் வெகு தீவிரமாகத் தொடர்பு கொண்டு, நிறுவனம் எந்த இலக்கை நோக்கி நகர்கிறது என்பதை அவர்களுக்கு உணர்த்துவதற்கான முயற்சிகள் தொடங்கின.

தரம் மற்றும் டாடா பிசினஸ் எக்சலன்ஸ் மாடல் முன்வைத்த விஷயங்களில் நேர்த்தி இவற்றை அடைவதென்பது எங்கள் அன்றாடச் செயல்களில் ஒன்றாக எங்கள் மரபணுவில் பதியக் கூடியதாக ஆக்கப்பட்டது. எங்களுடைய மனித வள மேம்பாட்டுச் செயல்பாடுகள் மிகப் பெரிய அனுபவங்களின் ஊடாகச் செழுமைப்பட்டு வந்திருந்தன. செய்நேர்த்தி, தொடர்ந்து கற்றுக்கொள்ளும் ஆர்வம் ஆகியவற்றை டி.சி.எஸ்ஸின் அடிப்படை அம்சமாக ஆக்கியிருந்தோம்.

எங்கள் நிறுவனத்துக்குள்ளான டிஜிட்டல் தகவல் வலைப் பின்னலான 'அல்ட்டிமேடிக்ஸ்' ஹெச்.ஆர் துறை சார்ந்து பல முன்னெடுப்புகளை ஆரம்பித்துவைத்தது. 'பல்ஸ்' எனப்படும் தொழிலாளர் மனத்திருப்தி பற்றிய ஆய்வு, 'ஸ்பீட்' எனப்படும் செயல் திறம் நிர்வாகம் மற்றும் சுய மேம்பாடு சார்ந்த திட்டம் ஆகியவை முன்னெடுக்கப்பட்டன. மெதுவாக ஆனால் உறுதியாக, எங்கள் திறமைகளை அடிப்படையாகக்கொண்ட அருமையான செயல்திட்டத்தை வடிவமைத்தோம். நாங்கள் எதிர்பார்த்த செய்நேர்த்தியை எட்ட அது உதவியது.

ஒரு டாடா நிறுவனத்தின் TBEM மதிப்பெண் 600ஐத் தாண்டினால், அந்த நிறுவனம் 'JRD QV' விருதை வெல்ல முடியும்; ஜே.ஆர்.டி டாடாவின் பெயரிடப்பட்ட இது டாடா நிறுவனங்களிடையே விரும்பப்படும் உயரிய விருது. TBEM ஐப் போலவே, 'JRD QV' விருதும் மால்கம் பால்ட்ரிட்ஜ் தேசிய தர விருதை மாதிரியாகக் கொண்டுள்ளது. ஆனால் பிற தரமான விருதுகளிலிருந்தும் நன்மை பயக்கும் பண்புகளை ஒருங்கிணைக்கிறது. ஜே.ஆர்.டி. டாடாவின் பிறந்த நாளான ஜூலை 29 அன்று ஒரு பிரகாசமான விருது வழங்கும் விழாவில் இந்த வருடாந்திர விருது மிக உயர்ந்த தரத்தை எட்டியுள்ள ஒரு டாடா குழும நிறுவனத்தை அங்கீகரிக்கும்.

அதிர்ஷ்டவசமாக டி.சி.எஸ் அணி மீதான எனது நம்பிக்கை பொய்க்கவில்லை. 2004ல் டி.சி.எஸ், 'JRD QV' விருதை வென்று, டாடா ஸ்டீலுக்குப் பிறகு இரண்டாவது நிறுவனமாக சாதித்தது. இது டி.சி.எஸ்ஸில் உள்ள அனைவருக்கும் தேவையான,

தகுதியான அங்கீகாரமாகும். ஆனால் டாடா வரலாற்றில் முதல் முறையாக, 2004 ஜூலை 29 அன்று விருது வழங்கும் விழா நடந்தபோது, டாடா குழுமத்தின் தலைவரான ரத்தன் டாடாவும், வென்ற நிறுவனத்தின் தலைமை நிர்வாகியான நானும், கலந்து கொள்ள முடியவில்லை.

அதுவரை இருந்திராத இந்த நடைமுறை மாற்றத்துக்கு எளிதான, அற்புதமான காரணம் இருந்தது. அப்போது டி.சி.எஸ் 'ஐ.பி.ஓ' நடந்து கொண்டிருந்தது. அதைப் பற்றி வேறொரு அத்தியாயத்தில் பார்க்கலாம்.

•

டி.சி.எஸ்ஸின் உலகமயமாக்கல்

பொதுவாக, பெரும்பாலான நிறுவனங்கள் உள்ளூர் மற்றும் உள்நாட்டுச் சந்தைகளில் தங்கள் செயல்பாடுகளை ஆரம்பித்து வெற்றிகண்டபின் அயல்நாட்டுப் பணிகளைச் செய்ய ஆரம்பிப் பார்கள். டி.சி.எஸ் நிறுவனம் அதைத் தலைகீழாகச் செய்தது. உலகிலேயே சொற்ப நிறுவனங்களே அப்படியான சவாலை எதிர்கொண்டிருக்கிறது. உள்நாட்டில் கால் ஊன்றுவதற்கு முன்பே வெளிநாட்டில் அதாவது எங்கள் விஷயத்தில் அமெரிக்கச் சந்தையில் எங்கள் இருப்பை நிலைநாட்டினோம். அமெரிக்கச் சந்தை தொழில்நுட்ப உற்பத்தி மற்றும் நுகர்வு என இரண்டிலுமே வெகுவாக முன்னணியில் இருந்தது.

ஆரம்பத்திலிருந்தே சர்வதேச நிறுவனமாக நிலை பெற வேண்டிய நிர்பந்தம் எங்களுக்கு இருந்தது. இந்தியாவில் எங்கள் வர்த்தகத்தை ஆரம்பிக்க நாங்கள் விரும்பியிருக்கக்கூடும். ஆனால் அந்நாட்களில் இந்தியாவில் அப்படியான ஒரு சந்தை உருவாகியிருக்கவில்லை. எனவே நாங்கள் அயல்நாட்டுப் பணிகளைச் செய்ய ஆரம்பித்தோம். மேற்குலகம் நோக்கிய பயணத்தில் அமெரிக்காவுக்குச் சென்றோம். அங்கு கற்றுக் கொண்டவற்றை இந்தியாவில் அமல்படுத்தினோம். இங்கும் அங்குமாக ஆட்கள் போய் வரத்தொடங்கினர். சொற்ப நிறுவனங்களே இதுபோல் செய்திருக்கின்றன.

தொழில்நுட்பம் என்பது ஒரு மூலப்பொருள் போன்றது. இதைப் பயன்படுத்தி பல்வேறு சேவைகளை உருவாக்கி நம் சமூகத்தை

வளர்ச்சி அடையச் செய்ய வேண்டும் என்ற எண்ணமே டி.சி.எஸ்ஸை நிறுவியவர்களின் மனதில் இருந்தது. மின்சாரம் தயாரிக்க நீர் மூலப் பொருளாக இருப்பது போல், எஃகு தயாரிக்க இரும்புத்தாது மூலப்பொருளாக இருப்பதுபோல் மேற்கிலிருந்து இறக்குமதி செய்யப்படும் கணினித் தொழில்நுட்பம் இந்தியாவை வளப்படுத்தும் மூலப்பொருளாக இருக்கும் என்று நம்பினார்கள். எனவே ஆரம்பத்திலேயே அயல்நாட்டுப் பணிகளைச் செய்ய துணிந்து முற்பட்டனர்.

இந்த மாதிரியான சிந்தனையே ஆரம்பகால நாட்களில் சிலரை டி.சி.எஸ்ஸை நோக்கி ஈர்த்தது. இந்த உயர்ந்த குறிக்கோள் இல்லாமல் அமெரிக்காவில் உயர் பட்டம் பெற்ற என்னைப் போன்ற இந்திய கணினி நிபுணர்கள் மீண்டும் இந்தியாவுக்கு வர வேறு எந்தக் காரணமும் இல்லை. எதிர்காலத் தேவைகளைக் கணக்கில் கொண்டு செயல்படக்கூடிய வலுவான நிறுவனம் ஒன்றுடன் எங்களை அடையாளப்படுத்திக்கொள்ள விரும்பினோம். உண்மையில் அந்நாட்களில் கணினி மற்றும் தகவல் தொழில்நுட்பத்துறையில் அப்படியான லட்சியங்களை சாத்தியப்படுத்த முன்மாதிரியாக எந்த ஒரு நிறுவனமும் இருந்திருக்கவில்லை. பூஜ்ஜியத்தில் இருந்துதான் ஒரு ராஜ்யத்தை நாங்கள் உருவாக்க வேண்டியிருந்தது.

வணிகச் செயல்முறையின் பரிணாம வளர்ச்சி

முதல் இருபது ஆண்டுகளில், டி.சி.எஸ் அதன் சேவைத் திறமையை மட்டுமல்ல, இந்தியாவையும் புகழ்ந்து பேசி சந்தைப்படுத்த வேண்டியிருந்தது. ஓர் இந்திய நிறுவனம் அமெரிக்க நிறுவனத்துக்கு தகவல் தொழில்நுட்ப ஆலோசனை சேவைகளை வழங்க முடியும் என்று அமெரிக்க வாடிக்கை யாளர்கள் நம்பவே இல்லை. 1990களின் முற்பகுதியில் கூட, பலருக்கு இன்னும் சந்தேகம் இருந்தது, 'இவர்களுக்கு (இந்தியர்களுக்கு) என்ன தெரியும்?' என்று கேட்பார்கள். ஓர் அயல் நாட்டு வாடிக்கையாளரை நாங்கள் பெறுவதற்கு முன்பாக இந்தியாவில் என்னவெல்லாம் செய்ய முடியும், எந்த அளவுக்கு வேலைகளைப் பிறரைவிடத் திறம்படச் செய்து முடிக்க முடியும் என்பதையெல்லாம் எடுத்துச் சொல்லியாக வேண்டியிருந்தது.

மிகப் பெரிய அயல் நாட்டு நிறுவனங்களை நாங்கள் தொடர்பு கொண்டபோது எங்களைப் பற்றி அவர்கள் மனதில் நல்ல

அபிப்ராயம் எதுவும் இருந்திருக்கவில்லை. ஆனால் ஓரிரு சந்திப்புகளில் அல்லது ஓரிரு மாதங்களில் எங்களைப் பற்றிய அவர்களுடைய எண்ணம் முற்றிலுமாக மாறியது. எங்களுடைய வெற்றியின் முக்கியமான காரணம் இந்தியாவில் எங்கள் நிறுவனத்தில் நாங்கள் தேர்ந்தெடுத்திருந்த கணினித்துறை நிபுணர்களே. அவர்கள் ஆரம்பகட்டத்தில் இந்தத் துறை சார்ந்த அடிப்படையான, கடைநிலை விஷயங்களை மட்டுமே செய்திருந்தார்கள். என்றாலும் அவர்கள் மென்பொருள் கோட் (நிரல் குறிப்புகள்) எழுதத் தெரிந்தவர்கள் மட்டுமே அல்ல. கம்ப்யூட்டர் சயின்ஸ் அல்லது பொறியியல் பட்டம் பெற்ற திறமைசாலிகள்.

மேற்குலகில் நிலைமை இதற்கு நேர்மாறாக இருந்தது. அங்கிருந்த புரோகிராமர், சிஸ்டம் அனலிஸ்ட் போன்றவர்கள் குறைவான அனுபவம், பள்ளி மேல்நிலைப் படிப்பு இவை மட்டுமே பெற்றவர்கள். அவர்கள் செய்து தரும் சேவைகளையும் விட நாங்கள் மிக அதிக அளவில் திறமையும் தகுதியும் கொண்டவர்கள் என்பது மேற்குலகத்தினருக்கு விரைவிலேயே புரிந்தது.

எனவே அவர்கள் காலப்போக்கில் எங்களுக்கு அதிகத் திறமை தேவைப்படும் மிகவும் சிக்கலான வேலைகளைத் தரத் தொடங்கினர். அதிக பணமும் தரத் தொடங்கினார்கள். நாங்கள் செய்த வேலை, மென்பொருள் இடம்பெயர்வில் ஆரம்பித்து கணினிகளின் நிர்வாகம், கணினிச் செயல்பாடுகளை மேம்படுத்துதல் என்பதாக மெள்ள மெள்ள வளர்ந்து ஒரு கட்டத்தில் கணினி அமைப்பை முழுவதுமாக வடிவமைத்துக் கொடுக்கும் வேலையும் எங்களுக்கு வந்து சேர்ந்தது. அப்படியான சவால்கள் எங்களுக்குத் தேவையாக இருந்தன. அதை நாங்கள் துணிந்து ஏற்றுக்கொண்டு எங்கள் திறமைகளை வெளிக்காட்டினோம். கூடவே வெளிநாடு சென்று வேலை பார்ப்பது என்ற வெகுமதியும் அதில் இருந்தது.

அதிநவீனமான வன்பொருள் கருவிகளைக்கொண்டு பணிபுரியும் வாய்ப்பு டி.சி.எஸ்ஸில் கிடைத்ததால், ஐ.ஐ.டிகளில் இருந்து சிறந்த கணினி அறிவியல் பட்டதாரிகள் தொடர்ந்து டி.சி.எஸ்ஸில் சேர்ந்தனர்; சாதாரணமாக அவர்களில் பெரும்பான்மை யானவர்கள் உயர் படிப்புகளுக்காக நாட்டை விட்டு வெளியேறி விடுவார்கள். ஐ.ஐ.டிகள் நாட்டின் சிறந்த புத்திசாலிகளை

ஈர்த்தன. அவை சர்வதேச கூட்டு முயற்சியால் உருவானதாகவும் இருந்தன. உதாரணமாக ஐ.ஐ.டி-கான்பூர் அமெரிக்க நிறுவனத்தின் கூட்டு முயற்சியால் உருவாகியிருந்தது. ஐ.ஐ.டி-பம்பாய் ரஷ்ய கூட்டு முயற்சியினாலும் ஐ.ஐ.டி-மெட்ராஸ் ஜெர்மானியக் கூட்டு முயற்சியினாலும் ஐ.ஐ.டி-டில்லி பிரிட்டிஷ் உதவியாலும் உருவாக்கப்பட்டிருந்தன.

அயல்நாட்டுப் பணிகளைத் திறம்படச் செய்து முடித்த டி.சி.எஸ் நிறுவனம் அதன் பின்னர் அயல்நாடுகளில் இருந்து பணி செய்வதற்குப் பதிலாக இந்தியாவில் இருந்தபடியே அவற்றை 'ஆஃப்-ஷோர்' பணிகளாகச் செய்து முடிக்கும் வழிகளை ஆராய்ந்தது. இந்தக் காலகட்டத்தில் எங்களுடைய நோக்கம் மென்பொருள் இடப்பெயர்வு, மென்பொருள் மாற்றம், பொறியியல் மறு உருவாக்கம் போன்றவற்றிலேயே இருந்தது.

மென்பொருள் இடப்பெயர்வு என்பது, ஒரு மென்பொருள் இயங்குதளத்தில் இயங்கும் அதிநவீன கருவிகளை, மற்றொரு மென்பொருள் தளங்களில் அதே செயல்திறன்களுடன் இயங்கச் செய்வதாகும்; மென்பொருள் மாற்றத்துக்கு சில மறு வடிவமைப்பு தேவை; பொறியியல் மறு உருமாற்றம் செய்ய மொத்தமாகவே மறு சீரமைப்பு செய்ய வேண்டியிருக்கும்.

உதாரணமாக, ஒரு வாடிக்கையாளர், குறிப்பிட்ட கணினி அமைப்பிலிருந்து இன்னொரு அமைப்புக்கு மாற விரும்பினால் அவர்களுடைய தற்போதைய கணினி அமைப்பை அலசிப் பார்த்து அதில் பயன்படுத்தப்பட்டுள்ள கணக்கியல் தர்க்கங் களைப் புரிந்துகொண்டு, புதிய அமைப்புக்கு ஏற்ற சோர்ஸ் கோட்களை உருவாக்கித் தருவோம். டி.சி.எஸ் நிறுவனம் இந்தப் பணியில் கைதேர்ந்ததாக இருந்தது.

அயல்நாடுகளில் வாடிக்கையாளர்களுடைய இடங்களில் ஒரு சில டி.சி.எஸ் பணியாளர்களை மட்டுமே நியமித்து மீதிப் பெருமளவிலான பணியை இந்தியாவிலேயே செய்வது என்பது தான் இந்த 'ஆஃப்-ஷோர்' அணுகுமுறையின் அடிப்படையான நோக்கம். அந்நாட்களில் இணைய வசதிகள், வலைப்பின்னல்கள், மொபைல் போன்கள் எதுவும். இருந்திருக்கவில்லை. நாங்கள் மென்பொருள் குறியீட்டை தரநினைவு நாடாக்களில் பதிந்து அயல்நாடுகளுக்கு அனுப்ப வேண்டியிருந்தது. அவர்கள் சரிபார்த்துச் சொல்லி, திருத்தங்கள் இருந்தால் அதில் பதிந்து திருப்பி அனுப்புவார்கள். ஏதாவது சிறிய தவறு என்றாலும் ஒரு

வார கால தாமதம் ஆகிவிடும். இதன் விளைவாக நாங்கள் திட்ட அடிப்படையிலான பணிகளை மட்டுமே செய்ய முடியும். எங்களிடம் நிகழ்நேர கணினி அணுகல் இல்லாததால், எங்களால் மென்பொருள் ஆதரவு அல்லது பராமரிப்புப் பணிகளைச் செய்ய முடிந்திருக்கவில்லை. வாடிக்கையாளரின் வளாகத்தில் ஏதேனும் பழுதாகிவிட்டால், அதை இந்தியாவிலிருந்து சரிசெய்ய முடியாது.

நாங்கள் ஆரம்பத்தில் செய்யத் தொடங்கிய பணிகள் அந்தத் துறை சார்ந்த நிபுணத்துவம் தேவைப்படுபவையாக இருந்திருக்க வில்லை. அப்படி இருந்திருந்தால் அதிக ஆட்களை வாடிக்கை யாளர்களின் அலுவலகத்திலேயே நியமித்திருக்க வேண்டி வந்திருக்கும். அது செலவை அதிகரித்திருக்கும். விசா சார்ந்த நெருக்கடிகளையும் அதிகரித்திருக்கும். 1990களில் விஷயங்கள் மாறத் தொடங்கின. குறிப்பாக, X25 டேட்டா தொடர்பு ப்ரோடோகால் ஒரு தனி கம்யூட்டரில் இருந்து இன்னொரு கம்யூட்டருக்கு தொடர்புகளை எளிமைப்படுத்தியது. அதைத் தொடர்ந்து அயல்நாட்டில் இருந்த வாடிக்கையாளர்களுடன் தரவுகளை நிகழ் நேரத்திலேயே பரிமாறிக்கொள்ள வழி பிறந்தது. மின் நாடாவில் பதிவு செய்து கண்டம் விட்டுக் கண்டம் விமானத்தில் அனுப்பிவிட்டுக் காத்திருக்கவேண்டிய நிலை மாறியது.

1991ல் கனடாவின் தொலை தொடர்பு கருவிகள் உற்பத்தி செய்யும் முன்னணி நிறுவனமான நார்டெல் நெட்வொர்க்ஸ¬டன் மிகப் பெரிய பணி ஒப்பந்தம் கிடைத்தது. நார்டெல் ஸ்விட்ச் மென்பொருளை நிகழ்நேரத்தில் நிர்வகிக்கும் பொறுப்பும் இந்தப் பணியில் இருந்தது. இந்தியாவில் இருந்து மாண்ட்ரியல், ஒட்டாவா, டொரண்டோ பகுதிகளில் இருந்த நார்ட்டெல் நிறுவனக் கணினிகளுடன் நேரடியான தொடர்புகள் இதன் மூலம் உருவாக்கப்பட்டது. இது தொடக்கத்தில் ஜெனரல் எலெக்ட்ரிக் (GE) நிறுவனத்துடனான முன்னோடித் திட்டங்களுக்கும் பின்னர் GE உடனான பேரளவு ஆதரவு ஒப்பந்தங்களுக்கும் வழிவகுத்தன.

1995-96ல் GE நிறுவனத்தில் இருந்து இரண்டாம் நிலை கம்பெனிகள் உட்பட தகவல் தொழில்நுட்பத் துறையில் இயங்கிவரும் மற்ற நிறுவனங்களையும் பார்க்க ஒரு குழு இந்தியா வந்து சேர்ந்தது. செய்நேர்த்தி, விரிவாக்க வசதிகள், தீவிரமான செயல் ஆற்றல் ஆகியவற்றின் அடிப்படையில்

அனைத்து இந்திய நிறுவனங்களையும் வெளிப்படையான முறையில், மிகுந்த ஆர்வத்துடன் பரிசோதித்துப் பார்த்தனர். ஜெனரல் எலெக்ட்ரிக் நிறுவனத்துடன் இந்த ஆய்வுகளில் நேரடியாகத் தொடர்பு கொண்டிருந்தேன். அவர்களுடன் நல்லுறவை உருவாக்கிக்கொண்டேன். டி.சி.எஸ் நிறுவனத்துடன் பணிபுரிவது அவர்களுக்குத் தனிப்பட்ட முறையில் சௌகரிய மானதாக இருந்ததாகவும் எங்களுடைய அர்ப்பண உணர்வு, எங்கள் திறமைகளை நாங்கள் சொல்லிக்காட்டிய விதம் இவையெல்லாம் பிடித்திருந்ததாகவும் அவர்கள் சொன்னதாகப் பின்னர் தெரிந்துகொண்டேன்.

1990களில் ஜெனரல் எலெக்ட்ரிக் நிறுவனத்துடனான அனுபவம் எங்கள் நிறுவனத்தை 'சர்வதேச நிறுவன'மாக்குவதில் பல விஷயங்களைக் கற்றுக்கொள்ளப் பெரிதும் உதவியது. மும்பையில் SEEPZல் ஜெனரல் எலெக்ட்ரிக் நிறுவனத்தின் சேவையைச் செய்து தரும் அயலக சேவைமையம் (ஆஃப்-ஷோர் டெவலப்மெண்ட் செண்டர்) ஒன்றை அமைத்தோம். இதற்கு முன்பாக மோட்டரோலா நிறுவனத்துக்கான பணியில் எங்களுக்கு சர்வதேசத் தரம் சார்ந்த சில அடிப்படைகள் தெரிய வந்திருந்தன. என்றாலும் GE நிறுவனத்துடனான பணியே குறுகிய காலத்தில் சவாலான பணிகளை நேர்த்தியாகச் செய்து முடிக்கும் தன்னம்பிக்கையை எங்களுக்குத் தந்தது. GE நிறுவனத்தின் பல்வேறு கிளைகளுக்கு மும்பையில் நாங்கள் செய்து கொடுத்த சேவைகள் பல்வேறு துறைகளில் நாங்கள் நிபுணத்துவம் பெற உதவின.

ஜெனரல் எலெக்ட்ரிக் நிறுவனம் இந்தியச் செயல்முறைகளை உறுதியாக நம்பினர். கூடவே நாங்கள் கொடுக்கும் உத்தர வாதங்களை எந்த அளவுக்கு நிறைவேற்றுவோமென்பது தொடர்பாக மிகவும் உறுதியான பதிலை எதிர்பார்த்தனர். டி.சி.எஸ் இந்த ஒப்பந்தத்தை வணிக ரீதியாகவும் ஒட்டு மொத்தமாக என்னவெல்லாம் நன்மைகள் கிடைக்கும் என்ற வகையிலும் பார்த்தது; வெறும் வருவாய்களுக்கு அப்பால் எதைப் பெறுகிறோம் என்பதையும் மதிப்பீடு செய்தோம்; தரமான செயல்முறைகளையும், செயல்திறன் வரையறைகளையும் கற்றுக்கொள்ள நல்ல வாய்ப்பு இருந்தது. டி.சி.எஸ் குழு எடுத்த பணியைத் திறம்பட முடித்து ஒப்படைப்பது, வெவ்வேறு நிலைகளில் வணிக உறவுகளை நேர்த்தியாக நிர்வகிப்பது, வாடிக்கையாளர் மீது மிகுந்த கவனம் செலுத்துவது ஆகியவற்றில்

மிக வலுவான அஸ்திவாரத்தை இடுவதில் நாங்கள் வெற்றிபெற முடிந்தது.

GE உடனான எங்கள் பணி, மென்பொருள் மாற்றுத் திட்டங்களிலிருந்து இடப்பெயர்வுப் பணிக்கும், சிறிய வளர்ச்சி மற்றும் பராமரிப்புத் திட்டங்களுக்குமாக, 'மதிப்புச் சங்கிலியில்' உயர்ந்து வளர்ந்தது. உற்பத்தி ஆதரவு சேவை மற்றும் இணையத்தால் இயக்கப்பட்ட வேலைகளைச் செய்ய நாங்கள் முன்வந்தோம், மேலும் புதிய சேவைகளை உற்சாகத்துடன் வழங்க முயற்சிகள் எடுத்தோம். அவர்களின் திறந்த மனப் பான்மையும், எங்கள் உற்சாகமும் ஒரு சுறுசுறுப்பான, மிகவும் பயனுள்ள வணிக உறவாக மலர்ந்தது.

உதாரணமாக, GE மகத்தான முறையில் 'சிக்ஸ் சிக்மா'வைத் தழுவியது; இது குறைபாடுகளின் காரணங்களைக் கண்டுபிடித்து துல்லியமாக நீக்குவதன் மூலமும், வணிக செயல்முறைகளில் மாறுபாட்டைக் குறைப்பதன் மூலமும், செயல்முறை வெளியீடுகளின் தரத்தை மேம்படுத்த உதவுகிறது; எனவே டி.சி.எஸ், 'சிக்ஸ் சிக்மா'வில் தன் திறன்களை சீராக்கி உருவாக்க முன்வந்தது; டி.சி.எஸ்ஸில் உள்ள ஒவ்வொரு திட்ட மேலாளரும் ஒரு 'சிக்ஸ் சிக்மா கறுப்பு பெல்ட்' பெற்றவராக இருக்க வேண்டும் என்று டி.சி.எஸ்ஸுக்குள் நாங்கள் முடிவுசெய்தோம். இது டி.சி.எஸ்ஸில் சிறப்பான 'தர சான்றிதழ்' கலாசாரத்தை உருவாக்க உதவியது; ஒவ்வொரு திட்டத்திலும் உயர்தரத்தை நிலைநாட்டும் சாதனையாளர் ஒருவர் இடம்பெறும்வகையில் திட்டங்களை வடிவமைத்தோம்; மேலும் மிகவும் கடினமான தர சான்றிதழ் (CQA) பரிசோதனைகளை முன்னெடுக்க பணியாளர்களை ஊக்குவித்தோம். இன்டர்நெட் பயன்பாட்டை 'கொள்முதல்', 'விற்பனை', 'செயல்பாடு' என மூன்று வழிகளில் GE ஈடுபடுத்தியது. 'அல்டிமேட்டிஸ்' தளத்தை நாங்கள் உருவாக்கும்போது GEன் இந்த அணுகுமுறையை கருத்தில் கொண்டு உருவாக்கினோம்.

GE கூட்டுறவின் விளைவாக நாங்கள் கணக்குகளை நிர்வகிப்பதிலும் நிபுணத்துவம் பெற்றோம். இதற்கு முன்பு பலவகையான கணக்குகளை நிர்வகிப்பதில் எங்களுக்கு உண்மையான அனுபவம் இல்லை; நாங்கள் ஒரு திட்டத்தை முடித்துவிட்டு அடுத்த திட்டத்துக்குச் சென்றுவிடுவோம். ஆனால் ஆலமரம்போல், GE 'குடைக்குள்' நாற்பதுக்கும்

மேற்பட்ட நிறுவனங்கள் இருந்தன. அவற்றைக் கையாள்வதில் நாங்கள் வணிக உறவை வளர்ப்பதற்கான கலையை கற்றுக் கொண்டோம். பின்னர் எங்கள் முதன்மைக் கணக்குகளை கவனிக்க கணக்கு மேலாளர்களை நியமித்தோம். இன்று நிச்சயமாக கணக்கு மேலாண்மை என்பது டி.சி.எஸ்ஸில் நன்கு வடிவமைக்கப்பட்ட செயல்முறையாகவே உள்ளது. டி.சி.எஸ் சார்பாகப் பரிந்துரைக்கும் பெரிய வாடிக்கையாளராகவும் GE தற்செயலாக மாறியது. நாங்கள் அவர்களுக்கு வழங்கிய சேவை களுக்கு இணையான திட்டங்களுக்கு பிற இடங்களில் நாங்கள் போட்டிபோட்டபோது, அவர்கள் எங்களுக்கு நற்சான்றிதழ் அளித்துப் பரிந்துரைக்கத் தயாராக இருந்தனர்.

ஜெனரல் எலெக்ட்ரிக் நிறுவனத்தின் மூலம் நாங்கள் பயன் பெற்றதுபோலவே எங்களாலும் அவர்களுக்கு நன்மைகள் விளைந்தன. ஜெனரல் எலெக்ட்ரிக் நிறுவனம் புதிய கண்டு பிடிப்புகளில் ஆர்வம் காட்டுவதற்கு நாங்கள் உதவியாக இருந்தோம். 'Support Central' எனும் அடுத்த தலைமுறை ஒத்துழைப்பு மற்றும் வணிக உற்பத்தித்திறன் தளத்தை உருவாக்க உதவினோம். ஜெனரல் எலெக்ட்ரிக் நிறுவனத்தின் மிகப் பெரிய படைப்புகளில் ஒன்றாக இது கருதப்படுகிறது. மேலும் அதன் பிரபலமான உற்பத்தித்திறன் கருவிகளில் ஒன்றாகவும் மாறியது.

GE எப்போதுமே மிகவும் சிக்கனமாகச் செயல்படும் திறன் உடையது; அது, மிக உயர்ந்த செயல்பாட்டு முறைக்கு எங்களை வழிநடத்தியது. அது தொடர்பாக டி.சி.எஸ் இன்றும் பெருமிதம் கொள்கிறது. ஐ.பி.ஓவுக்கு பின் முதலீட்டாளர்களையும் போட்டி யாளர்களையும் நாங்கள் ஆச்சரியத்தில் ஆழ்த்தினோம். எங்களுடைய லாபம் பலருடைய கணிப்புகளைப் பொய்யாக்குவதாக இருந்தது.

1993ல் நமது தேசம் தொலைதொடர்பு விஷயத்தில் புதியதொரு கொள்கையைப் பின்பற்றத் தொடங்கியது. புதிய தகவல் தொடர்பு இணைப்புகள் கிடைக்கத் தொடங்கின. நாங்கள் பல்வேறு துறை சார்ந்த பணிகளை எடுத்து நடத்த ஆரம்பித்தோம். நிர்வாகம், சப்போர்ட் என இரண்டுமே அவற்றுக்குத் தேவையாக இருந்தது. எனவே, சில வருடங் களாகவே அயல் நாட்டு நிறுவனங்களுக்கு மென்பொருள் இடப்பெயர்வு சேவைகளைச் செய்து வந்ததில் இருந்து உயர்ந்து அயல் நாட்டுக் கணினி அமைப்புகளை உருவாக்கி நிர்வகிக்கும் நிலைக்கு உயர்ந்துவிட்டோம். அதேநேரம் பி.பி.ஓ எனும் வணிக

புறக்கொள்முதல் சந்தை வளரத்தொடங்கியது. இதனால் புதிதாகப் பல நிறுவனங்கள் களத்தில் குதித்தன.

2001 வாக்கில் எங்களுடைய ஐரோப்பிய, அமெரிக்க, பிரிட்டன் வாடிக்கையாளர்கள் அனைவரும் புதிதாக வளர்ந்து வரும் சந்தைகளின் மீது கவனத்தைக் குவித்தனர். அப்படி அவர்கள் செயல்படத் தொடங்கும்போது அவர்களுக்கு வேறு பல உதவிகள் தேவைப்படும் என்பது எங்களுக்குப் புரிய வந்தது. எங்களுடைய முன்னணி வாடிக்கையாளர்கள் 100 பேருடன் கலந்து ஆலோசித்தோம். அவர்களில் 60க்கும் மேற்பட்டவர்கள் ஒன்று சீனாவில் நிறுவனம் தொடங்கியிருந்தனர். அல்லது சீனாவுக்குச் செல்லத் திட்டமிட்டிருந்தனர். 2002 வாக்கில் உருவாகிவரும் புதிய சந்தையில் நாங்களும் குதிக்கத் தீர்மானித்தோம். சீனா, கிழக்கு ஐரோப்பா, லத்தீன் அமெரிக்கா ஆகிய மூன்று நாடுகளில் கவனம் செலுத்தினோம். அங்கு யாருடன் இணைந்து செயல்பட வேண்டும் என்பதையும் தீர்மானித்தோம். சீனாவின் ஹாங்ஷோ, ஹங்கேரி தொடர்பாக ஜெனரல் எலெக்ட்ரிக் நிறுவனத்துக்கு ஓர் அறிக்கை சமர்ப்பித்தோம்.

லத்தீன் அமெரிக்காவில் வேறொருவிதமான சந்தை சூழல் இருந்தது. அந்த வளர்ந்து வரும் சந்தைகளில் இந்த நிறுவனங் களுக்கு சர்வதேச அளவில் செயல்பட வேண்டும் என்று ஆர்வம் இருந்தது. எனவே டி.சி.எஸ் இந்தச் சந்தைகளில் கால் பதித்து எங்களுடைய சர்வதேச வாடிக்கையாளர்களுக்கான சேவைகளை ஆஃப்-ஷோர் சேவையாக அங்கு செய்து தரமுன்வந்தது. அதே நேரத்தில் அந்த நாட்டு கம்பெனிகள் சர்வதேச சந்தையை எட்டியபோது அவற்றுடன் நட்புறவை பலப்படுத்திக் கொண்டோம்.

அந்த நாடுகளில் ஃப்ரான்சைஸ் கிளைகளை ஆரம்பிக்காமல் எங்களுடைய பணியாளர்களைக்கொண்டே அந்தப் பணிகளை முன்னெடுத்தோம். உள்நாட்டில் இருந்து கூட்டு முயற்சிக்கு முன்வந்தவர்களைச் சேர்த்துக்கொள்ளவில்லை. மாறாக நம் நாட்டில் செய்தது போலவே சொந்தமான பணியாளர் குழுவை உருவாக்க ஆரம்பித்தோம். பல்வேறு மொழிகளுக்கு மொழி பெயர்க்கலாம் என்று முதலில் நினைத்தோம். ஆனால் ஆங்கிலத்தையே தொடர்பு மொழியாகப் பயன்படுத்திக் கொள்ளலாம் என்று இறுதியில் முடிவு செய்தோம்.

iQMS என்பது எங்களுடைய முக்கியமான தரம் மற்றும் செயல்முறை அமைப்பாக இருந்தது. டி.சி.எஸ் நிறுவனம் முழுவதுமாக அதைக் கொண்டு செல்லத் தீர்மானித்தோம். நாட்டுக்குத் தகுந்தாற்போல் எந்த மாற்றமும் செய்ய வேண்டாம் என்று முடிவு செய்தோம். பல்வேறு இடங்களுக்கு அமைப்பின் நகல்களை அனுப்பி வைத்தால் ஒவ்வொருவரும் அவருடைய விருப்பத்துக்கு ஏற்ப மாற்றங்களைச் செய்து கொண்டு விடுவார்கள். ஒவ்வொரு சிஸ்டமும் அதன்பின் ஒவ்வொரு விதமாக இயங்கத் தொடங்கும். அதைத் தவிர்க்க, எல்லோரும் மைய அமைப்பில்தான் உள்நுழைய வேண்டும் என்று நாங்கள் முடிவு செய்தோம். சில நாடுகளுக்காக வாராந்திர சம்பள பட்டியல் தயாரித்தல் என்பது போன்ற சில மாற்றங்களை மட்டுமே செய்து கொடுத்தோம். ஆனால் முதன்மை அமைப்பு எல்லா இடங்களிலும் பொதுவானது. இதனால் கிளைகள் எந்த நாட்டில் இருந்தாலும் நிறுவனம் முழுவதுமாக, ஒரேவிதமான அடிப்படையே அனைவரும் பின்பற்ற வழி பிறந்தது.

சர்வதேச வாடிக்கையாளர்களுக்கான எங்களுடைய செயல்பாடு இந்தியா, சீனா, லத்தீன் அமெரிக்கா என எந்த நாட்டிலிருந்து செய்தாலும் ஒரேவிதமான மதிப்பீடுகளை அடிப்படையாகக் கொண்டிருந்தன. 'க்ளோபல் நெட்வொர்க் டெலிவரி மாடல்' (GNDM) என்று அதற்கு 2002ல் பெயரிட்டோம். பிற செயல் முறைகளுக்கு மாறாக, GNDM ஒரே உலகளாவிய சேவைத் தரநிலையை அமல்படுத்தியது; இது தொழிலாளர்களையும் உலகமயமாக்கியது. உலகின் எந்த நாட்டில் இருந்து பணி புரிந்தாலும் அனைவரும் ஒரே கட்டடத்தில் அமர்ந்து வேலை செய்வது போல் ஆக்கியது.

நாங்கள் வாடிக்கையாளர்களை மையமாகக்கொண்டு பணியாளர்களை ஒருங்கிணைத்தோம். ஜெனரல் எலெக்ட்ரிக் நிறுவனத்துக்கு மெக்சிகோவிலோ சீனாவிலோ இருந்துகொண்டு பணிபுரிபவர் அந்தந்த நாட்டுத் தலைமை அதிகாரிக்கு அல்லாமல் நியூயார்க் தலைமையகத்தில் அமர்ந்து கொண்டிருக்கும் ஜெனரல் எலெக்ட்ரிக் தலைவருக்கு பதில் சொல்லக் கடமைப்பட்டவர் களாகவே இருந்தனர். ஒற்றை சர்வதேச தரம் என்பதை உருவாக்க இது மேலும் உதவிகரமாக இருந்தது. டி.சி.எஸ்ஸைப் பொறுத்த வரை இதுதான் முக்கிய வேறுபாடு என்றா நம்பினேன். பிற மாடல்களில் என்றால் லத்தீன் அமெரிக்க பாணி, ஐரோப்பிய

பாணி என வேறுபாடுகள் இருந்தன. இதனால் பல சிக்கல்கள் பின்னாளில் உருவாகின.

எங்களுடைய வணிகச் செயல்பாடுகள் சர்வதேச நிறுவனமாக எங்களை வளர்த்தெடுத்தன. அதேநேரம் எங்களுடைய வாடிக்கை யாளர்களின் எல்லையை அதிகரிக்கும் நோக்கிலும் வாடிக்கை யாளர்களுடன் எளிதில் தொடர்பு கொள்ளும் நோக்கிலும் பல நாடுகளில் எங்கள் கிளைகளை ஆரம்பித்தோம். தொழில் நுட்பத்தில் முன்னணியில் இருக்கும் நிறுவனங்களுடன் நெருங்கிய தொடர்பில் இருக்கவேண்டும் என்பதற்காகவும் அதைச் செய்தோம்.

உலகளாவிய தடம்

எங்களுடைய அமெரிக்கச் செயல்பாடுகளை நிலைபெறச் செய்வதற்காக நான் நியூயார்க்கில் இருந்தபோது கலிஃபோர்னியாவின் சிலிகான் வேலியில் தகவல் தொழில்நுட்ப முயற்சிகள் வலுப்பெறத் தொடங்கியிருந்தன. எனவே அங்கு நமது கிளை இருந்தாகவேண்டும் என்று முடிவெடுத்தேன். நியூயார்க் அல்லாமல் நாங்கள் ஆரம்பித்த கிளைகளில் ஒன்று போஸ்டனில் ரூட் 128ல் இருந்தது. இன்னொன்று சிலிகான் வேலியில் இருந்தது. அந்தக் கிளைகளின் மூலம் புதிய தொழில் நுட்பங்களுடன் தொடர்புகளை ஏற்படுத்திக்கொள்ள முடிந்தது. ஹெச்.பி, டேண்டம், ஐ.பி.எம் போன்ற நிறுவனங்களுடன் இணைந்து பணிபுரியும் வாய்ப்பு கிடைத்தது.

அவர்களுடைய கருவிகளை இந்தியாவுக்கு இறக்குமதி செய்தோம். அந்தத் தொழில் நுட்பங்களைக் கற்றுக்கொண்டோம். அப்படியாக சென்னை எங்களுடைய ஐ.பி.எம் வளாகமாக ஆனது. கல்கத்தா டிஜிட்டல் எக்யூப்மெண்ட் கார்ப்பரேஷனின் மையமாக ஆனது. பம்பாய் எங்களுடைய பர்ரோஸ் செண்டராக ஆனது. இந்த நிறுவனங்களை எங்களுக்கு பணி ஒப்பந்தங்கள் தரும்படி கேட்டுக்கொண்டோம். இந்த அனுபவத்தை வைத்துக்கொண்டு பர்ரோஸ் இயந்திரத்திலிருந்து ஐ.பி.எம் அல்லது ஹெச்.பி மென்பொருளுக்கு இடப்பெயர்வு செய்ய விரும்பிய வாடிக்கை யாளர்களுக்கு நாங்கள் உதவ முடிந்தது.

இதனால் அமெரிக்காவின் பிற நகரங்களிலும் எங்கள் கிளைகளை ஆரம்பித்தோம். இந்தியாவிலிருந்து ஒரு மேலாளர் அங்கு சென்று

தங்கியிருந்து வருவாயைப் பெருக்குவதற்கான முயற்சிகளை முன்னெடுப்பார். இந்த விரிவாக்கத்தின் ஒரு பகுதியாக, நாங்கள் நியூ ஜெர்சி, சிகாகோ, மினியாபோலிஸ், சான் டியாகோ, பஃபலோ, நியூயார்க், மற்றும் அரிசோனாவில் அலுவலகங்களை அமைத்தோம்.

டாடா குழுமத்தின் ஏதாவது வேறு நிறுவனங்கள் அயல் நாட்டில் இருந்தால் அங்கும் எங்கள் கிளைகளை ஆரம்பித்தோம். உதாரணமாக, லண்டனில் கிராஸ்வேனர் ரோடில் டாடா லிமிடெட் நிறுவனம் இருந்தது. அமெரிக்காவைப் போலவே பிரிட்டனும் தகவல் தொழில்நுட்பத்தில் முன்னணியில் இருந்தது. ஐ.சி.எல்லின் தலைமையகம் பிரிட்டனில்தான் இருந்தது. பர்ரோஸ் நிறுவனமும் அங்கு செயல்பட்டு வந்தது. 1977ல் மஹாலிங்கம் அங்கு அனுப்பப்பட்டார். டி.சி.எஸ்ஸின் சர்வதேசப் பயணத்தில் பிரிட்டனும் ஆரம்ப காலத்திலேயே இடம்பெற்றிருந்தது.

ஐரோப்பாவில் இருந்த பர்ரோஸ் நிறுவனத்தின் செயல்பாடுகள் எங்களையும் அங்கு அழைத்துச் சென்றது. நாங்கள் பிரிட்டனில் இருந்து சேவை செய்த சில சிறிய மென்பொருள் இடப்பெயர்வு திட்டங்களை, யூகோஸ்லாவியா, ரஷ்யா, நெதர்லாந்து ஆகிய நாடுகளிலும் செய்ய வாய்ப்பு கிடைத்தது. சுவிட்சர்லாந்தில் நாங்கள் சற்று வித்தியாசமான செயல்முறையைப் பின் பற்றினோம். அங்குள்ள பர்ரோஸ் நிறுவனத்தினர் புதிய வாய்ப்பு களைப் தேடவும், டி.சி.எஸ்ஸுடன் பணியாற்றவும் தயாராக இருப்பதை நாங்கள் அறிந்திருந்தோம். முன்னாள் பர்ரோஸ் நபரான பியர் பேஜ் மற்றும் பர்ரோஸில் இருந்து ஜேக்கப் ஷ்மிட் ஆகியோருடன் டெக்னோசாஃப்ட் (TKS) என்ற கூட்டு நிறுவனத்தை நாங்கள் இறுதியில் அமைத்தோம். இந்தப் புதிய நிறுவனத்தில் டி.சி.எஸ் பெரும்பான்மை பங்குகளை வைத்திருந்தது. பியர் பேஜின் பர்ரோஸில் வெலைசெய்த அனுபவம், தேவையான உள்ளூர் தொடர்புகள் மற்றும் கள அறிவு ஆகியவை எங்கள் சேவைகளை விற்கவும் சந்தையில் நாங்கள் சுயமாக வளரவும் உதவியது. நேரடியாகச் செயல்படும் எங்களுடைய நேரடி வணிக மாதிரி சுவிட்சர்லாந்தில் எங்களுக்கு ஒரு சாதக நிலையை வழங்கியதுடன், சுவிஸ் நேஷனல் வங்கியுடனும் பின்னர் SEGAவுடனும் திட்டங்களை மேற்கொள்ள எங்களுக்கு உதவியது.

எங்கள் சுவிஸ் நிறுவனம் இறுதியில் ஆஸ்திரியா மற்றும் பிரான்ஸில் பரவி விரிவுபடுத்தியது. டாடா குழுமம் ஐரோப்பாவிலும் சில இடங்களில் இயங்கிக்கொண்டிருந்தது; இது புதிய வியாபாரத்தை வென்றெடுக்க எங்களுக்கு உண்மையில் உதவவில்லை என்றாலும், நாட்டின் சட்டங் களைப் பற்றிய அறிவும், அவர்களின் அலுவலக வசதிகளும் பயனுள்ளதாகவே இருந்தன. அந்த வகையில் டாடா குழுமத்துடனான தொடர்பு எங்களுக்கு பயனுள்ளதாக இருந்தது.

1982 முதல், நாங்கள் ஆஸ்திரேலியா, நியூசிலாந்து மற்றும் ஜப்பான் ஆகிய நாடுகளிலுள்ள வாய்ப்புகளை ஆராய்ந்து கொண்டிருந்தோம், ஆனால் விரிவாக்கம் மிகக் குறைவான தாகவும், ஒருங்கிணைக்காமலும், சில சிறிய திட்டங்களுக்குள் மட்டுமே அடங்கியும் இருந்தன. இதேபோல், டாடா குழுமத்தின் வேறு தொடர்புகளை நாங்கள் பயன்படுத்த முடியுமா என்று பார்க்க கோலியுடன் சிங்கப்பூருக்குச் சென்றிருந்தேன். நாங்கள் அங்கு ஒரே ஒரு ஊழியரைக் கொண்ட அலுவலகத்தைத் தொடங்கினோம். பின்னர் நாங்கள் ஜப்பானிலும் ஒற்றை-ஊழியர் அலுவலகத்தை நிறுவினோம், ஆனால் இங்கே, ஆசிய-பசிபிக் பகுதியில் உள்ள பெரும்பாலான நடவடிக்கைகளைப் போலவே, வணிகமும் மெதுவாக வளர்ந்தது. அமெரிக்கா, பிரிட்டன், ஸ்விட்சர்லாந்து போன்ற நாடுகளில் பெற்ற பெரும் வெற்றியைப் போல் இந்தப் பகுதிகளில் செய்ய முடிந்திருக்க வில்லை.

2000க்குப் பின்னர்தான் எங்கள் விரிவாக்கம் வேகமாக நடந்தது. 1996 வரையிலும் வட அமெரிக்கச் செயல்பாடுகள் என் பொறுப்பில் இருந்தன. ஐரோப்பா மற்றும் தென்கிழக்கு ஆசியப் பகுதிகளில் எங்கள் பணிகளை நிர்மல் ஜெயின் கவனித்து வந்தார். எனவே அவையெல்லாம் ஒருவகையில் எனக்கு மிகவும் புதியதாகவே இருந்தன. நான் 'சி.இ.ஓ' ஆகப் பொறுப்பேற்ற போது அந்தப் பகுதிகள் தொடர்பான நன்கு பரிச்சயம் உள்ள ஒருவரைத் தேடி, கடைசியில் கிரிஜா பாண்டேயை நியமித்தேன். அவருக்கு சர்வதேச அளவில் வங்கித்துறையில் பணிபுரிந்த அனுபவம் நிறைய இருந்தது. எங்களுடைய ஆசிய-பசிபிக் பணிகளைக் கவனித்துக்கொள்ள ஆரம்பித்தார்.

வேறொரு துறையிலிருந்து தகவல் தொழில்நுட்பத் துறைக்குத் தலைமை தாங்குவது என்பது கொஞ்சம் சிரமமான விஷயம்தான்.

எனினும் சர்வதேச அனுபவம் உள்ளவர் என்ற வகையிலும் அந்த பிராந்தியங்களில் பரிச்சயம் உள்ளவர் என்ற வகையிலும் அவரைத் தேர்ந்தெடுத்தேன். உள்ளூரில் அவருக்குப் பலரைத் தெரியும் என்பதால் அங்கிருந்தே ஆட்களை நியமிப்பது அவருக்கு எளிதாகவும் இருக்கும்; அந்த பிராந்தியத்துக்கான வணிக மாடலை அவரால் உருவாக்க முடியும் என்று நினைத்தேன். ஆசிய-பசிபிக் பிராந்தியத்தில் எங்களை நிலைநிறுத்த வேண்டும். டி.சி.எஸ் 2.0 என்ற வகையில் செயல்களை முன்னெடுக்க வேண்டும். இவையே பாண்டேயிடம் நான் கேட்டுக் கொண்ட விஷயங்கள்.

அதே நேரத்தில், தென் அமெரிக்காமீதும் எங்கள் கவனம் குவியத் தொடங்கியதால் அதற்குத் தலைமை தாங்க ஒருவரைத் தேட ஆரம்பித்தேன். நான் முதலில் மும்பையில் கேப்ரியல் ரோஸ்மானை 'எர்ன்ஸ்ட்-யங்' ஆலோசனைக் குழுக் கூட்டத்தின் போது சந்தித்தேன், பின்னர் பல ஆண்டுகளுக்குப் பிறகு 2001ல், அவர் எர்ன்ஸ்ட்-யங்கில் இருந்து ஓய்வு பெற்ற பிறகு, தென் அமெரிக்காவில் ஒரு தகவல் தொழில்நுட்ப சேவை நிறுவனத்தை அமைக்க விரும்பியிருந்தார். அவர் சந்திராவுக்கும் லண்டனில் உள்ள மற்றவர்களுக்கும் அது தொடர்பான ஒரு விளக்கக் காட்சியை வழங்கினார்; மேலும், துணிகர மூலதனத்தையும் தேடிகொண்டிருந்தார். விளக்கக்காட்சிக்குப் பிறகு சந்திரா அவரிடம் கூறினார்: 'உங்களுக்கு சில நல்ல செய்திகளும், சில கெட்டவையும் உள்ளன. தென் அமெரிக்கா தொடர்பான உங்கள் விளக்கக்காட்சியை நாங்கள் விரும்பினோம் என்பது ஒரு நல்ல செய்தி. கெட்ட செய்தி என்னவென்றால், நாங்களே அங்கு ஒரு நிறுவனத்தை ஆரம்பிக்கப் போகிறோம், எனவே நீங்கள் எங்களுடன் சேர்வதே நல்லது.'

இப்படியாக, டி.சி.எஸ் லத்தீன் அமெரிக்காவின் தலைவராக கேப்ரியல் சேர்ந்தார். டி.சி.எஸ்ஸில் சேருவது அவருக்கு ஓர் அதிர்ச்சியாக இருந்தது என்று நினைக்கிறேன், ஏனென்றால் அவர் எர்ன்ஸ்ட்-யங் நிறுவனத்தின் உயர்ந்த சம்பளம் மற்றும் பெரும் சலுகைகளுடன் பழகிவிட்டார்; அதில் உல்லாச ஊர்திகள், ஆடம்பரமான முதல் வகுப்பு விமான பயணம் ஆகியவை அடங்கும். முன்பு மும்பையில் SEEPZல் இருக்கும் எங்கள் அலுவலகங்களுக்குச் சென்றபோது, கூரை அவர் மீது எப்போது விழப்போகிறது என்று பயந்தபடியே பணிபுரிந்திருந்தார்.

ஆனால் டி.சி.எஸ்ஸில் கண்ட புத்துணர்ச்சியூட்டும் தொழில் முனைவோர் கலாச்சாரம் அவரை மிகவும் உற்சாகப்படுத்தியது என்றே நினைக்கிறேன். கேப்ரியலும் நானும் அன்றிலிருந்து நெருங்கிய நண்பர்களாகிவிட்டோம். லத்தீன் அமெரிக்காவை வளர்ந்து வரும் சந்தைகளில் எங்கள் வணிக முயற்சிகளுக்கான ஒரு சோதனைக் களமாகக் கண்டோம்; கேப்ரியல் தலைமையில், நாங்கள் இப்பகுதியில் அலுவலகங்களைத் திறந்து ஐந்து ஆண்டுகளில் பூஜ்ஜியத்திலிருந்து 5,000 ஊழியர்கள் கொண்ட நிறுவனமாக வளர்ந்தோம்.

இன்று டி.சி.எஸ்ஸின் லத்தீன் அமெரிக்கக் கிளையில் 7,000க்கும் மேற்பட்ட பணியாளர்கள் உள்ளனர். அவர்களில் 90 சதவீதம் பேர் உள்ளூர்வாசிகள். இதேபோல், சீனாவில், 95 சதவிகித சீன மொழி பேசும் 1,300 உள்ளூர் ஊழியர்களுக்குத் தலைமையில் ஒரு சீனரே உள்ளார். அமெரிக்காவில் எங்கள் சந்தைப்படுத்தல் பிரிவின் தலைவர் ஓர் அமெரிக்கர். மற்றும் ஐரோப்பாவுக்கான எங்கள் சந்தைப்படுத்தல் பிரிவின் தலைவர் பிரிட்டிஷ்காரரே!

ஆங்கிலம் எந்த நாடுகளிலெல்லாம் செல்வாக்குடன் இருக்கிறதோ அங்கெல்லாம் இந்தியர்களைத் தலைவர்களாக நியமிக்க முடிந்திருக்கிறது. எங்கெல்லாம் கலாச்சார இடைவெளி மிகுதியாக இருக்கிறதோ அங்கெல்லாம் உள்ளூர் நபர்களையே முன்னிறுத்தியுள்ளோம். உள்ளூர் நபர்களை நியமிப்பதில் நன்மை என்னவென்றால் மொழி சார்ந்து வரும் நெருக்கடிகளை டி.சி.எஸ் எளிதில் சமாளிக்க முடிந்தது.

உதாரணமாக, எங்கள் நிறுவனத்தில் இருக்கும் சீனப் பணியாளர்களைக் கொண்டு ஜப்பானிய மற்றும் தென்கிழக்கு ஆசிய சந்தைகளில் எங்களால் சேவைகளை முன்னெடுக்க முடிந்தது. அதுபோல் ஸ்பானிய மொழி தெரிந்த அமெரிக்கர் களைக் கொண்டு ஐரோப்பிய சந்தையில் எங்களால் வெற்றி கரமாகச் செயல்பட முடிந்தது.

இன்று எங்கள் நிறுவனத்தில் இருக்கும் 1,75,000 பணியாளர்களில் 6.7% இந்தியர் அல்லாதவர்கள். அவர்கள் 99 வெவ்வேறு நாடுகளைச் சேர்ந்தவர்கள். 1993-94ல் எங்கள் நிறுவனத்தில் முதன்முதலாக ஓர் அயல் நாட்டினரை நியமித்தோம். ஐ.பி.எம் நிறுவனத்தில் இருந்து வந்த ஜிம் தாமஸ்தான் நீண்ட காலம் எங்கள் நிறுவனத்தில் இருந்த ஒரே அயல்நாட்டினர். இன்று எங்களுடைய இந்திய நிறுவனங்களில் பல அயல் நாட்டினரை

நியமித்து வருகிறோம். பின்னாளில் அவர்கள் சொந்த நாட்டுக்குச் செல்லும்போது இந்தியாவில் பெற்ற அனுபவங்களைக் கொண்டு மிக நெருக்கமான நல்லுறவை நிலைநாட்டிக்கொள்ள அது உதவும்.

இன்று எங்கள் முன்னால் இருக்கக்கூடிய சவால் என்னவென்றால் முழு இந்திய நிறுவனம் என்ற நிலையிலிருந்து மாறி சர்வதேச நிறுவனமாக ஆவது எப்படி என்பதுதான். இதுவரையிலும் நாங்கள் உயர்வாகப் போற்றி வந்துள்ள மதிப்பீடுகளைக் கைவிடாமலும் டாடா நிறுவன மதிப்பீடுகள், பாரம்பரியம் ஆகியவற்றை விட்டுக் கொடுக்காமலும் எப்படி சர்வதேச நிறுவனமாக ஆகப்போகிறோம் என்பதுதான் எங்களுடைய சவால். இந்தச் சவாலை நாங்கள் துணிச்சலுடனும் நம்பிக்கையுடனும் எதிர்கொள்கிறோம்.

இதை நாங்கள் பணியாளர் கலந்துரையாடல்கள், விளக்க உரைகள் போன்ற கலாசார முன்னெடுப்புகள் மூலம் செய்து வருகிறோம். எங்களுடைய டாடா சகாப்தம் பல்வேறு ஆவணப் படங்களாகத் தொகுக்கப்பட்டுள்ளன. அனைத்து டி.சி.எஸ் கிளைகளிலும் அவை திரையிடப்படுவது உண்டு. ஒவ்வொரு டி.சி.எஸ் அலுவலகத்தின் வரவேற்பறையிலும் எல்சிடி திரையில் அவை ஒளிபரப்பாகின்றன. கலாசாரம் மற்றும் மொழி ஆகியவற்றின் அடிப்படையிலான அயல்நாட்டுக் கலை முயற்சியும் முன்னெடுக்கப்பட்டு வருகிறது.

2002ல் வெறும் 30,000 பணியாளர்கள் மட்டுமே டி.சி.எஸ்ஸில் இருந்தனர். ஆனால் இப்போது ஒவ்வொரு ஆண்டும் 30000-50000 நபர்களைப் புதிதாக நியமித்து வருகிறோம். கிட்டத்தட்ட நடுத்தரமான ஒரு கம்பெனியின் மொத்தப் பணியாளர்களுக்கு இணையான எண்ணிக்கை அது. தகவல் தொழில்நுட்ப அமைப்புகள், செயல்பாடுகள் ஆகியவற்றை இணைப்பது மிகவும் எளிது. ஆனால் கலாசசார, நடைமுறை மாற்றங்களை ஒருங்கிணைப்பது சற்று கடினம். எனவே புதிய நிறுவனங்களை வாங்கி இணைப்பது டி.சி.எஸ்ஸில் இன்றும் சற்று சிரமமானதாகவே இருந்து வருகிறது.

இன்று எங்களுடைய வருவாயில் 90%க்கும் அதிகமான தொகை வெளிநாடுகளில் இருந்து வருகிறது. வளர்ந்து வரும் சந்தையைக் கொண்ட நாடுகளும் இதில் அடக்கம். சிறிய வெற்றிகளே மிகப் பெரிய சாதனங்களுக்கான உற்சாகத்தை , நம்பிக்கையைத் தரும்

என்பதே எங்கள் கோட்பாடு. சிறிய புள்ளிகளை ஒன்றிணைத்தே மிகப் பெரிய கோலம் உருவாக்கப்படும். 42 நாடுகளில் 145 அலுவலகங்களில் எங்கள் பணிகள் நடந்து வருகின்றன. இதன் அர்த்தம் என்னவென்றால் அவ்வளவு பரந்துபட்ட கலாசாரம், சட்ட திட்டங்கள் ஆகியவற்றைச் சமாளித்து இந்த வெற்றியை எட்டியிருக்கிறோம். சர்வதேசமயமாக்கம் என்ற பயணத்தில் நாங்கள் மிக நீண்ட தூரம் பயணித்திருக்கிறோம். எந்த ஒரு நாட்டின் உள்நாட்டுச் சூழலுக்கும் ஏற்ப எங்களைத் தகவமைத்துக் கொண்டு வெற்றி பெற முடியும் என்பதை நிரூபித்துக் காட்டி இருக்கிறோம்.

•

டிஜிடல்மயமாக்கமும் 'ஒற்றை டி.சி.எஸ்' உருவாக்கமும்

எந்தவொரு நிறுவனத்தின் தலைவரும் தனது வர்த்தகத்தைத் திறம்பட நடத்த உதவும் எண்கள், புள்ளிவிவரங்கள் மற்றும் தரவுகள் தொடர்பாக மிகுந்த பதற்றம் கொண்டவராகவே இருப்பார். தகவல் தொழில்நுட்பம் போல் சிக்கலான துடிப்பான துறையில் தகவல் துல்லியம், நிகழ் நேர உடனடி தரவுகள் இவையெல்லாம் மிகவும் அவசியம்.

1996ல் நான் சி.இ.ஓவாகப் பதவி ஏற்றபோது, இது என்னை ஒருவகையில் மலைக்கவைத்தது. உச்சத்தில் இருந்துகொண்டு அனைத்தையும் பார்த்தபோது டி.சி.எஸ் நிறுவனத்தின் விஸ்வரூபத்தைப் பார்த்து ஒருவகையில் மலைத்துப்போனேன். எல்லாவற்றுக்கும் மேலாக, நான் நிர்வகிக்கப்போகும் நிறுவனத்தின் அனைத்து அடிப்படைத் தரவுகளும் என் கையில் இருந்தாகவேண்டும் என்று நினைத்தேன்.

உதாரணமாக, மொத்தப் பணியாளர்கள் எத்தனை, ஒவ்வொரு பகுதியிலும் எத்தனை பேர், தொழில்நுட்பத் திறமைகளின் அடிப்படையில் எத்தனை பேரை வரும் ஆண்டுகளில் நியமிக்கவேண்டும், எத்தனை திட்டங்கள் செய்யப்பட்டு வருகின்றன, அவற்றின் தற்போதைய நிலை என்ன என அனைத்தையும் தெரிந்துகொள்ள விரும்பினேன். Y2K பிரச்னை வேறு எங்களை நெருங்கத் தொடங்கியிருந்தது. ஆண்டுக்கு பத்தாயிரம் புதிய பணியாளர்களை நியமிக்கத் தொடங்கி இருந்தோம். ஒரு ராக்கெட்டில் நீங்கள் பயணிக்கிறீர்கள்

என்றாலும் ஒரு வழிநடத்தும் அமைப்பு மிகவும் அவசியம் என்று பங்கஜ் கெமாவத் இதை மிகத் தெளிவாக, அழகாகச் சொன்னார்.

நான் இந்த விவரங்களைக் கேட்கும்போதெல்லாம் குத்து மதிப்பாக ஒரு பதில் சொல்வார்கள். அல்லது பின்னர் சோதித்துப் பார்த்துச் சொல்வதாகச் சொல்வார்கள். சில நேரங்களில் எந்த பதிலுமே கிடைக்காமலும் போகும். சில நேரம் பதில் கிடைக்கும். ஆனால், அதை நான் சோதித்துப் பார்த்தால் வேறு விடை கிடைக்கும். நான் இந்தக் கேள்விகளைக் கேட்கும்போது நபர்கள் அடிமட்டத்தில் இருந்து ஆராய்ச்சியை ஆரம்பிப்பார்கள். ஒவ்வொரு நிலையிலும் ஒவ்வொரு சமாளிப்புகள், யூகங்கள், குத்துமதிப்பான தரவுகள் என தந்தவண்ணம் இருப்பார்கள். யாரிடமும் உறுதியான, துல்லியமான தரவுகள் இருக்காது. எங்களுடைய தகவல் நிர்வாக அமைப்பு பலவீனமானது என்பது நன்கு புரிந்தது.

வெவ்வேறு செயல்பாடுகளுக்கான பல மென்பொருள் தகவல் அமைப்புகளை நாங்கள் உருவாக்கியிருந்தோம்; மனிதவள ஒதுக்கீட்டுக்கான ஒரு தனி அமைப்பு, தரநிலை நிர்வகிப்புக்காக ஒன்று, பணியாளர்களைக் கண்காணிக்க மற்றொன்று, மற்றும் வாடிக்கையாளர்களுக்கு ஒன்று. இவை இணையத்துக்கு முந்தைய காலத்தில் உருவாக்கப்பட்டவை. டி.சி.எஸ்-க்குள் சுமார் 1,200 மென்பொருள் பயன்பாடுகள் இயங்குகின்றன என்பதைக் கண்டுபிடித்தேன். அவை வேறுபட்ட தொழில் நுட்பங்களைப் பயன்படுத்தி, தனிப்பட்ட துறைகள் மற்றும் வணிகப் பிரிவுகளால் வெவ்வேறு காலங்களில் உருவாக்கப் பட்டிருந்ததால் அவை துண்டு துண்டாக தனித்தனியாக இருந்தன. ஒன்றிலிருந்து இன்னொன்றுக்குத் தரவுகளை மாற்றும் போது பிழைகள், ஒருங்கிணைவு இன்மை, காலப் பிழைகள் என எல்லாம் ஏற்பட்டன. தகவல் துல்லியம், செலவிடும் நேரம், செலவு ஆகியவற்றின் அடிப்படையில் பார்த்தால் இந்தப் பிழைகளை நிச்சயம் பொறுத்துக்கொள்ளவே முடியாது.

பங்குச் சந்தைகள், வங்கிகள் போன்றவற்றுக்கு மிக மிகச் சிக்கலான, விரிவான கணினி அமைப்புகளை உருவாக்கித் தருவதில் நிபுணத்துவம் பெற்றிருந்த டி.சி.எஸ் தனது நிறுவனத்துக்குள் இப்படியான பழங்காலத்து, பிழையான, ஒருங்கிணைப்பே இல்லாத ஒரு அமைப்பைப் பின்பற்றுவ

தென்பது மிகப் பெரிய நகைமுரணே. 'ஒற்றை டி.சி.எஸ்' என்ற இலக்கு நிறைவேற வேண்டுமென்றால் எங்கள் தரவுகள் அனைத்தையும் டிஜிட்டல்மயமாக்க வேண்டிய தேவை வலுவாக எழுந்தது.

ஆகவே, அந்த நேரத்தில் எங்கள் GE வணிகத்துக்குத் தலைமை தாங்கியிருந்த சந்திராவிடம், இந்த பிரச்னைகளுக்கு சாத்தியமான தீர்வுகளை ஆராய ஒரு குழுவை ஒருங்கிணைக்குமாறு கேட்டுக்கொண்டேன். இந்தக் கலந்துரையாடல்களிலிருந்து e-TCS உருவானது. இது ஒருங்கிணைந்த தகவல் முறையைப் பயன்படுத்தி டி.சி.எஸ்ஸை மாற்றுவதற்கான ஒரு வரைபடமாகும்; இது ஒரு நிர்வாக 'டாஷ்போர்டை' (உடனடி தகவல் பட்டியல்) உள்ளடக்கியது. அது நிறுவனத்தின் நிர்வாகத்தை சீர்படுத்தி நிறுவனத்தின் வளர்ச்சிக்கும் உதவும்.

Y2K நெருக்கடி டி.சி.எஸ்ஸில் அதிரடியான மாற்றங்களைக் கொண்டுவந்தது. நாங்கள் ஏற்கெனவே அடைந்துவந்த வளர்ச்சி, நிறுவனத்துக்குள் பல மாறுதல்களைக் கொண்டுவரவேண்டிய தேவையை ஏற்கெனவே உருவாக்கியிருந்தது. சில மாற்றங்களை எங்களால் முன் யூகிக்க முடிந்திருந்தது. சிலவற்றைப் பற்றி எந்தத் தெளிவான சித்திரமும் இருந்திருக்கவில்லை. இந்த நிலையில் தலைமை சீரமைப்பு அதிகாரி (சீஃப் டிரான்ஸ்ஃபர்மேஷன் அதிகாரி - CTO) என்று ஒருவரை நியமிக்கத் தீர்மானித்தேன். அப்படியான ஒன்றை அதற்கு முன்புவரை எந்தவொரு இந்திய மென்பொருள் நிறுவனமும் செய்திருக்கவில்லை. எனவே, அதுபற்றி ஏராளமான செய்திகள் அன்று செய்தித்தாளில் வெளியாகின.

ஹெச்.சி.எல் மற்றும் ஜான்சன் அண்ட் ஜான்சன் நிறுவனத்தில் பணிபுரிந்த அனுபவம் பெற்ற பைகல் எஸ்.விஸ்வநாதனை அந்தப் பணிக்குத் தேர்ந்தெடுத்திருந்தேன். அவருக்கு தொழில் நுட்பம், விற்பனை, மார்க்கெட்டிங் அனைத்திலும் நல்ல புரிதல் இருந்தது. புதிய சிந்தனைகளை எங்கள் நிறுவனத்தின் பணியாளர்களிடம் 'விற்று' அவர்களுடைய நடத்தையில் தேவையான மாற்றங்களை ஏற்படுத்த அப்படியான ஒருவராலேயே முடியும் என்று நம்பினேன். நிறுவனத்துக்குள்ளான தகவல் ஒருங்கிணைப்பு தொடர்பாக நாங்கள் திட்டமிட்டிருந்த இண்டர்னல் இன்ஃபர்மேஷன் சிஸ்டம்தான் அவர் முதன் முதலாக முன்னெடுத்த பணி.

டிஜிட்டல்மயமாக்கும் செயல்திட்டத்தில் விஸ்வநாதனின் ஆரம்ப கட்ட பங்களிபு சந்திரா ஆரம்பித்திருந்த eTCSக்கு 'அல்ட்டிமேடிக்ஸ்' (Ultimatix) என்று மறு பெயர் சூட்டியது. அல்ட்டிமேடிக்ஸ் என்பது 'உத்தமமான அமைப்புமுறை' (the ultimate system) என்பதைக் குறிக்கிறது. மேலும் புதிய திட்டத்தைப் படிப்படியாக அமல்படுத்துவதைவிட பெரு வெடிப்பு போல் ஒரே நேரத்தில் அதிரடியாக அமல்படுத்த வேண்டும் என்றும் விஸ்வநாதன் பரிந்துரைத்தார். இந்தியாவில் இருக்கும் டி.சி.எஸ் கிளைகள் அனைத்துமே ஒரே நேரத்தில் புதிய சிஸ்டத்துக்கு மாறவேண்டும் என்று சொன்னார். ஏற்கெனவே இருந்த சிஸ்டத்தை ஒழிக்காமல் புதிய அல்ட்டிமேடிக்ஸ் அமைப்பை அமல்படுத்தினால் பலரும் பழைய சிஸ்டத்தையே விடாமல் பின்பற்றிவருவார்கள் என்று சொன்னார்.

ஏப்ரல் 1, 2002 அன்று அல்ட்டிமேடிக்ஸ் அமைப்பை டி.சி.எஸ்ஸின் இந்திய கிளைகள் அனைத்திலும் அமல் படுத்துவது என்று தீர்மானித்தோம். இதற்கு நாற்பது மில்லியன் டாலர் அளவுக்குத் தேவைப்பட்டது. இது மிகவும் கணிசமான தொகை. ஏனென்றால், அப்போது எங்கள் நிறுவனத்தின் வருமானம் 700 மில்லியன் டாலராக மட்டுமே இருந்தது. எனவே டாடா க்ரூப் பிசினஸ் ரிவ்யூ கவுன்சிலின் முன் எங்களுடைய இந்தத் திட்டத்தை சமர்ப்பித்து அதற்கான அனுமதியைப் பெற வேண்டியிருந்தது. மும்பையில் தாஜ் மஹல் ஹோட்டலின் பால்ரூமில் அந்த விளக்க உரையைச் சமர்ப்பித்தோம். முதல் முறையாக ரிவர்ஸ் வீடியோ (வெள்ளைப் பின்னணியில் கறுப்பு/வண்ண எழுத்துகள்) என்ற கான்செப்டைப் பயன்படுத்தி இருந்தோம். கவுன்சில் உறுப்பினர்களுக்கென்று வடிவமைக்கப்பட்ட திரையில் சிஸ்டம்கள் உருவாக்கிய முன்மாதிரிகளின் பிம்பங்கள் ஒளிபரப்பப்பட்டன.

அல்ட்டிமேடிக்ஸின் பிரதான நோக்கம் டி.சி.எஸ்ஸை டிஜிட்டல் மயமாக்குவதுதான். அது மிகவும் எளிமையானதாக, நிறுவனத்தின் செய்நேர்த்தியைப் பலமடங்கு அதிகரிக்கக்கூடியதாக, நிறுவனத்தின் வளர்ச்சியை அடுத்தகட்டத்துக்குக் கொண்டு செல்லப்போவதாக இருக்கும் என்பதை எடுத்துச் சொன்னோம்.

140 நபர்களை அந்தப் பணிக்கு நியமித்தோம். 2001ல் அந்தப் பணியை ஆரம்பித்தோம். அந்தத் திட்டம் பல காலமாக நடைமுறைப்படுத்தப்படாமலே கோட்பாட்டு ரீதியிலேயே

இருந்தது. என்றாலும் திட்டமிடலில் ஆரம்பித்து நடைமுறையில் அமல்படுத்த மூன்று மாதங்கள் மட்டுமே எடுத்துக்கொண்டது. தொடக்கத்தில் இருந்தே நாம் பழைய வழிமுறை ஒன்றை மறுசீரமைக்கவில்லை; எதிர்காலத்தேவைக்கான புத்தம் புதிதாக ஒரு அடித்தளத்தை உருவாக்குகிறோம் என்ற எண்ணம் அனைவர் மனதிலும் இருந்தது.

ERP - நிறுவன வள திட்டமிடல் தொகுப்பை மையமாகக் கொண்டு, வேறு சில சிறந்த மென்பொருள் தொகுப்புகளைச் சேர்த்து, எங்கள் 'மிடில்வேர்' தொழில்நுட்பங்களைச் சிறப்பாக வெளிப்படுத்த ஒரு ஒருங்கிணைந்த அமைப்பை உருவாக்கினோம்; இந்த குழு ஜூலை 2001ல் பணியைத் தொடங்கி, முழு திட்டமும் ஒன்பது மாதங்களில் நிறைவடைந்தது. நாங்கள் இலக்கு வைத்த தேதியான ஏப்ரல் 1, 2002 அன்று 'அல்டிமேடிக்ஸ்' இந்தியாவில் தொடங்கப்பட்டது.

அதற்கு ஆறு மாதங்களுக்கு முன்பாக, விஸ்வநாதன், 'உங்கள் உலகம் மாறப் போகிறது' என்ற விளம்பர வாசகத்தை முன்வைத்து ஒரு பரபரப்பைக் கிளப்பியிருந்தார். அடுத்த ஆறு மாதங்களில் அல்ட்டிமேடிக்ஸ் பற்றிக் கொஞ்சம் கொஞ்சமாக செய்தியைக் கசியவிட்டபடியே வந்தோம். 2002 ஏப்ரல் ஒன்றாம் தேதி அலுவலகத்துக்கு வந்தபோது எங்கு பார்த்தாலும் பலூன்மயமாக புதிய சிஸ்டம் அமலுக்கு வந்துவிட்டிருந்தது.

அல்ட்டிமேடிக்ஸ் சிஸ்டத்துக்குக் கடுமையான எதிர்வினை இருக்கும் என்று எதிர்பார்த்ததால் அந்தக் குழுவில் பணி புரிந்தவர்கள் பாதுகாப்புக் கவசங்களுடன்தான் அலுவலகத்துக்கு வரவேண்டும் என்று விஸ்வநாதன் வேடிக்கையாகச் சொன்னார். உண்மையில் அவர் மிகக் கடுமையாக அனைவராலும் வசைபாடப்பட்டார். மெள்ள மெள்ள அனைவரும் புதிய சிஸ்டத்துக்குப் பழகினார்கள். கால அட்டவணைகள், செலவுகள் ஆகியவற்றை ஆவணப்படுத்துவதில் தொடங்கி, ஆறு மாத அறிக்கைகள் மற்றும் சுய பரிசோதனை அறிக்கைகளைப் பதிவு செய்வதுவரை அனைத்தும் அதில் அடங்கும்.

நாளடைவில் அல்ட்டிமேடிக்ஸ் மிகப் பெரிய வெற்றியைப் பெற்றது. 'ஒற்றை டி.சி.எஸ்' என்ற இலக்கை நிறைவேற்றியது. நிர்வாகத்தினருக்கு அனைத்தையும் தெளிவாகப் பார்க்க முடிந்தது. நிகழ் நேரத் தரவுகள் கிடைக்க ஆரம்பித்தன.

எங்களுடைய செயல்திறமை அதிகரித்தது. உதாரணமாக, ஒரு பணி ஒப்பந்தத்தை முடித்துவிட்டு அடுத்த ஒப்பந்தத்தை எடுப்பதற்கு இடையிலான கால அவகாசத்தை அதாவது 'பெஞ்ச் டு ப்ராஜெக்ட் அலக்கேஷன்' காலத்தை கணிசமாகக் குறைத்தோம். இதனால் ஆலோசகர்களைத் திறம்படப் பயன் படுத்திக்கொண்டு 75 மில்லியன் டாலரை லாபமாகச் சேர்த்தோம்.

அல்டிமேடிக்ஸ் அந்த நேரத்தில் ஓர் அதிநவீன அமைப்பாக இருந்தது; மேலும் ஒரே மேடையில், திட்டங்கள், வாடிக்கை யாளர்கள், ஊழியர்கள் மற்றும் வணிக வாய்ப்புகள் பற்றிய தரவுகளை ஒன்றிணைத்து, அவற்றுக்கிடையேயான உறவுகளைக் கண்டுபிடிக்க எங்களுக்கு உதவியது. டாடா குழுமத்தின் தலைமையகமான பம்பாய் ஹவுஸிலும் இது மிகவும் பாராட்டப்பட்டது; நிதி இயக்குநர் இஷாத் ஹுஸைன் எண்கள் தொகுக்கப்பட்டதைப் பற்றிச் சொல்லும்போது, 'அது ஒரு மாயாஜாலம் போல் இருந்ததாக' சொன்னார்.

அல்டிமேடிக்ஸ் சிஸ்டத்தை இந்திய கிளைகளுக்கு உருவாக்கியதும் அயல்நாட்டு கிளைகளுக்கும் குறிப்பாக அமெரிக்காவில் இருந்த எங்களுடைய கிளைகளுக்கு அதை விரிவுபடுத்ததும் பணியை எடுத்துக்கொண்டோம். ஆரம்பத்தில் இதை மிகவும் கடுமையாக எதிர்த்தவர்கள் எல்லாம் சில வருடங்களாகவே, இது இல்லாமல் நம்மால் எப்படி இயங்க முடியும் என்று கேட்கும் நிலைக்கு வந்துவிட்டார்கள்.

இதை அமல்படுத்தியபோது நாங்கள் சில விஷயங்களைக் கற்றுக் கொண்டோம். உதாரணமாக, அல்டிமேட்டிக்ஸ் அமைப்புக்கு சந்திராவின் குழு சில தகவல்களைச் சேகரித்துக் கொண்டிருந்தபோது ரவி கோபிநாத் தலைமையில் இன்னொரு குழுவிடம் டி.சி.எஸ்ஸில் நடக்கும் ஒவ்வொரு வணிகச் செயல்பாட்டையும் ஒப்பிட்டு நோக்கும் மேப்பிங் செய்யச் சொல்லிக் கேட்டுக் கொண்டேன். ரவி கோபிநாத் இன்ஜினியரிங் அண்ட் இண்டஸ்ட்ரியல் சர்வீசஸ் நிறுவனத்தின் துணைத் தலைவராக இருந்தார்.

இருப்பினும், துரதிர்ஷ்டவசமாக, செயல்முறை 'மேப்பிங்' எனும் வரைபடமாக்குதலைப் புரிந்துகொள்ளாத வணிகக் குழுக்களுக்கும், தகவலியல் அமைப்பு அணிகளுக்கும் இடையே ஒரு இடைவெளி ஏற்பட்டது. எனவே செயல்பாடுகளை மேம்படுத்தி அதன் பின்னர் டிஜிட்டல்மயமாக்குவதற்கு

பதிலாக, இருக்கும் விஷயத்தை மாற்றாமல் அப்படியே டிஜிட்டல்மயமாக்க முடிவு செய்தோம். அப்படிச் செய்திருக்க வில்லை என்றால் காலதாமதம் ஆகியிருப்பதோடு வெற்றி கரமான விளைவுகளைத் தராமலும் போயிருக்கும். தகவல் தொழிநுட்பக் குழுவும் வணிகக் குழுவும் இணைந்து செயல் பட்டதால் அல்டிமேட்டிக்ஸுக்குச் செயல்பாடுகளை மாற்றி அமைப்பது எளிதாக இருந்தது. வணிகச் செயல்பாடு களுக்கென்று தனியாக ஒரு குழு செயல்பட்டிருந்தால் நிலைமை சிக்கலாக இருந்திருக்கும்.

ஒரு நிர்வாகக் கண்ணோட்டத்தில், நிச்சயமாக, அல்டிமேடிக்ஸ் ஒரு பெரிய வித்தியாசத்தை ஏற்படுத்தியது; மேலும் அதைத் தொடர்ந்து மேம்படுத்தி, காலப்போக்கில் புதிய செயல்பாடுகள் மற்றும் பயன்பாடுகளைச் சேர்த்துவருகிறோம். சமீபத்தில் நாங்கள் பல இணையவலை பதிப்பு 2.0 மற்றும் நிறுவன இணைப்பு பயன்பாடுகளை (enterprise networking applications) அறிமுகப்படுத்தியுள்ளோம்; கேள்வி-பதில் மன்றங்கள், யோசனை உருவாக்கும் தளம், கூட்டாளிகள் அறிவு மற்றும் யோசனை களைப் பகிர்ந்து கொள்ளவும், அவர்களுடைய சகாக்களுடன் ஒத்துழைக்கவும் உதவும் வகையில் வடிவமைக்கப்பட்ட வலைப்பதிவுகள் என பல புதியவற்றைச் சேர்த்திருக்கிறோம்.

ஆரம்பத்தில் அல்டிமேடிக்ஸ் வேகமாக வளர்ந்து வரும் வணிகத்தின் டிஜிட்டல்மயமாக்கல் தேவைகளை நிவர்த்தி செய்வதற்காக மட்டுமே அறிமுகப்படுத்தப்பட்டது. ஆனால் இப்போது அது, அதையும் மீறிச் சென்றுவிட்டது. இன்று அல்டிமேடிக்ஸ் அமைப்பு டி.சி.எஸ்ஸின் உலகளாவிய, 'குளோபல் நெட்வொர்க் டெலிவரி மாடலின்' முதுகெலும்பாகத் திகழ்கிறது; இது மக்கள், செயல்முறைகள் மற்றும் உள்கட்டமைப்பு ஆகியவற்றின் கூட்டுசார்ந்த, சிறந்த கட்டமைப்பாகும்; இது உலகளவில் ஒரே நிலையான சேவையை வழங்குவதை சாத்தியமாக்குகிறது.

அல்டிமேடிக்ஸுடன் இலக்கமயமாக்கும் முயற்சியில் ஈடுபட்டிருந்த அதே தருணம் தரக்கட்டுப்பாட்டிலும் முன்னேறிக் கொண்டிருந்தோம். தரம் சார்ந்து எங்களுக்கு இருந்த அதீத ஆர்வத்தினால் 2000 வாக்கில் ஒரு பரிசோதனை மேற்கொண்டோம். அப்போதுதான் எங்கள் நிறுவனத்தில் ஏராளமான தர அடிப்படைகள் இருக்கும் விஷயத்தைத்

தெரிந்துகொண்டோம். 'திறன் முதிர்ச்சி மாதிரி' (CMM - கேப்பபிலிட்டி மெச்சூர் மாடல்), 'பணியாளர் திறன் முதிர்ச்சி மாதிரி' (PCMM - ப்யூபிள் கேப்பபிலிட்டி மெச்சூர் மாடல்) - மென்பொருள் தொடர்பாக ஐந்து அடுக்கு தர மதிப்பீடை முன்வைக்கக்கூடிய சாஃப்ட்வேர் இன்ஜினியரிங்ஸ் இன்ஸ்டிடியூட்டின் (SEI) உருவாக்கம்.

மேலும் பி.பி.ஓக்களுக்கான அங்கீகாரம் தரக்கூடிய கஸ்டமர் ஆப்பரேஷன்ஸ் பெர்ஃபார்மன்ஸ் செண்டர் (COPC), தகவல் தொழில்நுட்பத்துறை சார்ந்த முதல் சர்வதேசத் தரக்கட்டுப் பாடான ISO-2000 என பல தர அடிப்படை மாடல்கள் இருந்தன. டி.சி.எஸ்ஸின் பணிகள் பரந்துபட்டவை. எனவே ஒவ்வொரு கிளையும் தனித்தனியாக அங்கீகாரம் பெற வேண்டியிருந்தது. அந்தவகையில் ஒவ்வொரு நாளும் எங்காவது ஒரு கிளையில் தர அங்கீகாரத்துக்காக அலைந்துகொண்டிருந்தோம். இது எப்படி என்றால் தினம் தினம் பரீட்சை எழுதுவது போன்றது. இதை வேறு நல்ல வழியில் செய்ய முடியும் என்று நினைத்தோம்.

எனவே, அப்போது நாங்கள் பயன்படுத்திவந்த தரக் கட்டுப் பாட்டு வழிமுறைகளை அலசி ஆராய்ந்து அனைத்தையும் உள்ளடக்கிய ஒற்றைத் தரக்கட்டுப்பாட்டு மாடலை உருவாக்கத் தீர்மானித்தோம். வேறு எந்த மாடலிலும் இல்லாத கஸ்டமர் ஹேண்டிலிங் என்பது போன்ற சில வழிமுறைகள் இருந்தன. அவற்றையும் இறுதியாகத் தரக் கட்டுப்பட்டு சோதனையில் சேர்த்துக்கொண்டோம். இதை எடுத்துக்கொண்டு அனைத்துத் தரக்கட்டுப்பாட்டுப் பரிசோதனை வழிமுறைகளையும் நிர்வகிக்கும் சாஃப்ட்வேர் இன்ஜினியரிங் இன்ஸ்டிடியூட்டை (SEI) அணுகினோம். CMM மற்றும் PCMM வழிமுறைகளில் ஏற்கெனவே இருக்கும் 45 நிபந்தனைகளோடு மேலும் 20 அம்சங்களைச் சேர்த்துக் கொடுத்தோம். அப்படியாக அனைத்து பரிசோதனை மாடல்களையும் உள்ளடக்கிய அந்த புதிய வழிமுறைக்கு ஒருங்கிணைந்த தரக்கட்டுப்பாட்டு அமைப்பு (இண்டக்ரேட்டட் க்வாலிட்டி மேனேஜ்மெண்ட் சிஸ்டம் - IQMS) என்று பெயரிடப்பட்டது.

ஒற்றைத் தரக்கட்டுப்பாட்டு பரிசோதனை மூலம் எங்களுடைய உருவாக்கங்களை அங்கீகரிக்கச் சொல்லி SEI அமைப்பை அணுகினோம். இப்படியான மாடலுடன் அவர்களை இதற்கு முன் யாரும் அணுகியிருக்கவில்லை. நாங்கள் முன்வைத்தது

அருமையான வழிமுறைதான். என்றாலும் நாங்கள் கேட்பதுபோல் பரிசோதித்து அங்கீகாரம் வழங்கத் தங்களிடம் ஒரு தெளிவான ஒற்றை மாடல் இல்லை என்று சொன்னார்கள். தரக்கட்டுப்பாட்டு பரிசோதனைகள் விஷயத்தில் நல்ல நிபுணத்துவம் கொண்ட ரான் ராடிஸ் என்ற சுதந்தரமான ஆய்வாளர் ஒரு தெளிவான மாடல் ஒன்றை எழுதும்படிக் கேட்டுக்கொண்டார். டி.சி.எஸ் அதை உருவாக்கி அதற்கான காப்புரிமையும் பெற்றுக்கொண்டது.

ISO அமைப்பிற்கு அந்த மாடலை எடுத்துச் சொல்லி அவர்களின் சம்மதத்தைப் பெற ரான் எங்களுக்கு உதவினார். அதன் பின்னர் ஆய்வாளர்கள் எல்லாருக்கும் இந்தப் புதிய ஆய்வு முறையில் பயிற்சி தரப்பட்டது. இறுதியாக அல்டிமேடிக்ஸ் மூலம் ஒவ்வொரு பணியாளருக்கும் டி.சி.எஸ் முழுவதும் iQMS செயலாற்ற முடிந்தது. நாங்கள் கிட்டத்தட்ட 80,000 பேருக்குப் பயிற்சி அளிக்க வேண்டியிருந்தது. நேருக்கு நேர் பயிற்சி, இணைய அடிப்படையிலான பயிற்சி, மற்றும் சுய கற்றல் தொகுதிகள் உள்ளிட்ட பல்வேறு வழிகளில் இந்த மகத்தான பணி முன்னெடுக்கப்பட்டது.

பயன்பாட்டின் எளிமைக்காக, iQMSல் ஒரு 'விக்கி' (Wiki) ஒன்றை ('விக்கி' என்பது ஓர் இணையத்தளத்துக்கு வரும் பார்வை யாளர்களே ஏனையோருடன் இணைந்து அத்தளத்தின் உள்ளடக்கத்தைத் திருத்தவோ, கூட்டவோ, குறைக்கவோ தக்கவகையில் அமைந்திருக்கும் ஒரு வலைச் செயலியைக் குறிக்கும்) உருவாக்கியுள்ளோம். இதன் மூலம் திட்டத்தில் உள்ள எந்தவொரு பணியாளரும் எந்தவொரு செயலையும் தங்களது பணிக்கு இடையூறு செய்யாமல் பார்க்க முடியும். இது நிச்சயமாக ஒரு உடனடி வெற்றியாக அமைந்தது.

iQMS ஒரு புதிய பாதையை உருவாக்கும் சாதனை - இது எங்களுக்கு 'IPR'எனும் அறிவுசார் சொத்து உரிமைகளை பெற்றுத் தந்தது. டி.சி.எஸ் நிறுவனம் அறிவுசார் நிபுணத்துவம் கொண்டது என்பதும் இதன் மூலம் உறுதியானது. முப்பதுக்கும் மேற்பட்ட பரிசோதனைகளைச் செய்வதற்குப் பதிலாக ஒரே ஒரு ஆய்வின் மூலமே அனைத்தையும் முடிக்க முடிந்தது. 'ஒற்றை டி.சி.எஸ்' என்றதன் இன்னொரு பலன் இது. மும்பை தாஜ் மஹல் ஹோட்டலில் இன்னொரு பெரும் கொண்டாட்டம் அரங்கேறியது. அதற்கு ரத்தன் டாடாவும் வந்திருந்தார்.

டி.சி.எஸ்ஸுக்கு மட்டுமல்ல; டாடா குழுமத்துக்கே அது மிகப் பெரிய வெற்றித் தருணமாக இருந்தது.

அல்ட்டிமேடிக்ஸ் அறிமுகமாகி பத்து ஆண்டுகள் ஆகியிருந்தன. இன்னும் ஐந்து ஆண்டுகளுக்கு அது சிறப்பாக எங்கள் தேவைகளைப் பூர்த்திசெய்யும் வகையில்தான் இருந்தது. ஆனால், 99 நாடுகளில் இயங்கும் மகத்தான சர்வதேச நிறுவனமாக ஆகிவிடுவோமென்பதை அப்போது யூகித்திருக்க வில்லை. இந்தியச் சூழலை மனதில் கொண்டு உருவாக்கப்பட்டு சர்வதேச அளவில் பயன்படுத்தப்படும் மாடலாக இருக்காமல் புதிய தொழில்நுட்பங்களைப் பயன்படுத்தி எதிர்காலத் தேவைகளைப் பூர்த்திசெய்யும் வேறொரு மாடலை உருவாக்கத் தற்போது சிந்தித்துவருகிறோம்.

வழங்குநர்கள் தொடங்கிக் கல்விப்புலத்தினர், பணியாளர்கள், வாடிக்கையாளர்கள் என அனைவரையும் ஒருங்கிணைத்து எங்கள் வணிகச் செயல்பாடுகளுக்கு அல்ட்டிமேடிக்ஸ் முதுகெலும் பாகத் திகழ்ந்து வந்திருக்கிறது. வாடிக்கையாளர்கள் தமது ப்ராஜெக்ட் பற்றிய விவரங்களை டேஷ்போர்டில் இருந்து எப்போது வேண்டுமானாலும் பார்த்துக்கொள்ள முடியும் வகையில் வெளிப்படைத்தன்மையைக் கொண்டுவந்திருந்தோம். அல்ட்டிமேடிக்ஸ் தந்த தன்னம்பிக்கையின் மூலம் வாடிக்கை யாளர்களுக்கு அப்படியான ஓர் உறுதியைத் தர எங்களால் முடிந்திருந்தது.

•

பிற நிறுவனங்களைக் கையகப்படுத்துவதன் மூலமான ‘சேர்க்கை’ வளர்ச்சி

டி.சி.எஸ் நிறுவனம் ஆரம்பித்த முதல் 30 வருடங்களில் உள்ளார்ந்த வலுவை அடிப்படையாகக் கொண்டே வளர்ந்து வந்தது. எங்களுக்கு வேறு வழியும் இருந்திருக்கவில்லை. நாங்கள் மிகவும் புதிய, இளம் நிறுவனம். அனைத்தையும் ஆர்வத்துடன் கற்றுக்கொள்ளும் நிலையில்தான் இருந்தோம். சர்வதேச அளவில் எங்களை யாருக்கும் தெரியாது. பல நாடுகளில் பல பணிகளைச் செய்திருந்தபோதிலும் எங்கள் இருப்பு அமெரிக்கா, ஸ்விட்சர்லாந்து, பிரிட்டன் ஆகிய நாடுகளில்

மட்டுமே அழுத்தமாகப் பதிந்திருந்தது. உலக அளவில் பிற நாடுகளில் எங்கள் செயல்பாடுகள் சற்று குறைவாகவே இருந்தன.

புதிய நூற்றாண்டு மலர்ந்தபோது தகவல் தொழில்நுட்பம் அசுர வேகத்தில் வளரத் தொடங்கியது. அது ஒரு மகத்தான தருணம். நான் சி.இ.ஓவாகப் பதவி ஏற்றதும், வளர்ச்சி தொடர்பாக புதிய வழிமுறைகளைப் பின்பற்றவேண்டும் என்று தீர்மானித்தேன். புதிய நிறுவனங்களை வாங்கி இணைத்துக்கொள்வதன் மூலம் நமது நிறுவனத்தின் அறிவுசார் எல்லைகள் விரிவடையும். குறிப்பிட்ட பிராந்தியத்தில் அல்லது நாட்டில் சேவைப் பணிகள் பெருகும் என்று முடிவுசெய்தேன்.

இணைப்புகள், கையகப்படுத்தல்கள் தொடர்பாக எந்தப் பெரிய திட்டமும் இருந்திருக்கவில்லை. 2001 வாக்கில் ஓர் அருமையான வாய்ப்பு வந்தது. இந்திய அரசாங்கம் தனியார்மயமாக்கும் முயற்சியில் கம்ப்யூட்டர் மெயின்டனன்ஸ் கார்ப்பரேஷனை (கணினி பராமரிப்பு வாரியத்தை) விற்க முன்வந்தது.

சில வருடங்களுக்கு முன்பாகவே அந்த நிறுவனத்தை வாங்க வேண்டும் என்று நினைத்திருந்தோம். ஏனென்றால் இந்திய அரசுக்கும் பிற நிறுவனங்களுக்கும் அதுதான் பிரதான ஒப்பந்ததாரராக இருந்தது. தேசிய அளவிலான ப்ராஜெக்ட்களில் அவர்களுடைய மென்பொருள், வன்பொருள்கள் மிக அதிக அளவில் பயன்படுத்தப்பட்டன. உள்நாட்டுப் போக்குவரத்து, மின்சாரத்துறை ஆகியவற்றில் சி.எம்.சி நிறுவனம் வலுவாகக் கால் பதித்திருந்தது. அந்தத் துறைகளில் வளர்ச்சிக்கான வாய்ப்புகள் மிக அதிகம் இருந்தன.

டி.சி.எஸ் மற்றும் சி.எம்.சியின் ஒருங்கிணைத்த திறன்கள் தகவல் தொழில்நுட்பம், மற்றும் தகவல் தொழில்நுட்ப சேவைகள் துறைகளில் தடுத்து நிறுத்த முடியாத சக்தியாக இருக்கும் என்று நினைத்தேன்.

கணினி பராமரிப்பு வாரியத்தின் தோற்றம் சுவாரஸ்யமானது. சி.எம்.சி 1975ல் ஒரு வரையறுக்கப்பட்ட தனியார் நிறுவனமாக இந்திய அரசாங்கத்தால் தொடங்கப்பட்டது, இது 1977ல் பொது வரையறுக்கப்பட்ட நிறுவனமாக மாற்றப்படும் வரை 100 சதவீத பங்குகளை அரசாங்கமே வைத்திருந்தது. 1978ல் ஐ.பி.எம் அதன் இந்தியக் கிளைகளை மூடிவிட்டு வெளியேறியபோது, பல ஐ.பி.எம் இயந்திரங்கள் நாடு முழுவதும் பயன்படுத்தப்பட்டுக்

கொண்டிருந்தன. இந்திய அரசு நிறுவனங்கள் சிலவும் அதைப் பயன்படுத்திவந்தன. இந்த ஐ.பி.எம் இயந்திரங்கள், மற்றும் அரசாங்கத்தால் வாங்கப்படும் மற்ற இயந்திரங்களைப் பராமரிக்கும் வணிகப் பொறுப்பை சி.எம்.சி எடுத்துக் கொண்டது.

எனவே, இந்திய அரசாங்கத்தைப் பொறுத்தவரை, சி.எம்.சி மிகவும் இன்றியமையாத நிறுவனமாக மாறியது, ஏனெனில் அது அரசாங்கத்தின் கணினி அமைப்புகள் மற்றும் தகவல் தொழில் நுட்பத் திட்டங்கள் அனைத்தையும் பராமரித்தது. உண்மையில், 20ம் நூற்றாண்டின் முடிவில் இந்திய அரசாங்கம் மொத்த உள்நாட்டு தகவல் தொழில்நுட்ப சந்தையில் 34 சதவீதத்தைத் தன்வசம் வைத்திருந்தது; மேலும் சி.எம்.சி தன்னளவில் ஒரு குறிப்பிடத்தக்க நிறுவனமாக 3,000 ஊழியர்களையும், வருடாந்திர வருமானமாகக் கிட்டத்தட்ட 120 மில்லியன் டாலர்களையும் கொண்டிருந்தது.

1996ல் இந்திய அரசு அரசாங்க நிறுவனங்களைத் தனியார் நிறுவனமாக்க டிஸ்இன்வெஸ்ட்மெண்ட் கமிஷன் ஒன்றை அமைத்தது. ராணுவம் மற்றும் பிற முக்கிய நிறுவனங்கள் நீங்கலாக பிறவற்றைத் தனியார்மயப்படுத்த முடிவு செய்தது. அரசின் செயல்பாடுகளுக்கு சி.எம்.சி நிறுவனம் முதுகெலும்பாக விளங்கிய போதிலும் ராணுவம் சாராத, மிக முக்கியமான துறை சாராத என்று வகைப்படுத்தி சி.எம்.சியைத் தனியார் வசம் ஒப்படைக்க முடிவெடுத்தது. 1999ல் இதற்கான பரிந்துரை அந்த கமிஷனால் தரப்பட்டது. இதனிடையில் இந்திய தகவல் தொழில்நுட்பத் துறை வெகுவாக வளர்ச்சி அடைய தொடங்கியிருந்தது. புதிதாகப் பல நிறுவனங்கள் தோன்றி முன்பே நிலைபெற்றிருந்த டி.சி.எஸ் போன்ற நிறுவனங் களுக்குப் போட்டியாக வந்தன. இதனால் சி.எம்.சியைத் தனியாருக்குக் கொடுப்பதால் எந்த ஒரு நிறுவனமும் ஏகபோக அதிகாரத்தைப் பெற்றுவிட முடியாது. சந்தை சக்திகள் போட்டி போட்டு அதைப் பெற்றுக் கொள்ளட்டும் என்று முடிவு செய்தது.

இதே கோணத்தில் அரசு தனது தொலைத்தொடர்பு நிறுவனமான விதேஷ் சஞ்சார் நிகம் லிமிடெடை (VSNL) தனியார்மயமாக்க முடிவு செய்தது. பல தனியார் நிறுவனங்கள் களத்தில் குதித்துவிட்ட நிலையில் 2002 வாக்கில் VSNL விற்பனைக்கு விடப்பட்டது.

2001 வாக்கில் சி.எம்.சியைத் தனியாருக்குக் கொடுக்க முடிவு செய்து முதலீட்டு வங்கிகளுக்கு அறிக்கை அனுப்பியது. அந்த வங்கிகளில் எங்களுடன் தொடர்பில் இருந்த டிஎஸ்பி மெரில் லின்ச் வங்கியும் ஒன்று. அரசாங்கத்தின் மூலம் ரகசிய டெண்டர்களுக்கு அழைப்புவிடுக்கப்பட்டது. நான் சி.எம்.சியை வாங்குவதாக முடிவு செய்து எங்கள் நிறுவனத்துடன் கலந்து ஆலோசித்தேன். அது சரியான செயல் என்று சம்மதம் தெரிவித்தனர். சி.எம்.சி குழுவிடம் நான்கு பிரசெண்டேஷன் சமர்பித்தோம்.

இந்தியன் ரயில்வே ரிசர்வேஷன் சிஸ்டம் IMPRESS (Integrated Multi-train Passenger Reservation System) போன்ற மிகவும் பிரம்மாண்டமான, மிகவும் சிக்கலான திட்டங்களை சி.எம்.சி நிறுவனம் வெற்றிகரமாக செய்து முடித்திருந்தது. இந்தியன் ரயில்வே ரிசர்வேஷன் சிஸ்டத்தை நாளொன்றுக்கு 5 லட்சம் பயன்படுத்தினர். பயணிகளின் காத்திருப்பு நேரத்தை அது வெகுவாகக் குறைத்தது. இந்திய ரயில்வே துறை நாளொன்றுக்கு 6000 பயணியர் ரயில்களை இயக்குகிறது. தினமும் ஒரு கோடிக்கும் மேற்பட்டவர்கள் பயணம் செய்கிறார்கள். உலகிலேயே அதிக அளவு பணியாளர்களைக் கொண்ட நிறுவனம் அது.

இந்தியாவின் அனைத்து குடிமகனுடனும் தொடர்பில் இருக்கும் பிரமாண்ட நிறுவனம் அது. எனவே அந்த நிறுவனத்தை கணினி மயமாக்கியதென்பது மகத்தான சாதனையே. அதற்கு முன்பெல்லாம் இந்தியர்கள் சில மாதங்களுக்கு முன்பாகவே முன்பதிவு செய்தாக வேண்டியிருக்கும். அதோடு அந்த முன்பதிவு பணிகள் எல்லாம் மிகவும் சிரமமாகவே இருந்தது. எனவே அந்த மகத்தான சாதனையைச் செய்த சி.எம்.சி நிறுவனத்தை வாங்குவது மிகவும் சரியான செயலே என்று உறுதியாக நம்பினேன்.

சி.எம்.சி நிறுவனம் அதுபோலவே நிகழ் நேர சரக்குப் பெட்டக ஏற்றுமதி இறக்குமதி பணியையும் (ரியல் டைம் கார்கோ ஹேண்டிலிங் சிஸ்டத்தையும்) மிக அற்புதமாக வடிவமைத்து இருந்தது. கொள்கலன் முனையங்களில் (container terminals) நடக்கும் சிக்கலான பலதரப்பட்ட பணிகளை ஒருங்கிணைப்பதாக அந்த சிஸ்டம் இருந்தது. இந்திய மற்றும் சர்வதேச துறை முகங்களில் அது பயன்படுத்தப்பட்டது.

பம்பாய் பங்குச்சந்தை ஆன்லைன் பரிமாற்றத்தை சி.எம்.சிதான் அமைத்துக் கொடுத்தது. நாளொன்றுக்கு 50 லட்சம் பரிவர்த் தனைகளை அது இன்று கையாண்டு வருகிறது. சி.எம்.சியைக் கையகப்படுத்துவதன் மூலம் உள்ளூர் சந்தையில் அழுத்தமாகத் தடம் பதிக்க முடிவதோடு மிகப் பெரிய அரசாங்க நிறுவனங்களையும், ஒப்பந்தங்களையும் பெறும் வாய்ப்பும் எங்களுக்கு அதிகரிக்கும் என்பது எனக்கு நன்கு புரிந்தது.

டி.சி.எஸ் நிறுவனத்தின் முதல் கையகப்படுத்தல் என்பதால் எங்களுக்கு அதுபற்றி எதுவும் பெரிதாக தெரிந்திருக்கவில்லை. வாங்கி விற்கும் நிறுவனத்தின் செயல்பாடுகள், நிலை குறித்தெல்லாம் ஆய்வு செய்ய எங்களுக்குத் தெரிந்திருக்க வில்லை. எனவே நாங்கள் டிஎஸ்பி மெரில் லின்ச் வங்கியையே அனைத்து விஷயங்களுக்கும் நம்பினோம். அரசு ரகசிய டெண்டரைப் பிரித்துப் பார்த்தபோது 5 சர்வதேச நிறுவனங்களும் 9 இந்திய நிறுவனங்களும் விண்ணப்பித்திருந்தது தெரியவந்தது. சி.டி.சி (சி.எம்.சி நிறுவன ஊழியர்களின் அமைப்பு அது) மற்றும் டி.சி.எஸ் சார்பில் டாடா சன்ஸ் ஆகிய இரண்டு மட்டுமே இறுதிக் கட்டத்துக்கு வந்து சேர்ந்தன. தேவையான வங்கி உத்தர வாதத்தை சி.டி.சி நிறுவனத்தினால் பெற முடிந்திருக்கவில்லை. எனவே அந்த ஏலத்தில் நாங்களே வெற்றி பெற்றோம்.

2001 அக்டோபர் மாதம் புதுடெல்லியில் நடந்த விழாவில் டாடா சன்ஸ் நிறுவனத்தின் சேர்மேன் ரத்தன் டாடா அப்போதைய தகவல் தொழில்நுட்பத்துறை மந்திரியான பிரமோத் மஹாஜனிடம் 3.38 கோடி டாலருக்கான காசோலையைக் கொடுத்தார். சி.எம்.சியின் 51% பங்குகளுக்கான தொகை.

பெரும்பாலான இந்திய தகவல் தொடர்பு நிறுவனங்கள் சி.எம்.சியை வாங்குவதில் ஆர்வம் காட்டியிருக்கவில்லை. ஏனென்றால் அதனுடைய வருவாயில் 83 சதவிகிதம் இந்தியாவிலிருந்து மட்டுமே கிடைத்தது. எனவே, அதை இந்திய உள்நாட்டு சொத்தாகவே அவர்கள் பார்த்தனர். அந்தக் காலகட்டத்தில் வெகுவாக அதிகரித்து வந்த கடல்கடந்த தகவல் தொழில்நுட்ப சந்தையிலேயே இந்திய தகவல் தொழில்நுட்ப நிறுவனங்கள் கவனம் செலுத்தின. இந்தியப் பொருளாதாரம் பெருமளவில் வளர்ந்து வரும் நிலையில் உள்ளூர் சந்தை தகவல் தொழில்நுட்பத் துறையில் பல சேவை வாய்ப்புகளை வழங்கும் என்பது எனக்குத் தெரிந்திருந்தது.

சி.எம்.சியை நாங்கள் வாங்கியபோது அப்படி ஒன்றும் சரியான விஷயமாக, வெற்றிகரமான செயலாகப் பார்க்கப்பட்டிருக்க வில்லை. எங்கள் நிறுவனத்துக்கு உள்ளேயே கூட அது தொடர்பான மாற்றுக் கருத்துகள் இருந்தன. சி.எம்.சியை நிர்வகிப்பது மிகவும் சிரமமாக இருக்கும் என்று பலர் கருதினர். டி.சி.எஸ் ஒரு நிறுவனத்தை நடத்தும் விதத்துக்கும் அரசாங்கம் நடத்திவந்த விதத்துக்கும் இடையில் மிகப் பெரிய வித்தியாசம் இருக்கும். அதை மாற்றியமைப்பது அதிக கால அவகாசம் எடுத்துக் கொள்வதாகவும் சிரமமானதாகவும் இருக்கும் என்று சொன்னார்கள். இருந்தும் நாங்கள் எங்கள் முடிவில் உறுதியாக நின்றோம். எங்கள் நன் மரியாதையைப் பணயம் வைத்து அதைக் கையகப்படுத்தினோம். உண்மையில் சி.எம்.சியை டி.சி.எஸ்ஸின் கட்டுக்குள் கொண்டுவருவது மிகவும் சிரமமாகத்தான் இருந்தது. எனினும் உள்ளிலும் வெளியிலும் இருந்த சந்தேகங்கள், நெருக்கடிகள் ஆகியவற்றைக் கடந்து வெற்றி பெற்றுவிட்டோம்.

இதனிடையில் லத்தீன் அமெரிக்காவில் எங்கள் செயல்பாடுகளை விரிவுபடுத்தும் முயற்சியில் ஈடுபட்டு வந்தோம். அங்கு நாங்களாகவே ஒரு புதிய நிறுவனத்தை ஆரம்பிப்பதா... ஏற்கனவே இருக்கும் நிறுவனத்தைக் கையகப்படுத்துவதா என அனைத்து சாத்தியக்கூறுகளையும் ஆலோசித்து வந்தோம். பிரேசில், மெக்சிகோ பகுதிகளில் நிறுவனங்களைக் கையகப் படுத்த முடிவு செய்திருந்தோம். ஆனால் அதற்கான செலவு மற்றும் பிற விஷயங்களினால் அதைக் கைவிட்டுவிட்டோம். மாறாக 2003ல் இணையதள சேவை மற்றும் தகவல் தொழில்நுட்ப சேவை நிறுவனமான க்ரூபோ டி.பி.ஏ என்ற பிரேசில் நிறுவனத்துடன் கூட்டு முயற்சியாகக் கால் பதித்தோம். அதன்மூலம் உள்ளூர் சந்தை பற்றிய நல்ல புரிதல் எங்களுக்குக் கிடைத்தது. மூன்றாண்டுகள் கழித்து அந்தக் கூட்டு முயற்சி நிறுவனத்தை வாங்கிவிட்டோம்.

2005 வாக்கில் சிலியிலிருந்த காமிக்ரோம் என்ற நிறுவனத்தை வாங்கினோம். இது மிகவும் சரியான முடிவு. ஏனென்றால் ஸ்பானிய மொழி பேசப்படும் சந்தைகளில் டி.சி.எஸ் நிறுவனம் கால்பதிக்க அது வழிவகுத்தது. அதோடு பின் அலுவலக பி.பி.ஓ சந்தையிலும் எங்களை நிலைபெறச் செய்தது. காமிக்ரோம் நிறுவனம் சிலி நாட்டின் 80-90% வங்கிப் பணிகளைக் கையாண்டு

வந்தது. அதனால் அந்த நாட்டின் ஒட்டுமொத்த வங்கி ஆஃபீஸ் பணிகளை எங்கள் வசம் கொண்டு வர அது உதவியது.

அதே ஆண்டில் ஆஸ்திரேலிய நிறுவனமான பினான்சியல் நெட்வொர்க் சர்வீசஸை (எஃப்.என்.எஸ்) வாங்கினோம். 'Bancs24' என்ற ரீடெய்ல் வங்கி மென்பொருளை அது பயன்படுத்தி வந்தது. அந்த சந்தையை எங்கள் போட்டியாளர்கள் அவர்களுடைய ஐபியைக் கொண்டு கைப்பற்ற முயன்று வந்தனர்.

Bancs24 (பேங்க்ஸ்24) மிகவும் அருமையான மென்பொருள் பேக்கேஜ். அதை பயன்படுத்தி இந்திய ஸ்டேட் பாங்க்குக்கான கணினிகள் ஒருங்கிணைப்பு ஒப்பந்தத்தை வென்றெடுக்க எங்களால் முடிந்தது. எஃப்.என்.எஸ் நிறுவனத்தை வாங்கு வதற்கான முயற்சிகளை ஆரம்பித்திருந்தபோது அதனுடைய உரிமையாளரான டோனி வார்டிடமிருந்து ஓர் இன்ப அதிர்ச்சி செய்தியைக் கேள்விப்பட்டோம். அந்த மென்பொருளை 1980களில் அவர்கள் உருவாக்கியபோது டோனிக்கு உதவியாக டி.சி.எஸ் நிறுவனம் தனது பணியாளர்கள் சிலரை சிட்னிக்கு அனுப்பி வைத்திருந்ததாகச் சொன்னார்.

எஃப்.என்.எஸ் நிறுவனத்தை வாங்கியதும் அவர்களுடைய அந்த மென்பொருளை 'பேங்க்ஸ்' என மறு பெயர் சூட்டி உள்நாட்டு வாடிக்கையாளர்கள் பலருக்குப் பயன்படுத்த ஆரம்பித்தோம். இன்று இந்தியாவில் 50 சதவீதத்துக்கும் மேற்பட்ட வங்கிப் பணிகளுக்கு அந்த பேங்க்ஸ் மென்பொருள்தான் பயன்படுத்தப் படுகிறது. அந்த நிறுவனத்தை நாங்கள் வாங்கியது சரிதான் என்பதையே இது நிரூபிக்கிறது.

நிறுவனங்களை வாங்கும் விஷயத்தில் மிகவும் எச்சரிக்கையுடனே நாங்கள் செயல்பட்டோம். அதுபோலவே சில லாபகரமற்ற சேவைகளைக் கை கழுவிவிடலாம் என்றும் தீர்மானித்தோம். கால் சென்டர் வணிகத்தில் ஈடுபட வேண்டாம் என்று முடிவு செய்தோம். எனவே இண்டெலிநெட் என்ற கம்பெனியின் 50% பங்குகளை ஹெச்.டி.எஃப்.சி. நிறுவனத்துக்கு 37 மில்லியன் டாலருக்கு விற்றுவிட்டோம். அதேநேரம் ஸ்விஸ் ஏர், சிங்கப்பூர் ஏர்லைன்ஸ் போன்ற எங்களுடைய கூட்டு நிறுவனங்களில் இருந்து எஞ்சிய பங்குகளை வாங்கினோம்.

2005 வாக்கில் பிரிட்டனில் ஒரு முக்கியமான திட்டத்தைச் செய்ய ஆரம்பித்தோம். பேர்ல் அஸ்யூரன்ஸ் நிறுவனம் சார்பில்

முடிவுக்குக் கொண்டுவரப்பட்ட ஆயுள் காப்பீட்டு பாலிசிகளைக் கையாளும் பணி அது. அப்போதைய அதன் மதிப்பு 500 மில்லியன் பவுண்ட். டி.சி.எஸ்ஸுக்குக் கிடைத்த மிகப் பெரிய ஆயுள் காப்பீட்டுத் திட்டம். இந்தப் பணிக்காக பேர்ல் நிறுவனத்தின் ஆயிரம் பணியாளர்களை நாங்கள் எங்கள் நிறுவனத்தில் சேர்த்துக் கொள்ள வேண்டி வந்தது. இதற்காக பிரிட்டனில் பீட்டர் பர்ரோவில் டிலிஜெண்டா ஒரு நிறுவனத்தை ஆரம்பித்தோம். இந்த நிறுவனத்தைக் கொண்டு பிரிட்டிஷ் பணியாளர்களை எங்கள் பணி முறைக்குக் கொண்டுவந்தோம். ஓய்வூதிய நிர்வாகம், வருடாந்தரப் படி ஆகியவற்றைப் பற்றி எல்லாம் தெரிந்துகொண்டோம். உள்நாட்டுப் பணியாளர் யாரையும் பணிநீக்கம் செய்யாததோடு அவர்களுடைய திறமையும் மேம்படுத்தப்பட்டதால் உள்ளூர் அரசியல்வாதிகளின் நன்மதிப்பையும் பெற்றோம்.

2006ல் வேறு இரண்டு முக்கியமான விஷயங்கள் நடந்தன. முதலாவதாக ஸ்விட்சர்லாந்தின் டெக்னோசாஃப்ட் (TKS) நிறுவனத்தை வாங்கினோம். ஐரோப்பியச் சந்தையில் எங்களுடைய வர்த்தகத்தை அது பலம் பெறச் செய்தது. அடுத்ததாக டாடா சன்ஸ் நிறுவனத்திடமிருந்து டாடா இன்ஃபோடெக் நிறுவனத்தை வாங்கினோம். அந்த நிறுவனத்தை வாங்கியது தனிப்பட்ட முறையில் எனக்கு மிகுந்த மகிழ்ச்சியை தந்தது. ஏனென்றால் அது ஒரு பழைய கணக்கை முடித்துவைத்ததுபோல் இருந்தது. டாடா இன்ஃபோடெக் நிறுவனம் டாடா பர்ரோஸ் நிறுவனத்தின் அங்கமாக இருந்தது. 1978ல் டாடா சன்ஸ்ஸுடன் சேர்ந்து கூட்டு நிறுவனமாக ஆரம்பிக்கப்பட்டிருந்தது. டாடா சன்ஸில் இருந்த யாரேனும் அன்று நினைத்திருந்தார்களென்றால் டி.சி.எஸ் நிறுவனத்தை அப்போதே டாடா இன்ஃபோடெக்குடன் இணைத்து டி.சி.எஸ்ஸின் கதையை முடித்துவிட்டிருப்பார்கள். உலகில் அதன் பின் நடந்த பல நிகழ்வுகளின் முடிவில் அதற்கு நேர் எதிரானது நடந்தது. இந்தக் கையகப்படுத்தல் முடிந்ததும் டாடா இன்ஃபோடெக் நிறுவனம் நடத்திவந்த சிடெல் என்ற கால் சென்டர் நிறுவனத்தை விற்றுவிட்டோம்.

நீண்டகால இலக்குகளை மனதில் கொண்டு நிறுவனங்களை வாங்கும் வேலையைச் செய்தோம். 2008 வாக்கில் சர்வதேச அளவில் ஒருவித தேக்கநிலை உருவாகியிருந்த போதுதான்

சிட்டிகார்ப் க்ளோபல் சர்வீசஸ் நிறுவனத்தை வாங்கினோம். அது நாங்கள் வாங்கியதிலேயே அதிக விலை கொடுத்த நிறுவனம். நிதி சேவை துறையில் எண்ட்-டு-எண்ட் பி.பி.ஓ பணிகளைச் செய்வதற்காக அந்த நிறுவனத்தை வாங்கியிருந்தோம். சிஜிஎஸ் நிறுவனத்தில் 12,000 பணியாளர்கள் இருந்தனர். வங்கி மற்றும் நிதித்துறை சேவைகளில் மிகப் பெரிய பி.பி.ஓ நிறுவனமாக அது இருந்தது. 505 மில்லியன் டாலர் கொடுத்து அதை வாங்கியதன் மூலம் டி.சி.எஸ் நிறுவனம் அந்தத் துறைகளின் மைய இடத்தைப் பிடித்தது.

வங்கித் துறைகளில் புதிய பல சேவைகளை முன்னெடுக்க உதவியதோடு நீண்டகால வாடிக்கையாளர்களுடன் குறிப்பாக சிட்டிகார்ப் நிறுவனத்துடன் நாங்கள் தக்கவைத்திருந்த நல்லுறவின் முக்கியத்துவத்தையும் அது எடுத்துக்காட்டியது.

பின்னோக்கிப் பார்த்தால், 1.2 பில்லியன் டாலரை பிற நிறுவனங்களை வாங்குவதற்காகச் செலவிட்டிருக்கிறோம். சீனாவிலும் பிற நாடுகளிலும் எங்கள் வணிகத்தைப் பெருக்கும் நோக்கில் கூட்டு வணிக முயற்சிகளை மேற்கொண்டிருக் கிறோம். கால் செண்டர் போன்ற துறைகளில் இருந்த நிறுவனங்களை விற்றுவிட்டிருக்கிறோம். GE நிறுவனத்துடனான கூட்டு முயற்சியான இன்ஜினியரிங் அனாலிசிஸ் செண்டர் ஆஃப் எக்சலன்ஸ் என்பது போன்ற சிறிய இன்ஜினியரிங் நிறுவனங் களையும் விற்றுவிட்டோம். 1999ல் ஜெனரல் எலெக்ட்ரிக் நிறுவனமும் டி.சி.எஸூம் சேர்ந்து இந்தக் கூட்டு நிறுவனத்தை ஆரம்பித்திருந்தன. ஜெனரல் எலெக்ட்ரிகல் நிறுவனத்தின் விமானப் பொறியாளர்கள், மின்சார அமைப்புகள் ஆகியவற்றுக்குத் தேவையான பொறியியல் ஆய்வுகள், மென்பொருள் சேவைகள் ஆகியவற்றைத் தருவதற்காக இந்த நிறுவனம் ஆரம்பிக்கப்பட்டிருந்தது.

எங்கள் கையகப்படுத்துதல்கள் எதுவும் தோல்வியடையவில்லை என்பதில் பெருமைப்படுகிறேன். மிகச் சிறப்பாக சில கையகப் படுத்துதல்கள் அமைந்திருக்கின்றன, மற்றவை அவ்வளவு சிறப்பாக இல்லை. ஆனால் எதுவுமே எங்களுக்கு பெரிய நஷ்டத்தைத் தரவில்லை. துல்லியமாகக் கணக்குப் பார்ப்பது கடினம். ஆனால் டி.சி.எஸ் வருவாயில் சுமார் 15 சதவீதம் நாங்கள் செய்த கையகப்படுத்துதல்களின் மூலமாக இருக்கலாம் என்றும், எங்கள் முதலீட்டில் கிடைக்கும் வருமானம் கணிசமாக

இருப்பதாகவும் நம்புகிறோம். இணைப்பு மற்றும் கையகப்படுத்தல் (M&A) தொடர்பாகத் தைரியமாக பரிசோதனை செய்வதற்கும், சுயமான வளர்ச்சியை உரிய வகையில் கையகப்படுத்துதலுடன் சேர்ப்பதற்கும் நாங்கள் தயாராக உள்ளோம் என்பதை நிரூபித்துள்ளோம்; ஆனால் நாங்கள் பேராசையுடன் அதி வேகமாகவெல்லாம் வளர விரும்ப வில்லை. எனவே எண்ணற்ற பல ஒப்பந்தங்களை நாங்கள் அனாவசியமாகத் தேடவில்லை.

உள்முகமாகவே சிந்திக்காமல் டி.சி.எஸ் பணியாளர்களின் சிந்தனையை விரிவாக்கியதில் இது போன்ற புதிய கையகப் படுத்தல்கள் பெரும் பங்காற்றியிருக்கின்றன. புதிய நிறுவனங் களை வாங்குவதென்பது எங்களுடைய செயல் திட்டத்தில் ஓர் அங்கமாகவே ஆகிவிட்டது. ஆனால், எல்லாமே மனிதர்களைக் கையாளும் கலை சார்ந்தது. பல பெரிய நிறுவனங்களே புதிய நிறுவனங்களை வாங்கி இணைப்பதில் தோல்விகண்டு விட்டிருக்கின்றன. பொதுவாகவே இந்தியத் தகவல் தொழில் நுட்பத்துறை புதிய நிறுவனங்களை வாங்கி இணைத்துக் கொள்வதில் அதிக அக்கறை எதுவும் காட்டுவதில்லை. ஏனென்றால் பல நிறுவனங்கள் தமது உள்ளார்ந்த திறமைகளுடன் தனது பணியாளர்களைக் கொண்டே வேகமாக வளரவும் பல வெற்றிகளைக் குவிக்கவும் முடிகிறது. தமது வருமானத்தை மீண்டும் தமது நிறுவனத்திலேயே முதலீடு செய்து வளர்வதே புதிய நிறுவனங்களை வாங்குவதைவிட வெற்றியைத் தருவதாக இருக்கின்றன.

•

நற்பெயரை உருவாக்குதல் – பிராண்டிங்

சுமார் முப்பத்தைந்து ஆண்டுகளுக்குப்பின், இந்தியாவின் முதன்மையான தகவல் தொழில்நுட்ப மென்பொருள் மற்றும் சேவை நிறுவனமாக டி.சி.எஸ் தனக்கென ஒரு வலுவான பொதுமதிப்பை உருவாக்கியது. நாங்கள் இதை வழக்கமான டாடா வழியில், அமைதியாகச் செய்தோம். நாங்கள் பொதுவாக எங்களை விளம்பரப்படுத்திக்கொள்வது கிடையாது. எங்கள் பணிகளே எங்களுடைய பெருமைகளைப் பேசும் என்பதில் நம்பிக்கை கொண்டவர்கள் நாங்கள்.

இதன் விளைவாக, டி.சி.எஸ் 'பிராண்ட்' என்பதை வெவ்வேறு நபர்கள் வெவ்வேறு வகையில் புரிந்துகொண்டிருந்தனர். அமெரிக்காவிலும் ஐரோப்பாவிலும் தகவல் தொழில்நுட்பம் கொள்முதல் செய்பவர்களின் மனதில், பொதுவாக எந்த விழிப்புணர்வும் இல்லாமல் அதாவது, டாடா மற்றும் டி.சி.எஸ் இடையே வேறுபாடு இல்லாமலே இருந்தது. அவர்கள் பெரும்பாலும் இரண்டு பெயர்களை ஒன்றுக்கொன்று மாற்றாகப் பயன்படுத்தினர்.

பொறியியலாளர்களாகிய நாங்கள் இந்தக் கருத்துகளை மாற்றுவதற்கு எதுவும் செய்யவில்லை. எங்கள் தொழில்நுட்ப வலிமையை லாபகரமாக வளர்ப்பதிலும், எங்கள் வாடிக்கை யாளர்களுக்கு நல்ல வணிக மதிப்பை வழங்குவதிலுமே நாங்கள் தீவிரமாக கவனம் செலுத்தியிருந்தோம்; 'மார்க்கெட்டிங்' (விளம்பரம்) செய்யவில்லை; மற்றும் ஐ.பி.எம், அக்சென்ச்சர், ஹெச்.பி போன்றவற்றுடன் உலகளாவிய தகவல் தொழில்நுட்ப சேவை சந்தைகளில் சமமான நிலையில் போட்டியிடக்கூடிய ஒரு உயர்தரமான வியாபார பிராண்டை உருவாக்குவதற்கான தேவை குறித்து நாங்கள் சிறிதும் கவனம் செலுத்தவில்லை.

டி.சி.எஸ் என்பது ஓர் அறக்கட்டளையாக தனியாருக்குச் சொந்தமான, வரையறுக்கப்பட்ட நிறுவனத்தின் உடமையாக இருந்ததால், டாடா குழுமத்தினர் பொதுவாக விளம்பரங்களைத் தவிர்த்தனர். அவர்கள் இயல்பாகவே கூச்ச சுபாவமுள்ளவர் களாக இருந்தனர். எனவே முதல் முப்பது வருடங்களுக்கு டி.சி.எஸ்ஸுக்கு முறையான சந்தைப்படுத்தல் அல்லது விற்பனை அமைப்பு எதுவும் இல்லை. நாங்கள் எங்கள் சேவைகளை விற்கவோ சந்தைப்படுத்தவோ இல்லை என்று அர்த்தமல்ல. உண்மையில் நாங்கள் இந்த விஷயங்களில் சிலவற்றைச் செய்தோம். ஆனால் அதில் முக்கிய கவனம் செலுத்தவில்லை.

அந்தக் கட்டத்தில் எங்களிடம் சட்டத்துறையோ தொழில்முறை மனிதவள இலாகாவோகூட இல்லை. சில ஆண்டுகளாக, எங்கள் பி.ஆர் (Public Relations, PR) துறை ஓய்வுபெற்ற மக்கள் தொடர்பு மேலாளரைக் கொண்டிருந்தது; ஆனால் அவர் உண்மையில் மக்கள் தொடர்புத் துறை நிபுணர் கூட அல்ல, முன்னாள் பத்திரிகையாளர். ஆரம்ப நாட்களில் இது உண்மையில் ஒரு பொருட்டல்ல. டாடா குழும நிறுவனங்களில் ஒன்று என்பதால்

நாங்கள் மக்கள் தொடர்புகளில் போதுமான கவனம் செலுத்த வில்லை. எங்கள் சாதனைகளே எங்களுக்கான விளம்பரம் என நினைத்தோம்.

ஆனால் காலப்போக்கில் நாங்கள் செய்வது தவறு என்பது எங்களுக்குப் புரிந்துவிட்டது. நாங்கள் இந்த விஷயத்தில் இனியும் மெத்தனமாக இருக்கக்கூடாது. எங்களுடைய பிராண்டை நாங்கள் வலுப்படுத்தி ஆகவேண்டும் என்று முடிவு செய்தோம். 1990களின் நடுப்பகுதியில், டி.சி.எஸ்ஸை விட விளம்பரத்தில் ஆர்வமுள்ள போட்டியாளர்களின் பெயர்களை நாங்கள் அடிக்கடி செய்திகளில் காணத் தொடங்கினோம்; ஆனால் இந்திய தகவல் தொழில்நுட்பத் துறையை பூஜ்ஜியத்திலிருந்து நாங்களே கட்டியெழுப்பியிருந்தோம். அதன் வெற்றிக்கு அடிப்படையான நுட்பங்கள் மற்றும் வணிக மாதிரிகளை முன்னோடியாக உருவாக்கியதும் நாங்களே. ஆனால், எங்கள் வாடிக்கையாளர்களின் வட்டாரத்துக்கு வெளியே, டி.சி.எஸ் குறைவாகவே அறியப்பட்டிருந்தது. இத்தனைக்கும் எங்கள் போட்டியாளர்கள் எல்லாம் தகவல் தொழில்நுட்பத் துறையில் புதியவர்களாக இருந்தபோதிலும் அவர்கள் பெயர் வெளி உலகில் பரவிய அளவுக்கு எங்கள் பெயர் பெரிதாக யாருக்கும் தெரிந்திருக்கவில்லை.

நாம் நம்மைப் பற்றி பேசவில்லை என்றால், வேறு யாரும் மாட்டார்கள், நிச்சயமாக எங்கள் போட்டியாளர்கள் மாட்டார்கள் என்பதையும் உணர்ந்தோம். ஊடகங்களில் எங்கள் குரல் இல்லாத நிலையில், தொழில்துறையும் பத்திரிகைகளும் இன்ஃபோசிஸை 'ஆஃப்-ஷோர் அவுட்சோர்சிங்' என்ற கருத்தின் முன்னோடியாகச் சித்தரித்தன; ஆனால், இது நிச்சயம் உண்மையே இல்லை.

டி.சி.எஸ்ஸுக்குள் எங்கள் ஊழியர்கள் நாம் நன்கு அறியப்படாத ஒரு நிறுவனத்தில் பணிபுரிகிறோம் என்று நினைக்கத் தொடங்கினர். இது பிரகாசமான மற்றும் சிறந்த பட்டதாரிகளை நியமிக்கும் எங்கள் திறனைப் பாதிக்கத் தொடங்கியது. எடுத்துக் காட்டாக, யாராவது டி.சி.எஸ்ஸில் சேர்ந்தால், அவர்களின் பெற்றோர், 'நீங்கள் ஏன் அவர்களுடன் இணைகிறீர்கள், ஏன் இன்போசிஸ் அல்லது விப்ரோவில் சேரவில்லை; அவர்கள் நன்கு அறியப்பட்டவர்களாயிற்றே' என்று கூறத்தொடங்கினர்.

எங்கள் பிராண்டைப் பலப்படுத்துவது தொடர்பாக எங்களைத் தூண்டிய மற்றொரு காரணம் என்னவென்றால், நாங்கள்

இறுதியில் பொதுப்பங்குச் சந்தையில் நுழைவோம் என்று எங்களுக்குத் தெரியும். நாங்கள் தொடர்ந்து மக்கள் கவனத்தில் இருப்போம், எங்கள் நிதி மற்றும் செயல்பாடுகள் ஒவ்வொரு காலாண்டிலும் பங்குச்சந்தைகளால் ஆராயப்படும்; பின்னர் நாங்கள் சிறந்த உலகளாவிய தகவல் தொழில்நுட்ப சேவை நிறுவனங்களுடன் சம தளத்தில் போட்டியிடவேண்டியிருக்கும் என்பதையெல்லாம் புரிந்துகொண்டோம்.

ஐ.டி சேவைகள் வணிகத்தில் ஒரு சில உலகளாவிய பெரு நிறுவனங்களே ஆதிக்கம் செலுத்தப்போகின்றன என்பதை எங்கள் கடந்த 'ஐ.பி.ஓ'வைப் பற்றி சிந்தித்துப் பார்த்தபோது எனக்குத் தெளிவாகத் தெரிந்திருந்தது. உலகளாவிய சந்தையில் இயங்கும் பல இந்திய நிறுவனங்களில் ஒருவராக, ஏதோ இவர்களும் களத்தில் இருந்தார்கள் என்பதாக நாங்கள் இயங்க விரும்பவில்லை. உண்மையில் உலகளவில், தகவல் தொழில் நுட்ப மென்பொருள் மற்றும் சேவைத்துறை மூன்று சிறந்த நிறுவனங்களை மையமாகக் கொண்டிருக்கும்; டி.சி.எஸ் அவர்களிடையே ஒன்றாக இருக்க வேண்டும் என்பதில் உறுதியாக இருந்தேன்.

ஆரம்பத்தில் சில மூத்த டி.சி.எஸ் மேலாளர்கள், மார்க்கெட்டிங் இலாகாவினால் டி.சி.எஸ் பயனடையும் என்று நம்ப வேண்டும். ஏனெனில் பொறியாளர்களாக இருந்த நாங்கள், எல்லா வற்றையும் நாமே செய்ய முடியும் என்றே நம்பினோம். ஆனால் எங்களுக்கு மிகவும் வலுவான சந்தைப்படுத்தல் துறை மற்றும் நன்கு நிறுவப்பட்ட தனி விற்பனைப் படை தேவை என்று உறுதியாக நம்பினேன்; எனவே எங்கள் உலகளாவிய சந்தைப்படுத்தல் தலைவராக ஜெயந்த் பெந்தார்கரை நியமித்தேன். எங்கள் விற்பனை சக்தியை மீண்டும் ஒருங்கிணைப்பதற்கும் மறுபரிசீலனை செய்வதற்கும் வேறு சில முயற்சிகளை எடுத்தோம்; சாத்தியமான வாடிக்கையாளர்களை நாங்கள் சந்தித்தபோது, சந்தைப்படுத்தல் துறையால் உருவாக்கப் பட்ட நற்பெயரை ஒரு 'அழைப்பு அட்டையாக' பயன்படுத்தவும் முயற்சிகள் மேற்கொண்டோம். மேலும் விளம்பரத்தின் முக்கியத்துவத்தை மறுபரிசீலனை செய்தோம்.

கோலியின் காலத்தில் நாங்கள் கொடுத்த விளம்பரம் என்பது பணி நியமனம் தொடர்பான மற்றும் நாங்கள் விற்பனை செய்த பொருட்களின் விளம்பரங்கள் மட்டுமே. அதன் பிறகு பிராண்ட்

பில்டிங் இலக்குடன் செஸ் வீரர்கள் பங்குபெற்ற விளம்பரங்கள் சிலவற்றைத் தயாரித்திருக்கிறோம். பங்குகளைப் பொது மக்களுக்கு விற்பதற்கு முன்பாக உள் நாட்டுப் பொருளாதார செய்தித் தாள்களில் டி.சி.எஸ் தொடர்பான விளம்பரங்களை வெளியிட்டோம்.

புதிய நூற்றாண்டு மலர்ந்த பின்னரே டி.சி.எஸ்ஸின் பிராண்ட் பற்றி அக்கறையுடன் சிந்திக்க ஆரம்பித்தோம். ஒரு நிறுவனத்தில் தொழில் நுட்பத் திறமைகள், பிற சாதனைகள் இவற்றைப் போலவே மக்கள் மனதில் ஒரு நிறுவனத்தைப் பற்றி என்ன பிம்பம் இருக்கிறதோ அதுவுமே ஒரு நிறுவனத்தின் வெற்றிக்கு மிகவும் அவசியம் என்பதைப் புரிந்துகொண்டோம்.

டி.சி.எஸ் பிராண்டைப் பற்றி தீவிரமாகப் பேச முடிவு செய்த போது நாங்கள் எதிர்கொள்ள வேண்டியிருந்த முதல் சிக்கல்களில் ஒன்று, டி.சி.எஸ் ஏற்கனவே ஒரு 'டேக்லைனை' (tagline) முத்திரை வாசகமாகக் கொண்டிருந்தது: 'வெளிப்படையாகத் தெரிவதைத் தாண்டி' (Beyond the Obvious) என்பதுதான் அதன் முத்திரை வாக்கியம். அந்த வாக்கியம் உண்மையிலேயே 'வெளிப்படையாகக் கண்ணுக்குத் தெரிவதற்கும் அப்பாற் பட்டதைப்' பற்றிச் சொன்னது. அப்படியென்றால் அது என்ன வாகவும் இருக்கலாம் என்று ஜெயந்த் மிகச் சரியாகவே குறிப்பிட்டார்.

உண்மையில் 'வெளிப்படையாகத் தெரிவதைத் தாண்டி' என்ற வாக்கியம் கிட்டத்தட்ட தற்செயலாகவே எங்கள் கோஷமாக மாறியது. எங்கள் பெங்களூரு அலுவலகத்தில் யாரோ ஒருவர் இந்தச் சொற்றொடரை விரும்பி அவரது சுவரில் வைத்திருந்திருக்கிறார். ஒரு முறை GE தலைமை நிர்வாகி ஜாக் வெல்ஷ், யதேச்சையாக அந்த அலுவலகத்தைக் கடந்து செல்லும்போது, அவர் அந்தச் சொற்றொடரை விரும்பியதாகக் கூறினார்; அன்றிலிருந்து அதுவே எங்கள் முத்திரை வாக்கியமாக மாறிவிட்டது!

சிக்கல் என்னவென்றால், 'அதன் அர்த்தம் என்ன?' என்று சாத்தியமான வாடிக்கையாளர்கள் அல்லது தற்போதைய வாடிக்கையாளர்கள் எங்களிடம் கேட்ட போதெல்லாம் எங்களிடம் தெளிவான பதில் இல்லை; பெரும்பாலும் அது தனிப்பட்ட விளக்கத்துக்கே விடப்பட்டது. நாங்கள் இன்னும்

முறையான பயிற்சியை மேற்கொள்ள வேண்டும், மற்றும் டி.சி.எஸ் உண்மையில் எதைக் குறிக்கிறது என்பதை வரையறுக்க வேண்டும் என்று முடிவு செய்தேன்; எனவே இந்தியா, அமெரிக்கா மற்றும் இங்கிலாந்து ஆகிய நாடுகளில் டி.சி.எஸ் சார்பில் விற்பனையில் நேரடியாக ஈடுபடுவோரை ஒன்றிணைந்து சில பரிந்துரைகளைக் கொண்டு வருமாறு கேட்டேன்.

இந்த குழு இரண்டு நாள் கூட்டத்தை நடத்தி, சில யோசனைகளைக் கொண்டு வந்தது, ஆனால் எங்களுக்கு உண்மையில் வெளியிலிருந்த ஒருவரின் பார்வை தேவை என்பதை விரைவாக உணர்ந்தோம்; ஏனென்றால் ஒரு பிராண்ட் என்பது எப்படி வெளி உலகம் நம்மைப் பார்க்கிறது என்பதே; நாம் என்ன நினைக்கிறோம் என்பது அல்ல. எனவே அதற்கு உதவ பிராண்ட் ஆலோசகர்களின் உதவியை நாட ஆரம்பித்தோம். அவர்களிடம் என்னவிதமான உதவியை எதிர்பார்க்கிறோம் என்று தெளிவாகச் சொல்லவேண்டியிருந்ததால் அதற்குச் சிறிது காலஅவகாசம் எடுத்துக்கொண்டோம்.

இது தொடர்பாக நாங்கள் ஆறு நிறுவனங்களைப் குறைப் பட்டியலிட்டோம், ஆனால் இறுதியாக நியூயார்க்கைத் தளமாகக் கொண்ட ஸீகல்-கேல் (Siegel-Gale) நிறுவனத்தைத் தேர்ந்தெடுத்தோம், ஏனெனில் அவர்கள் ஏற்கனவே ஐ.டி சேவை வணிகத்தில் போதுமான அளவு பணிகளைச் செய்திருந்தனர். ஐ.டி சந்தையில் நாங்கள் ஏற்கனவே சில ஆராய்ச்சிகளை மேற்கொண்டோம். எனவே விரிவான வெளி சந்தை ஆய்வை மேற்கொள்வது அவசியம் என்று நாங்கள் உணரவில்லை. மாறாக, இரண்டு முக்கிய கேள்விகளில் கவனம் செலுத்துமாறு ஸீகல்-கேல் நிறுவனத்தைக் கேட்க நாங்கள் முடிவு செய்தோம்: 'முதலாவதாக, டி.சி.எஸ்ஸை சிறப்பானதாக்குவது எது? இரண்டாவதாக, எங்கள் வாடிக்கையாளர்கள் உண்மையில் மதிப்பதும் விரும்புவதும் என்ன?'

எங்களுடைய போட்டியாளர்களிடமிருந்து எங்களை வித்தியாசப் படுத்திக் காட்டும்வகையில் இந்தக் கேள்விகளுக்கு சுவாரசியமான, அழுத்தமான பதிலைக் கண்டுபிடிக்கச் சொன்னோம். ஸீகல்-கேல் நிறுவனத்தினர் நாங்கள் செய்து வைத்த சந்தை ஆராய்ச்சி மற்றும் மார்க்கெட்டிங் குழு தந்த ஆலோசனை ஆகியவற்றை முதலில் படித்துப் பார்த்தார்கள். உலகம் முழுவதிலும் இருந்த டி.சி.எஸ் பணியாளர்களிடம்

நேரிலும் சில நேரங்களில் தொலைபேசியிலும் பேசினார்கள். அமெரிக்காவில் பகல் என்பது இந்தியாவில் இரவு என்பதால் அகால நேரங்களில் கூட இந்தத் தொலைபேசி அழைப்புகள் வந்தவண்ணம் இருந்தன.

டி.சி.எஸ்ஸின் பணியாளர்கள் டி.சி.எஸ் பற்றி முதன் முதலாகச் சிந்திக்க வேண்டியிருந்தது. அது ஒரு சுவாரசியமான அனுபவமாகவே இருந்தது. நான் முப்பது ஆண்டுகாலம் இந்த நிறுவனத்தில் பணிபுரிந்திருக்கிறேன். எனவே என்னிடம் டி.சி.எஸ் பற்றிக் கேட்டபோது அதுபற்றி மனதில் ஏராளமான விஷயங்கள் வரிசைகட்டி வந்து நின்றன. சிறிது நிதானப்படுத்திக் கொண்டு டி.சி.எஸ்ஸின் ஆன்மா என்ன என்பதுபற்றி எவ்வளவு முடியுமோ அவ்வளவு சுருக்கமாக பதில் சொன்னேன்.

ஸீகல்-கேல் குழுவினர் டி.சி.எஸ் பற்றி மற்றவர்களின் கருத்தையும் பெறுவது முக்கியம் என்று உணர்ந்தோம்; எனவே அவர்களை எங்கள் அமெரிக்க வாடிக்கையாளர் உச்சி மாநாட்டில் கலந்து கொள்ளவும் எங்கள் வாடிக்கையாளர்களைச் சந்தித்து பேசவும் ஏற்பாடு செய்தோம். அப்படியாக நிறுவனத்துக்கு உள்ளேயும் வெளியேயும் பலரைச் சந்தித்துப் பேசியதில் இருந்து இரு தரப்பினரும் சில பொதுவான விஷயங்களைப் பகிர்ந்து கொண்டது தெரியவந்தது. அதுவே எங்களுடைய உண்மையான முகம்; ஆளுமை.

ஸீகல்-கேல் நிறுவனத்திலிருந்து எங்களுக்கான பணியைச் செய்த குழுவின் தலைவர் டென்னிஸ் ரினெ. ‘டிசி.எஸ்ஸின் ஆன்மாவை உள்ளுக்குள் பயணித்துக் கண்டுபிடித்து அதை வெளியில் இருக்கும் வாடிக்கையாளர்களுக்கு அறியத் தருதல்’ என்று அந்த வேலையைக் குறிப்பிட்டிருந்தார். ‘உள்ளிருந்து வெளியே’ என்பதுதான் மிகவும் அதிகம். வெளியில் இருந்து உள்ளே என்பதைவிட என்று சொன்னார்.

இது ‘பி2பி’ (வணிகத்திலிருந்து வணிகத்துக்கு) சந்தைகளில் எங்கள் பார்வையில் ஒரு பிராண்ட் நிலையை உருவாக்குவதற்கான சரியான வழி, ஆனால், நுகர்வோர் சந்தைகளுக்கு அது சரிப்படாது’ என்று கூறினார். ‘பொதுவாக நுகர்வோர் சந்தைகளில் உங்களுக்கு அந்த வாடிக்கையாளர் நுண்ணறிவு தேவை என்று நினைக்கிறேன். ஆனால் குறைந்த எண்ணிக்கையிலான போட்டியாளர்கள் இருக்கும் ‘பி2பி’ சந்தைகளில் இது வேறுபட்டது’ என்று சொன்னார்.

ஸீகல்-கேல் எங்களிடம் சொன்னார்கள்: 'இதோ, உங்களைப் பற்றி நீங்கள் எதையும் விரும்பலாம், ஆனால் அதற்கு ஆதாரம் காட்ட முடியுமா? இது நம்பக்கூடியதா? 'நான் ஒரு உண்மையான வணிக ஆலோசகர்' என்று நீங்கள் சொன்னால், மக்கள் உங்களை நம்புவார்களா? அவர்கள் உங்களை நம்பவில்லை என்றால், அது அவர்கள் மனதில் ஒட்டாது, நீங்கள் செலவழிக்கும் விளம்பர பணம் வீணாகிவிடும்.'

எங்கள் வாடிக்கையாளர்கள் ஒரு செயல்பாட்டுக் கண்ணோட்டத் திலேயே எங்களைப் பார்த்தார்கள் என்று எங்களிடம் சொன்னார்கள் - உதாரணமாக, நாங்கள் சொன்ன தேதிக்கு வேலைகளை முடித்துக் கொடுத்தோம்; எங்கள் நிறுவனத்தில் நல்ல, திறமையான பணியாளர்கள் இருக்கிறார்கள்; எங்களுக்குத் தொழில்நுட்பம் நன்கு தெரியும். இப்படியான எங்கள் செயல்பாடுகளை வைத்து எங்கள் வாடிக்கையாளர்கள் எங்களைப் பற்றிய சித்திரத்தை உருவாக்கிக் கொண்டிருக்கிறார்கள். எங்களுடைய எதிர்பார்ப்புகள், விருப்பங்கள் ஆகியவை சார்ந்து அவர்கள் ஒரு முடிவெடுக்கவில்லை. எனவே நாங்கள் இரு வழிப்பாதை அணுகுமுறையைப் பின்பற்றவேண்டும் என்று ஸீகல்-கேல் நிறுவத்தினர் சொன்னார்கள்: 'முதலில் நாங்கள் ஒரு பிராண்ட் பொசிஷனை நிலை நிறுத்தவேண்டும். எங்களுடைய முத்திரை வாக்கியமாக நாங்கள் சொல்வது எங்களால் செய்து காட்ட முடிவதாக இருக்கவேண்டும். அதுவே மற்றவர்களிடம் இருந்து எங்களை வித்தியாசப்படுத்திக் காட்டும். அதன் பிறகே எங்களுடைய லட்சிய கனவை நோக்கி நகரவேண்டும்'.

டி.சி.எஸ் நிறுவனத்தின் ஆன்மாவாக அதன் புதுமை மீதான தாகத்தைக் குறிப்பிடலாம் என்று நினைத்தோம். ஆனால், ஐ.பி.எம் நிறுவனம் தமது 'இன்னொவேஷன்' பிரசாரத்தை அப்போது முன்னெடுத்திருந்தது. அந்த நேரத்தில் சந்தை தொய்வடையத் தொடங்கியிருந்தது. சந்தை உயரத்தில் செல்லும் போதுதான் புதுமை மீதான மோகம் இருக்கும். எனவே இப்போது புதுமை பற்றிப் பேசுவது சரியாக இருக்காது என்று ஸீகல்-கேல் நிறுவனத்தினர் சொன்னார்கள்.

பிராண்ட் ஆலோசனைக் குழு மேற்கொண்ட அனைத்துக் கலந்துரையாடல்களிலும் ஒரு முக்கியமான விஷயம் பற்றி அழுத்தமாகப் பலரும் சொல்லியிருக்கிறார்கள். அது உத்தர வாதம்: நிச்சயத்தன்மை - கொடுத்த வாக்கைக் காப்பாற்றுதல்.

அதாவது டி.சி.எஸ் நிறுவனத்தினர் ஒரு ப்ராஜெக்டை எடுத்துக்கொண்டால் நேருக்கு நேராக கண்ணோடு கண் பார்த்து, இவையெல்லாம் எங்களுக்குத் தேவைப்படும். இத்தனை கால அவகாசம் தேவை என்று மிகத் தெளிவாகச் சொல்லிவிடுவோம். அப்படி ஒரு வாக்குக் கொடுத்துவிட்டால் வானமே இடிந்து விழுந்தாலும் பூமியே பிளந்தாலும் நாங்கள் அதைச் சொன்ன தேதிக்குள் செய்து முடித்திருப்போம். அதற்காக அதிக ஆட்களை நியமிக்கவேண்டி வந்திருக்கலாம். அதனால் பணம் நஷ்டப்பட வேண்டி வரலாம். ஆனால் வாடிக்கையாளரிடம் வாக்குக் கொடுத்தால் என்ன ஆனாலும் சொன்ன வாக்கைக் காப்பாற்றி விடுவோம்.

இது ஸீகல்-கேல் குழுவினர்களின் நேர்காணல்களின் போது மீண்டும் மீண்டும் கேட்டது இதுவே. எனவே அவர்கள் எங்களுக்கு முன்வைத்த முதல் யோசனை என்னவென்றால், டி.சி.எஸ் என்பது 'நிச்சயத்தன்மையின் அறிவியல்' (The Science of Certainty) என்பதாகும். 'இந்த கோஷம், டி.சி.எஸ் நிறுவனம் தகவல் தொடர்பு சிஸ்டம்களை 100% நேரம் முழுமையாகச் செயல்பட வைக்கும். நம்பகமான சிஸ்டத்தை உருவாக்கித் தரும் என்ற நிச்சயத்தை வாடிக்கையாளர்களுக்குத் தருவதை உணர்த்தியது.

டி.சி.எஸ் நிறுவனத்தில் எங்கள் அனைவருக்கும் எங்களுடைய இந்த கோட்பாடு மிகவும் பிடித்துப்போனது. ஆனால், நிச்சயத் தன்மை என்ற வார்த்தையை இன்னும் அழுத்தமாச் சொல்லும்படி அவர்களைக் கேட்டுக்கொண்டோம். வேறு பல வாக்கியங்களைச் சொன்னார்கள். இறுதியாக 'உத்தரவாதத்தை உணருங்கள்' (Experience Certainty - எக்ஸ்பீரியன்ஸ் சர்டெனிட்டி) என்ற அழுத்தமான வாக்கியம் தேர்ந்தெடுக்கப்பட்டது. உங்களுக்குத் தகவல் தொழில்நுட்பத்துறையில் சேவைகள் வேண்டுமா. எங்களிடம் வாருங்கள். நிச்சயத்தன்மையை உணர்வீர்கள். அந்த உணர்வு உங்களுக்கு வேறு எங்கும் கிடைக்காது என்பதுதான் அதன் அர்த்தம் என்று ஸீகல்-கேல் நிறுவனத்தினர் விளக்கிச் சொன்னார்கள்.

அந்த வார்த்தையைப் பரிசோதனை முயற்சியாக நிறுவனத்துக் குள்ளும் சில வாடிக்கையாளர்களிடமும் பயன்படுத்திப் பார்த்தோம். டி.சி.எஸ் நிறுவனம் பிற போட்டி நிறுவனம் எதுவுமே செய்து தரமுடியாத நிச்சயத்தன்மையுடன் தகவல்

தொழில்நுட்ப சேவைகள், வணிகத் தீர்வுகள், அவுட்சோர்ஸிங் ஆகியவற்றைச் செய்து தரும் என்பது இரு தரப்பினராலும் நன்கு புரிந்துகொள்ளப்பட்டது.

அதிலிருந்து எங்கள் வாடிக்கையாளர்களுக்கு அவர்கள் எதிர்பார்க்கும் விஷயங்கள் எல்லாம், குறிப்பிட்ட நேரத்துக்குள், மிகக் குறைந்த செலவில் மிகவும் உயர் தரத்துடன் கிடைத்து விடும் என்ற எங்களுடைய உத்தரவாதத்தை அவர்கள் வெகுவாக மதிக்கிறார்கள் என்பது மேலும் தொடர்ந்து உறுதியானது. இதன் அர்த்தம் என்னவென்றால் எங்கள் வாடிக்கையாளர்கள் வணிகச் சூழலுக்கு ஏற்ப தங்களை எளிதில் மாற்றிக்கொள்ளமுடியும். செய்நேர்த்தியைத் தொடர்ந்து தக்கவைக்க முடியும். தங்களுடைய முதலீடுகளை ஆக்கபூர்வமான முன்னெடுப்பு களுக்குச் செலவிடமுடியும்.

நிச்சயத்தன்மையை உணர்தல் என்பது எதிர்பார்க்கும் சரியான முடிவுகளை அடைவதில் இருக்கிறது. வாடிக்கையாளர்களை அப்போது செய்யும் செயல்களையே வெறுமனே நிர்வகித்து வருவதோடு நின்றுவிடாமல் புதிதாக மாறுதல்களை முன்னெடுக்க வழிவகுத்துக் கொடுப்பதில் இருக்கிறது.

அடுத்ததாக நாங்கள் கவனம் கொள்ள வேண்டியிருந்த விஷயம் டி.சி.எஸ் என்ற பெயருக்கு அடுத்ததாக 'தகவல் தொழில்நுட்ப சேவைகள், வணிக தீர்வுகள், அவுட் சோர்ஸிங்' என்று குறிப்பிட்டுவந்த மூன்று செயல்பாடுகள் தொடர்பானது. இந்த விஷயத்தைச் சமாளிக்க எங்களுக்கு அதிக காலம் எடுத்துக் கொண்டது.

உண்மையில் நாங்கள் ஆறு அல்லது ஏழு சேவைப் பிரிவுகளைக் குறிப்பிட விரும்பியிருந்தோம். நிறைய சேவைகளைக் குறிப்பிட்டால் எதுவுமே மக்கள் மனதில் பதியாமல் போய்விடும் என்று ஸீகல்-கேல் நிறுவனத்தினர் சொன்னார்கள். அக்சன்ச்சர் நிறுவனம் தங்களை அடையாளப்படுத்த நீண்ட காலமாகவே, 'ஆலோசனை, தொழில்நுட்பம், அவுட்சோர்ஸிங்' என்ற மூன்றை மட்டுமே முன்னிறுத்தி வந்திருக்கிறது. நாம் அவர்களிடம் இருந்து அந்தப் பாடத்தைக் கற்றுக்கொள்வோம் என்று சொன்னார்கள். நாங்கள் செய்யும் அனைத்து சேவைகளையும் சொல்லத் தேவையில்லை. மிகவும் சிறந்து விளங்கும் மூன்றே மூன்று பற்றிச் சொன்னால் போதும் என்று ஸீகல்-கேல் நிறுவனத்தினர் சொன்னார்கள்.

தீவிரமான விவாதங்கள், கலந்துரையாடல் ஆகியவற்றுக்குப் பின்னர் 'தகவல் தொழில்நுட்ப சேவை, பிசினஸ் சொல்யூஷன்ஸ், அவுட்சோர்ஸிங்' என்ற மூன்றை முன்னிறுத்த முடிவுசெய்தோம்.

தகவல் தொழில்நுட்ப சேவைகள் என்பது நாங்கள் செய்த பல சேவைகளை ஒரே வார்த்தையில் குறிப்பதாக இருந்தது. நிதித் துறை சார்ந்த மென்பொருள் பிளாட்ஃபார்ம்களை மட்டுமல்ல; பொறியியல் சார்ந்தும் செயல்பட முடியும் என்பதை பிசினஸ் சொல்யூஷன்ஸ் என்பது குறித்தது. பி.பி.ஓ உள்ளிட்ட பிற அனைத்து அவுட்சோர்ஸிங் சேவைகளையும் அவுட்சோர்ஸிங் என்ற வார்த்தை குறித்தது.

டாடா கன்சல்டன்ஸி சர்வீசஸ் என்ற பெயர் பொருத்தமானது தானா வேறு பெயர் சூட்டலாமா என்றும் ஆலோசித்தோம். திறமைசாலிகள் மிகுதியாக இருக்கும் நிறுவனத்தில் பல தரப்பட்ட கருத்துகள் இருக்கத்தானே செய்யும். எனவே இது பற்றி நீண்ட விவாதங்கள் நடந்தன. இப்போதுவரையிலும் டி.சி.எஸ்ஸின் பெரும் பகுதி டாடா க்ரூப் வசமே இருக்கிறது. எனவே டாடா என்ற பெயரை நிச்சயம் நீக்கமுடியாது என்று பலரும் சொன்னார்கள்.

வேறு சிலர் டி.சி.எஸ் என்று சுருக்கமாகச் சொல்லலாம். எங்கள் போட்டி நிறுவனங்களின் பெயர்கள் ஐ.பி.எம், ஹெச்.பி, ஈ.டி.எஸ், சி.எஸ்.சி என்றெல்லாம் இருப்பதுபோல் நம் பெயரையும் சுருக்கிக்கொள்ளலாம், அது எளிமையாகவும் இருக்கும், மார்க்கெட்டிங் பிரசுரங்களில் சிறப்பாகப் பயன்படுத்த முடிவதாகவும் இருக்கும் என்று சொன்னார்கள். உலகின் 10,000 முன்னணி தகவல் தொழில்நுட்ப மேனேஜர்களுக்கு டி.சி.எஸ் என்ற பெயர் நன்கு பரிச்சயமாகியிருக்கும். அவர்களல்லாமல் மேலும் பல லட்சம் பேருக்கு புரியவைக்கவேண்டும். அவர்களுக்கு இப்போது டி.சி.எஸ் என்றால் அதன் முழு விவரம் என்ன என்பது தெரியாது.

இந்தியாவின் மிக முக்கியமான புகழ் வாய்ந்த டாடா நிறுவனத்தின் பெயரை எதற்காகக் கைவிடவேண்டும் என்றுதான் பெயர் மாற்றத்தை எதிர்த்த பலரும் கேட்டார்கள். அதோடு டாடா குழுமத்தில் இரட்டை வார்த்தை கொண்ட பல நிறுவனங்கள் இருந்தன. டாடா அயர்ன் அண்ட் டாடா ஸ்டீல் கம்பெனி 'டாடா ஸ்டீல்' என்று ஆகியிருக்கிறது. டாடா இன்ஜினியரிங்

லொகோமோட்டிவ் வொர்க்ஸ் என்ற நிறுவனம் 'டாடா மோட்டார்ஸ்' என்று ஆகியிருக்கிறது. அதுபோல் டாடா கெமிக்கல்ஸ், டாடா ஃபைனான்ஸ், டாடா கேபிடல் என வேறு பல இரண்டு வார்த்தை நிறுவனங்கள் இருக்கின்றன.

டாடா சிஸ்டம்ஸ் என்றோ டாடா கன்சல்ட்டிங் என்றோ எங்கள் நிறுவனத்தின் பெயரை மாற்ற டாடா குழுமம் விரும்பி இருக்கலாம். அந்த யோசனையையும் நாங்கள் பரிசீலித்தோம். அமெரிக்காவில் 'கன்சல்ட்டிங்' என்றால் ஆலோசனை நிபுணர்களை அனுப்பிவைப்பது என்றுதான் அர்த்தம். ஆனால் நாங்கள் அதையும்விட பல சேவைகளைத் திறம்படச் செய்து வந்தோம். எனவே அந்தப் பெயர் பொருத்தமாக இருக்காது. டாடா சர்வீசஸ் என்ற பெயரையும் பரிசீலித்தோம். ஆனால் அது துப்புரவு பணியையோ சமையல் பணியையோ அதுபோன்ற எந்தவொரு சர்வீஸையும் குறிக்கக்கூடும். எனவே அந்த யோசனையையும் கைவிட்டோம்.

டாடா கன்சல்ட்டன்ஸி சர்வீசஸ் என்ற மூன்று வார்த்தையில் எந்தவொன்றை நீக்கினாலும் சிக்கல்தானென்பது புரிந்தது. டாடா கன்சல்டன்ஸி என்று சுருக்கினால் சர்வீஸ் பணிகளைச் செய்வதில்லை போலிருக்கிறது என்று ஆகிவிடும். அப்படி என்றால் சேவைப் பணிகள் மூலம் எங்களுக்கு வரக்கூடிய வருவாயில் 70-80% இழக்க நேரிடும். கன்சல்டன்ஸி என்ற வார்த்தையை நீக்கினால் எங்களுடைய ஆன்மாவையே இழந்ததுபோல் ஆகும். ஏனென்றால் ஒரு கன்சல்டன்ஸி நிறுவனமாக அடையாளம் காணப்படுவதைத்தான் விரும்பினோம். இறுதியாக ஜே.ஆர்.டி. டாடாவும் நானி பல்கிவாலாவும் 'டாடா கன்சல்டன்ஸி சர்வீசஸ்' என்ற பெயரை மிகவும் ஆழமாக யோசித்துத்தான் சூட்டியிருக்கிறார்கள்; எங்கள் போட்டியாளர்களுக்கும் வாடிக்கையாளர்களும் அது மிகவும் தெளிவாக அழுத்தமாக எங்களை அறிமுகப்படுத்தியிருக்கிறது; எனவே அந்தப் பெயரே மிகவும் பொருத்தமானது என்று முடிவு செய்தோம்.

ஸீகல்-கேல் நிறுவனம் எங்களுடைய பொருட்கள், சேவைகளுக்குப் பெயர் சூட்டப் பரிந்துரைத்ததை நாங்கள் ஏற்றுக்கொள்ளவில்லை. அவர்கள் எங்களுடைய முழு பெயரையும் டாடா கன்சல்டன்ஸி சர்வீசஸ் என்று அவற்றில் குறிப்பிடும்படிச் சொன்னார்கள். நாங்களோ வெறும் டி.சி.எஸ்

என்பதே போதும் என்று முடிவு செய்தோம். உதாரணமாக டி.சி.எஸ் ஃபினான்ஷியல் சர்வீசஸ், டி.சி.எஸ் பேங்கிங் சொல்யூஷன்ஸ், டி.சி.எஸ் ஹெல்த்கேர் சொல்யூஷன்ஸ் என்பது போல் பெயர் சூட்டினோம். நாங்கள் டி.சி.எஸ் ஆர்-அண்ட்-டி மற்றும் டி.சி.எஸ் ரிசர்ச், என்றுதான் குறிப்பிடுகிறோம். அப்படியாக டி.சி.எஸ் என்ற ஒரு பிராண்ட் பெயரை மிகவும் அமைதியான முறையில் பாம்பே ஹவுஸில் (டாடா குழும தலைமையகம் உள்ள இடம்) சென்று அனுமதி பெறாமலேயே முன்னெடுக்க ஆரம்பித்திருந்தோம்.

டாடா குழுமத்தின் வழிகாட்டிக் குறிப்புகளைப் பின்பற்றிய படியே எங்களுக்கான தனி அடையாளத்தை வெளிப்படுத்தும் வகையில் எங்களைத் தனித்தன்மையோடு பிராண்ட் செய்ய எங்களுக்கு உதவி தேவையாக இருந்தது. எங்களுடைய வர்த்தகச் செயல்பாடுகளை அழுத்தமாக, தெளிவாகப் புரியவைக்கும் படியான பிராண்ட் கட்டமைப்பு தேவையாக இருந்தது. இருமக் கோப்பு குறியீட்டின் (binary code) ஒன்றுகளும் பூஜ்ஜியங்களும் மற்றும் தொடர்ந்து சாதித்தல், சாதனைகளை மீண்டும் மீண்டும் நிகழ்த்திக்காட்டுதல் போன்றவற்றைக் குறிக்கும் வகையிலான அடையாளங்கள் தேவைப்பட்டன.

ஸீகல்-கேல் நிறுவனத்தினர் ‘டாடா வீவ்’ (Tata Weave) என்று நாங்கள் இப்போது அழைக்கும் ஒன்றை வடிவமைத்துக் கொடுத்தனர். டாடா குழுமத்திடமிருந்து அதற்கு அனுமதியைப் பெற்றுவிட்டோம். எங்களுடைய பிரசுரங்கள், விசிட்டிங் கார்டுகள், விளம்பர அறிவிப்புகள், ஆவணங்கள் ஆகியவற்றில் அந்த அடையாளம் இப்போது இடம்பெற்றுவருகிறது. (இந்த பிராண்ட் வடிவமைப்புக்கு முன்பாக எங்களுடைய பவர் பாயிண்ட் பிரசன்டேஷண்களில் சுமார் 20க்கும் மேற்பட்ட பல்வேறு வடிவமைப்புகள் இருந்துவந்தன!)

டி.சி.எஸ்ஸும் ஸீகல்-கேல் நிறுவனமும் ‘டாடா வீவ்’வை வடிவமைத்ததும் அவர்களை எங்கள் வீட்டுக்கு அழைத்தேன். மும்பையில் இருந்த டி.சி.எஸ்ஸின் சேர்மன் ரத்தன் டாடாவைச் சந்திக்க அவர்களை அழைத்துச் செல்வது தொடர்பாகப் பேசவே அழைத்திருந்தேன். புதிய பிராண்டிங் முயற்சிகளையும் ‘டாடா வீவ்’ அடையாளத்தையும் எப்படி அவரிடம் நல்லமுறையில் எடுத்துச் சொல்ல என்று கலந்துரையாடினோம். ரத்தன் டாடா அடிப்படையில் ஒரு கட்டுமானப் பொறியாளர். எனவே உருவ

வடிவில் முன்வைக்கப்படும் எதுவுமே அவருக்கு மிகவும் பிடிக்கும் என்று நினைத்தேன். நான் நினைத்தது சரியாக இருந்தது. நாங்கள் செய்த விஷயத்தின் நியாயத்தை அவரால் நன்கு புரிந்துகொள்ளமுடிந்தது.

எங்களுக்கு இன்னொரு அதிர்ஷ்டமும் இருந்தது. ஸீகல்-கேல் நிறுவனத்தின் டென்னிஸ் ரினே, கார்னெல் பல்கலையில் ரத்தன் டாடாவுடன் ஒன்றாகப் படித்தவர். அந்த நல்லுறவு எங்களுக்கு மிகவும் சாதகமாக இருந்தது. நாங்கள் போதுமான அளவுக்குச் செயல்படுவதாகக் கருதுகிறாரா என்று ரத்தன் டாடா டென்னிஸிடம் கேட்டார். எங்களுடைய முயற்சிகள் மைக்ரோசாஃப்ட் போல் வலிமையானதாக, கம்பீரமானதாக இருக்கிறதா என்றும் கேட்டார்.

அடுத்த கட்டமாக டி.சி.எஸ் உடன் 'உத்தரவாதத்தை உணருங்கள்' (எக்ஸ்பீரியன்ஸ் சர்டெனிட்டி) என்ற முத்திரை வாக்கியத்தையும் இணைத்து பிராண்ட் உருவாக்கச் செயல் பாடுகளை பொதுவெளிக்குக் கொண்டுசென்றோம். அதை எங்கள் நிறுவனத்தினர் அனைவரும் பயன்படுத்தவும் அதன் அர்த்தத்தைச் சரியாகப் புரிந்துகொள்ளவும் முயற்சிகள் எடுத்தோம். இதுவே மிகவும் கடினமான பணி என்று ஸீகல்-கேல் நிறுவனத்தினர் சொன்னார்கள்.

எனவே அதை நடைமுறைப்படுத்த மார்க்கெட்டிங் குழு 'உத்தரவாதத்தை உணருங்கள்' என்ற கிட் (Kit) ஒன்றை உருவாக்கி அமெரிக்கா, பிரிட்டன், லத்தீன் அமெரிக்கா, மத்திய கிழக்கு நாடுகள் என எங்களுடைய அனைத்துக் கிளைகளுக்கும் அனுப்பிவைத்து ஒரு வருட காலத்துக்கு அந்தப் பணியை முன்னெடுத்தது. அதை அனைவரிடமும் கொண்டுசெல்ல ஒரு பாடலுடன் கூடிய ஆடியோ விஷுவல் ஒன்றையும் தயார் செய்திருந்தார்கள். பெரும்பாலான டி.சி.எஸ் கிளைக்கு நீங்கள் தொலைபேசி அழைப்புவிடுத்தால் அந்த முத்திரை வாக்கியப் பாடலே ரிங்டோனாக ஒலிப்பதைக் கேட்க முடியும்.

நிறுவனத்தின் காரோட்டியில் இருந்து உயர் அதிகாரிகள் வரை அனைவரும் டி.சி.எஸ்ஸின் பிராண்ட் எதைக் குறிப்பிடுகிறது; அவர்களுக்கு அது என்னவாக இருக்கிறது என்பதைப் புரிந்து கொள்ளவைக்க போர்க்கால அளவில் நடவடிக்கைகள் முடுக்கி விடப்பட்டன. பிராண்டை மனதில் வைத்துக்கொண்டு எவ்வளவு

சிறப்பாக ஒவ்வொருவரும் செயல்படமுடியும் என்று முயற்சி செய்யும்படிக் கேட்டுக்கொண்டோம்.

'உத்தரவாதத்தை உணருங்கள்' என்ற முத்திரை வாக்கியத்தை வாழ்க்கை லட்சியமாக, எந்நாளும் எப்போதும் கடைப்பிடிக்க வேண்டிய ஒன்றாகவே பார்த்தேன். ஏதேனும் வாடிக்கையாளர் இந்தியாவுக்கு முதன் முதலாக வந்தால், டி.சி.எஸ் நிறுவனத்தின் காரோட்டி சரியான நேரத்தில், கஞ்சி போட்டு விறைப்பாக்கப் பட்ட வெண்ணிறச் சீருடையில், அழகான, தூய்மையான காருடன் அவரை வரவேற்க விமானநிலையத்தில் இருந்தாக வேண்டும். 'நிச்சயத்தன்மை' என்ற உணர்வை மிகச் சிறிய விஷயத்தில் ஆரம்பித்து உச்சி வரை அனைத்து மட்டங்களிலும் விஷயங்களிலும் வாடிக்கையாளரால் உணரமுடியவேண்டும். அந்த 'நிச்சயத்தன்மை' என்பது பணி ஒப்பந்தத்தில் சேர்க்க முடியும்படியான விஷயம் அல்ல என்பதை எங்கள் பணியாளர் களுக்குப் புரியவைக்க வேண்டியிருந்தது. அது உள்ளார்ந்து ஒருவர் தன் மனதில் உருவாக்கிக் கொள்ளவேண்டிய பொறுப்பு.

2005-2006 வாக்கில் முன்னெடுக்கப்பட்ட இந்த பிராண்ட் நற்பெயர் உருவாக்கப் பணிகள், ஊடக விளம்பரங்களினால் மேலும் பலப்படுத்தப்பட்டது. பொருளாதார மந்தநிலை உருவானது வரை அது தொடர்ந்து முன்னெடுக்கப்பட்டது. அதுவரையில் அந்த முயற்சிகள் ஏற்படுத்திய தாக்கத்தை அலசிப் பார்த்தோம். அது வெற்றிகரமானதாகவே இருந்தது. அது தொடர்பாக நாங்கள் நடத்திய ஆய்வில் பிராண்ட் தொடர்பான விழிப்புணர்வு 20% அதிகரித்திருந்ததாகத் தெரியவந்தது.

எங்களைப் பொறுத்தவரையில் அது வெறும் ஒரு மார்க்கெட்டிங் செயல்பாடாக மட்டுமே இருந்திருக்கவில்லை. அதைவிட முக்கியமான பொறுப்புணர்வாகவே அது இருந்தது. நாங்கள் நிறுவனத்துக்குள்ளாக மேற்கொண்ட பல ஆய்வுகளில் இருந்து என்ன தெரியவந்ததென்றால் உண்மையிலேயே நாங்கள் எங்கள் வாடிக்கையாளர்களுக்கு அப்படியான நிச்சயத்தன்மையை, நம்பிக்கையை முழுமையாகக் கொடுக்க ஆரம்பித்திருந்தோம். தொழிற்துறை சராசரியை விட அதிகமாகவும், அடுத்த நிலையில் இருந்த போட்டி நிறுவனங்களை ஒப்பிடுகையில் இந்த விஷயத்தில் மிகச் சிறப்பாகவும் நாங்கள் செயல்பட்டிருந்தது தெரியவந்தது.

எங்களுடைய இந்த பிராண்டிங் செயல்பாடுகள்கூட எங்களுக்கு ஒரு விருதைப் பெற்றுத் தந்தது. பிராண்ட் அடையாளத்தைக் கூர்மைப்படுத்துதல், வித்தியாசப்படுத்திக் காட்டுதல் என்ற பிரிவின் கீழ் எங்களுக்கு ஐ.டி.சர்வீசஸ் மார்க்கெட்டிங் அசோசியேஷன் (ITSMA) தங்கப் பதக்கம் வழங்கி கௌரவித்தது. எங்களுடைய 'நிச்சயத்தன்மை' விளம்பரச் செயல்பாடுகள் புதுமை, செயல்முறையாக்கம், வணிக வெற்றிகள் ஆகியவற்றின் அடிப்படையில் எங்களை மற்ற நிறுவனங்களில் இருந்து வித்தியாசப்படுத்திக்காட்டியதாகப் பாராட்டப்பட்டது. டி.சி.எஸ் பணியாளர்களிடையேயும் அது மிகப் பெரிய பெருமிதத்தை உருவாக்கியிருந்தது.

'உத்தரவாதத்தை உணருங்கள்' (எக்ஸ்பீரியன்ஸ் சர்டெனிட்டி) என்பதை நாங்கள் மாற்றத்தின் தொடக்க முழக்கமாகவே பார்த்தோம். இப்போது நாங்கள் சந்தையில் எந்த இடத்தில் இருக்கிறோம்; மேலும் என்னவிதமான புதுமைகளைப் புகுத்தி என்னவிதமான நற்பெயர் உருவாக்கச் செயல்பாடுகளை முன்னெடுக்கவேண்டும் என்று ஸீகல்-கேல் நிறுவனத்துடன் அடுத்தகட்ட ஆராய்ச்சியை ஆரம்பித்துவிட்டிருக்கிறோம்.

ஆரம்பகால டி.சி.எஸ். குழு, 1973
(ராமதுரை - நிற்பவர்களில் வலமிருந்து இரண்டாமவர்)

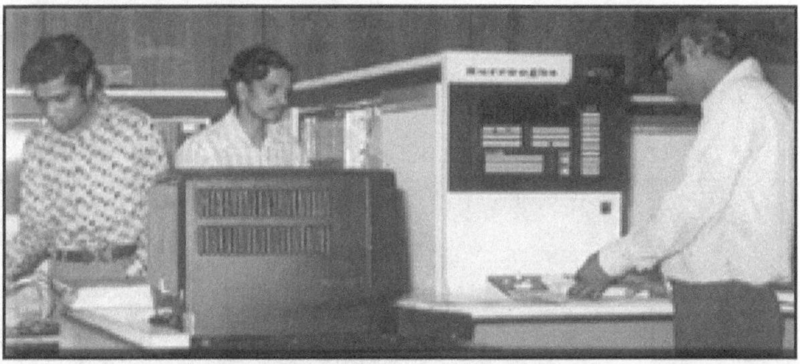

பர்ரோஸ் கணினி B6700, 1976

ஆசான் எஃப்.சி.கோஹ்லியுடன்,
1990

ரத்தன் டாடாவுடன், 2007

டி.சி.எஸ். போர்ட் ஆஃப் டைரக்டர்கள், 2009

பீஜிங்கில் டி.சி.எஸ் கூட்டு நிறுவனம் ஆரம்பித்தபோது, 2007

தேசிய பங்குச் சந்தையில்
டி.சி.எஸ் IPO விற்பனை தொடக்கவிழா, 2004

சி.எம்.சி. நிறுவனத்தை வாங்க, தகவல் தொழில்நுட்பத்துறை அமைச்சர்
பிரமோத் மஹாஜனிடம் காசோலை கொடுத்தபோது, 2001.

காலின் பவெலுடன்,
2007

டோனி பிளேயரிடமிருந்து
யுகே ட்ரேட் அண்ட்
ஸ்பெஷல் ரெகக்னிஷன்
அவார்ட், 2005

வென் ஜியாபோவுடன்,
2005

டேவிட் கேமரூனுடன்,
2006

பிரதமர் மன்மோகன் சிங்கிடமிருந்து எகானமிக் டைம்ஸ் வழங்கிய 2006க்கான 'சிறந்த நிறுவன விருது'

பிஸினஸ் இந்தியா வழங்கிய சிறந்த வணிகர் விருது, 2004

முன்னாள் பிரிட்டிஷ் துணை ஹை கமிஷனர்
விக்கி ட்ரெடெல்லிடமிருந்து
CBE விருது, 2009

ஜனாதிபதி ஏ.பி.ஜே. அப்துல் கலாம் அவர்களிடமிருந்து
பத்ம பூஷண் விருது பெற்றபோது, 2006

TRDDCயின் 25வது ஆண்டு விழாவின்போது,
டாக்டர் ஏ.பி.ஜே. அப்துல் கலாம் அவர்களுடன், 2007

மைத்ரி சார்பில் பள்ளிக் குழந்தைகளுக்குப்
புத்தகப் பைகள் வழங்கியபோது

1969-ல் குடும்பத்தினர் என்னை யு.சி.எல்.ஏ. வுக்கு
விமான நிலையத்தில் வழியனுப்பியபோது.

எம்.ஐ.டி.யின் ஸ்லோன் நிர்வாகவியல் கல்லூரியில்
முதுநிலை நிர்வாகவியல் மேம்பாடு படிப்பின்போது, 1993
(ராமதுரை - மூன்றாவது வரிசையில் இடமிருந்து மூன்றாவதாக)

நியூ யார்க், க்யீன்ஸில்
மாலா மற்றும் குழந்தை
தருணுடன், 1980

மாலா ராமதுரை

திருமணம், 1972

TATA CONSULTANCY SERVICES

A DIVISION
OF TATA SONS
PVT. LIMITED

NIRMAL
NARIMAN PT
BOMBAY-1.
PHONES: [illegible]

GRAMS: [illegible]

ADM/SRD February 23, 1972.

Mr. S. Ramadorai,
Bombay.

Dear Sir,

Further to your letter dated the 2nd December 1971, addressed to Tata Incorporated, New York, this is to advise you that we are pleased to offer you employment as Asstt. Systems Programmer & Analyst in our organization, on a consolidated salary of Rs.1,000/- per month during the first year. You will also be entitled to house rent subsidy as per the Company Rules.

2. You will be on probation for a period of twelve months, on satisfactory completion of which you may be considered for confirmation in a suitable grade.

3. Your appointment will be subject to your being found medically fit by our Chief Medical Officer at the commencement of and during the course of your appointment with the Company.

4. Your appointment is subject to the following terms and conditions:

(a) The Company reserves the right to alter or modify its working hours or to increase them so as to require you to work upto 48 hours in any week or 9 hours on any day.

(b) The public holidays observed by the Company are subject to adjustment or reduction from time to time.

(c) The facilities, amenities and leave granted to employees in excess of statutory requirements do not form part of the conditions of the service, and are subject to revision at the discretion of the Management.

(d) You will be governed by the Service Rules of the Company and you will be entitled to Provident Fund (on confirmation), leave and other benefits in accordance with such Rules.

..2

Registered Office: Bombay House, 24 Bruce Street, Bombay-1

: 2 :

(e) The Company reserves the right to utilise or transfer your services to any of the Company's divisions, offices, work sites, or affiliated company on the same terms and conditions in any part of India.

(f) Your services may be terminated at any time by giving you one calendar month's notice or by payment of one month's salary in lieu of notice.

(g) In view of the fact that the Company will be incurring considerable expenditure in training you, you will be required to execute an agreement to serve the Company for a minimum period of 3 years from the date of joining duty, failing which you will have to pay an amount of Rs.5,000/- (Rupees five thousand only) to the Company as compensation.

5. Please return the duplicate copy of this letter duly signed as a token of your acceptance of the above appointment on the terms and conditions mentioned above.

Yours faithfully,
TATA CONSULTANCY SERVICES

(F. C. Kohli.)
General Manager.

டி.சி.எஸ்ஸின் பணி நியமனக் கடிதம்,
எஃப்.சி.கோலியின் கையெழுத்துடன், 1972

BOMBAY HOUSE,
FORT, MUMBAI 400 001.
26. 12. 2004

Dear Ram,

My heartiest congratulations on your selection as the Businessman of the Year 2004. This is indeed a well-deserved recognition of your achievements at TCS over the years. It is good to know that a person who goes about quietly building a great company without loudly proclaiming his achievements, is finally recognised and rewarded for his efforts - a rare occurrence in today's environment. The lead story on you in Business India is also very well presented.

You have a hard task ahead of you to keep TCS in its leading position but I have no doubt that you will succeed. However, in this process, please do take care of yourself.

With warm regards - and all good wishes to you and Mrs. Ramadorai for the New Year,

Yours sincerely,
Noshir Soonawala

டாட்டா சன்ஸின் முனாள் வைஸ் சேர்மன்
நொஷிர் சோனாவாலாவின் வாழ்த்து மடல்

BOMBAY HOUSE,
FORT, MUMBAI-400001.

August 4, 2004

Dear Ram,

Having spent the past 10 days with you on the Road Show, I just wanted to let you know how proud I was of the way you handled the meetings. You have built TCS into a great enterprise, and of course it will need to be further nurtured as we go forward as a public company.

I value your colleagueship and look forward to working with you to make things happen.

With warm personal regards,

Yours sincerely

Ratan

டி.சி.எஸின் ரோட் ஷோவுக்குப் பின்னர்
ரத்தன் டாடாவின் கடிதம், 2004

முதல் கார் - பீட்டில், 1970

தருணின் உபநயனம்,
1987

தருண் -பூர்ணிமா
திருமணம், 2007

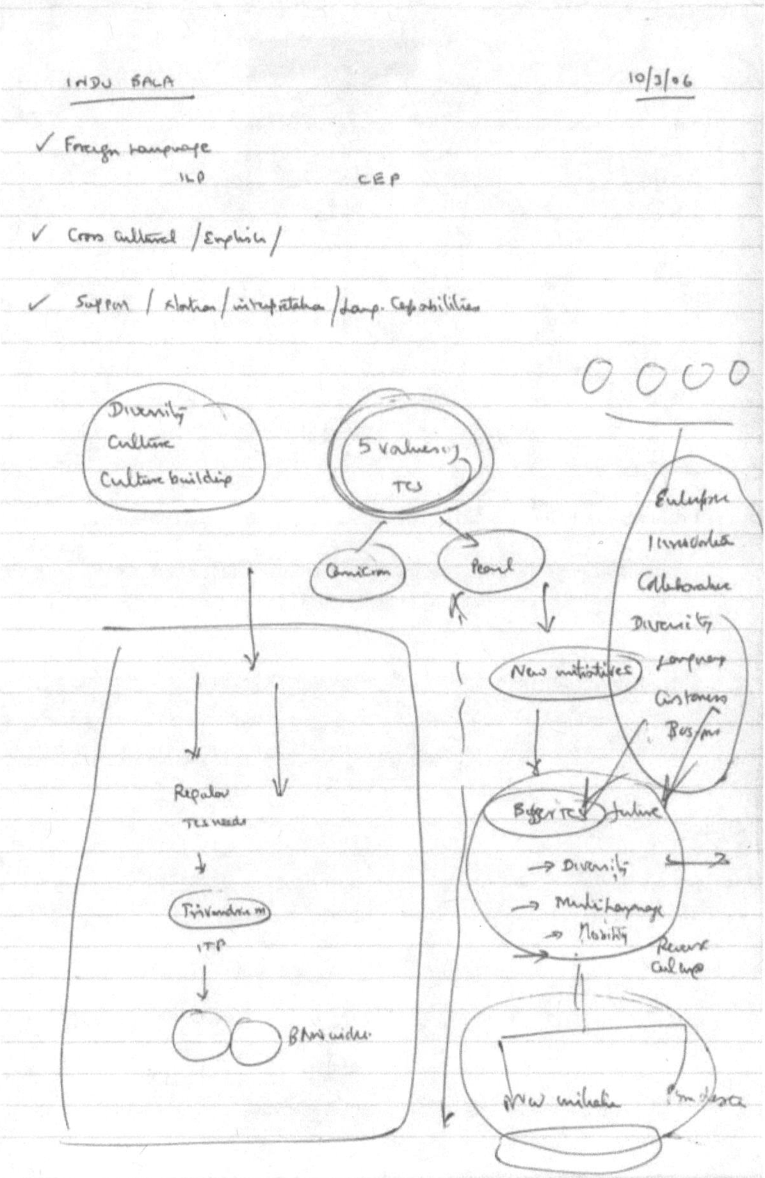

இக்னைட் அமைப்பின் யோசனை உருவான விதம்

ஸ்விஸ் கட்டுமானக் கலைஞர் மரியோ போடாவுடன்,
லுகானோவில், 2011

மியூஸிக் அகாடமி தலைவர் என். முரளி
மற்றும் க்ளாரினெட் மேதை ஏ.கே.சி. நடராஜன் ஆகியோருடன், 2009

அத்தியாயம் 5

பங்குச்சந்தைக்குச் செல்லுதல் - டி.சி.எஸ் பங்கு வெளியீடு

அருமையான கோட் சூட், அழகான டை, ஷு அணிந்த நிதியாளர்கள் கல்லூரி மாணவர்கள் போல் ஒருவருக்கொருவர் முதுகில் தட்டிக் கொடுத்து உற்சாகமாக மகிழ்வதைப் பார்த்திருக்கமாட்டீர்கள். 25, ஆகஸ்ட், 2004ல் மும்பை தாஜ்மஹால் ஹோட்டலில் ஏற்பாடு செய்யப்பட்டிருந்த விழாவில் அதுதான் நடந்தது.

அவர்கள் அப்படிக் கொண்டாடுவதற்கு நியாயமான காரணம் இருந்தது. டி.சி.எஸ் நிறுவனம் முதன்முறையாகத் தங்கள் பங்குகளைப் பொது வெளியில் விற்க முன்வந்திருந்தது (Initial Public Offering, IPO). இந்தியாவின் மிகப் பெரிய, மிகவும் சிக்கலான அந்த முயற்சி பெரு வெற்றியைப் பெற்றிருந்தது. இரண்டு ஆண்டு கடினமான பரபரப்பான பணிகள் உட்பட ஐந்தாண்டு முன்னேற்பாடுகள் மூலமாக இந்தியாவின் மிகப் பெரிய தகவல் தொழில்நுட்ப நிறுவனம் தனது தாய் நிறுவனமான டாடா க்ரூப் நிறுவனத்தில் இருந்து தன்னை விடுவித்துக்கொண்டு தனி அடையாளத்துடன் வெளிவந்த தருணம். அது சாதாரண நிகழ்வு அல்ல; முன்னெப்போதும் நடந்திராத மகத்தான நிகழ்வு.

ஐ.பி.ஓ பணி ஒரு பொதுவான இலக்கை நோக்கி செயல்படும் குழுவினரை ஒன்றிணைத்தது. பரபரப்பான ரோட் ஷோ எனும் பிரசார விளக்கக் கூட்டங்கள், மிகப் பெரிய பின்-அலுவலக வேலைகள் இவற்றின்போது அவர்கள் ஒன்றாகச் செலவழித்த நேரம் தனிப்பட்ட பிணைப்புகளையும் நட்பையும் உருவாக்கியது.

மிகவும் கனவான்களான நிதியாளர்கள் வேடிக்கை மனநிலை கொண்டவர்களாக அறியப்பட்டவர்கள் அல்ல. ஆனால் மனம் திறந்து கல்லூரி மாணவர்கள் போல் குதூகலத்துடன் நடந்துகொண்டனர். அன்று மாலை தாஜ் ஹோட்டல் 'கிரிஸ்டல் அறை' அந்த உற்சாகத்தைப் பிரதிபலித்தது. டாடா-டி.சி.எஸ் ஐ.பி.ஓ குழுவினருக்கு அந்த நிதியாளர்கள் அற்புதமான விருந்து கொடுத்தனர். விருந்தில் அபார ருசிகொண்ட உணவுப் பொருட்கள் மட்டுமல்ல; இதமான வேடிக்கை நிகழ்வுகளும் பரிமாறப்பட்டன.

விழாவுக்கு ஏற்பாடு செய்த நிதியாளர்கள் அன்று ஒரு நாடகம் நடத்தினார்கள்: டாடா குழுமம் மற்றும் அதன் முக்கிய குழுவினர்களைப் பற்றிய வேடிக்கை நாடகம், டி.சி.எஸ் அணியினரை நல்ல நோக்கில் மென்மையாகக் கிண்டல் செய்தது. அவர்கள் எவ்வாறு தயக்கத்துடன் தொடங்கினார்கள், ஆனால் விரைவாக வேண்டியதைக் கற்றுக்கொண்டு, வண்ணமயமாக வெற்றிகளை எப்படிக் குவித்தார்கள் என்பதெல்லாம் நடித்துக் காட்டப்பட்டன. எங்கள் குழு உறுப்பினர் ஒருவரின் பிறந்த நாளும் அன்றுதான் என்பதால் பெரிய கேக் பெரும் உற்சாகத்துடன் கொண்டுவரப்பட்டிருந்தது. அன்றைய குதூகலமான ஏற்பாடுகளைப் பார்த்து மகிழ்ச்சியின் உச்சத்தில் இருந்த ரத்தன் டாடா, வால்ஸ்ட்ரீட் கொண்டாட்டங்களில் நடப்பதுபோல் அந்தக் கேக்குள்ளிருந்து கேபரே நடன உடையுடன் நடன மங்கை யாரேனும் துள்ளிக் குதித்து வரும்படி மெரில் லிஞ்சின் ஹேமேந்திர கொத்தாரி ஏற்பாடு செய்திருக் கிறாரா என்று வியப்புடன் கேட்டார் என்றால் பார்த்துக் கொள்ளுங்கள்!

இந்த அரங்கில் டிஎஸ்பி மெரில் லிஞ்ச், மார்கன் ஸ்டான்லி மற்றும் ஜே.பி. மார்கன், டி.சி.எஸ், மற்றும் டாடா நிறுவனத்தினர், டாடா இயக்குநர்கள், மற்றும் தலைவர் ரத்தன் டாடா ஆகியோர் இருந்தனர். அனைவரும் கொண்டாட்ட மனநிலையில் இருந்தனர். அனைவருடைய முகத்திலும் மகிழ்ச்சி கரைபுரண்டு ஓடியது. நான் அந்த மகத்தான தருணத்தின் மாயத்தில் மூழ்கிவிட்டிருந்தேன். அதே நேரம் வரப்போகும் நிகழ்வுகள் குறித்த சிந்தனையிலும் ஆழ்ந்திருந்தேன். ஐந்து ஆண்டுகளாக நடந்து வந்த செயல்களின் உச்ச நிகழ்வு அது. அதே நேரம் டி.சி.எஸ்ஸின் பயணத்தில் புதியதொரு தொடக்கமும் கூட.

டி.சி.எஸ்ஸின் ஐ.பி.ஓ.வை நோக்கிய பயணம்

டி.சி.எஸ் நிறுவனம் ஆரம்பிக்கப்பட்ட முதல் நாளிலிருந்தே டாடா சன்ஸின் தனி பிரிவாக, தனக்கான சி.இ.ஓவுடன்தான் இயங்கி வந்திருக்கிறது. தனியான சேர்மன், தனியான நிர்வாகக் குழு என ஒரு நிறுவனத்துக்குள் இருந்த இன்னொரு நிறுவனமாகத்தான் அது இயங்கி வந்திருக்கிறது. 1996-லிருந்து அதன் தலைமை நிர்வாகியாக இருந்து வழிநடத்தினேன்.

டாடா சன்ஸ் நிறுவனத்தின் அங்கம் என்ற வகையில் அது மகத்தான சாதனையைச் செய்து காட்டியிருக்கிறது. ஆனால், சர்வதேசச் சந்தையில் அடுத்த கட்டத்துக்கு முன்னேற வேண்டும் என்றால் முழுவதும் தனியான நிறுவனமாகியாகவேண்டும் என்பது டி.சி.எஸ்ஸில் இருந்த எங்களுக்குத் தெரிந்திருந்தது.

மறு சீரமைப்பு தேவை என்ற எண்ணம் 1990களின் இறுதி வாக்கில்தான் வந்தது. பங்குச் சந்தையில் பட்டியலிடப்பட வேண்டுமென்றால் சீரமைப்பு அவசியமாக இருந்தது. டாடா சன்ஸ் நிறுவனத்தின் தலைமை நிதித்துறை அதிகாரியாக 2000ல் இஷாத் ஹுசேன் பொறுப்பேற்றுக்கொண்டபோது, 'டாடா சன்ஸிலும் டி.சி.எஸ்ஸிலும் இருக்கும் சிலர் மனதிலும் நீண்ட காலமாகவே, டி.சி.எஸ் நிறுவனத்தை தனி நிறுவனமாக்கி அதன் பங்குகளைப் பொதுவெளியில் விற்க ஆரம்பிக்கவேண்டும் என்ற எண்ணம் இருந்துவருகிறது' என்று சொன்னார்.

டி.சி.எஸ்ஸைப் பொறுத்தவரையில் எங்களுடைய எதிர்கால வணிகச் செயல்பாடுகள் சார்ந்து தனி நிறுவனமாக அடையாளப் படுத்தப்பட்டாகவேண்டும் என்ற எண்ணம் இருந்தது. ஆனால், டாடா சன்ஸைப் பொறுத்தவரையில் இப்படியான எண்ணம் மிகுந்த கவனத்துடன் கையாள வேண்டியதாக இருந்தது. மிகவும் சிக்கலானதும் கூட. ஏனென்றால் அதற்கு மிகப் பெரிய அளவில் நிர்வாகக் கட்டமைப்பை மாற்றியாகவேண்டியிருக்கும். அந்தச் சீரமைப்புப் பணிகள் ஐந்து ஆண்டுகள் நடந்தன. இறுதியாக டாடா குழுமம் பங்குகளைப் பொதுவெளியில் விற்க டி.சி.எஸ்ஸுக்கு அனுமதி தந்தது. மே 2004 என்று ஐ.பி.ஓவுக்குத் தேதி குறிக்கப்பட்டது. பதற்றமும் ஒருவித ஆசுவாசமும் ஒருசேர ஏற்பட்டன.

•

ஏன் பங்குகளை விற்கவேண்டும்?

‘டாட் காம்’ எனும் இணயக் குமிழி வெடித்ததையும் அதன் பிறகான சந்தையின் மாறுதல்களையும் அடுத்து, டாடா சன்ஸை மறுசீரமைத்து டி.சி.எஸ் நிறுவனத்தின் பங்குகளைப் பொது வெளியில் விற்க வேண்டியதன் அவசியம் உணரப்பட்டது. அதோடு எங்களுடைய போட்டி நிறுவனங்களான விப்ரோ, இன்ஃபோசிஸ் போன்றவை பங்குச் சந்தையில் பட்டியலிடப் பட்டிருந்தன என்பதும் ஒருவகையில் இந்த முடிவுக்குக் காரணமாக இருந்தது. சந்தையில் அவற்றுக்கு மிகப் பெரிய சாதகமான சூழல் உருவாகியிருக்கிறது என்று டாடா சன்ஸிலும் டி.சி.எஸ்ஸிலும் இருக்கும் பலரும் நினைத்தனர். குறிப்பாக இன்ஃபோசிஸ் நிறுவனம் அமெரிக்கப் பங்குச் சந்தையில் பட்டியலிடப்பட்டிருந்தால் அதன் பிராண்ட் மதிப்பு அதிகரித்து விட்டிருந்தது. அதோடு மேலே சொல்லியிருக்கும் அந்த இரண்டு நிறுவனங்களும் தங்கள் ஊழியர்களுக்கு பங்கு விருப்பங்களை (stock options) வழங்கி ஊக்குவிக்க முடிந்தது. எங்களால் அது முடிந்திருக்கவில்லை.

இந்தியாவின் முன்னணி முதலீட்டு வங்கியினர் டி.சி.எஸ் நிறுவனத்தின் பங்குகளைப் பொது அரங்கில் விற்கச் சொல்லி டாடா சன்ஸைத் தொடர்ந்து வற்புறுத்தி வந்தனர். மிகப் பெரிய நிகழ்வாக அது இருக்கும். ‘நூறாண்டுகளுக்கு ஒரு முறை நிகழும் மகத்தான நிகழ்வு’ என்று அதை ஒரு வங்கியாளர் வருணித்திருந்தார். எனவே அப்போது இந்தியாவில் இருந்த அனைத்து முதலீட்டு வங்கிகளின் கவனத்தையும் ஈர்க்கும் வகையில் அது இருந்தது. உண்மையில் இந்தியாவில் இருந்த வங்கியாளர்களில் அதுபற்றி டாடா சன்ஸிடம் அப்போது பேசாதவர்களே இல்லை என்றே சொல்லிவிடலாம். டாடா சன்ஸ் இயக்குநர்களான நோஷிர் சோனாவாலா மற்றும் இஷாத் ஹுசேன் இருவருமே, வணிகத்தை மறுசீரமைப்பதில் பெரும்பாலான வங்கியாளர்கள் தாமாக முன்வந்து சொன்ன இதுபோன்ற ஆலோசனைகளைப் பொறுமையாக கேட்டுக் கொண்டனர். எந்த முடிவும் எடுக்காமல் இருந்த நிலையில், டாடா சன்ஸின் நிர்வாக வாரியம் இது தொடர்பாகச் செயல்படத் தயாராகவில்லை என்று வங்கியாளர்களிடம் கூறப்பட்டது.

டி.சி.எஸ்ஸின் பங்குகளை விற்றால் உடனடியாக பெட்டி நிறையப் பணம் கிடைக்கும் என்பது உண்மைதான். ஆனால்,

நீண்ட கால அளவில் பார்த்தால் டி.சி.எஸ் மூலம் டாடா சன்ஸுக்குக் கிடைத்துவரும் பணம் நின்றுவிடும் என்பது டாடா சன்ஸுக்குப் புரிந்திருந்தது. 'பங்குதாரர்களின் நலன் சார்ந்து யோசித்தே அப்படியான முடிவு எடுக்கப்பட்டது. டி.சி.எஸ்ஸுக்குத் தனி பிராண்ட் தேவையா என்ற விஷயத்தை எடுத்துக்கொண்டால், அப்படி ஒன்று இருப்பது அதன் வெற்றிக்கு மிகவும் அவசியமா என்பது தொடர்பாக ஏகமனதாக எந்த முடிவும் எடுக்கப்பட்டிருக்கவில்லை' என்று இஷாத் சொன்னர்.

எனவே 2000 வாக்கில் வங்கியாளர்கள் இஷாத் ஹுசேனை அணுகி, மிக அருமையான வாய்ப்பைத் தவறவிடுகிறீர்கள் என்று எச்சரித்தபோது, 'எப்படியான வாய்ப்பு... என்ன இழப்பு' என்று பதில் கேள்வி கேட்பது வழக்கம். ஒரு காகிதத்தை எடுத்து விலைக்கு-வருவாய் (price-to-earnings (PE) ratio) விகிதத்தின் அடிப்படையில் கணக்குப் போட்டு, இதோ பாருங்கள். டி.சி.எஸ் நிறுவனம் அசுர வேகத்தில் வளர்ந்துவருகிறது. அதன் மீதான கட்டுப்பாட்டை டாடா சன்ஸ் இவ்வளவு சீக்கிரமே விட்டுக் கொடுத்தால் டாடா சன்ஸுக்குப் பெரும் இழப்புதான் ஏற்படும் என்று சொல்வார்.

டி.சி.எஸ்ஸின் பங்குகளை விற்கவேண்டும் என்று சொன்ன அனைவரிடமும் இந்த பதிலைச் சொன்னதாக இஷாத் சொன்னார். ஆனால், 2002 வாக்கில் 'டிசி.எஸ் மிக பிரமாண்டமாக வளர்ந்துவிட்டிருந்தது. எனவே அதன் பங்குகளை விற்றால் கிடைக்கும் தொகை அதன் பின்னால் ஏற்படும் வருமான இழப்பை ஈடுசெய்வதாக இருக்கும் என்று டாடா சன்ஸுக்குப் புரிந்துவிட்டது' என்று இஷாத் சொன்னார்.

2002 வாக்கில் டி.சி.எஸ் நிறுவனம் இன்னொரு மகத்தான சாதனையையும் செய்தது. இந்தியாவில் பில்லியன் டாலர் வருமானத்தை ஈட்டிய முதல் தகவல் தொழில்நுட்ப நிறுவனம் என்ற சாதனையைப் படைத்தது. 31 மார்ச் 2003ல் முடிந்த நிதியாண்டில் அதன் வருமானம் 1.04 பில்லியன் டாலராக உயர்ந்திருந்தது. முந்தைய ஆண்டு 908 மில்லியன் டாலர் ஆக இருந்தது.

டி.சி.எஸ் நிறுவனத்தின் பங்குகள் சீக்கிரமே விற்பனைக்கு வந்திருக்கவேண்டும் என்று நினைத்தவர்கள் பலர் இருந்தனர். டாக்டர் ஆர்.எச். பாட்டீல் (அப்போது தேசிய பங்குச் சந்தையின் தலைவர்) அவர்களில் ஒருவர். டி.சி.எஸ் ஐ.பி.ஓவுக்கு முன்பு

என்னுடன் நடந்த ஓர் உரையாடலை நினைவு கூர்ந்தார். டி.சி.எஸ் நிறுவனத்தின் பங்குகளை விற்பது மிகவும் அறிவார்ந்த செயலே என்று சொல்லியிருந்தார். 'அப்போதைய நடைமுறையில் இருந்த PE விகிதங்களை அடிப்படையாகக் கொண்டு ஒரு சிறிய காகிதத்தின் பின் பக்கத்தில் எளிய கணக்குப் போட்டுப் பார்த்தால் கூட, ஐடி கம்பெனிகளில் டி.சி.எஸ் நிறுவனம் லட்சம் கோடிக்கும் மேலான பங்கு மதிப்பு கொண்டதாக இருக்கும் விஷயம் தெரிந்திருக்கும். எனவே சிறிதளவு உரிமைகளை விட்டுக் கொடுத்தால்கூட டாடா குழுமத்துக்கு மிகப் பெரிய நன்மையே கிடைக்கும்' என்று சொன்னார்.

முதலீட்டு வங்கியாளர்களைப் பொறுத்தவரையில் அதிர்ஷ்ட வசமாக ஐடி துறையில் பல மாற்றங்கள் நடக்க ஆரம்பித்திருந்தன. எனவே டாடா சன்ஸ் உரிமையாளர்களிடம் இதுபற்றி சில மாதங்களுக்கு ஒருமுறை, வெவ்வேறு கோணத்தில் பேசிப் பார்க்க ஒரு வாய்ப்பு கிடைத்தவண்ணம் இருந்தது. ஒருவழியாக 2002 வாக்கில் டாடா சன்ஸ் நிறுவனத்தினர் டி.சி.எஸ் நிறுவனத்தின் பங்குகளை விற்க 'கோட்பாட்டு ரீதியில்' சம்மதித்தனர்.

•

டாடா சன்ஸ் நிறுவனத்தின் கவனத்தில் இருந்தவை

டாடா சன்ஸ் நிறுவனத்தைப் பொறுத்தவரையில் டி.சி.எஸ்ஸின் பங்குகளை விற்று அதைத் தனி நிறுவனமாக ஆக்குவது பல காரணங்களினால் மிகவும் கடினமான தீர்மானமே. டாடா சன்ஸ் நிறுவனத்தின் ஓர் அங்கமான டி.சி.எஸ், அந்த நிறுவனத்துக்கு மிகப் பெருமளவில் வருமானம் ஈட்டித்தரும் அமைப்பாக இருந்தது. குறிப்பாக பொருளாதார தாராளமயமாக்கம் நடந்தேறிய காலகட்டத்தில் அந்த நிறுவனத்துக்கு மிக அதிக முதலீடு தேவைப்பட்டபோது டி.சி.எஸ்தான் அதைக் கொடுத்தது. டாடா சன்ஸ் நிறுவனம் ஐடி துறை நீங்கலாக தொலைத்தொடர்பு மற்றும் ரீடெய்ல் துறைகளில் ஈடுபட டி.சி.எஸ்ஸே பெரிதும் உதவியாக இருந்தது. டி.சி.எஸ் நிறுவனம் ஆரம்பித்த காலத்திலிருந்தே அதன் பணம் டாடா சன்ஸுக்குச் சென்றுகொண்டிருந்தது. எனினும் Y2K ஏற்றம் நடைபெற்ற காலகட்டத்தில் டி.சி.எஸ் நிறுவனம் மிகப் பெரிய

வளர்ச்சியை அடைய தொடங்கியிருந்தது. எனவே பணம் எங்களுக்கும் முக்கியமானதாக ஆகியிருந்தது.

டி.சி.எஸ்ஸின் லாபத்தில் பாதியை நாங்களே வைத்துக்கொள்வது என்ற முடிவை எடுத்தோம். எஞ்சியவற்றை டாடா சன்ஸ் பயன் படுத்திக்கொண்டது. டி.சி.எஸ்ஸின் வருமானம் தொடர்ந்து அதிகரித்து வந்தது. இதன் விளைவாக, டாடா சன்ஸ், டி.சி.எஸ்ஸின் பணப்புழக்கத்தின் கணிசமான அளவின் மீது திறமையான மூலோபாயம் மூலமாகவும், வரி-குறைக்கும் வழியிலும் மிகுந்த செல்வாக்கு கொண்டதாக இருந்தது. புதிதாகக் கணினிகள் வாங்குவது, அலுவலகக் கட்டடங்கள் வாங்குவது போன்ற வேலைகளை எங்கள் பணத்தை வைத்தே செய்ய ஆரம்பித்தோம்.

பொதுவாகவே எங்களுடைய பணிகளுக்குப் பெரிய முதலீடு தேவைப்பட்டிருக்கவில்லை. ஆரம்ப காலங்களில் மென் பொருள் ஏற்றமதி மூலம் கிடைக்கும் வருவாயை ஏற்றுமதி செய்யும் நிறுவனத்தின் வருமான வரிகளில் கழித்துக் கொண்டார்கள். இதனால் டி.சி.எஸ்ஸின் மென்பொருள் ஏற்றுமதி மூலம் கிடைத்த வருவாயைக்கொண்டு டாடா சன்ஸின் லாபப் பங்கு (dividend) வருமானத்தின் மீதான வரிச் செலவைக் குறைக்க முடிந்தது.

டி.சி.எஸ் நிறுவனத்தின் வருமானம் அதற்கு முதலீடாகச் செலவிடப்பட்டதைவிட மிக மிக அதிகமாகவே இருந்தது. டி.சி.எஸ்ஸின் வளர்ச்சிக்கு மிகக் குறைவான அளவே செலவிடப்பட்டது. உண்மையில் எங்களுடைய வளர்ச்சி என்பது அந்நாட்களில் எங்களுடைய வாடிக்கையாளர்கள் இருந்த அயல்நாடுகளுக்கு எங்களுடைய பணியாளர்கள் அதிகம் பேரை அனுப்பிவைப்பதாகவே இருந்தது. அங்கு அவர்கள் எங்கள் அலுவலகங்களில் அல்ல; வாடிக்கையாளர்களின் அலுவலகங் களில்தான் பணி செய்தார்கள். ஆரம்ப காலகட்டத்தில் இந்திய டி.சி.எஸ் அலுவலகத்தில் நடந்த ஒரு பகுதி பணி என்பது மிக மிகக் குறைவுதான். 2000-01க்குப் பிறகே அந்த நிலை மாறத் தொடங்கியது.

இப்படியாக, டாடா சன்ஸ், பண வரவுகளைத் தன் நிறுவன வரவு செலவு அறிக்கைக்கு சாதகமாகப் பயன்படுத்திக்கொள்ளும் திறன் கொண்டதாகவே இருந்தது. அதோடு குழு நிறுவனங்கள் மீதான மூல நிறுவனத்தின் உரிமையை அதிகரித்தல், குழு

நிறுவனங்களின் தேவைகளுக்கு முன்னுரிமை பங்குகள் மூலம் நிதியளித்தல் போன்ற ரத்தன் டாடாவின் அணுகுமுறையை அடியொற்றிச் செயல்படுவதாகவே இருந்தது.

இந்தக் காரணங்களினால்தான் டி.சி.எஸ்ஸை ஒரு துணை நிறுவனமாகவே வைத்திருந்து அதன் பங்குகளை விற்பது தொடர்பாக நிறைய யோசிக்க வேண்டியிருந்தது. அதை ஒரு தனி நிறுவனமாக ஆக்கிவிட்டால் டாடா சன்ஸ் அதனுடைய லாபப் பங்கை மட்டுமே நம்பி இருக்கவேண்டிய சூழ்நிலை ஏற்படும் என்ற எண்ணமே இருந்தது. நிர்வாக மறு கட்டமைப்பு சார்ந்த நெருக்கடிகளும் இருந்தன. ஒரு நிறுவனத்தில் இருந்து ஒரு கிளையைப் பிரித்தெடுத்துத் தனி நிறுவனமாக ஆக்குவது என்பது எந்தவொரு நாட்டிலும் சிரமமான விஷயமே. அதிலும் இந்தியா போன்ற நாட்டில் அதற்கு முன் இவ்வளவு பெரிய விஷயத்தை யாரும் செய்ததில்லை. சிலர் முயன்று பார்த்திருக்கிறார்கள். ஆனால் வருமான வரிச் செலவுகள் சார்ந்த விஷயத்தில் மிக மிக கவனத்துடனே புதிய நிறுவனம் ஒன்றை உருவாக்க வேண்டியிருந்தது.

பிற நிறுவனங்களின் பங்குகளை விற்றது போலல்லாமல் இது மிகவும் சிக்கலான விஷயம். அமித் சந்திரா (அப்போது டிஎஸ்பி மெரில் லிஞ்ச் நிறுவனத்தில் இருந்தார். தற்போது பெய்ன் கேபிடலில் இருக்கிறார்) இதுபற்றிக் கூறுகையில் : உள்ளும் புறமும் இதனால் பாதிப்படையக்கூடியவர்கள் பலர் இருந்தனர். டாடா குழுமம், டி.சி.எஸ், தனியான பங்குதாரர்கள் ஆகியோருக்கெல்லாம் எது நன்மையை தரும் என்பதை யோசிக்க வேண்டியிருந்தது. அதோடு சட்ட திட்டங்களுக்கு உட்பட்டு இதை முறையாகச் செய்வது எப்படி என்றொரு கேள்வியும் இருந்தது. உண்மையில் கத்தி மேல் நடப்பது போல்தான் இருந்தது. 'அனைத்துத் தரப்பினருக்கும் நன்மை தருவதாக இருக்க வேண்டும் என்று டாடா குழுமம் விரும்பியது. ஆனால் எல்லாரையும் திருப்திப்படுத்துவது எப்போதுமே மிகவும் கடினமானது அல்லவா'. பல நிறுவனங்களின் பங்கு விற்பனையை நடத்திக்காட்டியிருந்த அமித்துக்கு டி.சி.எஸ்ஸின் பங்கு விற்பனையே மிகவும் சவாலானதாகவும் சிக்கலான தாகவும் இருந்திருக்கிறது.

டாடா சன்ஸ் நிறுவனத்திலிருந்து டி.சி.எஸ் நிறுவனத்தைப் பிரித்தெடுப்பது சிக்கலான விஷயம் மட்டுமல்ல. அதிக கால

அவகாசம் எடுத்துக்கொள்ளும் விஷயமும் கூட. இதைச் செய்து முடிக்க 20-25 பேர் நியமிக்கப்பட்டனர். இவர்கள் அல்லாமல் அக்கவுண்டண்ட்கள், வழக்கறிஞர்கள் என இந்தப் பணியை நல்ல முறையில் முடிக்க பலர் நியமிக்கப்பட்டனர். அன்றைய வரிவிதிப்பு வேறுவிதமாக இருந்தது. டாடா சன்ஸ் நிறுவனம், டி.சி.எஸ்ஸைத் தனி நிறுவனம் ஆக்கிவிட்டுப் பங்குகளை விற்றிருந்தால் மிகப் பெரிய அளவுக்கு வரி கட்ட வேண்டி இருந்திருக்கும். ஏனென்றால் அப்போது ஒரு நிறுவனம் தன்னை மறுசீரமைக்கும் போது, ஒரு ஆண்டுக்கு இவ்வளவு என்று விதிக்கப்பட்ட வரி சலுகைக்கு அதிகமான தொகையை அடுத்த ஆண்டுக்குக் கொண்டு சென்று வரிச் சலுகை கோர முடியாது என்று விதி இருந்தது. நல்லவேளையாக இந்த விதி விரைவிலேயே மாற்றியமைக்கப்பட்டது. அதனால் அந்தப் பிரச்னை முடிவுக்கு வந்தது.

ஒரு நிறுவனம் தனது கிளையொன்றை தனி நிறுவனம் ஆக்கி அதன் பங்குகளை உடனே விற்றுவிடும் என்ற ஒரு சூழலை அதற்குமுன் யாரும் எதிர்பார்த்திருக்கவில்லை. எனவே, அது தொடர்பான வரி சட்டத்திருத்தம் வரும்வரையில் கொஞ்சம் காத்திருக்க வேண்டி வந்தது. ஒரு நிறுவனத்தின் ஒரு பிரிவைத் தனி நிறுவனமாக ஆகும்போது, செயல்பாடு இல்லாத ஓர் நிறுவனம் அதை வாங்கிக் கொள்வது வழக்கம். புதிய அமைப்புக்கு புதிய பெயர் சூட்டப்படும். அப்படி பல நிறுவனங்கள் இருந்தன. டாடா சன்ஸுக்கு முழுவதும் சொந்தமாக இல்லாத அப்படியான ஒரு நிறுவனத்தைத் தேடிப்பிடித்தோம்.

ஆர்க்கிட் பிரிண்ட்ஸ் என்ற நிறுவனம்தான் அது. அந்த நிறுவனத்தின் 90 சதவீத பங்குகள் டாடா சன்ஸ் வசமிருந்தன. மீதி 10% டாடா சன்ஸின் பங்குதாரர்களிடம் இருந்தன. டாடா சன்ஸின் பெரும்பாலான பங்குகள் அறக்கட்டளைகள் வசம் இருந்தன. வெளியாட்களுக்கான 10 சதவீதப் பங்குகளில் கூட கணிசமான அளவு அறக்கட்டளைகள் வசமே இருந்தன. டி.சி.எஸ் நிறுவனத்தின் பங்குகளை விற்பது என்பது பிரதான பங்குதாரரின் பங்குகளை 85%க்குக் குறைக்க வேண்டும் என்பதுதான். பங்குகளை விற்க ஆரம்பித்தபோது இரண்டாம் நிலை விற்பனை அதாவது புதிய நிறுவனத்தின் பங்குதாரர்கள் மூலமான விற்பனையும், முதல் நிலை விற்பனை அதாவது புதிய

பங்குகளின் விற்பனை இரண்டும் நடைபெற்றன. இரண்டாம் நிலை விற்பனையில் அறக்கட்டளைகளும் பங்குபெற்றன. அவர்களுக்கு அதில் கணிசமான தொகை கிடைத்தது. அவை அறக்கட்டளை சேவைப் பணிகளுக்குச் செலவிடப்பட்டன. 'டாடாவின் பாரம்பரிய வழி'யில் செல்லுதல், ஈட்டிய செல்வத்தை மக்களுக்கே திருப்பி கொடுத்தல் என்ற டாடாவின் கொள்கை இங்கே கடைப்பிடிக்கப்பட்டது.

மொத்தச் செயல்பாடுகளும் நடந்து முடிய இரண்டு ஆண்டுகள் ஆனது. ரத்தன் டாடா கூட அதிக கால அவகாசம் எடுத்துக் கொள்கிறதே என்று நிச்சயம் நினைத்திருப்பார். ஆனால் பல தடைகளைத் தாண்ட வேண்டியிருந்தது. உரிய தொகை என்று தான் கருதும் தொகை கிடைக்காத வரையில் டி.சி.எஸ் நிறுவனத்தை விட்டுக் கொடுக்கவிரும்பவில்லை என்று ரத்தன் டாடா சொன்னார்.

அவருடைய கோரிக்கையைப் பூர்த்தி செய்யும் நோக்கில் புதுமையானதும் சட்டபூர்வமானதுமான ஒரு திட்டம் முன் நிபந்தனையுடன் வடிவமைக்கப்பட்டது. அதன்படி டி.சி.எஸ் நிறுவனத்தின் பங்குகள் விற்பனைக்கு வந்த பின்னரே டாடா சன்ஸ் நிறுவனத்திலிருந்து டி.சி.எஸ் நிறுவனம் பிரிக்கப்பட வேண்டும் என்று சொல்லப்பட்டது. அதாவது டாடா சன்ஸ் நிறுவனத்துக்கு அவர்கள் எதிர்பார்க்கும் தொகை கிடைத்த பின்னரே டி.சி.எஸ் தனி நிறுவனமாக்கப்பட்டது.

இப்படியான ஒரு நடைமுறை இதற்கு முன்பும் நடந்திருக்க வில்லை. அதற்கு பின்பும் நடந்திருக்கவில்லை. 'இந்த ஆவணத்தில் உள்ள தரவுகள் முழுமையானவை அல்ல; மாறுதலுக்கு உட்பட்டவை' என்ற சிவப்பு நிற எழுத்துகளால் ஆன பொறுப்புத் துறப்புடன் கூடிய ஆவணங்களை நீண்டகாலம் எடுத்துத் தயாரித்து ஜூன் 2004 வாக்கில் இந்திய கட்டுப் பாட்டு வாரியத்திடம் சமர்ப்பித்தோம். அது 16, ஜூலை, 2004ல் SEBIயால் அங்கீகரிக்கப்பட்டது.

பிற நாடுகளின் பங்குச் சந்தைகளில் பட்டியலிட வேண்டும் என்று டி.சி.எஸ் விரும்பியிருக்கவில்லை. எனினும் முதலீட்டாளர்கள் அமெரிக்கா மற்றும் பிற நாடுகளிலிருந்து பணம் கொடுக்க வழி செய்யப்பட்டிருந்தது. யுனைடெட் ஸ்டேட்ஸ் செக்யூரிட்டீஸ் அண்ட் எக்சேஞ்ச் கமிஷனுடைய (US SEC) விதிகளுக்கு உட்பட்டு அந்த விஷயங்கள் நிர்வகிக்கப்பட்டன. அமெரிக்காவின் கணக்கு

(US GAAP) வழக்கு விதிமுறைகளுக்கு ஏற்ப கணக்குகள் எழுதப்பட்டன.

முதலீட்டு சமூகத்தால் இந்த விஷயங்கள் ஆவலுடன் எதிர்பார்க்கப்பட்டன. ஏனெனில் இது முதன்முறையாக டி.சி.எஸ் மற்றும் டாடா சன்ஸ்ஸைச் சுற்றியிருந்த மர்மங்களைப் பெருமளவுக்கு அகற்றியது. மிகவும் அடிப்படை நிலையில், டாடா பங்குதாரர்கள் யார், அவர்களின் பங்களவு என்ன என்பதை அனைவரும் தெளிவாகப் பார்க்க முடிந்தது.

மார்கன் ஸ்டான்லி, டிஎஸ்பி மெரில் லிஞ்ச், ஜேபி மார்கன் இந்தியா போன்ற நிறுவனங்கள் பிரதான லீட் மேனேஜர்களாக நியமிக்கப்பட்டன. பங்கு விற்பனைச் செயல்பாடுகளை முன்னின்று நடத்துதல், விளம்பர பிரசார நிகழ்ச்சிகளுக்கு ஏற்பாடு செய்தல் போன்ற பொறுப்புகள் அவர்களிடம் விடப்பட்டன. ஒரு பங்கின் விலை 775 ரூபாயிலிருந்து 900 ரூபாய்க்குள் நிர்ணயிக்கப்பட்டது. மொத்த பங்குகளின் எண்ணிக்கை 55.5 மில்லியன் என்று தீர்மானிக்கப்பட்டது. இந்திய வரலாற்றிலேயே மிக மிகப் பெரிய பங்கு விற்பனையாக இருக்கும் என்பதை அது உறுதிப்படுத்தியது.

2004 மே மாத வாக்கில் பங்குகளை விற்பனைக்கு விடுவதாகத் தீர்மானித்திருந்தோம். மிகவும் பரபரப்பாக வேலைகள் நடந்தேறின. இப்படியான நேரங்களில் என்னதான் முன்னேற்பாடுகள் செய்து வைத்திருந்தாலும் எதிர்பாராத நெருக்கடிகள் வரத்தான் செய்யும். எங்கள் நிலைமையை மேலும் சிக்கலாக்கும் வகையில் அப்போதுதான் நம் நாட்டில் பொதுத்தேர்தல் நடக்கவிருந்தது. ஆட்சியிலிருந்த கூட்டணி அரசு தோற்றுப்போய் புதிய அரசு பதவிக்கு வந்தது. பங்குச் சந்தை வீழ்ச்சியடைந்தது. இப்படியான நேரத்தில் திட்டமிட்டது போல் பங்குகளை விற்க முயற்சி செய்வது சரியல்ல. எனவே வங்கியாளர்களுடனும் டாடா குழுமத்தினருக்குள்ளும் கலந்தாலோசித்தோம். முதலீட்டு வங்கியாளர்கள் 2004 ஆகஸ்ட்க்குள் விற்பனைக்குக் கொண்டுவந்துவிட வேண்டும். இல்லையென்றால் அதன்பின் 2005 பிப்ரவரியில்தான் முடியும் என்று சொல்லியிருந்தார்கள். எனவே, ஆகஸ்ட் 2004ல் பங்குகளை விற்பனைக்கு விடலாம் என்று டாடா குழுமம் முடிவு செய்தது.

எங்கள் குழு செயல்திறனின் உச்சத்தில் இருந்தது. களத்தில் குதிக்கத் தயாராக இருந்தது. ஆனால் மன அழுத்தமும் மிகப்

பெரியதாக இருந்தது, ஏனெனில் இந்தச் செயல்முறை நகரும் இலக்குகளைக் குறிவைக்கவேண்டிய சவாலை உள்ளடக்கியதாக இருந்தது. நாங்கள் மிகுந்த விழிப்புடன் எப்போதும் தயாராக இருக்க வேண்டியிருந்தது.

மொத்த உள்நாட்டு உற்பத்தி, நிதிக் கொள்கை, பணவீக்கம், பணவாட்டம் போன்ற தேசத்தின் பருப் பொருளாதாரச் சூழலில் பெரிய மாற்றங்கள் நடந்தவண்ணம் இருந்தன. சில வருடங்களுக்கு முன்பாகத்தான் அரசு தன் வசமிருந்த நிறுவனங்களை தனியார்மயமாக்கத் தொடங்கியிருந்தது. இந்தியன் பெட்ரோ கெமிக்கல்ஸ் கார்ப்பரேஷன் லிமிடெட், இந்தோ பர்மா பெட்ரோலியம் கம்பெனி, சி.எம்.சி போன்றவற்றில் எஞ்சியிருந்த பங்குகளையும் அரசு விற்க முன்வந்திருந்தது. 2004ல் கெயில் இந்தியா, ட்ரெட்ஜிங் கார்ப்பரேஷன் ஆஃப் இந்தியா ஆகியவற்றின் 10 மற்றும் 20 சதவிகிதப் பங்குகளை விற்றது. அந்தக் காலகட்டத்தில் ஆயில் அண்ட் நேச்சுரல் கேஸ் கார்ப்பரேஷனின் பங்குகளைக் கடைசியாக விற்றது. அதன்மூலம் அரசுக்கு 11,000 கோடி ரூபாய் கிடைத்தது. இப்படியான பங்கு விற்பனைகள் சோர்ந்து கிடந்த ப்ரைமரி சந்தையில் புத்துணர்ச்சியை ஏற்படுத்தின. பட்னி கம்ப்யூட்டர்ஸ், என்.டி.டி.வி, டிவி டுடே, ஐ.சி.ஐ.சி.ஐ பேங்க் போன்றவை 5000 கோடி ரூபாயைப் பங்கு விற்பனை மூலம் ஈட்டினர். முதலீட்டாளர்களின் உற்சாகத்தினால் கிரண் மஜூம்தார்-ஷா மூலம் நிர்வகிக்கப்பட்ட தனியார் பயோடெக் நிறுவனமான பயோகான் நிறுவனமும் தன் பங்குகளை விற்றது.

இதுபோன்ற வெற்றிகரமான நிகழ்வுகளைத் தொடர்ந்து பிரைமரி மார்க்கெட் மீண்டும் உறக்கத்தில் ஆழ்ந்தது. ஏப்ரல் 2004ல் என்.டி.டி.வியின் பங்குகள் விற்பனைக்கு வந்த பின் மே-ஜூன் மாதத்தில் பெரிதாக எந்த ஒரு விற்பனையுமே நடந்திருக்கவில்லை. விஷால் எக்ஸ்போர்ட்ஸ் ஓவர்சீஸ் என்ற ஒரே ஒரு நிறுவனம் மட்டும் 2004 மே மாதத்தில் ஒரு பங்கின் விலை 45 என்ற கணக்கில் வெற்று 27 கோடி ரூபாய் சம்பாதித்தது.

இந்த மந்தமான சூழல் ஜூலை 2004ல் விற்பனையைப் பொறுத்தவரையில் இந்தியாவின் மிகப் பெரிய நிறுவனமான டி.சி.எஸ் நிறுவனம் தன் பங்குகளை முதன்முறையாக பொது வெளியில் விற்க முன்வந்ததைத் தொடர்ந்தே புத்துணர்ச்சி பெற்றது. ரூ.1198.97 என்ற அளவில் பங்கு விற்பனை

ஆரம்பமானது. அடக்கவிலையில் 41% ப்ரீமியம் கிடைத்தது. ஏப்ரல் மே 2004 வாக்கில் பொதுத் தேர்தலை ஒட்டி மந்தமாகி இருந்த பங்குச் சந்தை மீண்டும் எழுந்து நின்றது.

•

டி.சி.எஸ் ரோட் ஷோ

டி.சி.எஸ் நிறுவனம் தனது பங்குகளை விற்க முடிவெடுத்த காலகட்டத்தில் சந்தைச்சூழல் என்னவிதமாக இருந்தது என்பதைப் பார்க்க வேண்டும். டி.சி.எஸ் நிறுவனத்தின் வெற்றியைப்பற்றி அதுவரையிலும் யாரும் வெளியில் சொல்லி இருக்கவில்லை. டி.சி.எஸ் நிறுவனம்தான் இந்தியாவின் தகவல் தொழில்நுட்பத்துறையை உருவாக்கியது என்ற உண்மையைப் பொதுவாக யாரும் மறுப்பதில்லை. ஆனால் டாடா சன்ஸ் நிறுவனத்தின் ஓர் அங்கமாக டி.சி.எஸ் இருந்ததனால் வெளியில் இருப்பவர்களுக்கு அதுபற்றித் தனியாக எதுவும் தெரியாது. டாடா சன்ஸ் நிறுவனத்தின் கிரீடத்தில் பதிக்கப்பட்டிருக்கும் ஒளி மிகு வைரம் டி.சி.எஸ்தான் என்பது உள்ளிருக்கும் நபர்களுக்கு மட்டுமே தெரியும்.

முதலீட்டாளர்களைப் பொறுத்தவரையில் இன்போசிஸ் கம்பெனிதான் எதிர்காலத்தில் வெற்றிகளைக் குவிக்கப் போகிறது; டி.சி.எஸ் என்பது கடந்த காலத்தில் வாழும் ஒரு நிறுவனம் என்றே நினைத்தனர். டி.சி.எஸ் யானை போன்றது. அது ஒரு புலி அல்ல என்ற எண்ணமே பலர் மனதில் இருந்தது என்று அமித் சந்திரா ஒருமுறை சொன்னது நினைவுக்கு வருகிறது. ஊடகங்களும் அப்படியான சித்திரத்தையே தீட்டின.

முதலீட்டாளர்கள் வர்த்தகப் புள்ளிவிவரங்களை அலசி ஆராய்ந்த போது டி.சி.எஸ் நிறுவனம் தகவல் தொழில்நுட்பத்துறையில் முன்னேறிய நிலையில் இருக்கிறது என்பதையும் அந்தத் துறையில் எங்களுக்குக் கிடைத்திருக்கும் தலைமையிடம் என்பது முழுக்கவும் நியாயமானது என்பதையும் உணர்ந்து கொண்டிருப் பார்கள் என்று நினைக்கிறேன். எனினும் மற்றவர்கள் எங்களைப் பற்றி என்ன நினைக்கிறார்கள் என்பதை மாற்றியமைப்பது எங்களுக்குப் பெரும் சவாலாகவே இருந்தது. டி.சி.எஸ்ஸின் சாதனைகளை எப்படி மற்றவருக்கு எடுத்துச் சொல்வது,

உள்ளொடுங்கியதாக அல்லாமல் எங்கள் நிறுவனத்தை வெளிப்படுத்துவது எப்படி என்பது போன்ற கேள்விகள் எங்கள் முன்னால் இருந்தன.

எங்களுக்குப் பாதகமான சூழ்நிலையே இருக்கிறது என்பது எனக்குப் புரிந்தது. அது என்னை மேலும் உத்வேகத்துடன் இயங்க வைத்தது. எங்களுடைய திறமை மீது எனக்கு முழு நம்பிக்கை இருந்தது. அதுவரை நாங்கள் சாதித்த விஷயம் குறித்து மிகுந்த பெருமிதம் இருந்தது. தகவல் தொழில்நுட்பத்துறையை உருவாக்கி வளர்த்தெடுத்து வந்திருக்கிறோம். எங்களுக்கு அந்தத் துறை பற்றி ஆழமாகத் தெரிந்த அளவுக்கு வேறு யாருக்கும் தெரியாது. இதுவே இன்றுவரையிலும் எங்கள் பலமாக இருக்கிறது. என் மனதில் இருந்த இந்த நம்பிக்கை என் குழுவில் இருந்தவர்களுக்கும் தொற்றிக்கொண்டது. அனைவருமே தங்கள் முன்னால் இருந்த சவாலைத் துணிந்து எதிர்கொண்டனர். இன்ஃபோசிஸ்க்கு மிகக் கடுமையான சவாலாகத் திகழ்வோம் என்று முடிவெடுத்தோம். அதைச் செய்தும் காட்டினோம். ஆரம்பத்தில் இன்ஃபோசிஸ்ஸின் பங்குகளைவிடக் குறைவான தொகைக்கே டி.சி.எஸ்ஸின் பங்குகள் விற்றன. ஆனால் இன்று நாங்கள் அவர்களை முந்திவிட்டோம். எங்கள் நம்பிக்கைகள், முயற்சிகள் வீண் போகவில்லை. காலம் தன் கடமையைச் செவ்வனே செய்துவிட்டிருக்கிறது.

இருப்பினும், அந்த நேரத்தில், உண்மையான டி.சி.எஸ்ஸை உலகுக்கு வெளிப்படுத்தும் பணியை நாங்கள் செய்தாக வேண்டியிருக்கிறது. எங்கள் பங்குகள் தொடர்பான ஆர்வத்தை மக்கள் மத்தியில் உருவாக்கும் முயற்சியில் உலகளாவிய ரோட் ஷோக்களுக்காக இரண்டு அணிகள் அமைக்கப்பட்டன. இந்த ரோட் ஷோ என்பவை ஒருவகையில் விளம்பர நிகழ்ச்சிகள் போன்றவை. ஒரு நிறுவனம் தன்னுடைய ஆரம்பம், செயல்பாடுகள், சாதனைகள், லாபம் ஆகியவற்றை பல்வேறு நாடுகள், நகரங்களில் இருக்கும் பார்வையாளர்கள் மத்தியில் பவர் பாயிண்ட் பிரசன்டேஷன், கேள்வி பதில்கள் ஆகியவற்றின் மூலம் விளம்பரப்படுத்திக்கொள்ளும் பிரசார நிகழ்ச்சிகள்.

ஒரு குழுவில் ரத்தன் டாடா தலைமையில், நானும் பத்மநாபனும் இருந்தோம்; மற்றொன்றில் மஹா மற்றும் சந்திரா இருவரும் இஷாத் தலைமையில் இருந்தனர் இரு குழுவும் ஒரே நேரத்தில் தமது சர்வதேசப் பயணத்தைத் தொடங்கின. ரத்தன் டாடா

சிங்கப்பூரில் தொடங்கப்பட்ட விளம்பர நிகழ்ச்சியை வழிநடத்தினார். ஐரோப்பாவில் தொடங்கப்பட்ட விளம்பர நிகழ்ச்சியை இஷாத் வழிநடத்தினார்.

முதலீட்டாளர்கள் மத்தியில் ரத்தன் டாடாவைப் பலருக்கும் தெரிந்திருந்தது. ஆனால் எனக்கு அது முற்றிலும் புதிய அனுபவமாக இருந்தது. விளம்பர விழாக்கள் முழுவதிலும் தவிர்க்கமுடியாத வகையில் எங்களையும் இன்ஃபோசிஸ் நிறுவனத்தையும் ஒப்பிட்டே பல விஷயங்கள் பேசப்பட்டன. இன்ஃபோசிஸ் நிறுவனம் பற்றி நிறையப் புகழ்ந்தும் சொல்லப் பட்டன. எங்களுடைய போட்டியாளர்கள்தான் என்றாலும் ஓர் இந்திய நிறுவனம் சர்வதேச அரங்கில் அப்படிப் புகழப்படுவது எங்களுக்குப் பெருமையாகவே இருந்தது. அந்த விளம்பர விழாக்கள் முடிந்து திரும்பியதும் ரத்தன் டாடா இன்ஃபோசிஸ் நிறுவனத்துக்கு ஒரு கடிதம் எழுதினார்: ‘இன்ஃபோசிஸ் போன்ற ஓர் இந்திய நிறுவனம் நிர்வாகத் திறமைக்கும் வெளிப்படைத் தன்மைக்கும் எடுத்துக்காட்டாகச் சொல்லிப் பாராட்டப் படுவதைப் பார்த்து நாங்கள் மிகவும் பெருமைப்படுகிறோம்’.

எங்களுடைய ஐ.பி.ஓவுக்கு ஒரு முக்கிய அம்சம் இருந்தது. இதை விளம்பர நிகழ்ச்சியின் போது எடுத்துச் சொன்னோம். முதலீட்டாளர்களிடம் 30-50% டிவிடெண்ட் கிடைக்கும் என்று எங்கள் எதிர்பார்ப்பை நேரடியாகச் சொன்னோம். டாடா குழுமம் எப்போதுமே அதனுடைய மைனாரிட்டி பங்குதாரர்களைக் கூடுதல் அக்கறையுடன் கவனிக்கும் என்பதையும் சொன்னோம். நிஜத்தில் டிவிடண்ட் பே அவுட் விகிதம் (லாப ஈவு விகிதம்) 50%ஐ எட்டியிருக்கவில்லை. 30-33 என்பதாகவே இருந்தது.

எங்கள் இரண்டு விளம்பர குழுக்களும் ஒரு நகரத்திலிருந்து மற்றொரு நகரத்துக்குச் சென்று, பல்வேறு முதலீட்டாளர் சமூகங்களுக்கு எங்களைப் பற்றி விரிவாக எடுத்துச் சொல்லின. மிக மிகப் பரபரப்பான தொடர் நிகழ்ச்சிகள். அவை எங்களிடையேயான நெருக்கத்தை அதிகரித்தது. இன்றுவரை அந்த பந்தம் தொடர்கிறது. பரபரப்பான பகல் நேர நிகழ்ச்சி களினால் சோர்ந்துபோய், இரவில் சீக்கிரமே படுத்துத் தூங்கிவிடுவோம். பின்னிரவு விருந்துகள் எதுவுமே கிடையாது. அதோடு என் உடல்நிலையைச் சரியாகப் பராமரிக்க தினமும் அதிகாலை ஆறு மணிக்கு காலை நடை போயாக வேண்டும். அப்போதுதான் அந்த நாள் முழுவதும் புத்துணர்ச்சியுடன்

இருப்பேன். வெளிநாடுகளுக்குப் போகும்போதெல்லாம் வீட்டுச் சாப்பாட்டை சாப்பிடமுடியவில்லையே என்ற ஏக்கம் என் மனதில் எப்போதும் இருக்கும். இத்தனைக்கும் நான் தங்கும் அயல் நாட்டு ஹோட்டல்கள் பலவும் எனக்காக எனக்குப் பிடித்த 'தயிர் சாதத்தை' அவர்களுக்குத் தெரிந்தவகையில் செய்து கொண்டுவந்து கொடுத்துவிடுவார்கள். எதைச் சாதித்தேனோ இல்லையோ தயிர் சாதத்தை சர்வதேசமயப்படுத்தியிருக்கிறேன் என்ற பெருமிதம் எனக்கு நிச்சயம் உண்டு.

ரோட் ஷோ விளம்பர நிகழ்ச்சிகள்' மிகக் கடினமானவை. டி.சி.எஸ் நிறுவனத்துக்காக இந்த அளவுக்கு இதற்கு முன்னால் நான் பிரசாரம் செய்தது இல்லை. ஒவ்வொரு நாளும் புதுப் புது வழிமுறைகளைக் கண்டுபிடிப்பேன். டி.சி.எஸ் பற்றி புதியதொரு விஷயத்தைப் புதியதொரு கோணத்தில் முதலீட்டாளர்களுக்கு எடுத்துச் சொல்வேன். டி.சி.எஸ்ஸின் செயல் திறனை, பெருமையை வெறும் வார்த்தைகளில் எப்படிச் சொல்வது? எங்கள் மீது அவர்களுக்கு எப்படி நம்பிக்கை வர வைப்பது? எங்கள் நம்பிக்கையை, நம்பகத்தன்மையை அவர்களுக்கு எப்படிப் பகிர்ந்துகொள்வது?

டி.சி.எஸ்ஸின் சி.இ.ஓ என்ற வகையில் என்னை முதலீட்டாளர்கள் ரகசியமாக மதிப்பிட்டுப் பார்ப்பார்கள் என்று சில நேரங்களில் நினைத்துப் பார்ப்பேன். பல வருடங்களுக்கு முன்பாக என் மாமியார் என்னை இப்படித்தான் ரகசியமாக உளவு பார்த்து ஒரு முடிவுக்கு வந்திருந்தார். அதன் பின்னர்தான் மாலாவை நான் சந்திக்கவே அனுமதித்தார்! அந்தத் தேர்வில் நான் வெற்றிகரமாகத் தேர்ச்சி பெற்றிருந்ததால் இந்தத் தேர்விலும் வெற்றிபெற்றுவிடுவேன் என்ற நம்பிக்கை எனக்கு முழுமையாக இருந்தது.

இந்தியாவில் நடைபெற்ற மிகப் பெரிய பங்கு விற்பனை இதுவே. அதுவும் இந்தியாவில் அயல்நாட்டு நிறுவன முதலீட்டு (FII) பெருக்கம் அதிகரிப்பதற்கு முன்பாக இது நடந்தது. இதுபோன்ற பிரமாண்ட வணிகச் செயல்பாடுகள் அடிக்கடி நடக்காது. எனவே முதலீட்டாளர்களுக்கு இது தொடர்பாகப் பல விஷயங்களை நாங்கள் எடுத்துச் சொல்லிப் புரியவைக்கவேண்டியிருந்தது. எங்களை நாங்களே சந்தைகளில் விளம்பரப்படுத்திக்கொள்ள வேண்டியிருந்தது. எங்களுடைய மதிப்பை எடுத்துச் சொல்லிப் புரியவைக்கவேண்டியிருந்தது. அந்நாட்களில் பணப் புழக்கம்

மிகவும் குறைவு. ஏதேனும் சில பெரிய ஆர்டர்கள் எப்போதாவது வரும். சந்தையை அதுவே இழுத்துச் செல்லும். ஆனால், அது மிகவும் பெரிய போராட்டமே.

எங்களுடைய பங்குகளின் விற்பனைக்கு நல்ல வரவேற்பு இருந்தது. குறிப்பாக ரீடெய்ல் முதலீட்டாளர்கள் (2 லட்ச ரூபாய்க்குக் குறைவாக பங்குகளை வாங்குபவர்கள்) மத்தியில் கணிசமான ஆர்வம் இருந்தது. டி.சி.எஸ்ஸின் ஐ.பி.ஓ விலை பங்குக்கு ரூ 850 என நிர்ணயிக்கப்பட்டது.

'முதலீட்டாளர்களைத் தொடர்ந்து திருப்திப்படுத்தவேண்டும் என்பதே எங்கள் நோக்கம். முதலீட்டாளர்களுக்கு ஆர்வத்தைத் தூண்டும் வகையில் விலையை நிர்ணயம் செய்யவேண்டும். அவர்கள் வழங்கப் போகும் முதலீட்டுக்கான நன்றி அறிவிப்பாக அது இருக்கவேண்டும்' என்று ரத்தன் டாடா சொன்னார்.

'க்ரீன் ஷூ' ஆப்ஷனுடன் (பங்கு விற்பனையின் தொடக்கத்தில் நிச்சயித்த அளவை விட அதிகம் பங்குகள் விற்பனையாகும் நிலை ஏற்பட்டால், கூடுதலாக 15% பங்குகளை அதிகரித்து விற்க முடியும்படியான வாய்ப்பு) ஒரு பங்கின் விலை 850 என்று நிர்ணயித்தபோது, மொத்தத் தொகை 5400 கோடியாக இருந்தது. அந்த ஐ.பி.ஓவின் ரீடெய்ல் பிரிவுக்கு நிச்சயித்திருந்த பங்குகளின் அளவைவிட மூன்று மடங்கு அதிக விண்ணப்பங்கள் வந்தன. கார்ப்பரேட்களுக்கான நான் இன்ஸ்டிடியுஷனல் பிரிவுக்கு 22 மடங்கு அதிக விண்ணப்பங்கள் வந்தன.

மிகுதியான ரீடெய்ல் பங்கு விற்பனை என்பதுதான் ஜே.ஆர்.டி. டாடாவுக்கான உண்மையான அஞ்சலியாக இருக்கும். டாடா குழுமத்தின் மைய இயக்குவிசையாக 40 ஆண்டுகளுக்கும் மேலாக இருந்தவர். 2004ல் உயிருடன் இருந்திருந்தால் 100 வயது ஆகியிருக்கும். அவருடைய வாரிசான ரத்தன் டாடா, அனைத்து பங்குகளையும் ரீடெய்ல் முதலீட்டாளர்களுக்கே விற்க விரும்பியிருப்பார். 'நமக்கு பக்கபலமாக இருந்த அவர்களுக்கே நாம் அதைத் திருப்பித் தரவேண்டும்' என்று சொன்னார். ஆனால், செபி விதிமுறைகள் 60% பங்கை நிறுவன முதலீட்டாளர்களுக்கும் 15% நிறுவனம் சாராத முதலீட்டாளர்களுக்கும் ஒதுக்கவேண்டும். எஞ்சிய 25% மட்டுமே ரீடெய்ல் முதலீட்டாளர்களுக்கு ஒதுக்கவேண்டும் என்று விதிமுறை வகுத்திருந்தது.

ரோட் ஷோவும் ஐ.பி.ஓ செயல்பாடுகளும் என்னை இஷாத் ஹுசேனுடனும் சோனாவாலாவுடனும் நெருங்கமாகப் பழக

உதவின. டி.சி.எஸ் நிறுவனமும் டாடா சன்ஸ் நிறுவனமும் இணைந்து நிதித்துறை சமூகத்தை நேருக்கு நேராக சந்தித்தோம். இந்தியத் தகவல் தொழில்நுட்பத்துறையில் நாங்கள்தான் முன்னோடி. நாங்களே தொடர்ந்து முன்னிலையிலும் இருந்து வருவோம் என்று முதலீட்டாளர்களுக்குப் புரியவைக்க எங்களால் முடிந்தது. எனக்கு இருந்த இந்த நம்பிக்கையும் பெருமிதமும் சந்திரா, மஹா, பத்மநாபன் ஆகியோருக்கும் தொற்றிக் கொண்டது. அவர்களும் அவர்களுடைய பங்கைச் சிறப்பாக நிறைவேற்றினர். இரண்டு குழுக்களுக்குமே முதலீட்டாளர்கள் மத்தியில் நல்ல வரவேற்பு கிடைத்தது. 'அழகிய இளம் பெண் தன் முகத்திரையை விலக்கிக் காட்டுவதுபோலிருந்தது' என்று அந்தச் செயல்பாடுகளை இஷாத் வருணித்தார்.

டிஎஸ்பி மெரில் லின்சின் ஹேமேந்திர கொத்தாரி, ரத்தன்டாடா இரண்டு பேருமே நீண்ட விமானப் பயணங்களில் கூடத் தூங்காமல் கொட்டக் கொட்ட முழித்துக் கொண்டிருக்கக் கூடியவர்கள். நாங்கள் முதலீட்டு ஆய்வாளர்களை வெற்றிகரமாக வென்றதைத் தொடர்ந்து நிம்மதியாகத் தூங்கினார்கள். டி.சி.எஸ்ஸின் ஐ.பி.ஓ, வர்த்தகச் சந்தையை மறுமலர்ச்சி அடையச்செய்தது என்று கோத்தாரி சொன்னார். இந்தியாவிலும் உயர் தரம் மற்றும் மதிப்பு கொண்ட 'ப்ளூ சிப்' கம்பெனிகள் இருக்கின்றன என்று உலகுக்கு உணர்த்தியது. சர்வதேச நிறுவனங்கள் பலவற்றையும் துணிந்து இந்திய சந்தைக்குள் நுழைய அது உற்சாகம் தந்தது.

•

சில அற மதிப்பீடுகள்

எங்கள் ஊழியர்களுக்காகவும் சில பங்குகளை ஒதுக்கி வைக்க நாங்கள் விரும்பினோம்; டி.சி.எஸ்ஸில் துடிப்புடன் செயல்பட்ட பணியாளர்களுக்கு செபியின் விதிமுறைகளுக்கு ஏற்ப அது பகிர்ந்து தரப்பட்டது. டி.சி.எஸ் இன்று எந்த அளவுக்குப் புகழுடனும் வெற்றியுடனும் திகழ்கிறதோ அதற்கு முக்கிய காரணம் அவர்களே. டி.சி.எஸ்ஸில் எத்தனை வருடங்கள் பணிபுரிந்திருக்கிறார்கள், என்னவிதமாகப் பங்களித்திருக் கிறார்கள் ஆகியவற்றின் அடிப்படையில் அந்தப் பங்குகள் வழங்கப்பட்டன. 5.5 மில்லியன் பங்குகளை எங்கள் பணியாளர்களுக்கென்று ஒதுக்கிவைத்தோம். ரத்தன்

டாடாவுடன் நேரடியாகக் கலந்து பேசி இதற்கு ஒரு வழிமுறையை வகுத்தேன். டி.சி.எஸ் நிறுவனத்தில் குறிப்பிட்ட வருடங்கள் பணிபுரிந்தவர்கள் அனைவருக்கும் பங்குகள் தரப்பட்டன. துணை ஊழியர்கள் உட்பட பிற டி.சி.எஸ் பணியாளர்களும் பங்குகளைப் பெற்றுகொண்டனர். பங்குகளின் விலை பின்னர் உயர்ந்தபோது அவர்களுக்கு நல்ல லாபம் கிடைத்தது.

சில அளவுகோல்களின்படி மிகவும் எளிய, நியாயமான வழிமுறையான இது தனி நபர்களுக்கு மட்டுமே பெரும் ஆதாயம் தேடித் தருவதாக ஆகிவிட்டிருக்கவில்லை டாடா குழுமத்தின் பாரம்பரிய மதிப்பீடுகள் அனைத்தும் பின்பற்றப்பட்டு இந்தச் செயல்பாடு தெளிவான இலக்குடன் முன்னெடுக்கப் பட்டிருந்தது. டி.சி.எஸ் நிறுவனம் இரண்டு வகையாகச் செயல்பட்டிருக்கிறது. ஒரு நிறுவனம் (எஜமானர்) என்ற வகையில் தகவல் தொழில்நுட்பத்துறையின் ஓர் அங்கமாக இருக்கிறது. அந்தவகையில் பிற தகவல் தொழில்நுட்ப நிறுவனங்கள் எப்படிச் செயல்படுமோ அப்படியாகச் செயல்பட வேண்டியிருந்திருக்கிறது.

அதேநேரம் டாடா குழுமத்தின் முன்னணி நிறுவனங்களில் ஒன்றாகவும் இருந்திருக்கிறது. டாடா குழுமத்தின் பாரம் பரியமான அணுகுமுறையை முன்னெடுத்துச் செல்லும் பொறுப்பும் அதற்கு இருந்திருக்கிறது. அதன் அடிப்படையில் தனி நபர்கள், நிறுவனங்கள் சொத்துக் குவிப்பதென்பது அதன் நோக்கமாக இருந்திருக்கவில்லை. சரியான விஷயங்களைச் செய்யவேண்டும் என்பதுதான் அதன் முக்கிய நோக்கம். பங்கு விற்பனை மூலம் பணியாளர்களுக்கு நிறுவனத்தில் உரிமை என்ற விஷயம் ஆடம்பரமில்லாமல் எளிமையாக நடைமுறைப்படுத்தப் பட்டது. மற்றவர்களுக்கு ஒரு முன்னுதாரணமாக இருக்க வேண்டும் என்ற நோக்கத்துடன் இதை செய்திருக்கிறோம். ஒரு சிலருக்கு மட்டுமே நன்மை தருவதாக அல்லாமல் அனைவருக்கும் லாபம் தரும் வகையில் அதை மிகவும் பண்பட்ட முறையில் நடத்திக் காட்டியிருக்கிறோம்.

சில ஆண்டுகள் கழித்து ரத்தன் டாடாவை ஒரு வெளிநாட்டுத் தூதுவர் சந்தித்தபோது அவரிடம் கேட்டிருக்கிறார்: ‘திரு டாடா அவர்களே, 1999 அல்லது 2000 வாக்கில் அதாவது பிற நிறுவனங்களுடன் ஒப்பீட்டு அளவிலான உங்கள் மதிப்பு

(வேல்யுயேஷன் மல்டிபில்கள்) மிக அதிகமாக இருந்த காலகட்டத்தில் பங்கு விற்பனை ஆரம்பித்திருக்கலாமே என்று என்றேனும் நினைத்துப் பார்த்ததுண்டா? மிக அதிக மதிப்பு கொண்ட அமைப்பை உருவாக்கியிருக்க முடியும். அதோடு இதைவிடப் பல மடங்கு பணம் கிடைத்திருக்குமே.'

ரத்தன் டாடா சொன்னார்: உண்மைதான். ஆனால் யார் இழப்பைச் சந்தித்திருப்பார்கள்?

டாட் காம் ஏற்றம் தொடர்பான மதிப்பீடுகள் எல்லாம் நிலையானவை அல்ல. ஒருவேளை அந்த நேரத்தில் டி.சி.எஸ் பங்குகளை விற்றிருந்தால் அதைத் தொடர்ந்து ஏற்பட்ட வீழ்ச்சியினால் பங்குகளின் விலை வெகுவாகக் குறைந்து வாங்கியவர்களுக்கு நஷ்டமே ஏற்பட்டிருக்கும். அன்று அதைத்தான் அவர் சுட்டிக்காட்டினார்.

டி.சி.எஸ் ஐ.பி.ஓ ஒரு மகத்தான வெற்றியாக அமைந்திருக்கிறது. அது அனைத்து பங்கேற்பாளர்களுக்கும் நல்ல பலனைத் தந்துள்ளது. டி.சி.எஸ் நிறுவனத்தின் வளர்ச்சியில் அடுத்த கட்டத்துக்கு வழி வகுத்த அதே வேளையில், டாடா குழுமத்தின் நேர்மைக்கான நற்பெயரையும் பலப்படுத்த உதவியுள்ளது.

•

மாபெரும் தினம்

டி.சி.எஸ்ஸின் பங்குகள் முதன் முதலில் பொது விற்பனைக்கு வந்த நாள் எனக்கு நன்கு நினைவிருக்கிறது. டி.சி.எஸ் நிறுவனத்தின் அனைத்துக் கிளைகளிலும் மிகுந்த உற்சாகம் இருந்தது. மும்பையில் பங்கு வர்த்தக நடவடிக்கைகளின் மையமான தலால் வீதியைச் சுற்றியுள்ள பகுதியில் பெரும் ஆரவாரமாக இருந்தது. என் அலுவலக ஊழியர்கள் ஒரு கேமராவை எடுத்துக்கொண்டு, தரகு நிறுவனங்களுக்கு வெளியே இருந்த உற்சாக வெள்ளத்தைப் படம் பிடிக்கச் சென்றனர். அங்கு மக்கள் டி.சி.எஸ்ஸின் பங்குப் படிவங்களுக்காக நீண்ட வரிசையில் ஆர்வத்துடன் நின்றுகொண்டிருந்தார்கள். எங்களில் பலராலும் எங்களுக்கு முன்னால் இருந்தவர்களாலும் உருவாக்கப் பட்டிருந்த மகத்தான சாம்ராஜ்யத்தின் வலிமையைக் கண்ணால் பார்த்தேன். நாங்கள் ஒரு புதிய பயணத்தை

ஆரம்பித்துவிட்டிருக்கிறோம். மூடிக் கிடந்த எங்கள் கதவைத் திறந்து உலகை உள்ளே நுழையவிட்டிருக்கிறோம். அது ஒரு மகத்தான தருணம்.

ஆகஸ்ட் 25, 2004 அன்று, தேசிய பங்குச் சந்தை (NSE) மற்றும் மும்பை பங்குச் சந்தை (BSE) என இரு பங்குச் சந்தைகளிலும் எங்கள் பங்குகளைப் பட்டியலிடத் தயாராக இருந்தோம். டி.சி.எஸ்ஸின் ஆரம்பப் பங்கின் விலை பின்னர் எந்த அளவுக்கு உயரும் என்று நட்பார்ந்த முறையில் பந்தயம் கட்டத் தொடங்கினர். ரத்தன் டாடாவுடன் நான், சந்திரா ஆகியோர் சென்று கம்ப்யூட்டர் மவுஸைக் கிளிக் செய்து தேசிய பங்குச் சந்தையில் டி.சி.எஸ் பங்குகளின் விற்பனையை ஆரம்பித்து வைக்கவிருந்தோம். நோஷிர் சோனாவாலா, இஷாத், மஹா, பத்மநாபன் ஆகியோர் மும்பை பங்குச் சந்தையில் டி.சி.எஸ்ஸின் விற்பனையை வால் ஸ்ட்ரீட்டில் செய்வதுபோல் மணி அடித்து ஆரம்பித்துவைக்கவிருந்தார்கள்.

அந்த அற்புதமான தினத்தின் காலை 9 மணிவாக்கில், நிறுவனம் ஆரம்பிக்கப்பட்டு 36 ஆண்டுகள் கழித்து, டாடா கன்சல்டன்ஸி சர்வீசஸ் நிறுவனம் முதல் முதலாக பங்கு விற்பனைத்திரையில் பட்டியலிடப்பட்டது. டாடாவினரை மிகவும் விலை மதிப்பு மிகுந்த தனியார் குழுமங்களில் ஒன்றாக ஆக்கியது. டி.சி.எஸ் நிறுவனத்தின் பங்குகளை விற்க முன்வந்ததன் மூலம் இந்தியாவில் இருந்த தனியார் நிறுவனங்களிலேயே மிக அதிக சொத்தைக் குவித்த நிறுவனமானது. அந்த பங்கு விற்பனை டாடா குழுமத்தின் பிராண்ட் மதிப்பை மேலும் பல படிகள் முன்னேற்றியது. குழுமத்தின் பிற நிறுவனங்கள் சர்வதேசச் சந்தையில் மேலும் வலுப்பெற வழிவகுத்தது.

பங்கு விற்பனையை மிக அருமையாக நிர்வகித்த தேசிய பங்குச் சந்தையும் மும்பை பங்குச் சந்தையும் டி.சி.எஸ் நிறுவனத்தின் கணினி அமைப்புகளைக் கொண்டுதான் இயங்கிவந்தன. எங்களுடைய மென்பொருளுக்கு நாங்களே ஒரு 'வாடிக்கையாளராக' ஆனது குறித்து மிகவும் மகிழ்ச்சியே.

இந்த மாபெரும் மாற்றத்தைத் தொடர்ந்து எனது சி.இ.ஓ பணி முழுவதுமாக மாறிவிட்டதென்பது எனக்கு நன்கு புரிந்தது. டி.சி.எஸ் நிறுவனத்தின் பங்குகளை விற்பதென்பது நீண்ட காலமாக எதிர்பார்த்த மிகப் பெரிய பயணத்தின் முடிவு. அதே நேரம் இன்னொரு புதிய, மேலும் சவாலான பயணத்தின்

ஆரம்பமும் கூட. இந்த நொடியில் இருந்து நாங்கள் பொது அரங்கில் அனைவராலும் கண்கொத்திப் பாம்பாகக் கண்காணிக்கப்படும் இடத்துக்கு வந்து சேர்ந்திருக்கிறோம். வேக நடை எந்திரத்தில் (டிரெட்மில் மிஷினில்) ஏறி நின்று அதன் விசையை இயக்கிவிட்டிருக்கிறோம். இனி இறங்க வழியில்லை. அது ஓடும் வேகத்துக்கு ஓடியாகவேண்டும்.

அத்தியாயம் 6

டாடா மரபு

டாடா முகப்புப் பக்கத்தின் மேலே உள்ள டாடா சின்னத்தின் கீழ் மூன்று வார்த்தைகள் உள்ளன: 'நம்பகத்தன்மை கொண்ட தலைமை' (Leadership with Trust). பல நிறுவனங்கள் இதுபோல் உத்வேகம் தரும் கோஷங்களைக் கொண்டுள்ளன. ஆனால் டாடா சாதாரண வணிக நிறுவனம் அல்ல. இது எண்பது நாடுகளில் உள்ள தொண்ணூறுக்கும் மேற்பட்ட குழும நிறுவனங்களின் கூட்டமைப்பு. இவை கிட்டத்தட்ட பொருளாதாரத்தின் அனைத்துத் துறையிலும் இயங்குகின்றன; அனைத்து நிறுவனங்களும் குறிப்பிட்ட பண்புகள், தார்மிக மதிப்பீடுகள் ஆகியவற்றுக்குக் கட்டுப்பட்டு நடப்பதாக சத்தியப் பிரமாணம் எடுத்துக்கொண்டுள்ளன.

டி.சி.எஸ் மற்றும் டாடா குழுமத்தின் ஒவ்வொரு உறுப்பு நிறுவனமும் தத்தமது வணிகத்தில் ஆதாரமாகக் கொண்டிருக்கும் ஐந்து முக்கிய டாடா மதிப்புகள்:

- ***நாணயம்:*** நமது தொழிலை நேர்மையுடன், முறையாக, வெளிப்படைத் தன்மையுடன் நடத்தவேண்டும். நாம் செய்யும் அனைத்துமே பொது ஆய்வு செய்து பார்க்கும்போது சரியானதாக இருக்கவேண்டும்.

- ***புரிந்துணர்வு:*** உலகெங்கிலும் உள்ள நம் சகாக்கள் மற்றும் வாடிக்கையாளர்களுக்கு நாம் அக்கறை, மரியாதை, கனிவு மற்றும் மனிதநேயம் ஆகியவற்றைக் காட்ட வேண்டும், நாம்

சேவை செய்யும் சமூகங்களின் நலனுக்காகவே எப்போதும் பணியாற்ற வேண்டும்.

- **உயர்சிறப்பு:** நமது அன்றாட வேலைகளிலும், நாம் வழங்கும் பொருட்கள் மற்றும் சேவைகளின் தரத்திலும் மிக உயர்ந்த தரத்தை அடைய தொடர்ந்து முயற்சி செய்யவேண்டும்.

- **ஒற்றுமை:** குழுமம் முழுவதும் உள்ள சக ஊழியர்களுடனும், உலகெங்கிலும் உள்ள நம் வாடிக்கையாளர்கள் மற்றும் கூட்டாளிகளுடனும் ஒத்திசைவுடன் செயல்பட வேண்டும்; சகிப்புத்தன்மை, புரிதல் மற்றும் பரஸ்பர கூட்டுறவு ஆகியவற்றின் அடிப்படையில் வலுவான உறவுகளை உருவாக்க வேண்டும்.

- **பொறுப்பு:** நாம் பணிபுரியும் நாடுகள், சமூகங்கள் மற்றும் சூழல்களுக்குத் தொடர்ந்து பொறுப்பாகவும் நுண்ணுணர்வு மிக்கவர்களாகவும் இருக்க வேண்டும்; மக்களிடமிருந்து பெறுபவற்றைப் பல மடங்காக அவர்களுக்குத் திருப்பித் தரவேண்டும்.

எனக்குத் தெரிந்தவரையில் வருமானத்தில் மூன்றில் இரண்டு பங்கைச் சமூக செயல்திட்டங்களுக்குச் செலவிடும் நிறுவனம், டாடாவைத் தவிர எதுவும் இல்லை. மிகுந்த லாபத்துடன் இயங்கும் டி.சி.எஸ், டாடா ஸ்டீல், டாடா கெமிக்கல்ஸ் போன்ற நிறுவனங்களில் டாடா சன்ஸுக்கு கணிசமான உரிமைப் பிடிப்பு இருக்கிறது. அதன் மூலம் கிடைக்கும் வருமானம் டாடா அறக்கட்டளைகளின் மூலம் பல நலத்திட்டங்கள் வழியாக சமூகத்துக்குத் திருப்பித் தரப்படுகின்றன. சில நேரங்களில் சமூகம் வேறு, நிறுவனம் வேறு என்று தனியாகப் பிரித்துப் பார்க்கமுடியாதவகையில் அது இருக்கும்.

ஒரு சிறந்த உதாரணம் டாடா ஸ்டீல் நிறுவனம் உருவாக்கி இருக்கும் ஜம்ஷேட்பூர் அல்லது இந்தியாவின் மையப்பகுதியில் இருக்கும் டாடா நகர். டாடா என்ற பெயர் சராசரி இந்தியர்களின் மனத்தில் நம்பிக்கையின் உணர்வைத் தூண்டுகிறது என்பது டாடா பிராண்டைப் பற்றிய பல நிறுவனங்கள் நடத்திய ஆய்வுகளில், சந்தேகத்துக்கு இடமின்றி நிரூபிக்கப்பட்டுள்ளது.

1972ல் நான் டாடா நிறுவனத்தில் சேர்ந்ததுகூட நம்பிக்கையின் அடிப்படையில்தான். எங்கள் குடும்பம் எளிய வாழ்க்கை, உயர்வான சிந்தனை என்று வாழ்ந்து வந்த குடும்பம். என்

பெற்றோரும் ஆசிரியர்களும் வாழ்வின் ஒவ்வொரு நொடியிலும் செயலிலும் நேர்மை, நாணயம் ஆகியவற்றை வாழ்ந்து காட்டினர். அவை அந்தப் பிஞ்சுவயதிலேயே என் மனதில் ஆழமாகப் பதிந்துவிட்டன. அதனால்தான் 'நேர்மையாக, தார்மிக மதிப்பீடுகளுடன் வணிகம்' செய்யும் டாடா குழுமத்தை இளம் வயதிலே எனக்கு மிகவும் பிடித்துப் போயிருந்தது. எங்களுடைய மதிப்பீடுகள் ஒத்திசைவுடன் இருந்தன.

நிறுவனத்துக்குள் நீங்கள் எப்படி நடந்துகொள்கிறீர்கள், எப்படித் தலைமை தாங்குகிறீர்கள் என்பதெல்லாம் மிகவும் முக்கிய மானவை என்று உறுதியாக நம்புகிறேன். ஒரு நிறுவனத்தில் அதன் உயர் அதிகாரிகள் எப்போதும் நேர்வழியில் சென்றால் அந்த மதிப்பீடு பணியாளர்களிடமும் ஆழமாக ஊன்றும். அதுவே அந்த நிறுவனத்தின் வழிமுறையாக மாறும். ஒரு பணியாளரிடம் இருந்து என்ன எதிர்பார்க்கப்படுகிறது; ஒருவருடைய பொறுப்புகள் என்ன என்பதெல்லாம் அதன் மூலமே அவருக்குப் புரியவரும்.

ஓர் உயர் அதிகாரி என்றவகையில் உங்களுடைய செயல்களுக்கு நீங்கள் பதில் சொல்லக் கடமைப்பட்டவர்கள் என்பது மட்டுமல்ல. உங்களுடைய செயல்கள் மற்றவர்களால் பார்க்கப் பட்டு அவர்களும் அதையே செய்வார்கள் என்பதையும் நீங்கள் கவனத்தில் கொண்டாகவேண்டும். அப்படியாகத்தான் டாடா குழுமத்தின் மதிப்பீடுகளை ஒவ்வொரு செயலிலும் ஒவ்வொரு செயல்திட்டத்திலும் நாங்கள் வேரூன்றச் செய்தோம்.

'உங்களுக்கு இந்தப் பணி ஒப்பந்தத்தை வாங்கித் தருகிறோம்' என்று தவறான எதிர்பார்ப்புகளுடன் சிலர் எங்களை அணுகுவார்கள். டி.சி.எஸ்ஸில் நாங்கள் பணிவுடன் அதை மறுத்துவிடுவோம். அதுபோல் எந்தப் பணி ஒப்பந்தங்களில் போதுமான வெளிப்படைத்தன்மை இல்லையோ அதிலிருந்து விலகியே நிற்போம். யாரையும் குறை சொல்லிக்கொண்டிருக் காமல் அந்த ஒப்பந்தத்தை வேண்டாம் என்று முடிவு செய்து ஒதுங்கிவிடுவோம்.

சட்டபூர்வ ஒப்பந்தங்களுக்குப் போட்டியிடும்போது, சில போட்டியாளர்கள் ஒவ்வொரு முறையும் ஒரு திட்டத்தை இழக்கும்போதும் ஏதாவது காரணத்தைக் கண்டுபிடித்து அடுத்தவர்களைக் குறை சொல்வார்கள். இதற்கு மாறாக, டி.சி.எஸ்ஸில் நாங்கள் என்ன தவறு செய்தோம் என்பதை எங்களுக்குள்ளேயே பகுப்பாய்வு செய்வோம். சில நேரங்களில்

நாங்கள் ஓர் ஒப்பந்தத்தை இழக்கும்போது, எங்களுக்கு ஏன் அதைத் தரவில்லை என்று வாடிக்கையாளரிடம் கேட்போம். பழியை அடுத்தவர் மீது போடுவதற்கு பதிலாக, நாங்கள் தரத்தையோ விலையையோ விட்டுக்கொடுக்காமல் எதைச் சரியாகச் செய்திருக்கவேண்டும் என்று எங்களையே கேட்டுக் கொள்வோம்.

ஒருமுறை எங்கள் குழும நிறுவனங்களில் ஒன்றான டாடா ஸ்டீல் நிறுவனம் ஒரு பணி ஒப்பந்தத்தை ஐ.பி.எம். நிறுவனத்துக்குக் கொடுத்தனர். அது தெரிந்ததும் ரத்தன் டாடா, எங்கள் சார்பாகப் பேசுவதாகச் சொன்னார். ‘வேண்டாம்’ என்று சொல்லி விட்டோம். அதன்பின்னர் டாடா ஸ்டீல் நிறுவனத்தினர் தாமாகவே எங்களை நாடி வந்தனர். நாங்கள் அந்த ஒப்பந்தம் எங்களுக்குக் கிடைக்கவேண்டும் என்று எந்தவொரு முறையற்ற வழியிலும் போயிருக்கவில்லை. நேர்மையாக, நேர்வழியில் அதைப் பெற்றோம். நல்ல மதிப்பீடுகள் இப்படியாகத்தான் பின்பற்றப்பட்டன. மற்றவர்கள் நேர்வழியில்தான் தமது ஒப்பந்தங்களைப் பெறுகிறார்கள்; எனவே நாமும் அப்படியே செய்யவேண்டும் என்று நம்பினோம்.

எனது அனுபவத்தில், பணி ஒப்பந்தங்களை வெல்வது, இழப்பது என இரண்டிலிருந்தும் நிறுவனங்கள் நிறைய கற்றுக்கொள்ள முடியும். எடுத்துக்காட்டாக, அமெரிக்கன் இன்ஷூரன்ஸ் க்ரூப் (AIG) நிறுவனத்திடமிருந்து முதல் பணி ஒப்பந்தத்தைப் பெறுவதற்கு நாங்கள் எட்டு ஆண்டுகள் காத்திருந்தோம். நாங்கள் ஒருபோதும் முயற்சியைக் கைவிடவில்லை. தொடர்ந்து விண்ணப்பித்து வந்தோம். இறுதியில் எங்கள் விடாமுயற்சியும் ஆர்வமுமே அந்த ஒப்பந்தத்தைப் பெற்றுக்கொடுத்தன.

வாடிக்கையாளர்கள் எங்களுடன் வியாபாரம் செய்ய ஏன் விரும்புகிறார்கள்? இது நிச்சயமாகப் பணம் சம்பந்தப்பட்டது அல்ல. எங்களுடன் பணிபுரிவது சௌகரியமாக, இதமாக இருக்கும் என்ற நம்பிக்கையை நாங்கள் உருவாக்கித் தர முயற்சி செய்வதால்தான் அது சாத்தியமாவதாக நம்புகிறேன். ‘எங்களுடைய பணி உங்களுக்குத் திருப்திகரமாக இருந்ததா’ என்று நாங்கள் எல்லா வாடிக்கையாளர்களிடமும் கேட்போம். ஏதேனும் சிக்கல்கள், கஷ்டங்கள் இருந்தால் அவர்கள் வெளிப்படையாக எங்களிடம் சொல்லவேண்டும் என்று எதிர்பார்த்தோம். எங்களுடைய மரபணுவில் அந்த அணுகுமுறை

அழுத்தமாகப் பதிந்துவிட்டிருக்கிறது. பிற நிறுவனங்களில் இருந்து எங்களை வித்தியாசப்படுத்திக் காட்டுவது அதுவே.

சொல்லவரும் விஷயம் மிகவும் எளிது: உங்களுக்கு உண்மையாக நடந்துகொள்ளுங்கள். அடுத்தவரைப் பழிக்கும் முன் உங்களைக் கேள்வி கேட்டுக்கொள்ளுங்கள். உயர் மதிப்பீடுகளை நீங்கள் கடைப்பிடித்தால்தான் இளைய பணியாளர்கள் அதைப் பின்பற்றுவார்கள். டி.சி.எஸ் நிறுவனம் மேலும் மேலும் வளர்ந்து செல்லும்போது, 'டாடாவின் பாரம்பரியத்தை', 'டாடாவின் வழி'யைப் பின்பற்றியபடிச் செயலாற்றுவதுதான் ஒவ்வொரு தலைமைச் செயல் அதிகாரியின் சவாலான விஷயமாக இருக்கும்.

'டாடா வழி' என்பதுதான் உண்மையில் டி.சி.எஸ்ஸில் அனைவரையும் ஒன்றிணைக்கிறது. இதன் பொருள் என்னவென்றால், 'உலகில் எங்கிருந்தாலும், நீங்கள் எந்த சமூகத்தின் அங்கமாக இருந்துகொண்டு பணிபுரிந்து வருகிறீர்களோ அதற்குச் சேவை செய்ய வேண்டும்சூ; மேலும் டாடா பிராண்டுக்கும் அதன் மதிப்புகளுக்கும் உண்மையாக இருக்க வேண்டும்.

ஒவ்வொரு டாடா நிறுவனமும் அதன் சொந்த சமூக நலத் திட்டங்கள் மற்றும் செயல் திட்டங்களை முன்னெடுகின்றன; சமூகம் தொடர்பான திட்டங்களை பூர்த்தி செய்ய ஐ.டி அடிப்படையிலான தீர்வுகளை டி.சி.எஸ் ஊக்குவிக்கிறது. டி.சி.எஸ் நிறுவனத்தால் வடிவமைக்கப்பட்ட வயது வந்தோரின் கல்வியறிவுத் திட்டம், பார்வையற்றோருக்கான ஐ.டி பயிற்சி ஆகியவை இதற்கான எடுத்துக்காட்டுகள்.

இதுபோல் ஒவ்வொரு டாடா நிறுவனமுமே தாம் இயங்கும் துறை சார்ந்து சில சமூக சேவைகளை முன்னெடுக்கின்றன. நானோ கார் (மக்கள் கார்), டி.சி.எஸ் ஆரம்பித்து டாடா கெமிக்கல்ஸ் நிறுவனத்தால் வளர்த்தெடுக்கப்பட்ட ஸ்வச் வாட்டர் ஃபில்டர், ஜிஞ்சர் ஹோட்டல்ஸ், டி.சி.எஸ் மைக்ரோ ஃபைனான்ஸ், டிஜிட்டல் இன்க்ளூஷன் திட்டங்கள் (கிராமப்புறங்கள், மலைப்பகுதிகளில் இருப்பவர்களுக்கும் நலிவடைந்த பிரிவினருக்கும் இணைய, செல்போன் வசதிகளை உருவாக்கித் தருதல்) போன்ற பலவும் இருக்கின்றன.

ஒவ்வொரு டாடா பணியாளருக்கும் நிறுவனத்தில் சேரும்போது டாடாவின் வேதம் போன்ற நூலான 'டாடா விதிமுறைக்

கையேடு' தரப்படும். அதில் சொல்லப்பட்டிருக்கும் மதிப்பீடுகளைக் கடைப்பிடிப்பேன் என்று உறுதியளிப்பார். டாடா விதிமுறைக் கையேடு தலைமை நிர்வாக அதிகாரி, நிர்வாக இயக்குநர், முழுநேர இயக்குநர்கள், தனிப்பட்ட சுதந்தரமான இயக்குநர்கள் என அனைவருக்குமே தார்மிக வழிகாட்டுதலை அளித்துவருகிறது. அதில் 25 விதிமுறைகள் இடம்பெற்றிருக்கின்றன. கணக்கியல், முறைகேடாக உள் உறுப்பினர் ஈடுபடும் பங்கு வர்த்தகம், வணிக கையூட்டுகள், வேலை சார்ந்த சம வாய்ப்பு, பணியிட ஒடுக்குமுறை தடுப்பு, முரண்படும் விருப்புகள், நிறுவனத்தின் சொத்துகளைப் பாதுகாத்தல், கிளைகள் இருக்கும் ஒவ்வொரு நாட்டிலும் அதனதன் உள்நாட்டு விதிமுறைகளுக்கு உட்பட்டு நடத்தல் என நிறுவனத்தின் அனைத்து செயல்பாடுகள் தொடர்பாகவும் விதிமுறைகள் குறிப்பிடப்பட்டிருக்கின்றன.

பல பத்தாண்டுகளாக தொடர்ச்சியான நன்நடத்தை மூலம் எங்கள் நம்பிக்கையின் நற்பெயர் சம்பாதிக்கப்பட்டுள்ளது, மேலும் இந்தப் பாரம்பரியத்துக்கு ஏற்ப நடந்துகொள்ள மிகவும் கடினமாக முயற்சி செய்கிறோம். ஒரு டாடா குழும நிறுவனம் என்றவகையில் டி.சி.எஸ் அதன் அனைத்துச் செயல்பாடுகளிலும் நேர்மையைக் கடைப்பிடித்து வருகிறது. நேர்மையைக் கடைப்பிடிக்க நாங்கள் எங்களுடைய அனைத்து வணிகச் செயல் பாடுகளையும் நாணயத்துடனும் முறையாகவும் அதிகபட்ச வெளிப்படைத்தன்மையுடனும் செய்துவருகிறோம். அதன் மூலம் பொதுப் பரிசோதனைக்கு எப்போது உட்படுத்தினாலும் அதில் நாங்கள் சரியாகச் செயல்பட்டிருக்கிறோம் என்பதே நிரூபணமாகும்.

டாடா பாரம்பரியத்தின்படி, குழும நிறுவனங்கள் எல்லாமே அதன் பணியாளர்களின் நலன் சார்ந்தே நிர்வாக விதிமுறைகளை வடிவமைத்துள்ளன. நாளொன்றுக்கு எட்டு மணிநேர வேலை, இலவச மருத்துவ உதவி, ஆண்டுதோறும் சம்பளத்துடன் கூடிய விடுமுறைகள், பணியாளர் சேம நல நிதி போன்று டாடா ஆரம்பித்துவைத்த பல நலத்திட்டங்கள் இன்று அனைத்து நிறுவனங்களும் பின்பற்றுவதாகவே ஆகிவிட்டிருக்கின்றன.

டி.சி.எஸ் நிறுவனமும் டாடா பாரம்பரியத்துக்கு ஏற்ப அதன் பணியாளர்களுடைய நலனில் மிகுந்த அக்கறையை வெளிப்படுத்தி வந்திருக்கிறது. அறிவுசார் துறையில் இருக்கும்

டி.சி.எஸ் தமது பணியாளர்களைப் புதிதாகக் கற்றுக்கொள்ள ஊக்கப்படுத்திவருகிறது. அதற்காக பல்வேறு வசதி வாய்ப்புகளைச் செய்து தருகிறது. ஒவ்வொரு பணியாளருக்கும் ஏதாவது ஒன்றைப் புதிதாகக் கற்றுக்கொள்ள ஆண்டுக்கு 10-15 நாட்கள் ஒதுக்கித் தந்திருக்கிறது. பணியாளர்களின் கல்வி மற்றும் வளர்ச்சிக்கு முக்கியத்துவம் தந்து 'கற்றல் நிறுவனமாக' டி.சி.எஸ் இருக்கவேண்டும் என்று நான் அடிக்கடிச் சொல்வதுண்டு.

டாடாவின் அடிப்படை மதிப்பீடு என்பதால் அல்ல; எங்களுடைய துறையில் நேர்மைதான் ஆதார அம்சம். மென்பொருள் சேவை வழங்குதல் என்றால் வாடிக்கையாளர்களின் தகவல்கள், புள்ளி விவரங்கள், வணிகச் செயல்பாடுகள் பற்றிய அனைத்துத் தரவுகளையும் கையாளவேண்டியிருக்கும். அவற்றை ரகசியமாகப் பாதுகாத்தாகவேண்டியது மிகவும் அவசியம். பல நேரங்களில் எங்கள் பணியாளர்கள் வாடிக்கையாளர்களின் இடத்தில் இருந்து பணிபுரியவேண்டியிருக்கும். அந்த நிறுவனத்தின் சூழலில், நிறுவனத்தில் ஓர் அங்கமாக இருந்தாகவேண்டியிருக்கும். அப்படியான நேரங்களில் சுய ஒழுங்கு மிகவும் அவசியம். இல்லையென்றால் அந்த நிறுவனத்துடனான வணிக உறவு முறிந்துவிடும்.

எனக்கு ஒரு சம்பவம் நினைவுக்கு வருகிறது. அமெரிக்க வாடிக்கையாளருடைய அலுவலகத்தில் இருந்த எங்கள் பணியாளர் ஒருவர் அந்த நிறுவனத்தின் சில தகவல்களை தவறாகப் பயன்படுத்தினார். விஷயம் தெரிந்ததும் அவர்களுடைய சி.இ.ஓவுக்கு தகவல் போனது. அவர் உடனே எனக்கு மின்னஞ்சல் அனுப்பினார். நான் உடனே அமெரிக்காவுக்குப் பறந்து சென்றேன். உடனே இது குறித்து விசாரணை நடத்தி உரிய நடவடிக்கை எடுக்கப்படும்; நான் இந்த விஷயத்தை மிகுந்த அக்கறையுடன் பரிசீலிப்பேன் என்று சொன்னேன். அந்தப் பணியாளரை உடனே பணியிலிருந்து நீக்கினேன். அப்படியாக அந்த வாடிக்கையாளரின் நன்மதிப்பைத் தக்கவைத்துக் கொண்டோம். அந்த நிறுவனத்தின் சி.இ.ஓ வேறொரு நிறுவனத்துக்குச் சென்றதும் அங்கிருந்தும் எங்களுக்கு புதிய பணிகள் தந்தார்.

டி.சி.எஸ் ஒரு தகவல் தொழில்நுட்ப சேவை நிறுவனம். உற்பத்தி அல்லது வணிக நிறுவனம் போன்றவற்றை ஒப்பிடும்போது,

எங்களுடைய சப்ளை செயின், பொருட்கள் வாங்குவது, இன்வெண்டரி ஆகியவை எல்லாம் மிகவும் குறைவாகவே இருக்கும். பொதுவாக வாங்குவது என்றால் கணினிகள், மென்பொருள்கள், அலுவலகக் கட்டடங்கள் போன்றவையாக இருக்கும். இதற்கான பொறுப்புகள் உயர் அதிகாரிகளிடம் இருக்கும். அதோடு அவற்றைச் செயல்படுத்த பல்வேறு மேற்பார்வை, கண்காணிப்புகள் போன்றவை இருக்கும். எனவே இவற்றில் திருட்டுத்தனங்கள் எதுவும் செய்ய முடியாது. அதோடு நாங்கள் பன்னாட்டு நிறுவனங்கள், மிகப் பெரிய உள்நாட்டு நிறுவனங்கள் இவற்றுடன் 'பி2பி' தொழில் தொடர்பில் இருந்ததால் பெரிய அளவிலான நேரடி பணப் பரிமாற்றம் அறவே கிடையாது. தகவல் தொழில்நுட்ப நிறுவனங்களில் பணியாளர்கள் பணத்தைச் சூறையாடுவது என்பது போன்றவை எல்லாம் மிகவும் குறைவுதான். சத்யம் நிறுவனத்தின் கதை வேறு. அங்கு மேல் மட்டமே தவறு செய்தது.

டி.சி.எஸ் நிறுவனத்தில் நான் மிக நீண்ட காலம் பணிபுரிந்து இருக்கிறேன். மோசடி, முறைகேடான நடத்தை போன்ற தவறுகள் நடக்காமல் இல்லை. டி.சி.எஸ் பணியாளர்கள், சப்ளையர்கள், வாடிக்கையாளர்கள் எல்லோரும் டாடா குழுமத்தின் விதிமுறைகளுக்கு உட்பட்டு நடக்கக் கூடியவர்கள். டாடா குழும நிறுவனங்களிலேயே டி.சி.எஸ் குழுவினர்தான் அந்த விதிமுறைகளை மிகக் கறாராகக் கடைபிடித்து வந்திருக்கிறார்கள் என்று சொல்லலாம். இருந்தும் மிக அரிதாக சில விதிவிலக்குகளும் இருந்தன. ஆனால் தவறு செய்தது தெரியவந்தால் அது யாராக இருந்தாலும் மிகக் கடுமையான நடவடிக்கைகள் எடுக்கப்பட்டன. எந்த விதிவிலக்கும் தரப்படவில்லை. அவர் எந்த நாட்டில் இருந்த எங்கள் கிளை அமைப்பின் தலைவராக இருந்தாலும் வணிக அல்லது ஏதாவது துறையின் தலைவராக இருந்தாலும் கடுமையான நடவடிக்கை எடுக்கப்பட்டன. என்னைப் பொறுத்தவரையில் உயர் அதிகாரி களுக்குத்தான் மிகக் கடுமையான தண்டனைகள் தரப்பட வேண்டும். ஏனென்றால் அவர்களுடைய நடத்தைதானே சக பணியாளர்கள் குறிப்பாக இளையவர்கள் மீது மிகுந்த தாக்கத்தைச் செலுத்தும்.

தவறான நடத்தைகள் தொடர்பாக குறிப்பாக மூத்த நபர்கள் சம்பந்தப்பட்டிருக்கும்போது சில கடினமான முடிவுகளை

எடுத்துள்ளோம். தவறான நடத்தைகளை நாங்கள் ஒருபோதும் சகித்துக் கொண்டதில்லை. இதை விரைவான நடவடிக்கை மூலம் நிரூபித்துள்ளோம். அதே நேரத்தில் மிகவும் நேர்மை யாகவும் எச்சரிக்கையுடனுமே இது போன்ற விஷயங்களைக் கையாண்டோம். முறையான வழிமுறைகளை கவனமாகக் கையாண்டோம். பணியில் சேர்க்கும்முன் ஒருவருடைய பின்புலத்தை நன்கு பரிசோதித்தால் இதுபோன்ற தவறுகள் நடக்காமல் பெருமளவுக்குத் தடுத்துவிட முடியும். குறிப்பாக கடந்த கால பணி அனுபவங்கள் குறித்து ஏதேனும் தவறாகக் குறிப்பிட்டிருந்தால் கண்டுபிடித்துவிட முடியும். மருத்துவச் செலவுகள், பிற செலவுகள் குறித்துப் பொய்க் கணக்கு காட்டுகிறார்களா என்பதைப் பல்வேறு தடுப்பு நடவடிக்கைகள் மூலம் கண்டுபிடித்துவிட முடியும். சிறுபான்மையினர், பெண்கள் பற்றியெல்லாம் தரக்குறைவாக ஏதேனும் பேசினால் அதுகுறித்து முறையான விசாரணை நடத்தப்படும். விஷயங்கள் எடுத்துச் சொல்லிப் புரிய வைக்கப்படும். ஆனால் அந்த மனோபாவம் தொடர்ந்து நீடித்தால், தவறு செய்தவர் விடைபெற்றுச் செல்லும்படிக் கேட்டுக்கொள்ளப்படுவார்.

பல கலாசாரங்களைச் சேர்ந்தவர்கள் பணி புரியும் சர்வதேச நிறுவனம் என்பதால் அது தொடர்பான பிரச்னைகளும் ஏற்படும். கலாசார வேறுபாடுகள் புரியாமல் இருந்தால் அயல் நாட்டு அலுவலகங்களில் செய்யப்படும் நட்பார்ந்த செய்கை கூடத் தவறாகப் புரிந்து கொள்ளப்பட்ட வாய்ப்பு உண்டு. கன்னத்தில் நட்புடன் முத்தமிடுவது, ‘டியர்’ என்று அழைப்பது போன்ற சாதாரணச் செய்கைகள் எல்லாம் தவறாகப் புரிந்து கொள்ளப்பட்டு புகார்கள் தரப்பட்டதுண்டு. இது போன்ற நேரங்களில் நன்கு தெளிவாக விசாரித்து இரு தரப்புக்கும் நியாயமான முடிவுகள் எடுக்கப்பட்டன. டி.சி.எஸ் நிறுவனத்தில் அயல்நாடுகளுக்குப் பணிக்குச் செல்பவர்களுக்குப் பிற நாட்டுக் கலாசாரங்கள் பற்றி பயிற்சி வகுப்புகள் எடுப்பது உண்டு.

அதுபோல் புதிதாக நிறுவனங்களை வாங்கிச் சேர்க்கும்போது ‘புதிய பணியாளர்களை’ ‘டாடாவின் பாரம்பரியத்துக்கு’ ஏற்ப கொண்டு வர வேண்டியிருக்கும். டாடா சாம்ராஜ்யத்தின் சாதனைகள், மதிப்பீடுகள், பணியாளர்களிடம் இருந்து எவையெல்லாம் எதிர்பார்க்கப்படும் என்பதெல்லாம் அவர் களுக்குத் தெரிந்திருக்காது. நிறுவனர்களைப் பற்றிய

ஆவணப்படங்கள், விளக்கப்படங்கள், டாடாவின் வரலாறு, வளர்ச்சி போன்றவை பற்றி எல்லாம் போட்டுக் காட்டப்படும்.

உண்மையில், டாடா குழுமத்தின் ஆதார மதிப்பீடுகளின் முக்கியத்துவத்தைப் புரிந்துகொண்டு பின்பற்ற, டாடா குழுமத்தின் வரலாறு, கட்டமைப்பு மற்றும் நோக்கத்தை ஒருவர் தெரிந்துகொள்வது மிகவும் அவசியம். டாடா நிறுவனத்தில் பணிபுரியும் ஒவ்வொருவரும் இந்த சாம்ராஜ்யத்தின் மகத்துவம் என்பது அதன் பணியாளர்கள், இயக்குனர்கள் என அனைவரிடமும் உயர்ந்த நன்னடத்தை, பொறுப்புணர்வு ஆகியவற்றைக் கோருகிறது என்பதைப் புரிந்துகொள்ள வேண்டும்.

டாடாவின் பாரம்பரியம் பற்றித் தெரிந்துகொள்ளவேண்டும் என்றால் 1868க்குச் சென்றாகவேண்டும். டாடா குழும நிறுவனங்களில் 25 சதவிகித பங்கிலிருந்து 100 சதவீத பங்கு வரை வைத்துக்கொண்டிருக்கும் மதிப்புக்குரிய டாடா சன்ஸ் நிறுவனம் ஜம்ஷேட்ஜி நசர்வன்ஜி டாடாவினால் அப்போதுதான் ஆரம்பிக்கப்பட்டது. பாரசீக புரோகித குடும்பத்தில் பிறந்தவர்; இந்தியாவின் மகத்தான மற்றும் தொலைநோக்குப் பார்வை கொண்ட தொழில் மேதையானார்.

ஜம்ஷேட்ஜி டாடாவின் ஆரம்பகாலம் தேசபக்தியால் உந்துதல் பெற்றிருந்தது. அந்நாளைய தொழிலதிபர்களில் இந்தியாவின் மீதும் அதன் வளமான எதிர்காலம் மீதும் நம்பிக்கை கொண்டவர்களில் ஒருவராக இருந்தார். அரசியல் சுதந்திரம் அடைவதற்கு முன்பாகவே தொழில்துறை சார்ந்த சுதந்திரம் பெற்றிருக்க வேண்டும் என்று சொன்னார். அந்த ஒற்றை இலக்கை மனதில் கொண்டபடியே நவீன தொழில்மயமான இந்தியாவுக்கு அடித்தளம் அமைத்தார். தனது துணிச்சலான முதலீடுகளின் மூலமாக, எஃகு, மின்சாரம், விருந்தோம்பல் (ஹோட்டல்) போன்ற தேசிய முக்கியத்துவம் வாய்ந்த துறைகளில் முன்னோடியாகத் திகழ்ந்தார். அறிவியல் மற்றும் தொழில்நுட்பத் துறையில் உயர்கல்விக்கான முன்மாதிரி திட்டத்தை வடிவமைத்தார். 1911 பெங்களூரில் இந்தியன் இன்ஸ்டியூட் ஆப் சயின்ஸ் நிறுவனம் உருவாக அதுவே அடிப்படைக் காரணமாகத் திகழ்ந்தது.

டாடா ஸ்டீல் நிறுவனத்தின் தலைமையகம் இருந்த ஜம்ஷேட்பூருக்கு பிரதமர் நேரு வந்தபோது டாடா குழுமத்தின்

நிறுவனரின் துணிச்சல் மற்றும் தொலைநோக்குப் பார்வை பற்றி நினைவுகூர்ந்தார்: நவீன, தொழில் மைய இந்தியாவை உருவாக்கிய சிற்பிகளில் ஜம்ஷேட்ஜியும் ஒருவர். நம் நாட்டில் இப்போது திட்ட கமிஷன்கள் இருக்கின்றன. ஆனால் ஜம்ஷேட்ஜியோ வெகு முன்னதாகவே தனக்கான ஒரு திட்ட கமிஷனை உருவாக்கிக்கொண்டு அதன்படி செயல்பட ஆரம்பித்திருந்தார். வெறும் ஐந்தாண்டு திட்டம் அல்ல; அதையும் விட மகத்தான திட்டங்கள்.'

இந்தப் பாரம்பரியம் அடுத்து வந்த தலைமுறைகளுக்கும் கைமாற்றித் தரப்பட்டது. டாடா சன்ஸ் நிறுவனத்தின் நான்காவது சேர்மன் ஜே.ஆர்.டி. டாடா. 1938லிருந்து 1991வரை நீண்ட காலம் தலைமைப் பதவியில் இருந்தார். நம் தேசத்தின் விமானத் துறையின் தந்தையும் ஆவார். அவருடைய காலகட்டத்தில் டாடா குழுமம் மிகப் பெரிய அளவில் விரிவாக்கம் கண்டது. சுதந்திரத்துக்கு முன்பாக 1944- ஜனவரியில் பல முக்கியமான தொழிலதிபர்கள் ஒன்றுகூடி தேசத்தின் பொருளாதார வளர்ச்சிக்கான செயல்திட்டத்தை வடிவமைத்தனர். அதில் ஜே.ஆர்.டியும் இருந்தார். இந்த திட்டம் பம்பாய் பிளான் அல்லது டாடா பிர்லா பிளான் என்று அழைக்கப்பட்டது. 15 ஆண்டு களுக்கான பொருளாதார வளர்ச்சித் திட்டம் 10000 கோடி ரூபாய் முதலீட்டுடன் வடிவமைக்கப்பட்டது. மின்சாரம். சுரங்கம், சாலைகள், ரயில்வே என பலதுறைகளில் கவனம் செலுத்தப் பட்டன. 50% முதலீடு தொழில்துறை வளர்ச்சிக்கும் 25% முதலீடு வீட்டு வசதி, கட்டுமானப் பணிகளுக்கும், 10% விவசாயத்துக்கும் ஒதுக்கப்பட்டன. உண்மையில் இந்தியாவின் பிரதான தொழிலாக அப்போது விவசாயமே இருந்தது.

நேருவின் சோஷலிச முன்மாதிரி திட்டம் ஜே.ஆர்.டி. டாடாவுக்கு மிகப் பெரும் கவலையை அளித்தது. தன்னுடையது போன்ற தொழில் நிறுவனங்களின் வளர்ச்சிக்கு உகந்த சூழல் நிலவவில்லை என்று அவர் கருதினார். இருந்தும் இந்தக் கட்டுப்பாடுகளுக்கு உள்ளாகவே செயல்பட்டு அரசுடன் நட்புப் பாலம் அமைத்துக்கொண்டு தேசத்தின் தொழில்துறை வளர்ச்சிக்குப் பெரும் பங்காற்றினார்.

முன்னோடியாக இருந்து ஒரு தொழிலை முன்னெடுக்க வேண்டுமென்ற டாடாவின் மரபணு காலப்போக்கில் கைமாறி வந்துள்ளது. டி.சி.எஸ், முழுவதும் இந்தியாவிலேயே

தயாரிக்கப்பட்ட முதல் காரான டாடா இண்டிகாவை 1998ல் உற்பத்தி செய்த டாடா மோட்டார்ஸ் நிறுவனம் போன்றவை ஜம்ஷேட்ஜி மற்றும் ஜே.ஆர்.டி. டாடாவின் முன்னோடிப் பாரம்பரியத்தை முன்னெடுத்துவருகின்றன.

தாங்கள் செயல்பட்டுவரும் சமூகத்துக்கு ஈட்டிய செல்வத்தைத் திருப்பித் தரவேண்டும் என்ற லட்சியம் டாடா நிறுவனங்களின் ஆரம்ப காலகட்டத்திலிருந்தே இருந்துவருகிறது. 1892ல் ஜம்ஷேட்ஜி 'ஜே.என்.டாடா எண்டோவ்மெண்ட் திட்டம்' என்பதை ஆரம்பித்திருந்தார். உயர்கல்விக்கான கடன் உதவிகளை அது வழங்கியது. 1924 வாக்கில் தேர்ச்சிபெற்ற இந்திய ஐசிஎஸ் அதிகாரிகளில் மூன்றில் ஒருவர் டாடா மாணவர். ஜம்ஷேட்ஜியின் மகன்கள் சர் தொராப்ஜி டாடா, சர் ரத்தன் டாடா ஆகியோர் தமது பெயர்களில் அறக்கட்டளைகள் ஆரம்பித்திருந்தனர். டாடா குழுமத்தின் மிக முக்கியமான இரண்டு அறக்கட்டளைகளாக அவையே இன்றும் துடிப்புடன் செயல்பட்டுவருகின்றன.

நமது சொந்தப் பணத்தையும் பெருமளவுக்கு டாடாவினர் நன்கொடையாக வழங்கியிருக்கிறார்கள். இந்தப் பணமும் டாடா சன்ஸ் நிறுவனத்தின் மூன்றில் இரண்டு பங்கு அளவிலான பங்குகளை வைத்திருக்கும் அறக்கட்டளைகளின் பணமும் சேர்ந்து அறிவியல் தொழில்நுட்பம், மருத்துவ ஆராய்ச்சி, சமூகம் ஆய்வுகள், நிகழ்த்து கலைகள் ஆகியவற்றுக்கான தேசிய அளவிலான நிறுவனங்கள் ஆரம்பிக்கப்பட்டுள்ளன.

சார்பற்ற பல டாடா நிறுவனங்களின் ஒன்றிணைக்கப்பட்ட கூட்டமைப்பே டாடா குழுமம். டாடா நிறுவனங்கள் ஒவ்வொன்றும் தனக்கென தனியான இயக்குனர்கள் குழு, நிர்வாக வழிமுறை ஆகியவற்றைக் கொண்டவை. இந்த நிறுவனங்களை நடத்துவதில் மிகுந்த சுதந்திரம் தரப் பட்டிருக்கும். அதனால்தான் நெருக்கடிகள் மிகுந்த தகவல் தொழில்நுட்பச் சந்தையில் டி.சி.எஸ் நிறுவனத்தால் துணிந்து பல விஷயங்களை முன்னெடுத்து வெற்றிபெற முடிந்திருந்தது.

டி.சி.எஸ் நிறுவனம் தான் இயங்கிய தகவல் தொழில்நுட்ப சந்தையின் விதிகளுக்கு உட்பட்டுச் செயல்பட்டு அந்த சாதனையைப் படைத்திருந்தது. டாடா குழுமத்தின் பிற நிறுவனங்கள் செயல்பட்ட சந்தையிலிருந்து தகவல் தொழில் நுட்பச் சந்தை தனியான விதிகளைக் கொண்டிருந்தது.

2007ல் டி.சி.எஸ்ஸின் பெருநிறுவனத் தலைமையகம் மும்பையின் கோட்டை பகுதியில் உள்ள ஒரு அழகான பிரமாண்டமான புராதனக் கட்டடத்துக்கு மாற்றப்பட்டது, இது 'டி.சி.எஸ் இல்லம்' என்று பெயரிடப்பட்டது. நாங்கள் இங்கு செய்த முதல் பணிகளில் ஒன்றாக, எங்கள் நிறுவன தந்தையர்களில் இருவரான ஜம்ஷேட்ஜி டாடா மற்றும் ஜே.ஆர்.டி. டாடா அவர்களின் மார்பளவான சிலைகளை நுழைவாயில் அறையில் நிறுவினோம்; அந்த அறையில் இருக்கும் இருவரும் எங்கள் ஒவ்வொருவருக்கும் பரிசளிக்கப் பட்டிருக்கும் மகத்தான பாரம்பரியத்தையும் அதன் விளைவாக நாங்கள் சுமந்தாகவேண்டிய பொறுப்புணர்வையும் ஒவ்வொரு கணமும் எங்களுக்கு நினைவுறுத்தி வருகிறார்கள்.

ஒவ்வொரு நாளும் அவர்களைக் கடந்து என்னுடைய பணியிடத்துக்குச் செல்கையில் அவர்கள் இருவரும் எனக்குள் மிகுந்த உத்வேகத்தை ஊட்டுவார்கள். அந்த அலுவலகத்தில் பணிபுரியும் அனைவரும் அப்படியான உத்வேகத்தை நிச்சயம் பெறுவார்கள் என்றே நம்புகிறேன்.

டாடாவினருக்கு இதுபோல் மற்றவர் மனதில் இப்படியான உணர்வுகளை ஊட்டுவதென்பது மிகவும் சாதாரணமான விஷயமே. டாடாவின் தலைமையகமான பம்பாய் ஹவுஸுக்கு (மும்பை ஃபோர்ட் ஏரியாவிலும்) எதிர்பாராத விருந்தினர் வருவது வழக்கம். முதியவர் ஒருவர் 87 ஆண்டுகாலமான அந்தப் பழங்கால கட்டடத்தின் படிகளில் சிரமப்பட்டு ஏறிக் கொண்டிருப்பதை ஒரு நாள் பார்த்தேன். அங்கிருந்த ஜம்ஷேட்ஜி டாடாவின் சிலைக்கு மாலை அணிவிப்பது என்ற ஒரே இலக்குடன் அவர் மிக நிதானமாக ஒவ்வொரு படியாக ஏறிச் சென்றார். மறைந்து பல ஆண்டுகள் ஆன பின்பும் ஜம்ஷேட்ஜி அவர்களின் இதமான இருப்பு இன்றளவும் நீடித்துவருகிறது.

அத்தியாயம் 7

வளர்ச்சிக்கு வழிகோலும் கருவியாக 'தொழில்நுட்பம்'

தொழில்நுட்பமும் புதிய கண்டுபிடிப்புகளும்

புதுமை மனப்பான்மையை விருப்பத்தால் அல்லாமல், தேவையின் அடிப்படையிலேயே டி.சி.எஸ் உருவாக்கியது. மென்பொருள்கள் எல்லாம் வன்பொருளையே பெரிதும் சார்ந்திருந்தன. அந்தவகையில் எங்களுடைய மென்பொருள் திறமைகள் எல்லாமே பர்ரோஸ், ஐ.பி.எம் போன்ற கணினி நிறுவனங்களின் வன்பொருட்களையே பெரிதும் நம்பி இருந்தன. கணினித் துறையில் வன்பொருள் தயாரிப்பவர்கள் முழுமையாக ஆதிக்கம் செலுத்தினர்; மற்றவை எல்லாம் அதைச் சுற்றி ஓரளவு மதிப்பு சேர்க்கும் நடவடிக்கைகள் மட்டுமே என்ற நிலைமை இருந்தது.

அப்படியிருந்தும், நாங்கள் எப்போதுமே எங்களால் முடிந்தவரை கற்றுக்கொள்வதையும் மற்றவர்களையே சார்ந்து இருப்பதைக் குறைப்பதையும் நோக்கமாகக் கொண்டிருந்தோம். பெருங் கணினிகளை நாங்கள் இறக்குமதி செய்தபோது, எங்கள் பொறியாளர்களை அந்தக் கருவிகளை உற்பத்தி செய்தவர் களிடமே அனுப்பி பயிற்சி பெற்று வரச் செய்தோம்;

இயந்திரங்களை நிறுவவும் பராமரிக்கவும் துணை நிலைப் பணிகளைச் செய்துகொடுக்கவும் கற்றுக்கொண்டோம். பர்ரோஸ் கணினிகளைப் பொறுத்தவரையில், நாங்கள் செய்த துணை நிலைப் பணிகள், வாடிக்கையாளர்கள் எதிர்கொள்ளும் பிரச்னைகளை எங்களுக்கு அறிமுகப்படுத்தின. அந்தப் பிரச்னைகளைத் தீர்ப்பது எப்படி என்ற பொறியியல் தீர்வுகளை கணினி உற்பத்தியாளர்களிடம் எங்களால் எடுத்துச் சொல்லவும் முடிந்தது. வன்பொருளிலும் மென்பொருளிலும் மேம்படுத்தப் பட்ட வடிவங்கள் உருவாக்கப்பட்டபோது மின்சுற்றுப் பலகைகள் (circuit boards), மென்பொருள் திட்டுகள், கணினி இயக்க முறைமை ஆகியவற்றில் இந்த ஆலோசனைகள் பயனுள்ளதாக இருந்தன.

'எதையும் சாதிக்க முடியும்' என்ற அணுகுமுறையை மிக ஆரம்பத்திலிருந்தே கடைப்பிடித்தோம். நாங்கள் மிகச் சிக்கனமாக வேலை செய்ய வேண்டியிருந்தது. அந்நியச் செலாவணி மிகக் குறைவாகவே இருந்தது. இறக்குமதி விதிமுறைகள் மிகவும் சிக்கலாகவும் அதிக கால அவகாசம் எடுத்துக் கொள்வதாகவும் இருந்தன. இறக்குமதி வரிகள் மிக அதிகமாக இருந்தன. எங்களுக்கு வேண்டிய எல்லாக் கருவி களையும் இறக்குமதி செய்யவேண்டியிருந்தது. எங்கள் வணிகச் செயல்முறை மென்பொருள் தீர்வுகள் மற்றும் சேவைகளை அடிப்படையாகக் கொண்டதாக இருந்தது. அதோடு, இந்தியா அப்போது கணினிகளை உற்பத்தி செய்யவில்லை என்பதால், நாங்கள் இறக்குமதியையே முழுமையாக நம்பியிருந்தோம். எனவே நாங்கள் இந்தத் தொழிலில் தாக்குப்பிடிக்க வேண்டும் என்றால் புதிய கண்டுபிடிப்புகளைச் செய்தாகவேண்டிய நிர்பந்தம் இருந்தது.

அந்நாட்களில் கணினிகள் ஓர் ஆடம்பரப் பொருளாகக் கருதப்பட்டன. இறக்குமதியில் எந்தவொரு தளர்வு அளிக்கவும் அரசாங்கம் தயாராக இல்லை. எங்கள் வசம் இருந்த பற்றாக் குறையான வளங்களை நாங்கள் அதிக நன்மை கிடைக்கும் முறையில் பயன்படுத்த வேண்டியிருந்தது, மேலும் கணினிகளின் உற்பத்தித்திறனை மேம்படுத்த அசாதாரணமான யுக்தியுடன் புதுமைகளைப் படைக்க வேண்டியிருந்தது. இன்று கம்ப்யூடிங் டைம் என்பது 'கிளவுட்' மூலமாகக் கிடைக்கும் ஒரு விஷயம். மேலும் நிரலாளர்கள் சொற்பமாகவே இருக்கிறார்கள். 1970களில்

இது தலைகீழாக இருந்தது; கணினிப் பயன்பாட்டு நேரத்தை ஒரு மணிக்கு 1,000 ரூபாய் என்று விற்க முடியும்; அதே நேரத்தில் கணினி நிரல் எழுதுபவர்களாக ஒரு மாதத்துக்கு ரூபாய் 800 சம்பளம் என்று நாங்கள் தொடங்கினோம்.

உண்மையில் டி.சி.எஸ்ஸில் எனது முதல் ஆரம்ப சம்பளம் ஒரு மாதத்துக்கு ரூ 900 'பொற்காசுகள்'! கணினி நிரலாளர்களின் உற்பத்தித்திறனை அதிகரிப்பதை விட, கணினிகளின் பயன் பாட்டை அதிகரிக்க பல்வேறு புதுமைகளைக் கண்டுபிடிக்க வேண்டியிருந்தது. இந்தக் கண்டுபிடிப்புகளிலிருந்து பல புதுமைகள் பிறந்ததனால், அவை இறுதியில் எங்களுக்கு அறிவுசார் காப்புரிமைச் சொத்துக்களை உருவாக்கின. பின்னாளில் இதை நாங்கள் நன்கு பயன்படுத்திக்கொள்ள முடிந்தது.

எங்களுடைய மென்பொருள்களை மேம்படுத்தி வாடிக்கை யாளர்களின் மனநிறைவை அதிகரிப்பதிலும் அதிக ஆர்வம் கொண்டிருந்தோம்; நினைவகத் தட்டு மேலாண்மை (disk management) அல்லது 'வரிசைப்படுத்துதல்' (sorting) ஆகியவற்றுக்கான பயனுள்ள கருவிகளை உருவாக்கி அவற்றை எங்கள் திட்டங்களில் பயன்படுத்தினோம். உதாரணமாக, 1970களின் முற்பகுதியில், பம்பாய் தொலைபேசி அடைவை (Telephone Directory) உருவாக்கி அச்சிடுவதற்கான ஒரு திட்டத்தை நாங்கள் செய்தோம். 'பாரேக்', 'பாரிக்', 'பாரீக்' (Parekh, Parikh, Pareekh) போன்று ஒரே மாதிரியாக ஒலிக்கும் பெயர்களுக்கு நாங்கள் வித்தியாசப்படுத்தும் கணினி வழிமுறைகளை (algorithms) உருவாக்கினோம். எங்கள் பணி ஒரு காந்த நாடா இடைமுகத்தில் (magnetic tape interface) செய்யப்பட்டது. இது அந்நாட்களில் தட்டச்சிடும் துறையில் பயன்படுத்தப்பட்ட தொழில் நுட்பமாகும். இருப்பினும், அச்சகமோ காகித நாடாக்களை அடிப்படையாகக் கொண்ட பழைய தொழில்நுட்பத்தைப் பயன்படுத்தியது. எனவே அச்சுக்குத் தயாரான தொலைபேசி அடைவை மும்பையில் இருந்து பெங்களூரில் இருந்த இந்துஸ்தான் டெலிபிரிண்டர் தொழிற்சாலைக்கு எடுத்துச் சென்று காந்த நாடாவில் இருந்து, மெதுவாகவே இயங்கமுடிந்த காகித நாடாவுக்கு மாற்ற வேண்டியிருந்தது.

இப்படியாக தரவு பரிமாற்றம் (Data Transfer) வடிவ மாற்றம், அச்சு ஊடக மாற்றம் ஆகியவற்றை உள்ளடக்கியதாக

இருந்ததால் ICL-1903 கணினியில் அடிப்படையான அசெம்ப்ளி லெவல் லேங்வேஜில் மாற்றம் செய்ய வேண்டியிருந்தது. ஆனால் வாடிக்கையாளருக்கு விஷயங்களை எளிமைப்படுத்தித் தரவேண்டும்; தரமான சேவை அளிக்கவேண்டும் என்ற எங்கள் தீர்மானம் அனைத்து கஷ்டங்களையும் தாண்ட வைத்தது. உண்மையில் அதற்கு நல்ல பலனும் கிடைத்தது.

ஏறக்குறைய அனைத்து முக்கிய வன்பொருள் நிறுவனங்கள் உடனும் பணியாற்றியதன் மூலம், எங்கள் பொறியாளர்கள் பல கணினி கட்டமைப்புகளைக் கற்றுக்கொண்டனர்; இது பின்னாளில் எங்களுக்குப் பெரும் சாதகமாக அமைந்தது. *1974*ம் ஆண்டில் எங்கள் முதல் மென்பொருள் ஏற்றுமதி திட்டம் பர்ரோஸ் நிறுவனத்துக்காக பம்பாயில் ICL-1903ல் மேற்கொள்ளப் பட்டது. இந்தத் திட்டத்துக்கு ஒரு பெரிய மென்பொருள் தொகுப்பை பர்ரோஸ் நடுத்தர அமைப்புகளில் இருந்து (B2500), புதிதாகக் கட்டமைக்கப்பட்ட பர்ரோஸ் சிறிய அமைப்புகளுக்கு (B1700) மாற்ற வேண்டியிருந்தது. நாங்கள் ICL-1903 சிஸ்டத்தில் மென்பொருள் உற்பத்தி செய்திருந்தோம். பம்பாயில் அதுதான் இருந்தது. எனவே எங்கள் பொறியாளர்களுக்கு மூன்று கணினி சிஸ்டம்களும் நன்கு தெரிந்திருக்கவேண்டியிருந்தது.

நாங்கள் ஒரு ஃபில்டர் உருவாக்கினோம். மெஷின் 'A'வின் (B2500) சோர்ஸ் கோடை மெஷின் 'B'யில் (ICL-1903) பெற்றுக்கொண்டு அவுட்புட் சோர்ஸ் கோட்கள் மெஷின் 'C'யில் (B1700) செயல்படும் வகையில் அந்த ஃபில்டர் மாற்றிக் கொடுத்தது. இந்தச் செயல்முறை மிகவும் வெற்றிகரமாக இருந்தது. எனவே இந்தச் செயல்பாட்டை அப்படியே தலைகீழாகவும் செய்து தரும்படி பர்ரோஸ் நிறுவனம் எங்களிடம் கேட்டுக்கொண்டது. அதாவது ஐ.சி.எல் சோர்ஸ் கோடை பர்ரோஸ் மெஷினில் உள்ளீடு செய்து பர்ரோஸ் கோடாக மாற்றித் தரும்படிக் கேட்டுக் கொண்டார்கள். அதன் மூலமாக பர்ரோஸ் நிறுவனத்தினர் தங்களுடைய சொந்த நாடான பிரிட்டனில் ஐ.சி.எல் வாடிக்கை யாளர்களைத் தங்கள் பக்கம் கொண்டுவரும் முயற்சியில் வெற்றி பெற்றனர்.

இந்த ஆரம்ப நாட்களில் நாங்கள் செய்த பராமரிப்பு மற்றும் துணைநிலைப் பணிகள், எங்களுக்கு பொறியியல் துறையில் புத்தி கூர்மையுடனும் சிக்கனமாகவும் செயல்படும் திறமையை வளர்த்துக்கொள்ள உதவின. ஒரு காலத்தில் பம்பாய், தில்லி,

கல்கத்தா, ஜம்ஷேட்பூர் மற்றும் புனே ஆகிய இடங்களில் இருந்த கிட்டத்தட்ட 10 மில்லியன் டாலர் மதிப்புள்ள பத்து நிறுவனங்களுக்கான கணினி அமைப்புகளை நாங்கள் நிறுவிக் கொடுத்தோம். எங்களிடம் போதுமான உதிரிபாகங்கள் மற்றும் சோதனை உபகரணங்கள் இல்லை. நம் நாட்டில் அதிக தூசி, தாறுமாறான மின்னழுத்தம் போன்ற பல நெருக்கடிகள் இருந்தன. மின்னழுத்த மாறுபாடுகளைச் சமாளிப்பதற்காகப் பயன்படுத்திய கருவிகள்கூட அடிக்கடி எரிந்து போயின. இறக்குமதி செய்துகொள்ளும் அதிர்வெண் நிலைப்படுத்திகளை (frequency stabilizers) நம் நாட்டுச் சூழலுக்கு ஏற்ப மாற்றி அமைத்தல், கணினிகள் நாள் முழுவதும் வாரம் முழுவதும் தடைபடாமல் இயங்க தொடர்ந்து மின்சாரம் கிடைக்கும் வழிமுறைகள் ஆகியவற்றை நாங்களே செய்துகொண்டோம். சில நேரங்களில் உதிரிபாகங்களை நாங்களே தயாரிக்கவும் செய்தோம். ஏனென்றால் அவற்றை இறக்குமதி செய்வதென்றால் அதிக செலவாவதோடு அதிக கால அவகாசம் எடுத்துக் கொள்வதாகவும் இருந்தன.

தேர்வு முடிவுகள் செயலாக்கம், எரிபொருள், மின்சாரம், குடிநீர் முதலான பயன்பாட்டு சேவை நிறுவனங்களின் பில்களை அச்சிடுதல் போன்ற அச்சுப் பணிகளைக் கொண்ட பல ஒப்பந்தங்களை நாங்கள் மேற்கொண்டதால் எங்கள் அச்சுப் பொறிகள் நாள் முழுதும் பயன்படுத்தப்பட்டன. 0, 1 போன்ற எண்கள் மற்றும் - என்ற குறியீடு போன்றவை அதிகம் அச்சிடப்பட வேண்டியிருந்ததால் சீக்கிரம் தேய்ந்துவிட்டன. இதைச் சமாளிக்க '0' என்ற இலக்கத்துக்கு மாற்றாக ஆங்கில 'O' என்ற எழுத்தைப் பயன்படுத்தும்படி வடிவமைத்தோம். ஒவ்வொரு ஸ்லக்கிலும் நான்கு எழுத்துக்கள் பொறிக்கப்பட்டிருந்தன. ஏதாவது ஒரு எழுத்து தேய்ந்து போய் ஒரு ஸ்லக்கை மாற்றுவதானால் நன்றாக இருக்கும் பிற மூன்று எழுத்துகளையுமே கைவிட வேண்டி வந்துவிடும். அதைத் தவிர்க்கப் புதிதாகத் தேவைப்படும் ஒற்றை எழுத்தை மட்டும் தனியாக ஒரு ஸ்லகில் பொறித்துச் சேர்த்தோம்.

நாங்கள் பணியாற்றிய மிகக் கடினமான சூழல் ஒரு குறிப்பிட்ட சிக்கனமான வழியில் சிந்திக்கும்படி எங்கள் மனதை அழுத்தமாக வடிவமைத்தது. நாங்கள் சிக்கல்களைத் தீர்க்கும் நபர்களாக மாறினோம்; எப்போதுமே எதையுமே மிகச் சிறப்பாகவும்

குறைந்த செலவிலும் செய்து முடிக்கும் கலையில் நிபுணர்களானோம். ஒரு வேலைக்குப் பயன்படுத்தப்படும் பணியாளர்களின் எண்ணிக்கை என்ற வகையில் பார்த்தாலும் நாங்கள் முன்னிலையில் இருந்தோம். இந்தியாவில் பர்ரோஸ் கணினிகளின் வன்பொருள் மற்றும் மென்பொருள் பணிகளை மேற்கொண்டவர்கள் வெறும் ஆறே ஆறு இன்ஜினியர்கள் மட்டுமே. அமெரிக்கா அல்லது ஐரோப்பாவிலென்றால் இதே பணிக்கு நான்கு மடங்கு இன்ஜினியர்கள் தேவைப் பட்டிருப்பார்கள்.

எங்கள் கண்டுபிடிப்புகளின் இயல்பான முன்னேற்றமாக, 1980களின் முற்பகுதியில் 'டாடா ரிசர்ச் டெவலப்மெண்ட் அண்டு டிசைன் செண்டர்' (TRDDC) என்ற அமைப்பை புனேவில் அமைத்தோம், இது மென்பொருளுக்கு மட்டுமல்ல, வன்பொருள் பொறியியலுக்கும் உற்பத்தித்திறன் கருவிகளை வடிவமைத்து மேம்படுத்துகிறது. எரிபொருள், மூலப்பொருள் போன்றவற்றைச் சிக்கனமாகவும் திறமையாகவும் பயன்படுத்தும் நோக்கில் கொதிகலன்கள், உலைகள் ஆகியவற்றுக்கான தானியங்கி கருவிகளைப் புதிய கணித அடிப்படையில் உருவாக்கினோம். மென்பொருள் பட்டறைகளை உருவாக்கி மென்பொருள் துறையில் உருவாகும் சிக்கல்கள், நெருக்கடிகள் ஆகியவற்றைத் தீர்க்கப் பல மேம்பாட்டுப் பணிகளை முன்னெடுத்தோம். மென்பொருள் கருவிகளை அசெம்பிளி லைன் உற்பத்தி முறையில் பெருமளவில் உற்பத்தி செய்ய வழி கண்டுபிடித்தோம். மறு சுழற்சியின் மூலம் பயன்படுத்தும் பொருட்களையும் கண்டுபிடித்தோம்.

இது விரைவான முன்மாதிரி தயாரிப்புக்கு வழிவகுத்தது மட்டுமல்லாமல், அதன் விளைவாக மென்பொருள் நிரல் குறியீடுகள் சோதனை செய்யப்பட்டு நம்பகமானதாக இருந்தன. ஏனெனில் அவை இயந்திரத்தில் உருவாக்கப்பட்டன.

ஆரம்ப காலத்தில் நாங்கள் உருவாக்கிய மென்பொருள் கருவிகள் பலவும் பர்ரோஸ் கணினியில் நாங்கள் பெற்ற அனுபவத்தின் அடிப்படையில் அமைந்திருந்தன. ஒரு நிரலில் பயன்படுத்தப் படும் அனைத்து பெயர்களைப் பராமரிக்கவும் கண்காணிக்கவும் உதவும் தரவு அகராதியும் இதில் அடங்கும். ஒரு மென்பொருளை மாற்றி அமைக்கும் போதும் அந்த மாற்றத்தின் விளைவு சரியாக இருக்கிறதா என்பதைப் பரிசோதிக்கும்போதும் இது மிகவும்

உதவிகரமாக இருந்தது. இதற்கு'அடிக்ட்' (ADDICT: Advanced Data Dictionary, மேம்பட்ட தரவு அகராதி) என்று பெயரிட்டோம்.

கலிஃபோர்னியாவின் சான் ரஃபேலில் உள்ள ஃபயர்மேன்ஸ் ஃபண்ட் இன்சூரன்ஸ் நிறுவனத்தின் ஒரு ஒப்பந்தத்தைச் செயல் படுத்தியபோது இது எங்கள் திறமையை அவர்களுக்கு எடுத்துச் சொல்லி எங்கள் மீது நம்பிக்கை வரவைக்கும் சாதனையாக உதவியது. எனவே நாங்கள் ஒரு ஐ.பி.எம் இயங்குதளத்தில் இன்னொரு தரவு அகராதியை உருவாக்கி அதற்கு 'கேஸ்பேக்' (CasePac) என்று பெயரிட்டோம்.

குறியீடு உருவாக்கம் மற்றும் தரவு அகராதி போன்ற அம்சங்களை உள்ளடக்கிய உயர் நிலைக் கணினி மொழியான 'மாஸ்டர்கிராப்ட்'ஐ (MasterCraft) உருவாக்க இந்த இரண்டு அனுபவங்களையும் நாங்கள் பயன்படுத்தினோம்.

வணிக கணினி ஆய்வாளர்கள் எளிதில் கற்கவும் புரிந்து கொள்ளவும் முடியும்படியான ஆங்கிலத்தில் வணிக விதிகளை விளக்கி, COBOL அல்லது 'C' லாங்குவேஜ் சோர்ஸ் கோடுகளை உருவாக்கி அதை மாஸ்டர் க்ராஃப்ட்க்குத் தேவையான அடிப்படை அலகுகளாக உள்ளீடு செய்ய முடியும். அதுபோல் வணிக கணினி ஆய்வாளர்கள் ஐ.பி.எம் அல்லது ஹெச்.பி என எந்த ஒரு வன்பொருள், மென்பொருளிலும் இயங்க முடியும். ஒவ்வொன்றுக்கும் என்னென்ன விதமான முறையில் உத்தரவுகளைக் கொடுக்கவேண்டும் என்று குழம்பத் தேவை இல்லை. அப்படியாக மிகவும் சிக்கலான பல பணி ஒப்பந்தங்களை டி.சி.எஸ் குறைவான நேரத்தில் மிகுந்த தரத்துடன் செய்து முடிக்கமுடிந்தது.

TRDDCயில் பல மென்பொருள் மாற்றம், மென்பொருள் இடப்பெயர்வு ஆகியவை தொடர்பான கருவிகள் உருவாக்கப் பட்டன, அவை நிரல்களை மட்டுமல்லாமல், தரவை ஒரு கணினி தளத்திலிருந்து மற்றொரு கணினி தளத்துக்கு மாற்றும் செயல்முறையை தானியக்கமாக்க உதவின. ஓர் இந்திய தகவல் தொழில்நுட்ப நிறுவனம் அறிவுசார் சொத்துக்களை உருவாக்கியதன் ஆரம்ப எடுத்துக்காட்டுகள் இவை. சுகாதாரத் துறையில் தகவல் தொழில் நுட்பம் சார்ந்து நாங்கள் மேற்கொண்ட பணிகள், காசநோய் அறிகுறிகளைக் குறைந்த செலவில் கண்டறியும் கருவிகளை உருவாக்க ஊக்குவித்தன.

நோயாளிகளின் இதயத் துடிப்பைக் கண்காணித்து நெருக்கடி நேரங்களில் மருத்துவப் பணியாளர்களுக்கு எச்சரிக்கைச் செய்தியை அனுப்பும் சிலிக்கன் லாக்கெட் தயாரித்தோம். எம்.ஐ.டி மற்றும் கார்னகி மெல்லன் ஆகிய கல்வி மையங்களில் படித்துவிட்டு TRDDCயில் சேர்ந்த ஆராய்ச்சியாளர்கள் இப்படியான கண்டுபிடிப்புகளை முடுக்கிவிட்டனர்.

2000 வாக்கில் எங்கள் பணிகள் TRDDC செய்யும் பணிகளையும் தாண்டி பலதரப்பட்ட மக்களையும் பல்வேறு தொழில்நுட்பங்களையும் உள்ளடக்கியதாக வேண்டுமென்று தீர்மானித்தோம். ஹைதராபாதில் மேம்படுத்தப்பட்ட தொழில்நுட்ப ஆராய்ச்சி மையம், பெங்களூரில் சிப் டிசைன் பணிகள், கல்கத்தாவில் ரேடியோ அலைகள் அதிர்வெண் ஆராய்ச்சி மையம் (RFID) என பல மையங்கள் இதன் விளைவாக உருவாகின. அயல் நாடுகளிலும் எங்களுடைய ஆராய்ச்சி மையங்கள் ஆரம்பிக்கப் பட்டுச் செயல்பட்டு வருகின்றன.

கல்வி நிறுவனங்களுடன் நட்புறவை உருவாக்கிக்கொள்ள வேண்டும் என்பதில் டி.சி.எஸ்ஸுக்கு மிகுந்த நம்பிக்கை உண்டு. ஆரம்பத்தில் ஐ.ஐ.டிகள், ஐ.ஐ.எஸ்சி போன்ற இந்தியாவில் இருந்த முன்னணி தொழில்நுட்ப மையங்களுடன் நட்புறவில் இருந்தோம். அதன் பின் வட அமெரிக்காவில் எம்.ஐ.டி, ஸ்டான்போர்ட், இர்வின் கலிஃபோர்னியா பல்கலைக்கழகம், லாஸ் ஏஞ்சல்ஸில் உள்ள கலிஃபோர்னியா பல்கலைக்கழகம், மேரிலாந்தில் வாஷிங்டன் பல்கலைக்கழகம், கனடாவின் வாட்டர்லூ பல்கலைக்கழகம் மற்றும் பல முன்னணி கல்வி மையங்களுடன் நாங்கள் கூட்டணி வைத்திருந்தோம். அயல் நாட்டுப் பேராசிரியர்கள் எங்கள் நிறுவனத்துக்கு வந்து வகுப்புகள் எடுத்தனர். எங்கள் ஆராய்ச்சி மையத்தில் இருந்தவர்களும் அந்தப் பல்கலையில் இருந்த பேராசிரியர்களும் இணைந்து கூட்டு ஆராய்ச்சிப் பணிகள் மேற்கொண்டனர். எடுத்துக்காட்டாக, மேரிலாந்து பல்கலைக்கழகம், வாட்டர்லூ பல்கலைக்கழகம், மற்றும் டி.சி.எஸ் ஆகியவை, லோக்கல் ஏரியா நெட்வொர்க்கின் (Local Area Network, LAN) ஆரம்ப வடிவுகளில் ஒன்றான 'ஃபால்கனை' (FALCON) உருவாக்கியது; இது ஒற்றை பயனர் PC-கணினிகளில், பல பயனர் திறன், மற்றும் இணைப்பின் நன்மைகளை அனுமதித்தது. உண்மையில், உள்நாட்டிலேயே உருவாக்கப்பட்ட முதல் லோக்கல் ஏரியா நெட்வொர்க் இதுவே.

அது பல நிறுவனங்களின் கணினிகளை ஒரே வலைப்பின்னலில் இணைத்தது.

1990களில், தேசிய பங்குச் சந்தை (NSE) அமைக்கப்பட்டு, அதன் கணினி அமைப்புகளின் ஒருங்கிணைப்பாளராக டி.சி.எஸ் நியமிக்கப்பட்டது. இதற்கு இந்தியாவில் உள்ள அனைத்து NSE தரகர்களையும் NSE கணினியுடன் நிகழ்நேரத்தில் இணைக்க வேண்டியிருந்தது. ஆனால் அப்போது இருந்த வழக்கமான தொலைபேசி இணைப்புகள், தேவைப்படும் தொடர்பு எல்லை மற்றும் அகில-இந்திய இணைப்பை வழங்கவில்லை. எனவே செயற்கைக்கோள் தகவல்தொடர்புகள் மற்றும் வழக்கமான குத்தகைக்கு எடுக்கப்பட்ட தனியார் தொலைபேசி இணைப்புகளின் ஒரு பன்முக இணைப்பை உருவாக்க முடிவு செய்தோம். இதற்கு முன் பங்குச் சந்தைக்கு அப்படியான முயற்சியை யாரும் எடுத்திருக்கவில்லை. மிகப் பெருமளவிலான தரவுகளைக் குறுகிய குறிப்பிட்ட நேரத்தில் கையாண்டாக வேண்டிய தேவை அதில் இருந்தது. எனவே 'ஆர்.எஃப்.பி' (RFP) எனும் புது செயல் திட்டத்துக்கான ஆரம்ப முன்மொழிவு உருவாக்கப்பட்டபோது நாளொன்றுக்கு பத்தாயிரம் வர்த்தகங்கள் மேற்கொள்ளப்படக் கூடும்; அதிகபட்சமாக லட்சம் பங்கு பரிவர்த்தனைகள் நடக்கக்கூடும் என்று நினைத்திருந்தார்கள்.

இந்தத் தேவைகளைப் பூர்த்தி செய்ய நாங்கள், எந்த நெருக்கடியிலும் முடங்காமல் செயல்படும் ஸ்ட்ராடஸ் செண்ட்ரல் ப்ராசஸிங் யூனிட் என்ற வன் பொருளைப் பயன் படுத்தினோம். தேசிய பங்குச் சந்தை பதினெட்டே மாதங்களில் நாளொன்றுக்கு ஒரு லட்சம் பரிமாற்றங்களைக் கையாளும் திறம் பெற்றுவிட்டது. இந்த பங்குப் பரிவர்த்தனையின் பிரமாண்டத் தன்மை காரணமாக சீக்கிரமே போதிய செயல் திறன் (ஹார்ஸ் பவர்) இல்லாமல் தடுமாறும் நிலை ஏற்பட்டது. எனவே டி.சி.எஸ்ஸின் இன்ஜினியர்கள் சந்தைச் செயல்பாடுகளைப் பிரித்து பல கணினிகளை (CPU) பயன்படுத்தி நிலைமையைச் சரி செய்தனர். இந்த விஷயமும் இதற்கு முன் யாரும் செய்திராததுதான். இன்று தேசிய பங்குச் சந்தை ஐம்பது லட்சம் பரிவர்த்தனைகளை அதே கட்டமைப்பில் நாளொன்றுக்குக் கையாள்கிறது. இதே அளவு பரிவர்த்தனைகளைக் கையாளும் பிற பங்குச் சந்தைகள் அந்த அளவுக்கு பிரமாண்ட வன்பொருளைப் பயன்படுத்த வேண்டியிருக்கிறது. நாங்கள் செய்து காட்டிய மகத்தான சாதனைகளில் இதுவும் ஒன்று. மற்றவை சரித்திரம்.

தொழில்நுட்ப முன்னேற்றத்தின் புதிய எல்லைகளைப் பார்க்கும் போது, மிக அதிக எண்ணிக்கையிலான பொறியாளர்களைப் பெற்றிருந்த டி.சி.எஸ் நிறுவனம், பொறியியலுக்கான மென்பொருள் நுட்பங்களைப் பயன்படுத்துவதில் முன்னேற வேண்டும் என்பதை உணர்ந்தது.

CAD/CAM எனும் கணினிகளின் உதவிப் பெற்ற வடிவமைப்பும் உற்பத்தியும் சார்ந்த பயன்பாடுகளில், ஆர்-அண்ட்-டி உடன் ஒரு பொறியியல் தொழில்துறை சேவைகள் பிரிவை அமைத்தோம். ஜெட் என்ஜின், பயணிகள் ஜெட் மற்றும் வாகன உற்பத்தி யாளர்களுடன் கூட்டு வசதிகள் அமைக்கப்பட்டன. இதை வைத்து டி.சி.எஸ் ஒருவகையில் 'ராக்கெட்' அறிவியலிலும் ஈடுபட்டது என்றே கூறலாம்!

பலதரப்பட்ட ஆய்வு மையங்கள், 20க்கு மேற்பட்ட புதிய கண்டுபிடிப்புகளுக்கான பரிசோதனை மையங்கள் அமைத்த பின்னர் ஒருங்கிணைக்கப்பட்ட முயற்சியின் அவசியம் எங்களுக்கு புரிந்தது. மார்ச் 2006ல் தலைமை தொழில்நுட்ப அதிகாரி ஒருவரை, புதிய கண்டுபிடிப்புகள் சார்ந்த பணிகளை நிர்வகிக்க நியமித்தோம். புதிய கண்டுபிடிப்புகள் எல்லாம் சர்வதேச நிறுவனங்களின் ஆராய்ச்சி மையங்களில் மட்டுமே நடக்கவில்லை. உலகம் முழுவதிலும் விரிந்து பரவி இருக்கும் தொழில் முனைவுக் குழுமங்கள், ஆரம்ப நிலை பரிசோதனை மையங்கள் இவற்றிலும் நடக்கின்றன. எங்களுடைய ஆராய்ச்சி தொடர்பான அணுகுமுறையை இந்தப் பரந்து விரிந்த சக்திகளையும் உள்ளடக்கியதாக முன்னெடுக்கத் தீர்மானித்தோம். டி.சி.எஸ் நிறுவனத்தின் 'கூட்டு கண்டுபிடிப்பு வலைப்பின்னல்' (Co-Innovation Network) அமைப்பு ஸ்டார்ட்-அப் நிறுவனங்கள், கல்விப்புலங்கள், துணிகர முதலீட்டாளர்கள் அனைவரையும் ஒன்று சேர்த்துப் புதிய கண்டுபிடிப்புகளைக் குறுகிய காலத்தில் கண்டுபிடிக்கும் பணிகளை முடுக்கிவிட்டது.

புதிய கண்டுபிடிப்பு சார்ந்த முயற்சிகள் அயல்நாடுகளில் மட்டுமில்லாமல் இந்தியாவிலும் பெரிய அளவில் முன்னெடுக்கப்பட்டன. சர்வதேச சந்தைக்கு மிக நியாயமான விலையில் தரமான சேவையைக் கொடுப்பதோடு இந்தியாவுக்கும் அதே தொழில்நுட்பங்களை மலிவான விலையில் கொண்டுவரவேண்டும் என்ற இரட்டை இலக்குடன் செயல்பட்டோம்.

1970களில் இந்தியா தகவல் தொழில்நுட்பத்தைப் பயன்படுத்திக் கொள்ளும் நிலையில் இருந்திருக்கவில்லை. இன்று நாட்டின் வளர்ச்சியைத் துரிதப்படுத்த அது அவசியம் என்பதை உணர்ந்து கொண்டிருக்கிறது. இந்தியா இன்று வளர்ச்சிப்பாதையில் நடக்க ஆரம்பித்திருக்கிறது. சர்வதேச அளவில் தலைமை இடத்தைப் பிடிக்க விரும்புகிறது. சர்வதேச அளவில் கணிசமான பங்காற்றி வருகிறது. சீனா-இந்தியா பந்தயத்தைப் பற்றி நிறைய பேர் பேசுகிறார்கள், ஆனால் என் பார்வையில், இது இரு நாடுகளுக்கு இடையில் ஒரு போட்டியே அல்ல; மாறாக இது கோல்ஃப் விளையாட்டு போன்றது. அங்கு நாம் நம்முடனே போட்டி இடுகிறோம். அனைத்து இந்தியர்களுக்கும் சமமாக வளர்ச்சி மூலமான வாய்ப்புகளை கொண்டு வருவதன் மூலம் நம் சொந்த மதிப்பெண்ணை மேம்படுத்த வேண்டும்; அதைச் செய்வதில், நாம் ஒரு சக்திவாய்ந்த உலகளாவிய சக்தியாக வெளிப்பட்டால், அதுவே மிகப் பெரிய வெற்றியாகும்.

ஒவ்வொரு இந்தியருக்கும் வெற்றிபெற சமமான வாய்ப்பு இருந்தால் ஒரு நாடு என்ற வகையில் நம் திறனை உண்மையாக உணர முடியும். இந்தியாவின் மிகப் பெரிய சக்தியான கிராமப்புற மக்களின் எதிர்பார்ப்புகள் மிகவும் எளிமையானவை - அவர்களுக்கு நல்ல வேலைகள், நல்ல உணவு, நல்ல ஆரோக்கியம் மற்றும் கண்ணியமான வாழ்க்கை வேண்டும்; நகர்புற செல்வந்த இந்தியா, கிராமப்புற ஏழை இந்தியா என இருக்கும் இரு இந்தியாக்களுக்கும் இடையிலான சமத்துவ மின்மையை நாம் அகற்ற வேண்டும்; மேலும் வளர்ச்சியின் நன்மைகள் நாட்டின் தொலைதூர மூலைகளையும் சென்றுசேர வேண்டும்.

இதில்தான் சவால் இருக்கிறது. ஏனென்றால் இந்த அளவுக்குச் சிக்கலானதை நீங்கள் வேறெங்கும் பார்க்க முடியாது. 120 கோடி மக்கள், 18 தேசிய மொழிகள், பல்வேறு மதங்கள். குல்மார்க் பனிப்பிரதேசம் தொடங்கி கோவளத்தின் வெப்பமிகு கடலோரம் வரை பல்வேறுவிதமான தட்ப வெப்பநிலை நிலவும் தேசம் இது. ஒரு பக்கம் மிகுந்த செல்வ வளம்; இன்னொருபக்கம் பெரும் வறுமை என்பதாக இருக்கிறது. நம் இந்த தேசத்தில் காட்டுப்பகுதிகளில் நூறு ஆண்டுகள் பிந்தியதுபோன்ற வனவாசி வாழ்க்கையை ஒரு பக்கம் வாழ்கிறார்கள். இன்னொரு பக்கம் காஸ்மோபொலிடன் நகரங்களில் அதிநவீன BMW கார்களை

ஓட்டுகிறார்கள். நம் தேசம் என்பது ஒவ்வொன்றுக்குள்ளும் பல்வேறு சின்னஞ்சிறு உலகங்களைக் கொண்டதாக இருக்கிறது. சில நேரங்களில் எது இந்த அனைத்தையும் இணைத்திருக்கிறது? இந்தியத் தன்மை என்றால் என்ன? நம் அனைவரையும் பிணைக்கும் நூல் எது இன்று நான் வியப்பதுண்டு. மாபெரும் இந்திய ரகசியமாகவே இது எந்நாளும் இப்படியே இருக்கும் என்றே தோன்றுகிறது.

உலகில் வேறு எந்த நாடும் இத்தகைய சிக்கலான சவால்களை எதிர்கொள்ளவில்லை. நாம் எவரிடமும் இருந்து கற்றுக்கொள்ள எடுத்துக்காட்டுகள் இல்லை, குறிப்பு புள்ளி இல்லை; இந்தியர் களாகிய நாம் நமது சொந்த வளர்ச்சி பாதையை வகுத்துக்கொள்ள வேண்டும். ஆனால் ஒரு விஷயம் மட்டும் உறுதி: நம் நாட்டின் மக்கள் ஈவுத்தொகை மிக அதிகமாக இருப்பதென்பது நமது வெற்றிக்கான ஆதார சக்தி. இந்த வாய்ப்பை பயன்படுத்திக் கொள்வதற்கான கால அவகாசம் நமக்கு மிகவும் குறைவுதான். இன்னும் 20-30 ஆண்டுகளுக்குள் இந்த ஆதாய சக்தியே நமக்கான சுமையாக மாறிவிடக்கூடும்.

நம் நாட்டில் வேலை செய்யும் வயதில் இருக்கும் மக்களின் எண்ணிக்கை மிக அதிகமாக இருப்பதென்பது நமது வெற்றிக்கான ஆதார சக்தி. இந்த வாய்ப்பை பயன்படுத்திக் கொள்வதற்கான கால அவகாசம் நமக்கு மிகவும் குறைவுதான். இன்னும் 20-30 ஆண்டுகளுக்குள் இந்த ஆதாய சக்தியே நமக்கான சுமையாக மாறிவிடக்கூடும்.

கல்வி, சுகாதாரம் மற்றும் வேலைவாய்ப்பு ஆகியவையே வளர்ச்சியின் அடித்தளம்; ஒவ்வொரு இந்திய அரசும் இவற்றில் தான் கவனம் செலுத்துகின்றன. ஆனால் இத்தனை பெரிய மக்கள் தொகைக்குத் தேவையான பள்ளிக்கூடங்கள், பயிற்சி மையங்கள், மருத்துவமனைகள் ஆகியவற்றை செங்கல்லும் சிமெண்டும் கொண்டு கட்டுவதற்கான கால அவகாசம் இல்லை. நாம் புதிய புத்திசாலித்தனமான வழிகளைக் கண்டுபிடித்தாக வேண்டும். இந்த இடத்தில்தான் தொழில்நுட்பம் மிகப் பெரிய மாற்றத்தைக் கொண்டுவரமுடியும். மையத்தைச் சுற்றியுள்ள ஆரக்கால்கள் மாதிரியாக (hub-and-spoke model) திறமையான ஆசிரியர்கள் இல்லாத பகுதிகளில் உள்ள மாணவர்களுக்கு திறமையான ஆசிரியர் ஒருவர் எடுக்கும் பாடத்தை இணையம் மூலம் கொடுத்துவிட முடியும்.

தொலைதூரக் கல்வி, மற்றும் இணையவழிக் கல்வி ஆகியவையே எந்த குக்கிராமத்தில் இருக்கும் மாணவருக்கும் கற்றுக் கொடுக்க மிக எளிய வழி. அதுபோல் தொலை மருத்துவம், இணைய மருத்துவம், நடமாடும் மருத்துவமனை போன்றவை நல்ல மருத்துவர்கள் இல்லாத இடங்களுக்கான சரியான தீர்வாக இருக்கும். எட்டாத தொலைவில் இருக்கும் நபர்களைச் சென்றடைதல், அதிகம் பேருக்குப் பலன் தருதல் போன்றவற்றின் அடிப்படையில் இதுபோல் புதுமையான, வழக்கத்துக்கு மாறான விஷயங்களை முன்னெடுக்க வேண்டும்.

இந்தியாவும் சீனாவும் பாரம்பரிய வளர்ச்சிப்பாதையில் செல்வதில்லை. சில தொழில்நுட்பங்களில் அசகாயப் பாய்ச்சலை இருவருமே வெளிப்படுத்துகிறார்கள். உதாரணமாக இந்தியர்கள் மொபைல் போன்கள் விஷயத்தில் பெரும் பாய்ச்சலை நிகழ்த்திக் காட்டியிருக்கிறார்கள். நேற்றைய தரை வழித் தொடர்பு போன்கள் கிட்டத்தட்ட வழக்கொழிந்து விட்டன. சீனாவும் இந்தியாவும் புதிய தொழில்நுட்பங்களை ஏற்றுக்கொள்ளத் தயாராக இருக்கிறார்கள். ஏனென்றால் தொழில்நுட்பங்களின் கடந்தகால சுமை என்பது அவர்கள்மீது எதுவுமில்லை.

இரு நாடுகளின் தேவைகள் மிகவும் வித்தியாசமானவை. இதனால் உள்நாட்டுச் சூழலுக்குத் தகுந்த தொழில்நுட்பங்கள், தீர்வுகள் முன்னெடுக்கப்படவேண்டும். குறைந்த செலவு, எளிய பயன்பாடு, மொழி, பொருத்தப்பாடு இவற்றின் அடிப்படையில் புதிய தொழில்நுட்பங்கள் உருவாக்கப்படவேண்டும்.

மிகக் குறைந்த தனிநபர் வருமானம் கொண்டிருக்கும் இந்தியா மலிவு விலையில் கிடைக்கும் ஹைடெக் தீர்வுகளினால் மிகவும் மகிழ்ச்சி அடையக் கூடியதாக இருக்கிறது என்று ஹார்வர்ட் பிசினஸ் ரிவ்யூவில் வெளியாகியிருக்கும் ஒரு கட்டுரை சொல்கிறது. திருப்புமுனை தொழில்நுட்பங்கள் நிகழத் தொடங்கிய காலகட்டத்தில், செலவுகள் குறைவாக இருந்தாக வேண்டிய சூழலில் உருவாகியிருக்கும் இந்திய சந்தை பல புதுமையான கண்டுபிடிப்புகளை, சேவைகளை உருவாக்கி விட்டிருக்கிறது. இந்தப் 'புதிய கண்டுபிடிப்புகள்' எல்லாம் சில அடிப்படை விதிகளைப் பின்பற்றுகின்றன. அனைவருக்கும் எளிதில் கிடைக்க வேண்டும். விலை குறைவாக இருக்க வேண்டும், பொருத்தமானதாக உகந்ததாக இருக்க வேண்டும். இல்லை என்றால் வெற்றி பெற முடியாது. இதை ஒருவகையில்

தலைகீழ் கண்டுபிடிப்பு என்று சொல்லலாம். அதாவது பொருட்களும் சேவைகளும் வளர்ந்துவரும் சந்தைக்கு ஏற்ப உருவாக்கப்படுகின்றன. அதன் பிறகு வளர்ந்த நாடுகளின் சர்வதேச அரங்குக்குக் கொண்டு செல்லப்பட்டு அவற்றுக்கான சந்தைகள் உருவாக்கப்படுகின்றன. இந்தப் பொருட்களின் இடை முக அமைப்புகள் இந்த ஆழமான சிக்கலை, அதன் தீர்வை உள்ளுக்குள் மறைவாகக் கொண்டிருக்கின்றன.

டாடா 'நானோ' எனும் 'மக்களின் கார்', சுமார் 1,000 ரூபாய்க்கு விற்கும் மொபைல் போன்கள், மற்றும் குறைந்த விலையில் டாடா 'ஸ்வச்' நீர் சுத்திகரிப்பு, ஆகியவை இந்திய சந்தையின் தனித்துவமான தேவைகளை எடுத்துக்காட்டுகின்றன. இந்தத் தயாரிப்புகளின் அடிப்படை மற்றும் பயனர் இடைமுகம் எளிமையானதாகத் தோன்றினாலும், அவற்றின் பின்னால் உள்ள ஆழ்ந்த தொழில்நுட்பத்தை எளிதில் யூகிக்கமுடியாது.

டாடா நானோ ஒப்பீட்டளவில் மலிவான காராக இருக்கலாம், ஆனால் எளிமையான வெளிப்புறத்தின் பின்னால் சில மேம்பட்ட தொழில்நுட்பங்கள் உள்ளன. அதன் உடல் பகுதியில் பயன் படுத்தப்பட்ட பொருள் முதல் என்ஜின் பாகங்கள் வரை அனைத்துமே மேம்பட்ட தொழில்நுட்பத்தைக் கொண்டவை. காரில் உள்ள அனைத்து புதுமைகளின் காப்புரிமைக்காக முப்பத்தேழு விண்ணப்பங்கள் தாக்கல் செய்யப்பட்டுள்ளன; அதன் 'பவர்டிரெய்ன்' எனும் உந்தல்சக்தி வடிவமைப்பில் மட்டும் முப்பத்தி நான்கு காப்புரிமைகள் விண்ணப்பிக்கப் பட்டுள்ளன.

இதேபோல் நீர் சுத்திகரிப்புக்கான டாடா ஸ்வச்ச், மிகவும் மேம்பட்ட பொருட்கள் குறித்த ஆராய்ச்சியைச் சாத்தியப்படுத்தி உள்ளது. அதன் முக்கிய கூறு அதன் வடிகட்டும் தண்டாகும் (SWACH BULB). இது ஒரு தனித்துவமான காப்புரிமை பெற்ற (TSRF தொழில்நுட்பத்தில் இயங்குகிறது; இது பரவலாகக் கிடைக்கும் அரிசி உமி சாம்பலையும், மிக மிக சிறிய, வெள்ளி 'நானோ' துகள்களையும் பயன்படுத்துகிறது. இந்தத் தொழில்நுட்பத்தைச் சார்ந்து இதுவரை பதினான்கு காப்புரிமைகள் தாக்கல் செய்யப்பட்டுள்ளன.

இந்தப் பொருட்கள் இந்திய எல்லையைத் தாண்டி அயல் நாடுகளுக்கும் செல்லத் தொடங்கிவிட்டன. 'குறைவானதைக் கொண்டு அதிக பலன்' என்ற முத்திரை வாக்கியம் இந்தியாவின்

ஏற்றுமதி முழக்கமாக ஆகிவருகிறது. தொலை தொடர்புத் துறையை எடுத்துக்கொண்டால் குறைவான அழைப்புக் கட்டணமே இந்தியாவின் தொலைதொடர்புப் புரட்சிக்கு முக்கிய காரணம். குறைந்த செலவிலான தரமான மருத்துவம் என்பதுதான் இந்தியாவில் மருத்துவ சுற்றுலா வளரக் காரணம்.

தொழில்நுட்பத்தின் ஜனநாயகமயமாக்கத்தை இந்திய உள் நாட்டுச் சந்தையே முடுக்கிவிடுகிறது. சர்வதேச நிறுவனங் களுக்கு இந்திய சந்தையின் பிரமாண்டமும் வீச்சும் மிகவும் கவர்ச்சியாகத் தெரிகின்றன. ஆனால், வெற்றி பெற்றாக வேண்டுமென்றால் இந்தியா முன்வைக்கும் 'சுதேசி தேர்வில்' பாஸ் ஆகியாகவேண்டும். இந்திய நிறுவனங்களுக்கு இந்திய மனநிலை நன்கு புரியும் என்பதால், சர்வதேச நிறுவனங்களுக்குப் பெரும் சவாலாக வருங்காலத்தில் ஆகிவிடுவார்கள்.

சர்வதேச நிறுவனங்களும் தங்கள் நாடுகளில் உருவாக்குபவற்றை இந்தியச் சந்தைக்கு ஏற்ப மாற்றியமைத்தும் வருகிறார்கள். ஜெனரல் எலெக்ட்ரிகலின் கிராமப்புற இந்தியாவுக்கான சிறிய ஈ.சி.ஜி, கிராமப்புற சீனாவுக்கான போர்டபிள் அல்ட்ரா சவுண்ட் கருவி போன்றவையெல்லாம் சிக்கனச் சந்தைகளை மனதில் கொண்டு உருவாக்கப்பட்டவையே. இந்தக் கருவிகள் மேற்கத்திய நாடுகளில் நடமாடும் மருத்துவ சிகிச்சை, அவசர நேர சிகிச்சை போன்றவற்றுக்கும் பயன்படமுடியும்.

தொழில்நுட்பத்தின் ஜனநாயகமயமாக்கலுடன் இணைந்து, எல்லாவற்றையும் மாற்றக்கூடிய விளைவுகளைக் கொண்ட மற்றொரு நிகழ்வு உள்ளது. அதுதான் தகவலின் ஜனநாயகமய மாக்கல்.

இந்தியா இதை இதுவரை சரியாகப் பயன்படுத்தியிருக்கவில்லை. ஆனால் விரைவிலேயே இந்தியாவிலும் இது தொடர்பாக பெரிய மாற்றம் வரும். தகவல்கள் கிடைப்பது அரிதாக இருப்பதால்தான் ஊழல், முறைகேடுகள் நடக்கின்றன. ஒரு சிலருக்கு மட்டுமே தகவல் கிடைக்கின்றன. தேசம் முழுவதிலுமான டிஜிட்டல், கம்பி இல்லா பிளாட்ஃபார்ம் ஒன்றை உருவாக்க இருபது ஆண்டுகளாகியுள்ளன. கிராமங்களுக்கான பிராட்பேண்ட், ஆதார் எண், புவியியல் தகவல் அமைப்பு (ஜி.ஐ.எஸ்), சைபர் செக்யூரிட்டி, இணைய விண்ணப்பம் மற்றும் பில் செலுத்துதல் போன்றவற்றை உருவாக்க முயன்றுவருகிறது. இவையெல்லாம் அமல்படுத்தப்பட்டுவிட்டால் வணிகச் செயல்பாடுகள்

மட்டுமல்லாமல் பெரிய அளவிலான அரசுத் திட்டங்களுக்கும் மிகப் பெரிய நன்மையைத் தரும்.

டிஜிட்டல் பணம், மருத்துவம் போன்ற வகைகளில் மிகப் பெரிய சாதனைகள் செய்யப்பட்டுவருகின்றன. ஆனால், கண்டு பிடிப்புகள் எல்லாம் உயர் மட்டத்தினருக்கு மட்டுமே பயன் தருவதாகவே இருந்துவருகின்றன. நாம் இந்தக் கண்டு பிடிப்புகள், புதிய தொழில்நுட்பங்கள் இவற்றின் பலன் அனைவருக்கும் கிடைக்கும்படிச் செய்யவேண்டும். தேசிய அளவிலான பிளாட்ஃபார்ம் ஒன்றில் அனைத்தும் கிடைக்க வழிசெய்யவேண்டும்.

இந்திய அளவில் இந்தியா இன்னொவேஷன் பிளாட்ஃபார்ம் என்ற ஒன்று உருவாக்கப்பட்டு அனைத்து கண்டுபிடிப்புகள், ஆய்வுகள் எல்லாம் ஒருங்கிணைக்கப்பட்டு கூட்டு முயற்சிகள் துரிதப்படுத்தப்படவேண்டும். நாம் ஏற்கெனவே இருக்கும் ஒன்றைக் கண்டுபிடிக்க அதிக நேரத்தைச் செலவிட வேண்டிய தில்லை. எளிய மக்கள் அளவில் பெரும் மாற்றத்தை உருவாக்கக் கூடிய கண்டுபிடிப்புகளை நாம் முன்னெடுக்கவேண்டும். அரசு, வணிக சக்திகள், அரசு சாரா நிறுவனங்கள், மக்கள் என அனைத்து தரப்பையும் இணைக்கவேண்டும். பல்வேறு வசதி வாய்ப்புகளை அவர்கள் முன்னால் கடைவிரித்துத் தேவையானதைத் தேர்ந் தெடுக்கச் சொல்லவேண்டும். பொருட்களை வாங்குபவர்கள், விற்பவர்கள், வங்கி பிற நிதி அமைப்புகள் போன்ற உதவி அமைப்புகள் அனைத்தையும் ஒருங்கிணைக்கவேண்டும்.

இப்படியான முயற்சிகளை முன்னெடுக்க பெரும் முதலீடும் உகந்த சூழலும் நிலவவேண்டும். உகந்த சூழலை உருவாக்கும் பணிக்கு போதிய கவனம் செலுத்தப்படுவதில்லை. அதுவே பெரிதும் தோல்விக்கான காரணமாக அமைந்துவிடுகிறது. டி.சி.எஸ்ஸின் ஆரம்ப கால முயற்சிகள் எல்லாமே கணினித் துறைக்கு உகந்த சூழலை உருவாக்குவதிலேயே இருந்தன. இப்போதும் நாங்கள் அதையே செய்துவருகிறோம். கல்விப் புலம், அரசுகள், நிதி ஆதார சக்திகள், சமூகம் என எல்லாமே எங்களுக்கு நன்மை செய்கின்றன. நாங்களும் அவற்றுக்கு நன்மையளித்துவருகிறோம்.

ஒரு ஆதரவான சுற்றுச்சூழலுக்கான சிறந்த எடுத்துக்காட்டு 'சிலிகான் வேலி'. கணினித் துறையில் புரட்சி ஏற்பட்டபோது சிலிகான் வேலியில் ஒரு தொடக்க நிறுவனமாக இருந்தால்,

வெற்றிக்கான சிறந்த வாய்ப்பு உறுதியாக இருந்தது; வெற்றிக்குத் தேவையான அந்த கூடுதல் வாய்ப்பு அந்தச் சூழலில் இருந்த கல்விப்புலம், பிற சிறு ஆரம்ப நிலை நிறுவனங்கள், துணிகர முதலீட்டாளர்கள், அரசு ஆகியவற்றின் மூலம் உங்களுக்குக் கிடைத்திருக்கும். ஐரோப்பாவில் புதுமைகளைச் செய்யும் ஆர்வமுள்ள மனங்களுக்கு எந்தக் குறைவும் கிடையாது. ஆனால், அங்கு அமெரிக்கா போன்ற சூழல் இல்லை. பல அற்புதமான ஐரோப்பிய மென்பொருள் நிறுவனங்கள் உள் நாட்டுச் சந்தையில் மட்டுமே கவனம் செலுத்தின. சர்வதேச அளவில் அக்கறை காட்டவே இல்லை. இது ஒருவித தேங்கிய நிலையையும் குறைவான வளர்ச்சியையுமே தரும். இந்தியாவுக்கு கற்றுக் கொள்ள ஒரு நல்ல பாடம் இதில் இருக்கிறது.

புதிய கண்டுபிடிப்புகள் விஷயத்தில் டி.சி.எஸ் நிறுவனம் தொடர்ந்து முன்னேறியே வந்திருக்கிறது. சர்வதேச வாடிக்கை யாளர்களுக்கு மிகச் சிறந்த சேவைகளை வழங்கும் நோக்கில் பல புதிய தொழில்நுட்பங்களை ஆரத்தழுவி வந்திருக்கிறது. அந்த வாடிக்கையாளர்கள் தமது சந்தையில் இதன் மூலமாக புதிய கருவிகள், சேவைகளைக் கண்டுபிடிக்க முடிந்திருந்தது. மருத்துவம், கல்வி, தன்னிறைவு ஆகிய துறைகளில் தொழில் நுட்பத்தைப் பயன்படுத்தி புதிய கண்டுபிடிப்புகளைச் செய்ய முடியாதா என்ன? டி.சி.எஸ் எப்போதுமே அதுபோன்ற பல கண்டுபிடிப்புகளைச் செய்து வந்திருக்கிறது. கற்றுக் கொண்ட விஷயங்களை கல்விப் புலம், சப்ளையர்கள் என அனைவரிடமும் பகிர்ந்துகொண்டும் வந்துள்ளது. அதன் மூலம் சந்தைக்குத் தேவையானதை அவர்களும் கண்டுபிடிக்க உதவியிருக்கிறது. அப்படியாக நாங்கள் எங்களுக்கு உகந்த சூழலை உருவாக்கி வைத்திருக்கிறோம்.

இந்தியா தனது வளர்ச்சிக்கான சவால்களைச் சமாளிக்கும் விஞ்ஞான, தொழில்நுட்ப நிபுணத்துவம் பெற்றதாகவே இருக்கிறது. ஆனால், இந்த சக்தியை முழுமையாகப் பயன் படுத்திக்கொள்ள வேண்டுமென்றால் உகந்த சூழல் நிலவியாக வேண்டும். கிராமப்புற பிராட்பேண்ட் இணைப்புடன் தகவல் தொழில்நுட்பம் பற்றிய கல்வி அறிவு அந்த மக்களுக்குக் கிடைத்தாகவேண்டும். கல்வியை ஜனநாயகமயப்படுத்துவது என்பதுடன் கிராமத்து ஏழைகளுக்கு நிதி உதவிகள் கிடைக்கவும் வழி செய்யவேண்டும்.

தொழில்நுட்பத்தை அனைவரிடமும் கொண்டு செல்வது எளிது. உகந்த சூழலை உருவாக்குவதுதான் மிகப் பெரிய சவால்.

•

இந்தியாவும் தொழில்நுட்பமும்

இருபது ஆண்டுகளுக்கு முன்பாக, உலகில் எங்கெல்லாம் அதி நவீன ஆராய்ச்சிகள் நடக்கின்றன என்று கேள்வி கேட்டால் நம் நாடு அந்தப் பட்டியலில் இருக்காது. ஆனால், காலம் மாறிவிட்டது. இந்திய நிறுவனங்கள், குறிப்பாக ஐ.ஐ.டிகள் ஆராய்ச்சித் துறைகளில் முன்னணியில் உள்ளன. ஐ.ஐ.டி-கரக்பூர் சர்வதேச அளவில் அங்கீகரிக்கப்பட்ட மிகப் பெரிய அளவிலான மின்நுண்செயலி ஒருங்கிணைப்பு (VLSI) நிறுவனமாகத் திகழ்கிறது. ஐ.ஐ.டி-கான்பூர் கணினி அல்காரிதம்கள் மற்றும் அவற்றைச் செயல்படுத்துவதற்கு தேவைப்படும் நினைவக அளவு மற்றும் கால அளவு தொடர்பான விஷயங்கள் ஆகியவற்றில் முன்னணி வகிக்கிறது. ஐ.ஐ.டி-தில்லி கணினி பார்வை மற்றும் கிராபிக்ஸ் துறைகளிலும் ஐ.ஐ.டி-பம்பாய் இலவச-திறந்த மூல மற்றும் மலிவு கம்ப்யூட்டிங் ஆகிய வற்றிலும் முன்னிலை வகிக்கின்றன.

இதேபோல் ஐ.ஐ.டி-ஹைதராபாத் மொழி தொழில்நுட்பத்தில் (மனிதர்களின் பேச்சு, எழுத்து ஆகியவற்றை கணினி முதலான மின்னணு சாதனங்கள் புரிந்துகொண்டு செயல்படவைக்கும் தொழில்நுட்பம்சி முன்னணியில் உள்ளது. இந்திய கிராமங் களுக்கான தகவல் தொழில்நுட்பத் தேவைகள் மற்றும் மலிவு விலை வயர்லெஸ் தொழில்நுட்பம் ஆகியவற்றில் கவனம் செலுத்தும் பல்வேறு ஆரம்ப நிலை நிறுவனங்களைக் கை தூக்கி விடும் பணியில் ஐ.ஐ.டி-மெட்ராஸ் சிறந்து விளங்குகிறது. இந்தியாவின் தனியார் துறை அதிகளவில் ஆராய்ச்சியில் முதலீடு செய்கிறது. இந்திய தகவல் தொழில்நுட்பத் துறையில் மட்டும் இந்தியா முழுவதும் 594 ஆர்-அண்ட்-டி மையங்கள் உள்ளன. ஆராய்ச்சி சூழலில் பெரிய மாற்றம் ஏற்பட்டுள்ளது.

இந்தியாவில் தகவல் தொழில்நுட்பம் வாய்ப்புகள் என்ற தலைப்பில் சர்வதேச நிறுவனமான ஜின்னோவ் மேனேஜ்மெண்ட் கன்சல்டிங் ஒரு ஆராய்ச்சி அறிக்கை வெளியிட்டிருந்தது. இந்தியாவில் அறிவுசார் காப்புரிமை கோரி

பதிவாகும் விண்ணப்பங்கள் கடந்த மூன்று ஆண்டுகளாக 11 சதவிகிதம் என்ற அளவில் உயர்ந்து வந்துள்ளது. ஆண்டொன்றுக்கு 36,000 விண்ணப்பங்கள் பதிவாகின்றன. ட்யூக் பல்கலைக்கழகத்தின் ஆய்வின்படி உலக அளவில் பதியப்படும் சர்வதேச காப்புரிமை விண்ணப்பங்களில் 13.7 சதவிகிதம் இந்தியர்களால் பதியப்படுகின்றன. அமெரிக்காவில் இருக்கும் தொழில்நுட்ப நிறுவனங்களில் கால் வாசிக்கு மேல் அதன் நிறுவனர்களில் குறைந்தபட்சம் ஒருவர் இந்தியாவில் இருந்து புலம் பெயர்ந்தவராகவோ சீனராகவோ இருக்கிறார் என்று குறிப்பிட்டிருக்கிறது.

சர்வதேச ஆராய்ச்சிகளில் இந்தியா முக்கியமான ஒரு சக்தியாக விளங்குகிறது என்பதை பன்னாட்டு நிறுவனங்கள் செய்யும் முதலீடுகளில் இருந்து தெரிந்துகொள்ள முடியும். உதாரணமாக ஐந்து ஆண்டுகளுக்கு முன்பாக மைக்ரோசாப்ட் நிறுவனம் இந்தியாவில் ஒரு ஆராய்ச்சி மையத்தைத் தொடங்கியது. அப்போது அதில் வெறும் 20 பேர் மட்டுமே இருந்தனர். இப்போது அதில் 1500 பேர் இருக்கிறார்கள். ஜெர்மனிக்கு வெளியில் SAP நிறுவனத்தின் மிகப் பெரிய ஆராய்ச்சி மையம் இந்தியாவில்தான் இருக்கிறது. அதில் 4200 பேர் ஆய்வு மேற்கொள்கிறார்கள். இணைய ஜாம்பவானான கூகுள் நிறுவனம் அமெரிக்காவுக்கு வெளியில் தனது முதல் ஆய்வு மையத்தை பெங்களூரில்தான் அமைத்திருக்கிறது. வலைப்பின்னல் கருவிச் சந்தையில் முன்னணியாகத் திகழும் சிஸ்கோ நிறுவனம் 600 காப்புரிமைகளை இந்தியாவிலிருந்துதான் பதிவு செய்துள்ளது.

இந்த நிறுவனங்கள் இந்தியாவில் இப்படியாக முதலீடு செய்வது மிகவும் புத்திசாலித்தனமான முடிவுதான். ஏனென்றால் இந்தியா போன்ற வளர்ந்துவரும் சந்தையில், உலக மக்கள் தொகையில் ஆறில் ஒரு பங்கு மக்கள் வசிக்கும் இடத்தில் உற்பத்திப் பணிகளை மேற்கொள்வது பொருளாதாரீதியாக மிகவும் அறிவார்ந்த செயலே. உள்ளூரில் இருந்தே ஆராய்ச்சியாளர் களைத் தேர்ந்தெடுப்பது வருங்காலத்தில் அந்த சந்தைக்குத் தேவையான பொருட்களை உரிய விலையில் தயாரிப்பதற்குப் பெரிதும் உதவிகரமாக இருக்கும். எதிர்காலச் சந்தைக்குத் தேவையான மதிப்புக் கூட்டும் பணிகளையும் செய்ய முடியும். இந்தியாவைப் போன்ற மிகவும் சவாலான பொருளாதார அமைப்பும் பல கலாசாரங்களும் கொண்ட ஒரு சந்தையில் தமது

பொருட்களை பரிசோதித்துப் பார்த்து நிலைநிறுத்த முடிந்தால் தமது உள் நாட்டுச் சந்தைகளுக்கு ஏற்ப அதைப் பின்னர் மாற்றிக் கொண்டு செல்வது மிகவும் எளிதாக இருக்கும்.

அரசாங்கமும் இது போன்ற முயற்சிகளை முன்னெடுக்க வேண்டும். மின்சாரம், குடிநீர், நகரமயமாக்கம், கல்விப் பரவல் போன்றவற்றில் இந்தியாவுக்குள் இருந்தே உருவாகும் சிக்கனமான புதிய கண்டுபிடிப்புகள், முயற்சிகளுக்கு தேசிய அளவில் அதிக நிதியை ஒதுக்க வேண்டும். இது தொடர்பாகச் செயல்படும் இந்திய நிறுவனங்களுக்கும் பன்னாட்டு நிறுவனங் களுக்கும் போதிய நிதி தர வேண்டும். அறிவுசார் சொத்துக்களை உருவாக்குவது தொடர்பாக 'கண்டுபிடிப்புகளுக்கு காசு' என்ற வகையில் ஆராய்ச்சிப் பணிகளுக்கு அரசின் இந்த நிதி தரப்படவேண்டும். அதேநேரம் தொழில்துறை ஆராய்ச்சிகள் 'கண்டுபிடிப்புகளில் இருந்து காசு' என்பதற்கு முக்கியத்துவம் தரவேண்டும்.

சமூகம், தேசம், சர்வதேசம் ஆகியவற்றுக்கு உகந்த கண்டு பிடிப்புகளும் தொழில்நுட்பங்களும் நிச்சயம் வெற்றி பெறும். தகவல் தொழில்நுட்பத் துறை லைசென்ஸ் பிரிவில் இருந்து வெளியேறி சேவைக்கே முக்கியத்துவம் தரும் புதிய திசையில் நகரத் தொடங்கி இருக்கிறது. iPod போல் அதாவது ஒரு கருவியின் சேவை அந்தக் கருவியைவிட முக்கியமானதாக மாறத் தொடங்கியுள்ளது. அதன் மூலமான வர்த்தகம் என்பது எவ்வளவு பாடல்களை தரவிறக்குகிறீர்களோ அதைப் பொறுத்ததுதான்.

சூப்பர் கம்ப்யூட்டிங் செயல்பாடுகள் இந்த வகையான வர்த்தகத்தை அடிப்படையாகக் கொண்டதுதான். டாடா குழுமத்தில் உருவாக்கிய EKA சூப்பர் கம்ப்யூட்டர், *133* 'டெராஃப்ளாப்கள்' வேகத்தில் செயல்படும் ஆசியாவின் அதிவேக சூப்பர் கம்ப்யூட்டர்களில் ஒன்று. நானோ தொழில் நுட்பம், வானிலை முன்கணிப்பு, பாதுகாப்பு, மற்றும் அதி நுண் மின்னியல் - 'மைக்ரோ எலெக்ட்ரானிக்ஸ்' ஆகியவற்றில் உள்ள பெரிய சவால்களை எதிர்கொள்வதற்கும், மருந்து கண்டுபிடிப்பு மற்றும் மருத்துவ பரிசோதனைகள் ஆகியவற்றுக்கும் இது மிகவும் பொருத்தமானது. காப்புரிமை சார்ந்த விஷயங்களில் அதிக எச்சரிக்கையுடன் நடந்துகொள்ளும் மருந்துத் தொழில் துறை, 'ஒரு இந்திய நிறுவனம் கண்டுபிடித்த மருந்துகள்' மாதிரியை நோக்கி நகர்கிறது. இந்தியாவில் ஆர்-அண்ட்-டி

செலவு ஒரு வளர்ந்த தேசத்தில் ஒரு மருந்தைக் கண்டு பிடிப்பதற்கான செலவுகளில் ஐந்தில் ஒரு பங்கைக் காட்டிலும் குறைவு.

உலகில் மிகப் பெரிய மாற்றத்தை ஏற்படுத்தும் பல தொழில் நுட்பங்கள் இருக்கின்றன. ஆனால், கிளவுட் கம்ப்யூட்டிங், மொபைல் தொழில்நுட்பங்கள் மற்றும் நானோ தொழில்நுட்பம் போன்றவை மற்றவற்றில் இருந்து தனித்துத் தெரியும்வகையில் இருக்கின்றன. ஏனென்றால் இவை ஏற்படுத்தும் தாக்கம் அந்த அளவுக்கு அபாரமானதாக இருக்கிறது.

மொபைல் தொழில்நுட்பங்கள்

இந்திய மக்கள் தொகையில் 41% பேருக்கு வங்கிக் கணக்குகள் இல்லை. நியாயமான நிதி உதவிகள் பெறமுடியாமல் இருப்பதென்பது நம் தேசத்தின் வளர்ச்சிக்குப் பெரும் முட்டுக்கட்டையாக இருக்கிறது. வங்கிகளை அனைவருடைய வீடுகளுக்கும் கொண்டு செல்லும் புதிய வழிகளை அரசு தேடிக்கொண்டிருக்கிறது. தபால் அலுவலகங்கள் அல்லது கையடக்கக் கருவிகளை வைத்திருக்கும் வணிக பிரதிநிதிகள் மூலம் வீட்டு வங்கி சேவை போன்றவற்றை நடைமுறைப்படுத்த முயன்று வருகிறது. சப்ளையர்கள், சேவை வழங்குபவர்கள், சேவை வழிமுறைகள் ஆகியவற்றுக்கு உதவும் வகையில் தொழில்நுட்பம் தன்னை மாற்றியமைத்துக் கொண்டு வருகிறது. இதுபோன்ற சேவைகளை வழங்க செல்போன்கள் இன்னொரு எளிய வழியாக இருக்கின்றன.

நிதிச் சேவைத் துறைக்கு ஒருங்கிணைந்த தொழில்நுட்ப கட்டமைப்புகள் தேவை; அவை முக்கிய வங்கி அமைப்புகள் மற்றும் மூன்றாம் தரப்பு பயன்பாடுகளுடன் மின்-வங்கி மற்றும் மொபைல் வங்கியை தடையின்றி இணைப்பவையாக இருக்க வேண்டும். அதேநேரம் பயோமெட்ரிக்ஸ், கிரிப்டோகிரபி போன்றவை வலைப்பின்னல் உத்தரவாதத்தைத் தருவதாக இருக்க வேண்டும். பலமொழிகள், பல சேனல் செயல்பாடுகள், பலவிதமான இணைப்புகள், போன்றவையெல்லாம் முன்னெடுக்கப்பட வேண்டும்.

நம் நாட்டின் மக்கள்தொகையில் கிட்டத்தட்ட பாதி அளவுக்கு அதாவது அறுபது கோடி பேரிடம் செல்போன்கள் இருக்கின்றன.

இப்படியான பரந்துபட்ட தன்மையின் மூலம் வாடிக்கை யாளர்களை எளிதில் தொடர்பு கொண்டுவிட முடியும். கிராமப்புற மக்களுக்குக் குறைந்த விலையிலான செல்போன் சேவைகளை வழங்குவது என்பது மிகப் பெரிய வணிக வாய்ப்பாக இருக்கும். என்னதான் பைபர் ஆப்டிக் கேபிள்கள், பிராட்பேண்ட் மூலமான தொடர்புகளுக்கு முதுகெலும்பாகத் திகழ்கின்றன என்றாலும் குக்கிராமத்தில் இருக்கும் கடைசி நபரைச் சென்றடைவது சிரமமாகவே இருக்கிறது. கல்வி, பொழுதுபோக்கு, மருத்துவம், விவசாயம் என எந்த ஒரு சேவையையும் மொபைல் போன் மூலம் வழங்க முடியும்.

எந்த அளவுகோலின்படி பார்த்தாலும் இந்திய மொபைல் துறையின் வளர்ச்சி அசாதாரணமானதுதான். இந்தியாவில் குறைந்தது 14 நிறுவனங்களுக்கு மேல் இருப்பதே அதற்கான மிகச் சிறந்த எடுத்துக்காட்டு. தொலைத்தொடர்பு ஒழுங்குமுறை ஆணையத்தின் (TRAI) கொள்கை முடிவுகளே இந்த வளர்ச்சிக்கு முக்கிய காரணம். அதுதான் தொலைத் தொடர்பு சேவைகள் இந்திய வாடிக்கையாளர்களுக்கும், வணிக அமைப்புகளுக்கும் நியாயமான விலையில் கிடைப்பதை உறுதி செய்துள்ளது. புதிய நிறுவனங்களுக்குக் கதவைத் திறந்துவிட்டதன் மூலம் நியாயமான போட்டியை அந்த அமைப்பு உருவாக்கித் தந்துள்ளது. எண்ணை மாற்றாமல் ஒரு நிறுவனத்தில் இருந்து இன்னொரு நிறுவனத்துக்கு போனை மாற்றிக்கொள்ள முடிவது, தேசிய பிராட்பேண்ட் திட்டம், 3ஜி லைசென்ஸ் ஏலம் போன்றவற்றின் மூலம் இந்தத் துறையில் நியாயமான போட்டி நடக்க வழிவகுத்துள்ளது.

செல்போன் நிறுவனங்களுக்கு இடையிலான இந்தப் போட்டி செல்போன் வாடிக்கையாளர்களுக்குக் குறைந்த செலவில் சேவைகள் கிடைக்க வழிவகுத்துள்ளது. ஏற்கனவே உலக அளவில் மிகக் குறைவான கட்டணம் கொண்ட இந்திய செல்போன் துறை மேலும் குறைவான கட்டணத்தை நோக்கி நகர்ந்து வருகிறது. மாதமொன்றுக்கு 1.5 கோடி பேர்கள் புதிதாக செல்போன் வாங்குகிறார்கள். உலகில் எந்த நாட்டிலும் இல்லாத அளவுக்கான வளர்ச்சி விகிதம் இது. ஒருவரிடமே இரண்டு மூன்று போன்கள் இருப்பதால், 2021 வாக்கில் இந்த எண்ணிக்கை இந்தியாவின் மொத்த மக்கள் தொகையையும்விட கணிசமாக அதிகரித்துவிட்டிருக்கிறது.

இதன் விளைவாக இதுவரையிலும் நினைத்துப் பார்த்திருக்காத புதிய வணிகங்கள், நிர்வாக வழிமுறைகள் எல்லாம் உருவாகி விட்டன. உதாரணமாக டி.சி.எஸ் நிறுவனம் விவசாயிகளுக்கான ஆலோசனைகளை வழங்கும் 'எம்க்ருஷி' (mKrishi) செயலியை உருவாக்கியுள்ளது. இதைப் பயன்படுத்தி ஒரு பயன்பாட்டு சின்னத்தை (ஐகானை) அழுத்துவதன் மூலம் அல்லது ஒரு குரல் அல்லது செய்தி உரைக்கு (வாய்ஸ் - டெக்ஸ்ட் மெசேஜ்க்கு) எதிர்வினையாற்றுவதன்மூலம் ஒரு கேள்வியை கேட்க முடியும். அந்தக் கேள்வி சிடிஎம்ஏ செல்போன் நெட்வொர்க் மூலமாக ஒரு மைய அமைப்பைச் சென்று சேரும். நிபுணர்கள் தங்களிடம் இருக்கும் தகவல்களை கொண்டு அந்த கேள்விக்கான பதிலை உள்ளூர் மொழியிலேயே அனுப்புவார்கள்.

'எம்க்ருஷி' செயலியின் சிறப்புக்கூறுகளில் வானிலை முன்னறிவிப்பு (ஒரு குறிப்பிட்ட கிராமத்திற்கான மழைப் பொழிவு, மேக மூட்டம் மற்றும் வெப்பநிலை மாறுபாடு ஆகியவற்றின் ஏழு நாள் முன்னறிவிப்பு), பூச்சிக்கொல்லி மற்றும் உர ஆலோசனை ஆகியவை அடங்கும். ஒவ்வொரு ஊரின் வாநிலை, மண்ணின் தரம், விளையும் பயிர்கள் பற்றிய தகவல்கள் 3ஜி சிடிஎம்ஏ நெட்வொர்க் மூலம் தானாகவே மைய சேவையகத்திற்கு வழங்கப்பட்டுவிடும்.

மண் மற்றும் வாநிலையை ஆராய்ந்து சொல்லும் தொழில் நுட்பம், விவசாயிகள் மற்றும் நிபுணர்கள் இடையேயான குரல் குறுஞ்செய்தி அம்சம், IVR தொழில்நுட்பம் மூலம் பதில் கிடைக்கச் செய்தல் போன்ற பல புதிய சிறப்புக்கூறுகளை 'எம்க்ருஷி' அளிக்கிறது. இந்த செல்போனில் இருக்கும் உயர்ரக கேமராக்கள் பயிர்களை துல்லியமாக படம் எடுத்து அனுப்பவும் உதவுகிறது. அதில் இருக்கும் மென்பொருள் அதை அலசி ஆராய்ந்து என்ன விதமான நோய் தாக்கி இருக்கிறது என்பதை நிபுணர்கள் கண்டுகொள்ள உதவுகிறது.

உள்ளூர் விவசாயிகளுக்கு பயிர், மண் மற்றும் இடம் சார்ந்த ஆலோசனைகளை பல்வேறு தொழில்நுட்பங்களைப் பயன் படுத்தி ஒற்றை செல்போனில் வழங்கும் இப்படியான முதல் முயற்சி 'எம்க்ருஷி'தான் என்று நினைக்கிறேன். உள்ளூரில் இருக்கும் ஆபரேட்டர்கள், நிபுணர்கள் ஆகியவர்களின் வலைப்பின்னல் மூலம் இது மேலும் வளர்த்தெடுக்கப்பட முடியும். அரசு சாரா நிறுவனங்கள், விவசாயக் கல்வி மையங்கள்,

தேசிய விவசாய பரிசோதனை மையத்தின் ஆராய்ச்சியாளர்கள் இவர்களை எல்லாம் ஒருங்கிணைக்கும் பணியில் டி.சி.எஸ் ஈடுபட்டுள்ளது. இதே தொழில்நுட்பத்தை இந்தியக் கடற்கரை முழுவதிலும் இருக்கும் லட்சக்கணக்கான மீனவர்கள் பயன்பெறும் வகையில் அல்லது தேசம் முழுவதும் கால்நடை வளர்ப்பவர்கள் கால்நடை மருத்துவர்களுடன் இணைப்பு பெறும் வகையில் பயன்படுத்தப்பட முடியும். வாய்ப்புகள் ஏராளம் இருக்கின்றன. இந்தியாவில் முன்னெடுக்கப்படும் எந்த ஒரு தொழில்நுட்பச் செயல்பாட்டையும் இப்படியாக மிகப் பெரிய வீச்சு கொண்டதாகவே சிந்தித்து வடிவமைக்கவேண்டும்.

க்ளவுட் கம்ப்யூடிங் (மேகக் கணிமை)

மொபைல் போன்கள் இந்தியாவின் கிராமப்புறங்களைத் தொடர்புகொள்வதை எளிதாக்கியுள்ளன. லட்சக்கணக்கான புதிய வாடிக்கையாளர்களை ஒரு குடையின்கீழ் கொண்டு வந்துள்ளனர். மென்பொருளை ஒரு சேவையாக வழங்கும் கிளவுட் கம்ப்யூட்டிங் டெக்னாலஜிகள் சிறு மற்றும் நடுத்தர வணிக அமைப்புகளை ஒரு கவர்ச்சிகரமான சந்தையாக ஆகியுள்ளன. ஒரு வீட்டுக்கு மின்சாரம் தேவை என்றால் மின்னழுத்தமாற்றியை வாங்கி வைக்கத் தேவையில்லை. நாம் பயன்படுத்தும் மின்சாரத்துக்கு தேவையான கட்டணத்தை மட்டும் கொடுத்தால் போதும். அதுபோலவே கிளவுட் கம்ப்யூட்டிங் வழிமுறை சிறிய கம்ப்யூட்டர்களின் பணிச்சுமையைப் பல கம்ப்யூட்டர்களின் வலைப்பின்னலை கொண்ட ஒரு பொது கிளவுடுக்கு மாற்றி விடுகிறது. மென்பொருள் அந்த கிளவுடில் இருக்கும். நாம் கட்டணம் செலுத்தி தேவைப்படும்போது பயன்படுத்திக் கொள்ளலாம். வாடிக்கையாளர் கணினியில் கிளவுட் கம்ப்யூட்டிங் சிஸ்டத்தின் இடைமுக மென்பொருளை (interface software) இயங்க முடிவதாக இருந்தால் போதும்.

ஒரு பரந்த கண்ணோட்டத்தில் பார்த்தால், வாடிக்கையாளர் எந்த ஒரு சேவையையும் வெகு சீக்கிரமே பயன்படுத்தத் தொடங்குவதற்கு உதவக்கூடிய வர்த்தக வழிமுறையாக க்ளவுட் கம்ப்யூட்டிங்கை நாம் கருதலாம். தேவைப்படும் சேவைகள் தொடர்பான பல்வேறு உரையாடல்கள், பேச்சுவார்த்தைகள், பேரம் பேசுதல் எதுவும் தேவைப்படாது. டி.சி.எஸ்ஸில் நாங்கள் இதை சிறிய மற்றும் மிகப் பெரிய கோணத்தில் அணுகி

இருக்கிறோம். வணிக செயல்பாட்டு சேவைகள், அறிவுச் செயல்பாட்டு சேவைகள், செயல்முறை மேம்பாட்டு சேவைகள் என பல தரப்பட்ட சேவைகளை இதன் மூலம் வழங்க ஆரம்பித்துள்ளோம்.

உதாரணமாக தகவல் தொழில்நுட்பக் கட்டமைப்பு இல்லாத சிறிய நிறுவனங்கள் கிளவுட் மூலமான சேவைகளைத் தமது வணிக செயல்பாடுகளுக்குப் பயன்படுத்திக் கொள்ள முடியும். டி.சி.எஸ் நிறுவனம் இந்தத் தொழில்நுட்பத்தில் மிகுந்த நம்பிக்கை கொண்டுள்ளது. நம் நாட்டில் இருக்கும் சிறிய மற்றும் நடுத்தர வணிக நிறுவனங்களுக்குக் கணக்கு வழக்குகள், சம்பளப் பட்டுவாடா போன்ற சேவைகளைச் செய்துகொள்வதற்கான அமைப்புகளை டி.சி.எஸ் ஏற்கனவே உருவாக்கத் தொடங்கி விட்டது. எந்த அளவுக்குப் பயன்படுத்திக்கொள்கிறீர்களோ அந்த அளவுக்குக் கட்டணம் கொடுத்தால் போதும். இதனால் சிறிய மற்றும் நடுத்தர நிறுவனங்கள் தகவல் தொழில்நுட்ப கட்டமைப்புக்கு அதிகப் பணம் செலவிட வேண்டிய தேவை இல்லை. அது அவருடைய வளர்ச்சிக்குப் பெரிதும் உதவியாக இருக்கிறது.

மிகப் பெரிய நிறுவனங்களும் கூட அதிக பயன்பாடு உள்ள காலகட்டங்களில் இதுபோல் கிளவுட் கம்ப்யூட்டிங்கைப் பயன் படுத்திக்கொள்ளலாம். அல்லது, முக்கியத்துவம் குறைவான தகவல் தொழில்நுட்ப நடவடிக்கைகளை அவுட்சோர்ஸ் செய்துகொள்ள பயன்படுத்திக் கொள்ளலாம். தரவு பகுப்பாய்வு களுடன் இணைந்து, பெருமளவிலான தரவுகளை கிளவ்டில் தனியாகச் சேமித்து வைப்பதன் மூலம் தனது கணினிகளுக்கு அதிவேக தொடர்புகளையும் சந்தை தொடர்பான போக்கு களையும் தெரிந்துகொண்டு பயன்படுத்த முடியும்.

டி.சி.எஸ்ஸில் இயங்குதளம் (பிளாட்ஃபார்ம்) அடிப்படையிலான பல்வேறு சேவைகளை வழங்குகிறோம். சம்பளப்பட்டுவாடா, சிறந்த வணிகத் தீர்மானங்கள் எடுக்கத் தேவைப்படும் தரவுகளைத் தரும் பணி (பிசினஸ் இண்டெலிஜன்ஸ்) முதலான இந்த சேவைகளை எங்கள் சர்வர்களில் செய்து வாடிக்கையாளர்களுக்கு அவுட்புட்களாகக் கொடுக்கிறோம். இந்த அவுட்புட்களுக்கு ஏற்பக் கட்டணம் வசூலித்துக்கொள்கிறோம். அவர்கள் எத்தனை விதமான மற்றும் எவ்வளவு வணிகப் புள்ளிவிவரங்களைத்

தெரிந்துகொள்ள விரும்புகிறார்களோ அதை எந்தவித வன்பொருள், மென்பொருள் கட்டுப்பாடு எதுவும் இன்றிப் பெற்றுக்கொள்ளமுடியும்.

இந்தியாவில் கிளவுட் கம்ப்யூட்டிங் செலவைக் குறைப்பதற்கும், மின்-ஆளுமை (e-governance), சுகாதாரம் மற்றும் கல்வி உள்ளிட்ட பலதரப்பட்ட சேவைகளை விரிவாக்குவதற்கும் சாத்தியம் உள்ளது. கிளவுட் அமைப்புகளின் பாதுகாப்பு, மற்றும் ரகசியத் தன்மை குறித்து சிலருக்கு பயம் ஏற்படக்கூடும். முக்கியமான தரவுகள், செயல்பாடுகள் ஆகியவற்றை கிளவுடுக்கு நகர்த்தாமல் இருக்கவும் கூடும். இந்த பயம் எல்லாம் வலைப்பின்னல் பாதுகாப்பைப் பலப்படுத்துவதன் மூலம் சமாளித்துவிட முடியும்.

காலப்போக்கில் மொபைல் கிளவுட் மற்றும் 'மென்பொருளே ஒரு சேவையாக' என்பது போன்ற செயல்பாடுகள் எல்லாம் க்ளவுட் டெவலப்பர்களை தரவுகளை வலையேற்றம் செய்யவும் பகிர்ந்துகொள்ளவும் தேவையான வழிமுறைகளை உருவாக்க வழிவகுக்கும். 'கிளவுட் டெவலப்பர்' சமூகம் விரைவாக இலவசமான ஓபன் சோர்ஸுக்கு நகரும். மற்றும் பல இயக்க முறைமைகளில் வேலை செய்யக்கூடிய பயன்பாடுகளை எழுதுவதற்கு ஒற்றை வலைத் தரத்தைப் (சிங்கிள் வெப்) பயன்படுத்தும். மொபைல் போன்கள் மற்றும் பிற சாதனங்கள் மூலம் தனது குடிமக்களுக்கு பாதுகாப்பான மேகக்கணி சார்ந்த சேவைகளை வழங்கும் துறையில் இந்தியா முன்னணி வகிக்க அனைத்து வசதி வாய்ப்புகளும் உண்டு.

இன்டர்ஃபேஸ் (பயனர் இடைமுகங்கள்)

இந்தியாவில் கணினி உபயோகிப்பவர்கள், செல்போன் உபயோகிப்பவர்கள் எல்லாம் அவர்களுடைய வாழ்க்கையில் முதல்முறையாக அந்தத் தொழில்நுட்பத்தை உபயோகிப்பவர்களாகவே இருக்கிறார்கள். அவர்களுக்கு அவற்றைப் பயன்படுத்துவது தொடர்பாக அடிப்படையிலேயே வித்தியாசமான வழிமுறைகள் தேவை. குறிப்பாக, பேசுவதன் மூலமாக, சைகைகள் மூலமாக இயங்கக்கூடிய 'சிக்ஸ்த் சென்ஸ்' தொழில்நுட்பங்கள் தேவை. இப்போது பயன்படுத்தும் பலருக்கும் ஆங்கிலம் அவ்வளவாகத் தெரியாது. எனவே இயந்திரங்கள் மூலமான மொழிபெயர்ப்பு, பன்மொழித் திறன் மற்றும்

மொழியின் பல்வேறு அடிப்படை அம்சங்கள் எல்லாம் அவர்கள் பயன்படுத்தும் தொழில்நுட்பத்தில் இடம் பெற்றாக வேண்டும்.

உலக அளவில் இந்தியா தலைமை தாங்க வேண்டிய, தலைமை தாங்க முடிந்த இன்னொரு துறை இது. நம்மிடம் இருக்கும் இப்படியான மொழிசார்ந்த சேவைச் செயல்பாடுகள் எல்லாமே பயன்பாட்டுக்குத் தயாராகி வருகின்றன. ஹைதராபாதில் இருக்கும் 'தி இந்தியன் இன்ஸ்டியூட் ஆஃப் இன்ஃபர்மேஷன் டெக்னாலஜி' நிறுவனம் இந்த முயற்சியில் முன்னோடியாகத் திகழ்கிறது. இதற்கான சந்தை வாய்ப்புகளை இந்தத் துறை பெருக்க வேண்டும். WIMPy (Windows, Icons, Menus and Pointing device) இன்டர்ஃபேஸை காட்டிலும், SILKy (Speech, Image, Language, Knowledge) இன்டர்ஃபேஸை பயன்படுத்த வேண்டும்.

இந்த SILKy இன்டர்ஃபேஸ்களின் வலிமை மற்றும் தேவையைப் புரிந்துகொள்ள டி.சி.எஸ் முன்னெடுத்துள்ள கணினியை அடிப்படையாகக்கொண்ட கல்வித் திட்டத்தை (CBFL) சொல்லலாம். அது தனிநபரின் புரிதல் திறன்களுக்கு ஏற்ப சிக்கலான, காட்சி வடிவிலான ஹிந்தி எழுத்துக்கள் மற்றும் அவற்றின் ஒலியியல் உச்சரிப்புடன் (ஃபொனடிக்குடன்) சேர்த்து வழங்கிவருகிறது.

மொபைல் போன்களில் இந்திய மொழிகளில் எழுதுவதற்கான அடிப்படையான அம்சங்களை நாம் உருவாக்க வேண்டும். ஒரு இந்திய மொழியில் அமைந்த ஆவணத்தை இன்னொரு இந்திய மொழிக்கு மாற்றும்படியான 'வேர்ட்நெட்', 'ஆண்டாலஜி' போன்ற வெப் கருவிகளை உருவாக்க வேண்டும். பல்வேறு இந்திய மொழி எழுத்துக்களை எழுதக்கூடிய பிரவுசர்கள், டூல்கள் ஆகியவற்றைத் தரப்படுத்தி தேசம் முழுவதும் பயன்படுத்த முடியும் வகையில் ஆக்க வேண்டும். ஒரு இந்திய மொழியில் இலிருந்து இன்னொரு இந்திய மொழிக்கு மாற்றினால் மட்டும் போதாது; உலகின் எந்த ஒரு மொழியிலிருந்தும் எந்த ஒரு இந்திய மொழிக்கும் பரஸ்பரம் மாற்றும்படியாக இருக்க வேண்டும்.

இதில் சுவாரசியமான விஷயம் என்னவென்றால் மென்பொருள் கட்டமைப்பு, மெஷின் அல்காரிதம் போன்றவை மொழியை அடிப்படையாகக் கொண்டவை. இவற்றை சர்வதேச சந்தை உட்பட பிற இடங்களுக்கு எளிதில் மாற்றிக்கொண்டுவிட முடியும். SILKy இடைமுகங்கள் மேலும் வளர்ச்சி அடைந்ததும்

கீபோர்டுகளுக்கு மாற்றாக அனைவருமே இந்தப் புதிய பேச்சு அடிப்படையிலான தொழில்நுட்பத்துக்கு மாறத்தான் போகிறார்கள்.

'நானோ' தொழில்நுட்பம்

எதிர்காலத்தில் மிகப்பெரிய உலகளாவிய தாக்கத்தை ஏற்படுத்தப் போகும் மற்றொரு தொழில்நுட்பம் 'நானோ' தொழில்நுட்பம். கிரேக்க மொழியில் 'நானோஸ்' என்றால் குள்ளன்; நானோ மீட்டர் என்பது ஒரு மீட்டரின் நூறு கோடியில் ஒரு பங்கு, அல்லது சுமாராக மனித முடியின் விட்டத்தில் 1/80,000வது ஆகும்.

நானோ டெக்னாலஜி என்பது உண்மையில் மிகமிகச் சிறியதன் அறிவியல். ஒரு பொருளை அதன் மிக நுண்ணிய அளவில் கையாளக்கூடியது. சமூகத்தின், தொழில்துறையின் அனைத்துத் தளங்களிலும் மிகுந்த தாக்கத்தை ஏற்படுத்தக்கூடியது. இந்தத் தொழில்நுட்பத்தை மருத்துவம் தொடங்கி வணிகப் பொருட்கள் வரையிலான மனித குலத்தின் அனைத்துத் தளங்களின் வளர்ச்சிக்கு உகந்த வகையில் எப்படிப் பயன்படுத்தப் போகிறோம் என்பதை வைத்தே நம் எதிர்காலம் தீர்மானம் ஆகப்போகிறது.

மருத்துவத் துறையில் நானோ டெக்னாலஜி மிகப் பெரிய சாதனைகளை நிகழப்போகிறது. நோயுற்ற மற்றும் ஆரோக்கிய மான செல்களின் அதிநுட்பமான அடிப்படையான வேதியல் மற்றும் பௌதீகத் தன்மைகளை ஆராய்ச்சியாளர்கள் நன்கு புரிந்துகொள்ள இந்தத் தொழில்நுட்பம் பெரிதும் உதவும். உடம்பின் குறிப்பிட்ட பகுதிகளுக்குத் தேவையான மருந்து களைக் கொண்டு செல்ல இந்த நானோ துகள்கள் பெரிதும் பயன்படும். 'ஸ்டெல்த் கோட்டிங்குகள்' இந்த நானோ துகள்களை 'மேஜிக் புல்லட்'களாக ஆக்கி, புற்றுநோய் செல்களை அழிக்கும். பிற நோய் தாக்கிய செல்களைத் தேடிச் சென்று அழிக்கவைக்கும்.

நானோ டெக்னாலஜி வளர வளர மருத்துவர்கள் ஒவ்வொரு நோயாளியின் மரபணுக் கட்டமைப்புக்கு ஏற்ப தனியான விசேஷமான மருந்துகளைத் தர முடியும். இதனால் தேவையற்ற பக்கவிளைவுகளைத் தவிர்க்க முடியும். அப்படியாக சிகிச்சை முறை என்பது நோயைத் தீர்க்கும் வழிமுறையை விட நோய் வராமல் தடுக்கும் வழிமுறையில் சிறந்து விளங்க தொடங்கும்.

நானோ பொருட்கள் வணிக அளவில் தற்போது பயன்படுத்தப் பட்டுவருகின்றன. ரப்பரை உறுதியாக்க கார்பன் துகள்கள் பயன்படுத்தப்படுகின்றன. சூரியத் தடுப்பு க்ரீம்களில் உள்ள அல்ட்ரா வயலெட் பிரதிபலிப்பானாக டைட்டானியம் டையாக்சைடு துகள்கள் பயன்படுத்தப்படுகின்றன. நானோ துகள்கள் ஸ்டீலை விட மிகவும் லேசானவை. பத்து மடங்கு வலிமையானவை. க்வாண்டம் டாட் போன்ற துகள்கள் சூரிய மின்சாரத் தகடுகளில் விழும் சூரிய ஒளியை அதிக அளவு மின்சாரமாக மாற்றும் ஆற்றல் கொண்டவை. இவற்றைப் பயன்படுத்துவதன் மூலம் சூரிய மின் தகடுகளின் செயல் திறமை ஐம்பது சதவிகிதம் அதிகரிக்கமுடியும் என்று விஞ்ஞானிகள் கண்டுபிடித்துள்ளார்கள்.

டாடா சூப்பர் கம்ப்யூட்டரான EKAவைப் பயன்படுத்தி தங்கத்தின் நானோ துகள்களை உருவாக்கிவிட்டிருக்கிறோம். நானோ தொழில்நுட்பத்தைப் பயன்படுத்தி எந்த ஒரு தனிமத்தின் வேதியல் கூறு, மூலக்கூறு அமைப்பு ஆகியவற்றையும் உருவாக்கிவிட முடியும். இந்தத் தொழில்நுட்பம் புதிய தனிமங்களை உருவாக்கவும் மருத்துவத்தில் புதிய செயல் முறைகளைச் செய்யவும் உதவும்.

மின்சார சர்க்யூட் வடிவமைப்புகளையும் நானோ டெக்னாலஜி மேம்படுத்த உதவும். நானோ பொருட்களின் சுயமாக ஒருங்கிணையும் தன்மை (self-assembly) நுண்செயலி சில்லுகளில் (microprocessor chips) மின் சமிக்ஞைகளை 35 சதவீதம் வேகமாகப் பாய்ச்சுவதற்கு உதவுகிறது. இதனால் 15 சதவிகிதம் மின்சக்தி மிச்சமாகும். இந்தச் செயல்பாடுகள் எல்லாம் பரிசோதனை மையங்களைத் தாண்டி வர்த்தக உற்பத்தி மையங்களுக்கு நகரத் தொடங்கிவிட்டன. இந்த புதுமைத் தொழில் நுட்பங்கள் எல்லாம் இந்தியாவுக்கு மிகவும் அவசியமானவை.

கிளவுட் கம்ப்யூட்டிங்கில் ஆரம்பித்து நானோ டெக்னாலஜி துறையில் இந்தப் புதிய எல்லைகள் எல்லாமே உலகின் மீது மிகப் பெரிய தாக்கத்தை ஏற்படுத்தப் போகிறது. தொழில் புரட்சி உலகில் ஏற்படுத்திய மாற்றத்தைவிட மிக அதிக அளவில் இந்த நானோ டெக்னாலஜி மாற்றி அமைக்கப்போகிறது. இந்தியா இது சார்ந்த ஆராய்ச்சிகளில் தீவிரமாக ஈடுபட்டாக வேண்டும். வளர்ச்சி சார்ந்த சவால்களை இந்தப் புதிய தொழில் நுட்பத்தைப் பயன்படுத்திப் பெருமளவில் வெற்றி காண முடியும்.

வன்பொருள் மீதான கவனம்

மென்பொருள் துறையில் நாம் பல விஷயங்களைச் சாதித்திருக் கிறோம். ஆனால் வன்பொருள் துறையில் எப்படியோ கோட்டை விட்டுவிட்டோம். எனினும் நாம் இழந்ததை ஈடுகட்டியாக வேண்டும். மென்பொருள் துறைக்குக் கொடுத்த அதே கவனத்தை வன்பொருள் பக்கம் திருப்ப வேண்டும். இரண்டு துறையிலும் சர்வதேச அளவில் நாம் முன்னிலை பெற வேண்டும். நமது எலெக்ட்ரானிக்ஸ் துறை பத்தாண்டுகளுக்கு முன்பு இருந்த தகவல் தொழில்நுட்பத் துறை போல் திருப்புமுனைத் தருணத்தில் இருக்கிறது.

இந்திய வன்பொருள் துறைக்கு ஏன் முக்கியத்துவம் தர வேண்டும்?

இன்று நாம் பயன்படுத்தும் வன்பொருளைவிட 45% குறைவாகவே நம்நாட்டில் உற்பத்தியாகிறது. இப்போதைய தகவல் தொழில்நுட்ப வன்பொருள் துறை 45 பில்லியன் டாலராக இருக்கிறது. அது 2020 வாக்கில் 400 பில்லியன் டாலராக ஆகும் என்று எதிர்பார்க்கப்படுகிறது. நாம் இந்தத் துறையில் உற்பத்தி சார்ந்து எதுவும் செய்யவில்லை என்றால் 2020 வாக்கில் எலெக்ட்ரானிக்ஸ் இறக்குமதி நமது மொத்த உள்நாட்டு உற்பத்தியில் 16% எட்டிவிடும். இந்தியாவுக்கான இறக்குமதி சீனா மற்றும் தாய்வானில் இருந்து வருகிறது. இப்படி அவர்களைச் சார்ந்திருப்பது என்பது பின்னாளில் நமது வளர்ச்சியைத் தடைசெய்யும்.

ஏழ்மை, கல்வி தொடர்பான பிரச்னைகள், வேலையில்லாத் திண்டாட்டம் ஆகியவற்றை நாம் நிதி உதவிகள் பெறுவதில் சம வாய்ப்பு கிடைக்கவைத்தல், டிஜிட்டல்தொழில் நுட்பம் ஆகியவற்றின் மூலம் தீர்க்க வேண்டுமென்றால் கைக்கு அடக்கமான கருவிகள், பயோமானிட்டரிங், சிறு-குறு கடன், ஜி.ஐ.எஸ் கருவிகள், திட்டக் கண்காணிப்பு கருவிகள் போன்றவையெல்லாம் லட்சக்கணக்கிலான மக்களுக்குக் கிடைக்க வழி செய்தாக வேண்டும். இந்தக் கருவிகள், சேவைகள் எல்லாம் இந்தியாவின் தனிப்பட்ட தேவைகளைக் கருத்தில் கொண்டு உருவாக்கப்பட்டிருக்க வேண்டும். நம்முடைய எலெக்ட்ரானிக்ஸ் துறை இந்தக் கருவிகள் மற்றும் சேவைகள் ஆகியவற்றில் மிகப் பெரிய பங்கு வகிக்கவேண்டும்.

எஸ்.பி.ஐ, ஐ.சி.ஐ.சி.ஐ போன்ற வங்கிகள் ஏற்கனவே கிராமப் புறங்களில் குறைந்த செலவிலான ஏ.டி.எம்களுக்காக பயோமெட்ரிக் (கைரேகை) வழிமுறையைப் பயன்படுத்தத் தொடங்கிவிட்டன. எலெக்ட்ரானிக் பொருட்களின் உற்பத்தியாளர்களுக்குப் பல புதிய தொழில் வாய்ப்புகளை வழங்கவும் செய்கின்றன. டிஜிட்டல் பொருத்தப்பட்ட நுகர்வோர் பொருள்களைப் பெருமளவில் தயாரிப்பதில் வடிவமைப்பு மற்றும் உருவாக்கம் ஆகிய இரண்டிலுமே உள்ளூர் நிறுவனங்கள் பெருமளவில் ஈடுபடவேண்டும்.

நம் தேசத்தின் மின்சாரம் மற்றும் பாதுகாப்பு அமைப்புகள் தற்சார்பு கொண்டவையாகவும் நம்முடைய தொழில்நுட்பங்கள் மற்றும் உற்பத்தி வழிமுறைகளைக் கொண்டதாகவும் இருக்க வேண்டும். ஏனென்றால் இவற்றில் ரகசிய காப்பு அவசியம். அதோடு இவை பிரமாண்டமான அளவில் செய்யப்பட வேண்டியவையும் கூட. சமீபகாலப் பொருளாதார நெருக்கடிகள் எல்லாம் சர்வதேச சந்தைகளின் வீழ்ச்சி மற்றும் நிலையற்ற தன்மையை நமக்கு எடுத்துக்காட்டியுள்ளன. எங்கெல்லாம் அறிவுசார் திறமைகள் வலுவாக இருக்கின்றனவோ அவற்றில் எல்லாம் தற்சார்பு நிலையை முடிந்த அளவுக்கு முழுமையாக உருவாக்கிக்கொள்ளவேண்டும்.

தகவல் தொழில்நுட்ப வன்பொருள் துறையில் மிகப் பெரியதொரு சந்தை இருக்கிறது. மோசமான உட்கட்டமைப்பு, வரிவிதிப்பில் உள்ள பிரச்னைகள் இவை இரண்டுமே உள்நாட்டு மற்றும் வெளிநாட்டு முதலீடுகள் அதிகம் கிடைக்காமல் தடுத்து வருகின்றன. இந்தக் காரணங்களினால் முதலீட்டின் பெயரில் ஒருவருக்கு கிடைக்கும் வருவாய் இந்தியாவில் வெறும் 12 சதவீதமாக மட்டுமே இருக்கிறது. சீனாவைப் பொறுத்தமட்டில் அது 34 சதவீதமாக இருக்கிறது.

வரிவிதிப்பு மற்றும் தொழிலாளர் நலச் சட்டங்கள் மாற்றிய அமைக்கப்படுவதுடன் தொழிற்துறை, தொழில் முனைவோர் மற்றும் கல்விப் புலன்களுடன் இணைந்து மின்னணுக்களுக்கான தொழிற்சாலைகளையும் நிறுவவேண்டும். மாருதி நிறுவனத்துடன் சுஸுகி நிறுவனம் கூட்டணி அமைத்ததும் இந்திய வாகன உற்பத்தித் துறை எப்படி புரட்சிகரமான மாற்றத்தைச் சந்தித்தது என்பதை நாம் பார்த்திருக்கிறோம். அதுபோலவே தகவல் தொழில்நுட்ப வன்பொருள் துறையிலும்

முன்னணி அயல்நாட்டு நிறுவனம் ஒன்றை இந்திய சந்தைக்குள் நுழைந்து அதுபோன்ற ஒரு மாற்றத்தை உருவாக்க வழி செய்ய வேண்டும்.

உதிரி பாகமான குறை கடத்திகள் (semi-conductors) தொடங்கி முழுமையான எலெக்ட்ரானிக் பொருளான மொபைல்கள், பிற கையடக்க கருவிகள் வரை அனைத்து வகையான தகவல் தொழில்நுட்ப வன்பொருள்கள் அனைத்தையும் நாம் உற்பத்தி செய்யவேண்டும். இது நமது இறக்குமதிச் சுமையைக் குறைப்பதோடு லட்சக்கணக்கான இளைஞர்களுக்கு வேலை வாய்ப்பையும் உருவாக்கித் தரும்.

வன்பொருள் துறையில் தற்சார்பு இல்லாததே நம் தேசத்தின் வளர்ச்சிக்கு முக்கிய தடையாகத் திகழ்கிறது. நமது தகவல் தொழில்நுட்ப ஏற்றுமதிகள் எண்ணெய் இறக்குமதி சார்ந்து ஏற்படும் இழப்புகளை ஈடுகட்ட முடியும். அதற்கு மென்பொருள் மற்றும் வன்பொருள் துறையில் நாம் வளர்ச்சி காணவேண்டும். நம்மிடம் இதைச் செய்வதற்கான திறமையும் வளங்களும் இருக்கின்றன. அதற்கான மனம் தான் தேவை.

புதிய கண்டுபிடிப்புகள் விஷயத்தில் தரம் சார்ந்த உன்னதத்தைத் தேடுவதில் முன்னோடியான டாடா குழுமம் முன்னணியில் இருந்து வருகிறது. டி.சி.எஸ் நிறுவனமும் இதற்கு விதி விலக்கல்ல. கண்டுபிடிப்புகளை முடுக்கிவிடுதல், புதிய தொழில்நுட்பத்தைக் கைக்கொள்ளுதல், புதிய சந்தைகளில் புதிய வர்த்தக மாடல்களை உருவாக்குதல் இவையே எதிர் காலத்துக்கான எங்களுடைய செயல்திட்டம்.

உற்பத்தியை மேம்படுத்துதல், தரத்தை மேம்படுத்துதல், மறுசுழற்சி போன்றவை சார்ந்த படிப்படியான பலன் தரும் கண்டுபிடிப்புகளை மேற்கொள்ளும் அதேநேரம் அதிரடியான மாற்றத்தை ஏற்படுத்தும் கண்டுபிடிப்புகளை நிகழ்த்துவதிலும் நாங்கள் தயங்கியதில்லை. ஆஃப்-ஷோர் மாடல் போன்ற எங்களுடைய முயற்சி அப்படியான ஒரு முன்னோடி சாதனையே. 35 ஆண்டுகளுக்கு முன்பாகவே TRDDC போன்றதொரு ஆராய்ச்சி மையத்தை ஆரம்பித்து திடப் பொருளறிவியல் (மெட்டீரியல் சயின்ஸ்) உட்பட பல்வேறு துறைகளில் ஆய்வுகளை முன்னெடுத்திருந்தோம். அது வெறும் அசாதாரண முயற்சி மட்டும் அல்ல. தகவல் தொழில்நுட்பத் துறையின் பரந்துபட்ட

பயன்பாட்டுத் தன்மையை உணர்ந்து செயல்பட்ட ஒரு சாதனை. அதோடு அறிவுசார் காப்புரிமை சார்ந்த முன்னோடி செயல்பாடும் கூட.

இந்தியா நவீன தகவல் தொழில்நுட்பங்களைப் பயன்படுத்தத் தயாரானபோது, நாங்கள் நியாயமான விலையில், மிகவும் தேவையான சேவைகளை வழங்கும் நிலையில் இருந்தோம். லட்சக்கணக்கான மக்களின் வாழ்க்கையைத் தொட்டு ஆரோக்கியமான மாற்றத்தை உருவாக்க வேண்டும் என்பதே எங்களை இயக்கும் உந்துவிசை. 'இக்னைட்' செயல்திட்டம், வயது வந்தோர் கல்வி தொடர்பான எங்கள் முன்னெடுப்புகள் போன்றவை பிரச்னைகளைப் புதிய கோணத்தில் பார்ப்பதால் என்னவெல்லாம் செய்ய முடியும் என்பதற்கான சிறந்த உதாரணங்கள்.

குறைவான வளங்களை வைத்துக்கொண்டு அதிகமாக சாதிப்பது என்பதே எங்களுடைய செயல்பாடுகளின் அடிப்படை. எங்களுடைய வணிகச் செயல்பாடுகள் அனைத்திலும் நாங்கள் பின்பற்றுவது இதையே. குறைவான ஆட்களைக் கொண்டு குறைவான வளங்களைப் பயன்படுத்தி உயர்தரமான விஷயங்களைச் சாதிப்பது எப்படி என்ற கேள்வியையே நாங்கள் எப்போதும் கேட்போம். உண்மையில் இதற்கு மிகக் கடுமையான உழைப்பும் விரிவான பார்வையும் அவசியம். ஆனால் இப்படியான ஒரு இலக்கை முன்வைத்துக் கொள்வதன் மூலம் எங்களை நாங்களே மகத்தான சாதனைகளை செய்யும் வகையில் உருவேற்றிக் கொள்கிறோம்.

எனது குழுவினரிடம் நான் எப்போதும் முன்வைக்கும் ஒரு சவால் என்னவென்றால் இப்போது நீங்கள் ஒரு வேலையை நாற்பதாயிரம் பேரை வைத்துச் செய்கிறீர்களென்றால் அதை நாலாயிரம் பேரை வைத்துச் செய்வது எப்படி என்று யோசியுங்கள் என்று சொல்வேன். அப்படிச் செய்ய ஆரம்பித்தால், அடிப்படையான விஷயங்களை உங்களை அறியாமலேயே நீங்களே ஆச்சரியப்படும் வகையில் கேள்வி கேட்டு மாற்றியமைக்க ஆரம்பித்துவிடுவீர்கள்.

டி.சி.எஸ்ஸின் வெற்றி வரலாறு மேலும் முன்னேற முன்னேற, பணி விரிவாக்கத்துக்கும் பணிபுரியும் ஆட்களுக்கும் இடையிலான விகிதம் நேர்விகிதத்தில் இருந்தால் சரியாக

இருக்காது. அதற்கு நாங்கள் புதிதாக சிந்தித்து எங்களை மாற்றியமைத்து எங்களை நாங்களே புதிதாக கண்டுபிடித்துக் கொண்டாக வேண்டும். டி.சி.எஸ் நிறுவனம் இதற்கு முன்னாலும் இதைச் செய்திருக்கிறது. இனியும் செய்யத்தான் போகிறது. நிலையான வெற்றி, அனைவரையும் உள்ளடக்கிய வளமான எதிர்காலம் இவற்றையெல்லாம் உருவாக்க எத்தனையோ தொழில்நுட்பங்களும் கண்டுபிடிப்புகளும் தயாராக இருக்கின்றன. நாம் அவற்றைப் பயன்படுத்தத் தயாராகவேண்டும்.

அத்தியாயம் 8

நாளைய பாரதத்தை நோக்கி

சுகாதாரத்துறையின் எதிர்காலம்

என்ன வேலையில் சேர வேண்டும் என்பது தொடர்பாக இளம் வயதில் எனக்கு மூன்று நான்கு துறைகளில் ஆர்வம் இருந்தது. என் அப்பா அரசுத்துறையில் பணிபுரிந்தார். எனவே பொறியியல், மருத்துவம் போன்ற துறையில் அரசுப் பணியில் சேர வேண்டும் அல்லது டாடா, பிர்லா போன்ற மதிப்பு மிகுந்த தனியார் நிறுவனத்தில் சேர வேண்டும். இவையே மிகச் சிறந்த வேலைகள் என்ற எண்ணமே சிறு வயதில் இருந்தது. மருத்துவம் என்றால் எய்ம்ஸ்; ஆராய்ச்சிப் பணிகளுக்கு ஐ.ஐ.எஸ்சி; அறிவியல் தொழில்நுட்ப பணிகளுக்கு ஐ.ஐ.டி போன்றவையே நம் நாட்டில் புகழ் பெற்ற நிறுவனங்களாக இருந்தன.

டாக்டராக வேண்டும் என்பது எனது சிறு வயதுக் கனவுகளில் ஒன்று. எங்கள் வீடுகளுக்கு ஸ்டெதஸ்கோப், மருந்து பெட்டி சகிதமாக கம்பீரமாக நுழையும் டாக்டர்கள் மீது எனக்கு சிறு வயதில் மிகப் பெரிய கவர்ச்சி இருந்தது. வீட்டில் இருந்தவர்கள் டாக்டர்களுக்கு தரும் மதிப்பும் மரியாதையும் என் மனதில் அழுத்தமாகப் பதிந்திருக்கின்றன. 'நாமும் ஒருநாள் இது போல் டாக்டராக வேண்டும்' என்று அப்போது நினைத்துக்கொள்வேன்.

பின்னர், உயர்கல்விக்கான பாடங்களைத் தேர்வு செய்யும் நேரம் வந்தபோது, உயிரியலுடன் சேர்ந்த விஞ்ஞானத்தைத்

தேர்ந்தெடுத்தேன். மருத்துவக்கல்விக்கான முன்-பல்கலைக்கழக பரீட்சை எழுத நான் ஆர்வமாக இருந்தேன். ஆனால் விதி வேறாக இருந்தது. மருத்துவம், உயிரியல் போன்றவற்றில் மிகுந்த ஆர்வம் இருந்தது என்றாலும் அறுவை சிகிச்சை, ரத்தம் போன்றவற்றை நிச்சயமாக என்னால் சமாளித்திருக்கவே முடியாது. ஒரு மருத்துவராக முடியவில்லைதவிர அதன் மீதான வசீகரம் மனதிலிருந்து மறையவே இல்லை.

பல ஆண்டுகளுக்குப் பிறகு, டி.சி.எஸ்ஸில் சேர்ந்த பின்னர், Online Software என்ற ஐ.டி நிறுவனத்தின் முதலாளியான ஜாக் பெர்ட்டி என்றவரைச் சந்திக்கும் நல் வாய்ப்பு கிடைத்தது. டி.சி.எஸ் இன் வாடிக்கையாளர் என்ற முறையில் அவருடன் தனிப்பட்ட உறவை வளர்த்திருந்தேன். மனதுக்குப் பிடித்ததைச் செய்யவேண்டும் என்ற ஆர்வம் கொண்டவர் அவர். ஒரு நாள் தனது தகவல்தொழில்நுட்ப நிறுவனத்தை விற்றுவிட்டு மருத்துவப் படிப்பு முடித்து டாக்டராக வேண்டும் என்று போய்விட்டார். அதன்பிறகும் அவருடன் நான் தொடர்பில் இருந்தேன். அவருடைய மருத்துவப் பணிகளுக்குத் தகவல் தொழில்நுட்ப சேவை செய்து தரச் சொல்லி எங்களை நாடி வந்தார். இது என் மனதில் மருத்துவ சேவைகளுக்கு தகவல் தொழில்நுட்பத்தை விரிவாகப் பயன்படுத்தலாமே என்ற எண்ணத்தை உருவாக்கியது.

*1979*ல் நான் என் குடும்பத்துடன் அமெரிக்காவில் நியூயார்க் நகரத்தில் குயின்ஸில் வசிக்கச் சென்றபோது, இந்த எண்ணம் வலுப்பெற்றது. என் மனைவி மாலாவின் உறவினர் ஒருவர் அங்கு மருத்துவராக இருந்தார். எங்களுக்கு வீடு தேட உதவி செய்தார். அவரும் அருகில் வசித்ததால், நாங்கள் அடிக்கடி சந்தித்தோம். அவர் மூலமாக பல டாக்டர்களுடன் பேச முடிந்ததால் மருத்துவத் தொழில் எப்படி நடக்கிறது என்பதை அருகிலிருந்து பார்க்கும் வாய்ப்பு கிடைத்தது. எங்கள் நிறுவனத்துக்கு வணிக வாய்ப்புகளைத் தேடிக்கொண்டிருந்த நான் மருத்துவத் துறைக்கு தகவல் தொழில்நுட்ப சேவைகளை வழங்குவது தொடர்பாக யோசிக்க ஆரம்பித்தேன்.

மருத்துவத்துறையில் எனக்கு இருந்த உள்ளார்ந்த ஆர்வம் காலப்போக்கில் பெருகிக் கொண்டு இருந்தது. இந்தத் துறையில் தகவல் தொழில்நுட்பத்தைப் பயன்படுத்துவதற்கான வழிகளைக் கண்டுபிடிப்பது திருப்திகரமாக இருக்கும் என்று தோன்றியது.

மருத்துவத்தில் தகவல் தொழில்நுட்பத்தின் பயன்பாடு அமெரிக்காவில் ஒரு சிறிய அளவில் ஏற்கனவே தொடங்கி இருந்தது. 1980 தசாப்தத்தில் பர்ரோஸ் நிறுவனம் 'மருத்துவமனை மேலாண்மை முறை' (Hospital Management System) என்ற மென்பொருள் ஒன்றை வடிவமைத்தனர். வெளிநோயாளிகள் பதிவு, உள்நோயாளிகள் சேர்க்கை, சிகிச்சை முடிந்து வீடு திரும்புதல், அறுவை சிகிச்சைக்கான அட்டவணை, உடல் பரிசோதனைகள், இந்தப் பரிசோதனைகளை ஒருங்கிணைத்தல் போன்ற பணிகளுக்கு எல்லாம் கணினியைப் பயன்படுத்துவதன் மூலம் செய்நேர்த்தியை அதிகரிக்க முடிந்திருந்தது.

நாங்கள் பர்ரோஸ் நிறுவனத்துடன் பணிபுரிந்ததால் 1986ஆம் ஆண்டில் டல்லாஸ் நகரில் பிரஸ்பைடிரியன் மருத்துவமனையில் அதன் நிர்வாக மேம்பாட்டுக்குத் தேவையான கணிசமான தரவு மாற்றம் மற்றும் மென்பொருள் இடப்பெயர்வு வேலை கிடைத்தது.

பிட்ஸ்பெர்க்கில் உள்ள பிரஸ்பைடிரியன் மருத்துவமனையில், இதயத்தின் முப்பரிமாண காட்சிப்படுத்தல் (3D model) ஆகிய ஆக்கபூர்வமான வேலைகளும் கிடைத்தன. மருத்துவர்கள் நேரடியாக இதய சிகிச்சை செய்யும் போது எக்ஸ்ரே படங்களை ஒரு கால்மிதி பயன்படுத்தி ஒவ்வொன்றாக தொடர்ந்து காண்பார்கள். ஒரு ஸீமென்ஸ் இமேஜிங் கணினியில் எடுக்கப் பட்ட இந்தப் படங்கள் பின்னர் ஸ்டீவ் ஜாப்ஸால் கண்டு பிடிக்கப்பட்ட NEXT கணினிக்கு மாற்றப்படும். ஜப்பானில் ஐ.பி.எம் நிறுவனத்தின் இமேஜிங் டெக்னாலஜி பிரிவில் நல்ல நிபுணத்துவம் பெற்றிருந்த டி.சி.எஸ் பணியாளர் ஒருவரை இதற்கென அமெரிக்காவுக்கு வர வைத்தோம். இதயத்தின் பிம்பங்களைப் பதிவுசெய்து அவற்றை புதிய தொழில் நுட்பங்களைப் பயன்படுத்தி மாற்றியமைக்க வேண்டும். இந்த முப்பரிமாண காட்சிப்படுத்தல் பின்னர் மருத்துவ நிபுணர்களால் முழு இதயத் தன்மை, இதய நோயாளிகளுக்கு சிகிச்சை முறை ஆகியவற்றைத் தீர்மானிக்கவும், சிகிச்சைக்குப்பின் ஆலோசனை களைப் பரிந்துரைக்கவும் பயன்படுத்தப்பட்டது. ஆஞ்சியோ பிளாஸ்டி என்னும் இரத்தக்குழாய் சீர்படுத்தல் போன்ற நடை முறைகளில் புதிய மருத்துவ பட்டதாரிகளுக்கு பயிற்சி தரும் கருவியாகவும் இது பயன்பட்டது.

இந்த பர்ரோஸ் அமைப்புகளில் எங்கள் செயல்பாட்டு ஆதரவு ஐரோப்பாவுக்கும் நீட்டிக்கப்பட்டது; நெதர்லாந்தில் உள்ள

ரிவ்யரன்லாந்து டியெலில் நாங்கள் 'பர்ரோஸ் மருத்துவ மேலாண்மை அமைப்பை' 250 படுக்கைளுடைய, பன்னோக்கு சிகிச்சைத்திறன் கொண்ட ஒரு பிராந்திய மருத்துவமனையில் செயல்படுத்தினோம்.

இந்தத் திட்டத்தில் அயல்தள ரீதியிலும் (offshore) 1982ம் ஆண்டு ஏப்ரல் முதல் நவம்பர் மாதம் வரை பாம்பேயில் ஒரு பணித்தொகுப்பு செய்யப்பட்டது; அந்த மருத்துவமனையின் தனிப்பட்ட தேவைகளுக்காக புதிய பில்லிங் சிஸ்டம் போன்ற வற்றை 1982 ஏப்ரல் முதல் நவம்பருக்குள் செய்து முடித்தோம்.

ஸ்விட்சர்லாந்தில் 1984 வாக்கில் டெக்னோசாஃப்ட் (TKS) என்ற உள்ளூர் நிறுவனத்துடன் கூட்டு முயற்சி ஒன்றை ஆரம்பித்திருந்தோம். அதன் முதல் பணியாக லோசன் பகுதியில் இருக்கும் CHUV மருத்துவமனையின் ஒப்பந்தம் எங்களுக்குக் கிடைத்தது. அது ஒரு மிகப் பெரிய பல்கலைக்கழக மருத்துவமனை. 500 படுக்கை வசதிகளும் பல்நோக்கு மருத்துவ சேவைகளும் அங்கே தரப்பட்டன. மருத்துவமனையின் நிர்வாகப் பணிகளுக்கு தேவையான இடைமுகக் கணினி சேவையைச் செய்து கொடுத்தோம்.

நியூஜெர்சியில், பெர்டி மெடிக்கல் சிஸ்டத்தின் சி.இ.ஓவாக ஆகியிருந்த ஜாக் பெர்டி இதனிடையில் தனது மருத்துவமனைக்கு தேவையான 'ஸ்மார்ட் கிளினிக்' என்ற பேக்கேஜ் ஒன்றை உருவாக்கியிருந்தார். MS Access 97ல் வடிவமைக்கப்பட்டிருந்த அந்த மென்பொருள் அனைத்து வன்பொருள் தளங்களிலும் இயங்கக்கூடியதாக இருந்தது. இந்தியாவில் அந்த மென் பொருளின் ஒரே விற்பனையாளராக டி.சி.எஸ் நிறுவனம் நியமிக்கப்பட்டது.

இந்திய சந்தைக்கு ஏற்ப உடல் பரிசோதனை தொடர்பான ஆவணங்கள், மருந்துகள், அட்மிஷன், டிஸ்சார்ஜ், அறுவை சிகிச்சைக்கு முந்தைய பிந்தைய விவரங்கள் ஆகியவற்றை எல்லாம் மாற்றியமைத்து கொண்டோம். ஒரு நபரின் உடல் பற்றிய முழு விவரங்கள், ஒரு நோயாளி முன்பு எப்போது வந்து போனார் என்பது போன்ற விவரங்களை எல்லாம் கணினிமய படுத்தியதால் டாக்டர்களிடையே நல்ல வரவேற்பு கிடைத்தது. ஆனால் இந்த மென்பொருளை எதிர்பார்த்த அளவுக்கு டி.சி.எஸ் நிறுவனத்தால் விற்க முடிந்திருக்கவில்லை.

நம்நாட்டில் அப்போது மருத்துவ கிளினிக்குகள் சிறியதாகவும் தனித்தனியாக இயங்குவதாகவும் இருந்தன. எங்கள் மென்பொருள் காலத்தால் முந்தையதாகப் பார்க்கப்பட்டது. இந்தியாவின் முன்னணி மருத்துவ மையமான அகில இந்திய மருத்துவ அறிவியல் கல்வி நிறுவனம் (AIIMS), டி.சி.எஸ் நிறுவனம் வடிவமைத்த இந்த மருத்துவமனை நிர்வாக மென்பொருளைப் பயன்படுத்த முன்வந்தது.

மருத்துவத் துறைக்கான தொழில்நுட்ப சேவைகளில் கால் ஊன்றத் தொடங்கிய அந்த ஆரம்ப நாட்களில் நாங்கள் அமெரிக்காவிலும் ஐரோப்பாவிலும் சில சிறிய மருத்துவ பிராஜெக்ட்களுக்கு பேக் ஆபீஸ் பணிகள்தான் செய்து வந்தோம்.

அதன்பின் 1990 தசாப்தத்தின் பெரும்பகுதியும் இப்படித்தான் இருந்தது. 2001ன் ஆரம்பத்தில், இங்கிலாந்தில், டி.சி.எஸ் எப்போதுமே மிகவும் வலுவாக இருந்ததினால், அரசாங்கத்தில் இருந்து வரும் பல ஒப்பந்தப்புள்ளிகளுக்கு விண்ணப்பம் செய்தது. இப்படிச் செய்வதால் அதிக ஆதாயம் இருக்காது என்று அறிந்திருந்தாலும், இந்த பணிகளைத் தொடர்ந்து செய்வதில் இரண்டு முக்கிய நன்மைகள் இருந்தன. முதலாவதாக, பொதுத் துறையிலிருந்து வரும் முன்தகவல் மற்றும் முன்மொழிவு கோரிக்கைகளை (RFIs and RFPs) எப்படி அணுகுவது என்பதில் எங்களுக்கு நல்ல அனுபவம் கிடைத்தது;

இரண்டாவதாக, அரசாங்கத்தில் இருந்தவர்களிடையே எங்களுக்கு மருத்துவம் சார்ந்த தகவல் தொழில்நுட்ப பணிகளில் ஆர்வமும் திறமையும் இருக்கிறது என்ற விஷயத்தைப் புரியவைக்க முடிந்திருந்தது. இந்தக் காலகட்டத்தில்தான் பிரிட்டனின் தேசிய சுகாதார சேவையில் (NHS) தகவல் தொழில் நுட்பம் சார்ந்து பல முக்கியமான மாற்றங்கள் கொண்டு வரப்பட்டன. டெண்டருக்கு அழைப்புவிடுத்தபோது அது வரையிலும் இருந்திராத அளவுக்கு ஆறு பில்லியன் பவுண்ட் கணக்கில் மிகப் பெரிய திட்டமாக இருந்தது.

நாங்கள் அந்த டெண்டரைக் கைப்பற்ற இரண்டு வழிகளில் முயற்சி செய்தோம். பிளான் Aயின்படி பிரைஸ் வாட்டர் ஹவுஸ் கூப்பர்ஸ் (பி.டபிள்யூ.சி) மற்றும் ஃபியுஜிட்ஸு நிறுவனங் களுடன் கூட்டு சேர்ந்து விண்ணப்பித்தோம். இரண்டாவது திட்டத்தின்படி செர்னர் (Cerner Corporation) நிறுவனம் போன்றவற்றின் உதவியை நாடியிருந்தோம். செர்னர் நிறுவனம்

சர்வதேச சுகாதார தகவல் தொழில்நுட்ப நிறுவனம். மருத்துவமனைகள் பிற மருத்துவ நிறுவனங்கள் ஆகியவற்றின் மருத்துவப் பதிவேடுகள், நிதி நிர்வாகம் ஆகியவற்றுக்குத் தேவையான அனைத்து தகவல் தொழில்நுட்ப சேவைகளை நிர்வகித்தல், அனைத்து மின்னணு மருத்துவ ஆவணங்களை ஒருங்கிணைத்தல் போன்ற பணிகளைச் செய்துவருகிறது.

அப்படியாக எங்களுடைய ஒரு குழுவை செர்னர் நிறுவனத்துடன் இணைந்து டெண்டருக்கு விண்ணப்பிக்கவும் இன்னொரு குழுவை ஃபியுஜிட்ஸு நிறுவனத்துடன் கூட்டாளியாகவும் அந்த டெண்டரில் விண்ணப்பிக்க ஏற்பாடு செய்தோம். டி.சி.எஸ் நிறுவனத்தில் இருந்து மிகப் பெருமளவிலானவர்களை அந்தப் பணி ஒப்பந்தத்துக்கு நியமிக்க வேண்டியிருந்தது. அந்த விஷயங்களை மிகவும் கூர்ந்து கவனித்து வந்தேன்.

ஜனவரி 2004ல் ரத்தன் டாடாவுடனான முதல் அயல் நாட்டுப் பயணமாக லத்தீன் அமெரிக்காவுக்குச் சென்றேன். ஜொஹன்னஸ்பர்க் வழியாக எங்கள் பயணம் அமைந்திருந்தது. அடுத்த விமானத்துக்காக அங்கு மூன்று மணி நேரம் தங்க வேண்டியிருந்தது. சவோ பவுலோவுக்கு நாங்கள் போனபோது நள்ளிரவு ஆகிவிட்டிருந்தது. அப்போது பிரிட்டனில் இருந்து அதன் தேசிய சுகாதார செயல்திட்டத்தின் ஒப்பந்தம் எங்களுக்கு (ஃபியுஜிட்ஸு கூட்டணி) கிடைத்த மகிழ்ச்சியான செய்தி வந்தது. லண்டன், வடகிழக்கு, தெற்கு, கிழக்கத்திய மேற்கத்திய நடு நிலங்கள், மற்றும் வடமேற்கு என பிரிட்டனைப் பல பகுதிகளாகப் பிரித்து அந்த திட்டத்தை வடிவமைத்திருந்தனர். பிரிட்டனின் மிக மிகப் பெரிய திட்டம் எங்களுக்குக் கிடைத்ததில் மிகுந்த மகிழ்ச்சி அடைந்தேன். நான் உடனே போனை ரத்தன் டாடாவிடம் கொடுத்தேன். டி.சி.எஸ்ஸின் பிரிட்டன் கிளையின் இளம் தலைமை நிர்வாகிக்கு தனது சேர்மனிடம் அந்த மகிழ்ச்சிகரமான செய்தியைப் பகிர்ந்துகொள்ளும் வாய்ப்பை ஏற்படுத்திக் கொடுத்தேன். அவருடைய வாழ்க்கையின் மகத்தான தருணங்களில் அதுவும் நிச்சயம் ஒன்றாக இருக்கும் என்று நம்புகிறேன்.

பிரிட்டனின் தேசிய சுகாதாரச் செயல் திட்ட ஒப்பந்தம் கிடைத்ததென்பது டி.சி.எஸ்ஸுக்குச் சாதாரண வெற்றியல்ல. எங்கள் வாழ்க்கையைத் தலைகீழாக மாற்றிப் போட்ட சாதனை வெற்றி. மருத்துவப் பிரிவில் சின்னஞ்சிறிய திட்டங்களைச்

செய்துவந்த எங்களுக்கு அது மகத்தான வெற்றி. அக்சென்ச்சர், ஐ.பி.எம், ஹெச்.பி, பி.டபிள்யூ.சி, ஈ.டி.எஸ்., ஃபியுஜிட்ஸு போன்ற சர்வதேச டாப் டென் நிறுவனங்களில் ஒன்றுடன் கூட்டணி வைத்துக் கொண்டு, மற்றவற்றுடன் போட்டி போட்டுக் கொண்டு இருந்தோம். உலகிலேயே தகவல் தொழில் நுட்பத்தைப் பயன்படுத்திய மிக மிகப் பெரிய அரசுத் திட்டம் அதுதான். அப்படியான ஒரு மாபெரும் திட்டத்தில் மாபெரும் சப்ளையராக இருக்கும் வாய்ப்பு டி.சி.எஸ்ஸுக்குக் கிடைத்திருந்தது.

பிரிட்டனின் அந்த சுகாதாரத் திட்டம் 1.3 கோடி நோயாளி களுக்குப் பலன் தரக்கூடியது. ஏழு மருத்துவ அமைப்புகள் மூலமாக 2,56,000 தேசிய சுகாதாரப் பணியாளர்கள் அதில் பணிபுரிந்தனர். ஆரம்ப சுகாதார அமைப்புகள் மொத்தம் 81. மருத்துவமனை டிரஸ்ட்கள் 48. ஆம்புலஸ் டிரஸ்ட்கள் 12. ஜி.பி. செயல்பாடுகள் 1938. இவை அனைத்துக்கும் டி.சி.எஸ் நிறுவனம் மருத்துவ பயன்பாடு செயல்படுத்தல் (clinical application implementation), தரவு நகர்த்தல் (data migration) உள்ளிட்ட அனைத்து தகவல் தொழில்நுட்ப சேவைகளை வழங்கவேண்டும்.

ஸ்விட்சர்லாந்தில் SEGA ப்ராஜெக்ட் எங்களுக்கு அந்த நாட்டுப் பங்குச் சந்தையில் எப்படி மகத்தான வெற்றியாக அமைந்ததோ நம் நாட்டில் தேசிய பங்குச் சந்தைக்கான தகவல் தொழில்நுட்ப சேவையை உருவாக்கித் தந்தது எப்படி ஒரு மகத்தான சாதனையாக இருந்ததோ அதுபோலவே பிரிட்டனில் இந்த தேசிய சுகாதாரத் திட்ட ஒப்பந்தம் மகத்தான வெற்றியாக அமைந்தது. இவையெல்லாவற்றுக்கும் மேலாக பிரிட்டனில் இருந்த பல லட்சக்கணக்கான எளிய மக்களின் வாழ்க்கையில் சிறு ஒளியை ஏற்றிவைக்க இந்தத் திட்டத்தின் எங்களால் மூலம் முடிந்தது. ரத்தன் டாடாவிடம் இதை நான் சொன்னபோது, ‘ஆமாம். இந்தப் பார்வையே டி.சி.எஸ்ஸை முற்றிலும் மாறுபட்ட தளத்துக்கு மேலெடுத்துச் செல்கிறது’ என்று சொன்னார்.

பயோ இன்ஃபர்மேடிக்ஸ் (உயிர் தகவலியல்)

கடந்த 60 ஆண்டுகளாக மாலிகுலர் பயாலஜி (மூலக்கூறு உயிரியல்) மற்றும் ஜீனோமிக்ஸ் (மரபணுக்கூறியல்) போன்ற துறைகளில் மிகப் பெரும் பாய்ச்சல்கள் நடந்துள்ளன. அந்தத்

துறைகளில் நடந்திருக்கும் ஆராய்ச்சிகள், கண்டுபிடிப்புகள், உயிரியல் தரவுகள் போன்றவையெல்லாம் மருத்துவம், சுகாதாரம் போன்ற துறைகளுக்கு புதிய பரிமாணத்தைத் தந்துள்ளன. 1953ல் க்ரிக் மற்றும் வாட்சன் ஆகிய இருவரும் மரபணுவின் டபுள்ஹெலிக்கல் (இரட்டைச் சுருள்) கட்டமைப்பைப் புரிந்து கொண்டதைத் தொடர்ந்து இந்த மாற்றங்கள் நடக்கத் தொடங்கியுள்ளன. உயிரியல் துறையில் இப்படியான மாற்றங்கள் நடந்ததற்கு மரபார்ந்த உயிரியல் ஆய்வாளர் மட்டுமே காரணமல்ல; இயற்பியல், கணிதம், வேதியல், கருவியல், ஏன் கணினி விஞ்ஞானிகளுமே கூட பெருமளவில் பங்காற்றி இருக்கிறார்கள்.

மரபியலும் கணினி அறிவியலும் ஒன்றோடொன்று பிணைந்து, பயோ இன்ஃபர்மேடிக்ஸ் என்றொரு புதிய துறையே உருவாகியது.

டி.சி.எஸ் நிறுவனத்துக்கு இந்தத் துறையில் மிகப் பெரிய வாய்ப்புகள் இருப்பதைத் தெரிந்துகொண்டேன். புது மில்லினியத்தின் தொடக்கத்தில் பயோ இன்ஃபர்மேடிக்ஸ் துறை பற்றி நன்கு புரிந்து கொண்டு இந்தத் துறையிலும் முத்திரை பதிக்க வேண்டும் என்று முடிவு செய்தோம். இந்தத் துறையில் அனுபவம் பெற்றவர்கள் அப்போது இந்தியாவில் அதிகம் இருந்திருக்கவில்லை. நாங்கள் எதிர்கொண்ட முதல் பிரச்னை இதுதான். சி.எஸ்.ஐ.ஆர் போன்ற ஆய்வு மையங்கள் இருந்தன; கணிசமான அளவிலான கணினி விஞ்ஞானிகள் இருந்தனர். எனினும் இந்தத் துறையில் பல்கலைக்கழகங்களின் நிலை மிகவும் பரிதாபமாக இருந்தது.

எனவே பல்கலைக்கழகங்கள், ஆர்-அண்ட்-டி பரிசோதனைச் சாலைகள், உயிர்தொழில்நுட்ப தொழிற்துறை போன்றவற்றில் பயோ இன்ஃபர்மேடிக்ஸ் பணிகளை முன்னெடுக்கத் தேவையான மென்பொருள்களை உருவாக்கவேண்டிய அவசியத்தைப் புரிந்து கொண்டோம். இதைச் செய்வதன் மூலம் உயிர்த் தகவலியல் துறையில் டி.சி.எஸ் நிபுணத்துவம் பெறுவதோடு இந்தியாவில் கணினி சார்ந்த நவீன உயிரியல் ஆய்வுகளை முன்னெடுத்த தாகவும் இரட்டை நன்மைகள் கிடைக்கும் என்பது எங்களுக்குப் புரிந்தது.

இதே காலகட்டத்தில் டாக்டர் ஆர்.ஏ.மஷேல்கர் தலைமையில் சி.எஸ்.ஐ.ஆர் அமைப்பு நம் நாட்டில் தொழில்நுட்ப மேம்பாடு

தொடர்பாக புதிய, துணிச்சலான முயற்சிகளை முன்னெடுக்க ஆரம்பித்திருந்தது. அந்தச் செயல் திட்டத்துக்கு புதிய ஆயிரமாண்டு இந்திய தொழில்நுட்ப தலைமைத்துவ திட்டம் (NMITLI) என்று பெயர் சூட்டியிருந்தனர். என்னவிதமான புதிய ஆய்வு முயற்சிகளை முன்னெடுக்கலாம் என்று சிந்தித்ததோடு அரசு மற்றும் தனியார் நிறுவனங்கள் இணைந்து செயல்படவும் முன்வந்தது.

ஒரு செயல்திட்டத்தை ஆரம்பிப்பதற்கு டி.சி.எஸ்ஸுக்கு அரசின் கடனுதவி எப்போதுமே தேவைப்பட்டிருக்கவில்லை. எனினும் அரசாங்கத்தின் ஆய்வு மையங்கள் மற்றும் தகவல் தொடர்பு தொழில்துறை ஆகியவற்றுக்கு இடையிலான உறவு வலுப்பட வேண்டும் என்ற நோக்கில் ஆர்.ஏ.மஷேல்கர் எங்களையும் இந்தக் கூட்டு முயற்சியில் பங்கெடுக்க சொல்லி வற்புறுத்திக் கேட்டுக் கொண்டார்.

இதனையடுத்து டி.சி.எஸ் நிறுவனத்தின் சார்பில் பயோ இன்ஃபர்மேடிக்ஸை மையமாகக்கொண்டு ஹைதராபாதில் மேம்பட்ட தொழில்நுட்ப மையம் (அட்வான்ஸ் டெக்னாலஜி சென்டர்) உருவாக்கப்பட்டது. உண்மையில் அது ஒரு புதுமையான முயற்சி. உயிரியல் ஆராய்ச்சியாளர்கள், மருத்துவர்கள், கணினி விஞ்ஞானிகள், நிரல் எழுதுபவர்கள் என அனைவரும் ஒரு குழுவாக அங்கிருந்து செயல்படத் தொடங்கினார்கள். அந்தச் செயல் திட்டத்தில் சி.எஸ்.ஐ.ஆரின் 19 ஆய்வு மையங்கள் உயிரியல் துறையில் தமது நிபுணத்துவத்தைப் பகிர்ந்து கொண்டன. அதோடு ஓர் உயிரியல் ஆராய்ச்சியாளருக்கு என்னவிதமான தகவல் தொழில்நுட்ப உதவிகள், கருவிகள் தேவை என்பதையும் கணினி நிபுணர்களிடம் தெரிவித்தனர்.

அன்றைய காலகட்டத்தில் அதுபோன்ற மென்பொருளுக்கான தொகை பல லட்சம் டாலர்களாக இருந்தன. பல்வேறு ஆய்வு மையங்கள், பல்கலைக்கழகங்கள், சிறிய பயோடெக் நிறுவனங்கள் போன்றவற்றுக்கெல்லாம் அவ்வளவு தொகையைச் செலவிட முடிந்திருக்கவில்லை. எனவே, அவர்களுக்கு தேவையான மென்பொருளை மிகக் குறைவான செலவில் உற்பத்தி செய்து தரும் முயற்சியில் இறங்கினோம்.

டி.சி.எஸ் இந்த திட்டத்தில் பல முன்னணி ஆர்-அண்ட்-டி நிறுவனங்களுடன் இணைந்து செயல்பட்டது. டி.சி.எஸ்ஸில் நாற்பது நபர்கள் மொத்தமாக எண்பது நபர்-உழைப்பு-ஆண்டுகள்

வேலை செய்தனர். இதன் விளைவாக 'பயோ-சூட்' (BioSuite) என்ற மென்பொருள் உருவாக்கப்பட்டது; இது பெரிய மூலக்கூறு வரிசைகள் மற்றும் கட்டமைப்பு பகுப்பாய்வு, இரசாயன தகவலியல், மற்றும் மருந்துகள் கண்டுபிடிப்புக்கான வழிமுறை களின் செயல்பாடுகளை ஒருங்கிணைக்கும் தயாரிப்பு. இந்த தொகுப்பு நான்கு முக்கிய தொகுதிகளாக ஒழுங்குபடுத்தப்பட்டு, எழுபத்தி ஒன்பது வெவ்வேறு கணினி நிரல்களைக் கொண்டிருந்தது; உயிர்த் தகவலியல் சார்ந்தே பெருமளவுக்கு அது வடிவமைக்கப்பட்டிருந்தது.

இந்த விசித்திரமான கூட்டணி அதனுடைய இலக்கை வெற்றி கரமாக ஈட்டியது. இந்திய விஞ்ஞான துறைக்கு டி.சி.எஸ் ஆற்றிய மிக முக்கியமான, பெருமிதம் தரும் பணியாக அது அமைந்தது. இந்தியாவின் ஜனாதிபதி அப்துல் கலாம் ஹைதராபாத்தில் நடந்த இந்த 'பயோ-சூட்'ன் அறிமுக விழாவில் பங்கெடுத்தார் என்பதிலிருந்து இதன் முக்கியத்துவத்தை நாம் புரிந்துகொள்ள முடியும்.

அந்த மென்பொருள், சந்தையில் தற்போது கிடைப்ப வற்றிலேயே மிகவும் சிறந்தது. அதிலுள்ள 79 புரோகிராம்களும் பல்வேறு கட்டங்களில் பலவிதமான சோதனைகளுக்கு உட்படுத்தப்பட்டு மேம்படுத்தப்பட்டிருந்தன. உயர்தரக் கல்விப்புல ஆராய்ச்சிகள், தொழில் துறைகளில் ஆராய்ச்சி மற்றும் வளர்ச்சிப் பணிகள், இந்தியாவுக்கு உள்ளும் வெளிநாடு களிலும் இந்தத் துறை சார்ந்த கல்விப் பணிகள் ஆகியவற்றுக்கு இந்த மென்பொருள் மிகவும் உபயோகமாக இருக்கின்றது.

'பயோ-சூட்' அறிமுகப்படுத்தப்பட்டதைத் தொடர்ந்து இது போன்ற மென்பொருள் ஒன்றை விற்றுவந்த முன்னணி அமெரிக்க நிறுவனம் தனது முந்தைய விலையான கிட்டத்தட்ட அரை மில்லியன் டாலரிலிருந்து 90 சதவிகிதத்தைக் குறைத்துக்கொள்ள வேண்டி வந்தது என்று டாக்டர் மஷேல்கர் கூறினார். இந்திய ஆராய்ச்சி மற்றும் வளர்ச்சி நிறுவனங்களுக்கு மிகமிகக் குறைந்த விலையில் இந்த மென்பொருள் தரப்படுகிறது. பல்வேறு பல்கலைக்கழகங்களில் மாணவர்கள் இதைப் பயன்படுத்து கிறார்கள். அப்படியாக அரசு மற்றும் தனியார் தகவல் தொழில்நுட்ப நிறுவனங்கள் இணைந்து தேசம் முழுவதற்கும் தகவல் வலைப்பின்னலை முழுவீச்சில் கொண்டுசெல்ல வேண்டுமென்ற இலக்கு நிறைவேறியது.

சங்கர நேத்ராலயா

தகவல் தொழில்நுட்பத் துறையின் நவீன முன்னேற்றங்களைப் பயன்படுத்தி மருத்துவத்துறையின் செய்நேர்த்தி, தரம், வீச்சு ஆகியவற்றை மேம்படுத்த வேண்டும் என்ற நோக்கில் டி.சி.எஸ் நிறுவனம் 1990களிலேயே சில முயற்சிகளை மேற்கொள்ளத் தொடங்கியிருந்தது. இந்தியாவிலிருந்த மருத்துவமனைகளுக்கு நிர்வாகம் சார்ந்த விஷயங்களில் தகவல் தொழில்நுட்பம் சார்ந்த சேவைகளை வழங்க ஆரம்பித்திருந்தோம். மருத்துவமனைகளின் முக்கியமான பணிகள், நிதி நிர்வாகம் ஆகியவற்றுக்கு அதைப் பயன்படுத்த ஆரம்பித்திருந்தோம்.

மருத்துவமனைகளுக்கான தகவல் தொழில்நுட்பச் சேவைகளை வழங்கத் தொடங்கிய போது மருத்துவமனைகளுக்கான நிர்வாக மேலாண்மை தொடர்பான பல்வேறு அமைப்புகளுக்கும் பொருந்தும் வகையிலான ஒரு பொதுவான மென்பொருள் ஒன்றை வடிவமைக்க முடிவு செய்தோம். நாளடைவில் மருத்துவமனையின் நிர்வாகப் பணிகளில் இருந்து விலகி, மருத்துவ சேவைகளின் தரத்தை நேரடியாக மேம்படுத்த உதவும் செயல்பாடுகளில் கவனம் செலுத்தத் தொடங்கினோம்.

எங்களுக்கு அதற்கான ஒரு வாய்ப்பு தானாகக் கிடைத்தது. இந்தியாவின் பிரதான கண் மருத்துவமனைகளில் ஒன்றான சங்கர நேத்ராலயா, ஆசியாவில் கண் மருத்துவ சிகிச்சைக்கான சிறந்த மையங்களில் ஒன்றாக விளங்குகிறது. இந்த நிறுவனம் மின்னணு மருத்துவ பதிவேடுகள் மற்றும் மருத்துவமனை நிர்வாக முறைகளை செயல்படுத்த முடிவு செய்தது.

அவர்களுடைய அந்த எதிர்பார்ப்பை பூர்த்தி செய்ய 1995ல் டி.சி.எஸ் நிறுவனத்தையே உதவிக்கு அழைத்தது. எனக்கான கண் சிகிச்சைக்கு நான் அங்குதான் போய் வருவதுண்டு. எனவே அந்த மருத்துவமனையின் செய்நேர்த்தி பற்றி எனக்கு நேரடியாகவே நன்கு தெரியும். நாளொன்றுக்கு 1200 நோயாளிகளுக்கு சிகிச்சை அளித்து வருகிறார்கள். தினமும் குறைந்தது 100 அறுவை சிகிச்சை செய்கிறார்கள். அவர்களுடைய அறுவை சிகிச்சை மையம் உலகின் அதிநவீன கருவிகளைக் கொண்டது. சிகிச்சைக்கு வருபவர்களுக்கு எந்த ஒரு இடையூறும், நெருக்கடியும் இருக்கக்கூடாது என்பதில் அந்த மருத்துவமனையின் நிறுவனர் டாக்டர் எஸ்.எஸ்.பத்ரிநாத் மிகவும் அர்ப்பணிப்புடன் இருந்தார்.

அதி உன்னதத்துக்குக் குறைவான எதையும் அவர் ஏற்றுக் கொண்டதில்லை.

என் பங்குக்கு, சங்கர நேத்ராலயாவுக்கு உலகத் தரமான தகவல் தொழில்நுட்ப சேவையை வழங்க ஆர்வமாக இருந்தேன். சென்னையில் இருந்த குழந்தைகள் நல மருத்துவர் டாக்டர் சுமந்த் ராமன், பிரிட்டனிலிருந்து விழித்திரை அறுவை சிகிச்சை நிபுணர் டாக்டர் அரவிந்த் சிங், இருவரையும் திட்டத்தின் மருத்துவ விஷயங்களைக் கவனித்துக்கொள்ளும் பிரிவுக்குத் தலைமை தாங்க அழைத்தேன். மருத்துவமனையின் உயர்மட்டக் குழுவினர் தொடங்கி நர்சுகள் மற்றும் நிர்வாகப் பணியாளர்கள் வரை அனைவருடனும் கலந்துரையாடினோம். மருத்துவர்கள் மற்றும் தகவல் தொழில்நுட்பக் குழு இவர்களுக்கிடையிலான தொடர் உரையாடல் நடந்தவண்ணம் இருந்தது.

மருத்துவமனையின் மேல் தளத்தில் இருந்த ஒரு சிறிய அறையில் இருந்துகொண்டு குறைந்த எண்ணிக்கையிலான நிரலாளர்கள் தீவிரமாகப் பணிபுரிந்தனர். அவர்கள் எந்த நிறுவனத்துக்காகப் பணிபுரிகிறார்களோ அதே சூழலிலேயே அந்த இடத்திலேயே இருந்து பணிபுரிவது மருத்துவமனையினருக்கு ஒருவித நம்பிக்கையை கொடுத்தது. இரு தரப்பினருக்குமே அது நல்லதொரு அனுபவமாக இருந்தது.

டி.சி.எஸ் பணியாளர்களுக்கு அந்த மருத்துவமனையில் நடக்கும் சேவைகள் தொடர்பான தெளிவான புரிதல்கள் ஏற்பட்டன. தகவல் தொழில்நுட்பத் துறையினருக்கு நன்கு புரியும் வகையில் மருத்துவ கலைச்சொற்கள், சிக்கலான சேவைகள் ஆகியவற்றை எடுத்துச் சொல்வதில் மருத்துவ துறையினரும் தேர்ச்சி பெற்றனர். இதில் டி.சி.எஸ் பணியாளர்களுக்கு கண் விழித்திரை மற்றும் கண்ணின் பிற பாகங்கள் தொடர்பான துல்லியமான வரை படங்களை உருவாக்க வேண்டியிருந்தது. இரு தரப்பினரும் இது போன்ற விஷயங்களை அதிக கவனம் எடுத்து நிதானமாக செய்து முடித்தனர். அதேநேரம் நிச்சயிக்கப்பட்ட பட்ஜெட்டுக்குள், நிச்சயிக்கப்பட்ட காலக்கெடுவுக்குள் இந்த பணிகள் எல்லாம் வெற்றிகரமாக செய்து முடிக்கப்பட்டன.

NASSCOM *2008*ம் ஆண்டிலும், KPMG *2011*ம் ஆண்டிலும், இந்த் திட்டத்துக்கு மிகச் சிறந்த மின்னணு மருத்துவ பதிவேடு தீர்வுக்கான எலெக்ட்ரானிக் மருத்துவ ரெக்கார்ட் சொல்யூஷன் விருதை வழங்கி கௌரவித்தன.

மருத்துவத் துறையினரும் தகவல் தொழில்நுட்பத் துறையினரும் ஒருசேரப் பெருமிதம் கொள்ளும் சாதனை அது.

டாக்டர் பத்ரிநாத் உலகத்தரம் வாய்ந்த கண் மருத்துவமனை ஒன்றை அமைத்திருந்தார். அவருடைய நிறுவனத்துக்கு அதிநவீன தகவல் தொழில்நுட்ப சேவையை வழங்கியதன் மூலம் அவருடைய எதிர்பார்ப்பை நாங்கள் முழுமையாக பூர்த்தி செய்வதாக உணர்ந்தேன். ஒட்டுமொத்த டி.சி.எஸ் குழுவும் அந்த சாதனையில் பெருமிதம் அடைந்திருந்தது. மிகுந்த நம்பிக்கையுடன் அந்த மருத்துவமனைக்கு வந்தவர்கள் பார்வை குணமடைந்து செல்ல உதவி வந்த அர்ப்பண உணர்வு மிகுந்த மருத்துவர்களுக்கு சிறிய உதவியை செய்து தந்த மனநிறைவு எங்கள் அனைவருக்கும் கிடைத்தது.

கடந்த பத்தாண்டுகளாக மருத்துவத்துறையில் அரசு முன்னெடுத்து வரும் பெரிய திட்டங்களில் டி.சி.எஸ் நிறுவனமும் தன் பங்கை வழங்கி வருகிறது. சமீபத்தில் குஜராத் அரசுக்கு அதன் 31 மிகப் பெரிய மற்றும் நடுவாந்தர அரசு மருத்துவமனைகளுக்கு தகவல் தொழில்நுட்ப சேவைகளை டி.சி.எஸ் நிறுவனம் வழங்கி இருக்கிறது.

தமிழக அரசு சார்பில் நாங்கள் முன்னெடுத்த மருத்துவத் தகவல் தொழில்நுட்ப சேவைத் திட்டம் மிகவும் பெரியது. மருத்துவ சேவைகளின் செய்நேர்த்தியை அதிகரிக்கும் நோக்கில் தமிழகம் முழுவதிலும் இருந்த அனைத்து அரசு மருத்துவமனைகளையும் ஒரே கூரையின் கீழ் கொண்டு வந்தோம். மாநிலம் முழுவதிலுமான 1559 ஆரம்ப சுகாதார மையங்களில் மருத்துவ மேலாண்மை தகவல் அமைப்பை நிறுவினோம். 46 அரசு மருத்துவமனைகளில் மருத்துவமனை மேலாண்மை நிர்வாக அமைப்பை நிறுவினோம்.

இதன் அடுத்த கட்டமாக இது 225 மருத்துவமனைகளுக்கு விரிவுபடுத்தப்படபோகிறது. அதன்மூலம் ஒட்டுமொத்த மாநில மருத்துவமனைகளும் ஒரே கூரையின் கீழ் கொண்டு வரப்படும். மருத்துவமனை நிர்வாக அமைப்பினுள் எக்கச்சக்கமான தரவுகள் வந்து குவிந்த வண்ணம் இருக்கின்றன. தேசிய கிராமப்புற சுகாதார திட்டம் (NRHM) போன்ற அமைப்பிலும் இந்தத் தரவுகள் சேகரமாகின்றன. இவையெல்லாம் காலப்போக்கில் தேசத்தின் மருத்துவ சேவைகளின் தரத்தை வெகுவாக உயர்த்தப் போகின்றன.

ஒரு புற்றுநோய் மருத்துவமனை ஒன்றை சமூக சேவை நோக்கில் கொல்கத்தாவில் கட்டி எழுப்ப டாடா குழுமம் முடிவு செய்தபோது டி.சி.எஸ் நிறுவனம் தனது மருத்துவமனை மேலாண்மை மென்பொருளை மிகுந்த மனநிறைவுடன் அவர்களுக்கு வழங்கியது. அதிநவீன புற்றுநோய் கட்டிகள் தொடர்பான மின்னணு மருத்துவ ஆவணங்கள் மற்றும் மருத்துவமனை நிர்வாக வழிமுறை ஆகியவற்றை உள்ளடக்கியதாக இந்த மென்பொருள் இருந்தது.

சர்வதேசக் கல்விப்புலம், ஆய்வு மையங்கள் ஆகியவற்றுடன் இணைந்து ஒப்பீட்டு நோக்கில் ஆய்வுகளை மேற்கொண்டு இந்தத் துறையில் புதிய முன்னேற்றங்களை கொண்டுவருவதும் எங்களுடைய முக்கிய நோக்கமாக இருந்தது. மின்னணு மருத்துவ ஆவணங்கள், பரிசோதனைச்சாலைத் தரவுகள், ரேடியாலஜி தகவல்கள், மருத்துவ தீர்மானங்கள் எடுப்பதற்கு உதவும் வழிமுறைகள் போன்று மருத்துவ சேவையின் தரத்தை உயர்த்தும் பல அம்சங்கள் இதில் இணைந்திருந்தன.

நம் நாட்டின், இந்திய விண்வெளி ஆராய்ச்சிக் கழகம் (ISRO) மருத்துவத்துறை சார்ந்த சேவைகளுக்கு இலவச செயற்கைக் கோள் உதவிகளை வழங்குகிறது. அந்த செயற்கைக்கோள் இணைப்புகளைப் பயன்படுத்துவதன் மூலம் சங்கர நேத்ராலயா போன்ற மருத்துவமனையில் இருக்கும் ஒரு மருத்துவர் நாட்டின் ஏதோ ஒரு குக்கிராமத்தில் இருக்கும் நோயாளியைப் பரிசோதிக்கும் நர்ஸ் அல்லது ஒரு மருத்துவருடன் இணைய வழித் தொடர்புகொள்ளமுடியும். ஆடியோ மற்றும் வீடியோ தகவல் பரிமாற்றங்களுக்கு உதவக்கூடிய இந்த இலவச செயற்கைக்கோள் இணைப்பின் மூலமாக நகரத்தில் இருக்கும் மைய மருத்துவமனை, சிகிச்சை பெற்று வீட்டுக்கு செல்பவர் களுக்குத் தேவையான ஆலோசனைகளையும் மருத்துவ உதவி களையும் வழங்க முடியும். தொலைதூரப் பகுதிகளில் இருந்து வந்தவர்களுக்கு இங்கும் அங்குமாக இதற்காக அலைய வேண்டிய அவசியம் இருக்காது.

மும்பையில் இருக்கும் டாடா மெமோரியல் மருத்துவ மனையிலும் இதுபோன்ற வசதி செய்யப்பட்டுள்ளது. இதனால் புற்றுநோய் சிகிச்சை பெற்று வீட்டுக்கு சென்றவர்கள் திரும்பவும் மும்பைக்கு வந்து மறு ஆய்வு சிகிச்சைகளைப் பெறுவதில் இருந்த

கஷ்டங்கள் எல்லாம் வெகுவாகக் குறைந்துவிட்டன. நேரமும் பணமும் பெருமளவுக்கு மிச்சமாகிறது.

சங்கர நேத்ராலயாவுடன் நாங்கள் இணைந்து பணியாற்றியதன் மூலம் இந்தச் செயற்கைக்கோள் தொடர்பானது ஆடியோ வீடியோ இரண்டும் கலந்ததாக இருக்கவேண்டும் என்பதைப் புரிந்து கொண்டிருந்தோம். ஏனென்றால் மருத்துவ ஆலோசனை என்பது பெரும்பாலும் நேராகப் பார்த்து, பரிசோதித்து சொல்லப்படும் ஒன்றாகவே இருக்கும். அதாவது ஒருவர் மருத்துவரின் அறைக்குள் என்னவிதமாக நடந்து வருகிறார்; நோயாளின் முகம் அவர் எந்த அளவுக்கு வலியுடன் இருக்கிறார் என்பதையெல்லாம் அப்போதுதான் மருத்துவரால் புரிந்து கொள்ள முடியும். வெறும் ஆடியோ மட்டுமே அனுப்பப் பட்டால் இது போன்ற விஷயங்களை எல்லாம் மருத்துவரால் தெரிந்துகொள்ள முடியாமல் போய்விடும்.

தொலைதூர கிராமங்களில் இருக்கும் மருத்துவரிடம் அதி துல்லியமான கேமரா மற்றும் சில அடிப்படையான பரிசோதனை கருவிகள் இருந்தாலே போதும். நோயாளிகள் குறித்த தகவல்களை ஒரு போர்டில் எழுதி இணையம் மூலம் அனுப்பினால் நகரத்தில் இருக்கும் தலைமை மருத்துவமனையில் அவை கணினிமயப்படுத்தப்பட்டு விடும். ஒரு நோயாளிக்கு, தலைமை மருத்துவமனைக்கு வரவேண்டிய தேவை இருந்தால் அவரைப் பற்றிய தகவல்கள் எல்லாம் அவருக்கு முன்னதாகவே அந்த மருத்துவமனையைச் சென்று சேர்ந்திருக்கும். சில நேரங்களில் அந்த நோயாளிக்கு தலைமை மருத்துவமனைக்குப் பயணம் செய்ய வேண்டிய அவசியமே இருக்காது. ஏனென்றால் தலைமை மருத்துவர் நகரத்தில் இருந்தபடியே அவருக்கான முழு சிகிச்சையும் செய்து முடித்துவிடுவார்.

இந்த வழிமுறையைச் சற்று மாறுபட்ட வகையில் டி.சி.எஸ் நிறுவனம் தமிழ்நாட்டில் எய்ட்ஸ் நோய் தொடர்பாக முன்னெடுத்தது. இந்த நோய் தொடர்பாக மக்கள் மனதில் இருக்கும் பழமையான எண்ணத்தினால் இந்தியாவில் மிகப் பெரிய சிக்கல்களில் ஒன்றாக எய்ட்ஸ் நோய் உள்ளது. இந்தியா போன்ற நாடுகளில் இது போன்ற நோய்களுக்கான சிகிச்சைகளில் விசேஷமான நெருக்கடிகள் எழுகின்றன. ஏழ்மையில் இருக்கும் நோயாளிகளுக்கு இலவசமாக மருந்துகளைக் கொடுத்தால் அவர்கள் அதைச் சாப்பிடுவதற்கு பதிலாக விற்றுக்

காசாக்கிவிடுவார்கள். நான்கு ஆண்டுகளுக்கு முன்பாக டி.சி.எஸ் நிறுவனம் சென்னையில் இதைத் தடுக்க ஒரு வழிமுறையை அறிமுகப்படுத்தியது. தமிழ்நாட்டின் மக்கள் தொகை சுமார் 8 கோடி. ஒவ்வொரு எய்ட்ஸ் நோயாளியின் பெயர், அவர் களுடைய ரத்த அளவுகள், கடைசியாக எப்போது மருந்து கொடுக்கப்பட்டது, மருந்து அவர் உடம்பில் என்ன விதமான மாற்றங்களை ஏற்படுத்துகிறது என்பது போன்ற தகவல்களை இந்த மென்பொருள் பதிவு செய்து வைத்தது. இதனால் ஒருவர் ஏதேனும் மருத்துவமனைக்குச் சென்று இந்த நோய் தொடர்பான மருந்து தேவை என்று கேட்டால் இதற்கு முன்பாக அவர் எப்போது இலவச மருந்தைப் பெற்றிருக்கிறார் என்ற தகவல் அந்த மருத்துவருக்கு எளிதில் கிடைத்துவிடும்.

இந்த வழிமுறை நல்ல பலனைக் கொடுத்தது. இதே தொழில் நுட்பத்தை, குழந்தைகளுக்கான நோய் எதிர்ப்பு மருந்துகள், தடுப்பு ஊசி ஆகியவற்றுக்கும் பயன்படுத்த முடியும்.

ஒவ்வொரு தனி நபர் தொடர்பான தரவுகளைப் பதிவு செய்வதற்கான வழிமுறைகளை அமைக்கவும், மருத்துவப் பணியாளர்களுக்குக் கணினி சார்ந்த பயிற்சி அளிப்பதற்கும் சற்று அதிக நேரம் தேவைப்பட்டாலும், ஒரு முறை சிறந்த முறையில் வடிவமைக்கப்பட்டு செயல்பட ஆரம்பித்துவிட்டால், பெரும் பான்மையான மக்களுக்கு மிகத் தரமான சேவை செய்ய முடியும். டி.சி.எஸ் நடைமுறைப்படுத்தியதில், நோயாளிகள் பெயர் மற்றும் முகவரியால் அடையாளம் காணப்படுகின்றனர். பெரும் பாலான சந்தர்ப்பங்களில் புகைப்படங்களுடன் நோயாளிகளை அடையாளம் காண்பது இந்தியாவில் மிகவும் பொதுவானது. சில தனி நபர் உரிமை சிக்கல்கள் இருந்தாலும், கிடைக்கும் அக்கறையான சேவையால் பெரும்பாலான மக்கள் புகைப்படம் பொருந்திய ஒரு பதிவு அட்டையின் அவசியத்தை ஏற்க தயாராக உள்ளனர்.

இருதயப் பாதுகாப்பு

இதயம் தொடர்பான ஆய்வுகளுக்கு டி.சி.எஸ் அதிக முன்னுரிமை தருவது உண்டு. ஆண்டுதோறும் நம் நாட்டில் ஆறு கோடி பேருக்கு மாரடைப்பு ஏற்படுகிறது. அவர்களில் 20 லட்சம் பேர் இறக்கிறார்கள். இந்தியர்களுக்கு இதய நோய் வருவதற்கான வாய்ப்புகள் மிகவும் அதிகம். 2015 வாக்கில் உலகம்

முழுவதுமான இதய நோயாளிகளில் 60% பேர் இந்தியாவில்தான் இருப்பார்கள். அதிலும் அவர்களில் பெரும்பாலானவர்கள் கிராமப்புறங்களில் இருப்பார்கள். கிராம்ப்புறங்களில் மருத்துவர்கள் மற்றும் மருத்துவ வசதிகள் கிடைப்பது சிரமம். மாரடைப்பு ஏற்பட்டால், காப்பாற்ற முடிந்த 'பொன்னான நேரத்துக்குள்' இதயம் தொடர்பான ஆய்வுகளுக்கு டி.சி.எஸ் அதிக முன்னுரிமை தருவது உண்டு.

ஆண்டுதோறும் நம் நாட்டில் ஆறு கோடி பேருக்கு மாரடைப்பு ஏற்படுகிறது. அவர்களில் 20 லட்சம் பேர் இறக்கிறார்கள். இந்தியர்களுக்கு இதய நோய் வருவதற்கான வாய்ப்புகள் மிகவும் அதிகம். 2015 வாக்கில் உலகம் முழுவதுமான இதய நோயாளிகளில் 60% பேர் இந்தியாவில்தான் இருப்பார்கள். அதிலும் அவர்களில் பெரும்பாலானவர்கள் கிராமப்புறங்களில் இருப்பார்கள். கிராமப்புறங்களில் மருத்துவர்கள் மற்றும் மருத்துவ வசதிகள் கிடைப்பது சிரமம். மாரடைப்பு ஏற்பட்டால், காப்பாற்ற முடிந்த 'பொன்னான நேரத்துக்குள்' (Golden hour) மருத்துவ வசதி கிடைக்காமல் போவதால் இறப்பவர்களின் எண்ணிக்கை கிராமப்புறங்களில் அதிகரித்து வருகிறது.

மருத்துவமனைகளை மையமாகக்கொள்ளாமல் நோயாளிகளை மையமாகக்கொண்ட, நேர்த்தியான இருதய சிகிச்சை கருவி, குறைவான விலையில் கிடைத்தால் எவ்வளவு நன்றாக இருக்கும்?

இந்தச் சவாலை ஏற்று டி.சி.எஸ் நிறுவனம் கம்பியில்லா தொழில்நுட்பத்தைப் பயன்படுத்தி எந்தக் குக்கிராமத்துக்கு வேண்டுமானாலும் கொண்டு சென்று சிகிச்சை அளிக்க முடியும்படியான நடமாடும் இதயத்துடிப்பு கண்காணிப்புக் கருவியை (ஈ.சி.ஜி) உருவாக்கியது. இது 2 ஜிபி எஸ்.டி. கார்டில் 10000 ஈ.சி.ஜி.களைப் பதிந்து வைத்துக்கொள்ளும் திறமை கொண்டது. இதன் யு.எஸ்.பி.யின் விலை பத்தாயிரம் ரூபாய்க்கும் (225 டாலருக்கும்) குறைவானது. உலக அளவில் அந்தக் கருவியின் விலையோ இதைவிட ஐந்து மடங்கு அதிகம். எங்கு வேண்டுமானாலும் எடுத்துச் செல்ல முடியும் என்பதால் கிராமப்புறங்களில் வசிப்பவர்களின் இதயத்துடிப்புகளைத் தொடர்ந்து கண்காணிக்கும் வழி உருவாகியிருக்கிறது. கிராமப்புற மருத்துவ மையங்கள் அதிக தொகையைச் செலவிடாமலேயே இந்த சேவையை அனைவருக்கும் வழங்கும் வழி பிறந்திருக்கிறது.

இந்தக் கருவியை ஆம்புலன்ஸில் எளிதில் பொருத்த முடியும். இதனால் ஒரு நோயாளியை ஆம்புலன்ஸில் ஏற்றிய அந்த நிமிடமே தொலைதூர தலைமை மருத்துவமனையில் இருக்கும் இருக்கும் மருத்துவரால் உடனே சிகிச்சை ஆரம்பித்து விட முடியும். மைய பதிவு அமைப்பு மற்றும் தகவல் பரிமாற்ற அமைப்பு ஆகியவற்றைக் கொண்ட இந்த கருவி உடனே, அதனுடன் இணைக்கப்பட்டிருக்கும் ஜி.எஸ்.எம்/ ஜி.பி.ஆர்.எஸ் மூலமாக முன்பே தீர்மானிக்கப்பட்ட ஒரு தொலைபேசி எண்ணுக்கு எச்சரிக்கைத் தகவலை அனுப்பிவிடும். அங்கிருந்து ஒரு மைய வலைப்பின்னலுக்கு அந்தத் தகவல் அடுத்த கட்ட ஆய்வுக்காக உடனே கொண்டு செல்லப்பட்டு விடும். இந்தியச் சந்தையில் சுதந்திரமாக பயன்படுத்தமுடிவதற்கான ஃப்ரீடம் டு ஆபரேட் (FTO) அனுமதியும் காப்புரிமையையும் கோரி விண்ணப்பித்திருக்கிறோம்.

திடீரென்று ரத்தம் உறைவதாலேயே மாரடைப்பு அல்லது பக்கவாதம் போன்றவை ஏற்படுகின்றன. த்ராம்போலிட்டிக் சிகிச்சை முறையில் ரத்த உறைவைத் தடுக்க அல்லது ரத்தத்தை நீர்த்துப்போக வைக்கும் மருந்துகளைக் கொடுப்பார்கள். இதுபோன்ற பல்வேறு சிகிச்சைகளை நோய் தாக்கிய உடனேயே செய்யும் வாய்ப்பை இந்தக் கருவி உருவாக்கித் தருவதால் உயிரிழப்பு சதவிகிதம் குறையத் தொடங்கியுள்ளது. தேர்ந்த மருத்துவ நிபுணர்களின் வழிகாட்டுதலின் பேரில் ஆம்புலன்ஸில் இருக்கும் நபர்களே இந்த சிகிச்சையைத் தந்துவிட முடியும். பல்வேறு சிகிச்சை முறைகளுக்கு வழிவகுப்பது, எங்கும் கொண்டு செல்ல முடிவது, மிகக் குறைவான விலை போன்ற வற்றின் மூலமாக இந்தக் கருவி ஆண்டுதோறும் ஆயிரக் கணக்கான இதய நோயாளிகளைக் காப்பாற்றுகிறது. அதன் மூலம் இதய சிகிச்சைப் பிரிவில் மகத்தான புரட்சியைச் சாதித்திருக்கிறது.

‘ஆரோக்கியஸ்ரீ’ (உடல் நலம் காத்தல்)

கிராமப்புற மக்களுக்கு நடமாடும் மருத்துவ மையம் மற்றும் கருவிகள் கொண்டு சிகிச்சை அளிப்பது என்பது ஒருவகையான தீர்வு. ஆனால், மருத்துவமனையில் சேர்த்து சிகிச்சை தந்தாக வேண்டியவர்களுக்கு இவை போன்றவற்றால் எந்தப் பலனும் கிடைக்காது. நம் நாட்டில் தேசம் முழுவதற்குமான சுகாதாரக்

காப்பீட்டுத் திட்டம் என்று எதுவும் கிடையாது. ஒட்டுமொத்த மக்கள் தொகையில் 11 சதவிகிதத்தினருக்கு மட்டுமே ஏதோ ஒருவிதமான மருத்துவ காப்பீடு இருக்கிறது. இந்தியாவில் மருத்துவத்துக்காகச் செலவிடப்படும் தொகையில் 70% மக்களால் தமது கைக் காசின் மூலமாகவே செலவிடப்படுகிறது. கடன் வாங்கியே அந்தச் செலவும் செய்யப்படுகிறது. ஒவ்வொரு ஆண்டும் 3.3 சதவீதத்தினர் வறுமைக்கோட்டுக்கு கீழே தள்ளப்பட்டு வருகின்றனர். ஆண்டு வருமானம் 80 ஆயிரத்துக்குக் கீழே இருப்பவர்கள் இந்தப் பிரிவில் வருவார்கள் . ஏழைகளுக்குத் தரமான மருத்துவ சிகிச்சை பெற முடிவதில்லை. தங்களிடம் இருக்கும் அற்ப சொற்ப சொத்துகளை விற்று அல்லது கடன் வாங்கியே மருத்துவ தேவைகளைப் பூர்த்தி செய்யமுடிகிறது. தனியார் மருத்துவமனைகளில்தான் தரமான சிகிச்சை கிடைக்கும் என்பதால் அங்கு போயாகவேண்டிய கட்டாயத்தில் மக்கள் இருக்கிறார்கள். அங்கு அறுவை சிகிச்சைகளுக்கு அதிக செலவாகும் என்பதால் இது ஏழைகளை மேலும் நிதி நெருக்கடிக்குத் தள்ளும். சில நேரங்களில் ஒருவர் தன் வாழ்நாள் முழுவதும் சேமித்த தொகையை இப்படியான கடன்களை கொடுப்பதிலேயே இழக்க நேரிடும்.

ஆந்திர மாநில அரசு உருவாக்கிய 'ஆரோக்கியஸ்ரீ' எனும் ஆரோக்கிய காப்புறுதித் திட்டம் வறுமைக் கோட்டுக்குக் கீழ் உள்ள குடும்பங்களுக்கு சேவை செய்ய ஆரம்பிக்கப் பட்டிருக்கிறது. அந்தத் திட்டத்துக்கான தரவுகளைக் கையாளுதல் உள்ளிட்ட தகவல் தொழில்நுட்ப சேவைகளை வழங்கும் பொறுப்பு டி.சி.எஸ் நிறுவனத்துக்குக் கிடைத்தது.

'ஆரோக்கியஸ்ரீ' திட்டத்தில் ஆண்டுக்கு 1,000 கோடி ரூபாய் செலவில், சுமார் 1,000 உயிருக்கு ஆபத்தான நோய்களுக்கு மருத்துவமனையயில் முற்றிலும் இலவசமாக சிகிச்சை அளிக்கப்படுகிறது. இந்தத் திட்டம் மக்களிடையே மிகுந்த வரவேற்பைப் பெற்றது. அதைக் கொண்டுவந்த முதலமைச்சர் அடுத்த முறையும் ஆட்சியைக் கைப்பற்ற இந்தத் திட்டம் பெரிதும் உதவியதாகச் சொல்லப்படுகிறது.

'ஆரோக்கியஸ்ரீ' என்ற உடல் நலன் அறக்கட்டளை, பொதுத்துறை-தனியார் கூட்டாண்மை முறையில் இயங்குகிறது; ஆந்திர அரசு பயனாளிகளுக்குக் காப்பீட்டு சந்தா செலுத்துகிறது. அந்த சந்தாவைப் பெறும் சம்பந்தப்பட்ட காப்பீட்டு நிறுவனம்

மருத்துவச் செலவுக்கான தொகையைச் செலுத்தும். சுமார் 440 மருத்துவமனைகளில் இந்தத் திட்டத்தின் மூலம் இலவச சிகிச்சை பெற முடியும்.

ஓர் அரசு கொண்டு வந்த காப்பீட்டுத் திட்டங்களிலேயே மிகவும் சிறந்ததாகக் கருதப்படும் இந்தத் திட்டத்தில் முன்னணி தனியார் மருத்துவமனைகளும் சேர்ந்துள்ளன. ஆரம்பத்தில் இந்தத் திட்டத்தில் சேருவதற்குத் தனியார் மருத்துவமனைகள் மிகுந்த தயக்கம் காட்டின. ஆனால் இன்று அந்த மருத்துவமனைகளின் 60 சதவிகித வருமானம் இந்தக் காப்பீட்டுத்திட்டம் மூலமே கிடைக்கிறது.

இந்தத் திட்டத்தின் செயல்முறை எளிது. மருத்துவமனைகள் கிராமப்புறங்களில் சுகாதார முகாம்களை நடத்துகின்றன. அங்கு பரிசோதனை செய்து பார்க்கும்போது யாருக்கேனும் மருத்துவ மனையில் சேர்க்கப்பட்டு சிகிச்சை தரப்பட வேண்டியிருந்தால் அந்த நபருக்கு ஒரு அடையாள அட்டை கொடுப்பார்கள். அந்த நோயாளி அதை எடுத்துக்கொண்டு இந்தத் திட்டத்தில் இடம் பெற்றிருக்கும் எந்தவொரு மருத்துவமனையிலும் சென்று சிகிச்சை எடுத்துக் கொள்ளலாம். இந்த மருத்துவமனைகளில் 'ஆரோக்கியஸ்ரீ மித்ரன்' என்றொரு அதிகாரி நியமிக்கப் பட்டிருப்பார். அவர் அந்த நோயாளிக்கு அனைத்து உதவிகளையும் செய்து தருவார். இந்தப் பணியாளர்கள் மற்றும் அவர்களுடைய பணி ஆகியவை பற்றிய அனைத்து தகவல் களையும் டி.சி.எஸ் நிறுவனம் கணினியில் பதிவு செய்து கொள்ளும். அவர்களுடைய செயல் திறமை சில முக்கிய குறியீட்டு அலகுகளின் அடிப்படையில் தீர்மானிக்கப்பட இது உதவிகரமாக இருக்கும்.

காப்பீட்டு நிறுவனங்கள், நோயாளிகள் ஆகியோருடன் நேரடித் தொடர்பில் இருக்கும் இந்த 'ஆரோக்கிய ஸ்ரீ' பணியாளர்கள் 24 மணி நேரமும் வாரம் முழுவதும் தொலைபேசித் தொடர்பில் இருப்பார்கள். மருத்துவர்களையும் உள்ளடக்கிய 5000 பணியாளர்களை இந்த மென்பொருள் கணினி அமைப்பு தொடர்ந்து கண்காணித்து வரும். இதில் வாய்ஸ் ஓவர் இண்டர்நெட் ப்ரோடோகால் (VOIP) மிகுதியாகப் பயன்படுத்தப் படுவதால் செலவு மிகவும் குறைவாக இருக்கும். பணியாளர்கள் அனைவரும் நமது பணி சார்ந்து அனைத்து கேள்விகளுக்கும் பதில் சொல்லக் கடமைப்பட்டு இருப்பார்கள். நோயாளிகள்

பற்றிய ஆவணங்கள் எல்லாம் இணையத்தில் தரவிறக்கம் செய்து பரிசோதிக்கப்படும் வகையில் இருக்கும். சில மருத்துவ மனைகளுக்குத் தரவரிசை நிர்ணயிக்கும் மதிப்பெண் பட்டியல்கூட உண்டு.

நோயாளிகளுக்குச் செய்யப்படும் மருத்துவ பரிசோதனைகளின் முடிவுகளெல்லாம் கணினியில் ஏற்றப்படும். அந்த மைய சர்வர் டி.சி.எஸ் நிறுவனத்தின் மூலம் நிர்வகிக்கப்படுகிறது. நோயாளிகளின் பரிசோதனை முடிவுகளை மூன்று மருத்துவர்கள் தனித்தனியாகப் பரிசீலித்து தங்கள் தீர்மானத்தைத் தெரிவிப்பார்கள். தேவையற்ற அறுவை சிகிச்சைகளைத் தவிர்க்கும் நோக்கில் இந்த மூன்று மருத்துவர்களின் ஒருமித்த தீர்மானத்தின் அடிப்படையிலேயே அறுவை சிகிச்சைகள் மேற்கொள்ளப்படும்.

இந்தத் திட்டம் தரமான மருத்துவ சிகிச்சை முறையை ஒரு நொடியில் ஜனநாயகப்படுத்திவிட்டது. தேவைப்படும் நபர்களுக்கு மிகவும் தரமான மருத்துவ சிகிச்சையை முற்றிலும் இலவசமாகக் கிடைக்க வழி செய்துவிட்டது. தகவல் தொழில்நுட்ப சேவைகளின் பின்பலம் இருந்திராவிட்டால் இந்தத் திட்டம் நம்பகமான முறையில், குறைகளற்று முன்னெடுக்கப்பட முடிந்திருக்காது. தகவல் தொழில்நுட்பத்தின் சக்தியை முழுமையாகப் புரிந்துகொண்டு பயன்படுத்திக் கொண்டிருக்கும் அற்புதமான திட்டம் இது. உலக ஆரோக்கிய மையம் இந்தத் திட்டத்தைப் பரிசீலித்துப் பார்க்கவிருப்பதாக எனக்குத் தகவல்கள் கிடைத்துள்ளன.

சுகாதாரத் துறையின் எதிர்காலம்

மருத்துவ சேவை துறையில் 3ஜி போன்ற புதிய தொழில் நுட்பங்களைப் பயன்படுத்தி அரசாங்கத்தின் பொது மருத்துவ சேவை மையங்களை தரமான மருத்துவர்கள், மருந்து நிறுவனங்கள் ஆகியவற்றுடன் இணைத்து மக்களுக்கு உயர்தர சிகிச்சையை கிடைக்க வைப்பது எப்படி என்பதுதான் நம் முன்னால் இருக்கக்கூடிய முக்கியமான சவால்.

கிராமப்புறங்களில் மருத்துவ சேவை வசதிகளை மேம்படுத்துவ தற்காக இந்திய அரசு ஏப்ரல் 2005 வாக்கில் தேசிய கிராமப்புற மருத்துவ சேவை திட்டம் என்ற ஒன்றை உருவாக்கியது.

மருத்துவ சுகாதார சேவைகள், உள்கட்டமைப்புகள் ஆகிய வற்றில் பின்தங்கியிருக்கும் 18 மாநிலங்களின் கிராமப்புறங்களில் வசிக்கும் மக்களுக்குத் தரமான மருத்துவ சேவையைக் கிடைக்கச் செய்வதே இதன் முக்கிய நோக்கம்.

கடந்த ஐந்து தசாப்தங்களில், இந்தியா, சுகாதார சேவையில் குறிப்பிடத்தக்க சாதனைகளைச் செய்துள்ளது; பிரசவ காலத்தில் தாய்மார்களின் இறப்பு விகிதத்தை மூன்றில் இரண்டு பங்குக்கு மேல் குறைத்தது, பச்சிளம் குழந்தைகளின் இறப்பு விகிதத்தைப் பாதியாகக் குறைத்தது, அம்மை நோய்களை முற்றாக ஒழித்தது, கால் ஊனத்தை போலியோ மூலம் இல்லாமல் ஆக்கியது, நரம்புச் சிலந்தி நோயை இல்லாமல் ஆக்கியது எனப் பல சாதனைகளைச் செய்திருக்கிறோம். இருந்தும் பொருளாதாரரீதியாக எந்த அளவுக்கு நாம் முன்னேறி இருக்கிறோமோ அந்த அளவுக்கு மருத்துவ சேவைத் துறையில் வெற்றி பெறவில்லை. இன்றைய தேவைகளைப் பூர்த்தி செய்வதற்கே மருத்துவ உள்கட்டு மானங்கள் பெருமளவுக்கு மேம்படுத்தப்பட வேண்டியிருக்கிறது. உதாரணமாக, இந்திய மக்கள் தொகையில் 10 லட்சம் பேருக்கு 74,150 பொது சுகாதார மையங்கள் தேவை. ஆனால் இப்போது அதில் பாதிதான் இருக்கிறது. இப்படியான நிலையில் எதிர்காலத் தேவைகளைப் பற்றிச் சொல்லவே வேண்டாம்.

சுகாதாரத்தை எடுத்துக்கொண்டு பார்த்தால், இரண்டு இந்தியாக்கள் உள்ளன: அதிநவீன, உயர்தர மருத்துவ சிகிச்சைகள் கிடைக்கும் நகர்ப்புற இந்தியா (இதன் பலனாக உலகின் பல்வேறு பகுதிகளிலிருந்து சிகிச்சை பெறுவதற்காக மருத்துவச் சுற்றுலாவில் பலர் இங்கு வந்து செல்கின்றனர்). இதன் மறுபக்கமாக போதிய, தரமான மருத்துவ வசதிகள் இல்லாமல் சிரமப்படும் வறுமைக்கோட்டுக்கு கீழே வாழும் குடும்பங்களைக் கொண்ட இந்தியா. தொழில்நுட்பங்களைப் பயன்படுத்தி இந்த இரண்டு இந்தியாவுக்கு இடையிலான இடைவெளியைக் கணிசமாகக் குறைக்க முடியும் என்று நான் அழுத்தமாக நம்புகிறேன்.

ஒப்பீட்டளவில் பணக்கார நகர்ப்புற இந்தியாவில், இருக்கும் மருத்துவ வசதிகள் மற்றும் மருத்துவர்கள் உலகில் சிறந்தவர் களாக உள்ளனர். உண்மையில், என் அமெரிக்க நண்பர்களில் பலர், அமெரிக்காவில் வாழும் இந்திய மருத்துவர்களிடமே மருத்துவ ஆலோசனை பெற விரும்புகிறார்கள். இந்திய

தொழில்துறை கூட்டமைப்பு (CII) மற்றும் மெக்கின்ஸி மேலாண்மை ஆலோசனை நிறுவனம் ஆகியவற்றால் சமீபத்தில் நடத்தப்பட்ட ஒரு ஆய்வின் படி, இந்திய மருத்துவ சுற்றுலா வணிகம், அடுத்த சில ஆண்டுகளில் 2 பில்லியன் டாலர்கள் மதிப்புள்ளதாக வளர வாய்ப்பு உள்ளது. இந்தியாவில் மருத்துவ சுற்றுலா வணிகம் ஆண்டுதோறும் 25 முதல் 30 சதவீதம் வரை வளர்ந்து வருகிறது; மேலும், CII கருத்துப்படி இந்தியா ஒவ்வொரு ஆண்டும் சுமார் 10 லட்சம் மருத்துவப் பயணிகளை ஈர்க்கும் சாத்தியம் உள்ளதால் இந்தியப் பொருளதாரத்துக்கு 5 பில்லியன் டாலர் பங்களிக்க முடியும்.

மருத்துவத்துறையில் பல்வேறு உள்நாட்டுக் கண்டுபிடிப்புகள் முன்னெடுக்கப்பட்டுள்ளன. 'குறைவான வளம் கொண்டு அதிகம் சாதித்தல்' என்ற அடிப்படை நோக்கம் இந்தியர்களின் மனதில் ஆழமாக வேரூன்றியிருக்கிறது. இதன் பலனாக அறுவை சிகிச்சை முறைகளிலும் பிறவகை சிகிச்சைகளிலும் பல புதுமையான கண்டுபிடிப்புகள் செய்யப்பட்டுள்ளன.

உதாரணமாக இந்திய மருத்துவர்கள் ஒரு புது வகையான இதய அறுவை சிகிச்சையைக் கண்டுபிடித்துள்ளனர். இதன்படி சிகிச்சை பெறும் நபர் அறுவை சிகிச்சை நடக்கும் நேரம் முழுவதுமே முழு சுயநினைவுடன் இருப்பார். இந்த இதயத் துடிப்பு (சுய நினைவு) நிறுத்தப்படாத அறுவை சிகிச்சையில் (beating heart surgery) வலி மிகவும் குறைவாகவே இருக்கும். இதனால் எந்தவித மயக்க மருந்தோ ரத்தத்தின் கொழுப்புத் தன்மையை குறைத்து நீர்த்துப்போக வைப்பதற்கான மருந்துகளோ எதுவுமே தேவை இல்லை. நோயாளிகள் வெகு சீக்கிரமே இயல்பு நிலைக்குத் திரும்பிவிடுவார்கள்.

மும்பையில் இருந்து ஒரு மருத்துவமனையில் போதுமான செயற்கை கருவறை (இன்குபேட்டர்கள்) இருந்திருக்கவில்லை. அவர்கள் என்ன செய்தார்களென்றால் குறைப்பிரசவத்தில் பிறக்கும் பச்சிளம் குழந்தைகளை தாயின் அரவணைப்பில் இருக்கச் செய்தார்கள். இதன் மூலம் தாயின் உடம்பின் கதகதப்பும் அன்பான ஸ்பரிசமும் கிடைத்தன. இந்தப் பாரம்பரிய வழிமுறை மிகப் பெரிய அளவில் வெற்றியைத் தந்தது. நாட்டின் பல பகுதிகளிலும் இதுவே இப்போது முன்னெடுக்கப்படுகிறது.

சில தனியார் மருத்துவமனைகள் மருத்துவக் கட்டணங்களிலும் புதுமையான முறைகளை புகுத்தி இருக்கிறார்கள். உதாரணமாக

உலகின் முன்னணி கண் மருத்துவமனைகளில் ஒன்றான அரவிந்த் கண் மருத்துவமனையில் அதிக பணம் கொடுக்க முடிந்தவர்களிடமிருந்து போதிய கட்டணத்தைப் பெற்றுக் கொள்வார்கள் (அறுசுவை உணவு, ஏ.சி.வசதி). இப்படி கிடைக்கும் பணத்தைக் கொண்டு ஏழைகளுக்கு இலவசமாக சிகிச்சை தருவதில் ஆகும் செலவுகளை ஈடு கட்டிக் கொள்வார்கள். பிரதான கண்சிகிச்சையைப் பொறுத்தவரையில் ஏழைகளுக்கும் பணக்காரர்களுக்கும் ஒரே உன்னதமான சிகிச்சையே தரப்படும்.

மருத்துவ சேவை துறையில் நாம் எதிர்கொள்ளும் இன்னொரு பிரச்னை போதிய மருத்துவர்கள் இல்லாமல் இருப்பதுதான். மருத்துவ படிப்பு முடித்த இளைஞர்களைக் கிராமப்புறங்களில் சென்று பணிபுரிய வைப்பது மிகவும் சிரமமாகவே இருக்கிறது. ஒருவரை அவர் பிறந்த கிராமத்துக்குச் சென்று மருத்துவ சேவை செய்ய வைப்பதுகூடக் கடினமாகவே இருக்கிறது. இதனால் சில மருத்துவக் கல்லூரிகள், தம்மிடம் பட்டம் பெற்றுச் செல்லும் இளம் மருத்துவர்களைக் குறைந்தது இரண்டு ஆண்டுகள் கிராமப்புறத்தில் மருத்துவ சேவை செய்யவேண்டும் என்று ஓர் ‘உறுதிப் பிரமாணத்தில்’ கையெழுத்திடும்படிக் கேட்டுக் கொள்வது உண்டு. நடைமுறையில் இது போதிய அளவுக்குக் கறாராகப் பின்பற்றப்படுவதில்லை.

தகுதி வாய்ந்த டாக்டர்களின் பற்றாக்குறை, குறிப்பாக கிராமப் புறங்களில், பலதரப்பட்ட மருத்துவப் பணியாளர்களை அறிமுகப் படுத்துவதற்கான வாய்ப்பைத் தருகிறது. உதாரணமாக, ஒவ்வொரு தொலைதூர மையத்திலும் முழு தகுதி பெற்ற மருத்துவர் இருக்க வேண்டியதில்லை: பயிற்சி பெற்ற செவிலியர்கள் அல்லது நவீன தொழில்நுட்பங்கள் தெரிந்த சுகாதார ஊழியர்கள் உள்ளூரிலேயே மிகக் குறைந்த செலவில் சிறப்பான சுகாதார சேவைகளை வழங்க முடியும். தடுப்பூசிகள் போடுதல், மலேரியா எதிர்ப்பு மாத்திரைகள் மற்றும் பிற அடிப்படை மருந்துகள் தருவது போன்றவையெல்லாம் அந்தக் குறிப்பிட்ட பணிக்காகவே பயிற்சியளிக்கப்பட்டவரால் வழங்கப்படலாம். இந்த கிராமங்களில் கம்பியுள்ள/ கம்பியில்லா பிராட்பேண்ட் வசதிகள் இருந்தது என்றால் அங்கு மருத்துவ சேவை புரியும் நர்ஸ்கள், பிற மருத்துவ பணியாளர்கள், சமூக சேவகர்கள் ஆகியோர் தங்கள் மருத்துவ அறிவைத் தொடர்ந்து மேம்படுத்திக் கொள்ளவும் முடியும்.

இப்படியான தொலைத்தொடர்பு வசதிகளைக் கொண்டு கிராமப்புற மக்களுக்கு சுத்தமான குடிநீர், சுகாதாரமான சுற்றுப்புறம் போன்றவை தொடர்பாக வருமுன் காக்கும் தடுப்பு நடவடிக்கைகளை காணொளி மூலம் கற்றுத் தரவும் முடியும்.

இதுபோன்ற செயல்பாடுகளுக்கு எல்லாம் அரசாங்கத் தரப்பிலிருந்தும் ஆதரவு கிடைத்தாக வேண்டியிருக்கும். இந்தப் பணிகளை எல்லாம் சின்ன சின்ன திட்டங்களாக முன்னெடுக்க வேண்டி இருக்கும். உலகின் பிற பகுதிகளில் இருக்கும் அரசியல்வாதிகளைப் போலவே நம் நாட்டு அரசியல்வாதிகளும் அடுத்த தேர்தலில் வெற்றி பெறுவது எப்படி என்ற அளவில் மட்டுமே சிந்தித்து வருகிறார்கள். இதனால் தொலைநோக்குப் பார்வையும் நீண்டகால காத்திருப்பும் தேவைப்படக்கூடிய இதுபோன்ற திட்டங்களுக்கு எளிதில் ஆதரவு கிடைப்பதில்லை.

இந்த வகையான திட்டங்களுக்கு மருந்துத் தொழில் மற்றும் உபகரணங்கள் உற்பத்தியாளர்களின் ஆதரவையும் பெற வேண்டும்'; அவர்களால் உண்மையில் இந்த திட்டங்களில் இருந்து கணிசமான பணம் சம்பாதிக்க முடியும். நீண்ட காலத்தில் அவர்கள் மிகுந்த பயன் அடைவார்கள் என்பதால் அவர்களுக்கு பங்களிக்க ஒரு வாய்ப்பு வழங்கப்பட வேண்டும். கிராமப்புற அளவில் கூடுதல் மருந்துகள் விநியோகிக்கப்பட்டால், மருந்து விற்பனை செய்யும் நிறுவனங்கள் பயனடையும்.

அதுபோலவே இந்தத் திட்டத்துக்காக கிராமப்புறங்களில் தகவல்தொடர்பு வலைப்பின்னலைப் பலப்படுத்துவதனால் தொலைதொடர்பு நிறுவனங்களுக்கும் வருவாய் பெருகும்.

ஆரோக்கிய ஸ்ரீ காப்பீட்டு திட்டத்தில் அரசு மற்றும் தனியார் நிறுவனங்கள் இணைந்து செயல்படுகின்றன. கிராமப்புறங்களில் வசிப்பவர்களுக்குத் தரமான மருத்துவ சேவையை வழங்குவதற்கும் அந்த வழிமுறையைப் பின்பற்ற வேண்டும். அப்போதுதான் தரமான சேவைகள் வெகுவிரைவில் கிராமப்புற மக்களுக்குக் கிடைக்க வழி பிறக்கும்.

உண்மையில் இவற்றுக்கெல்லாம் மிகப் பெரிய முதலீடுகள் ஒன்றும் தேவையில்லை. கிராமப்புற மருத்துவ மையங்களுக்கு அதிநவீன தகவல் தொழில் நுட்பங்கள் எல்லாம் தேவைப்படாது. உதாரணமாக அதிநவீன, விலை உயர்ந்த மைக்ரோ பிராசஸர் எல்லாம் தேவைப்படாது. இவற்றுக்கெல்லாம் பிராட்பேண்ட்

கூடத் தேவைப்படாது. அங்கிருந்து பரிமாற வேண்டிய தகவல்களை எல்லாம் கம்பியில்லா ஜிஎஸ்எம் லிங்க் மூலமாக அல்லது தாமிரக் கம்பி மூலமாகக்கூட அனுப்பிவிட முடியும். பெருமளவிலான தரவுகள், வீடியோக்கள், உயர் தரமான படங்கள் இவையெல்லாம் அனுப்ப வேண்டியிருந்தால்தான் அதிவேக பிராட்பேண்ட் இணைப்புகள் தேவைப்படும். இவையெல்லாம் முன்னேறிய நகர்ப்புற பகுதிகளுக்குத்தான் தேவைப்படும்; கிராமப்புறங்களுக்கு அல்ல.

போதிய மருத்துவர்கள் இல்லை என்ற பிரச்னைக்கு தகவல் தொழில்நுட்பம் எப்படி தீர்வு காண முடியும் என்பதற்கு மிகச் சிறந்த உதாரணம் டி.சி.எஸ் நிறுவனம் வடிவமைத்து, உருவாக்கி, நிர்வகித்து வரும் WebHealthCentre.com ஆகும்; இணையதள மின்னணு மருத்துவ ஆலோசனைகள் மற்றும் விரிவான சுகாதார தகவல்களை வழங்குவதற்கான ஒரு தளம். டி.சி.எஸ் உருவாக்கி, பராமரிக்கும் இந்த தளத்தில் பல்வேறு நோய்களுக்கு இலவச மருத்துவ ஆலோசனைகள் தனிப்பட்ட மருத்துவ நிபுணர்களால் வழங்கப்படுகின்றன. அதோடு முன்னணி மருத்துவமனைகளின் பிரதான மருத்துவர்கள் 300 பேரும் இதில் இணைந்துள்ளனர். உடல் ஆரோக்கியம் தொடர்பான பொதுவான ஆலோசனைக் குறிப்புகள் முக்கியமான மருத்துவர்களால் வழங்கப்படுகின்றன. இந்தியாவில் பல்வேறுவிதமான நோய்களுக்கான மருத்துவ ஆலோசனைகளை வழங்கும் மிகப் பெரிய இணையதளம் அநேகமாக இதுவாகத்தான் இருக்கும்.

இதில் பல விசேஷமான அம்சங்கள் இருக்கின்றன. மருத்துவர்கள், இணைய வழி மருத்துவ ஆலோசனை மையங்களை (ஆன்லைன் கிளினிக்குகளை) அமைத்து நோயாளிகளுக்கு மருந்துகளைப் பரிந்துரைக்க முடியும். நோயாளிகள் நமது உடல்நிலை, ஸ்கேன்கள், பிற மருத்துவ ஆவணங்கள் ஆகியவற்றை இந்த மருத்துவர்களுக்கு இணையம் மூலமாகவே அனுப்பிவைக்க முடியும். இந்தத் தகவல்கள் எல்லாம் நோயாளியின் பெயரில் இணையத்தில் பதிந்து வைத்துக் கொள்ளப்படும். வேறு நோய் தொடர்பாகப் பின்னர் எப்போதேனும் ஒரு மருத்துவரை தொடர்பு கொள்ளும்போது முந்தைய நோய் பற்றிய விவரங்கள் எளிதில் அவருக்குக் கிடைக்கும்படியாக இருக்கும். ஒரு மருத்துவர் நாட்டின் எந்த மூலையில் இருந்தாலும் நோயாளிகளால் அவரை எளிதில் தொடர்பு கொள்ள முடியும். ஈ-ஹெல்த் அமைப்புகள் ஹெல்த்

பராமீட்டர்களைக் கண்காணித்து வரும். நோயாளியின் உடம்பு மற்றும் நோய் பற்றிய விவரங்களை மருத்துவர் தொகுத்துப் பார்க்கவும் இது உதவும். பரிசோதனை முடிவுகளை மருத்துவர்களும் நோயாளிகளும் இணையம் மூலமாகவே பார்த்து பரிமாறிக்கொள்ள முடியும். நெருக்கடியான காலகட்டங்களில் இந்த ஆவணங்கள் எல்லாம் பெருமளவுக்கு உதவிகரமாக இருக்கும். இந்த இணைய வழியிலான மருத்துவ சேவை வெற்றிகரமானதாக இருந்திருக்கிறது. இதை மேலும் விரிவுபடுத்திக் கொள்ளவேண்டியது மிகவும் அவசியம்.

டாடா குழுமத்துக்கு, குறிப்பாக டி.சி.எஸ்ஸுக்கு இப்படியாக மருத்துவத்துறையில் தகவல் தொழில்நுட்பத்தைப் பயன்படுத்துவது என்பது வெறும் ஆடம்பர, விளம்பரச் செயலல்ல. தகவல் தொழில்நுட்பத் துறையின் முன்னேற்றங்களைப் பயன்படுத்துவதும் கொண்டாடுவதும் அல்ல நோக்கம். நம் நாட்டு மக்களின் வேதனையைக் குறைத்தாக வேண்டும்; மக்களின் நோயைக் குணப்படுத்தி ஆரோக்கியமான வாழ்க்கை வாழ வைக்கவேண்டும் என்பதுதான் முக்கியமான நோக்கம். மக்களுக்கு சேவை செய்வதற்கு இப்படியாக ஒரு வாய்ப்பு கிடைத்ததற்கு நாங்கள் தான் நன்றி சொல்ல வேண்டும்.

அதிநவீன தகவல் தொழில்நுட்ப சேவைகளை பயன்படுத்தி ஏழை எளிய மக்களின் வாழ்க்கையில் ஆரோக்கியமான மாற்றத்தை உருவாக்க முடிந்தது தொடர்பாகத் தனிப்பட்ட முறையில் மிகுந்த மனநிறைவை அடைகிறேன்.

வறுமையும் ஆரோக்கியமும் ஒன்றோடொன்று பிணைக்கப்பட்டிருப்பதால், நல்ல மருத்துவ சேவைகளை அனைவருக்கும் கிடைக்கச் செய்வதே இந்த நாட்டின் மக்களுக்கும் குழந்தைகளுக்கும் நாம் செய்யவேண்டிய கடமை ஆகும். நம் நாட்டின் நவீன நகரங்களில் கூட குழந்தைகளுக்கான தனிப்பட்ட மருத்துவமனைகள் இல்லை. எடுத்துக்காட்டாக, மும்பை நகரத்திலேயே குழந்தைகளுக்கான தனிசிறப்பான மருத்துவமனை ஒன்றே ஒன்றுதான் இருக்கிறது; மற்ற பெரிய மருத்துவமனைகளில் எல்லாம் குழந்தைகளுக்காக சில படுக்கைகளும் சிகிச்சை வசதிகளும் மட்டுமே இருக்கும். நகரில் 1,000க்கும் மேற்பட்ட பயிற்சி பெற்ற குழந்தைநல மருத்துவர்கள், தகுந்த அறுவை சிகிச்சை மற்றும் இதர வசதிகள் இல்லாததால் வேண்டிய அளவுக்கு சேவை செய்ய முடியவில்லை.

ஆசியாவின் குழந்தைகளுக்கான முதல் டெர்ஷியரி கேர் ரெஃபரல் செண்டர் அமைப்பதற்கான நிதி உதவியை கோரிப் பெறுவதற்காக எஸ்.ஆர்.சி.சி அமைப்பு (Society for Rehabilitation of Crippled Children) என்னிடம் ஆலோசனை கேட்டது. நான் அந்தப் பணியைத் தனிப்பட்ட அக்கறையுடன் எடுத்துக்கொண்டேன். அந்த அமைப்பின் முக்கிய நோக்கம் என்னவென்றால், 'எந்த ஒரு குழந்தையும் பணம் இல்லை என்ற காரணத்தினால் உரிய மருத்துவ சிகிச்சை கிடைக்காமல் போய்விடக்கூடாது'. பொருளாதார ரீதியாகப் பின்தங்கிய நிலையில் இருப்பவர் களுக்கு மிகக் குறைவான செலவில் தரமான சிகிச்சை கிடைக்க செய்வதை அது முக்கிய நோக்கமாக கொண்டிருக்கிறது. கடந்த ஒன்பது ஆண்டுகளாக அந்த அமைப்பும் நானும் ஒவ்வொரு அங்குலமாக எங்கள் இலக்கை நோக்கி முன்னேறி வருகிறோம். எங்கள் கனவு நிச்சயம் ஒருநாள் நனவாகும்.

•

கல்வியும் டிஜிட்டல் மயமும்

26/11 தாக்குதலைத் தொடர்ந்து இந்திய பாகிஸ்தான் இடையே போர் மூளும் அபாயம் ஏற்பட்டிருந்த நிலையில் ஒரு பத்திரிகையின் தலையங்கம் படித்தேன்: 'இந்தத் தாக்குதலுக்கான தகுந்த பதில் என்பது வெடிகுண்டுகளின் மூலம் அல்ல. புத்தகத்தின் மூலமாக' என்பதுபோல் அதில் சொல்லப் பட்டிருந்தது. 'நூற்றுக்கணக்கான பள்ளிகளை ஆரம்பியுங்கள். விஞ்ஞானம், கணிதம், கதைகள் என கற்றுக் கொடுங்கள். இதர நன்மைகள் தானாக வரும்' என்று அந்தத் தலையங்கம் சொன்னது. எனது எண்ணமும் அதுவே. என் குடும்பத்தில் இருந்த அனைவரும் கல்வியில் முதலிடம் பெறுவதையே ஒற்றை இலக்காகக்கொண்டிருந்தனர். புத்திசாலித்தனத்துக்கு மிகுந்த முக்கியத்துவம் தரப்பட்டது. கடின உழைப்பு உயர்வான குணமாக மதிக்கப்பட்டது. அறிவுத்தேடல் வாழ்க்கை லட்சியமாகக் கொள்ளப்பட்டது. இப்படியான மதிப்பீடுகளின் ஊடாகவே வளர்ந்து வந்தேன்.

மும்பையில் ஒரு மீட்டிங் முடித்து விட்டு இன்னொரு மீட்டிங்குக்குப் போகும்போது, படிக்க வேண்டிய வயதில் இருக்கும் குழந்தைகள் சாலைகளில் பொம்மைகளை விற்றுக்

கொண்டிருப்பதைப் பார்க்கும்போது மிகவும் வருத்தமாக இருக்கும். 2009 வாக்கில், கல்வி அடிப்படை உரிமைகளில் ஒன்றாக ஆக்கப்பட்டுள்ளது. அதை மனப்பூர்வமாக வரவேற்ற வர்களில் நானும் ஒருவன். அந்தச் சட்டம் கல்வியை வாழ்க்கையின் மையமான இடத்துக்குக் கொண்டு வந்தது. கல்வியைக் கொடுத்தாக வேண்டும் என்று மக்கள் உரிமையுடன் கேட்க வழி பிறந்தது.

என் மனைவி மாலா உயர்நிலைப் பள்ளியில் வரலாற்றுப் பாடம் கற்றுத்தருகிறார். கல்வி அமைப்பு பற்றி பல விஷயங்களை என்னுடன் பகிர்ந்து கொண்டிருக்கிறார். நலிவடைந்த பிரிவினருடைய குழந்தைகளுக்கு நல்ல கல்வி கிடைக்கச் செய்ய வேண்டும் என்று விரும்பினார். இந்த விஷயங்களெல்லாம் நாட்டின் கல்வி அமைப்பு தொடர்பாக சில முக்கியமான பிரச்னைகளை எனக்குக் கோடிட்டுக்காட்டின. திறமையான ஆசிரியர்கள் இல்லை. முறையான ஆசிரியர் பயிற்சி வகுப்புகள் இல்லை. கிராமப்புறங்களில் போதுமான வளங்கள் இல்லை.

அதேநேரம் சரியான பயிற்சி தரப்பட்டால், முறையான வாய்ப்புகள் உருவாக்கித் தரப்பட்டால் இளைய தலை முறையினர் மிகப் பெரிய சாதனைகளைச் செய்வார்கள் என்பதை டி.சி.எஸ்ஸிலேயே நான் கண்கூடாகப் பார்த்திருந்தேன். ஒன்றுமே தெரியாதவர்களாக டி.சி.எஸ் நிறுவனத்தில் சேர்ந்து குறுகிய காலத்திலேயே பல விஷயங்களைக் கற்றுத்தேர்ந்து உயர் பதவிகளுக்குச் சென்ற பலரைப் பார்த்திருக்கிறேன். முதல் தலைமுறை பட்டதாரிகளுக்கு சரியான பயிற்சி கொடுத்தால் என்னவெல்லாம் சாதனைகள் புரிவார்கள் என்பதை டி.சி.எஸ் நிறுவனத்தின் பயிற்சி அமைப்பான 'இக்னைட்' மூலம் அருகிலிருந்து பார்த்திருக்கிறேன்.

திறமைசாலிகளை இனம் கண்டு வளர்த்தெடுக்கும் கலையில் டி.சி.எஸ் நிறுவனம் மகத்தான சாதனைகளைச் செய்திருக்கிறது. ஆண்டு தோறும் 20,000லிருந்து 50,000 மென்பொருள் நிபுணர்களை அது உருவாக்கி வருகிறது. மென்பொருள் ஏற்றுமதி என்பது எங்களுடைய பிரதான பணியாக இருந்ததால் எங்களுடைய செயல்பாடுகளும் பயிற்சிகளும் தவிர்க்கமுடியாமல் உலகத்தரம் வாய்ந்ததாகவே இருந்தன. எங்களுடைய வாடிக்கையாளர்கள் அதி உன்னதமான சேவையை எதிர்பார்த்தனர். அதில் சிறிதளவு குறை இருந்தாலும் பிராஜக்ட்களை உடனே ரத்து செய்து

விடுவார்கள். சரியான வாய்ப்பு, சரியான பயிற்சி இந்த இரண்டுமே திறமையை வளர்த்தெடுப்பதற்கான எளிய வழி.

டி.சி.எஸ் நிறுவனம் மட்டுமல்லாமல் இந்தியாவின் பெரும் பாலான தகவல் தொழில் நுட்ப நிறுவனங்களும் வெற்றி கரமாகவே இயங்குகின்றன. இந்திய தகவல் தொழில்நுட்பத் துறை உலகத்தரம் வாய்ந்த நிபுணர்களை உருவாக்கி உள்ளது. கிராமங்களில் இருப்பவர்கள் கூடத் தகவல் தொழில்நுட்பத் துறையில் சேர வேண்டும் என்று விரும்பும் வகையில் அந்தத் துறை வெற்றிகளைக் குவித்துள்ளது. கிராமத்துப் பள்ளிகளிலும் கூட கம்ப்யூட்டர் பயிற்சி தொடர்பான விளம்பரங்கள் இருப்பதைப் பார்க்க முடியும். ஆனால் எல்லாராலும் இந்தத் துறையில் நிபுணர் ஆகிவிடமுடியாது. நாட்டுக்கு லட்சக் கணக்கான ப்ளம்பர்கள், எலெக்ட்ரீஷியன்கள், வெல்டர்கள் போன்றவர்களும் தேவை. நமது பள்ளி மற்றும் கல்லூரிகளில் படிப்பவர்கள் எல்லாம் பட்டங்களை வாங்கிக் குவிப்பதில் கவனம் செலுத்துவதாக இருக்கின்றனர். தொழில்துறையில் தேர்ச்சி பெறுவதில் அக்கறை காட்டுவதில்லை.

இப்படியாக தொழில்துறை சார்ந்த கல்வி அமைப்பு இல்லாத காரணத்தினால் அடையாளச் சிக்கல் ஏற்பட்டுள்ளது. நிர்வாகப் பணிகள் சாராத பிற வேலைகள் எல்லாம், அவை எவ்வளவு திறமையைக் கோருபவையாக இருந்த போதிலும் உயர்வாக மதிக்கப்படுவதில்லை. இப்படியான மனநிலையும் பிழையான கட்டமைப்பு கொண்ட கல்வி அமைப்பும் சேர்ந்து கொண்டு தொழில் துறைக்குத் தேவைப்படும் திறமைசாலிகளை உருவாக விடாமல் தடுத்து வருகின்றன. சில்லறை விற்பனை, மருந்துகள் மற்றும் சுகாதாரம், ஆற்றல், உள்கட்டமைப்பு மற்றும் கல்வித் துறை போன்ற துறைகளே இப்போது அதிக வளர்ச்சிக் கண்டுள்ளன. ஆனாலும் இவற்றுக்குத் தகுந்த எண்ணிக்கைகளில் ஊழியர்கள் கிடைப்பதில்லை.

மேனேஜர் பதவிகளுக்குப் போதிய ஆட்கள் எளிதில் கிடைத்து விடுகிறார்கள். முன்னணி நிறுவனங்களில் தலைமைப் பதவி களில் பல இந்தியர்கள் இருக்கிறார்கள். ஆனால், இடை மற்றும் கடை நிலைகளில்தான் நமக்கான சவால்கள் பெரிதாக இருக்கின்றன.

பேரா. சி.கே. பிரகலாத் என் மனதில் மிக உயர்ந்த இடத்தில் இருப்பவர். அவருடன் நான் அடிக்கடி இது பற்றிப் பேசுவேன்.

நம் தேசத்தில் இளைய தலைமுறையினர் மிக அதிகமாக இருக்கிறார்கள். அது நமக்கு மிகப் பெரிய சாதகமான விஷயம். அதை ஆக்கபூர்வமாக நாம் மாற்றியாகவேண்டும் என்று பொதுவாகச் சொல்லப்படுவது பற்றி நாங்கள் அடிக்கடிப் பேசிக்கொள்வோம். 2020 வாக்கில் நம் தேசத்தில் 500 மில்லியன் திறமையான தொழிலாளர்கள் இருந்தாகவேண்டும் என்ற இலக்குடன் அவர் ஆற்றிய அவருடைய மகத்தான விரிவுரையான 'இந்தியா:75' என்பது இந்திய அரசுக்கு வழிகாட்டியாகத் திகழ்ந்து வருகிறது. உண்மையிலேயே நமது கல்வித்துறை தொழில் துறை வளர்ச்சிக்கு ஏற்ப திறமைசாலிகளை உற்பத்தி செய்து தரத் தவறிவிட்டது என்பது உண்மைதான்.

மக்களின் எதிர்பார்ப்புகளையும் பொருளாதாரத்தின் பெருகிவரும் தேவைகளையும் இணைத்துச் செயல்படவேண்டியது மிகவும் அவசியம். கிராமத்தில் வசிக்கும் ஒருவரிடம் அவருடைய குழந்தைகளுக்கு அவர் தர விரும்பும் மிக முக்கியமான விஷயம் எது என்று கேட்டால் பெரும்பாலானவர்கள், 'தனியார் ஆங்கிலப் பள்ளியில் சேர்க்க வேண்டும்' என்பதைத்தான் சொல்வார்கள். வாழ்க்கையில் முன்னேறுவதற்கான அனுமதிச்சீட்டாக அவர்கள் அதையே பார்க்கிறார்கள்.

இந்திய ஏழைகள் எப்படியாக இருந்துவருகிறார்கள் என்பது பற்றி என் நண்பர் சொன்ன ஒரு விஷயம் இதை உங்களுக்கு நன்கு புரியவைக்கும். உலகின் பரபரப்பான ரயில் நிலையங்களில் ஒன்று மும்பை லோக்கல் ரயில் நிலையம். அங்கு பத்து பதினைந்து வயதுகளில் ஷூ பாலிஷ் போடும் சிறுவர்கள் பலரைப் பார்க்க முடியும். அப்படியான ஒரு சிறுவனிடம் உன் வாழ்க்கை லட்சியம் எது என்று கேட்டபோது, 'இதோ என் முன் கால் நீட்டி நிற்கிறாரே அவர் போல் நான் ஆகவேண்டும்' என்று பதில் சொன்னானாம். என்ன அருமையான, தன்னம்பிக்கை மிகுந்த பதில். நம் நாட்டின் இளைய தலைமுறையினருக்கு திறமை அதிகம். சரியான வசதி வாய்ப்புகள் கிடைக்கவேண்டும். அதற்கு முதல் காலடி என்பது நல்ல கல்வி தான்.

கல்வி முறை

உலக அளவில் இந்தியாவில்தான் 24 வயதுக்குக் கீழானவர்களின் எண்ணிக்கை (57.2 கோடி) மிக அதிகம். நமது கல்வித் துறையின் உள்கட்டமைப்பு உலகிலேயே மிகப் பெரியது: பத்து லட்சம்

பள்ளிகளில் சுமார் 22 கோடி மாணவர்களும், 18,000 உயர் கல்வி நிறுவனங்களில் ஒரு கோடிக்கும் மேலான மாணவர்களும் உள்ளார்கள். கல்விக்கான பொது செலவினம் மொத்த உள்நாட்டு உற்பத்தியில் 3,000 கோடி அமெரிக்க டாலர்கள் அல்லது 3.7%; தனியார் பள்ளி செலவுகள் ஆண்டுக்கு 3,000 கோடி அமெரிக்க டாலர்கள். இது 2018ல் 3,000 கோடி அமெரிக்க டாலர்களாக அதிகரிக்கும் என்று எதிர்பார்க்கப்படுகிறது. மேலும் பள்ளிகளில் ஏழு சதவீதமும் உயர் கல்வி நிறுவனங்களில் 77 சதவீதமும் தனியார் வசம் உள்ளன.

இந்தப் புள்ளிவிவரங்கள் பார்ப்பதற்கு வியப்பூட்டுபவையாக இருக்கலாம். ஆனால், யதார்த்த நிலையோ மிகவும் மோசம். 19-24 வயதில் இருக்கும் தொழிலாளர்களில் ஐந்து சதவிகிதம் பேருக்குத்தான் முறையான பயிற்சி கிடைத்திருக்கிறது. 6-16 வயது வரையிலான முப்பது கோடி சிறுவர்களில் 10% பேர்தான் அடுத்த கட்டப்படிப்புக்குச் செல்கிறார்கள். இந்தப் பிரச்னை களைத் தீர்க்கும் நோக்கில் 2011 மார்ச் அறிவிக்கப்பட்ட நிதிநிலை அறிக்கையில் கல்வித் துறைக்கு 24% தொகை அதிகரிக்கப்பட்டது. 2020 வாக்கில் பள்ளியில் சேர்ந்தவர்களில் 30 % பேர் உயர் கல்விக்கு வந்திருக்கவேண்டும் என்பதுதான் இதன் இலக்கு. அனை வருக்கும் மேல் நிலைப் பள்ளிக் கல்வி கிடைத்திருக்கவேண்டும். மேல் நிலைக் கல்வியில் தொழில் கல்விக்கு முக்கியத்துவம் தந்திருக்கவேண்டும் என்ற இலக்குகளும் இடம்பெற்றுள்ளன. அரசு கல்வித் துறையில் மிகப் பெரிய இலக்குகளை முன்வைத்திருக்கிறது. அரசாங்கத்தால் மட்டுமே இதைச் செய்து காட்டிவிட முடியாது. தனியார் அமைப்புகளும் இதில் பங்கு பெற்றாகவேண்டும். அரசு மற்றும் தனியார் என்ற கூட்டு முயற்சி நிச்சயம் நல்ல பலனைத்தரும்.

கிராமப்புறங்களில் நல்ல கல்வி கிடைப்பதில்லை என்பது ஒரு பிரச்னையென்றால், இன்னொரு பக்கம் சிறுவர்கள் குடும்பத்துக்குக் கூடுதல் வருவாய் ஈட்டித் தரும் ஒரு நபராகப் பார்க்கப்படுவதால் பள்ளிகளில் இருந்து அதிகம் பேர் பாதியில் நின்றுவிடுகிறார்கள். பள்ளிகளில் கிடைக்கும் கல்வியும் மாணவர்களைத் தொடர்ந்து படிக்கத் தூண்டும்படியாக இருப்பதும் இல்லை. ஆசிரியர்கள் போதுமான அளவு இருப்பதில்லை. மிகவும் பெரியதொரு மனித சக்தி முறையான பயிற்சி இல்லாமல் வீணாகிவருகிறது. உலகின் சில பகுதிகளில் இது மிகப் பெரியதொரு சமூகப் பிரச்னையாகவும் ஆகிவருகிறது.

கல்வி என்பது மத்திய மாநில அரசுகளின் கூட்டுப் பொறுப்பில் இருந்துவருகிறது. கல்வியில் தேசிய மற்றும் ஒருங்கிணைக்கப் பட்ட அம்சங்கள் மிகுந்து இருக்கவேண்டும் என்பதில் மத்திய அரசு கவனம் செலுத்துகிறது. பல்வேறு தர அடிப்படைகளை அது முன்வைக்கிறது. மாநில அளவில் அனைத்து வகைக் கல்வியும் ஒரே மாதிரியானதாக இருக்கவேண்டும் என்பது விரும்பத் தக்கதுதான். ஆனால், அது மட்டுமே இருந்தாகவேண்டும் என்று சொல்லமுடியாது. எனவே, ஒருங்கிணைக்கப்பட்ட, மையத்தில் அதிகாரம் குவிந்த கல்வி அமைப்பு இருந்தால் பல நன்மைகள் கிடைக்கும். தேசத்தின் தேவைகள், எதிர்பார்ப்புகள் ஆகிய வற்றை அப்போதுதான் தீர்க்க முடியும். இரு தரப்புக்கும் விருப்ப மானதை முன்னெடுக்கவேண்டும். அப்போதுதான் செயலில் வெற்றி பெற முடியும். சில நேரங்களில் இதுவே பல்வேறு காலதாமதத்துக்கு வழிவகுத்தும் விடுகிறது. மத்திய அரசு நன்கு ஆராய்ந்து கொண்டுவரும் திட்டங்கள் மாநிலங்களின் ஒத்துழைப்பு இல்லாமல் தோல்வியைத் தழுவிவிடுவதுண்டு. அதுபோல் ஒரு மாநிலத்தில் வெற்றிகரமாகச் செயல்படும் அமைப்பு ஒன்றை நாடு முழுவதும் அல்லது பிற மாநிலங்களுக்கு விரிவுபடுத்துவதும் சாத்தியமாக இல்லை.

இந்தியாவில் தற்போது 480 பல்கலைக்கழகங்கள் மற்றும் 22,000 கல்லூரிகள் உள்ளன. அடுத்த பத்து ஆண்டுகளில், 700 புதிய பல்கலைக்கழகங்களும் 35,000 புதிய கல்லூரிகளும் தேவைப் படும். இன்று நாட்டில் 50 லட்சம் ஆசிரியர்கள் உள்ளனர், ஆனால் ஏற்கனவே 5 லட்சம் ஆசிரியர்களின் பற்றாக்குறை உள்ளது. இவை அனைத்தும் காலப்போக்கில் தீர்க்கப்பட முடியும்; ஆனால் ஒரு பத்தாண்டுகள் நாம் தேங்கிப்போனால், கடுமையான நெருக்கடிகள் நமக்கு ஏற்படும். இது ஒரு மிகப் பிரமாண்டமான சவாலாக இருப்பதால், நிர்வாகத்திலும், நிறுவன அமைப்பிலும், குறிப்பாக தொழில்நுட்பத்திலும், தகுந்த புதுமைப்புரட்சியை நாம் காணவேண்டும். அதே பழைய கருவிகளைக் கொண்டு இந்தச் சிக்கலை சரிசெய்ய முடியாது. புதிய தொழில்நுட்பங்கள் அல்லது புதிய வழிகள் தேவை.

வழக்கமான வகுப்புகள் அப்படியே தொடரவேண்டுமா, யாரெல்லாம் ஆசிரியராக இருக்க முடியும், எப்படிப் படிக்க வேண்டும் என தற்போது வழக்கத்தில் இருப்பவற்றை எல்லாம் மறுபரிசீலனை செய்ய வேண்டும். போதிய வளங்கள் இல்லாதபோது, இருக்கும் வளங்களை எப்படி முழுமையாகப்

பயன்படுத்துவது என்பதில் கவனம் செலுத்தவேண்டும். ஒரு பயனாளிக்கு ஒரு வழிமுறை என்ற முறையை மாற்றி ஒருவருக்குப் பல வழிமுறை என்பதாக ஆக்கவேண்டும். ஒரு ஆசிரியர் ஒரே ஒரு பள்ளியின் தேவைகளை மட்டும் பூர்த்தி செய்பவராக இருக்காமல் அருகில் இருக்கும் பல பள்ளிகளுக்கும் இணையம் வழியாக வகுப்புகள் எடுக்கும் வகையில் செய்ய வேண்டும். ஒவ்வொரு பள்ளியும் பல ஷிப்ட் முறைகளில் இயங்க முடியும். பொதுவான பாடங்கள், விளக்கக் குறிப்புகள் போன்ற வற்றை கிராமப்புற பிராட் பேண்டில் பகிர்ந்துகொள்ளலாம்.

புரட்சிகரமாக யோசிக்காமல் இந்தப் பிரச்னைகளைத் தீர்க்க முடியாது. ஆசிரியர்கள், பாடங்கள், பள்ளிகள் என்ற முக்கியமான மூன்று அம்சங்களையும் தொழில்நுட்ப உதவியினுடன் நிச்சயமாக மேம்படுத்தலாம். ஒரு மடிக்கணினி இருந்தால் ஒரு பள்ளிக்கூடம் மாணவருக்கு அருகில் வந்துவிடும். வீடியோ முறையிலான பாடங்கள் இருந்தால் கற்றுக் கொள்வதில் மிகுந்த ஆர்வத்தை ஏற்படுத்தும். இணைய வசதி இருந்தால் எங்கிருந்து வேண்டுமானாலும் எப்போது வேண்டுமானாலும் படிக்க வழி பிறக்கும்.

ஒரு மாணவர் எதை எப்படிக் கற்றுக் கொள்ள என்ற வசதி வாய்ப்புகளை தொழில்நுட்பம் ஏற்படுத்தித் தருகிறது. ஆசிரியர் மற்றும் பாடப் புத்தகம் என்று குறுகிவிடாமல் பல அறிவு மூலங்களில் இருந்து கற்றுக்கொள்ள வாய்ப்பு பிறக்கிறது. கல்வித் துறையில் இருக்கும் போதாமைகளைத் தீர்க்க உதவும் தொழில்நுட்ப வசதிகள் எல்லாம் தனியார் மூலம் கிடைக்க வழி உண்டு. எனவே இந்த விஷயத்தில் அவர்களுடைய பங்களிப்பு மிகவும் அவசியம்.

கல்விக்கும் திறமைப் பயிற்சிக்கும் தகுந்த நுகர்வோர் என்பது தொழில்துறை தான். கல்வித்துறைதான் இங்கு நுகர்வோர். கல்விக்கு இந்தப் புதிய தொழில்நுட்ப வழிமுறை அமிலச் சோதனை போன்றது. தொழில்துறை வளர்ந்த அளவுக்கு கல்வித் துறை வளர்ந்திருக்கவில்லை என்று தொழில்துறையில் இருப்பவர்கள் கருதுகிறார்கள். தேசமே இந்த விஷயத்தில் விழித்தெழுந்து ஓடியாகவேண்டும். இப்போதுதான் அது அப்படிச் செய்ய ஆரம்பித்திருக்கிறது. நமது கல்வி அமைப்பு மிக நீண்டகாலமாகவே மிகவும் இறுக்கமானதாக, எதற்கும் வளைந்து கொடுக்காததாக இருந்துவருகிறது. அறிவுத்துறை சார்ந்து உலக

அளவில் ஏற்பட்டிருக்கும் அதிரடியான மாற்றங்களுக்கு ஏற்பத் தன்னை மாற்றியமைத்துக்கொள்ளத் தவறிவிட்டது.

2030 வாக்கில் வளர்ந்த நாடுகளின் பட்டியலில் இடம்பெற வேண்டுமென்றால், அடுத்த இருபது ஆண்டுகளுக்கு நமது வளர்ச்சி விகிதம் 8 சதவிகிதமாக இருந்தாகவேண்டும். இதில் பெரும் பகுதி அயல் நாட்டு முதலீடுகள் மூலமும் நமது சேவைத் துறையின் மூலமும் சாத்தியமாகும். எனினும் உண்மையான உந்து சக்தி என்பது தொழில் முனைவோர்களின் எண்ணிக்கையை அதிகரிப்பதில்தான் இருக்கிறது. வளர்ந்த நாடுகளில் எல்லாம் அப்படியாகத்தான் விஷயங்கள் நடந்துவருகின்றன. உலக வங்கியின் ஓர் அறிக்கையின்படி, வளர்ந்த நாடுகளின் ஜி.டி.பியில் 51சதவிகிதப் பணம் சிறு மற்றும் நடுவாந்தர தொழில் நிறுவனங்களில் இருந்து கிடைப்பதாகத் தெரியவருகிறது. அவையெல்லாமே தொழில் முனைவுகளின் எடுத்துக் காட்டுகளே.

இந்தியாவில் 70 பில்லியன் டாலர் மதிப்பில் தகவல் தொழில் நுட்பச் செயல்பாடுகளை முன்னெடுப்பது பற்றிப் பேசி வருகிறோம். குறைத்து மதிப்பிட்டுப் பார்த்தாலும் அதற்கு 8000 புதிய நிறுவனங்கள் உருவாகியாகவேண்டும். எனவே நமது நாட்டுக்கு இன்னும் ஏராளம் தொழில் முனைவோர்கள் தேவை. டி.சி.எஸ் போன்ற நிறுவனங்களில் பயிற்சி பெற தொழில் முனைவு தாகம் கொண்ட பலர் முன்வரவேண்டும்.

இன்றைய சந்தைகளைப் பொறுத்தவரையில் அபாயங்களை, சவால்களைத் துணிந்து சந்திக்கத் தயாராக இருந்தாகவேண்டும். குறிப்பாக தகவல் தொழில்நுட்பத்துறையில் அதிவேகம், ஒரு தொழிலில் முன்னோடியாக இருப்பது, அடுத்ததாக என்ன மாற்றம் வரும் என்பதை முன்பே யூகிப்பது போன்றவை எல்லாம் மிகவும் அவசியம். இந்திய தொழில்முனைவோர்களில் பல முன்மாதிரி வெற்றியாளர்கள் இருக்கிறார்கள். நமது மனதில் தோல்வி தொடர்பாக இருந்துவந்த பழைய பயங்களை எல்லாம் இப்போது தூக்கியெறிய ஆரம்பித்துவிட்டோம் என்று நினைக்கிறேன். ஏதேனும் ஒன்றைச் செய்துகாட்ட வேண்டும் என்ற உத்வேகம் இருந்தால், வெற்றியாளர்களைப் பார்த்து சவால்களை எதிர்கொள்ளும் துணிச்சலை வளர்த்துக் கொள்ளவேண்டும் என்று மாணவர்களுக்கு நான் அடிக்கடி சொல்வதுண்டு.

நிச்சயமாக நாம் ஒரு செயலில் இறங்கும்போது தோல்விகள் வரத்தான் செய்யும். அவற்றில் இருந்து கற்றுக்கொள்வது மிகவும் அவசியம். தோல்விகளின் மறு பக்கத்தில் வெற்றி இருக்கிறது. சவால்களை எதிர்கொள்ளுதல், பரிசோதனை முயற்சிகளைச் செய்து பார்த்தல், இவையெல்லாம் நமது கல்வி முறையில் உள்ளார்ந்து இருப்பதில்லை. நாம் பொதுவாக பாதுகாப்பான, அபாயங்கள் அற்ற, தோல்விகளே இல்லாத வெற்றி போன்றவற்றுக்கே முக்கியத்துவம் தருகிறோம்.

நமது நாட்டுக் கல்வி முறையில் கூட்டு முயற்சி என்பதற்குப் போதிய முக்கியத்துவம் தரப்படுவதில்லை. ஆனால், அது கல்வித்துறையில் மிகவும் அவசியம். பள்ளிகளில் தனி நபர்களின் திறமைக்கு மதிப்பெண்கள் தரப்படுகின்றன. ஆனால், தொழில் துறையிலோ கூட்டு முயற்சியே தேவைப்படும். இன்றைய காலத்தில் எந்த நிறுவனமும் தனது பொருளை நேரடியாக விற்க முடிவதில்லை. வாடிக்கையாளர்களுடன் இணைந்து செயல் பட்டு அவர்களுடைய தேவைகள், எதிர்பார்ப்புகளைப் புரிந்து கொண்டு தமது பொருட்களை வடிவமைத்து வளர்த்தெடுக்க வேண்டிய கட்டாயம் இருக்கிறது. ஐ போன், ஃபேஸ்புக், ட்விட்டர் போன்ற மிகப் பெரிய வெற்றியை ஈட்டிய நிறுவனங்களின் செயல்பாடுகளே இதற்கான நல்ல எடுத்துக் காட்டு. மக்களின் அறிவு மற்றும் ஆலோசனைகளைத் தமது கருவிகள் பொருட்கள், சேவைகளுக்கான மூலப் பொருளாக மதித்து கூட்டுமுயற்சியாக முன்னெடுக்கவேண்டும். கருத்துப் பரிமாற்றம், குழு முயற்சி ஆகியவற்றை முழுமையாகப் பயன்படுத்திக்கொள்ளவேண்டும்.

தனிப்பட்ட படிப்பாளி என்பதற்கு மாற்றாக வலைப்பின்னலில் இணைந்திருக்கும் படிப்பாளி என்ற வழிமுறைக்கு நாம் மாறி விட்டிருக்கிறோம். எனவே பள்ளிக் கல்வி என்பது தொழிற் சாலைபோல் நடந்துவந்ததற்கு மாற்றாக புதிய கல்வி வழிகளுக்கு இடம் தரவேண்டும். நமது கல்வி அமைப்பு இப்படியான மாற்றங்களுக்கு இடம் தருவதாக இருக்கவேண்டும்.

பாரம்பரியமாக இருந்துவந்த ஆண்-பெண் பொறுப்புகள் மாற்றமடைந்துள்ளன. இரு தரப்பினரிடமிருந்தும் புதிய திறமைகள் எதிர்பார்க்கப்படுகின்றன. பள்ளிகள் தொழில் கல்விக்கு முக்கியத்துவம் தரவேண்டுமா வாழ்க்கைத் திறன்களுக்கு முக்கியத்துவம் தரவேண்டுமா... கல்லூரிகள் புதிய வகையில்

வடிவமைக்கப்படவேண்டுமா என்பதை எல்லாம் நாம் பரிசீலனை செய்து பார்க்கவேண்டும். உதாரணத்திற்கு ஐ.ஐ.டி-மெட்ராஸ் ஐ.டி தொழில்நுட்பத்துறையின் தேவைகளைப் பூர்த்தி செய்ய சில பரிசோதனை முயற்சிகளை பள்ளிகளில் செய்து பார்த்திருக்கிறது.

வாழ்நாள் முழுவதும் கற்றல் என்பது இப்போது ஒரு தேவையாகிவிட்டது. உலகம் தொடர்ந்து மாறியவண்ணம் உள்ளது. அடுத்ததாக எந்த பிரச்னை எங்கிருந்து முளைக்கும் என்பது நமக்குத் தெரியாது. மாற்றம் என்பது ஒருவகையில் மிகவும் கொடூரமானது. எந்த சமரசத்தையும் ஏற்காது. பின்தங்கிய வர்களை அது பொறுத்துக்கொள்ளாது. சில சேவைகள், வணிகங்கள், நிறுவனங்கள் எல்லாம் அதிரடி மாற்றங்களுக்கு ஈடு கொடுக்கமுடியாமல் முற்றாக அழிந்துவிட்டிருப்பதை நாம் பார்க்கமுடியும். கல்விமுறையானது கற்றவற்றில் சிலவற்றை மீண்டும் தொடர்ந்து புதிதாகக் கற்க ஊக்குவிக்கவேண்டும்.

மாணவர்கள் தமது கல்வி மீதான அதிகாரத்தை தாமே எடுத்துக் கொள்ளும்படியாக அவர்களைப் பலப்படுத்தவேண்டும். பணியிடத்தில் அறிவு சார்ந்த பணியாளர்களே சுதந்தரமாகச் செயல்படமுடிந்தவர்களாகவும் முறைசாரா வழிகளில் கற்றுக்கொள்ள முடிந்தவர்களாகவும் இருக்கிறார்கள். முறை சாரா கல்வியில் வரையறுக்கப்பட்ட பாடத்திட்டம் என்று எதுவும் கிடையாது. தனிப்பட்ட ஆசிரியர், பயிற்சி முறை ஆகியவற்றைக் கொண்டதாக இருக்காது. ஆனால், சுய உந்துதலை ஒட்டித் தானாக ஒருவர் கற்றுக் கொள்வதாக இருக்கும். டி.சி.எஸ்ஸின் ‘இக்னைட்’ பயிற்சி முகாமில் முறை சாரா கல்விக்கே முக்கியத்துவம் தரப்பட்டிருந்தது. முறைசாரா கல்விக்கு உகந்த வகையிலேயே அந்த வளாகம் வடிவமைக்கப்பட்டிருந்தது.

ஒரு ஆசிரியர் வகுப்பில் வந்து பாடம் எடுப்பது என்ற வழிமுறையை மையமாகக் கொண்ட கல்விமுறை மிகவும் குறுகலானது என்று நானும் நம்புகிறேன். வருங்காலத்தில் கல்வி என்பது வழக்கமான வழிகளில் இருந்து மாறுபட்டதாக மொபைல் போன் மூலமானதாகவே இருக்கப் போகிறது. மொபைல் போன் மூலமான கல்வியை எங்குவேண்டுமானாலும் வழங்க முடியும். அருங்காட்சியங்கள், கண்காட்சி அரங்குகள் ஆகியவற்றுக்கு வருபவர்களுக்கு கையில் கொண்டு சென்று பார்க்க முடியும்படியான மல்டி மீடியா வழிகாட்டிக் கருவிகள் மூலம் விஷயங்களைப் பகிர முடியும்.

பயிற்சி வகுப்புகளை மடிக்கணினி அல்லது செல்போன் மூலமாக வழங்க முடியும். சிறிய அளவில் ஆரம்பித்து மொபைல் போன் மூலமான கல்வி என்பது இன்று பள்ளிகள், அலுவலகங்கள், அருங்காட்சியகங்கள், நகரங்கள், கிராமப்புறங்கள் என அனைத்து இடங்களிலும் பரவத் தொடங்கிவிட்டது.

ஒரு நபருக்கு பல துறைத் திறமைகள் இருக்கவேண்டும் என்று தொழில்துறை எதிர்பார்க்கிறது. இன்று நாம் எதிர்கொள்ளும் பிரச்னைகளுக்கு பல தரப்பட்ட கோணத்தில் அணுகித் தீர்வு காணவேண்டியிருக்கிறது. சம்பந்தமே இல்லாதவை என்று கருதப்படும் துறைகளுக்கு இடையில்கூட தொடர்புகளை ஏற்படுத்தவேண்டிய அவசியம் இருக்கிறது. மனிதர்கள் புதுமை புனைதிறன் கொண்டவர்களாக (innovative) இருக்கவேண்டும் என்று இன்றைய உலகம் எதிர்பார்க்கிறது.

பல்வேறு கல்விப்புலங்களின் அடிப்படைகளைப் புரிந்து கொள்ளும் திறன் கொண்டவர்கள் அவற்றின் மூலம் கிடைக்கும் உள்ளொளியைப் பயன்படுத்தி தமது கற்றலை மேம்படுத்திக் கொள்ளமுடியும். இப்படிப் பல துறை சார்ந்த விஷயங்களைத் தெரிந்துகொள்வதால் புதுமையாக, படைப்பூக்கத்துடன் சிந்திக்கும் திறமை அதிகரிக்கும். நமது பள்ளிகளில் கற்பித்தல் முறை கண்பட்டை கட்டிய குதிரைபோல் நேர்கோட்டுப் பார்வை கொண்டதாகவே இருக்கின்றன. பாடங்கள் தனித்தனியான மூடுண்ட அறைகளாக ஆக்கப்பட்டு ஒன்றுக்கொன்று இருக்கும் தொடர்புகள் சொல்லித் தரப்படாமலேயே இருக்கிறது. பல்துறை அறிவைப் பெருக்க இவை தடைக்கல்லாக விளங்குகின்றன.

கல்வித்துறையில் இருக்கும் அடிப்படை பிரச்னைகளைத் தீர்ப்பது எப்படி என்று நாம் பார்க்கும் அதே நேரம் பாடத்திட்டங்கள், கற்றுக் கொடுக்கும் முறை, பாடவகைகள் இவையெல்லாம் புதிய மாறுதல்களுக்கு ஈடுகொடுப்பவையாக இருக்கவேண்டும் என்பதிலும் கவனம் செலுத்தவேண்டும். கல்வி, பயிற்சி, தொழில்துறை ஆகிய மூன்றுக்கும் இடையில் நல்ல தொடர்பு உருவாகியாகவேண்டும். மூன்று தரப்புக்கும் இடையே கலந்துரையாடல் நிகழவேண்டும். ஒவ்வொரு துறையும் மற்றவர்களின் பிரச்னைகள், தேவைகள் இவற்றைப் புரிந்து கொண்டு கூட்டாகத் தீர்வுகளைக் கண்டுபிடிக்கவேண்டும்.

இன்று நர்ஸரி முதல் 12ம் வகுப்பு வரையிலான பள்ளிகள், உயர் கல்வி மையங்கள் எல்லாமே லாப நோக்கில்லாமல்

நடத்தப்படவேண்டியிருக்கிறது. போதிய நிதி வசதி இன்மையும் இதனோடு சேர்ந்துவிடும்போது தனியார் துறையின் பங்களிப்பு மிகவும் அவசியம் என்ற நிலை இயல்பாகவே உருவாகி விடுகிறது. 'பெருநிறுவன சமூக பொறுப்புணர்வு' (CSR) என்ற வகையில் மட்டுமல்லாமல் தேச நிர்மாணப் பணி என்ற வகையிலும் இந்தியாவில் இருக்கும் கார்ப்பரேட் நிறுவனங்கள் இவற்றைத் தீவிரமாக முன்னெடுக்கவேண்டும்.

பல லட்சம் பேரைக் கல்வி கற்க வைப்பதன் மூலம் சில வருடங்களில் பெரியதொரு மத்திய வர்க்கக் குழுவை உருவாக்க முடியும். அந்தக் குழு பெருமளவில் நுகர்பொருட்களை வாங்க ஆரம்பிக்கும். நவீன தொழில்நுட்ப சேவைகளைப் பயன்படுத்த ஆரம்பிக்கும். பயிற்சி வகுப்புகளுக்கு முதலீடு செய்வதன் மூலம் கார்ப்பரேட் நிறுவனங்கள் தமது வணிகத்துக்குத் தேவையான திறமையான பணியாளர்களையும் உருவாக்கிக் கொள்ளமுடியும். திறமையான பணியாளர்கள் மிக அதிக அளவில் தேவைப் படுகிறார்கள். ஆனால் எண்ணிக்கையில் மிகவும் குறைவாகவே இருக்கிறார்கள். இந்தப் பிரச்னைக்குத் தீர்வு காணவில்லை என்றால் வருங்காலத்தில் மிகப் பெரிய நெருக்கடியை நாம் சந்திக்கவேண்டிவரும்.

கல்வித்துறையில் கார்ப்பரேட் நிறுவனங்கள் அதிக கவனம் செலுத்தும்போது கல்வியின் தரமும் வெகுவாக அதிகரிக்கும். தலைமைப் பண்புகள் பெருகும். கல்வித்துறைக்குள் நிர்வாக மேலாண்மை, அதிக நிதி ஆகியவை வந்து சேரும். இதனால் நலிவடைந்து நிற்கும் கல்வி நிலையங்கள் லாபகரமாகவும் நடக்க வழி பிறக்கும்.

திறமையான நிர்வாகம், மேலான ஆளுமை, வெளிப்படைத் தன்மை, கூட்டு முயற்சி, தெளிவான தகவல் பரிமாற்றம் இவையெல்லாம் தொழில்நுட்பத்தைப் பயன்படுத்துவதன் மூலமே ஏற்பட முடியும். உதாரணமாக, அரசு-தனியார் கூட்டுமுயற்சியின் மூலமாக தனியார் பள்ளிகளில் பயன் படுத்தப்படாமல் இருக்கும் நிறுவனத் திறன்களை பெரிய அளவில் பயன்படுத்த வாய்ப்பு கிடைக்கும். மேலும் இதன் மூலம் சுய-கல்வி முறை மற்றும் புதிய தொழில்நுட்ப பயன்பாடும் விரிவாகப்பட்டடால் பள்ளிக்கு வராமல் இருக்கும் சிறுவர் களுக்கும் 'இரண்டாவது வாய்ப்பைப்' பயன்படுத்திக்கொள்ள விரும்புபவர்களுக்கும் மிகவும் பயனுள்ளதாக இருக்கும்.

இந்திய, பன்னாட்டு நிறுவனங்கள் பலவும் இந்தத் துறையில் மிகுந்த அக்கறை காட்டத் தொடங்கியுள்ளன. கல்வி, பயிற்சி ஆகியவற்றை மேம்படுத்த டி.சி.எஸ் நிறுவனம் தகவல் தொழில்நுட்ப சேவைகளைப் பயன்படுத்திவருகின்றது. ஐ.டி துறைக்கும் டி.சி.எஸ்ஸுக்கும் பயன்படும்வகையில் நம் தேசத்தின் அடுத்த தலைமுறை தகவல் தொழில்நுட்ப நிபுணர்களை உருவாக்கிவருகிறது.

டி.சி.எஸ்ஸும் ஆரம்பப்பள்ளிக் கல்வியும்

உலகில் இருக்கும் கல்வி அமைப்புகளிலேயே மிகவும் பெரியது இந்தியக் கல்வித்துறைதான். ஆனால் 2010ம் ஆண்டுக்கான கல்வி அறிக்கையின்படி பார்த்தால் பெரும்பாலான பள்ளிகள், கல்வி அடிப்படை உரிமை சட்டம் எதிர்பார்க்கக்கூடிய நிபந்தனைகள் எதையுமே பூர்த்தி செய்யவில்லை என்பது தெரிய வருகிறது.

இந்தியா கல்வி துறையில் மிகவும் பின் தங்கி இருப்பதற்கு முக்கிய காரணம் திறமையான ஆசிரியர்கள் இல்லாததுதான். அசீம் பிரேம்ஜி ஃபவுண்டேஷன் போன்றவை இந்தப் பிரச்னையைத் தீர்ப்பதற்காக ஆசிரியர் பயிற்சி மையங்களை நடத்திவருகின்றன. ஆனால் பல லட்சக்கணக்கான மாணவர்களுக்குத் தேவையான ஆசிரியர்களை உருவாக்குவதற்கு அதிக காலம் எடுத்துக் கொள்ளும்.

போதிய நிதி வசதிகள், பிற தேவைகள் எல்லாம் பூர்த்தி செய்யப் பட்டாலும் திறமையான ஆசிரியர்கள், கல்வி அதிகம் தேவைப் படும் கிராமப்புறங்களுக்குச் சென்று பணிபுரிய விரும்புவ தில்லை. இணையத்தில் கல்வி தொடர்பான விஷயங்கள் மிக அதிக அளவில் இருந்தபோதிலும் கிராமப்புற மாணவர்களால் அவற்றைப் பயன்படுத்த முடிவதில்லை. ஒன்று போதிய தகவல் தொழில்நுட்ப, தொலைதொடர்புக் கட்டமைப்புகள் இல்லாமல் இருக்கும். அல்லது மேற்கத்திய உச்சரிப்புகள், ஆங்கில மொழி போன்றவை தெரியாமல் இருக்கும்.

இணையத்தில் கல்வி தொடர்பாக இருக்கும் விஷயங்களைப் பார்த்துப் படிக்கும் மாணவர்களுக்கு அவ்வப்போது ஏற்படும் சந்தேகங்கள், கேள்விகள் இவற்றுக்கு ஆசிரியர்களிடமிருந்து உரிய நேரத்தில் பதில்கள் கிடைப்பதும் இல்லை. பீகாரில் இருக்கும் ஒரு பள்ளியில் இந்தப் பிரச்சினையைத் தீர்ப்பதற்காக

ஸ்கைப் தொழில்நுட்பத்தைப் பயன்படுத்துகிறார்கள். கிராமத்து மாணவர்கள் நகரத்தில் இருக்கும் திறமைசாலி ஆசிரியர்களுடன் உரையாட வழி ஏற்படுத்தித் தந்திருக்கிறார்கள். ஆனால், இந்த வழிமுறையைப் பெரிய அளவில் விரிவுபடுத்த முடியவில்லை. ஏனென்றால் அந்த நகரத்து ஆசிரியர்களுக்கு அவர்களுக்கென்று தனியான வேறு பல பொறுப்புகளும் வேலைகளும் இருக்கின்றன. மையத்தைச் சுற்றியுள்ள ஆரக்கால்கள் மாதிரியாக (hub-and-spoke model) திறமையான ஆசிரியர்கள் இல்லாத பகுதிகளில் உள்ள மாணவர்களுக்கு திறமையான ஓர் ஆசிரியர் எடுக்கும் பாடத்தை இணையம் மூலம் கொடுத்துவிட முடியும்.

அரசு மற்றும் தனியாரைச் சேர்ந்த பல்வேறு அமைப்புகள், கல்வி சார்ந்த விஷயங்களுக்கு இணையதளத்தைப் பயன்படுத்தி வருகின்றன. தூர்தர்ஷனின் கல்வி சேனலான 'ஞான் தர்ஷன்' (Gyan Darshan) போன்றவை வரவேற்கத் தகுந்தவையே. எனினும் ஆசிரியர் மாணவர் இடையிலான உரையாடலுக்கு அங்கு இடமில்லை. அதுபோல், உள்கட்டமைப்பு மற்றும் உள்ளூர் நிபுணத்துவம் இல்லாத காரணத்தால், ஆசிரியர்களின் உதவி இல்லாமல் மாணவர்கள் தாமாகவே கற்றுக்கொள்ளும் திட்டங்களின் மூலம் தரமான கல்வியை வழங்குவதற்கான முயற்சிகள் வரம்பிற்குட்பட்டவையாகவே உள்ளன. இதுபோன்ற பரிசோதனை முயற்சிகள் நிறைய செய்யப்படவேண்டும். வெற்றி பெறுபவற்றைப் பெருமளவுக்கு விரிவுபடுத்தவேண்டும்.

'கிராம மைத்ரா' (gram-MAITRA)

கிராமங்கள், மற்றும் நலிவடைந்த பகுதிகளில் வசிக்கும் குழந்தைகளுக்கு ஆரம்பக்கல்வி தரும் நோக்கில் ஆரம்பிக்கப் பட்டதுதான் 'கிராம மைத்ரா'. இது ஒலி-ஒளி, உரையாடல் வழியிலான தொலைதூரக் கல்வித் திட்டம் ஆகும்.

'கிராம மைத்ரா' திட்டம் நான்கு இலக்குகளைக் கொண்டது. முதலாவதாக, வெகு தொலைவில் இருக்கும் ஆசிரியர்களை பிராட்காஸ்ட் மூலமாகக் கற்றுத்தர வைப்பது. இரண்டாவதாக, தொலைதூரக் கல்வி முறையில் மாணவர் ஆசிரியர் கலந்துரை யாடலுக்கான வாய்ப்புகளை அதிகரிப்பது. மூன்றாவதாக, ஒவ்வொரு திறமைசாலி ஆசிரியரின் கற்றுக்கொடுக்கும் எல்லையை விரிவுபடுத்துவது; அதேநேரம் ஒவ்வொரு மாணவருடனான உரையாடலுக்கும் வழிவகுப்பது.

நான்காவதாக உள்ளூர் ஆசிரியர்களை அதிகம் பயன்படுத்துவது மற்றும் காலப்போக்கில் அவர்களுடைய திறமையை மேம்படுத்துவது.

‘கிராம மைத்ரா’ டிடிஹெச் செயற்கைக்கோள் இணைப்புகள் மற்றும் இணைய தொழில்நுட்பங்கள் ஆகியவற்றைப் பயன் படுத்தி பல இடங்களை சென்று சேர்தல், மாணவர்களுக்கும் தொலைதூரத்தில் இருக்கும் ஆசிரியருக்கும் இடையில் தொடர்புகளை உருவாக்குதல், இவை எல்லாவற்றையும் மிகக் குறைவான விலையில் செய்து தருதல் ஆகிய நோக்கங்களைக் கொண்டு இயங்குகிறது.

டிடிஹெச்-இணைய தொழில்நுட்பம் ஆகிய இரண்டையும் இணைத்ததற்கு முக்கிய காரணம் என்னவென்றால் இவற்றின் மூலம் தான் கல்வி சார்ந்த நல்ல தரமான வீடியோக்கள், புகைப்படங்கள் ஆகியவற்றைப் பரிமாறிக்கொள்ள முடியும். தொலைபேசி, செல்போன்கள் ஆகியவற்றின் மூலம் அது சாத்தியமல்ல. பல மொழிகளிலான வீடியோ பாடங்களை டிடிஹெச் மூலமாகவும் மாணவர் ஆசிரியர் இடையிலான உரையாடல்களுக்கு, குறிப்பாக கேள்வி-பதில் நேரங்களில் இணையத்தையும் இதில் பயன்படுத்துகிறோம். இந்த இரண்டையும் பயன்படுத்துவதில்தான் அந்தப் புதுமை அடங்கி இருக்கிறது.

பிற வழிகளைவிட இதில் பல நன்மைகள் இருக்கின்றன. ஒவ்வொரு மாணவருக்கும் ஒரு மடிக்கணினி என்பதற்கு பதிலாக இந்த ‘கிராம மைத்ரா’ திட்டத்தின்படி ஒரு வகுப்பறைக்கு ஒரு தொலைக்காட்சிப் பெட்டியே போதும். மாணவர்களுடனான கலந்துரையாடலில் பங்கு பெற்றும் பாடங்களை வடிவமைத்தும் தொலைதூரத்திலிருந்து கற்றுத்தரும் நிபுணத்துவம் வாய்ந்த ஆசிரியர்களுக்கு கூடுதல் சம்பளமும் இதனால் கொடுக்க முடியும். உள்ளூர் ஆசிரியர்களும் இதில் பங்கெடுத்து தங்கள் திறமைகளை மேம்படுத்திக் கொள்ளமுடியும்.

விரிவுரைகள் பல மொழிகளில் ஒளிபரப்பப்படுகின்றன, மாணவர்கள் விரும்பிய மொழியைத் தேர்ந்தெடுக்கலாம். இந்த அமைப்பு உள்ளூர் ஆசிரியர்களின் சேவைகளை முற்றாக அகற்றுவதில்லை; உள்ளூர் ஒருங்கிணைப்பாளர்களாக அவர்கள் பங்கேற்பார்கள். உள்ளூர் ஆசிரியர்களின் தரம் தொடர்ந்து மேம்படுத்தப்படுவதற்கான வாய்ப்பையும் இது வழங்குகிறது.

இந்தக் கல்வி முறையில் சில கேள்விகள் இடம்பெறுவதுண்டு. மாணவர்கள் மற்றும் உள்ளூர் ஆசிரியர் ஆகியவர்களுடைய பங்கேற்பை உறுதிப்படுத்தும் நோக்கில் அவை இடம்பெறும். தொலைதூரத்தில் இருக்கும் திறமைசாலி ஆசிரியருடன் தொடர்பு கொள்வதற்காக டி.சி.எஸ் உருவாக்கிய ஹோம் இன்ஃபோடெய்ன்மெண்ட் ப்ளாட்ஃபார்ம் (ஹெச்.ஐ.பி) என்ற குறைந்த அலைகற்றை கொண்ட இருவழி தொடர்புப் பாதை ஒன்று பயன்படுத்தப்படுகிறது. இது பார்ப்பதற்கு செட் டாப் பாக்ஸ் போலவே இருக்கும். டிடிஹெச்-ல் இருந்து வரும் வீடியோ சிக்னல்களை ஏடிஎஸ்எல் அல்லது வயர்லெஸ் (சி.டி.எம்.ஏ/3ஜி/ஜி.எஸ்.எம்) இணையத்துடன் இணைத்து, தொலைக்காட்சிப் பெட்டியில் காட்சிப்படுத்தும்.

இந்த பிராட்காஸ்ட்டில் மாணவர் குழுக்களின் சார்பில் தொலை தூரத்தில் இருக்கும் ஆசிரியருக்கு உள்ளூர் ஆசிரியர்கள் கேள்விகளை எழுதி அனுப்ப முடியும் . இந்த ஹெச்.ஐ.பியைப் பல இந்திய மொழிகளுக்கும் பயன்படுத்த முடியும். இதில் ஒரு வெப் பிரவுசர், மின்னஞ்சல் வசதி, காணொளி உரையாடல், காணொளி கலந்துரையாடல் ஆகியவை உண்டு. இதன் மூலமாக மாணவர்களுக்கும் தொலைதூர ஆசிரியருக்கும் இடையில் மெய்நிகர் உரையாடல் நடக்க முடியும். அதுபோல் விரிவுரைகள் தொடர்பாக எஸ்எம்எஸ் மூலமாக மதிப்பெண் அளிக்கவும் இதில் வழி செய்யப்பட்டிருக்கிறது.

பல்வேறு மாணவர்களிடமிருந்து ஒரு குறிப்பிட்ட கேள்வி கேட்கப்பட்டிருந்தால் அவற்றைத் தொகுத்து ஒரே பதிலாகவும் தொலைதூர ஆசிரியரால் அனுப்ப முடியும். இப்படியான வழிமுறைகள் நிபுணத்துவம் வாய்ந்த ஆசிரியரின் நேரத்தை மிச்சப்படுத்துவதாகவும், அதிக மாணவர்களை ஒரே நேரத்தில் சென்று சேர வழி வகுப்பதாகவும் இருக்கிறது.

இந்தத் திட்டம் முழுமையாக அமல்படுத்தப்பட வேண்டும் என்றால் யார் நிதி வழங்க வேண்டும்? எவ்வளவு செலவாகும்?

நம் தேசத்தின் மாநில அரசுகள் இதற்கு நிதி ஒதுக்க வேண்டியிருக்கும்; ஆரம்பகட்டச் செலவினங்களை வைத்துப் பார்த்தால் ஒரு பள்ளிக்கு, ஒரு வகுப்பறைக்குத் தேவையான கருவிகள் வாங்க ரூ 17,500 செலவாகும். ஒரு மாநிலத்தில் இது போல் ஒரு லட்சம் பள்ளிகள் ஆரம்பிக்கப்பட்டால் ஆண்டுக்கு ரூ 140 கோடி ரூபாய் அரசு செலவிட வேண்டியிருக்கும்.

அனைவருக்குமான டிஜிட்டல் தொழில்நுட்பம் சார்ந்த பிற முயற்சிகளைப் போலவே டி.சி.எஸ்ஸின் 'கிராம மைத்ரா' திட்டத்திலும் சில சிக்கல்கள் இருக்கின்றன. போதுமான மின்வசதி இன்மை அல்லது தாறுமாறான மின்னழுத்தம் போன்ற பிரச்சனைகள் கிராமப்புறங்களில் இருக்கின்றன. இந்தப் பிரச்னையைத் தீர்ப்பதற்காக டாடா பிபி சோலார் நிறுவனத்துடன் ஓர் ஒப்பந்தம் செய்து கொண்டிருக்கிறோம். இந்த கிராமப்புறப் பள்ளிகளுக்குத் தேவையான மின்சாரத்தை சுயமாக அவர்களே அங்கேயே உற்பத்தி செய்துகொள்ள இது வழிவகுக்கும்.

டி.சி.எஸ் மற்றும் கணினி அடிப்படையிலான கல்வி

கல்வித்துறையின் மறுமுனையில் பார்த்தால் இந்தியாவில் 20 கோடி பேர் தாய் மொழியில் பேசத் தெரியும். ஆனால் எழுதவோ படிக்கவோ தெரியாது. உலக அளவில் 15 மற்றும் அதற்கு மேற்பட்ட வயதில் இருக்கும் கல்வியறிவு குறைந்தவர்களின் எண்ணிக்கையில் மூன்றில் ஒரு பங்கு பேர் இந்தியாவில்தான் இருக்கிறார்கள். படிப்பறிவுக்கும் பொருளாதார வளர்ச்சிக்கும் இடையில் நெருங்கிய தொடர்பு இருப்பதாகப் புள்ளி விவரங்கள் தெரிவிக்கின்றன. உண்மையில் அறிவுசார் பொருளாதாரத்தின் அஸ்திவாரமே படிப்பறிவு தான்.

அரசாங்கத்தின் தேசிய கல்வியறிவு குறிக்கோள் (National Literacy Mission, NLM) முன்னோடியாக வேலை செய்த போதிலும், குறைந்த அளவாகவே வெற்றி அடைந்துள்ளது; மேலும், தற்போதைய எழுத்தறிவு வளர்ச்சி விகிதம் ஆண்டுக்கு 1.3 சதவிகிதம் தான்; 90 சதவிகிதம் கல்வியறிவு விகிதத்தை எட்டுவதற்கு இந்தியா இன்னும் முப்பதாண்டுகள் அல்லது அதற்கு அதிகமாக தேவைப்படுகிறது - அது மிக நீண்டது.

தேசிய கல்வி இயக்கம் வெகு காலமாகவே நடந்த பின்னரும் குறைந்த அளவு வெற்றியையே பெற்றிருக்கிறது. ஆண்டுக்கு படிப்பறிவு வளர்ச்சி விகிதம் என்பது 1.3 சதவீதமாகவே இருக்கிறது. 90 சதவிகித படிப்பறிவு பெறுவதற்கு இன்னும் முப்பது ஆண்டுகள் ஆகும். அது நீண்ட நெடும் பயணம்.

படிப்பு விஷயத்தில் அதிரடியான மாற்றம் நிகழ்ந்தாகவேண்டும். வழக்கமான கல்வி முறைகளில் இருக்கும் பிரச்னைகளைத் தீர்ப்பதில் தான் சவால் இருக்கிறது. வழக்கமாக இருக்கும்

வகுப்பறை சார்ந்த கல்விமுறையில் 9 முதல் 18 மாதங்கள் கடுமையான பயிற்சி தரப்பட்டாலே குறைந்தபட்சம் வெற்றி கிடைக்கும். கிராமப்புற, நலிவடைந்த பிரிவினரிடையே இது சாத்தியமில்லை. இந்தியாவில் வயது வந்த பலரும் நாள் முழுவதும் உழைத்தாக வேண்டியிருக்கிறது. அதோடு வழக்கமான கல்விமுறையில் சில லட்சம் ஆசிரியர்கள் தேவைப் படுவார்கள். நம் நாட்டில் இப்போது அத்தனை பேர் இல்லை.

ஒருவருக்கு எழுத கற்றுக்கொடுப்பது என்பது அவ்வளவு முக்கியமல்ல என்று டி.சி.எஸ் நிறுவனம் மேற்கொண்ட ஆய்வு தெரிவிக்கிறது. ஏனென்றால் வயது வந்தவர்கள் பலர் கல்வி கற்க வரும்போது எழுத்து வேலைகளைச் சிரமமானதாக கருது கிறார்கள் என்பது தெரியவந்தது. மன ரீதியான காரணங்கள், கை வளைந்து கொடுக்காமல் இருப்பது, பிற சமூக காரணங்கள் எனப் பல இருக்கின்றன. இத்தனை வயதுக்குப் பின் சிலேட்டு குச்சியுடன் வகுப்பறைக்குச் செல்வதில் பலருக்கு மிகுந்த தயக்கம் இருந்தது. அதோடு எழுதுவதைவிடப் பாடங்களை வாசிப்பது மிகவும் எளிதானதாக இருந்தது.

ஒரு வாக்கியத்தைத் தாய்மொழியில் எப்படி எழுதுவது என்று தெரியாமலேயே வாசிக்கப் பலருக்கு முடிந்தது. வயது வந்த ஒருவருக்கு வாசிக்க கற்றுக் கொடுப்பது என்பது மிகவும் வளைந்து கொடுக்கும் கால அட்டவணை கொண்டதாக இருக்க வேண்டியிருந்தது. வயது வந்தவர்கள் அதிகபட்சம் 30-40 மணி நேரம் மட்டுமே வாசிப்புக்குச் செலவிட முடிந்தது.

இரண்டாவதாக, ஒருவர் பிறருடைய துணையின்றித் தாமாகவே வாசிக்கக் கற்றுக்கொள்ள முடியும் படியாக தொழில்நுட்பத்தைப் பயன்படுத்த வேண்டும் என்று டி.சி.எஸ் விரும்பியது. அந்த வழிமுறை மிகவும் எளிமையானதாக இருக்க வேண்டும்; எங்கு வேண்டுமானாலும் யாரால் வேண்டுமானாலும் எப்போது வேண்டுமானாலும் பயன்படுத்த முடிவதாக இருக்க வேண்டும். அன்றாடப் பயன்பாட்டுக்கு ஒருவருக்கு 500 வார்த்தைகளை எழுத்துக்கூட்டி படிக்கத் தெரிந்தாலே போதும் என்பதும் இந்த ஆய்வில் இருந்து தெரிய வந்தது.

இவற்றையெல்லாம் பூர்த்தி செய்வதற்காக டிவிஎஸ் குழுமம் புரிதல் அடிப்படையிலான ஒரு வழிமுறையை உருவாக்கியது. இந்த புரிதல் வழிமுறை மூன்று அடுக்குகளைக் கொண்டது.

ஒன்றை வாசிக்கும்போது (அ) படங்கள் மூலமாக (ஆ) ஒலி மூலமாக (இ) உணர்வு மற்றும் உணர்ச்சிகள் மூலமாக புரிதல் நடக்கிறது. எங்கள் குழு பாடத்திட்டத்தை வடிவமைக்கும்போது இந்த மூன்று அம்சங்களையும் கலந்து சிலவற்றுக்கு அழுத்தம் கொடுத்து வடிவமைத்தது.

தேசிய கல்வி இயக்கம் வெளியிட்ட கையேடுகளை அடிப் படையாக வைத்து 'கலப்பு கல்வி முறை' (eclectic methodology) வழியில் டி.சி.எஸ் நிறுவனம் பாடங்களை வடிவமைத்தது. அகர வரிசையை கற்றுத்தரும் போது ஏற்கனவே நன்கு அறியப் பட்டிருந்த வார்த்தைகளின் மூலமாக அதை முன்னெடுத்தது. சில வார்த்தைகளை மையமாகக்கொண்டு கதைகள் உருவாக்கப் பட்டன. படங்கள், ஓவியங்கள், கேள்வி பயிற்சிகள் போன்ற வற்றின் மூலமாக ஏற்கனவே கற்றுக்கொண்டவை எல்லாம் அழுத்தமாக மனதில் பதிய வைக்கப்பட்டன.

பாடத்திட்டங்கள் வடிவமைக்கப்பட்ட பின்னர் இவற்றை எப்படி வழங்க வேண்டும் என்பது முடிவு செய்யப்பட்டது. வழக்கமான கல்விக்கு மாறாக மல்டிமீடியா மூலமான கல்வி என்பதுதான் அனைவருடைய ஏகோபித்த விருப்பமாக இருந்தது. இது படிக்க வருபவர்களுக்கு மனதில் இருக்கும் பயங்களைப் போக்கி பாடத்தில் கவனத்தை குவிக்க உதவியது. கிராமங்களில் இருந்த பொம்மலாட்டம் அவர்களுடைய மனதுக்கு நெருக்கமான தாகவும் எளிதில் புரிய வைக்க ஏற்றதாகவும் இருந்ததால் காட்சி மொழியில் பொம்மைகளே பெரிதும் பயன்படுத்தப்பட்டன.

கணினி அடிப்படையிலான இந்தக் கல்வி முறை இந்திய வரிவடிவ எழுத்துகள், வார்த்தைகள், அவற்றின் அர்த்தம், உச்சரிக்கும் விதம் ஆகியவை தொடர்பான தனிநபர்களின் புரிதலுக்கு ஏற்பவே அமைந்திருக்கும். ஜூன் 2000ல் ஆந்திர பிரதேசத்தில் பீரம்குடா பகுதியில் ஆரம்பிக்கப்பட்டது. இன்று தெலுங்கு, தமிழ், மராத்தி, ஹிந்தி, வங்காளம், கன்னடம், உருது, குஜராத்தி மற்றும் ஸ்வாகிலி முதலிய மொழிகளிலும் வந்து விட்டது. அரபி மொழி, ஸ்பானிய மொழிகளும் பயிற்சி வகுப்புகள் வரப்போகின்றன.

ஆந்திரா, தமிழ்நாடு, மத்திய பிரதேசம், மஹாராஷ்டிரா, உத்திர பிரதேஷ் முதலான மாநிலங்களில் 250 கல்வி மையங்கள் செயல்படுகின்றன. 120,000 பேர் இவற்றின் மூலம் கல்வியறிவு

பெற்றிருக்கிறார்கள். எழுதக் கற்றுக் கொடுப்பதோடு கணிதப் பாடங்கள், சமூக விழிப்புணர்வு சார்ந்த விஷயங்கள் ஆகியவையும் கற்றுத்தர முயற்சிகள் மேற்கொள்ளப்பட்டு வருகின்றன. இந்தக் கல்விமுறை தொடர்பான தொழில்நுட்ப விஷயங்களைத் தரப்படுத்தி தேசிய கல்வி இயக்கத் திட்டப் பொறுப்பாளர்களிடம் ஒப்படைக்கவும் திட்டமிருக்கிறது. வேறு பல மொழிகளிலும் இதைக் கொண்டு வரவும் தீர்மானித் திருக்கிறோம். கணிதம் மற்றும் எழுத்து பயிற்சியின் மூலம் கல்வியறிவு இயக்கத்தின் இலக்குகளைப் பூர்த்தி செய்வதற்கான முயற்சிகளும் மேற்கொள்ளப்பட்டு வருகின்றன.

வயது வந்தோருக்கான கல்வியில், தேசியக் கல்வி இயக்கத்தின் எதிர்பார்ப்புகளையும் தாண்டிச் செல்ல வேண்டுமென்ற இலக்கும் இருக்கிறது. ஒரு குறிப்பிட்ட மொழிப் பாடத்தை உள்ளூர் பேச்சு வழக்கு மூலமாவோ அல்லது வேறொரு மொழி மூலமாகவோ அல்லது ஆங்கிலத்தின் மூலமாகவோகூடக் கற்றுத் தரும் திட்டமும் இருக்கிறது.

கல்விக்கான வணிக ஆதரவு

கல்வி தொடர்பான சேவைகளுக்கு தொழில்நுட்பத்தைப் பயன் படுத்துவது என்பதை டி.சி.எஸ் நிறுவனம் சமூகத்துக்கு, தான் ஆற்ற வேண்டிய கடமையாகக் கருதுகிறது. பல பள்ளிகளில் கம்ப்யூட்டிங் விஷயங்களை கற்றுத் தருவதற்காக கிணிகளை வாங்கி வைத்திருக்கிறார்கள். அவற்றைப் பயன்படுத்தி மல்டிமீடியா மூலமாக கணிதம், உயிரியல் அல்லது இயற்பியல் போன்றவற்றைக் கற்றுக் கொடுக்க முன்வருவதில்லை. சில பள்ளிகளில் மிகப் பெரிய அறையில் 30-40 கம்ப்யூட்டர்கள் இருப்பதைப் பார்த்திருக்கிறேன். அங்கு கற்றுத்தரப்படும் விஷயங்களுக்கு செயல் திறம் குறைந்த தின்-க்ளையண்ட் (Thin client) கம்ப்யூட்டரே போதுமானதாக இருக்கும்.

இதுபோன்ற பல எளிய விஷயங்கள், நம்மிடம் இருக்கும் தொழில்நுட்பத்தை கல்வித்துறையில் மிகச் சரியாகப் பயன் படுத்த வேண்டும் என்பதை அடிக்கோடிட்டுக் காட்டுகின்றன. வணிக நிறுவனங்களுமே கூட தகவல் தொழில்நுட்பத்தைச் சரியாகப் பயன்படுத்தவில்லை என்றால் இதுபோன்ற நெருக்கடிகளைச் சந்திக்க நேரிடும்.

கல்வித்துறையில் பல சீர்திருத்தங்கள் நடந்துவரும் நிலையில் அதன் தகவல் தொடர்பு தொழில்நுட்பத் தேவைகள் சிறிய-நடுத்தர வணிகங்களை (SMB) போலவே உள்ளது என்பதை உணர்ந்து கொண்டு டி.சி.எஸ், அதன் SMB வணிகத்தின் ஒரு பகுதியாக பள்ளிகளுக்கு ஒரு தீர்வை அறிமுகப்படுத்தியது. டி.சி.எஸ் தனது விற்பனை முன்மொழிவில் சில எளிய விதிகளைப் பின்பற்றியது. பள்ளிகள் ஏன் தனக்குத் தேவையான தகவல் தொழில்நுட்பத்தை வாடகைக்கு வாங்காமல் விலைக்கு வாங்க வேண்டும்? மிகப் பெரிய தகவல் தொழில்நுட்ப சேவை ஒன்றை பள்ளிகளுக்கென்று சுருக்கிப் பயன்படுத்துவதைக் காட்டிலும், அவர்களின் தேவைகள் வளரும்போது உருவாக்கக் கூடிய விசேஷத் தீர்வுகளை ஏன் பள்ளிகளுக்கு வழங்கக் கூடாது?

இந்தக் கேள்விகளின் அடிப்படையில் டி.சி.எஸ் நிறுவனம் தனது செயல்பாடுகளை முன்னெடுக்கிறது. பள்ளிகளை ஒரு தனித்துவமான செயல்முறைகள் கொண்ட ஒரு நிறுவனமாகப் பார்த்து அதற்கான தீர்வுகளை வழங்க வேண்டும் என்ற பார்வை முற்றிலும் புதிதானது. ஒரு பள்ளிக்குத் தேவையான நிர்வாகச் செயல் முதல் கற்பித்தல் கற்றல் நடவடிக்கைகள் வரை பள்ளியின் அனைத்துத் தேவைகளையும் நிவர்த்தி செய்வதற்கு இது ஒரு முழுமையான தீர்வாக அமைகிறது.

கூட்டுமுயற்சியில், இணையம் மூலமாகக் கல்வி வழங்குதல் என்ற அடிப்படையில் டி.சி.எஸ் நிறுவனம் பள்ளிக் கல்வியின் தரத்தை மேம்படுத்த விரும்புகிறது. பாரம்பரியத்தை மையமாகக் கொண்ட வகுப்பறையிலிருந்து தொழில்நுட்பம்-ஒருங்கிணைந்த வகுப்பறைக்கு மாறுவது மற்றும் புதிய தொழில்நுட்பங்களைக் கொண்டு இளைஞர்கள் மிக எளிதாக கற்றுக்கொள்ளும் கல்விமுறைகளுக்கு ஏற்ப மாற்றுவது போன்ற பள்ளிகளின் தேவைகளை இந்த முயற்சியின் ஆரம்பகால வெற்றி உறுதிப்படுத்துகிறது.

இப்போதைக்கு இந்த வசதிகள் நகர்ப்புற பள்ளிகளுக்கு மட்டுமே கிடைக்கின்றன. கிராமப்புறங்களிலும் இதற்கான முயற்சிகள் எடுக்கப்பட்டு, தனியார் நிறுவனங்களுக்கு இதில் அனுமதி கொடுத்தால் பலரும் நிச்சயம் இந்தக் களத்தில் இறங்குவார்கள். வெற்றிகரமாக இயங்கும் பல வணிக நிறுவனங்கள் இந்த சேவையை வழங்குவதற்கு நிச்சயம் முன்வருவார்கள். கல்வித்

துறையில் தனியாரின் பங்களிப்பு என்பது தேசத்தின் லட்சியங் களுக்கு உறுதுணையாக இருக்குமே தவிர தடைக்கல்லாக அல்ல.

லட்சக்கணக்கான இந்தியர்களுக்கு அவர்களுடைய அடிப்படை உரிமையான தரமான கல்வியைக் கிடைக்கச் செய்ய வேண்டும். ஷூவுக்கு பாலீஷ் போட்டுப் பளபளப்பாக்கும் சிறுவனின் வாழ்க்கையை நாம் ஜொலிக்கச் செய்ய வேண்டும். சிறுவர்கள் தங்கள் குரலை உரத்து ஒலிக்க வைக்க முடியாத நிலையில் இருக்கிறார்கள். எனவே நாம்தான் அவருடைய தேவைகள் சார்ந்து கூடுதலாக அக்கறை கொண்டாக வேண்டும். அவர்கள் சொல்வதைக் கூர்ந்து கேட்டாக வேண்டும்.

•

உலகச் சுற்றுச்சூழலும் நிலைத்தன்மையும்

இந்தியாவில் இருக்கும் பிற மத்தியதர குடும்பங்களை போலவே எனது குடும்பத்திலும், நம்மிடம் இருப்பவற்றை நாம் மதித்துப் பாதுகாக்க வேண்டும் என்ற எண்ணம் வலுவாக இருந்தது. கூடுதலாகப் பெற முடியாது என்பதனால் அல்ல; நம்மிடம் இருக்கும் அளவுக்குக்கூட மற்ற பலரிடம் இல்லாத நிலையில், நாம் நம்மிடம் இருப்பதைப் போற்றிப் பாதுகாக்க வேண்டும் என்ற பாரம்பரியமான எண்ணம் எங்கள் மனத்தில் இருந்தது. ஒரு அறையை விட்டு வெளியே செல்வதென்றால் விளக்குகளை, மின்விசிறிகளை அணைத்துவிட்டுச் செல்லவேண்டும்; ஒரே தட்டிலேயே தினமும் சாப்பிட வேண்டும். எதையும் வீணாக்கக் கூடாது என்பது வாழ்வின் அன்றாடப் பாடமாக, அன்றாடக் கடமையாக இருந்தது. என்னுடைய இளம் பிராயத்து வாழ்க்கையைப் பற்றி சுருக்கமாக சொல்வதென்றால் மிக எளிமையான வாழ்க்கை என்று சொல்லலாம். எனது குடும்பத்தை போலவேதான் பெருமளவிலான இந்திய குடும்பங்களும் இருந்தன. சிக்கனம், கடின உழைப்பு இவையெல்லாம் நமது ரத்தத்தில் ஊறிய விஷயங்கள்.

இந்தியாவின் பாரம்பரிய கலாச்சாரம் என்பது இயற்கையின் மீது கருணையும் பக்தியும் கொண்டது. இயற்கையை வழிபடுவது என்பது நமது கலாச்சாரத்தின் முக்கியமான அங்கம். ஒளிகளின் பண்டிகையான தீபாவளி, கிருஷ்ணரின் பிறந்த தினமான

கோகுலாஷ்டமி போன்ற சிறுவயதில் விமர்சையாகக் கொண்டாடிய விழாக்கள் எல்லாம் என் மனதில் பசுமையாகப் பதிந்துள்ளன. வளர்பிறை தேய்பிறைகளின் அடிப்படையிலும் அறுவடைகளின் அடிப்படையிலும் நமது பண்டிகைகள் கொண்டாடப்பட்டன. நதிகளைப் புனிதமாக மதித்துப் போற்றுகிறோம். சூரிய தேவனை ஸ்லோகங்கள் சொல்லித் துதிக்கிறோம். சூரியன் இல்லாமல் இந்த உலகில் உயிர்கள் ஏது. உயிர்த்துடிப்புடன் திகழும் நமது கலாச்சாரம் நமது வாழ்வின் ஒவ்வொரு அம்சத்துடனும் பின்னிப் பிணைந்தது. இயற்கையின் ஓர் அங்கமாக நம்மை உணர்கிறோம். உலகிலுள்ள அனைத்து உயிரினங்களுடனும் நெருங்கிய பிணைப்பை உணர்கிறோம். தெருக்களில் சுதந்திரமாகச் சுற்றித் திரியும் பசுக்களே உயிரினங்கள் மீதான நமது அன்புக்கு மிகச் சிறந்த எடுத்துக்காட்டு.

மெசபடோமியா, எகிப்து, சீனா, பாரதம் ஆகிய நான்கும் உலகின் பழம்பெரும் நாகரிகங்களில் அடங்கும். இவற்றில் சீனாவும் பாரதமுமே நமது 5000 ஆண்டுகாலப் பாரம்பரியத்தை இன்றும் உயிர்ப்புடன் தக்கவைத்துக் கொண்டிருக்கின்றன. நாம் வெறுமனே தக்கவைத்துக்கொண்டதோடு நின்றுவிடாமல் உலகுக்கும் அவற்றைப் பரிசாகத் தந்திருக்கிறோம். யோகக் கலையும் ஆயுர்வேதமும் உலகுக்கு நாம் அளித்த கொடைகள். பழமைக்கும் நவீனத்துவத்துக்கும் இடையில் ஒரு சமநிலையை நம்மால் பேண முடிந்தால் நமது பாரம்பரியப் பெருமைக்குரிய விஷயங்களை இன்றைய காலகட்டத்துக்கும் உகந்ததாகப் பயன்படுத்திக்கொண்டு வாழ்க்கையில் முன்னேற முடியும்.

இது போன்ற ஒரு சமநிலையை நமது சுற்றுச்சூழல் சார்ந்து நாம் உருவாக்கிக் கொள்ளவேண்டும். விவசாயம், நீர்பாசனம், நீர் சேமிப்பு, பருவ காலத்துக்கு ஏற்ற உணவுகள் எனப் பல்வேறு ஞானங்கள் நம் பாரம்பரியத்தில் மிகுதியாகப் புதைந்துள்ளன. நவீன காலத்துக்கு அவற்றைப் பயன்படுத்திக்கொண்டு வளர்ச்சியை முன்னெடுக்கவேண்டும்.

நமது தேசத்தின் பொருளாதாரம் ஆண்டுக்கு 8.5% என்ற விகிதத்தில் வளர்ந்து வரும் நிலையில், ஒரு பில்லியன் இந்தியர்களின் தேவைகள் பெருகிக்கொண்டிருக்கின்றன. நிலம், நீர், எரிபொருள் போன்ற இயற்கை வளங்களோ குறைவானவை.

உலகம் முழுவதுமாக எரிபொருள் தேவைகள் அதிகரித்த வண்ணம் இருக்கின்றன. இதனால் கார்பன் சார்ந்த

பொருளாதாரம் நெருக்கடியைச் சந்தித்து வருகிறது. இந்த விஷயத்தில் இந்தியா மிகவும் தனித்தன்மை வாய்ந்த ஓரிடத்தில் இருக்கிறது. வளர்ந்த பொருளாதாரத்தைக் கொண்ட நாடாக மாறுவதற்கு சரியான முடிவெடுக்கும் வசதி வாய்ப்புகளைக் கொண்டதாக இருக்கிறது. மேற்கத்திய நாடுகளைப் போல் கரிமப் பொருளை சார்ந்த பொருளாதாரத்தைப் பின்பற்றப்போகிறதா? அல்லது சூழலுக்கு இசைவான வளர்ச்சியை நோக்கிய மிகவும் கடினமான பாதையில் தன் பயணத்தை ஆரம்பிக்கப் போகிறதா?

எண்ணெயில் தொடங்கி அனைத்து நுகர்பொருள்களையும் மிக அதிகமாகப் பயன்படுத்தும் நாடாக நம் நாடு ஆகி வருகிறது. இந்தத் தேவைகளை பூர்த்திசெய்ய போக்குவரத்து, எரிபொருள், மின்சாரம், தொழில்துறை உள்கட்டுமானம், லட்சக் கணக்கானோருக்கு புதிய வீடுகள், மருத்துவ வசதிகள், கல்வி போன்றவற்றுக்கு மிகப் பெரும் முதலீடுகள் தேவைப் படுகின்றன. இந்த நிலையில் கார்பனைக் குறைவாகப் பயன் படுத்தும் பொருளாதாரத்துக்கு நாம் மாறியாக வேண்டும். வேறு வார்த்தைகளில் சொல்வதானால் பசுமைக்குடில் வாயுக்கள் குறைவாக வெளியிடும் பொருளாதாரத்தை நோக்கி நகர வேண்டும்.

உண்மையில் நம் தேசம் பருவநிலை மாற்றத்தால் மிக மோசமான விளைவுகளை சந்தித்து வருகிறது. பனி மூடிய இமயமலை வெகுவேகமாக உருகி வருகிறது. நம் தேசத்தின் முக்கியமான நதிகள் பலவற்றுக்கும் நீர்வரத்து அதிலிருந்தே கிடைக்கிறது. வங்காள விரிகுடாவில் புயல் சின்னங்கள் அதிகரித்து வருகின்றன. கடந்த சில ஆண்டுகளில் சூப்பர் சைக்லோன்கள் வீசியதன் மூலம் விவசாய உற்பத்தி வெகுவாகப் பாதிக்கப்பட்டிருக்கிறது. நாட்டில் வெப்பம் அதிகரித்ததால் கொசுக்கள், பிற வகை பூச்சிகள் எல்லாம் முன்பிருந்ததைவிட அதிக அளவுக்குப் பெருகிவிட்டன. இதனால் மலேரியா, டெங்கு போன்ற பல பூச்சிவழி பரவு நோய்கள் பெருகிவிட்டன. பயிர்களை அழிக்கும் பூச்சிகளும் பெருகிவிட்டன.

பருவநிலை மாற்றம் சமீப காலத்தில்தான் சர்வதேச முக்கியத்துவத்தை பெற்றிருக்கிறது. சர்வதேச மாநாடுகளில் இது பற்றிய பேச்சுக்கள் சில 10 ஆண்டுகளாகத்தான் அதிகரித்துள்ளன. டி.சி.எஸ் நிறுவனத்தின் வாடிக்கையாளர்கள் மற்றும் சர்வதேச தலைவர்கள் பலருடனான உரையாடல்களின் மூலம் இதுபற்றி

எனக்குப் பல விஷயங்கள் தெரிய வந்துள்ளன. உலக நாடுகள் சமீபகாலங்களில் இது பற்றி அதிக அக்கறை கொள்ளத் தொடங்கியுள்ளன.

'BASIS' (Business Action to Support the Information Society) என்பது 2006 வாக்கில் உலக வர்த்தக மையம் மற்றும் அதன் உறுப்பு நிறுவனங்களால் ஆரம்பிக்கப்பட்டது. தகவல் தொழில்நுட்பத் துறையும் தொலைதொடர்பு துறையும் பொருளாதார வளர்ச்சி மற்றும் சமூக மேம்பாட்டுக்கு எப்படி எல்லாம் பங்காற்ற முடியும் என்பது தொடர்பான உரையாடல்கள் சர்வதேச அளவில் அதிகரித்துள்ளன. ஆர்கனைசேஷன் ஃபார் எக்கனாமிக் கோ-ஆப்பரேஷன் அண்ட் டெவலப்மென்ட் (OECD), இன்பர்மேஷன் டெக்னாலஜி அண்ட் டெலி-கம்யூனிகேஷன் கமிஷன் (EBITT) , கமிஷன் ஆஃப் சயின்ஸ் அண்ட் டெக்னாலஜி ஃபார் டெவலப்மென்ட் (CSTD) போன்றவை சார்ந்த மாநாடுகளில் பங்கெடுக்கும் வாய்ப்பு எனக்கு கிடைத்தது. இந்த அமைப்பு களிலும் பருவநிலை மாற்றம் தொடர்பான விஷயங்கள் பேசப்படத் தொடங்கியுள்ளன. 2009ல் கோபன்ஹேகன் கிளைமேட் கான்ஃபரன்ஸ் பெரிய அளவில் நடந்தது.

பருவநிலை மாற்றமும் நிலைத்தன்மையும் என்னுடைய அக்கறைக்குரிய விஷயங்களே. தகவல் தொழில்நுட்பத் துறையில் இருந்து நான் கற்றுக்கொண்ட ஒரு முக்கியமான விஷயம் என்னவென்றால் குறைவான வளத்தைக் கொண்டு நிறைவாக சாதித்தல் என்பதுதான். எல்லா நெருக்கடிகளுமே அதிரடியான மாற்றங்களையே கொண்டுவருகின்றன. புதிய சூழலுக்கு ஏற்ப உங்களை தகவமைத்துக் கொள்வதற்காக நீங்கள் புதுமையாக சிந்தித்தாக வேண்டியிருக்கிறது. அது உங்களைப் புதியவற்றைக் கண்டுபிடிக்க வைக்கிறது. பருவநிலை மாற்றம் மிகவும் அழுத்தமான தாக்கத்தை ஏற்படுத்தக்கூடியது. நமது இருப்பையே அபாயத்துக்கு உள்ளாகக்கூடியது. டி.சி.எஸ் நிறுவனம் போன்ற தகவல் தொழில்நுட்பத் துறையில் இருக்கும் நிறுவனங்களுக்கு இது ஒரு மகத்தான வாய்ப்பு என்பதை நாங்கள் புரிந்து கொண்டோம்.

தகவல் தொழில்நுட்பத்துறையில் ஏற்பட்டிருக்கும் வளர்ச்சியால் ஏற்படும் சுற்றுச்சூழல் பாதிப்பை மட்டுப்படுத்த நாங்கள் சிந்திக்க ஆரம்பித்திருந்தோம். ஐ.டி கருவிகளின் மின் உபயோகத்தைக் குறைத்தல், இ-சைக்கிளிங், சுற்றுச்சூழலுக்கு இசைவான

கட்டடங்கள் போன்றவற்றை நோக்கி நாங்கள் நகரத் தொடங்கியிருந்தோம்.

மின்சாரச் சிக்கனம் தொடர்பாக முதலில் நாங்கள் சில விஷயங்கள் செய்தோம். எங்களுடைய அலுவலகங்களில் மின் பயன்பாட்டை அளவிடும் சென்சார் கருவி ஒன்றைப் பொருத்தினோம். அது ஒரு இடத்தில் எந்த அளவு வேலை நடக்கிறது என்பதற்கு ஏற்ப மின்சாரத்தை இயக்கவும் நிறுத்தவும் செய்யும். 30 நிமிடங்கள் ஒரு கணினி இயக்கப்படாமல் இருந்தால் தானாகவே அதற்கான மின் இணைப்பைத் துண்டிக்கும் வழிமுறையைக் கொண்டு வந்தோம். இயற்கை ஒளி மிகுதியாக இருக்கும் வகையில் கட்டடங்கள் கட்டினோம். குளிர்சாதன வசதி குறைவாகத் தேவைப்படும் வகையில் அலுவலகங்களை அமைத்தோம். எங்கள் அலுவல கங்களில் இரவு நேரக் காவல் பணியில் ஈடுபடும் பணியாளர்கள் ரோந்து வரும்போது, ஏதேனும் அறையில் மின்விளக்கு, மின்விசிறி வீணாக எரிந்து கொண்டிருந்தால் அதை அணைத்து விடுவார்கள். காகிதங்களைக் குறைவாகப் பயன்படுத்துவது, தண்ணீரைச் சேமிப்பது, ஊர்தி பகிர்வு வழி முறையைப் பின்பற்றுவது போன்ற பல்வேறு ஆலோசனைகளை, வழிகாட்டு தல்களை எங்கள் நிறுவனம் முழுமைக்குமாக 'மைத்ரீ' அமைப்பு முன்னெடுத்தது. அப்படியாக சுற்றுச்சூழல் சார்ந்த ஆக்கப் பூர்வமான விஷயங்களை எங்கள் நிறுவனத்துக்குள்ளாக முதலில் முன்னெடுக்கத் தொடங்கினோம்.

எனினும் பெரிய அளவில் தாக்கத்தை ஏற்படுத்த வேண்டு மென்றால் எங்களுடைய வணிகத்தின் நரம்பு மண்டலம் போல் செயல்படும் தரவு மையங்களில் இந்த சிக்கனத்தைக் கொண்டு வந்தாக வேண்டும். தரவு மையங்களில் ஏராளமான கணினிகள், தொலைத்தொடர்பு கருவிகள், கணினி சேமிப்பு அமைப்புகள் போன்றவை இருக்கும். இவற்றுக்கெல்லாம் அதிகமான மின்சாரம் தேவைப்படும். இன்றைய நிலையில் உலக அளவில் உமிழப்படும் சூழலியல் மாசுக்களில் இரண்டு சதவிகிதம் இந்தத் தரவு மையங்களில் இருந்தே வெளியிடப்படுகிறது. ஆண்டுக்கு 6 சதவிகிதமாக அது அதிகரித்து வருகிறது. இன்னும் சில ஆண்டுகளுக்குள் பிரான்ஸ், ஜெர்மனி, கனடா, பிரேசில் ஆகிய நாடுகள் பயன்படுத்தும் ஒட்டுமொத்த அளவு மின்சாரத்தை விட அதிகமான மின்சாரத்தை இந்த தரவு மையங்களே பயன்படுத்தி விடும். எனவே இந்த தரவு மையங்களில் மின் சிக்கனத்தை உடனே அமல்படுத்தியாக வேண்டும்.

இதற்காக, டி.சி.எஸ் இந்நோவேஷன் லெபாரட்டரீஸ் நிறுவனம் தரவு மையங்களின் மின்சார பயன்பாடு, வெப்பநிலை ஆகிய வற்றை கணக்கிட்டு எங்கெல்லாம் சிக்கனமாக செயல்படு கிறார்கள், எங்கே மின்சாரம் வீணாகிறது என்ற விஷயங்களைக் கணிக்கும் மென்பொருள் ஒன்றை வடிவமைத்தது.

இந்த விஷயங்களில் போதாமை என்பது தகவல் தொழில்நுட்ப கருவியின் மூலமாகவே கூட இருக்கலாம். அதாவது அந்த சர்வர்கள் போதுமான அளவு பயன்படுத்தப்படாமல் இருக்கலாம். அவற்றுக்கான குளிர்சாதன வசதியில் குறைபாடுகள் இருக்கலாம். எங்கள் மென்பொருள் கருவிகள் சூழலின் வெப்பநிலை என்னவாக இருக்கிறது என்பதன் அடிப்படையில் குளிர்சாதனம் எந்த அளவுக்குப் பயன்படுத்தப்பட வேண்டும் என்பதற்கான வழிகாட்டுதல்களை வழங்கும். மெய்நிகர் பயன்பாடு, ஒருங்கிணைப்பு ஆகியவற்றின் மூலமாக டேட்டா சென்டர்களில் இருந்து 170 சர்வர்களை அப்புறப்படுத்தி அவற்றை வேறு விஷயங்களுக்குப் பயன்படுத்தினோம். இதனால் புதிய சர்வர்களை வாங்கும் செலவைத் தவிர்த்தோம். புதிதாக அதிகம் கருவிகளை வாங்காமல் இருப்பதென்பது மிகவும் முக்கிய மானது. ஏனென்றால் அந்தக் கருவிகளை உற்பத்தி செய்வதற்கான செயல்பாடுகளின் மூலம் கூடுதல் சூழல் மாசு ஏற்படும். இப்படியான சிக்கன நடவடிக்கைகளில் மூலமாக 79% மின்சாரத்தை எங்களை சேமிக்க முடிந்தது.

பசுமைக் கண்டுபிடிப்புகளில் டாடா குழுமத்தின் முன்னணி சாதனையாக EKA சூப்பர் கம்ப்யூட்டர்களைச் சொல்லலாம். ஆசியாவிலேயே அதிவேகமான கம்ப்யூட்டரான இது தனித்தன்மை வாய்ந்த வடிவமைப்பைக் கொண்டது. பொதுவாக கம்ப்யூட்டர் அலமாரிகளின் வரிசை சூடான மற்றும் குளிர்விக்கும் ஜன்னல்களைக் கொண்டது. குளிர்ந்த காற்று அடித்தளத்தில் இருக்கும் துவாரங்களின் வழியாக உள்ளே நுழைந்து சுழல் விசிறிகளை குளிர்விக்கும். சூடான காற்று அதற்கான ஜன்னல் வழியாக வெளியேறிவிடும். ஆனால் EKA சூப்பர் கம்ப்யூட்டரில் இந்த அலமாரி வட்ட வடிவில் அமைந்திருக்கும். அதற்கு இணையான இன்னொரு வட்டத்தில் குளிர்விக்கும் கருவிகள் இருக்கும். சூடான காற்று கூரை மேலிருந்து எடுக்கப்பட்டுவிடும். இந்த அமைப்பின் மூலமாகக் குறைந்த மின்சாரத்தில் குளிர்பதனம் மிகவும் திறம்படச் செய்யும் வழி பிறந்துள்ளது. இந்த ஒட்டு

மொத்த அமைப்பையும் 4000 சதுர அடிக்குள் பொருத்திவிட முடியும். மிகவும் எளிமையான அற்புதமான கண்டுபிடிப்பு.

டி.சி.எஸ் இந்நோவேஷன் லெபாரட்டரீஸ் நிறுவனம் அலுவலகங்கள் வெளியிடும் பசுமைக் குடில் வாயுக்களின் கார்பன் அளவைக் குறைப்பதற்கும் பல வழிகாட்டுதல்களை வழங்கி வருகிறது. மின் அளவீட்டு கருவிகள், பிற கருவிகள் ஆகியவை வழங்க முடியாத புதிய உள்ளொளிகளை இந்த மென் பொருள்களால் வழங்க முடியும். இந்தத் தொழில்நுட்பத்தைப் பயன்படுத்துவதன் மூலம், ஒவ்வொரு அலுவலகத்துக்கும் தேவையான சிக்கனமான கார்பன் வெளியீடு குறைவான மின் கருவிகளை வாங்கும் வழிகாட்டு குறிப்புகளை எளிதில் பெற முடியும். இவற்றைப் பயன்படுத்தி எங்களுடைய அலுவலகங்கள், டேட்டா சென்டர்கள் ஆகியவற்றின் மின்சாரக் கட்டணத்தை 20 சதவீதத்துக்கு மேல் சேமித்து இருக்கிறோம். கார்பன் உமிழ்வை 5% குறைத்து இருக்கிறோம். டி.சி.எஸ் நிறுவனத்தின் 11 மையங்களில் சூரிய சக்தி மூலம் இயங்கும் வெந்நீர் கலன்களைப் பொருத்தி இருக்கிறோம். நாளொன்றுக்கு 21,500 லிட்டர் வெந்நீரை இவை தரும். புதிதாக நாங்கள் கட்டியிருக்கும் எல்லா அலுவலகங்களிலும் இந்த வசதிகள் உண்டு. சமையல் பணிகளுக்கும் சூரிய சக்தியைப் பயன்படுத்தும் திட்டங்கள் இருக்கின்றன. புவனேஸ்வரில் கலிங்க பார்க்கில் இருக்கும் எங்கள் அலுவலகத்தில் 35 கிலோ வாட் மின் உற்பத்தி செய்யும் சூரிய தகடுகளைப் பொருத்தியிருக்கிறோம்.

சுற்றுச்சூழல் சார்ந்த எங்களுடைய அக்கறையை வெளிப் படுத்தும் வகையில் எங்களுடைய அலுவலக வளாகங்களுக்கு பார்க் (பூங்கா) என்ற பெயரைத் திட்டமிட்டே சூட்டுகிறோம். மும்பையில் இருக்கும் எங்களுடைய யந்த்ரா பார்க், மழைநீர் சேகரிப்பு, இயற்கை உரம், 3500 பணியாளர்களுக்கான உணவு தயாரிக்கும் சமையலறைக்கு பயோ கேஸ் என எங்கள் அலுவலகங்களிலேயே சூழல் மீதான அக்கறையை மிக அதிக அளவுக்கு வெளிப்படுத்தும் வகையில் உருவாக்கப்பட்டுள்ளது.

மும்பையின் காங்க்ரீட் காடுகளுக்கு நடுவே அமைந்திருக்கும் அழகிய மலர்ச் சோலையாக எங்களுடைய இன்னொரு வளாகமான பான்யன் பார்க் அமைந்துள்ளது. சுமார் 42 வகைப் பறவைகளும் 51 வகை வண்ணத்துப்பூச்சிகளும் அந்த வளாகத்துக்கு இனப்பெருக்கம் செய்யவும் வாழவும் வந்து

போகின்றன. மும்பையின் மிகப் பெரிய வவ்வால் கூட்டம் அங்குதான் இருக்கிறது. சுமார் 2800 சதுர கிலோ மீட்டரில் அமைந்திருக்கும் அந்த வளாகம் ஒவ்வொரு இரவும் சுற்றுச்சூழல் நோக்கில் மகத்தான சேவையை ஆற்றி வருகிறது.

அந்த இடத்தை நாங்கள் வாங்கியதும் சுற்றுச்சூழலுக்குத் தீங்கு விளைவிக்காத வண்ணம் கட்டுமானங்களை உருவாக்கும் மிகப் பெரிய சவாலை எடுத்துக்கொண்டோம். சூழலியலாளர்கள் தந்த அறிக்கையின்படி மூன்று முறை எங்கள் கட்டுமான வடிவமைப்பை மாற்றி அமைத்தோம். 6000 பணியாளர்களை அங்கு நியமிக்கத் தீர்மானித்திருந்தோம். சுற்றுச்சூழலைப் பாதுகாக்கும் நோக்கில் அதிக காலியிடங்கள் விடவேண்டும் என்று தீர்மானித்து பணியாளர்களின் எண்ணிக்கையை 2000 ஆகக் குறைத்தோம். மரங்கள், செடிகள், புல்வெளிகள் என இயற்கையான பூங்கா போன்றே அதை வடிவமைத்தோம்.

நான் இந்த திட்டத்தில் ஆழமாக ஈடுபட்டிருந்தேன். 2002ல் அந்த இடத்தை அதன் முந்தைய உரிமையாளர்களான ராலிஸ் இந்தியாவிடமிருந்து (இன்னொரு டாடா நிறுவனம்) நாங்கள் வாங்கியபோது அங்கு கலாச்சார பெருமை மிகுந்த கட்டடங்கள் சிலவும் இருந்தன. நாங்கள் அவற்றை பழமை அழகு மாறாமல் மீட்டெடுத்ததோடு புதிதாகக் கட்டிய கட்டடங்கள் அவற்றுக்கு ஒத்திசைவுடன் இருக்கும் வகையில் வடிவமைத்தோம். அந்த வளாகம் எனக்கு மிகவும் பிடித்தமானது. அங்கு பரந்துவிரிந்த புல்வெளியைப் பார்த்தபடி இருக்கும் ஒரு வராந்தாவில் அமர்ந்தபடி காலை உணவு உண்பதற்காக பலரை நான் ஆர்வத்துடன் அழைத்திருக்கிறேன். டி.சி.எஸ் நிறுவனத்தின் பல நிகழ்ச்சிகளை இந்த வளாகத்தில் நடத்தியிருக்கிறேன்.

அதுபோல் சென்னையில், சிறுசேரி பகுதியில் அமைந்திருக்கும் டி.சி.எஸ் அலுவலகமும் எனக்கு மிகவும் பிடித்ததுதான். 70 ஏக்கர் பரப்பளவில் அமைந்திருக்கும் அந்த வளாகம் மென்பொருள் மேம்பாட்டுக்கான எங்களுடைய வளாகங்களில் மிகவும் பெரியது. 25,000 பணியாளர்கள் அங்கு பணிபுரிகின்றனர். லத்தீன் அமெரிக்காவில் இருந்து அழைத்துவரப்பட்ட கட்டட கலை நிபுணர் 'கார்லஸ் ஓட்' (Carlos Ott) மூலம் ஒரு சிறிய நகரம் போன்று அதை வடிவமைத்தோம். எங்களுடைய வளாகங்களின் வடிவமைப்புக்கு நான் மிகுந்த கவனம் கொடுப்பதுண்டு. உலகின் மிகச் சிறந்த கட்டுமானக் கலைஞர்களை இங்கு

வரவைப்பதின் முக்கியமான நோக்கம் மிகச் சிறந்த கட்டுமானம் நமக்குக் கிடைப்பதோடு இந்தியக் கட்டுமான கலைஞர்களுக்கும் உலகத்தரம் வாய்ந்த கட்டுமானங்கள் தொடர்பான நல்ல பரிச்சயம் ஏற்படும் என்பதுதான்.

நாம் செய்யும் எல்லாவற்றிலும் சர்வதேசத் தரம் மின்ன வேண்டும் என்ற எனது வழிகாட்டிகளின் ஆலோசனையே நான் அப்படியான முடிவெடுப்பதற்கு காரணம் ஆகும். இதன் விளைவாகத் தான் கார்பன் பயன்பாடுகள் சார்ந்து வெள்ளை அறிக்கை தாக்கல் செய்யும் முன்னணி இந்திய நிறுவனங்களில் ஒன்றாக எங்கள் நிறுவனம் திகழ்கிறது. கார்பன் டிஸ்க்ளோஸர் ப்ராஜெக்டில் பங்கெடுக்கவும் எங்களால் முடிந்திருக்கிறது. டொவ் ஜோன்ஸ் உலகளாவிய நிலைத்தன்மை குறியீட்டில் இடம்பெற்ற இரண்டு இந்திய நிறுவனங்களில் எங்களுடையதும் ஒன்று. க்ளோபல் ரிப்போர்ட்டிங் இனிஷியேட்டிவின்படி ஏ+ என்ற மிக உயரிய மதிப்பெண்களைப் பெற்றிருக்கிறோம்.

சுற்றுச்சூழல் சார்ந்த எங்கள் அக்கறையைப் பொறுத்தமட்டில், மேலிருந்து கீழாக (கார்ப்பரேட் கொள்கைகள்) மற்றும் கீழிருந்து மேலாக (பணியாளர்களிடையே விழிப்பு உணர்வை ஏற்படுத்துதல்) என இரண்டு வழிகளிலும் முயற்சிகள் மேற் கொண்டோம். தெளிவான இலக்குகள் முன்வைக்கப்பட்டு அதை நோக்கி நகர்ந்தோம்.

2020க்குள் கார்பன் நியூட்ரல் ஆகவேண்டும் என்று ஒரு இலக்கை முன்வைத்தேன். 2007-08, 2009-10 காலகட்டத்தில் கார்பன் பயன்பாடு 33% குறைந்தது. ஒரு முழுநேரப் பணியாளருக்கு 3.25 டன் கார்பன் டை ஆக்சைடு என்ற விகிதத்தை எட்டியிருக்கிறது. அதே நேரத்தில் கார்பன் அடர்த்தி என்பது 14.62 டன் குறைந்துள்ளது. அதாவது 10 மில்லியன் ரூபாய் வருமானத்துக்கு அது சமம். இந்தக் காலகட்டத்தில் 16% கார்பன் அடர்த்தி குறைந்திருக்கிறது. முந்தைய ஆண்டுகளில் அடைந்திருக்கும் வெற்றி வரும் ஆண்டுகளுக்கான புதிய இலக்குகளை முன்வைக்கிறது. 2011ல் முந்தைய ஆண்டைவிட 2% மின்சாரப் பயன்பாடு குறைந்தாக வேண்டும். பசுமை மின் பயன்பாடு 2% அதிகரித்தாகவேண்டும். மொத்தமாக கார்பன் உமிழ்வு 5% குறைந்தாக வேண்டும்.

பசுமையாக மாறி வருவதில் நல்ல அனுபவம் பெற்ற நாங்கள் பிற தொழில்துறை, சரக்குப் போக்குவரத்து, மற்றும் வணிக

செயல்முறைகளினால் சுற்றுச்சூழலில் ஏற்படும் மாசுக்களை தகவல் தொழில்நுட்பத்தைப் பயன்படுத்தி எப்படி குறைப்பது என்பதில் கவனம் செலுத்த ஆரம்பித்தோம். டெலி கம்ப்யூட்டிங், சூழலியல் ஆய்வுகளுக்கு ஜி.ஐ.எஸ் பயன்படுத்துதல், மின் சிக்கனம் கொண்ட பொறியியல் வடிவமைப்புகள், மின் விரயத்தைத் தடுத்தல் போன்றவை மூலமாக தகவல் தொழில் நுட்பத்தைப் பயன்படுத்தி இந்த பிரச்னைகளுக்கு தீர்வு காண முடியும்.

பசுமை நோக்கிய எங்கள் பயணத்தில் சூழலியல் நலன் சார்ந்த தகவல் தொழில்நுட்பம் (GIS), என்பதுதான் எங்களுடைய அடுத்த இலக்காக இருக்கும். இதற்காகவே 'நேச்சர் ஃபர்ஸ்ட்' என்ற நிறுவனத்தை வாங்கியிருக்கிறோம். சுற்றுச்சூழல் பாதுகாப்பும் பொருளாதார வளர்ச்சியும் ஒரு நாணயத்தின் இரு பக்கங்கள் என்ற கொள்கையை கொண்ட நவீன நிறுவனம் அது. எங்களது நம்பிக்கையும் அதுதானே. நிலம், மின்சாரம், நீர், வீண் இழப்புகளை கட்டுப்படுத்துதல், கழிவு, காற்று, கார்பன் போன்றவற்றின் மீது உரிய அக்கறை செலுத்துவதன் மூலம் மின்சாரத்தை அதிகம் பயன்படுத்தும் உற்பத்தி நிறுவனங்கள் அதிக நன்மையைப் பெற முடியும்.

இந்தப் புதிய நிறுவனத்தை வாங்கியதன் மூலம் பிற நிறுவனங்களுக்கு பசுமை சார்ந்த ஆலோசனைகளை வழங்கும் அனுபவமும் நிபுணத்துவமும் எங்களுக்குக் கிடைத்தது. 2009ல் எக்கோ சஸ்டெய்னபிலிட்டி சர்வீசஸ் என்ற சேவைப் பிரிவு ஒன்றை ஆரம்பித்தோம். இதற்கு இந்தியாவிலும் வெளிநாடு களிலும் பல வாடிக்கையாளர்கள் உடனே கிடைத்துவிட்டார்கள். வருங்காலத்தில் இந்த சேவை மேலும் பெரிதாக வளரும். 2020க்குள் கார்பன் உமிழ்வுகளை 15% அளவுக்குக் குறைக்க தகவல் தொழில்நுட்பத்தால் முடியும் என்று கணக்கிடப் பட்டுள்ளது. பணத்தின் அடிப்படையில் சொல்வதென்றால், சுற்றுச்சூழலுக்கு கேடு விளைவிக்காத தொழில்நுட்பத்தைப் பயன்படுத்தும் நிறுவனங்களுக்கு ஒட்டுமொத்தமாக 600 பில்லியன் டாலர்கள் லாபம் கிடைக்கும்.

பசுமைத் தகவல் தொழில்நுட்பம் அல்லது பசுமை வர்த்தகம் என்பதில் ஒரு நிறுவனத்தின் ஆதாரமான செயல்பாடுகளிலும், சப்ளையர்கள், வாடிக்கையாளர்கள் போன்ற மட்டங்களிலும் செய்நேர்த்தியைக் கொண்டு வருவதன் மூலம் கார்பன்

மாசுக்களை 98% குறைத்துவிடமுடியும். அலுவலக மீட்டிங்குகளுக்குப் பல பகுதிகளிலிருந்து பயணம் செய்து வந்து போவதற்குப் பதிலாக வீடியோ கான்ஃபரன்சிங் மூலம் மீட்டிங்குகளை நடத்திக் கொள்ளும்படி ஊக்குவிப்பது டி.சி.எஸ் நிறுவனத்தின் வழிமுறையாகியுள்ளது.

சமீபத்தில் அமெரிக்கா, ஐரோப்பா, ஆசிய-பசிபிக் போன்ற நாடுகளில் இருந்து சுமார் 400க்கும் மேற்பட்ட பிரதிநிதிகள் காணொலிக் காட்சிக் கருத்தரங்கில் (வீடியோ கான்ஃபரன்ஸ் மீட்டிங்) பங்குபெற்றதை அதற்கான மிகச் சிறந்த உதாரணமாகச் சொல்லலாம். இந்தத் தொழில்நுட்பத்தைப் பயன்படுத்தியதன் மூலம் பயணச் செலவுக்கான 50,000 டாலர்களையும் ஒட்டு மொத்தமான செலவுகளில் 75,000 டாலர்களையும் டி.சி.எஸ் நிறுவனம் சேமித்துக் காட்டியுள்ளது. இப்படியான சேமிப்புகளை அதிகரிக்கும் நோக்கில் 30 நகரங்களில் 75 அலுவலகங்களில் 200 வீடியோ கான்ஃபரன்ஸிங் அரங்குகளை டி.சி.எஸ் நிறுவனம் உருவாக்கியிருக்கிறது.

'பசுமைக்கான தொழில்நுட்பம்' (IT for Green) என்பது நவீன தொழில்நுட்பங்களைப் பயன்படுத்தி சுற்றுச்சூழல் சீர்கேடுகளைக் குறைத்து நிலையான வளர்ச்சியை நிறுவனங்களுக்கு உருவாக்கித்தரும். உதாரணமாக பல்லுயிர் பெருக்கத்தைக் காக்கும் நோக்கில் டி.சி.எஸ் நிறுவனம் GIS தொழில்நுட்பத்தை அடிப்படையாகக் கொண்ட 'ஜியோ-வன்' (GeoVun) என்ற மென்பொருளை உருவாக்கியிருக்கிறது. இதையும் செயற்கைக்கோள் படங்களையும் பயன்படுத்தி காடுகளைக் கண்காணித்தல், பாதுகாத்தல் ஆகிய பணிகளைச் செய்யமுடியும். காற்று வீசும் அளவு, சூரிய வெப்பத்தின் அளவு ஆகியவற்றைக் கண்டுபிடிக்கும் கருவிகள், ஸ்மார்ட் கிரிட்கள் ஆகியவற்றைப் பயன்படுத்தி இப்போது இருக்கும் மறுசுழற்சித் தொழில்நுட்பங்களை முழு அளவில் பலன் கிடைக்கச் செய்யலாம்.

சுற்றுச்சூழல் சார்ந்த விஷயங்களில் அக்கறையுடன் செயல்படும் உலகின் முதல் பத்து தகவல் தொழில்நுட்ப நிறுவனங்களில் டி.சி.எஸ் நிறுவனமும் ஒன்று என்று நம்புகிறேன். இந்தியாவில் இருக்கும் தொலைநோக்குப் பார்வையும் சர்வதேச லட்சியங்களும் கொண்ட வணிக நிறுவனங்களின் தலைவர்கள் சுற்றுச்சூழல் சார்ந்து அக்கறையுடன் செயல்படுவது என்பது

நீண்டகால நோக்கில் மிகப் பெரிய நன்மையை தரும் என்று நம்புகிறார்கள். இந்த விஷயத்தில் இந்திய நிறுவனங்கள் தாம் வெளியிடும் கார்பன் மாசு அளவை வெளிப்படையாகத் தெரிவிப்பவர்களாகவும் அந்த மாசைக் குறைப்பதற்கு உரிய நடவடிக்கைகளை எடுப்பவர்களும் இருக்கிறார்கள். 2010ல் ஆரம்பிக்கப்பட்ட கார்பன் டிஸ்க்ளோஷர் ப்ராஜெக்ட் மூலமாக 44 இந்திய நிறுவனங்கள் தமது கார்பன் மாசு வெளியீட்டு அளவை வெளிப்படையாகத் தெரிவித்திருக்கிறார்கள்.

புதிய தொழில்நுட்பங்கள் எஃகு, அலுமினியம், அல்லது மின்சாரம் போன்றவற்றை உற்பத்தி செய்வதற்கு எளிய வழிகளை உருவாக்கித் தந்துள்ளன. அதே நேரத்தில் அவை இயற்கை வளங்கள், காடுகள், எண்ணெய் இருப்பு, தூய காற்று, தூய தண்ணீர் ஆகியவற்றைப் பெருமளவுக்கு அழித்துவிட்டன. ஒரு ஆண்டில் பூமியின் வளங்களில் எவ்வளவு மறு உற்பத்தி செய்யப்படுமோ அதைவிட 30 சதவிகிதம் அதிகமாகப் பயன்படுத்தி வருகிறோம் .

இப்படியாக அழிந்து வரும் இயற்கை வளங்களைக் கொண்டுதான் 2050 வாக்கில் 9 பில்லியன் ஆக அதிகரிக்கவிருக்கும் மக்களுடைய தேவைகளைப் பூர்த்தி செய்ய வேண்டி இருக்கும். அலுமினியம், எஃகு ஆகியவற்றை உருவாக்க மேலும் நவீனமான வழிமுறைகளை நாம் கண்டுபிடித்தாக வேண்டும். நிலக்கரியைப் பயன்படுத்தி இயங்கும் உருக்காலைகளுக்குப் பதிலாகப் பசுமையான எரிபொருளைப் பயன்படுத்த ஆரம்பிக்கவேண்டும். ஒவ்வொரு வணிகத்தையும் தொழிலையும் ஆராய்ந்து பார்த்து அதில் வெளியிடப்படும் கார்பன் மாசுவின் அளவைக் குறைக்கும் வழிகளை நாம் கண்டுபிடித்தாக வேண்டும்.

சுற்றுச்சூழலுக்குக் கேடு விளைவிக்காத விவசாயம் என்பதிலும் நாம் அதிக கவனம் செலுத்த வேண்டும். பாரம்பரியமான விவசாய முறைகளில் அதிக நீர், உரம், விதைகள் தேவைப் படுகின்றன. இதை மாற்றியமைத்து சூழலுக்கு அதிகம் தீங்கு விளைவிக்காத விவசாய வழிகளுக்கு மாற வேண்டும். இதைப் பெருமளவுக்கு விரிவுபடுத்தினால் பசுமைக் குடில் வாயுக்களின் உமிழ்வைக் குறைத்துவிட முடியும்.

பொருளாதாரமும் சூழலியலும் ஒன்றை ஒன்று சார்ந்தவையாகி வருகின்றன. சுற்றுச்சூழல் மாறுபாடு அரசாங்கத்தின் கொள்கை

முடிவுகளிலும் மிகப் பெரிய தனியார் நிறுவனங்களின் செயல் பாடுகளிலும் பசுமையை நோக்கி நகர்த்துகின்றன. இது ஒரு இயக்கமாக சிறு துளிப் பெரு வெள்ளமாகப் பெருகி சிறு நிறுவனங்களையும் ஒட்டுமொத்த மக்களையும் சுற்றுப்புறச் சூழல் சார்ந்து அக்கறைகொள்ள வைக்கவேண்டும்.

ஜப்பானிய அரசாங்கம் தனது 'top runner' திட்டத்தின் மூலம் வாகன உற்பத்தியாளர்களிடம் எரிபொருள் சிக்கனம் தொடர்பாக சில கோரிக்கைகளை முன்வைத்தது. அதுபோல் மின் கருவிகள் உற்பத்தியாளர்களிடம் மின்சார சிக்கனம் தொடர்பாக சில வேண்டுகோள்களை முன்வைத்தது. அதன் விளைவாக டொயோட்டா, ஹோண்டா போன்ற நிறுவனங்கள் ஹைபிரிட் (hybrid - மின்சாரமும் சாதாரண எரிபொருளும் மாறி மாறி உபயோகிக்கும் கலப்பு வழிமுறை) தொழில்நுட்பத்தைப் பயன்படுத்தி, வாகனங்களைத் தயாரிக்கத் தொடங்கின. அரசாங்கங்கள் நினைத்தால் இதுபோன்ற மாற்றங்கள் நிகழ்வதற்கு வழிவகுத்து தரமுடியும்.

2005 வாக்கில் கார்பன் இன்டன்சிடி (ஓர் அலகு மின்சாரத்துக்கு எவ்வளவு கார்பன் உமிழப்படுகிறது என்ற விகிதம்) எவ்வளவு இருக்கிறதோ அதிலிருந்து 2020க்குள் 20-25 சதவிகிதத்தைக் குறைப்பதற்கு நம் தேசம் சம்மதம் தெரிவித்துள்ளது. பருவநிலை மாற்றம் மற்றும் எரிசக்தி பாதுகாப்பு தொடர்பாக நம் தேசம் வடிவமைத்துள்ள தேசியச் செயல்திட்டம் கீழ்க்கண்ட விஷயங்களில் கவனம் செலுத்துகிறது: சூரியசக்தி, எரிபொருள் சிக்கனம், பசுமை வாழிடங்கள், நீர் ஆதாரம், இமயமலை பாதுகாப்பு, பசுமை விவசாயம், பருவநிலை மாற்றம் தொடர்பான வியூகங்கள், பசுமை இந்தியா முதலான விஷயங்கள் தொடர்பான ஒவ்வொரு முயற்சியுமே அரசு, தனியார் நிறுவனம், அரசு சாரா நிறுவனங்கள், மக்கள் என அனைத்து தரப்பின் கூட்டு முயற்சியின் மூலம் முன்னெடுக்கப்பட வேண்டும். வரும் காலங்களில் இந்தக் கொள்கையை நடைமுறைப்படுத்துவது தான் நம் முன்னால் இருக்கப்போகிற மிகப் பெரிய சவாலாக இருக்கும்.

இந்தக் கொள்கைகள், திட்டங்கள் எல்லாம் வெற்றிகரமாக அமல்படுத்தப்படவேண்டும் என்றால் அது தொடர்பான சட்டங்கள் இயற்றப்படவேண்டும். இந்தக் கொள்கைகளை அனுசரித்து நடப்பவர்களுக்கு பரிசும் மீறுபவர்களுக்கு

கடுமையான தண்டனையும் தர வேண்டும். இந்தச் சவாலின் விளைவாக அதிரடியான மாற்றத்தை ஏற்படுத்தும் தொழில் நுட்பங்கள், பாரம்பரிய வழிமுறைகள் தொடர்பான ஆராய்ச்சிகள், படைப்பூக்கம் மிகுந்த தீர்வுகள் போன்றவை நிச்சயம் ஏற்படும். பாரம்பரிய மற்றும் படைப்பூக்கம் மிகுந்த தீர்வுகளே இந்தியாவுக்கு மிகவும் அவசியம். ஏனென்றால், குறைவான செலவு, உள்ளூரில் ஏற்றுக்கொள்ளத்தக்க தீர்வு இவையே அழுத்தமான தாக்கத்தை ஏற்படுத்த முடியும்.

இந்த இடத்தில் எனக்கு மிக முக்கியமாகத் தோன்றுவது என்னவென்றால் இந்த சவால் புதிய விஷயங்களைக் கண்டு பிடிப்பதற்கான அரிய வாய்ப்பை வழங்குகிறது. வருங்காலக் கண்டுபிடிப்புகளுக்கு, பசுமைத் தொழில்நுட்பங்களே மிகவும் அவசியம் என்று நம்புகிறேன்.

மாறிவிட்டிருக்கும் இன்றைய உலகில், விஞ்ஞானிகள், தொழில் நுட்பவியலாளர்கள் ஆகியோருக்குப் புதிய பொறுப்புகள் உருவாகியுள்ளன. புதிய கண்டுபிடிப்புகள் எல்லாம் அவை எந்த அளவுக்கு சுற்றுச் சூழலுக்கு இசைவானவை என்பதன் அடிப்படையிலேயே தீர்மானிக்கப்படவேண்டும். பசுமையான உலகை உருவாக்கும் நோக்கில் மக்கள் தமது சிந்தனையும் செயல்திறனையும் மேம்படுத்திக்கொள்ளவேண்டும். நமது பாரம்பரியம் ஞானம் மற்றும் மரபுகளிலிருந்து சிலவற்றை எடுத்து நவீனகால விஞ்ஞான, தகவல் தொழில்நுட்பங்களுடன் இணைத்துப் பயன்படுத்த வேண்டும். பல வருடங்களுக்கு முன்பாக TRDDCயில் இருந்த டி.சி.எஸ் நிறுவனத்தின் ஆராய்ச்சிக் குழு, நீரை வடிகட்டும் குணம் உமிக்கு உண்டு என்ற பாரம்பரிய அறிவை நவீன வாட்டர் ஃபில்டரில் (டாடா ஸ்வச்-க்கு முன்னோடி) பயன்படுத்தியதை இதற்கான உதாரணமாகச் சொல்லலாம்.

பருவநிலை மாற்றம் மூலம் ஏற்படவிருக்கும் பாதிப்புகளைச் சமாளிக்கும் வகையில் புதிய தொழில்நுட்பங்களை 2020க்கு முன்பாகக் கண்டுபிடித்தாக வேண்டும். அடுத்த சில ஆண்டுகளில் அதை நடைமுறைப்படுத்த வேண்டும் என்று தேசிய அளவில் முடிவெடுக்கப்பட்டுள்ளது.

தேசிய அளவில், 2020க்குள் பருவநிலை மாற்றத்தை எதிர்த்துப் போராடுவதற்கான முக்கிய காலநிலை நட்பு தொழில் நுட்பங்களை உருவாக்குவதற்கான கண்டுபிடிப்பு மையங்கள்

அமைக்க மேற்கொள்ளப்படுகின்றன. இவை அடுத்த சில ஆண்டுகளில் செயல்படும் வகையில் அமைக்கப்படும். சூரிய ஆற்றலை மையமாகக் கொண்டு, 2022ம் ஆண்டுக்குள் 20,000 மெகாவாட் மின்சாரத்தை இலக்காகக் கொண்ட தேசிய சூரியப் பணியின் இலக்குடன், ஐ.ஐ.டிகள் போன்ற நமது உலகப் புகழ்பெற்ற கல்வி நிறுவனங்கள் பல ஒளிமின்னழுத்த செல்கள் மற்றும் சூரிய வெப்ப அமைப்புகளை மைக்ரோகிரிட்டில் ஒருங்கிணைக்கும் தொடர்பான ஆராய்ச்சிகளை மேற் கொண்டுள்ளன. அடுத்த தலைமுறை சூரிய மின்கலங்கள் தொடர்பான ஆராய்ச்சிகளும் முடுக்கிவிடப்பட்டுள்ளன. ஐ.ஐ.டி-கரக்பூரில் இந்தியாவின் முதல் ஒருங்கிணைக்கப்பட்ட பயோ-எனர்ஜி மையம் அமைக்கப்பட்டுள்ளது. கிராமப் புறங்களில் மறுஉற்பத்தி செய்ய முடிந்த இயற்கை வளங்களில் இருந்து மின்சாரம்/எரிபொருள் உற்பத்தி செய்வதற்கான வழிமுறைகளில் இது கவனம் செலுத்தும்.

சூரிய ஒளியிலிருந்து மின்சாரம் உற்பத்தி செய்ய தற்போது மிக அதிகச் செலவாகிறது. இருந்தும் கிராமப்புறங்களில் ஒரு முறை சூரிய மின்னேற்றம் செய்தால் 40 மணிநேரம் எரியக்கூடிய சூரிய விளக்குகள் பயன்படுத்தப்படவும் செய்கின்றன. இந்தியாவிலும் அமெரிக்காவிலும் இருக்கும் அரசு சாரா நிறுவனங்கள் இணைந்து இதை உருவாக்கியிருக்கிறார்கள். முக்கியமாக, இது மிகவும் மலிவானது. கிராமப்புற மக்களுக்கு மிக அதிக அளவுக்கு பயன் தரக்கூடியது. சூரிய மின்சாரத்தின் விலை நிலக்கரி மூலமான மின்சாரத்தின் விலைக்குக் கிடைக்குமென்றால் சந்தை சக்திகள், சூரிய மின்சாரத்தை மக்கள் மத்தியில் முழு வீச்சில் கொண்டுசெல்வார்கள். தகவல் தொழில்நுட்பத் துறை நிச்சயம் இந்த மாற்றத்தைச் செய்துகாட்டும். டி.சி.எஸ் இந்த வாய்ப்பை பயன்படுத்திக்கொள்ள நிச்சயம் விரும்பவே செய்யும்.

சுற்றுச்சூழல் நலன் சார்ந்த விஷயங்களை அரசாங்கமும் தொழில் துறையும் துரிதப்படுத்தவேண்டுமென்றால் இப்போது நாம் பயன்படுத்தும் மதிப்பீட்டு மாடலை மாற்றியமைக்க வேண்டும். இப்போதைய நமது மதிப்பீட்டு மாடல் பெரிதும் உற்பத்தியைச் சார்ந்ததாகவே இருக்கிறது. இதை நாம் மாற்றவில்லை என்றால் இயற்கை வளங்களின் அழிவினால் பொருளாதார வளர்ச்சி பெரும் வீழ்ச்சியைச் சந்திக்கும். எனவே, அபாயத்தில் இருப்பது சுற்றுச்சூழல் மட்டுமல்ல; பொருளாதாரமும்தான்.

கார்பன் மாசைக் கட்டுப்படுத்துவதில் வளர்ந்த நாடுகளுக்கு என்ன பங்கு இருக்கிறது, வளரும் நாடுகளுக்கு என்ன பங்கு இருக்கிறது என்பது தொடர்பாக சர்வதேச அளவில் நடக்கும் விவாதங்கள் ஒருவகையில் தந்திரமானவை. சிக்கலானவை. பருவநிலை மாற்றத்தைத் தடுக்கும் போராட்டத்தில் இந்தியாவுக்கு வளர்ந்த நாடுகளில் இருந்து போதிய நிதி உதவிகள் கிடைப்பதில்லை. எந்த அளவுக்கு ஒரு வளரும் நாடு பாதிக்கப்படும் என்பதற்கும் எந்த அளவுக்கு அந்த நாடு கார்பன் மாசுக்களை வெளியிடுகிறது என்பதற்கும் தொடர்பான ஒரு சமநிலையிலான சுற்றுச்சூழல் அடிப்படையிலான ‘பருவநிலை நீதி’ சார்ந்த அணுகுமுறை தேவை.

உலக மக்கள் தொகையில் 20% பேர் தொழில்மயமான நாடுகளில் வசிக்கிறார்கள். ஆனால் உலக அளவிலான சுற்றுச்சூழல் மாசுபாட்டில் 70-80 சதவிகிதத்துக்கு அந்தத் தொழில்மயமான நாடுகளே காரணமாக இருக்கின்றன. எனவே, அந்த நாடுகளே கூடுதல் பொறுப்புடன் செயல்பட்டாக வேண்டும். வளரும் நாடுகள் சுற்றுச்சூழல் சார்ந்த அக்கறையுடன் விஷயங்களை முன்னெடுப்பதற்கு வளர்ந்த நாடுகள் பிராயச்சித்த நோக்கில் நிதி உதவியும் தொழில்நுட்ப உதவியும் கொடுத்தாக வேண்டும். இப்படியாக சுற்றுச்சூழல் மாசுக்களைக் குறைப்பதற்காக எடுக்கும் முயற்சிகளுக்கு 2030 வாக்கில் 10,000 பில்லியன் டாலரிலிருந்து 20,000 பில்லியன் டாலர் வரை தேவைப்படும் என்று கணக்கிடப்பட்டுள்ளது.

நிலையான பொருளாதாரம், வளமான சுற்றுச்சூழல் இதை உருவாக்க நாம் ஆறு விஷயங்களில் கவனம் செலுத்த வேண்டும். நிலம், மின்சாரம்/எரிபொருள், கழிவு, தண்ணீர், காற்று, கார்பன் (உமிழ்வு). நிறுவனங்களை அவை பொருளாதார ரீதியாக எவ்வளவு வெற்றி பெற்றிருக்கின்றன என்று கணக்கிடுவதற்கு பதிலாக, பல்லுயிர் பெருக்கத்துக்கு எந்த அளவுக்கு உதவி புரிந்திருக்கிறார்கள்; மின்சார எரிபொருள் சிக்கனத்தை எந்த அளவுக்கு மேற்கொண்டிருக்கிறார்கள்; கழிவு மேலாண்மையில் எவ்வளவு திறம்பட நடந்துகொண்டிருக்கிறார்கள், காற்று மாசுபாடை எவ்வளவு குறைத்திருக்கிறார்கள், கார்பன் வெளியேற்றத்தை எந்த அளவுக்குக் கட்டுப்படுத்தியிருக்கிறார்கள் என்ற அடிப்படையில் மதிப்பிட வேண்டும்.

ஒவ்வொரு நிறுவனமும் சுற்றுச்சூழல் மேம்பாட்டுக்குக் கணிசமாக பங்களிக்க வேண்டும். தமது தொழில் துறைகளுக்குள் கார்பன் வெளியேற்றத்தைக் குறைக்கும் வகையிலான புதிய தொழில்நுட்பங்களைக் கண்டுபிடித்தாகவேண்டும்.

இப்போது நாம் வீர நடை போட்டுக் கொண்டிருக்கும் சுற்றுச்சூழல் விரோத வளர்ச்சிப் பாதைக்கு மாற்று என்பது புதிய சிந்தனைகள், புதிய தொழில்நுட்பங்கள், எல்லாவற்றுக்கும் மேலாக புதுமையான செயல்களே நம்மை அழிவிலிருந்து காப்பாற்றும். இந்தத் தவறான பாதையிலான பயணத்துக்கு மாற்றாகவிளங்கும் புதுமையான கண்டுபிடிப்புகளே வணிக நிறுவனங்களின் பிரதான இலக்காக இருக்கவேண்டும்.

பசுமை நோக்கிலான மதிப்பீடு என்பது இந்த மாற்றத்துக்கு முக்கியமான உந்துசக்தியாக இருக்கும். சுற்றுச்சூழல் சார்ந்த மதிப்பெண்கள் மதிப்பீடு மற்றும் பரிசளித்தல் என்ற முறையில் முன்னெடுக்கப்பட வேண்டும். சுற்றுச்சூழல் சார்ந்து அக்கறையோடு செயல்படும் நாடுகளும் நிறுவனங்களும் மிக உயர்வாக மதித்துப் போற்றப்படவேண்டும். அப்படிச் செயல் படாத நாடுகளும் நிறுவனங்களும் தரம் குறைந்தவையாகக் கருதப்படவேண்டும். நார்வே, மாலத்தீவுகள், ஜெர்மனி, கோஸ்டாரிகா, கயானா போன்ற நாடுகள் இதில் முன்னணியில் இருக்கின்றன. ஐரோப்பிய யூனியனும் தனது உறுப்பினர்கள் இடையே இந்த விஷயங்களில் ஆக்கபூர்வமான வழிகாட்டிக் குறிப்புகளை முன்வைத்து தலைமை தாங்கி நடக்கிறது.

டி.சி.எஸ் நிறுவனமும் இந்தப் பசுமை மதிப்பீடை முக்கியமானதாகக் கருதத் தொடங்கியிருக்கிறது. உலகிலேயே மின் சிக்கனத்தில் முன்னணியில் இருக்கும் டேட்டா சென்டர்களை உருவாக்கியதன் மூலம் சுற்றுச்சூழல் சார்ந்து தனக்கு இருக்கும் அக்கறையை ஏற்கனவே வெளிப்படுத்தி விட்டது. எரிசக்தி மற்றும் சுற்றுச்சூழல் நலன் சார்ந்த வடிவமைப்பில் முன்னணி (LEED) என்ற சான்றிதழ் பெற்ற மூன்று வளாகங்கள் டி.சி.எஸ்ஸிடம் ஏற்கெனவே இருக்கின்றன.

ஒரு தகவல் தொழில்நுட்ப இன்ஜினியர் புதிதாக உருவாகும் சூழல்கள் மற்றும் துறைகளில் தகவல் தொழில்நுட்பத்தை எப்படிப் பயன்படுத்தலாம் என்ற சிந்தனையுடன் கண்களையும் காதுகளையும் திறந்துவைத்தவண்ணம் இருக்கவேண்டும். அதிவேகமாக, குறைந்த செலவில், சூழலுக்கு உகந்த வகையில்

எப்படிச் செய்நேர்த்தியைக் கொண்டுவருவது என்பதுதான் டி.சி.எஸ்ஸின் மரபணுவில் ஊறியிருக்கும் விஷயம். இது ஒருவர் தன்னைத்தானே உந்திக்கொண்டு தனக்குத் தானே சவால்களை முன்வைத்துக் கொண்டு முன்னேறிச் செல்லுவது போன்றது.

'எக்ஸ்பீரியன்ஸ் சர்டெனிட்டி - உத்தரவாதத்தை உணருங்கள்' என்ற டி.சி.எஸ்ஸின் முத்திரை வாக்கியம், இந்த உணர்வை மேலும் மேலும் உரமேற்றிக்கொள்ள உதவுகிறது. எங்களுடைய மதிப்பீடுகள், வியூகங்கள், நடத்தை, செயல்பாடுகள் எல்லாமே ஒன்றுக்கொன்று ஒத்திசைவுடன் இருக்கும்படியாகச் செய்கிறது. தகவல் தொழில்நுட்பத்துறையில் இருக்கும் நாங்கள் எதையும் எந்தவித உந்துதலும் இன்றித் தானாக முன்னெடுக்கும் கலையில் தேர்ச்சிபெற்றுவிட்டிருக்கிறோம். அரசாங்கக் கொள்கைகள் சாதகமாக அமையட்டும் என்று நாங்கள் ஒருநாளும் காத்திருக்க வில்லை. அரசாங்கம் எதிர் நிலையில் இருந்த பிறகும் நாங்கள் முன்னேறிச் சென்றோம். காலப்போக்கில் சாதகமான கொள்கைகள் அரசால் பின்மொழியப்பட்டன. சூழலியல் சார்ந்த அக்கறையுடனான செயல்பாடுகளிலும் அரசு சட்ட திட்டங்களைத் தீட்ட வேண்டும் என்று காத்திராமல் நாமாகவே அவற்றைச் செய்வதன் மூலம் முன்னோடியாகத் திகழமுடியும். நாம் அதைச் செய்தாகவேண்டும். ஏனென்றால் அது நம்முடைய கூட்டுப் பொறுப்புணர்வு சார்ந்தது.

'நம் முன்னோர்களிடமிருந்து நாம் இந்த பூமியை வாரிசுரிமையாகப் பெறவில்லை. நம் குழந்தைகளிடமிருந்து கடனாகப் பெற்றிருக்கிறோம்' என்று ஒரு முதுமொழி உண்டு. நம் முது மொழிகள் காலத்தால் பழமையானதாக இருக்கலாம். ஆனால், அவை அன்றைப் போலவே இன்றும் பொருத்த மானவையாக இருக்கின்றன. நாம் கடனாகப் பெற்றதைத் திருப்பிக் கொடுத்தாகவேண்டும். அதுவும் நம்மிடம் தரப்பட்ட போது இருந்ததைவிட மிகச் சிறப்பானதாகத் திருப்பித் தரவேண்டும்.

முடிவுரை

2009 அக்டோபர் ஆறாம் தேதி மிகுந்த பரபரப்புடன் எழுந்தேன். எனது 65வது பிறந்தநாள். அதோடு டாடா கன்சல்டன்சி சர்வீசஸ் நிறுவனத்தின் சி.இ.ஓ மற்றும் எம்டி பதவியிலிருந்து ஓய்வு பெறப்போவதாகச் சொல்லப்பட்ட நாள். அதோடு புதிய வாழ்க்கையில் புதியதொரு தொடக்கத்தின் முதல் நாள்.

சில மாதங்களுக்கு முன்பாகவே அக்டோபர் 6 அன்று எனது அலுவலகத்தை அதிகாரபூர்வமாக காலி செய்துவிட்டு சந்திராவிடம் அதை ஒப்படைக்க வேண்டுமென்று முடிவு செய்திருந்தேன். முந்தின நாள் மாலையிலேயே எனது உதவியாளர்கள் எங்களுடைய பொருட்கள் அனைத்தையும் எடுத்துச் சென்றுவிட்டிருந்தனர். அடுத்ததாகப் பொறுப்பை ஏற்பவருக்குத் தேவையானவற்றை மட்டுமே அங்கு விட்டுச் சென்றிருந்தார்கள். அந்த அறை மிகவும் தூய்மையாக, அழகாக, சுத்தமாக இருந்தது.

10 மணிக்கு டி.சி.எஸ் ஹவுஸ் சென்று சேர்ந்தேன். இரண்டாவது மாடியில் இருந்த எனது அலுவலகத்தை நோக்கி நடந்து சென்றேன். அலுவலகச் சுவர்களில் இருந்த ஓவியங்களைச் சிறிது நேரம் பார்த்தேன். காலியாக இருந்த மேஜை, ஓவல் மைதானத்தின் தோற்றம், பூத்துக் குலுங்கும் குல்முகர் மரங்கள்... அவற்றின் கிளைகள் எனது அறையின் ஜன்னல்களை முத்தமிடுவது போல் மிக நெருங்கி வந்திருந்தன. மிகவும் அருமையான அலுவலகம். என் வாழ்வின் சில மகத்தான தருணங்களைக் கழித்த இடம். இப்போது புதிதாக ஒருவர் அங்கு வரப்போகிறார்.

இந்த அலுவலக அறையில் தான் அன்று டி.சி.எஸ்ஸின் பிரதான குழுவினரான சந்திரா, மஹா, ஜெயந்த், பிரோஸ் எல்லோரும் கூடியிருந்தோம். சொற்பொழிவுகள் நடத்தப்பட்டன. கேக்குகள் வெட்டப்பட்டன. புகைப்படங்கள் எடுக்கப்பட்டன. நான் டி.சி.எஸ் பற்றி சுருக்கமாகப் பேசினேன். புதிய சி.இ.ஓவாக சந்திரா பொறுப்பேற்கவிருப்பது பற்றியும் ஒளிமயமான எதிர்காலம் காத்திருப்பது பற்றியும் பேசினேன். சந்திரா சி.இ.ஓவாக தனது முதல் உரை என்று சொல்லத்தக்க உரையை நிகழ்த்தினார். மிக எளிமையாக நடந்து முடிந்த நிகழ்ச்சி. உணர்ச்சிவசப்படல்களுக்கு இடம் கொடுக்காமல், அப்படியே உணர்ச்சிவசப்படவேண்டியிருந்தாலும் அதை அடக்கிக் கொண்டு மிக எளிமையாக நடந்து முடிந்த நிகழ்ச்சி.

மதியம் 12 மணிவாக்கில் நானும் அலுவலக உறுப்பினர்களும் பன்யன் பார்க்குக்குச் சென்றோம். எனக்கு பம்பாய் ஹவுஸில் வேறு அறை தயாராகும்வரை இந்த வளாகத்தில் தற்காலிகமாக ஓர் அறையில் இருந்துகொள்வதாக ஏற்பாடு செய்யப் பட்டிருந்தது. அன்றைய தினம் பல மீட்டிங்களுக்கு ஏற்பாடு செய்திருந்தேன். எனது புதிய வாழ்க்கை அப்படியாகத்தான் ஆரம்பமாக வேண்டும் என்று தீர்மானித்திருந்தேன்.

மும்பையின் புறநகர்ப்பகுதி வழியாக பான்யன் பார்க்குக்குப் போகும் வழியில் டி.சி.எஸ் அலுவலகத்தில் கழிந்த என் 37 வருட வாழ்க்கை கண் முன்னால் வந்து போனது. நாங்கள் அனைவரும் சேர்ந்து உருவாக்கிய இந்த நிறுவனம் குறித்து எனக்கு மிகவும் பெருமிதமாக இருந்தது. எனக்கு உத்வேகம் அளித்தவர்கள், டி.சி.எஸ் செல் நிறுவனத்தில் ஒரு ப்ரோக்ராமராக வாழ்க்கையை ஆரம்பித்த போதிலிருந்து அதன் உச்சகட்ட பதவியான சி.இ.ஓ, எம்டி பதவிகளை அடையும்வரை எனக்கு ஆதரவாக இருந்தவர்கள் ஆகியோர் பற்றி நினைத்துப் பார்த்தேன்.

இந்திய மற்றும் உலக தகவல் தொழில்நுட்பத் துறை அடைந்த மகத்தான மாற்றங்களை சாட்சியாகவும் கூட்டாளியாகவும் இருந்து பார்க்க முடிந்திருக்கிறது; டி.சி.எஸ் நிறுவனம் அதில் ஒரு முக்கிய பங்காற்ற வாய்ப்பு கிடைத்திருக்கிறது. இவற்றை எல்லாம் எனக்குக் கிடைத்த மிகப் பெரிய அதிர்ஷ்டமாக உணர்கிறேன்.

பல தொழில்நுட்பங்கள் வேகமாக வந்து அதைவிட வேகமாக மறைந்து போனதைப் பார்த்திருக்கிறேன். தொடர்ந்து பெய்யும்

மழையில் தாங்கமுடியாமல் கரைந்து போனதைப் பார்த்திருக்கிறேன். நமது உலகத்தைப் புயல் போல் ஆக்கிரமித்திருக்கும் உலகமயமாக்கத்தின் ஓர் அங்கமாக இருந்திருக்கிறேன். புதிய சந்தைகள் முளைத்து வந்ததைப் பார்த்திருக்கிறேன். டி.சி.எஸ் நிறுவனத்தில் இளைஞர்களாகச் சேர்ந்து தமது திறமையின் மூலம் உச்சத்தை எட்டியவர்களைப் பார்த்திருக்கிறேன். வேறு சிலர் இங்கிருந்து பிரிந்து சென்று புதிய நிறுவனங்களை உருவாக்கி வெற்றிகரமாக இயங்குவதையும் பார்த்திருக்கிறேன்.

என்னவிதமான தொழில்நுட்பங்களை முன்னெடுக்க வேண்டும்... IBM-1401 மற்றும் ICL-1903 கணினிகளிலிருந்து விலகிச்செல்ல வேண்டுமா என்பது போன்ற தயக்கங்கள் எல்லாம் எந்த காலத்திலோ நடந்ததைப்போல் நினைவின் கீழ் அடுக்குகளுக்குப் போய்விட்டிருக்கின்றன.

1972-1974 காலகட்டத்தில் எதிர்காலம் குறித்து தெளிவாக எதுவும் தெரிந்திருக்கவில்லை. அரசாங்கத்தின் கெடுபிடியான செயல் பாடுகள், இறுக்கமான ஏற்றுமதி விதிகள் அந்நியச் செலாவணி பெறுவதில் இருந்த சிக்கல்கள் என எல்லாமே எங்களுக்கு எதிராக இருந்தன. அமெரிக்காவிலிருந்து இந்தியாவுக்குத் திரும்பி வந்தது சரிதானா என்ற எண்ணம் கூட ஒரு நிமிடம் என் மனதில் வந்து போனது. அமெரிக்காவில் என்.சி.ஆர் நிறுவனத்தில் கிடைத்திருந்த அற்புதமான வேலை, அமெரிக்க கிரீன் கார்டு கிடைப்பதற்கான வாய்ப்பு இவற்றையெல்லாம் இழந்து விட்டேனோ என்று எண்ணம் ஒரு நொடி வந்து போனது.

*1974*ம் ஆண்டு ஒரு மகத்தான திருப்புமுனையாக அமைந்தது. பர்ரோஸ் கம்ப்யூட்டர்களின் நவீன பெரும் கணினியை இந்தியாவுக்கு இறக்குமதி செய்யவேண்டுமென்று டி.சி.எஸ் நிறுவனம் தீர்மானித்தது. ஆனால் எங்களுடைய உற்சாகம் வெகு சீக்கிரமே வடிந்தது. *1978*ல் டாடா பர்ரோஸ் நிறுவனம் உருவாக்கப்பட்டது. டி.சி.எஸ் நிறுவனத்துக்கு என்ன ஆகும் என்ற கேள்வி எழுந்தது.

டி.சி.எஸ் நிறுவனம் தனக்கென ஒரு தனி வழியை உருவாக்கிக் கொள்ள வேண்டும் என்று தீர்மானித்த அந்த சவாலான தருணங்கள் நினைவுக்கு வருகின்றன. எந்த ஒரு வன்பொருள் நிறுவனத்துடனும் அடையாளப்படுத்தப்படாமல் தனி அடையாளத்துடன் வரவேண்டும் என்று முடிவு செய்த தருணம்.

அந்த நேரத்தில் டி.சி.எஸ் நிறுவனத்திலேயே தொடர்ந்து பணிபுரிவதா... டாடா பர்ரோஸ் நிறுவனத்துக்குச் சென்று விடுவதா... என்ற கேள்வியும் மனதில் இருந்தது. இந்த இடத்திலும் எதிர்காலம் பற்றி எந்தக் கவலையுமின்றி டி.சி.எஸ்ஸில் தொடர்வது என்று துணிந்து முடிவெடுத்தேன். அப்போது நாங்கள் ஏதாவது ஒரு சாதனை செய்தாக வேண்டுமென்று புது வேகத்துடன் இருந்தோம். அது தனிப்பட்ட முறையில் எனக்கும் டி.சி.எஸ் நிறுவனத்துக்கும் மிகப் பெரியதொரு வாய்ப்பாக அமைந்தது.

என் வாழ்க்கையில் எந்த ஒரு நொடியிலும் சவால்களை எதிர் கொள்ளத் தயங்கியதேயில்லை. பாதுகாப்பான வாழ்க்கையே போதுமென்று நினைத்ததில்லை. புதிய பாதையில் செல்லப் பயந்தது இல்லை. நான் எடுத்த பெரிய முடிவுகள் எல்லாமே அபாயம் நிறைந்தவைதான். சில நேரங்களில் அது என்னுடைய தீர்மானமாகக்கூட இல்லாமல் இருந்திருக்கிறது. உதாரணமாக 1979ல் அமெரிக்க டி.சி.எஸ் அலுவலகத்துக்கு ரெசிடென்ட் மேனேஜராக நான் அனுப்பப்பட்டதைச் சொல்லலாம்.

எனது வழிகாட்டி மற்றும் ஆசானான கோலியிடம் 'என்னை ஏன் அமெரிக்காவுக்கு அனுப்பத் தீர்மானித்திருக்கிறீர்கள்' என்று கேட்டேன். 'உன் திறமை மீது, உன் மீது நம்பிக்கை இருக்கிறது' என்று அவர் சொன்னது மிகுந்த மனநிறைவைத் தந்தது. அமெரிக்காவில் நாங்கள் அலுவலகத்தைத் திறந்து அதன் மூலம் டி.சி.எஸ் நிறுவனத்துக்கு ஒரு வலுவான எதிர்காலத்தை உருவாக்க முடிந்தது. அடுத்த இருபது ஆண்டுகள் மேற்கொள்ளப்பட்ட கடின உழைப்பும் செய்நேர்த்தியும் 1996ல் என்னை டி.சி.எஸ் நிறுவனத்தின் சி.இ.ஓவாக ஆக்கியது.

அந்தப் பதவியை ஏற்றபோது எனக்குள் ஏற்பட்ட ஒரு லேசான தயக்கம் இப்போது நினைவுக்கு வருகிறது. முடிவுகள் எடுப்பதில் இறுதியான அடுக்கில் கூர் நுனிக் கோபுரத்தின் உச்சியில் தனியாக அமர்ந்திருக்கும் நபர். மிக உயரத்தில் தன்னந்தனியாக இருக்கும் அந்த உணர்வு எனக்குள் லேசான கலக்கத்தை ஏற்படுத்தியது. ஆனால் அந்த பயம் ஏற்பட்ட அந்த நொடியிலேயே இது ஒரு அற்புதமான வாய்ப்பு என்பதும் எனக்குப் புரிந்திருந்தது. புதியதொரு கோணத்தில் விஷயங்களை முன்னெடுத்து டி.சி.எஸ்ஸில் பல தலைவர்களை உருவாக்குவதற்கு கிடைத்த நல்ல வாய்ப்பாகவும் அதை எடுத்துக்கொண்டேன்.

விஷயங்கள் வேக வேகமாக நடக்கத் தொடங்கின.

தனிப்பட்ட முறையில் எனக்கென அல்லது என் குடும்பத்துக்கென நேரம் ஒதுக்கவே முடிந்திருக்கவில்லை. 2004ல் முதல்முறையாக டி.சி.எஸ் நிறுவனத்தின் பங்குகளை விற்கும் இடத்துக்கு வந்து சேர்ந்துவிட்டோம். நிறுவனத்துக்கும் எனக்கும் அது ஒரு மகத்தான தருணம். ஏனென்றால் அதன் மையப்புள்ளியாக நான் இருந்தேன். அதற்கு முன்பும் பரபரப்புடன் தான் இயங்கி வந்தேன். அந்தத் தருணத்தில் அது மேலும் அதிகரித்தது. எனக்கு ஊடகங்களைச் சந்திப்பதில் மிகுந்த தயக்கம் இருந்தது. என்றாலும் டி.சி.எஸ் நிறுவனத்தின் முகமாக ஆகியிருந்தேன். காலப்போக்கில் ஊடகத்தினருடன் நல்ல ஒத்திசைவு ஏற்பட்டது.

இன்று அக்டோபர் 2009ல் ஒரு மகத்தான நிறுவனத்திலிருந்து விடைபெற்றுச் செல்கிறேன்.

டி.சி.எஸ் நிறுவனத்தின் ஒளி விளக்கை மிகவும் சரியான குழுவின் கையில்தான் ஒப்படைத்திருக்கிறேன் என்ற நம்பிக்கை எனக்கு இருக்கிறது. இந்த நிறுவனத்தின் இதயமும் மூளையும் மிகுந்த ஒத்திசைவுடன் உரிய இடத்தில் இருக்கின்றன. நிர்வாகம் மிகவும் வலுவடைந்துவிட்டிருக்கிறது. சமூகத்துக்கு ஆற்றவேண்டிய சேவைகள் தொடர்பான சிந்தனைகள் நிறுவனத்தின் மரபணுவில் பொதிந்துவிட்டிருக்கின்றன. தொழில்நுட்பம் சார்ந்த தாகத்தைப் பற்றிச் சொல்வதென்றால் புதிய கண்டுபிடிப்புகளுக்கான, புதிய ஆராய்ச்சிகளுக்காக முயற்சிகள் முழுவீச்சில் நடந்துவருகின்றன.

சந்திராவிடம் தலைமைப் பொறுப்பை ஒப்படைப்பது மிகவும் சுமுகமாக நடக்கவேண்டும் என்றுதான் விரும்பியிருந்தேன். சில வருடங்களாகவே டி.சி.எஸ் நிறுவனத்தின் அடுத்தகட்டத் தலைவர்களை உருவாக்குவதில் முனைப்புடன் செயல்பட்டு வந்தேன். எனக்கு அடுத்ததாக யார் வரவேண்டும் என்று நான் முடிவு செய்தபோது டி.சி.எஸ் நிறுவனத்தின் வளமான எதிர்காலத்துக்கு சந்திரா மிகவும் பொருத்தமானவர் என்பதில் எனக்கு எந்த சந்தேகமும் இருந்திருக்கவில்லை.

நிறுவனமும் அடுத்த கட்டத் தலைவர்களும் சந்திராவுடன் மிகுந்த ஒத்திசைவுடன் செயல்பட வேண்டும் என்று தீர்மானித்திருந்தேன். நிச்சயமாக அவர் என்னிடமிருந்து மாறுபட்டவர்தான். புதிய

தலைவருக்கு ஏற்ப மாறிக்கொள்வதற்கு நிறுவனத்துக்குச் சிறிது கால அவகாசம் எடுக்கும். புதிய தலைவருக்கு அனைத்து விஷயங்களையும் எளிதாக்கி தருவதற்குத் தேவையானவற்றை எல்லாம் நான் செய்து தர வேண்டும் என்று விரும்பினேன். சி.இ.ஓவாகவும் எம்.டியாகவும் நான் இருந்த காலகட்டத்தின் கடைசிப் பகுதியில் அவர் எடுத்த முடிவுகளுக்கு எனது முழு ஆதரவை நல்கி, அடுத்த தலைவர் அவர்தான் என்பதை அனைவருக்கும் அழுத்தமாக உணர்த்தினேன்.

காரின் ஜன்னல் வழியாக வெளியே பார்த்தேன். பன்யன் அலுவலகத்துக்கு வந்து சேர்ந்திருந்தேன். புறநகர் வழியிலான பயணத்தின் ஊடாக கடந்த காலத்தில் நடந்து முடிந்த அனைத்தையும் நினைத்து பார்த்திருந்தேன். மனதுக்குள் ஒருவித விடுதலையை உணர்ந்தேன். நான் இதுவரை செய்தது எல்லாம் மிகுந்த மனநிறைவைத் தந்தன.

காரிலிருந்து இறங்கி புதிய வாழ்க்கைக்குள் காலடி எடுத்து வைத்தேன்.

இனி, நான் அதிக அக்கறை கொண்டிருக்கும் விஷயங்களில் கூடுதல் கவனத்தைச் செலுத்த வேண்டும். மருத்துவ சேவை, குழந்தைகளுக்கான கல்வி, பயிற்சி, இளம் நிபுணர்களை வளர்த்தல், சுற்றுச்சூழல் மீதான அக்கறை, பருவநிலை மாற்றம் ஆகியவை தொடர்பாக அதிகம் செயல்பட வேண்டும். 1972ல் ஓர் இளைஞனாகச் செய்ததுபோல் புதிய வாழ்க்கை ஒன்றை ஆரம்பத்தில் இருந்து தொடங்கவேண்டும். அந்த ஆண்டில்தான் எனக்கு திருமணமாகி இருந்தது. 'டி.சி.எஸ் நிறுவனம் தான் என்னுடைய முதல் மனைவி' என்று என் மனைவி மாலா அடிக்கடி வேடிக்கையாகச் சொல்வது நினைவுக்கு வந்தது. இந்த முறை குடும்பத்துக்குக் கூடுதல் நேரத்தைச் செலவிட வேண்டும்.

நான் ஒரு முழுச்சுற்று சுற்றிவந்துவிட்டது போல உணர்ந்தேன். நான் அக்கறை கொண்டிருந்த விஷயங்களில் ஆர்வம் கொண்டிருந்த ஒரு குழு என்னைச் சுற்றியிருந்தது. மீண்டும் ஒன்றைப் புதிதாக உருவாக்கவேண்டும்; பலருடைய வாழ்க்கையில் மாற்றத்தை ஏற்படுத்தவேண்டும். நம்மை ஒரு நிறுவனத்துடன் குறுக்கிக் கொள்ளாமல் பரந்து விரிந்த தளத்தில் செயல்படத் தொடங்கவேண்டும்.

கல்வித்துறையோ மருத்துவத்துறையோ சூழலியல் துறையோ எதுவாக இருந்தாலும் சவால்கள் பெரிதாக இருக்கின்றன. டி.சி.எஸ் நிறுவனத்தில் கிடைத்த அனுபவத்தில் இருந்து நான் பலம் பெற்றிருக்கிறேன். எதையும் ஆழமாகச் சிந்திக்க வேண்டும். சிக்கலான விஷயங்களைத் துண்டு துண்டாக உடைத்துக் கையாளத் தகுந்தவகையில் ஆக்கிக்கொள்ள வேண்டும்.

புதிய புரோடோடைப்களை உருவாக்கவேண்டும். அவற்றைப் பற்றி முழுமையாகத் தெரிந்துகொண்டு சீரமைத்து, விரிவுபடுத்த வேண்டும். பத்து அல்லது நாற்பது வருடங்களுக்கு முன்பாக அல்லது பத்து வருடங்களுக்கு முன்பாக நாம் எப்படி சிந்தித்தோமோ அதிலிருந்து முற்றிலும் மாறுபட்டுச் சிந்திக்கும் புதிய தலைமுறையினருக்கு வழிகாட்ட வேண்டும். அதுவே எதிர்காலம்; அதுவே எதிர்காலத்தை வடிவமைக்கும் வழி.

ஒரு மாற்றம் நடப்பதற்காக 40 ஆண்டு காலம் இனியும் காத்திருக்கத் தேவையில்லை. ஏனென்றால் இப்போது ஒரு முன் மாதிரி வடிவம், ஓர் அற்புதமான அனுபவம் நம் முன்னால் இருக்கிறது. ஒரு படிப்பினை நம் முன்னால் இருக்கிறது. அதை நாம் நிச்சயம் பயன்படுத்திக் கொள்ள முடியும். டி.சி.எஸ் நிறுவனம் காட்டை வெட்டித் திருத்திப் பாதையமைத்துக் கொடுத்திருக்கிறது. டி.சி.எஸ் நிறுவனத்தின் வரலாறு பலருக்கும் உத்வேகம் அளிக்கக்கூடியது. அதை சொல்ல வேண்டும். அந்த முயற்சியில் இறங்கியிருக்கும் நான் இந்தப் புத்தகத்தின் மூலம் சிறிய அளவிலேனும் யாருக்கேனும் உத்வேகம் ஊட்ட முடியுமென்றால் அதுவே எனக்கு மிகப் பெரிய மன நிறைவைத் தரும்.

இன்று மிகப் பெரியதொரு இலக்கு என் முன்னே இருக்கிறது. பிரதம மந்திரி 'புதிய தலைமுறையினரின் திறமைகளை வளர்த்தல்' என்ற துறைக்கு அவருக்கு ஆலோசகராக இருக்கும்படிக் கேட்டுக்கொண்டிருக்கிறார். இந்த நல்வாய்ப்பை என்னால் ஒருபோதும் மறுக்கமுடியாது. இந்தப் பொறுப்பு மிகுந்த பரபரப்பையும் சவாலையும் கொண்டதாக இருக்கும். 40 ஆண்டு காலம் காலில் சக்கரத்தைக் கட்டிக்கொண்டு ஓடிய நான், இனிமேல் இறக்கைகளை விரித்துக் கொண்டு பறந்தாக வேண்டும். லட்சக்கணக்கான இந்திய இளைஞர்களுக்கு

அவர்களுடைய திறமையை வளர்த்துக் கொள்வதற்கு வழிகாட்டவேண்டும்.

ஒவ்வொரு நாளும் அதிகாலையில் எழுந்து கொள்ளும்போது இன்று ஏதாவது புதிதாக செய்யவேண்டும்; எதன் மீதாவது நல்ல விதமான தாக்கத்தைச் செலுத்தவேண்டும்; புதிய மனிதர்களைச் சந்திக்க வேண்டும்; புதிய வழிமுறைகளை மேற்கொள்ள வேண்டும்; சவால்களை எதிர்கொள்ள வேண்டும்; என்னுடன் இருப்பவர்களுக்கு புதிய சவால்களைக் கொடுத்தாக வேண்டும் என்ற எண்ணத்துடனே எழுந்து கொள்வேன். அதையே இனிமேலும் செயல்படுத்தப்போகிறேன்.

‘ஒரு தலைமைச் செயல் நிர்வாகியை
எதைக் கட்டியெழுப்பியிருக்கிறார் என்பதன்
அடிப்படையில் அல்ல; அவருக்குப் பின்னால்
வர இருப்பவர் கட்டியெழுப்பும் வகையில்
எதை விட்டுச் சென்றிருக்கிறார் என்பதன்
அடிப்படையிலேயே மதிப்பிட வேண்டும்.’

- எஸ்.ராமதுரை

பின்னிணைப்பு 1

இவர்கள் பார்வையில்

நான் எனது அனுபவங்களை சக பணியாளர்களுடன் வெளிப்படையாக, முழுமையாக பகிர்ந்துகொள்வதில் மிகுந்த நம்பிக்கை கொண்டவன். அவர்களுடைய தொழில் வாழ்க்கையில் உதவ வேண்டும் என்று ஆர்வம் கொண்டவன். பிறருக்கு வெறுமனே ஆலோசனைகளைச் சொல்லிக் கொண்டிருப்பதோடு நிறுத்தாமல் அவருடைய வீட்டுக்குச் சென்று அல்லது எங்களுடைய வீட்டுக்கு அழைத்து அவருடைய குடும்பத்தினருடன் மிகவும் அன்புடன் நேரத்தைச் செலவிட விரும்புவேன். காரில் ஒரு மீட்டிங் முடிந்து இன்னொரு மீட்டிங்குப் போகும் வழியில் சக பணியாளரை அழைத்துச் சென்று நட்புறவை வளர்த்துக் கொள்வேன். அவைதான் மற்றவர்கள் மனம் திறந்து பேச வழியை உருவாக்கும். என்னைப் பற்றி மற்றவர்கள் என்ன நினைக்கிறார்கள் என்பது பற்றிச் சிலர் சொல்ல கேட்போம்.

என்.சந்திரசேகரன் (எனக்கு அடுத்ததாக டி.சி.எஸ்ஸின் சி.இ.ஓவாகப் பொறுப்பேற்றவர்)

1983ல் அமெரிக்காவில் இருந்த நிதி நிறுவனம் ஒன்றின் சிக்கலான அசைன்மெண்ட் ஒன்றைச் செய்யும்போதுதான் முதன்முதலாக ராமைப் பார்த்தேன். அந்தப் பணியை நான் வெற்றிகரமாக முடித்ததும் வாடிக்கையாளரிடம் இருந்து விருது

பெற்றுக்கொள்வதற்காக ராமும் கோலியும் என்னை அமெரிக்காவுக்கு அழைத்தனர். அந்த சந்திப்பில் அமெரிக்க வாடிக்கையாளர் என்னைப் பற்றிப் புகழ்ந்து பேசினார். அது ராமின் மனதில் ஆழமாக பதிந்தது. பிரிட்டனில் இருந்த ஒரு நிறுவனத்தின் சிக்கலான பணியை அதனை அடுத்து ராம் என்னிடம் கொடுத்தார். அந்த நிறுவனம் டி.சி.எஸ்ஸின் மிகப் பெரிய வாடிக்கையாளராகப் பின்னாளில் ஆனது. ராம், செப்டம்பர் 1996ல் டி.சி.எஸ் நிறுவனத்தின் சி.இ.ஓ ஆனார். அப்போது நான் மும்பைக்கு வாடிக்கையாளர் ஒருவரைப் பார்க்க வந்திருந்தேன். அந்த சந்திப்பின் இடைவேளையில் ராம் தொலைபேசியில் அவருக்கே உரிய மென்மையான குரலில் சொன்னார், 'நீ என் அலுவலகத்தில் பணிபுரிய வேண்டும் என்று நான் விரும்புகிறேன்'.

ராமுடன் இருக்கும்போது ஒருவர் மிகவும் விழிப்புடன் இருந்தாக வேண்டும். செய்யும் ஒரு சிறிய சைகை, சொல்லும் ஒரு வார்த்தை அல்லது சொல்லாமல்விடும் ஒரு விஷயம் எல்லாமே ஆழமான பொருளைக் கொண்டதாக இருக்கும். அதனுடைய முக்கியத்துவத்தை நான் ஒருபோதும் தவறவிட்டதில்லை.

'உங்கள் அலுவலகத்தில் பணிபுரிய எனக்கு விருப்பம் தான். பிரிட்டனில் இருக்கும் என் மனைவி லலிதாவிடம் கலந்து பேசிவிட்டு சொல்கிறேன்' என்று சொன்னேன். பிரிட்டனில் இருந்த பணிகளை எல்லாம் முடித்துக் கொடுத்துவிட்டு 1997 ஜனவரி மாதம் ராமின் அலுவலகத்துக்கு வந்துசேர்ந்தேன்.

உணர்வுபூர்வமாகவும் தொழில்ரீதியாகவும் நான் முன்னேறுவதற்கு அனைத்து வாய்ப்புகளையும் அவர் ஏற்படுத்திக் கொடுத்தார். அவருடைய அலுவலகத்தில் எனது பணிகள் முடிந்ததும் மும்பையின் சிறப்புப் பொருளாதார மண்டலத்தில் (SEEPZ) நடந்துவந்த எங்களுடைய பணிகளின் பொறுப்பை என்னிடம் ஒப்படைத்தார். எங்களுடைய மிக முக்கியமான வாடிக்கையாளர்களுக்குத் தேவையான சேவைகளை அங்குதான் செய்துகொடுத்துவந்தோம். அது ஒரு மிகப் பெரிய உயர்ந்த பொறுப்பு. ராம் என் மீது வைத்திருந்த நம்பிக்கைக்குப் பாத்திரமாக நடந்து கொள்ள வேண்டும் என்று முடிவு செய்தேன். அந்தப் பொறுப்போடு புதிய பல வாடிக்கை யாளர்களை வென்றெடுக்கும் பொறுப்பும் தரப்பட்டது. ராமுடன் நெருங்கிய தொடர்பில் இருந்து வந்தேன். பல வசதி

வாய்ப்புகளை உருவாக்கிக் கொடுத்து வழிகாட்டி, வளரவும் கற்றுக்கொள்ளவும் வைத்தார்.

அன்றாடம் பேசும் சாதாரண தொலைபேசி உரையாடல்களின் மூலமாகவே மிகப் பெரிய முடிவுகளையெல்லாம் நாங்கள் பேசிக்கொண்டோம். இருவரில் ஒருவர் அப்போது எங்காவது பயணம் கூட செய்து கொண்டிருப்போம். அப்படியாக நாங்கள் எப்போதும் தொடர்பில் இருந்தோம். நடக்கும் விஷயங்கள் ஒவ்வொன்றும் உடனுக்குடன் எங்களால் பரிமாறிக் கொள்ளப்பட்டன.

Y2K தசாப்தம் முடிவை நெருங்கிக் கொண்டிருந்தபோது டி.சி.எஸ் நிறுவனத்தை மறு சீரமைக்க வேண்டும் என்று நாங்கள் பேசிக்கொண்டோம். அந்நாட்களில் ஒவ்வொரு வாடிக்கையாளருக்கும் ஏற்ப விசேஷமான தனிப்பட்ட சேவைகளை வழங்குவது என்பது டி.சி.எஸ்ஸின் பலமாக இருந்தது. ராமுடன் இது தொடர்பாகக் கலந்து பேசி சேவை விற்பனையாளர்கள், விநியோகச் சங்கிலி ஆகியவர்களுடன் பரஸ்பர நலன் சார்ந்த நல்லுறவுகளை உருவாக்க வேண்டும் என்று முடிவு செய்தோம். வாடிக்கையாளர் தொடர்பு மேலாண்மை போன்ற தீர்வுகளை மையமாகக்கொண்டு நமது செயல்பாடுகளை வடிவமைக்க வேண்டும் என்று தீர்மானித்தோம். அதன் மூலமாகத்தான் டி.சி.எஸ் நிறுவனத்துக்கு மின் வணிகம் கிடைக்க ஆரம்பித்தன. இந்த இடத்திலும் ராம் எனக்கு முழு ஆதரவு கொடுத்தார். விரைவிலேயே அரை பில்லியன் டாலர் ஈட்டித்தரும் மகத்தான பணியாக அது வளர்ந்தது. டி.சி.எஸ் நிறுவனத்தின் முகத்தையே மாற்றியமைத்த திருப்புமுனையான விஷயம் அது. 'Y2K வெண்டார் நிறுவனம் என்ற முந்தைய அடையாளத்திலிருந்து வெளியேறி வந்தோம். பல புதிய சேவைகளை முன்னெடுத்து அவற்றின் மூலம் மிகப் பெரிய வணிக வெற்றிகளைக் குவிக்கத் தொடங்கினோம்.

எஸ்.மஹாலிங்கம் (சி.எஃப்.ஓ, டி.சி.எஸ்)

ஒருவர் தன் வாழ்நாளில் பார்க்க முடிந்த மகத்தான மனிதர்களில் ஒருவர் ராம். கைவசம் இருக்கும் பொறுப்புகளில் மிகுந்த தீவிரத்துடன் ஈடுபடுவார். தனக்கான இலக்குகளைத் தானே நிச்சயித்துக்கொண்டு அவற்றை அடைவதற்குக் கடுமையாக முயற்சிகள் எடுப்பார்.

1979ல் ரெசிடென்ட் மேனேஜராக அமெரிக்காவுக்கு அவர் சென்றபோது அனைத்து விஷயங்களையும் பூஜ்ஜியத்தில் இருந்து செய்தாக வேண்டியிருந்தது. புதிய வாடிக்கையாளர்களைத் தேடிக் கண்டுபிடிக்க வேண்டியிருந்தது. பர்ரோஸ் அல்லாத கணினி அமைப்புகளிலும் பல பணிகளைச் செய்தாகவேண்டி இருந்தது. 'அமெரிக்கன் எக்ஸ்பிரஸ்' கலிஃபோர்னியாவில் இருக்கும் 'ப்ரோட்யூசர்ஸ் காட்டன்' போன்ற நிறுவங்களில் அவர் எப்படி நல்லுறவை ஏற்படுத்திக் கொண்டார்; அவற்றை எப்படி மிகப் பெரிய ஒப்பந்தங்கள் ஆக மாற்றிக்கொண்டார் என்பதை அருகிலிருந்து பார்த்திருக்கிறேன். இது போலவே தான் ஜெனரல் எலெக்ட்ரிகல்ஸ் நிறுவனத்திடமிருந்தும் ஒப்பந்தங்களை வென்றெடுத்தார். அவர் வெறுமனே புதிய வாடிக்கை யாளர்களைத் தேடிக்கண்டு பிடிப்பதோடு நின்றுவிடாமல் அவர்களை நிறுவனத்தில் இருந்த பிற நிர்வாகிகளுக்கும் அறிமுகம் செய்து வைத்தார். அதன்மூலம் அந்த வாடிக்கை யாளர்களைத் தன்னுடைய தனியான நண்பராக மட்டும் வைத்துக்கொள்ளாமல் நிறுவனத்தின் நண்பராகவும் ஆக்கினார்.

தொழில்நுட்ப ரீதியாக ராம் நவீன மாற்றங்களை உடனுக்குடன் தெரிந்துகொள்பவராக இருந்தார். 1980-லிலேயே தனது சொந்தப் பயன்பாட்டுக்காக ஆப்பிள் ஐ Apple IIe கருவியை வாங்கிக் கொண்டிருந்தார். இது பர்சனல் கம்ப்யூட்டர் வருவதற்கு முந்தைய காலம். புதிதாக வாங்கிய கருவியின் வன்பொருள், மென்பொருள் ஆகியவற்றை அக்கு வேறு ஆணிவேராக அலசிப் பார்த்தார்.

மையத்திலிருந்து கட்டுப்படுத்தப்பட்ட டி.சி.எஸ் நிறுவனத்தை மையம் அழிந்த அமைப்பாக மாற்றி அதிகாரப் பரவலைக் கொண்டுவந்தார். இதை அவர் மிக நிதானமாக, மிகுந்த ஒழுங்குடன் நடத்திக்காட்டினார். நிறுவனத்தின் செயல் பாடுகளில் அனைவருடைய பங்களிப்புகளுக்கும் இடமளித்தார். 2000 ஆண்டில் பேராசிரியர் கெமாவத்தை அழைத்து ஒரு தலைமைக் குழுவை அமைத்தார். அந்தக் குழு புதிய செயல் பாடுகள், வணிக முடிவுகள், வியூகங்கள் என அனைத்தையும் கூடிக் கலந்து பேசி எடுத்தது. டி.சி.எஸ் நிறுவனம் இன்று முன்னணியில் இருக்கிறது என்றால் அந்தக் குழு முன்னெடுத்த திட்டங்களே அதற்குக் காரணம்.

ராம் மிகக் கடுமையான போராளி. டி.சி.எஸ் நிறுவனத்தின் பங்குகள் விற்பனைக்கு வந்தபோது எங்கள் நிறுவனம் ஓர்

வணிகச் சந்தையில் அதிரடியான நிறுவனம் அல்ல என்ற பிம்பமே இருந்தது. நிதி ஆய்வாளர்கள், முதலீட்டு மேலாளர்கள், கருத்து உருவாக்கம் செய்பவர்கள் ஆகியோருடன் மட்டுமல்லாமல் டி.சி.எஸ் நிறுவனத்துக்குள் இருந்தவர்களுடன் போராடி அந்த பிம்பத்தை மாற்றியமைத்தார்.

ராம் அடிப்படையில் சக மனிதர்கள் மீது அக்கறை கொண்டவர். பல நேரங்களில் மற்றவர்களைக் காட்டிலும் ஒரு படி கூடுதலாக அக்கறை எடுத்துப் பலருக்கு உதவி செய்ததைப் பார்த்திருக்கிறேன். ஒரு முறை எனக்கும் அப்படியான ஒரு உதவி செய்திருக்கிறார். என் மகனுக்கு எப்போது ஒன்றரை வயதுதான் ஆகியிருந்தது. சென்னைக்கு அவனை அழைத்துச் செல்ல வேண்டியிருந்தது. என்னால் போக முடியாத நிலை. நான் எதுவும் உதவி கேட்காமலேயே என் நிலையைப் புரிந்துகொண்டு தானாகவே முன்வந்து குழந்தையை விமானத்தில் சென்னைக்கு அழைத்துச் சென்றார்.

நீனா ஸ்க்ரூவாலா (சர்வதேச தலைமை, டி.சி.எஸ் - மைத்ரீ)

திரு.ராமதுரையின் அணுகுமுறையும் சிந்தனையும் எப்போதுமே நிறுவனத்தின் நிலையான வளர்ச்சி மற்றம் தனிநபர்களின் தனிப்பட்ட முன்னேற்றம் ஆகியவற்றை அடைவதாக இருக்கும். இதை அவர் முறைசாரா வழியில் தனிநபர் தானாகவே உணர்ந்து மேற்கொள்ளும் வகையில் முன்னெடுத்தார்.

எனக்குத் தெரிந்தவரை பிறரைப் பற்றிய அவருடைய மதிப்பீடுகள், கருத்துகள் எல்லாம் மிகவும் சுருக்கமாக துல்லியமாக இருக்கும். எதிர்மறையாகவோ மனச்சோர்வுக்கு உள்ளாக்குவதாகவோ ஒருபோதும் இருக்காது. ஏனென்றால், அவர் தனக்குத் தோன்றுபவற்றை தன்னியல்பாக மிகுந்த அக்கறையுடன் வெளிப்படுத்துவார். தவறுகள் அல்லது குற்றங்கள் ஏதேனும் நடந்தால் அவர்களைத் தண்டிக்க வேண்டும், பழிவாங்க வேண்டும் என்று நினைக்காமல் ஒரு நல்ல பாடம் என்ற வகையில் எடுத்துக்கொள்வார். ஒவ்வொருவரும் தமது பலத்தை தாமாக உணர்ந்துகொள்ள மிக அமைதியான முறையில் மௌனமாக உதவி புரிவார். சிலரிடம் பொறுப்புகளை ஒப்படைப்பதன் மூலமும் சில வேலைகளைப் பகிர்ந்து அளிப்பதன் மூலமும் சவாலான வேலைகளை கொடுப்பதன் மூலமும் இதை அவர் செய்து காட்டுவார். அதேநேரம்

தேவையான உதவிகளையும் உற்சாகமூட்டல்களையும் மறை முகமாக வழங்கிவருவார்.

ஆரம்ப காலத்தில் நான் திரு.ராமதுரையின் தனிப்பட்ட உதவியாளராகப் பணிபுரிந்தேன். எனது பணி முக்கியத்துவம் குறைந்தது என்று எந்த நேரத்திலும் நான் நினைக்கும் படியாக அவர் நடந்துகொண்டதில்லை. புதுமையான ஆலோசனைகள் வழங்கவோ ஆக்கபூர்வமான எதிர்வினைகள் புரியவோ எனக்கு உரிமை இல்லை என்று நினைக்க வைத்திருக்கவில்லை. எனது ஆர்வத்தை, திறமையை வளர்த்தெடுத்து வழிகாட்டினார்.

திருமதி மாலா ராமதுரை அவர்களின் கனவுத் திட்டமான மைத்ரீ அமைப்பில் நான் இருந்த காலகட்டத்தில் தொலைநோக்குப் பார்வையுடனான வழிகாட்டுதல், உத்வேகம், உயர்மட்ட உதவிகள் ஆகியவற்றைக் கொடுத்து அதோடு மிகுந்த சுதந்திரமும் தந்தார். குழுவினருடன் விரிவாகப் பேசுவதற்கும் தொழில்துறை நிபுணர்களுடன் கலந்துரையாடவும் வழிவகுத்துக் கொடுத்தார். அதேநேரம் நடக்கும் விஷயங்களைக் கூர்ந்து கவனித்து வந்ததோடு தேவையான ஆலோசனைகள், உதவிகள் வழிகாட்டு தல்கள் அனைத்தையும் செய்தார்.

என்.வெங்கட்ராம் (பார்ட்னர், டெலாய்ட் ஹாஸ்கின்ஸ் அண்ட் செல்ஸ்)

நான் முதலில் திரு.ராமதுரையை (ராம்) மார்ச் 2001ல் சந்தித்தேன். டி.சி.எஸ் நிறுவனத்தின் முதல் பங்கு விற்பனை நடக்கவிருந்த காலகட்டத்தில் மிக நெருங்கி பழக ஆரம்பித்தோம். 6, மார்ச் 2004 சனிக்கிழமை அன்று பன்யன் பார்க்கில் வந்து சந்திக்கும்படி அவரிடமிருந்து திடீர் அழைப்பு வந்தது. வழக்கறிஞர்கள், நிதியாளர்களுடனான கலந்துரையாடல் அது. என்றைக்கு பங்குகளை விற்கலாம் என்பது தொடர்பான முக்கியமான முடிவு எடுக்கப்படவிருந்தது. வணிக வங்கியாளர்களுக்கும் கணக்கு தணிக்கையாளர்களுக்கும் இடையில் சில முக்கிய முடிவுகள் கடுமையான வாதப் பிரதிவாதங்களுக்குப் பின் எடுக்கப்பட்டது.

ராம் எங்களுடைய கருத்துகளைப் புரிந்துகொண்டு வெளியீட்டுத் தேதி தொடர்பான எங்கள் நிலைப்பாட்டை ஆதரித்தார். பலரும் அதைவிடச் சீக்கிரமாகவே விற்பனை நடத்தவேண்டும் என்று நெருக்கடி கொடுத்தனர். இந்தக் கடுமையான வாக்கு

வாதங்களுக்கு மத்தியில் ஒரு கேக் வெட்டிக் கொண்டாட்டமும் நடத்தினோம். ஏனென்றால் அன்று எனக்கு பிறந்தநாள்!

ராம் பற்றி என் நினைவுக்கு உடனே வருபவை இவைதான்: மிகவும் அமைதியான மனிதர். எஃகு போல் உறுதியான முடிவுகள் எடுக்கக் கூடியவர். மற்றவர்கள் சொல்ல வருவதைப் பொறுமையாக, காது கொடுத்துக் கேட்டுப் புரிந்துகொண்டு அதன்பின் ஒரு முடிவு எடுப்பார். உயரிய மதிப்பீடுகளையும் நம்பிக்கைகளையும் காப்பாற்றுபவர்கள் மீது மிகுந்த மரியாதை கொண்டிருப்பார்.

கிரிஜா பாண்டே (சேர்மன், டி.சி.எஸ் ஆசிய-பசிபிக்)

ராம் சக பணியாளர்களுக்கு, குறிப்பாக என்னைப் போன்று டி.சி.எஸ் நிறுவனத்துக்கு முற்றிலும் புதிதாகச் சேர்ந்தவர்களுக்கு ஒரு மிகச் சிறந்த வழிகாட்டி. ஆசியாவில் வங்கித்துறையில் இருபது ஆண்டுகளுக்கு மேலாக அனுபவம் பெற்றிருந்த நிலையிலும் டி.சி.எஸ் நிறுவனம் ஆசியாவில் காலூன்ற வழி செய்யும் பொறுப்பில் சேர்வதற்குக் கொஞ்சம் தயக்கமாகத்தான் இருந்தது. 'நான் தொழில்நுட்பத்தைப் பயன்படுத்தக்கூடிய ஒருவர்தான்; வழங்கக் கூடியவர் அல்ல' என்று நான் ராமிடம் சொன்னது நினைவுக்கு வருகிறது. 'எங்களிடம் போதுமான அளவுக்கு தொழில்நுட்ப நிபுணர்கள் இருக்கிறார்கள். வர்த்தகம் சார்ந்த நிபுணர்கள்தான் எங்களுக்குத் தேவை' என்று உடனே சொன்னார். அது எனக்கு உற்சாகத்தை தந்தது.

ஆரம்பத்தில் இந்தப் பணி எனக்குக் கொஞ்சம் கஷ்டமாகத்தான் இருந்தது. ஆனால் எனக்குத் தேவைப்பட்ட போதெல்லாம் ராம் கை கொடுத்து உதவினார். அவருடனான பெரும்பாலான உரையாடல்கள் நடந்த நேரம் அதிகாலை 5 மணி. அவருடன் பேசியதிலிருந்தும் வாடிக்கையாளர்களுடன் அவர் உத்வேகத்துடன் பேசுவதைக் கேட்டதிலிருந்தும் தகவல் தொழில்நுட்பத் துறையைப் பற்றிக் கொஞ்சம் கொஞ்சமாகத் தெரிந்துகொண்டேன். நான் பல தவறுகள் செய்தேன். என்றாலும் 250 பணியாளர்களுடன் ஆரம்பித்த டி.சி.எஸ் ஆசியா-பசிஃபிக் கிளை இன்று 13 நாடுகளில் 10 ஆயிரத்துக்கும் மேற்பட்டவர்களைக் கொண்டதாக வளர்ந்துவிட்டிருக்கிறது. எல்லா தொலைபேசி உரையாடல்கள் இறுதியிலும் அன்பாக, ஆதரவாக ராமதுரை சொன்ன வார்த்தைகள் என்னைத் துடிப்புடன்

இயங்கவைத்தன. ஒருவருக்கு ஆலோசனை சொல்லி வழிகாட்டுகிறோம் என்பது வெளியே தெரியாதவிதமாக, இதமாகச் செயல்படும் அவருடைய அணுகுமுறை எனக்கு மிகவும் உறுதுணையாக இருந்தது.

டி.சி.எஸ் நிறுவனத்தில் எனது பணி தொடர்பாக நண்பனாக, நல்லாசானாக, வழிகாட்டியாக ராமதுரை விளங்கினார். அவருடைய நிர்வாக அணுகுமுறையும் தொலைநோக்குப் பார்வையும் என்னைத் தொடர்ந்து வழி நடத்தும்.

எஸ்.டி.ஹரிதாஸ் (டி.சி.எஸ்ஸின் துணைத் தலைவராக இருந்து 2007ல் ஓய்வு பெற்றவர்)

திரு. ராமதுரை, மிகத் துல்லியமாகத் திட்டமிடக்கூடியவர்; மிகவும் கடுமையான, நெருக்கடியான நேரங்களிலும் தெளிவாகச் சிந்திக்கக்கூடியவர்; பதற்றமான நேரங்களிலும் அமைதியாக இருக்கக்கூடியவர்; மற்றவர்கள் சொல்வதை, நிதானமாக, காது கொடுத்துக் கேட்கக்கூடியவர். யாரிடமிருந்தும் எந்த வேலையும் வாங்குவதில் கைதேர்ந்தவர்.

*1983-84*ல் அமெரிக்காவில் மேற்கு கடற்கரை மாநிலமொன்றில் இருந்த ஒரு சிக்கலான வாடிக்கையாளரை நாங்கள் இருவரும் சந்திக்கப்போயிருந்தோம். அந்த வாடிக்கையாளருக்கு மென் பொருள் தொடர்பாக மிக முக்கியமான சேவையை வழங்கி வந்தோம். எங்களுடைய நிறுவனத்தின் வருவாயில் கிட்டத்தட்ட பத்து சதவிகிதம் அந்த நிறுவனத்திலிருந்துதான் கிடைத்தது. சேவைக் கட்டணம் பற்றிக் கேட்கும்போதெல்லாம் 'மெயிலில் செக் அனுப்பிவிட்டோம். உடனே வந்துவிடும்' என்று சொல்லிக்கொண்டு இருந்தாரே ஒழிய, அவரிடமிருந்து வரவேண்டிய தொகையில் பெருமளவுக்கு நிலுவையிலேயே இருந்தது. நிலைமை மிகவும் மோசமாகிக் கொண்டு வரவே அதிரடியாக ஏதாவது முடிவு எடுத்தாக வேண்டிய அவசியம் எழுந்தது. வேறு வழி இல்லை என்றால் அந்த வாடிக்கை யாளருடன் உறவை முறித்துக் கொள்வது என்ற முடிவை ராமதுரை எடுத்திருந்தார். அந்தக் கறாரான அணுகுமுறை நல்ல பலனைத் தந்தது. நாங்கள் அங்கிருந்து புறப்படுவதற்குள் கணிசமான தொகையை அந்த வாடிக்கையாளர் தந்துவிட்டார். அது ஒருவகையான சவாலான முடிவுதான். அந்த வணிக உறவு

முறிந்திருந்தால் எங்களுக்கு நிச்சயம் கஷ்டமாகத்தான் இருந்திருக்கும். ஆனால், அவர் பணம் கொடுக்காமல் இழுத்தடிப்பதைப் பொறுத்துக்கொண்டேயும் இருக்க முடியாது தானே. அந்த நிறுவனத்தின் நல்லுறவு நமக்கு எந்த அளவுக்கு அவசியமோ அதுபோலவேதான் நமது சேவையும் அவர்களுக்கு முக்கியம் என்று துணிந்து செயல்பட்டார்.

மிகவும் அமைதியாகவே இருப்பார். ஆனால் மிகவும் கறாராகப் பேசவும் செய்வார். தேவைப்படும் நேரங்களில் துணிந்து சவால்களை எதிர் கொள்வார். மிகவும் கடினமான நேரங்களில் எப்படி நடந்துகொள்ளவேண்டும் என்பதை அவரிடமிருந்து நான் கற்றுக் கொண்டிருக்கிறேன்.

மூன்று மாதங்களுக்கு ஒரு முறை அமெரிக்காவுக்கு அவர் வந்து போகும்போது நியூயார்க் நகரத் தெருக்களில், மாலை நேரங்களில், விண்ணை முட்டும் கட்டடங்களினூடே நடந்த படியே பேசுவோம். கான்கிரீட் காடுகளில் உலவியபடியே சேஸ், ஏடி-அண்ட்-டி, ஐ.பி.எம். டேண்டெம், ஹெச்.பி போன்ற போட்டியாளர்களைச் சமாளிப்பது எப்படி என்று பேசுவோம். 24ஜீ7 என ஓய்வு ஒழிச்சல் இல்லாமல் தனது இலக்கை நோக்கி ஓடிக்கொண்டே இருப்பார். இவர் எப்போதாவது தூங்குவாரா என்று எனக்கு சந்தேகமாக இருக்கும். வெற்றி கிடைக்காவிட்டாலும் முயற்சிகளைக் கைவிடமாட்டார். வணிகத்தைப் பெருக்குவதற்காக உள்ளூர் நிறுவனங்களுடன் கூட்டு முயற்சிகளுக்கு தயாராக இருப்பார். புதுமையான சேவைகள், கருவிகளை உருவாக்குவார். ஒரு வாடிக்கை யாளருக்கு நல்ல முறையில் தொழில்நுட்ப சேவை அளித்துவிட்டு, அவர்கள் மூலமாக வேறு வாடிக்கையாளர்கள் பற்றிய விவரங்களைத் தெரிந்துகொள்வார். மார்க்கெட்டிங் துறையிலும் சக மனிதர்களுடன் நட்புறவை வளர்ப்பதிலும் அவரிடமிருந்து பல விஷயங்களைக் கற்றுக்கொண்டிருக்கிறேன்.

ஹரீஷ் மேனன் (1999-2003 வரை என்னுடைய நிர்வாக உதவியாளராக இருந்தவர்)

2000த்தின் தொடக்க வருடங்களில் திரு ராமதுரையின் நிர்வாக உதவியாளராகப் பணிபுரிந்தேன். எனது வழிகாட்டியாகவும் ஆசானாகவும் திகழ்ந்தவர். அவரிடமிருந்து பல விஷயங்கள்

கற்றுக் கொண்டிருக்கிறேன். எந்த நிலையிலும் நிதானம் தவறாமல், எதார்த்தமாக சிந்திக்கும் திறமை கொண்டவர். சக மனிதர்களை நேசிக்கக்கூடியவர்.

அவர் தொடர்பாக ஒரு விஷயத்தை இங்கு நினைவுகூர்கிறேன்.

மும்பை, வொர்லியில் மேஃபெர் ரூமில் எங்கள் அலுவலக நிகழ்ச்சி ஒன்று நடந்தது. அவருடைய வீடு அதற்கு அருகில்தான் இருந்தது. நிகழ்ச்சிகள் முடிந்து நாங்கள் உணவருந்த பஃபே அரங்குக்குச் சென்றோம். அப்படியான ஆடம்பர உணவு வகைகளை சாப்பிட்டு அலுத்துப் போயிருந்த ராமதுரை, என் பக்கம் குனிந்து மெள்ளக் கேட்டார்: 'இந்த உணவுகள் உண்மையிலேயே உனக்குப் பிடிக்குமா? இதைத்தான் சாப்பிட விரும்புகிறாயா?'

அவர் மனதில் வேறு ஏதோ ஒரு திட்டம் இருப்பது புரிந்தது.

'என்ன செய்யலாம் என்று கேட்டேன்'.

'எளிமையான திருப்தியான உணவு என் வீட்டில் காத்திருக்கிறது. வருகிறாயா' என்றார்.

'நிச்சயமாக' என்றேன் உடனே.

உணவு தொடர்பான இந்த முக்கியமான முடிவெடுக்கப் பட்டுவிட்டதால், நிகழ்ச்சியை ஏற்பாடு செய்திருந்தவர்களிடம் விடைபெற்றுக்கொண்டு வெளியே வந்தோம்.

'இப்போதுதான் புதிதாக டாடா இன்டிகா கார் வாங்கி இருக்கிறேன்' என்று சொன்னேன்.

டாடாவின் லாயத்திலிருந்து அப்போதுதான் சீறிப்பாய்ந்திருந்த புதிய மோட்டார் குதிரை. இரண்டு நாட்களுக்கு முன்பாகத்தான் அலுவலகம் எனக்கு அதை வாங்கிக் கொடுத்திருந்தது.

'அப்படியா. நான் அதில் பயணம் செய்து பார்த்ததே இல்லை வா போகலாம்' என்றார். திடீரென்று நிறுவனத்தின் சி.இ.ஓவை அமர வைத்துக்கொண்டு காரும் ஓட்டுகிறோம் என்ற பதற்றம் டிரைவர் லேசாகத் தொற்றிக்கொண்டது.

ராமின் வீட்டுக்குச் சென்று சேர்ந்தோம். அவர் அவருக்கு சவுகரியமாக இருக்கும் வேஷ்டிக்கு மாற்றிக்கொண்டார். சாப்பாடு மேஜையில் அமர்ந்தோம். சாதம், சாம்பார், காய்கள், தயிர் என எளிமையான உணவு. டி.சி.எஸ் பற்றிய கதைகள்,

சொந்த கதைகள், வணிக நோக்கங்கள் பற்றி பேசியபடியே சாப்பிட்டோம். சாப்பிட்டு முடித்ததும் தட்டுகளை எடுத்துச் சென்று அலம்பி வைத்தார். எஞ்சிய பாத்திரங்களை எடுத்துச் சென்று உரிய இடத்தில் வைத்தார். நானும் அவருக்கு உதவி புரிந்தேன். வீட்டு விஷயங்களில் அவர் பின்பற்றும் எளிய ஒழுக்கங்கள் எல்லாம் அவருடைய ரத்தத்தில் இயல்பாகவே ஊறி இருப்பவை.

சிறிது நேரம் டிவியில் விளையாட்டுகள் பார்த்தோம். அதன்பின் அவரிடம் விடைபெற்றுக்கொண்டு வீடு திரும்பினேன்.

பின்னர்தான் தெரிய வந்தது, அவருடைய மனைவி அன்று வெளியூர் சென்றிருக்கிறார். அவர்களுடைய சமையல்காரர் உணவு தயாரித்து வைத்திருக்கிறார். அதை வீணாக்குவது அவருக்கு பிடிக்காது. ஒருவர் வாழ்க்கையில் எவ்வளவு பெரிய வெற்றிகளைக் குவித்திருந்தாலும் எளிமையாக நடந்துகொள்ள வேண்டும் என்ற பாடத்தை அவரிடமிருந்து கற்றுக்கொண்டேன். பில்லியன் டாலர் வருமானம் ஈட்டும் உலகின் முன்னணி நிறுவனத்தின் சக்தி வாய்ந்த தலைவர். தான் செய்யக்கூடாத விஷயம் என்று அவர் எதையும் நினைத்ததில்லை.

ரஜனி தேஷ்பாண்டே (முன்னாள் டி.சி.எஸ் பணியாளர் கிரண் தேஷ்பாண்டேயின் மனைவி)

அமெரிக்காவிலிருந்த எங்கள் இல்லத்துக்கு ராம் அடிக்கடி வந்து போவார். என் கணவனின் எஜமானர் என்ற வகையில் அல்லாமல் நல்ல நண்பர் என்ற முறையில் எனக்குப் பரிச்சயமானார். அவருக்கு வீட்டு சாப்பாடு, வீட்டுச்சூழல் மிகவும் பிடிக்கும் என்பதால் எங்கள் வீட்டுக்கு பொதுவாக இரவு விருந்து உணவுக்கு வருவார். அவர் எங்களுடன் இருந்த போது அவருடைய எளிமை, நட்பார்ந்த நடவடிக்கை இவற்றைக்கண்டு வியந்து போயிருக்கிறேன்.

1987 ஜனவரியில் எனது முதல் குழந்தை பிறந்தபோது எங்களைப் பார்ப்பதற்காக டல்லாஸுக்கு வந்திருந்தார். ராமும் திரு.கோஹ்லியும் ஒரு வேலை விஷயமாக அங்கு வந்திருந்தனர். மருத்துவமனைக்கு வந்தவர் என் அருகில் அமர்ந்துகொண்டு அன்றைய தினம் என் கணவரை அருகில் இருக்கமுடியாமல் வேலை கொடுத்து அனுப்பியதற்காக வருத்தம் தெரிவித்தார்.

அவருடைய அந்த அன்பும் பரிவும் எனது வேதனையை அந்த நொடியிலேயே மறக்கச்செய்துவிட்டது. எங்கள் வீட்டுக்கு வரும்போதெல்லாம் புதுப்புது பரிசுகள் வாங்கிக் கொண்டு வருவார். இந்தியாவிலும் சரி அமெரிக்காவிலும் சரி நாங்கள் கூடி இருந்த நாட்கள் மிகவும் மகிழ்ச்சிகரமானவை. அவர் தொடர்பாக மிக இனிமையான நினைவுகளே என் மனதில் இருக்கின்றன.

சத்யா ஹெக்டே (டி.சி.எஸ் நிறுவனத்தின் துணைத் தலைவர், ஜெனரல் கவுன்சல்)

2004 ஆரம்பகட்டத்தில் டி.சி.எஸ் நிறுவனத்தின் துணைத் தலைவராகவும் ஜெனரல் கவுன்செல் ஆகவும் ஆனேன். திரு ராமதுரையுடன் அடுத்த 5 ஆண்டுகளில் நெருங்கி பழகும் வாய்ப்பு கிடைத்தது. நிறுவனத்தின் கீழ்மட்டத்தில் இருந்து உயர் மட்டத்தில் இருப்பவர்கள் வரை அனைவரும் அவரை 'ராம்' என்று அழைத்தனர். அனைவராலும் எளிதில் அணுக முடிந்தவர். அனைவர் மனதிலும் மரியாதையை, அன்பை, நெருக்கத்தைப் பெற்றவர். எனினும் நான் அவரை 'ராம்' என்று சொல்ல மாட்டேன். முதலும் முடிவுமாக அவர் எனக்கு 'சார்' தான். டி.சி.எஸ் நிறுவனத்தின் வழக்கறிஞர் பிரிவும் தனிப்பட்ட முறையில் நானும் அடைந்த வெற்றிகள் அனைத்துக்கும் அவருடைய தொலைநோக்குப் பார்வை, நாகரிகமான அணுகுமுறை, வழிகாட்டியாகத் திகழும் குணம், வெற்றியை நோக்கி எங்களை உற்சாகப்படுத்திய தன்மை ஆகியவையே முக்கிய காரணம்.

பொதுவாக, ஒரு நிறுவனத்தில் இருப்பவர்களுக்கும் அதன் வழக்கறிஞர் பிரிவுக்கும் இடையில் சுமுகமான நல்லுறவு இருக்காது. அதற்கு முக்கியமான காரணம் வழக்கறிஞர்களுக்கு வணிக செயல்பாடுகளில், வணிக இலக்குகளில் பெரிதாக அக்கறை இருக்காது. டி.சி.எஸ் நிறுவனத்தின் ஜெனரல் கவுன்ஸலாகச் சேர்ந்தபோது, 'எனது பொறுப்புகள், அதிகாரங்கள் என்ன' என்று திரு ராமதுரையிடம் கேட்டேன். சட்டென்று சிரித்துவிட்டார். பிறகு சற்று தீவிரமான தொனியில் சொன்னார்: 'வழக்கறிஞர் துறை நிறுவனத்தின் வணிகத்திலும் வெற்றியிலும் ஈடுபாடு கொண்டதாக இருக்கவேண்டும். எங்களுடைய வணிக வளர்ச்சிக்கான முயற்சிகளைப் பாதுகாத்து வெற்றி பெறச் செய்யும் துறையாக இருக்கவேண்டும். இந்த இலக்கை

அடைவதற்கு என்ன செய்யவேண்டுமோ அதற்கான வேலைகளை, அதிகாரங்களை நீங்களே எடுத்துக் கொள்ளுங்கள்'.

அந்த உரையாடலுக்குப் பின் அவர் அமைதியாக நடப்பவற்றை எல்லாம் கவனித்து வந்தார். திடீரென்று வழக்கறிஞர் பிரிவு அனைவருடைய பார்வையில்படும்படியாக அனைவருடைய கவனத்தையும் ஈர்க்கும்படியாகச் செயல்படத் தொடங்கியது. பொறுப்புகளும் கடமைகளும் மறுவரையறை செய்யப்பட்டன. ராமதுரை வழங்கிய உத்வேகமும் வழிகாட்டுதலும் தனிப்பட்ட முறையில் வழங்கிய நிபந்தனையற்ற ஆதரவும் எங்களுடைய பொறுப்பு, பங்களிப்பு, அதிகாரம் ஆகியவற்றை மாற்றி அமைத்தன. இதனால்தான் டி.சி.எஸ் நிறுவனத்தின் வழக்கறிஞர் பிரிவு மற்றவர்களால் மிகவும் வித்தியாசமானதாகப் பார்க்கப் படுகிறது.

ஹென்றி மொன்சானோ (2005 வாக்கில் டி.சி.எஸ் நிறுவனம் வாங்கிய காமிக்ரோம் நிறுவனத்தின் சி.இ.ஓ)

ராமுடன் ஐந்தாண்டுகள் பணிபுரியும் வாய்ப்பு எனக்கு கிடைத்தது. அந்தக் காலகட்டத்தில் ஒரு தொழில்முனைவோராக இருந்த என்னை டி.சி.எஸ் நிறுவனத்தின் லத்தீன் அமெரிக்கச் செயல்பாடுகளின் தலைவராக அவர் வளர்த்தெடுத்தார்.

என்னை வழிநடத்தியதில் அவருடைய பங்கு மிகவும் அதிகம். முக்கியமாக, டி.சி.எஸ் நிறுவனத்தின் செய்நேர்த்தி, அர்ப்பண உணர்வு, வாடிக்கையாளர் மீதான அக்கறை, அவர்களுக்குத் தரவேண்டிய உன்னதமான சேவை ஆகியவை பற்றி அவரிடமிருந்துதான் தெரிந்துகொண்டேன். வாடிக்கை யாளர்களின் வணிகத்தை நாங்கள் நன்கு புரிந்து கொண்டு செயல்பட்டால் அதன் விளைவாக டி.சி.எஸ் நிறுவனத்தின் வணிகமும் பெருகும். அந்த வாடிக்கையாளர்களுக்குச் செய்து தரும் சேவையின் தரம் உயரும் என்பதைப் புரிந்துகொண்டேன்.

கொடுத்த வாக்குகளை நிறைவேற்றுவது மிகவும் முக்கியம்; தரமான சேவையை வழங்குவதற்கு ஆர்வத்துடன் செயல்பட வேண்டும்; சவால்களைத் துணிந்து எதிர்கொள்ள வேண்டும் என்பவற்றையெல்லாம் ராமிடம் இருந்து கற்றுக் கொண்டேன். அவரிடம் இருக்கும் மிக முக்கியமான குணமான நேர்மையை மிகவும் உயர்வாகப் போற்றுகிறேன்.

கிரிஷ் ராமச்சந்திரன் (டி.சி.எஸ் ஐரோப்பாவின் டைரக்டர், 2009 வரை)

ஒவ்வொரு முறை என்னைச் சந்திக்கும்போதும் ராமதுரை என் குழந்தையைப் பற்றியும் மனைவியைப் பற்றியும் அக்கறையுடன் நலம் விசாரிப்பார். தினமும் எத்தனையோ பேரை அவர் சந்திப்பார். ஒவ்வொருவரையும் நினைவு வைத்து நலம் விசாரிப்பது என்பது அவருடைய நல்ல குணம்.

ஐரோப்பாவுக்கு நான் சென்ற சில மாதங்கள் கழித்து, விமான நிலையத்தில் சந்தித்து அவருடைய ஹோட்டலுக்கு அழைத்துச் செல்ல வேண்டியிருந்தது. மிகவும் பதற்றமாக இருந்தேன். அன்றைய அலுவலக நிகழ்ச்சிகள் அனைத்தையும் காரில் ஏறியதும் மளமளவென்று ஒப்பித்தேன். அனைத்தையும் பொறுமையாகக் கேட்டவர், மிக முக்கியமான சந்திப்புகள் எவை என்று கேட்டார். தனது அந்த பயணத்தில் இதையெல்லாம் முடித்து திரும்ப வேண்டும் என்று கேட்டார். அவற்றில்மட்டும் அதிக கவனத்தைக் குவிக்கச் சொன்னார். ஒரு சில முக்கியமானவற்றை சொல்லிக்காட்டி வழிநடத்தினார். அந்த அணுகுமுறை என் மனதில் அழுத்தமான தாக்கத்தை ஏற்படுத்தியது.

இந்த உலகில் எதைப்பற்றி வேண்டுமானாலும் நாம் உரையாட முடிந்த ஒரே நபர் எனக்கு தெரிந்து அவர்தான். கைக்குக் கிடைக்கும் செய்தித்தாள்கள் அனைத்தையும் முழுமையாக படித்துவிடுவார். வேலையைத் தாண்டி இசை, பயணம், திரைப் படங்கள் எனப் பல விஷயங்களில் அக்கறை செலுத்தும்படி அனைவரையும் உற்சாகப்படுத்துவார். நெயன்ரோட் பல்கலைக் கழகத்தில் அவர் ஆற்றிய உரையை ஒரு நாளும் என்னால் மறக்க முடியாது. நான் கேட்டவற்றிலேயே மிகச் சிறந்த உரை அதுவே. மிகவும் சரளமாகப் பேசினார். உலகமயமான வணிகத்தைப் பற்றிய அவருடைய அறிவாற்றலைப் பார்த்து அரங்கில் இருந்தவர்கள் மெய்மறந்து போனார்கள்.

ராமதுரைக்கு பத்மபூஷன் விருது அறிவிக்கப்பட்டபோது அவருடன் இருக்கும் நல் வாய்ப்பு எனக்குக் கிடைத்திருந்தது. நாங்கள் அப்போது ஜெர்மனியில், பிராங்க்பர்ட்டில் எங்களுடைய புதிய அலுவலகத்தைத் திறப்பதற்காகப் போயிருந்தோம். கேரளாவிலிருந்து வந்திருந்த நாட்டுப்புற கலைஞர்களின்

கலையை ரசித்துக் கொண்டிருந்தோம். வெளியே பனி முடிவற்றுப் பொழிந்து கொண்டிருந்தது. மறுநாள் காலையில் டாவோஸுக்கு நாங்கள் சென்றாக வேண்டியிருந்தது. பனி அதிகமாக இருந்ததால் அங்கு செல்வதற்கு மாற்றுத் திட்டங்களை யோசித்துக் கொண்டிருந்தேன். ராமதுரையோ நிதானமாக கலை நிகழ்ச்சியை ரசித்தார். எனக்கோ எங்கள் மறு நாள் பணி தொடர்பாகப் பதற்றமாக இருந்தது. நிகழ்ச்சி முடிந்ததும், 'ஒரு கார் எடுத்துக்கொண்டு டாவோஸுக்குச் சென்றுவிடுவோம்' என்று மென்மையாகச் சொன்னார். அந்த திடசித்தம்தான் ராமதுரை. பனி பொழிவுகளின் ஊடாக அதிகாலை 3:00 மணிக்கு டாவோஸ் சென்று சேர்ந்தோம். அந்த இரவுப் பயணம் இன்னும் என் மனதில் பசுமையாகப் பதிந்திருக்கிறது. நெருக்கடிகளை வாய்ப்புகளாக ஆக்கிக் கொள்பவர் அவர்.

டி.சி.எஸ் நிறுவனத்தின் பன்யன் பார்க் வளாகத்தை நாங்கள் வாங்கியபோது ஒரு ஞாயிற்றுக்கிழமை காலையில் நானும் ராமும் சந்திராவும் அங்க போனோம். அங்கு மிகப் பெரிய குழு ஒன்று எல்லா இடங்களுக்கும் எங்களை அழைத்துச்சென்று காட்டியது. அந்த வளாகத்தின் ஊடாக நாங்கள் நடந்துசென்ற போது வழியில் ஏதோ ஒரு குப்பை கிடந்ததை அவர் பார்த்தார். தானே சென்று அதை எடுத்து குப்பைத் தொட்டியில் போட்டார். அவருடைய ஒழுங்கு குறித்து வேறென்ன நான் சொல்ல?

ரவி விஸ்வநாதன் (டி.சி.எஸ் நிறுவனத்தின் உலகளாவிய தொலைதொடர்பு வர்த்தகப் பிரிவின் தலைவர்)

நான் முதலில் திரு ராமதுரையை 1993ல் சந்தித்தேன். குஜராத்தில் GE லைட்டிங் கம்பெனிக்காக ஆய்வு நடத்துவதற்காகத் தேர்வு செய்யப்பட்டிருந்தேன். வார இறுதியில் எனது நண்பன் ராகுல் மற்றும் நான் இருவரும் அரும்பாடுபட்டு ஒரு பிரசன்டேஷன் தயாரித்திருந்தோம். மஹாலிங்கம் அதை ரிவ்யூ செய்ததும் மாலையில் விமானம் பிடித்து மும்பைக்குச் சென்றோம்.

மறுநாள் காலையில் திரு ராமதுரையைக் காலையில் எட்டு மணிக்கு ஏர் இந்தியா பில்டிங்கில் 11வது மாடியில் இருந்த அவருடைய அலுவலகத்தில் சந்தித்தோம். அவர் இதமாக நடந்துகொண்டார். எனினும் அந்த சுற்றுச்சூழலை சற்று அசௌகரியமாக உணர்ந்தோம். அவருடைய மேஜையில்

ஏராளமான பேப்பர்கள், இதழ்கள், ஃபைல்கள் குவிந்து இருந்தன. நாங்கள் எங்களுடைய எண்பது ஸ்லைடுகளை ஒவ்வொன்றாகப் போட்டுக்காட்டினோம். ஃபைல்களைப் பார்த்தபடியே ஸ்லைடுகளையும் பார்த்து வந்தார். ஒரு கட்டத்தில் அவர் அந்த வேலையை முடிக்கட்டும்; அதன் பிறகு ஸ்லைடுகளைக் காட்டலாம் என்று சிறிது இடைவெளி விட்டேன். ஃபைலில் இருந்து நிமிர்ந்து பார்த்தவர் தொடர்ந்து காட்டும்படிச் சொன்னார். அதன் பிறகு நாலைந்து ஸ்லைடுகளைக் காட்டினோம். தனது வேலையை முடித்தவர் திடீரென்று எங்களைப் பார்த்து முன்னால் காட்டிய ஸ்லைடுக்கும் இப்போதைய ஸ்லைடுக்கும் இடையில் ஏதோ முரண்பாடு இருப்பதாக சொன்னார். நான் அசந்து போனேன். அவர் வேலை பார்த்தபடியே நாங்கள் சொல்வதை வெறுமனே கேட்க மட்டும் செய்யவில்லை. தெளிவாகப் புரிந்துகொள்ளவும் செய்திருக்கிறார். ஒரே நேரத்தில் பல வேலைகளைச் செய்யும் அவரது திறமையைப் பார்த்து அதிசயித்தேன். மிகுந்த தெளிவுடன் துல்லியமாக சில விஷயங்களை சொல்லிக்காட்டி அந்த ப்ரசன்டேஷனில் எங்களுக்கு வழிகாட்டினார். மறுநாள் காலையில் நானும் ராகுலும் குஜராத்துக்குத் திரும்பினோம். நாங்கள் முன்வைத்த திட்டத்தை மிகத் தெளிவாகப் புரிந்துகொண்டு பதில் சொல்லியவிதத்தைப் பார்த்து அதிசயத்தில் உறைந்திருந்தோம்.

1994ல் நான் ஐரோப்பா சென்றுவிட்டதால் திரு. ராமதுரையுடன் பணிபுரியும் வாய்ப்பு கிடைத்திருக்கவில்லை. 1996ல் டி.சி.எஸ் நிறுவனத்தின் சி.இ.ஓவாக அவர் பதவி ஏற்றபோது நான் மும்பையில்தான் இருந்தேன். ராமதுரையின் உதவியாளர் மெலனியிடம் அவரைச் சந்திப்பதற்கு நேரம் கேட்டேன். பலரை அவர் சந்திக்கவேண்டி இருந்ததால் நீண்ட நேரம் காத்திருக்க வேண்டியிருக்கும் என்று சொன்னார்கள்.

இரவு 7 மணிக்கு சந்திக்க வாய்ப்பு கிடைத்தது. எனது செயல்பாடுகள் குறித்து அவரிடம் சொன்னேன். பிரதான வாடிக்கையாளர்கள், வருமானம், அடுத்து செய்யவிருக்கும் வேலைகள், முன்னால் இருக்கும் வாய்ப்புகள் ஆகியவற்றை எடுத்துச் சொல்லிவிட்டு ஸ்காண்டிநேவியாவுக்கு ஒரு முறை வந்து போகும்படிக் கேட்டுக்கொண்டேன். மிகவும் அன்பாக நடந்து கொண்டார். பல விஷயங்களைக் கேட்டுத் தெரிந்துகொண்டார். வாழ்த்துகள் தெரிவித்து அனுப்பி வைத்தார். நான் புறப்படுவதற்கு முன்பாக, தான் தெரிந்துகொள்வதற்கு

வேறு ஏதேனும் இருக்கிறதா என்று கேட்டார். இல்லை என்றேன்.

அந்த நேரத்தில் ஸ்காண்டிநேவியாவில் ஒரு வங்கிப் பணி தொடர்பாக சிக்கலில் இருந்தோம். அவர்கள் எங்கள் மீது வழக்கு தொடுக்கப்போவதாக எச்சரித்திருந்தார்கள். எங்கள் மீது எந்தத் தவறும் இல்லாத போதும் வங்கியினர் எங்களை மிரட்டினார்கள். என்னைப் பற்றியும் நான் பணிபுரியும் இடம் பற்றியும் தவறான செய்தியை முதல் நாளில் ராமிடம் சொல்ல வேண்டாம் என்று நினைத்தேன்.

இரவு எட்டு முப்பது வாக்கில் 11ஆவது மாடிக்கு வந்தேன். எனது பயணத்துக்கான டிக்கெட்டுகளைப் பெற்றுக் கொண்டேன். லிஃப்ட் நோக்கிப் போகும்போது திரு.ராமதுரையும் வருவதைப் பார்த்தேன். என்னைப் பார்த்துப் புன்னகைத்தார். ‘உனது ஏரியா பற்றிய மோசமான செய்தியை என்னிடம் ஏன் சொல்லவில்லை’ என்று கேட்டார். அவருக்கு எப்படித் தெரிந்தது என்று ஆச்சரியமாக இருந்தது. லிஃப்டில் பயணம் செய்த 30 வினாடிகளில் அந்த பிரச்னை பற்றிக் கேட்டுத் தெரிந்து கொண்டார். அந்த அரை நிமிட பயணம் அளவிலா நேரம் எடுத்ததாகத் தோன்றியது. அவருடைய கார் வருவதற்காக காத்திருந்தவர் என் பக்கம் திரும்பிச் சொன்னார்: ‘ரவி உனது பணி தொடர்பான மோசமான செய்தியை உன்னைத் தவிர வேறு யாரும் மூலமாகவும் நான் தெரிந்து கொள்ளும்படி செய்யாதே. நீயே அதைச் சொல்லிவிடு’.

தலைமைப் பொறுப்பில் இருப்பவர் எப்படி நடந்து கொள்ள வேண்டும் என்பதற்கான அற்புதமான பாடம் அது. அதை நான் இன்று வரையிலும் கடைப்பிடித்து வருகிறேன். என்னிடம் பணிபுரிபவர்களிடம் நான் இதையே சொல்கிறேன்: ‘நல்ல செய்திகள் வேறு யார் மூலமாகவும் எனக்குத் தெரிய வரலாம். கெட்ட செய்திகள் சம்பந்தப்பட்ட நபர் மூலமாகவே தெரிய வந்தாக வேண்டும்’ என்று சொல்வேன்.

ஸ்காண்டிநேவியாவில் நான் இருந்த கடைசி காலத்தில் அந்த வங்கியுடனான பிரச்னை நாளுக்கு நாள் மோசமாகிக் கொண்டே இருந்தது. தினமும் போன் செய்து நடப்பவற்றைத் தெரிந்து கொண்டு வந்தார். போர்டு மெம்பர் புகார் கடிதம் அனுப்பினார். சில நேரங்களில் இந்திய நேரம் இரவு ஒன்பது மணிக்கு ஒரு விஷயம் பேசுவார். மறுநாள் காலை ஒன்பது மணிக்கு மீண்டும்

அவரிடமிருந்து போன் வரும். நாம் சரியாகத்தான் பிரச்னையைக் கையாளுகிறோமா என்று கேட்பார். இந்த பிரச்னை நடந்தபோது நான் மிகவும் பதற்றத்தில் இருந்தேன். பின்னர் தான் தெரிந்து கொண்டேன், பிரச்னைகளை எப்போதுமே நமது கட்டுக்குள் வைத்துக்கொள்ள வேண்டும். நமது கையே ஓங்கியிருக்க வேண்டும் என்பது அவருடைய எதிர்பார்ப்பு. அவருக்கு அனைத்து விஷயங்களும் தெரிந்திருந்தது. அந்த வங்கியுடனான ஒட்டுமொத்தப் பேச்சுவார்த்தையின் போதும் ஒவ்வொரு கட்டத்திலும் அவர் எனக்கு வழிகாட்டினார்.

மும்பையில் அனந்துவுடன் சேர்ந்து ராமதுரையின் அலுவலகத்தில் பணிபுரிந்தபோது ஒரு நாள் இரவு 8 மணிக்கு எங்களை அழைத்தார். அந்த வாரத்தில் நடக்கவிருந்த நிர்வாக கமிட்டி கூட்டம் தொடர்பாக நாங்கள் தயார்செய்து கொண்டிருந்தோம். அதைப்பற்றி ராமதுரையுடன் பேசினோம். தில்லி அலுவலகத்தில் நடந்து கொண்டிருந்த ஒரு பிரச்னை பற்றிக் கவனிக்கச் சொன்னார். சென்னையில் பணியாளர் நியமனம் மற்றும் பில் வருவாய் தொடர்பாக இன்னொரு விஷயத்தைக் கவனிக்கச் சொன்னார். பெங்களூரிலும் பணி நியமனம் தொடர்பாக பிராந்திய மேனேஜருடன் கலந்துரையாடச் சொன்னார்.

அனந்துவும் நானும் இரவு 2 மணி வரை ப்ரசன்டேஷன் ஸ்லைடுகள் தொடர்பான வேலைகள் செய்து முடித்தோம். ராமதுரையை அவரது வீட்டில் சென்று சந்தித்தோம். அவருடன் காரில் சென்றபடியே ஸ்லைடுகளைப்பற்றி விவரித்து வந்தேன். சட்டென்று என் பக்கம் திரும்பியவர் தில்லியில் பிரச்னை தீர்ந்துவிட்டதா? பெங்களூரு பிராந்திய மேனேஜருடன் பேசிவிட்டாயா? சென்னை விஷயம் என்ன ஆயிற்று என்று மளமளவென்று கேட்டார். செல்போன்கள் இன்று போல் பிரபலமடையாத நாட்கள் அவை, அதனால் யாரிடமும் தொடர்பு கொள்வது மிகவும் சிரமம்.

நாளை காலையில் தில்லி போகவிருக்கிறேன். வெள்ளிக்கிழமை சென்னைக்குச் செல்வேன். வார இறுதியில் அனைத்து விஷயங்கள் தொடர்பாக அறிக்கை சமர்ப்பிக்கிறேன் என்று சொன்னேன்.

அறிக்கைகள் மறுநாளே வேண்டுமென்றும் அது தொடர்பாக நான் செய்வது சரியில்லை என்றும் கடிந்துகொண்டார். எல்லா

விஷயங்களையும் நானே செய்ய வேண்டுமென்று நான் நினைப்பதைச் சொல்லிக்காட்டி விமர்சித்தார். தலைமைப் பண்பு என்பது மற்றவர்கள் மூலம் வேலைகளை சரிவர செய்து முடிக்க செய்வதுதான். நாமே எல்லாவற்றையும் செய்வதல்ல என்று சொன்னார். அன்று அவர் சொன்னது இன்றுவரையில் என் மனதில் பதிந்திருக்கிறது: 'ஒரு சிறந்த தலைவரை எது வித்தியாசப்படுத்திக் காட்டுமென்றால் அவர் மற்றவர்களைக் கொண்டு எப்படி வேலைகளைச் செய்விக்கிறார் என்பதுதான்'.

ஒரு முறை பிசினஸ் மிக மோசமாக இருந்த ஒரு காலகட்டத்தில் நடந்த பரிசீலனைக் கூட்டத்தில் நான் மிகவும் மனம் தளர்ந்து போயிருந்தேன். சக பணியாளர்களுடன் இரவு வேறொரு மீட்டிங் இருந்தது. எனக்கு என்ன செய்வது என்றே தெரியவில்லை. இரவு நேர மீட்டிங்கின் இடையே திரு ராமதுரை போன் செய்தார். காலையில் நடந்த பரிசீலனைக் கூட்டம் பற்றியும் எங்கே தவறு நடந்தது என்றும் கேட்டார். நான் விவரமாக எடுத்துச் சொன்னேன். அப்போது அவர் ஜெர்மனியில் இருந்தார்.

'நடந்த மோசமான நிகழ்வில் இருந்து நாம் பாடம் கற்றுக் கொள்வோம். உன் மீது எனக்கு நம்பிக்கை இருக்கிறது' என்று சொன்னார். அது எனக்குப் பெரும் உற்சாகத்தைத் தந்தது. ஜெர்மனியில் இருந்தபடியே, நான் இங்கு மனம் தளர்ந்து இருந்ததை அவர் தெரிந்து கொண்டிருந்தார்; எனக்கு ஆறுதல் சொல்ல வேண்டும் என்று முடிவுசெய்து பேசியிருக்கிறார் என்பது தெரிந்ததும் அவர் மீது மிகுந்த மதிப்பும் மரியாதையும் ஏற்பட்டது.

மிகவும் பரபரப்பான பணிச் சூழலுக்கு இடையிலும் அவருடைய மனைவியின் இசை நிகழ்ச்சிகளுக்கு அவர் எப்படியும் வந்துவிடுவார். ஒரு பக்கம் அவர் மிகப் பெரிய கார்ப்பரேட் நிறுவனத்தின் தலைவர்; மறுபக்கம் அவர் முழுமையான குடும்பத் தலைவர். என் வாழ்க்கையில் இந்த சமநிலையை என்னால் ஒருபோதும் கடைபிடிக்க முடிந்திருக்கவில்லை.

டி.சி.எஸ்ஸில் நான் பணிபுரிந்த 15 ஆண்டுகளில் என் வாழ்க்கை முற்றாக மாறியிருக்கிறது என்று சொன்னால் மிகையில்லை. என் வாழ்வின் மிக நெருக்கடியான காலகட்டத்தில், தாய்ப்பறவை தன் குஞ்சுகளை இறகுக்குள் பொதிந்து காப்பதுபோல் என்னை அவர் காப்பாற்றினார். அவருக்கு நான் மிகவும் நன்றிக்கடன் பட்டுள்ளேன்.

அனிதா ராஜன் (2002ல் எனது நிர்வாக உதவியாளராகச் சேர்ந்தவர், என்னுடன் தொடர்ந்து பணிபுரிபவர்)

2002ல் டி.சி.எஸ்ஸில் சற்று தயக்கத்துடன் தான் சேர்த்தேன். அதற்கு முன்பாக நான் ஆராய்ச்சி மற்றும் பயிற்சித்துறையில் ஈடுபட்டிருந்தேன். சி.இ.ஓவுக்கு உதவியாளராகப் பணிபுரிவது என்பது முற்றிலும் மாறுபட்ட பணி. ஒருவழியாக மனதைத் தயார்படுத்திக்கொண்டு சேர்ந்துவிட்டேன். ‘புதிய பணி எப்படி இருக்கிறது’ என்று ராமதுரை கேட்டார். ‘கொஞ்சம் பதற்றமாகத் தான் இருக்கிறது’ என்று சொன்னேன். ‘முக்கியமான விஷயங்களைச் செய்வதற்கு முன்பாகக் கொஞ்சம் பதற்றமாக இருப்பது நல்லது. அதுதான் ஒருவருக்கு உள்ளே உறைந்து நிற்கும் திறமைகளை வெளிக்கொண்டுவர உந்துதலாக இருக்கும்’ என்று சொன்னார்.

‘என்னுடைய பணி என்ன’ என்று அவரிடம் கேட்டபோது ‘சேஞ்ச் ஏஜென்ட்’ மாற்றத்தைக் கொண்டுவர உதவுவது என்று சொன்னார். அவர் சொன்னதை நான் ஆழமாக யோசித்துப் பார்த்தேன். என்னை அவர் விஷயங்களைப் புதுமையாக, புத்துணர்ச்சியுடன் செய்யும்படி எதிர்பார்க்கிறார் என்பது புரிந்தது. அது உண்மையிலேயே அற்புதமான சிந்தனை. என் மீது அவர் மிகுந்த நம்பிக்கை வைத்திருக்கிறார் என்பதையும் மிகச் சிறந்த வழிகாட்டி என்பதையும் ஒரே நேரத்தில் புரியவைத்தார்.

திரு ராமதுரையுடன் பணிபுரிந்தபோது அவர் வெளிப்படையாகச் சொன்னதைவிட சொல்லாமல் விட்ட விஷயங்கள் மிகவும் முக்கியமானதாக இருக்கும் என்பதைப் புரிந்துகொண்டிருக் கிறேன். அவர் மௌனத்தை மிகவும் திறமையாகக் கையாளுவார். அலுவலகத்தில் எனது காலை நேரச் செய்தித்தாள்களில், ‘படிப்பதற்கு சுவாரசியமானது’ என்று அவர் அடையாளப் படுத்திக் கொடுத்திருப்பார். உண்மையில் நான்தான் அவருக்கு அடையாளப்படுத்திக் கொடுக்கவேண்டும்!

புதிய சிந்தனைகள், புதிய யோசனைகள், புதிய தொழில் நுட்பங்கள், புதிய கோட்பாடுகள் இவற்றை இடைவிடாது தேடும் மனம் கொண்டவர். நிறைய விஷயங்களைத் தெரிந்து கொள்ள வேண்டும் என்ற இந்தத் தாகம் மற்றவர்கள் சொல்வதைப் பொறுமையாகக் காது கொடுத்துக் கேட்கும்படியாக அவரை ஆக்கவும் செய்திருந்தது. தான் தெரிந்துகொண்ட விஷயங்களை

மின்னஞ்சல் மூலமாக, கட்டுரைகள் மூலமாக, படிக்க வேண்டிய புத்தகங்கள் என மற்றவர்களுக்குத் தெரியப்படுத்துவதிலும் மிகுந்த ஆர்வம் கொண்டவர். அப்படியாக சக பணியாளர்களின் சிந்தனைகளையும் விரிவுபடுத்தக் கூடியவர்.

ஒரே நேரத்தில் உங்களைப் பத்து வேலைகளைச் செய்யச் சொல்வார். அவை அனைத்துமே அதிக கவனத்தைக் கோரக் கூடியவையாகவும் இருக்கும். எந்த ஒரு விஷயத்திலும் உன்னதத்தையே எதிர்பார்க்கவும் செய்வார். இது ஒவ்வொருவரையும் முழுத் திறமையுடன் வெளிப்பட வைக்கும். ஒரு விஷயத்தை மிகச் சிறப்பாக செய்வது எப்படி... நம்மை நாமே மேம்படுத்திக்கொள்வது எப்படி என்று அது கற்றுக்கொடுக்கும். சவால்களைத் துணிந்து எதிர்கொள்ளும் எண்ணம் நமக்குள் எப்படி வருமென்றால் அவர் அதை முன்னின்று செய்து காட்டுவார். ஒருபோதும் தன்னால் செய்ய முடியாத ஒன்றை அவர் நம்மிடம் செய்யச் சொல்லிக் கேட்கமாட்டார்.

அவருடன் பணிபுரிந்த ஒன்பது ஆண்டுகளில் எனது பிறந்தநாளன்று முதல் வாழ்த்துச்செய்தி ராமதுரை, திருமதி மாலா ராமதுரை என அவர்கள் இருவரிடமிருந்துதான் வரும். அன்று அவர் உலகின் எந்த மூலையில் இருந்தாலும் தொலைபேசியில் வாழ்த்து தெரிவித்துவிடுவார். சக மனிதர்கள் மீது எவ்வளவு அக்கறையுடன் இருக்கிறார் என்பதை அதை எடுத்துக்காட்டும். வாடிக்கையாளரானாலும் சக பணியாளரானாலும் சரி, மனித உறவுகளை அவர் மிகவும் மதித்துப் போற்றுவார். வெற்றிகரமான வர்த்தகங்கள் எல்லாம் அதைச் செய்யும் மனிதர்களுடன் நல்ல உறவை உருவாக்கிக் கொள்வதில்தான் இருக்கிறது என்ற பொன்மொழிக்கு மிகச் சிறந்த எடுத்துக்காட்டு அவர்தான்.

பின் இணைப்பு 2

சாதனைகளின் வரலாறு

1965 பம்பாயில் நாரிமன் பாயிண்ட் நிர்மல் பில்டிங்கில், டாடா கம்ப்யூட்டர் சென்டர் ஆரம்பிக்கப்பட்டது.

1965 நிர்மல் பில்டிங்கில் IBM-1401 கணினிகளை வாடகைக்கு எடுத்து தரவு மையப் பணிகளை டி.சி.எஸ் ஆரம்பித்தது.

1968 டி.சி.எஸ் நிறுவனம் தனி கிளையாக ஆனது (ஷாப்ஸ் அண்ட் எஷ்டாபிளிஷ்மெண்ட் சர்டிபிகேட்)

1969 எஃப்.சி.கோஹ்லி டி.சி.எஸ் நிறுவனத்தில் பொது மேலாளராகச் சேர்ந்தார்.

1969 நிர்மல் பில்டிங்கில் ICL-1903 கம்ப்யூட்டர் வாங்கி நிறுவப்பட்டது.

1971 டி.சி.எஸ் நிறுவனத்தின் முதல் அயல்நாட்டு நிரலாக்க ஒப்பந்தம் கையெழுத்தானது (ஈரான்).

1972 எஸ்.ராமதுரை டி.சி.எஸ் நிறுவனத்தில் சேர்ந்தார்.

1973 அந்நியச் செலாவணி பரிமாற்ற ஒழுங்கு சட்டம் (Foreign Exchange Regulation Act, FERA) இந்திய அரசால் கொண்டு வரப்பட்டது.

1974 பி.எம்.அகர்வாலின் அகால மரணத்தைத் தொடர்ந்து எஃப்.சி.கோலி டி.சி.எஸ் நிறுவனத்தின் இயக்குநராகப் பொறுப்பேற்றார்.

1974 எஸ்.ராமதுரை கம்ப்யூட்டர் மெயின்டனன்ஸ் மற்றும் சப்போர்ட் பிரிவின் பொறுப்பாளராக நியமிக்கப்பட்டார்.

1974 டி.சி.எஸ் நிறுவனம் முதல் பர்ரோஸ் (B1728) கணினியை இந்தியாவுக்குள் இறக்குமதி செய்தது.

1974 டி.சி.எஸ் நிறுவனம் பர்ரோஸ் நிறுவனத்துக்கு மென்பொருள் சேவை வழங்கவும் பர்ரோஸ் நிறுவனக் கணினிகளை இந்தியாவில் விற்கவும் ஒப்பந்தம் செய்து கொண்டது.

1974 பர்ரோஸ் நிறுவனத்துக்காக முதல் அயல் நாட்டு மென்பொருள் ஏற்றுமதியை டி.சி.எஸ் நிறுவனம் செய்தது.

1975 நெருக்கடி நிலை இந்திரா காந்தி அரசினால் அமல் படுத்தப்பட்டது.

1976 டி.சி.எஸ் நிறுவனம் தனது முதல் பெருங்கணினியை (பர்ரோஸ் பி6748) மென்பொருள் ஏற்றுமதிகளுக்காக இறக்குமதி செய்தது.

1976 பர்ரோஸ் ஹார்ட்வேர் செண்டர் ஆஃப் எக்சலன்ஸ் பம்பாயில் ஆரம்பிக்கப்பட்டது.

1976 நிரலாக்கப் பணிகளையும் தாண்டி இந்திய வாடிக்கை யாளர்களுக்கு பர்ரோஸ் கணினிகளின் வன்பொருள் நிறுவுதல், பராமரிப்பு முதலான பணிகளை டி.சி.எஸ் நிறுவனம் ஆரம்பித்தது.

1977 நெருக்கடி நிலை விலக்கிக் கொள்ளப்பட்டது. இந்திரா காந்தியின் அரசங்கம் பொதுத்தேர்தலில் தோல்வியைத் தழுவியது.

1977 பிரிட்டனில் டி.சி.எஸ் நிறுவனம் தனது கிளையை ஆரம்பித்தது.

1977 டாடா இண்டஸ்ட்ரீஸ் நிறுவனத்தின் இயக்குநராக எஃப்.சி.கோலி நியமனம் பெற்றார்.

1978 டாடா-பர்ரோஸ் நிறுவனம் ஆரம்பிக்கப்பட்டது. டி.சி.எஸ் நிறுவனம் தன் வழியில் செல்லத் தொடங்கியது.

1979 அமெரிக்காவில் பர்ரோஸ் அல்லாத முதல் ஒப்பந்தம் அமெரிக்கன் எக்ஸ்பிரஸுடன் செய்துகொள்ளப்பட்டது.

1979 அமெரிக்காவில் முதல் டி.சி.எஸ் கிளை ஆரம்பிக்கப் பட்டது. அமெரிக்காவில் டி.சி.எஸ் நிறுவனம் காலூன்ற, ராமதுரை அதன் ரெஸிடண்ட் மேனேஜராக நியமிக்கப் பட்டார்.

1979 நியூயார்க்கில் இருக்கும் ஐ.ஜி.ஐ.சி நிறுவனத்துடன் டி.சி.எஸ் நிறுவனம் ஒப்பந்தம் கையெழுத்திட்டது.

1981 டி.சி.எஸ் நிறுவனத்துக்கு டபிள்யூ.டி.எஸ்.எல். வங்கி ப்ராஜெக்ட் கிடைத்தது.

1981 டபிள்யூ.டி.எஸ்.எல் ப்ராஜெக்டுக்கான கடல் கடந்த சேவை மையத்தை பம்பாயின் சிறப்புப் பொருளாதார மண்டலத்தில் அமைப்பதற்காக முதல் ஐ.பி.எம் (370/158) பெருங்கணினியை இறக்குமதி செய்தது.

1981 டி.சி.எஸ்ஸின் ஆராய்ச்சி மற்றும் வளர்ச்சித் துறையான டி.ஆர்.டி.டி.சி புனேயில் அமைக்கப்பட்டது.

1981 இந்திய அரசிடமிருந்து டி.சி.எஸ் நிறுவனம் முதல் மென்பொருள் ஏற்றுமதி விருதைப் பெற்றது.

1985 ஸ்விட்சர்லாந்தில் டி.சி.எஸ் நிறுவனம் தன் அலுவலகத்தைத் திறந்தது.

1986 பம்பாயில் 'டேண்டெம் ஹார்ட்வேர் செண்டர் ஃபார் எக்சலன்ஸ்' ஆரம்பிக்கப்பட்டது.

1987 சென்னையில் 'ஐ.பி.எம் ஹார்ட்வேர் செண்டர் ஃபார் எக்சலன்ஸ்' ஆரம்பிக்கப்பட்டது.

1988 சென்னையில் டி.சி.எஸ் நிறுவனம் ஐ.பி.எம் மையத்தை 3090/150E பெருங்கணினியுடன் அமைத்தது.

1989 ஸ்விட்சர்லாந்தின் SEGA ஒப்பந்தம் முழுவதுமாக முடித்துக் கொடுக்கும் பொறுப்புடன் தரப்பட்டது.

1991 இந்தியாவில் பொருளாதார தாராளமயமாக்க நடவடிக்கைகள் முன்னெடுக்கப்பட்டன.

1991 3000 பணியாளர்களுடன் 100 கோடி வருமானத்தை எட்டியது.

1992 கல்கத்தாவில் 'DEC ஹார்ட்வேர் செண்டர் ஃபார் எக்சலன்ஸ்' ஆரம்பிக்கப்பட்டது.

1992 டி.சி.எஸ்ஸில் சாஃப்ட்வேர் க்வாலிட்டி க்ரூப் அமைக்கப்பட்டது.

1992 டி.சி.எஸ் குழு ஜப்பானில் ஓர் அலுவலகத்தைத் திறந்தது.

1993 ISO-2000 சான்றிதழ் பெற்றது டி.சி.எஸ்.

1993 தேசிய பங்குச் சந்தை ஒப்பந்தத்தை டி.சி.எஸ் பெற்றது.

1994 எஃப்.சி.கோலி டாடா சன்ஸின் டைரக்டரானார். டி.சி.எஸ்ஸின் துணை சேர்மன் ஆனார்.

1994 I.E.E.E ஆவணத் தரப்படுத்தல் வழிமுறை டி.சி.எஸ்ஸில் அறிமுகப்படுத்தப்பட்டது.

1995 டி.சி.எஸ் நிறுவனத்தின் சேர்மன் நானி பல்கிவாலா ஓய்வு பெற்றார். ரத்தன் டாடா சேர்மன் ஆனார்.

1995 மும்பையில் ஹெச்.பி. ஹார்ட்வேர் செண்டர் ஃபார் எக்சலன்ஸ் ஆரம்பிக்கப்பட்டது.

1995 மும்பையில் சிறப்புப் பொருளாதார மண்டலத்தில் ஜெனரல் எலெக்ட்ரிகல் நிறுவனத்துக்கான டெலிவரி செண்டரை டி.சி.எஸ் அமைத்தது.

1995 மும்பைக்கு அருகில் போரிவிலியில் பெல் நார்தன் நிறுவனத்துக்கான மென்பொருள் பணிகளைச் செய்ய நார்டெல் ஸ்விட்ச் அலுவலகத்தை டி.சி.எஸ் அமைத்தது.

1996 இந்தியாவில் முதன் முதலாக டீமாட் அறிமுகம். டி.சி.எஸ் நிறுவனத்துக்கு என்.எஸ்.டி.எல். ஒப்பந்தம் கிடைத்தது. நிச்சயித்த நேரத்தில் அதை முடித்தும் கொடுத்தது.

1996 லெவல்-5ல் முதல் CMM அசைன்மெண்ட் SEI இடமிருந்து டி.சி.எஸ்ஸுக்குக் கிடைத்தது.

1996 ஜெனரல் எலெக்ட்ரிக் விமான இன்ஜின்களுக்கு முதல் இன்ஜின் தொடர்பான வடிவமைப்பு சேவை செய்து தரப்பட்டது.

1996 சென்னையில் Y2k பிரச்னைக்குத் தீர்வு காண மென்பொருள் மையம் அமைக்கப்பட்டது.

1996 டி.சி.எஸ் நிறுவனத்தின் சி.இ.ஓவாக எஸ்.ராமதுரை நியமனம்.

1997 சென்னையில் சோலிங்கநல்லூரில் முதல் க்ளோபல் டெவலப்மெண்ட் செண்டர் அமைக்கப்பட்டது.

1998 டி.சி.எஸ் நிறுவனத்தின் வருவாய் ஆயிரம் கோடியைக் கடந்தது.

1998 சோலிங்கநல்லூரில் ஃப்ராங்க் க்லென் மூலம் வடிவமைக்கப்பட்ட உலகத் தரம்வாய்ந்த வளாகம் அமைக்கப்பட்டது.

2001 அரசுக்குச் சொந்தமான வன்பொருள்-மென்பொருள் நிறுவனமான சி.எம்.சி.நிறுவனத்தை டி.சி.எஸ் வாங்கியது.

2001 நொய்டாவில் மரியோ போட்டா வடிவமைத்த உலகத் தரம் வாய்ந்த வளாகம் அமைக்கப்பட்டது.

2001 ஹங்கேரியில் டி.சி.எஸ் நிறுவனம் தனது செயல்பாடுளை ஆரம்பித்தது.

2002 சி.என்.பி.சி ஆசியா பசிஃபிக்ஸ் ஆண்டுதோறும் வழங்கும் ஆசியாவின் தலை சிறந்த வர்த்தகத் தலைவர் என்ற விருதை எஸ்.ராமதுரை பெற்றார்.

2002 டி.சி.எஸ் நிறுவனத்தினரின் சமூக சேவை அமைப்பான 'மைத்ரீ' அமைக்கப்பட்டது.

2002 லத்தீன் அமெரிக்காவில் டி.சி.எஸ் நிறுவனம் தனது அலுவலகத்தை அமைத்தது.

2002 டி.சி.எஸ் நிறுவனம் சீனாவில் தனது கிளையைத் திறந்தது.

2003 டி.சி.எஸ் நிறுவனத்தின் வருவாய் ஒரு பில்லியன் டாலரைத் தாண்டியது.

2003 டி.சி.எஸ் நிறுவனம் அல்டிமேடிக்ஸ் எனும் ஒற்றை டிஜிட்டல் பிளாட்ஃபார்மை அமல்படுத்தியது.

2003 ஹைதராபாத்தில் மரியோ போட்டா வடிவமைத்த அற்புதமான டி.சி.எஸ் வளாகம் அமைக்கப்பட்டது.

2004 டி.சி.எஸ் நிறுவனம் 'JRD QV' விருது பெற்றது.

2004 டி.சி.எஸ் நிறுவனத்தின் அனைத்து மையங்களும் CMMi மற்றும் PCMM சான்றிதழ் பெற்றன. உலகிலேயே இதைப் பெற்ற முதல் நிறுவனம் டி.சி.எஸ்தான்.

2004 iQMS (இண்டெக்ரேட்டட் க்வாலிட்டி மேனேஜ்மெண்ட் ஸ்டேண்டர்ட்ஸ்) SEIக்கு மாற்றாக வெளியிடப்பட்டது.

2004 டி.சி.எஸ் நிறுவனம் தனது பங்குகளை முதன் முறையாக விற்பனைக்குக் கொண்டுவந்தது. நம் நாட்டில் அது வரையிலான பங்கு விற்பனைகளிலேயே மிகப் பெரியது இதுவே. ஒரு பில்லியன் டாலர் தொகை பெறப்பட்டது. 1.1 மில்லியன் பங்குதாரர்கள் சேர்ந்தனர்.

2004 எஸ் ராமதுரை டி.சி.எஸ் நிறுவனத்தின் சி.இ.ஓ, மற்றும் எம்.டியாக நியமிக்கப்பட்டார்.

2004 டி.சி.எஸ் நிறுவனம் பிரிட்டனின் தேசிய மருத்துவக் காப்பீட்டுத் திட்ட ஒப்பந்தத்தைக் கைப்பற்றியது.

2004 எஸ்.ராமதுரை இந்த ஆண்டுக்கான சிறந்த பிசினஸ்மேன் விருதை பிசினஸ் இந்தியாவிடமிருந்து பெற்றார்.

2005 டி.சி.எஸ் நிறுவனம் சிலே நாட்டு பி.பி.ஓ. நிறுவனமான ‘காமிக்ரோம்’மை வாங்கியது.

2005 டி.சி.எஸ் நிறுவனம் பிரிட்டனில் இருக்கும் ஓய்வூதிய நிதி நிர்வாக நிறுவனமான பேர்ல் நிறுவனத்தின் கிளையை வாங்கி டிலிஜெண்டா என்று பெயர் சூட்டியது.

2005 டி.சி.எஸ் நிறுவனம் வங்கித்துறையில் இருந்த ஆஸ்திரேலிய எஃப்.என்.எஸ் நிறுவனத்தை வாங்கி டி.சி.எஸ் பேங்க்ஸ் ஆக விரிவுபடுத்தியது.

2005 டாடா இன்ஃபோடெக் லிமிடட் நிறுவனம் (முன்பு டாடா பர்ரோஸ்) டி.சி.எஸ்ஸுடன் இணைக்கப்பட்டது.

2006 புதிய கண்டுபிடிப்புகள், ஆராய்ச்சிகள் ஆகியவற்றை முன்னெடுக்க சி.டி.ஓ நிறுவனம் அமைக்கப்பட்டது.

2006 டி.சி.எஸ் நிறுவனம் ISO-2000 தரச்சான்று பெற்றது.

2006 தகவல் தொழில்நுட்பம் மற்றும் தொலை தொடர்பு உள் கட்டமைப்பில் செய்நேர்த்தியைக் கொண்டுவர எண்டர்ப்ரைஸ் மேனேஜ்மெண்ட் அமைக்கப்பட்டது.

2006 ‘எக்ஸ்பீரியன்ஸ் சர்டெனிட்டி’ என்ற பிராண்ட் முத்திரை வாக்கியம் அறிமுகப்படுத்தப்பட்டது.

2006 ‘இக்னைட்’ பயிற்சி மையம் ஆரம்பிக்கப்பட்டது.

2006 எஸ்.ராமதுரைக்கு பத்ம பூஷன் விருது வழங்கப்பட்டது.

2007 டி.சி.எஸ் நிறுவனத்தினரின் எண்ணிக்கை ஒரு லட்சத்தைத் தாண்டியது.

2007 டி.சி.எஸ் நிறுவனத்தின் புதிய தலைமையகமான ‘டி.சி.எஸ் ஹவுஸ்’ மும்பையில் அதிகாரபூர்வமாக திறந்துவைக்கப்பட்டது.

2008 Citi பேங்கின் பேக் ஆபீஸ் நிறுவனமான ‘ஈ-சர்வ்’ நிறுவனத்தை டி.சி.எஸ் வாங்கியது.

2008 டி.சி.எஸ் நிறுவனத்தின் வருவாய் ஐந்து பில்லியன் டாலரைக் கடந்தது.

2008 டி.சி.எஸ் நிறுவனத்தின் வருமானம் ஐந்து பில்லியன் டாலரைக் கடந்தது. லாபம் ஒரு பில்லியன் டாலரைக் கடந்தது.

2008 சென்னை சிறுசேரியில் கார்லஸ் ஓட் மற்றும் கார்லஸ் பான்ஸ்-டி-லியான் வடிவமைத்த உலகத்தரம் வாய்ந்த வளாகம் கட்டப்பட்டது.

2008 வட அமெரிக்காவில் சின்சினாட்டி பகுதியில் மிக பிரமாண்டமான கிளையை ஆரம்பித்தது. உள்ளூர் பணியாளர்கள் ஆயிரம் பேர் நியமனம் பெற்றனர்.

2009 டி.சி.எஸ் நிறுவனத்தின் வருமானம் ஆறு பில்லியன் டாலரைக் கடந்தது. அதன் பணியாளர்களின் எண்ணிக்கை 1,44,000ஐக் கடந்தது.

2009 எஸ்.ராமதுரைக்கு பிர்ட்டனின் CBE விருது கிடைத்தது.

2009 எஸ்.ராமதுரை டி.சி.எஸ் நிறுவனத்தின் சி.இ.ஓ மற்றும் எம்.டி பதவியிலிருந்து ஓய்வு பெற்றார். அதன் துணை சேர்மனாக நியமனம் பெற்றார்.

2009 என்.சந்திரசேகரன் டி.சி.எஸ் நிறுவனத்தின் புதிய சி.இ.ஓ ஆனார்.

www.ingramcontent.com/pod-product-compliance
Lightning Source LLC
LaVergne TN
LVHW060314051026
849517LV00004B/1111
* 9 7 8 9 3 9 0 9 5 8 4 0 5 *